கல்கியின்
முத்தான முப்பது கதைகள்

RUPA

Published by
Rupa Publications India Pvt. Ltd 2023
7/16, Ansari Road, Daryaganj
New Delhi 110002

Sales centres:
Bengaluru Chennai
Hyderabad Jaipur Kathmandu
Kolkata Mumbai Prayagraj

Edition Copyright © Rupa Publications India Pvt. Ltd 2023

All rights reserved.
No part of this publication may be reproduced, transmitted,
or stored in a retrieval system, in any form or by any means,
electronic, mechanical, photocopying, recording or otherwise,
without the prior permission of the publisher.

This is a work of fiction. Names, characters, places and incidents are either the product of the author's imagination or are used fictitiously and any resemblance to any actual person, living or dead, events or locales is entirely coincidental.

P-ISBN: 978-93-5702-079-4
E-ISBN: 978-93-5702-078-7

Second impression 2025

10 9 8 7 6 5 4 3 2

The moral right of the author has been asserted.

Printed in India

This book is sold subject to the condition that it shall not,
by way of trade or otherwise, be lent, resold, hired out, or otherwise circulated,
without the publisher's prior consent, in any form of binding or
cover other than that in which it is published.

பதிப்புரை

ரூபா பப்ளிகேஷன் இந்தியாவின் முன்னணி பதிப்பக நிறுவனங்களில் ஒன்றாகும். தற்போது 81வது ஆண்டில் அடியெடுத்து வைத்துள்ள எங்களது நிறுவனத்தின் மூலம் 2000 ஆங்கில தலைப்புகள் வெளியிட்டுள்ளோம். தற்போது தமிழில் புத்தகங்களை வெளியிடும் புதிய முயற்சியில் இறங்கி யுள்ளோம். அதன் தொடக்கமாக கல்கியின் படைப்புகளை வெளியிடயெண்ணி, சிவகாமியின் சபதம், பொன்னியின் செல்வன் வரிசையில் இப்போது கல்கியின் தொடரிலிருந்து தேர்ந்தெடுக்கப்பட்ட முத்தான முப்பது கதைகளை நூலாக வெளியிடுவதில் பெருமை கொள்கிறோம்..

இளைய தலைமுறை அவரது எழுத்துக்களை வாசிக்க வேண்டும் என்ற உயரிய எண்ணத்தில் ரூபா பப்ளிகேஷன்ஸ் இந்தியா பிரைவேட் லிமிடெட், இந்நூலை தமிழ் கூறும் நல்லுலகத்துக்கு அளிப்பதில் பெருமை கொள்கிறது.

இந்நூலுக்கு ஏற்ற ஓவியம் வரைந்து உயிரூட்டிய திரு கி. சொக்கலிங்கம் - நாகர்கோவில், தட்டச்சு மற்றும் பிழைதிருத்தம் செய்து உதவிய நண்பர்களுக்கும் நன்றி தெரிவித்துக் கொள்கிறோம்.

எத்தனை முறை படித்தாலும் சலிக்காத சாகாவரம் பெற்ற சரித்திரத்தை வாசித்து தேன்தமிழ்ச் சுவை பருகி... வரலாற்றின் பக்கத்தைப் புரட்டுங்கள்!

பதிப்பகத்தார்

பொருளடக்கம்

சுபத்திரையின் சகோதரன்	7
ஒற்றை ரோஜா	46
தீப்பிடித்த குடிசைகள்	79
புது ஓவர்சியர்	88
வஸ்தாது வேணு	107
திருடன் மகன் திருடன்	123
மாஸ்டர் மெதுவடை	139
பிரபல நட்சத்திரம்	152
பித்தளை ஒட்டியாணம்	186
அருணாசலத்தின் அலுவல்	212
ஸுசீலா எம்.ஏ.	225
சாரதையின் தந்திரம்	256
கவர்னர் விஜயம்	280
ஒன்பது குழி நிலம்	290
புன்னைவனத்துப் புலி	302
ஜமீன்தார் மகன்	355
மயிலைக் காளை	387
காந்திமதியின் காதலன்	406
பாழடைந்த பங்களா	433

- 5 -

போலீஸ் விருந்து	452
கைதியின் பிரார்த்தனை	460
தந்தையும் மகனும்	476
கடிதமும் கண்ணீரும்	486
வைர மோதிரம்	497
தூக்கு தண்டனை	520
இது என்ன சொர்க்கம்	534
கைலாசமய்யர் காபரா	546
லஞ்சம் வாங்காதவன்	561
ரங்கூன் மாப்பிள்ளை	571
பால ஜோசியர்	580

அமரர் கல்கி

சுபத்திரையின் சகோதரன்

முன்னுரை

ஆண்டவன் திருவருளினால், இப்போது எங்கள் வாழ்க்கையில் அமைதி குடிகொண்டிருக்கிறது. இன்பம் நிலவுகிறது. நானும் என் மனைவியும் அளவிறந்த அன்பு வெள்ளத்தில் மூழ்கியிருக்கிறோம். வேறெது எப்படியானாலென்ன?

பாவம் சுபத்திரை அனாதை. எனக்கும் தற்போது அவளைத் தவிர யாருமில்லை. அவளைக் கல்யாணம் செய்து கொண்ட நாளிலிருந்து எனது உற்றார் உறவினர் எல்லாரும் என்னைக் கைவிட்டு விட்டார்கள். என் தந்தைக்கு என்னிடமுள்ள அன்பு மாறவில்லை யென்பது உண்மையே. அடிக்கடி கடிதங்களும் எழுதி வருகிறார். ஆனால் நானும் சுபத்திரையும் அவர் வீட்டுக்கு வருவது மட்டும் கூடாதாம். ஒரு காலத்தில் ஆசார சீர்திருத்த இயக்கத்தில் சேர்ந்து உபந்யாசங்களும் செய்து வந்த அவர் இம்மாதிரி நடந்து கொள்வது, முதலில் எனக்கு வினோதமாகவேயிருந்தது. ஆனால், இப்போது அவர் மீது நான் குறை கூறவில்லை, அவரென்ன செய்வார்? விவாகமாகாத தங்கைகள் இருவர் எனக்கிருக்கின்றனர். மேலும் வீட்டில் இப்போது எஜமாட்டி அவரது இரண்டாவது மனைவி. என் தாயார் காலஞ் சென்று பல வருஷங்களாகின்றன.

நானும் சுபத்திரையும் அன்பு மயமான வாழ்க்கை நடத்துகிறோம். இப்புவியில் யார் மீதும் எங்களுக்கு வருத்தமில்லை. உலகமெல்லாம் எங்களைப் பகைத்தாலும் நாங்கள் உலகத்தினிடம் அன்பு செலுத்துவோம். மேலும் நாங்கள் உலகத்தினிடம் அன்பு செலுத்துவோம். மேலும் நாங்கள் இப்போது வசிப்பது ஆந்திர நாட்டின் நடுவிலுள்ள ஒரு பட்டணம். இங்கே தமிழர்கள் மிகச் சிலரே வசிக்கிறார்கள். அவர்களுக்கும் எங்கள் வரலாறு தெரியாது. என் மனைவியைச் சுட்டிக்காட்டிப் பேசுவோர் யாரும்

இங்கில்லை. எனவே எங்கள் வாழ்க்கையின் இன்பத்துக்கு இடையூறு எதுவுமில்லையல்லவா?

ஆனால், நீங்கள் பொறாமைப்படவேண்டாம். எத்துணை கொடிய துன்பங்களுக்குப் பின்னர், நாங்கள் இந்த இன்ப வாழ்வை எய்தியிருக்கிறோமென்பதை அறிந்தால் நீங்கள் நடுநடுங்கிப் போவீர்கள். பெரும் புயலினால் பயங்கரமாகக் கொந்தளித்துக் கொண்டிருந்த கடலானது புயல் நின்றதும் அமைதியடைந்திருக்கும் நிலையை உங்கள் மனோபாவத்தினால் உருவகப் படுத்த முடியுமா? ஆம் எங்கள் வாழ்வில் இப்போது அத்தகைய அமைதியே ஏற்பட்டிருக்கிறது. எங்கள் வாழ்க்கை இன்பமயமாயிருக்கிறது என்று மேலே சொன்னேனல்லவா? அது முற்றிலும் சரியன்று. இடையிடையே பழைய நினைவுகள் தோன்றும்போது - அப்பப்பா! எங்கள் உணர்ச்சிகளை விவரித்தல் இயலாத காரியம். அத்தகைய சமயங்களில் நாங்கள் அலமாரியில் வைத்துப் பூசை செய்யும் இராஜகோபாலன் படத்துக்கருகில் சென்று மௌனமாய்க் கண்ணீர் விடுகிறோம். இராஜகோபாலன் மனித உடலில் தங்கியிருந்தபோது, சுபத்திரையின் சகோதரனாயும், என் அரிய நண்பனாயும் இருந்தான். இப்போது எங்கள் குலதெய்வமாய் விளங்குகிறான்.

என் மனைவிக்கீடான பெண் இவ்வுலகில் ஒருத்தியுமில்லை என்பது என் எண்ணம். ஒவ்வொரு கணவனும் தன் மனைவியைப் பற்றி அப்படித்தான் சொல்வான் எனக் கூறுவீர்கள். உண்மையே. ஆனால், அவளைப் போல் இவ் இளம் வயதில் இவ்வளவு துக்கங்களுக்கு ஆளானவர்கள் யாருமிரார் என்பது திண்ணம். அவள் குணத்துக்கு ஓர் உதாரணம் சொல்லுகிறேன். இவ்வரலாற்றை எழுதி முடித்ததும் அவளிடம் கொடுத்து ஏதேனும் திருத்தங்கள் செய்ய விரும்பினால் செய்வதற்கு உரிமையளித்தேன். அவள் என்ன திருத்தங்கள் செய்தாள் என்று நினைக்கிறீர்கள்? அவளுடைய அழகைப் பற்றியோ குணாதிசயங்களைப் பற்றியோ கூறியிருந்த அந்தப் பகுதிகளையெல்லாம் அடித்து விட்டாள். பின்னர் கதைக்கு இன்றியமையாத சில

இடங்களிலேனும் அவற்றை விட்டு வைக்கும்படி நான் அவளைக் கெஞ்ச வேண்டியதாயிற்று.

ஆனால் சுபத்திரையைப் பற்றியாவது, என்னைப் பற்றியாவது, எங்கள் இல்வாழ்க்கையைப் பற்றியாவது நான் இங்கு விவரிக்கப் புகுந்தேனில்லை. வீர புருஷனும் என் ஆருயிர்த் தோழனுமான சுபத்திரையின் சகோதரனுடைய சரித்திரத்தைக் கூறவே வந்தேன். ஸ்ரீராம சரிதம் பாண்டவ சரிதம் அரிச்சந்திரன் கதை முதலியவற்றைப் போல் இராஜ கோபாலனின் சரித்திரமும் போற்றப்பட வேண்டுமென்பது என் எண்ணம். இதென்ன அநீதி? ஒரு கொலைஞனுடைய வரலாற்றை இராம சரித்திரத்துடனும் அரிச்சந்திரன் கதையுடனும் ஒப்பிடுவதா என்று நீங்கள் திடுக்கிட்டு வினவலாம். நியாயந்தான். ஆனால் என் நண்பன் செய்த கொலையினால் அவனைப் பாவம் ஏதேனும் சார்ந்ததாயின் அதற்கு தகுந்த பிராயச் சித்தம் அவன் செய்து கொண்டுவிட்டான் என்பதே என் கருத்து. இவ்விஷயத்தில் உங்கள் அபிப்பிராயம் மாறுபடலாம்; ஆனால் அவனுடைய வரலாற்றைப் படிக்கும் உங்களில் எவரும் மனம் உருகாமலிருக்க மாட்டீர்கள் என்பதில் எள்ளளவும் எனக்கு ஐயமில்லை.

கதையின் ஆரம்பமே நன்றாயில்லையே? முடிவு முன்னுரையிலேயே வந்துவிடுகிறது. 'இதற்குள் முன்னுக்குப் பின் முரண் வேறு' என்று நீங்கள் எண்ணலாம். ஆம், வினை கதைக்கு உண்மை வரலாற்றுக்கும் உள்ள வேற்றுமை அது தான். கதையென்றால் அமைப்பு ஒழுங்காகவே இருக்கும் நிகழ்ச்சிகள் முன்னுக்குப் பின் முரண் இன்றி ஒன்றன்பின் ஒன்றாய் வரும், ஆனால் வாழ்க்கையின் உண்மை சம்பவங்களை அவ்வளவு பொருத்தமாகக் கூற முடியுமா? மேலும் இவ்விஷயத்தைப் பற்றிச் சிந்திக்கப் புகுந்தாலே என் மனம் குழம்பி விடுகிறது. எனவே இச் சரித்திரத் திலுள்ள குறைகளுக்காக என்னை மன்னித்துவிடும்படி கேட்டுக் கொள்கிறேன். பல குறைகள் நிகழ்வதாயினும் சரியே. இவ்வரலாற்றை எழுதி வெளியிடுவது என் ஆருயிர்

நண்பனுக்கும் இவ்வுலகுக்கு நான் செலுத்த வேண்டிய கடமை என்னும் உறுதியினாலேயே இதை எழுதலானேன்.

1. கடற்கரைப் பேச்சு

இக்கதையின் முக்கியமான நிகழ்ச்சிகள் 1924-ம் ஆண்டில் ஆரம்பமாகின்றன. ஆனால், அவற்றைத் தொடங்குவதற்கு முன் என் குடும்ப நிலைமையைப் பற்றியும், எனக்கு இராஜகோபாலனுடன் நட்பு ஏற்பட்ட விதத்தைப் பற்றியும் இரண்டொரு வார்த்தைகள் கூறிவிட வேண்டுவது அவசியம். என் தந்தை ஸ்ரீமான் சுந்தரமையர் மைலாப்பூரில் ஒரு வக்கீல். இப்போதுகூட அவருக்கு மாதம் ஐந்நூறு ரூபாய் வருமானங் கிடைத்து வருமென நினைக்கிறேன். அப்போது இன்னும் அதிகமாகவே கிடைத்து வந்தது. 1917-18 வரை அவர் அரசியல் துறையில் ஆசார சீர்த்திருத்த இயக்கத்திலும் ஈடுபட்டிருந்தார். ஆனால் அதற்குப் பிறகு அரசியல் கிளர்ச்சி கொஞ்சம் ஆபத்துக்கிடமான விஷயமாகப் போய்விடவே, அவர் சிறிது சிறிதாக பொது வாழ்விலிருந்து விலகி விட்டார். மேலும், அவரது இரண்டாம் மனைவியின் மூலமாகக் குடும்பம் பெருத்துவிட்டது. எனக்கு இப்போது நான்கு தம்பிகளும், இரண்டு தங்கைகளும் இருக்கிறார்களென்றால் அதிகம் செ ால்ல வேண்டுவதில்லை. இத்தனைக்கும் என் தாயார் இறந்து 12 வருஷங்கள்தான் ஆகின்றன. இப்போது எனக்குத் தெரிந்த வரை, பணஞ் சேர்ப்பது, குடும்ப நலத்தைக் கவனிப்பது இவற்றைத் தவிர, என் தந்தைக்கு வேறெவ்விஷயத்திலும் சி ரத்தையிருப்பதாகத் தெரியவில்லை.

இனி, இராஜகோபாலனைப் பற்றிச் சொல்கிறேன். அவனுடன் எனக்கு நட்பு ஏற்பட்ட விதம் மிக விநோதமானது. இன்றைக்கு ஐந்நூறு ஆண்டுகளுக்கு முன் ஒரு நாள் எங்கள் வீட்டு மாடியின் முகப்பில் உட்கார்ந்து காற்று வாங்கிக் கொண்டிருந்தேன். எங்கள் வீட்டுக்கு அடுத்த கட்டிடத் தில் அப்போது ஹோட்டல் இருந்தது. அதன் மாடியின் மீதிருந்த அறைகளில் மாணாக்கர் சிலர் வசித்து வந்தனர். அவர்களில் ஒருவர் அந்த மாடியின் முகப்புக்கு வந்து பாடத் தொடங்கினார். அவருடைய இனிய குரல் என் மனதைக்

கவர்ந்தது. அதிலும் அவர் பாடியது பாரதியின் பாட்டு. பாரதி பாட்டென்றால் எனக்கு ஏற்கெனவே பித்து உண்டு; ஆதலின், அவர் பாடி முடிந்ததும், 'தயவு செய்து இன்னொன்று பாடுங்கள்' என்று ஆங்கிலத்தில் மரியாதையுடனும் ச ங்கோசத்துடனும் கேட்டுக் கொண்டேன். அவர் புன்னகை செய்து, 'ஓ! ஆகட்டும்' என்றார். உடனே 'சின்னஞ் சிறு கிளியே கண்ணம்மா' என்ற கண்ணன் பாட்டை பாடத் தொடங்கினார். அவர் பாட்டுக்கு நான் அடிமையானேன். இப்படித்தான் எங்கள் நட்பு ஆரம்பமாயிற்று. அந்தோ! அந்நட்பின் பயன் இவ்வாறு முடியும் என்று அப்போது நான் கனவிலேனும் கருதியதுண்டா?

அவ்வாறு பாரதியின் பாட்டினால் என் சிந்தையைக் கவர்ந்த இளைஞர் வைத்தியகலாசாலையில் முதல் ஆண்டு மாணாக்கரென்றும், தஞ்சாவூர் ஜில்லா மன்னார்குடி தாலுகாவில் ஒரு கிராமத்தில் பிறந்து வளர்ந்தவரென்றும் அறிந்து கொண்டேன். நாள் ஆக ஆக எங்கள் நட்பும் வளருவதாயிற்று. அப்போது நான், இண்டர் மீடியட் வகுப்பில் படித்துக் கொண்டிருந்தேன். தினந்தோறும் கலாச ாலை விட்டதும், இருவரும் நேரே கடற்கரைக்கு வந்து சந்திப்பது என்று ஏற்படுத்திக் கொண்டோம். நாங்களிருவரும் கடற்கரையோரத்தில் மணலின் மேல் துணியை விரித்துப் படுத்துக் கொண்டு, உலக நினைவுகளை அடியோடு மறந்தவர்களாய் அளவளாவிப் பேசிக் கொண்டும், பாரதியின் கவிச்சுவை சொட்டும் காதல் பாட்டுக்களைப் பாடிக் கொண்டும், ஆகாயக் கோட்டை கட்டிக் கொண்டும், ஆனந்தமாகக் கழிந்த மாலை நேரங்களை நினைக்கும் போதெல்லாம், என் உள்ளத்தில் பொங்கி எழும் உணர்ச்சி களை விவரிக்க வல்லேனல்லன்.

நாட்கள் மாதங்களாயின, மாதங்கள் வருஷங்களாயின. எங்கள் நட்பும் வளர்ந்தது. தினந்தோறும் புதிய புதிய சு வைகலையும், புதிய புதிய இன்பங்களையும் தந்து கொண்டு வந்தது. என் வாழ்க்கையில் மிகவும் முக்கியமான 1924-ஆம் ஆண்டு பிறந்தது. நான் பி.ஏ. (ஆனர்ஸ்) பரீட்சையில்,

தேறிவிட்டேன். சட்டக் கலாசாலையில் சேருவதாக உத்தேசித்திருந்தேன். இராஜகோபாலன் எம்.பி.பி.எஸ். பரீட்சைக்குக் கடைசி வருஷம் படிக்க ஆரம்பித்தான். ஒரு நாள் மாலை வழக்கம்போல் கடற்கரைக்குச் சென்று, இராணி மேரி கலாசாலைக் கெதிரில் அலைகள் வந்து மோதும் இடத்துக்கருகில் உட்கார்ந்து, இராஜகோபாலன் வரவை எதிர் நோக்கியிருந்தேன். அன்று அவன் கொஞ்சம் தாமதமாக வந்தான். அன்றியும் அவன் முகமும் வாட்டமுற்றிருந்தது. எப்போதும் கடற்கரைக்கு வந்ததும்.

மாலைப் பொழுதிலொரு மேடைமிசையே
வானையும் கடலையும் நோக்கியிருந்தேன்
மூலைக்கடலையவ் வான வளையம்
முத்தமிட்டே தழுவி முகிழ்த்தல் கண்டேன்
என்றாவது,
மாலை இளவெயிலின் மாட்சி - அன்னை
கண்ணெரி காட்டுகின்ற காட்சி

என்று சிறிதளவு பாரதியின் பாட்டை மாற்றியாவது பாட ஆரம்பித்துவிடுவான். இன்றோ, பாட்டுமில்லை, கூத்து மில்லை. அவன் முகக் குறியைக் கண்டு என் மனதிலும் சிறிது கவலை தோன்றியதாயினும், விளையாட்டுத்தனமாக 'என்ன ராஜு? இன்றைக்கேன் 'குஷி' இல்லை? உபவாச விரதம் ஏதேனும் உண்டோ ?' என்று கேட்டேன்.

'சாப்பாடு இல்லாதது ஒன்றே உற்சாகக் குறைவுக்குக் காரணமாகக் கூடும் என்று நினைக்கிறாயா?' என்று அவன் வினவினான்.

'எனக்கு வேறொன்றும் தோன்றவில்லை.'

'அப்படியானால் நீ பாக்கியசாலிதான்.'

அப்பொழுது, அவன் கண்களில் நீர் ததும்பியதைக் கண்டேன். எனக்குத் தூக்கிவாரிப் போட்டது. 'அது போகட்டும், விஷயம் என்னவென்று சொல்லமாட்டாயா?' என்றேன்.

இராஜகோபாலன் பதில் சொல்லாமல், தன் சட்டைப் பையிலிருந்த ஒரு கடிதத்தை எடுத்துக் கொடுத்தான். அது அவன் தகப்பனார் அவனுக்கு எழுதியிருந்த கடிதம். நான்கு மூலையிலும் மஞ்சள் தடவியிருந்தது. உள்ளே, இராஜகோபாலன் தங்கை சுபத்திரையை அவ்வூர் வேம்பு ஐயர் குமாரர் கணபதி ஐயருக்கு மணஞ் செய்து கொடுக்கத் தீர்மானித்திருப்பதாகவும், முகூர்த்தம் அடுத்த புதன்கிழமை நடப்பதால் உடனே புறப்பட்டு வரும்படியும் எழுதியிருந்தது. அதைப் படித்தபோது, என் ஹிருதயம் படக்கென்று வெடித்து விடும்போல் தோன்றிற்று. முன் பின் தெரியாத கணபதி ஐயர் மீது ஏனோ கோபமும் பொறாமையும் ஏற்பட்டன. 'காத்திருந்தவன் பெண்ணை நேற்று வந்தவன் கொண்டுபோனான்' என்னும் அசட்டுப் பழமொழி என்னையறியாமல் என் வாயினின்றும் புறப்பட்டுவிட்டது.

'சை, எப்போதும் விளையாட்டுப் பேச்சுத்தானா, தியாகு?' என்று நண்பன் கூறினான். அவன் கண்களினின்றும் கலகலவென்று நீர் பொழிந்தது. எனக்கு ஒன்றுமே புரியவில்லை! கணபதி ஐயர் யாராயிருப்பினும் அவர் மீது நான் பொறாமை கொள்வதும் நியாயம். ஆனால், தங்கையின் கல்யாணச் செய்தியைக் கேட்டு அவன் கண்ணீர் விடுவதன் கருத்தென்ன? அவன் கண்ணீரை என் அங்கவஸ்திரத்தின் தலைப்பினால் துடைத்து, 'ராஜு, என் பிதற்றலை மன்னித்து விடு. ஆனால் நீ ஏன் கண்ணீர் பெறுக்குகிறாய்? எனக்கு ஒன்றும் புரியவில்லையே!' என்றேன்.

அவன் சற்றுநேரம் மௌனமாயிருந்துவிட்டு, பின்னர் 'என் அருமைச் சகோதரியைப் பாழுங்கிணற்றில் தள்ளப் போகிறார்கள். நான் கண்ணீர் விடாமல் என்ன செய்வேன்?' என்றான்.

நான் பல முறையும் வற்புறுத்திக் கேட்டதன்மேல் அவன் பின்னுஞ் சொல்வான்:- 'எங்கள் கிராமத்துப் பெரிய குடித்தனக்காரர்களில் வேம்பு ஐயரும் ஒருவர். அவருக்கு இருபது வேலி நன்செய் நிலமும் ரூ.30,000 ரொக்கமும் உண்டு. கணபதி ஐயர் அவருடைய ஏகப் புதல்வர். அவருக்கு

இப்போது 45 வயதுக்கு மேலிருக்கும். ஏற்கனவே அவருக்கு இரண்டு மனைவிகள் இருக்கின்றனர். ஆனால் குழந்தைகள் இல்லை. ஒருத்திக்குக் குழந்தையே பிறக்கவில்லை. மற்றொருத்திக்கு ஒரு பெண் குழந்தை பிறந்து இறந்து போய்விட்டது. அப்புறம் வேறு பிறக்கவில்லை. வம்சத்துக் குச் சந்ததியில்லாமல் சொத்து வீணாகப் போகக்கூடாதென்ற எண்ணத்தினால் பிள்ளைக்கு இன்னொரு கல்யாணம் செய்து வைக்க வேண்டுமென்று கிழவர் உத்தேசித்திருப்பதாக முன்னமே பிரஸ்தாபமுண்டு. நாங்கள் எல்லாரும் கேலி செய்து கொண்டிருந்தோம். ஆனால், இந்தக் கதி என் தங்கைக்கே நேரிடுமென்று நான் கனவிலும் கருதியதில்லை. கணபதி ஐயர் பார்வைக்கு மிக அவலட்சணமாயிருப்பார். வயிறு பெறுத்தவர். ஆதலால் சாதாரணமாகத் 'தொந்திக்கணபதி' என்று அவரை எல்லாரும் கூப்பிடுவார்கள். 'குள்ளநரி' என்ற பட்டப்பெயரொன்றும் அவருக்குண்டு. ஒரு சமயம் அவர், புதர் ஒன்றில் ஒளிந்திருந்து குடியானவன் களத்திலிருந்து நெற்கதிர் திருடிக் கொண்டு போனதைக் கண்டு பிடித்து விட்டாராம். அது முதல் குடியானவர்கள் 'குள்ளநரி ஐயர்' என்று அவரை அழைக்கத் தொடங்கினார்கள். அந்தப் பெயர் நிலைத்து விட்டது. அவ்வளவு ஏன்? போன வருஷங்கூடக் கணபதி ஐயர் வயலில் போகும் போது 'தொந்திக்கணபதி' 'குள்ளநரி' என்று சுபத்திரை கூறிவிட்டுச் சிரித்துக் கொண்டு உள்ளே ஓடி ஒளிந்து கொண்டாள். ஐயையோ! அவளுக்கா இந்த விதி வரவேண்டும்?' என்று நண்பன் கதறினான்.

நான் உள்ளமுருகி விட்டேன் என்று கூறவும் வேண்டுமா? 'உன் தந்தை என்ன, அவ்வளவு மோசமானவரா? தந்தைதான் இப்படிச் செய்தாரென்றால், உன் தாயார் எப்படிச் சம்மதித்தாள்?' என்று நான் கேட்டேன்.

'என் அன்னை இந்தக் கல்யாணத்துக்கு ஒரு காலும் சம்மதித்திருக்க மாட்டாள் என்பது நிச்சயம். அந்தோ! அவள் என்னென்ன எண்ணியிருந்தாள்? என் தந்தை மீது தான் குற்றம் சொல்வதில் என்ன பயன்? இரண்டு வருஷமாக அவர் அலையாத இடமில்லை. ஒன்று பொருந்தியிருந்தால்

மற்றொன்று பொருந்துவதில்லை. வரன் பிடித்திருந்தால், ஜாதகம் சரியாயிராது. இரண்டும் ஒற்றுமை பட்டிருந்தால், வரதட்சனை *2000, 3000* என்று கேட்கிறார்கள். அவர் என்ன செய்வார். பார்க்கப் போனால் நான் தான் ஒரு வழியில் இந்தப் பாதகத்துக்குக் காரணமாகிறேன். எங்கள் ஏழைக் குடும்பத்தில் ஏதேனும் கொஞ்சம் மீதியாவதை என்னுடைய படிப்புக்காக அவர் தொலைத்து வந்தார். இல்லாவிடில் இப்பொழுது பணச் செலவுக்காகப் பயப்பட வேண்டியிராது. ஏற்கனவே ஆயிரம் ரூபாய் கடன் இருக்கையில், இன்னும் *2000, 3000* எப்படி கடன் வாங்குவது, யார் கொடுப்பார்கள்? பாவி, நானாவது அவர் சொற்படி கேட்டு வரதட்சனை வாங்கிக் கல்யாணம் செய்து கொள்ள இசைந்தேனா? அவர் என்னையேயன்றோ நம்பியிருந்தார்?' இராஜகோபாலன் கூறினான்.

இது முழு உண்மையன்றென்பது எனக்குத் தெரியும். இராஜகோபாலன் வரதட்சனை வாங்கப் போவதில்லை என்று சொல்லிக் கொண்டிருந்தானாயினும், தகப்பனார் முடிவாக வற்புறுத்தும் போது மறுத்திருக்க மாட்டான். மற்ற அம்ச ங்களில் எத்தகைய சிறந்த குணங்கள் உடையவனாயினும், தந்தையை எதிர்ப்பதற்கு வேண்டிய தைரியம் அவனுக்கு உள்ளபடியே இல்லை. ஒத்துழையாமை இயக்கத்தில் ஆரம்பத்தில் அவன் கொஞ்சம் நாள் கலாசாலைப் பகிஷ்காரம் செய்ததும், பின்னர் தந்தையின் வார்த்தையைத் தட்ட மாட்டாமல் திரும்பப் போய்ச் சேர்ந்ததும், சிலநாள் வரை அவமானத்தில் மனமுடைந்து நின்றதும், நான் நேரில் அறிந்த விஷயங்கள். உண்மையென்னவெனில், இராஜகோபாலன் தந்தை *3000, 4000* என்று அவனை ஏலங் கூறி வந்தார். இன்னும் ஏலத்தொகை உயருமென்று அவர் எதிர்பார்த்துக் கொண்டிருந்தார். எம்.பி.பி.எஸ். பரீட்சைக்குப் படித்த இராஜகோபாலன் இன்னும் பிரமச்சாரியாயிருந்த பேரதிசயத் துக்குக் காரணம் இதுதான். இவை எனக்குத் தெரிந்திருந்தும், நான் அப்பொழுது இராஜகோபாலனை மறுத்துக் கூறவில்லை. அற்ப விஷயங்களைப் பற்றி வாதிப்பதற்கு அது தருணமன்றல்லவா?

என் நண்பன் மீண்டும், 'தியாகு, நீ என் உயிர்த் தோழனாதலால் என் மனத்தைத் திறந்து செ ால்கிறேன். ஒரு வேளை என் தந்தை பணத்தாசையால் பீடிக்கப்பட்டிருக்கலாமோவென்று எனக்குத் சந்தேக முண்டாகிறது. சுபத்திரைக்கு ஒரு குழந்தை மட்டும் பிறந்து விட்டால், இரண்டு லட்ச ரூபாய் சொத்தும் அடையுமன்றோ? சை, சை! இப்பாழும் பணத்தாசையால் விளையுங் கேடுகள் எத்தனை! உலகில் பணக்காரன், ஏழை என்ற வேற்றுமை அற்றுப் போகக் கூடாதா?' என்று இரங்கினான்.

'ராஜு, நான் சொல்வதைக் கேள். இந்தக் கல்யாணத்தை எப்படியாவது நிறுத்திவிடு. என் கருத்து உனக்கு விளங்குகிறதா?' என்று நான் கேட்டேன்.

அவன் சற்று நேரம் சிந்தனையுடனிருந்து பின்னர் கூறினான்:- 'உன் கருத்து விளங்குகிறது. ஆனால் அது இயலாத காரியம். முகூர்த்தம் புதன்கிழமை. நானெப்படி அதை நிறுத்த முடியும்? பிரம்மதேவன் எங்களுக்குத் துக்கத்தை விதித்துவிட்டான். நீ இப்போது இவ்வாறு தெரிவிப்பது என் துக்கத்தை மிகுதிப் படுத்துகிறதேயன்றி வேறில்லை. சுபத்திரையின் அதிர்ஷ்டம் எப்படியிருந்திருக்க கூடுமென்பதை நினைத்தால்! - தியாகு, நீ உண்மையிலேயே இந்நோக்கங் கொண்டிருந்தால், உன் உயிர் நண்பனாகிய என்னிடம் கூட ஏன் முன்னமே சொல்லவில்லை?'

'அது பெருங்குற்றந்தான் என்பதை ஒப்புக் கொள்கிறேன். உண்மையில், இதுவரை என் மனமே திடப்படவில்லை. சென்ற வருஷம் கோடை விடுமுறையில் நீ என்னை உன் வீட்டுக்கு அழைத்துச் சென்றிருந்தபோது, உன் தங்கையைப் பார்த்தேன். அவளிடம் எனக்குப் பிரியம் உண்டாயிற்று. அவளுடைய மோகன வடிவமும் இன்ப மொழிகளும் என் மனத்தைக் கவர்ந்தன. போதாதற்கு நீ அவளைப் பாடும்படியும் சொன்னாய். குயிலுனுமினிய குரலில் அவள் பாடியது, என் ஆன்மாவைப் பரவசப் படுத்தியது. ஆனால் சுபத்திரையிடம் எனக்குண்டான ஆசை எத்தகையது என்று எனக்கே விளங்கவில்லை.

பன்னிரண்டு வயதுக் குழந்தையுடன் காதல் என்னும் பதத்தைச் சம்பந்தப்படுத்து வதே பைத்தியக்காரத்தனம் என்று தோன்றிற்று. வேறு யாரேனுமாயிருந்தால், உன்னிடம் யோசனை கேட்டிருப்பேன். ஆனால் சுபத்திரையின் சகோதரனான உன்னிடம் இதைப்பற்றி எப்படிச் செ ால்வேன்? நீ என்ன எண்ணி கொள்வாயோவென்று அஞ்சினேன். ஆனால், இவ்விஷயமாகத் தனிமையில் அடிக்கடிச் சிந்தித்து வந்தேன். நமது சமூக வாழ்வு உள்ள நிலைமையில் பரஸ்பரம் காதல்கொண்டு கல்யாணம் செய்து கொள்வதென்பது இயலாத காரியமாதலின், சுபத்திரையின் மீது எனக்குண்டான பிரியம் எத்தகையதாயினும், அவளை மணம் புரிந்து கொண்டால் இன்ப வாழ்க்கை நடத்தலாமெனத் தோன்றிற்று. ஆனால், ராஜு நான் ஒரு கோழை என்பது உனக்குத் தெரியுமே! என் தந்தையின் எதிர்ப்புக்கும், என் சிற்றன்னையின் சீற்றத்துக்கும் அஞ்சினேன். ஆயினும், அவர்கள் பேசிமுடித்த கல்யாண ஏற்பாடுகளை யெல்லாம் தட்டிக் கழித்துக் கொண்டே வந்தேன். சுபத்திரைக்கு வரன் தேட வேண்டுமென்று நீ சொல்லிய போதெல்லாம் என் இருதயம் படபடவென்று அடித்துக் கொள்ளும் உன்னிடம் என் கருத்தை தெரிவிப்பதற்குத் தகுந்த சந்தர்ப்பத்தை எதிர்பார்த்துக் கொண்டிருந்தேன். ஆனால், இவ்வளவு சீக்கிரத் தில் நான் மோசம் போவேனென்று எதிர்பார்த்தேனில்லையே?'

இராஜகோபாலன் பெருமூச்சுவிட்டான். 'தலைவிதி தலைவிதி' என்று முணுமுணுத்தான். 'நீ கொடுத்த கல்யாணக் கடிதத்தைப் பார்த்தபோதுதான் என் மனோ நிலையை நான் நன்கு கண்டறிந்தேன். முதலில் அந்தக் கணபதி ஐயர் மீது எனக்குப் பொறாமையுண்டாயிற்று. ஆனால் நீ கூறிய விவரங்களைக் கேட்ட பின்னர், அவர் மீது கடுங்கோபம் உண்டாகிறது. அவ்வாறே உன் தந்தை மீதும் உன் மீதும் கூட எனக்கு கோபம் வருகிறது. சுபத்திரையை வேறொருவன் கல்யாணம் செய்து கொள்வது என்னும் எண்ணமே என்னால் சகிக்கக் கூடாததாயிருக்கிறது. அவளில்லாமல் இவ்வுலகில் நான் வாழ்க்கை நடத்த முடியாதெனத் தோன்றுகிறது. என்

வாழ்க்கையை இன்பமயமாக்குவதும் துன்பமயமாக்குவதும் இப்போது உன் கையிலிருக்கின்றன' என்று கூறி முடித்தேன்.

'இவ்விஷயம் மட்டும் என் அன்னைக்குத் தெரிந்தால் அவள் இருதயம் பிளந்தே போய்விடும் தியாகு. அவள் என்னிடம் ஒரு நாள் என்ன கூறினாள் தெரியுமா? 'குழந்தாய், சுபத்திரைக்கு உன் நண்பனைப் போல் ஒரு கணவனைத் தேடிவர மாட்டாயா?' என்றாள் அப்போது அருகிலிருந்த சுபத்திரை புன்னகையுடன் வெட்கித் தலை குனிந்ததும், பின்னர் நான் தாயாரிடம் சுபத்திரை அருகிலிருக்கும்போது கல்யாணத்தைப் பற்றிப் பேச வேண்டா மென்று தனிமையில் கேட்டுக் கொண்டதும் நன்கு நினைவில் இருக்கின்றன. சில தினங்களுக்கு முன்பு மட்டும் இதைச் சொல்லியிருந்தாயானால் என் அன்னை எவ்வளவு மகிழ்ச்சியடைந் திருப்பாள்! இப்போது அவளுக்குத் துக்கமே அதிகமாகும்' என்று இராஜகோபாலன் கூறியபோது, எனக்கு மயிர்க்கூச்சம் உண்டாயிற்று. மனங் கசிந்து கண்ணீர் பெருகிற்று.

'ஏன் இப்படிப் பேசுகிறாய் ராஜு? இன்னும் முழுகிப் போகவில்லையே? இந்தக் கல்யாணத்தை எப்படியாவது நிறுத்திவிடு.'

காற்றிலேறி அவ் விண்ணையும் சாடுவோம்
காதற் பெண்கள் கடாக்கண் பணியிலே
என்றும்,
நூற்றி ரண்டு மலைகளைச் சாடுவோம்
நுண்ணி டைப்பெண் ணொருத்தி பணியிலே

என்றும் பாடுவாயே? அதற்குத் தருணம் வந்திருக்கும் இப்போது ஏன் தயங்குகிறாய்?' என்று வினவினேன்.

'வெள்ளம் தலைக்குமேல் போய்விட்டது. இனி அதைப் பற்றிப் பேசுவதால் கவலை அதிகமாகுமேயன்றி வேறில்லை. சுபத்திரையைப் பாழுங் கிணற்றில் தள்ளுவது முடிந்து போன விஷயம்' என்றான் இராஜகோபாலன்.

'உன் தந்தை உன்னை வளர்த்துப் படிக்க வைத்ததனால்தான் என்ன? அவருக்கு அடிமையாகிவிட வேண்டுமா? உனக்கு மனச்சான்று என்பது தனியாக இல்லையா? உன் சகோதரிக்கும் எனக்கும் உன் தாய்க்கும் துரோகம் செய்யப் போகிறாயா?'

'தலைவிதி தலைவிதி!'

2. சந்திரமண்டலப் பிரயாணம்

அன்றிரவு திருவனந்தபுரம் எக்ஸ்பிரஸ் வண்டியில் இராஜகோபாலன் ஊருக்குப் பிரயாணமானான். அவனை ரயில் ஏற்றிவிட்டு வருவதற்காக நானும் எழும்பூர் புகை வண்டி நிலையத்திற்குச் சென்றேன். வண்டி புறம்படுந்தறுவாயில் கடைசியாக அவன் என் கையைப் பிடித்துக் கொண்டு 'தியாகு, மனிதர்கள் விதியை எதிர்த்துப் போராட நினைத்தல் மதியீனம். இது எனது கொள்கை. நீ மணஞ் செய்து கொள்வதற்கு இது வரை இருந்த தடை இப்போது நீங்கிவிட்டப்படியால், நான் திரும்பி வந்ததும் இங்கே இன்னொரு கல்யாணச் சாப்பாடு கிடைக்குமென நம்புகிறேன்' என்று கூறிப் புன்னகை புரிந்தான். இயற்கையான மகிழ்ச்சியினின்றெழாமல் முயன்று வருவித்துக் கொண்ட அந்தப் புன்னகையிலே எல்லையற்ற துக்கம் குடி கொண்டிருந்தது. இதற்குமுன் எப்போதும் குதூகலமும் புன்னகையும் தவழ்ந்து கொண்டிருந்த என் நண்பனின் சுந்தரவதனத்தில், அன்றைக்குப் பிறகு நகை யென்பதையே காணமாட்டேன் என்று பாவியேன் அப்போது அறிந்தேனில்லையே!

புகை வண்டி நிலையத்திலிருந்து வீடு திரும்பியதும் உணவும் அருந்தாமல் படுக்கச் சென்றேன். நீண்ட நேரம் வரை தூக்கம் வரவில்லை. இராஜ கோபாலன் கூறிய விவரங்கள் என் மனதைக் கலக்கிக் கொண்டிருந்தன. அவனுடைய துயரத்தைப் பற்றி நினைத்து நினைத்து வருந்தினேன். என்னுடைய ஆசை நிராசையாய்ப் போனது குறித்துப் பெருமூச்சு விட்டேன். என்னுடைய வருங்கால

முத்தான முப்பது கதைகள்

வாழ்க்கையை முடிவற்ற ஒரு பாலைவனம் போல் உருவகப் படுத்தி பார்த்தேன். இடையிடையே, சுபத்திரையின்,

அமுதூற்றினை யொத்த இதழ்களும் - அறி
வூறித் ததும்பும் விழிகளும் - பத்து
மாற்றுப் பொன்னொத்த (நின்) மேனியும்

என் மனக் கண்ணின் முன்பு தோன்றிக் கொண்டிருந்தன. அப்பாட்டை அவள் பாடியதும் இன்றுதான் பாடியது போல் என் செவிகளில் வந்து ஒலித்தது. நெடு நேரத்துக்குப் பின்னர் என் கண்ணிமைகள் சோர்வுற்று மூடிக் கொண்டன. எண்ணங்கள் பொருத்தமின்றிக் குழப்பமுற்றன.

இதென்ன அதிசயம்? நான் எங்கே இருக்கிறேன். வீட்டில் படுத்துக்கொண்டிருந்தவன் இங்கெப்படி வந்தேன்? ஆச்சரியம்! ஆச்சரியம்! மேலும் கீழும் சுற்று முற்றும் பார்த்தேன். அழகிய சிறு படகு ஒன்றில் நான் உட்கார்ந்திருந்தேன். அதன் ஒரு மூலையில் ஏதேதோ விசைகள் வேலை செய்து கொண்டிருந்தன. அப்படகு தரையில் கிடந்ததோ? நீரில் மிதந்ததோ? இல்லை, இல்லை ஆகாய வெளியில் அதிவேகமாகப் பறந்து மேலே மேலே சென்று கொண்டிருந்தது! சந்திரன், அது சந்திரன் தானா? ஆயின், அதற்கு அவ்வளவு பிரமாண்டமான வடிவம் எங்கிருந்து வந்தது! சாதாரண சந்திரனைவிடச் சுமார் நூறு மடங்கு பெரிய ஒரு கோளம் வானத்தில் ஒளிமயமாய்ப் பிரகாசித்துக் கொண்டிருந்தது. அதன் ஒளி, பௌர்ணமியின் நிலவைவிடப் பன்மடங்கு பிரகாசமாயிருந்த தாயினும், வெயிலைப் போல் வெறுப்பளிப்பதாயில்லை. எல்லையற்ற இனிமையும் குளிர்ச்சியும் அவ்வொளியில் குடிகொண்டு, உடம்புக்கும் உயிருக்கும் உற்சாகமளித்தன. கீழே அதல பாதாள மென்னக்கூடிய தூரத்தில் பூமியின் மலைச்சிகரங்களும், நீர்ப் பரப்புகளும் காணப்பட்டன. கண்களை ஒரு முறை உற்றுப் பார்த்தேன். அந்தோ! அந்த விசைகளுக்கு அருகில் உட்கார்ந்து அவற்றை முடுக்கிக் கொண்டிருப்பவன் யார்? அவனுக்குப் பக்கத்தில் அமர்ந்திருப்பது யார்? வேறு யாருமில்லை! அவர்கள் என் ஆருயிர் நண்பன்

இராஜகோபாலனும் என்னுயிரைக் கொள்ளை கொண்ட இன்பச் சிறுமி சுபத்திரையுமே. படகு செல்லும் வேகம் ஒருபுறம்; இவர்களைக் கண்ட ஆச்சரியம் ஒருபுறம் என் தலை கிறுகிறுவென்று சுழல ஆரம்பித்தது. சிறிது முயன்று சமாளித்துக் கொண்டேன்.

இராஜகோபாலன் பேசினான்:- 'நண்பா, உறக்கம் தெளிந்து எழுந்தாயா?' என்றான்.

'ஆம். ராஜு, நாம் எங்கே போகிறோம்?'

'இன்னும் தெரியவில்லை? சந்திரமண்டலத்துக்குப் பிரயாணம் செய்து கொண்டிருக்கிறோம். ஜெர்மனிய ஆசிரியர் கொடார்ட் கண்டுபிடித்துள்ள புதிய விமானம் இது.'

சமீபத்தில் இதைப்பற்றிப் பத்திரிகைகளில் படித்தது எனக்கு நினைவு வந்தது. ஆனால், படித்த விவரத்துக்கும் இந்தப் பறக்கும் படகுக்கும் அவ்வளவு பொருத்தமிருப்பதாகத் தோன்றவில்லை.

'சரிதான், ஆனால் சந்திர மண்டலத்துக்கு நாம் ஏன் போகிறோம்?' என்று வினவினேன்.

'அதென்ன புதிதாகக் கேட்கிறாய், ராஜு, நேற்றெல்லாம் சொல்லிக் கொண்டிருந்தேனே? இதோ இருக்கும் உன் இன்னுயிர் காதலியைக் குள்ளநரி கொண்டு போகாமல் காப்பாற்றும் பொருட்டுதான்.'

அப்போது, அந்த நள்ளிரவிலே, ஆகாய வெளியிலே சோதிமயமான நிலவொளியிலே, வானம்பாடியின் இனிய கீதத்தினும் பன்மடங்கு இனியதாய், கல்லையும் மரத்தையும் கனியச் செய்யும் குரலில்,

பகைவனுக் கருள்வாய் - நன்னெஞ்சே
பகைவனுக் கருள்வாய்

என்ற பாட்டு எழுந்தது. பாடியவள் சுபத்திரை. நான் புளகாங்கிதமடைந்தேன்.

திடீரென்று பயங்கரமான புயற்காற்று தோன்றிற்று. படகு மேலும் போகாமல் கீழும் போகாமல், அந்தரத்தில் அப்படியும் இப்படியும் ஆடிக் கொண்டு நின்றது. பிரமாண்ட கழுகு போன்ற ஒரு பறவை நெடுந்தூரத்திலிருந்து எங்கள் படகை நோக்கிப் பறந்து வருவதைக் கண்டேன். சில நிமிஷங்களில் அது எங்கள் படகை அணுகி விட்டது. அப்போது அதை உற்றுப் பார்த்தேன். அதன் முகம் மட்டும் குள்ளநரியின் முகம் போலிருப்பதைக் கண்டு திடுக்கிட்டுப் போனேன். அப்போது இராஜகோபாலன் சுபத்திரையை அவசரமாக அழைத்துக் கொண்டு வந்து அவளுடைய ஒரு கையை என் கையில் வைத்து, 'நண்பா, இதோ என் தங்கையை உன்னடைக்கலமாக ஒப்புவிக்கின்றேன். அவளைப் பாது காப்பாய்!' இதற்குள், நரி முகங்கொண்ட அந்தப் பயங்கரப் பறவை படகுக்கு வந்து விட்டது. இராஜகோபாலன் அது படகில் வராமல் தடுக்கத் தொடங்கினான். பறவை, இராஜகோபாலனை லட்சியஞ் செய்யாமல் சுபத்திரையை அணுகமுயன்றது. அவன் அதை ஒரு தடியினால் அடித்து உள்ளே வரவொட்டாமல் செய்து கொண்டிருந்தான். சில நிமிஷங்கள் ஆனதும், அவன் திடீரென்று திரும்பி, 'தியாகு இந்த விமானத்தின் விசை கெட்டுப் போய் விட்டது. இனிப் பயன்படாது. உடனே சுபத்திரையை அழைத்துக் கொண்டு இறங்கிவிடு' என்றான். சுபத்திரை நடுநடுங்கியவளாய்த் தன் இரு கரங்களாலும் என் கழுத்தைக் கட்டிக் கொண்டாள். அப்படியே இருவரும் படகை விட்டிறங்கி, ஆகாய வெளியில் எவ்வகை ஆதரவுமின்றி நின்று கொண்டு இராஜ கோபாலனையே பார்த்துக் கொண்டிருந்தோம். அவன் சி றிது நேரம் அந்தப் பறவையுடன் சண்டையிட்ட பிறகு, கையிலிருந்த தடியால் ஓங்கி ஒருமுறை அடித்தான். அது பயங்கரமாக ஒருமுறை கூவி விட்டுக் கீழே அதிவேகமாய் விழத் தொடங்கியது.

என்ன ஆச்சரியம்! இராஜகோபாலன், அப்போது புதியதோர் ஒளி வடிவமும் விசாலமான சிறகுகளும் பெற்றவனாய், அப்படகிலிருந்து மேலே கிளம்பிச் செல்லத் தொடங்கினான். 'குழந்தைகளே, நான் சந்திர மண்டலத்துக்குச் செல்கிறேன்.

நீங்கள் நெடுங்காலம் பூமியில் வாழ்ந்துவிட்டு வந்து சேர்வீர்கள்' என்று கூறிவிட்டு அவன் மேலே மேலே பறந்து சென்று சிறிது நேரத்துக்கெல்லாம் மறைந்து போனான்.

ஆகாய வெளியில் அந்தரமாகத் தொங்கிக் கொண்டிருந்த என் கழுத்தைக் கட்டிக் கொண்டு நின்றாள் சுபத்திரை. அவள் முகம் என் மார்புக்கு நேராக இருந்தது. இப்போது தான் குனிந்து அவள் முகத்தைப் பார்த்தேன். அவளுடைய அழகிய கண்களும் என்னை நோக்கின. ஓ! அந்தக் கண்கள்!

'சுபத்திரா! நஞ்சு தடவிய அம்புகள் போல் உன் கண்கள் என் இதயத்தில் பாய்கின்றனவே! என் செய்வேன்!' என்றேன்.

சுபத்திரை தன் பவழச் செவ்வாய் திறந்து, முத்தன்ன பற்கள் சிறிது வெளித்தோன்ற, தேனினுமினிய குரலில் 'நாதா! தாங்கள் ஏன் கவலையுறவேண்டும்? அவற்றிற் கருகிலேயே அமுதூற்றிருக் கின்றதே?' என்று கூறிப் புன்னகை செய்தாள். நான் பரவச மடைந்தேன். பின்னர் - சொல்ல வெட்கமாயிருக்கிறது - அமுதூற்றென்று அவள் வருணித்த இதழ்களில் முத்தமிட்டேன். அந்தக் கணத்தில் என் தலை சுழல ஆரம்பித்தது. மயக்கங் கொண்டேன். கீழே இறங்குவது போன்ற உணர்ச்சி உண்டாயிற்று. வரவரக் கீழிறங்கும் வேகம் அதிகப்பட்டது. அளவிடப்படாத நெடுந்தூரத்துக்கு, மனதினாலும் எண்ணமுடியாத வேகத்து டன், கீழே கீழே கீழே போய்க் கொண்டிருப்பதாகத் தோன்றிற்று. கடைசியாகத் தொப்பென்று பூமியில் வீழ்ந்தேன்.

திடீரென்று கண் விழித்துப் பார்த்தேன். கட்டிலிருந்து புரண்டு கீழே தரையில் வீழ்ந்திருப்பதைக் கண்டேன். விழுந்த அதிர்ச்சியி னால், முதுகு வலித்துக் கொண்டிருந்தது. எழுந்து மீண்டும் கட்டிலில் படுத்துக் கொண்டேன். நான் கண்ட அதிசயக் கனவை நினைத்த போது என் உடல் நடுங்கிற்று. அன்றிரவு நான் தூங்கவேயில்லை.

ஒரு வாரம் சென்றது. சுபத்திரைக்கு மணம் நடந்திருக்க வேண்டிய தினத்துக்கு இரண்டு நாளைக்குப் பின்னர் எனக்கு ஒரு கடிதம் வந்தது. உறையின் மீது விலாசம்

இராஜகோபாலனுடைய கையெழுத்திலிருப்பதைக் கண்டேன். அதை ஆவலுடன் பிரித்துப் படித்தேன் என்று சொல்லவும் வேண்டுமா? ஆனால் அதனுள்ளே அவ்வளவு ஆச்சரியமும் துயரமும் எனக்குக் காத்திருக்கின்றனவென ஒரு கணமும் நினைத்தேனில்லை. அக்கடிதம் வருமாறு:-

என் ஆருயிர் நண்பனே!

என் சிந்தை கலங்கியிருக்கிறது. தலை சுழல்கிறது. மதிமயங்குகிறது. கரைகாணாத துயரக்கடலில் மூழ்கி யிருக்கிறேன். உன்னிடம் கூறி ஆறுதல் பெறலாமென்றால் நீயும் இங்கில்லை. என் செய்வேன்! கடிதத்தில் எழுதியாவது ஓரளவு மனச்சாந்தி பெறலா மென்று இதை எழுதத் தொடங்கினேன்.

நண்ப, இங்கே நான் கல்யாண தடபுடலில் களித் திருப்பேனென நீ எண்ணியிருப்பாய். இங்கே நேர்ந்தவை களையும், என் மனம் படும் பாட்டையும் அறிந்தாயானால்! - அன்று நாம் கடற்கரையில் பேசிக் கொண்டிருந்த போது, இப்படியெல்லாம் நேரிடுமென்று எண்ணினோமா, தியாகு? ‘இக்கல்யாணத்தை எப்படியாவது நிறுத்திவிடு’ என்று கூறினாய். தெய்வம் உன் கோரிக்கையை நிறைவேற்றி விட்டது. ஆனால், அதே சமயத்தில் என் தலையில் பெரிய பாறாங்கல்லைப் போட்டுவிட்டது.

அந்தோ! என் தாய்! பாவிக் கைகளால் அவள் உடலுக்குத் தீ மூட்டிவிட்டேன். இன்று அவள் எலும்புகளைப் பொறுக்கியும் புதைத்துவிட்டு வந்தேன். ஐயோ! அன்பு கனிந்த அவள் திருமுக மண்டலத்தை நினைக்கும் போதெல்லாம் என் உடம்பு ஏன் இப்படித் துடிக்கிறது? உயிர்விடப் போகுந்தறுவாயில், அவள் என்னைப் பார்த்த பார்வை என் மனக் கண்ணின் முன்பு எப்போதும் நின்று கொண்டிருக்கிறது. மறவேன் மறவேன்! அன்பும் இரக்கமும் கருணையும் கனிவும் நிறைந்த அப்பார்வையை என் உயிருள்ளளவும் மறவேன்.

துயரக் கடலில் மூழ்கியிருக்கிறேன் என்று சொன்னேன்? தவறு. என்னை மன்னித்துவிடு. ஆனந்த சாகரத்திலன்றோ

மிதக்கிறேன். நான்! என் கண்களினின்றும் அருவிபோல் பெருகி, இதோ இந்தக் கடிதத்தையும் நனைத்து எழுத்துக்களை நாசமாக்குகிறதே. அது துயரக் கண்ணீர் அன்று அது ஆனந்தக் கண்ணீர். ஆம் நான் பெருமை கொள்கிறேன். 'என் தாயார் வீரத் தாயார்' என்றெண்ணி இறுமாப்படைகிறேன். வீரத் தாய்மார்களைப் பற்றி நாம் புத்தகங்களில் படித்திருக்கிறோம். ஆனால் என் அன்னைக்கு முன்னால் அவர்கள் எல்லாரும் எம்மாத்திரம்? அவள் வயிற்றிலே இந்தப் பாவி, இந்தக் கோழை எப்படிப் பிறந்தேன்? அதுதான் தெரியவில்லை.

நண்ப! அளவு கடந்த துக்கத்தினால் நான் தான் பைத்தியம் பிடித்தவன் போலாகி விட்டேனென்றால், பொருத்தமில்லாமல் பிதற்றி உன்னையும் ஏன் பைத்தியமாக்க வேண்டும்? தயவு செய்து மன்னித்துவிடு. நடந்த விஷயங்களைத் தொடர்ச்சியாகக் கூற முயல்கிறேன். பின்னர், உன்னால் கூடுமானால், உனக்குத் தைரியமிருந்தால், எனக்கு ஆறுதல் சொல்லு.

சனிக்கிழமை இரவு சென்னையை விட்டுப் புறப்பட்டேனல்லவா? மறுநாள் மாலை இங்கு வந்து சேர்ந்தேன். ஊருக்குள் அடி வைத்ததும், அங்கு விளையாடிக் கொண்டிருந்த குழந்தைகள் ஓடி வந்து, 'மாமா மாமா, தொந்திக் கணபதிக்கும் சுபத்திரைக்கும் கல்யாணம், தெரியுமா உனக்கு?' என்று கூவின. எனக்கோ வயிற்றெரிச்சல் பொறுக்க முடியவில்லை. வீடு சென்றதும் என் அருமைத் தங்கை வழக்கம்போல் ஓடி வந்து கட்டிக் கொண்டாள். ஆனால் அவள் வாயினின்றும் ஒரு வார்த்தையேனும் கிளம்ப வில்லை. அவள் வதனத்தில் எப்போதும் குடி கொண்டிருந்த முல்லைச் சிரிப்பையும் காணோம். முன்னெல்லாம் நான் போனதும் எவ்வளவு கேள்விகள் கேட்பாள்? எப்படியெல்லாம் கொஞ்சு வாள்? எனக்கும் அவளுடன் பேசுவதற்கு நாவெழவில்லை. தாயார் நான் வந்த சத்தம் கேட்டு வெளியே வந்தாள். 'ராஜு, வா அப்பா' என்றாள். அவள் கண்களில் நீர் ததும்புவதையும்

மிகுந்த பிரயாசையுடன் அவள் கண்ணீரை அடக்கிக் கொள்வதையும் கண்டேன்.

பின்னர், சற்று நேரத்துக்கெல்லாம் என் தாயார் தனியாகச் ச மையலறையில் இருக்கும் சமயம் பார்த்து அங்கே போனேன். இப்போது அவள் தங்கு தடையின்றித் தாராளமாகக் கண்ணீர் பெருக்கினாள். 'அம்மா, இதென்ன அநியாயம்? அப்பாவுக்கு ஏன் இப்படிப் புத்திப் போயிற்று?' என்றேன். 'குழந்தாய் அதைப் பற்றி இனிப் பேசுவதில் பயன் என்ன?' என்று பெருமூச்சு விட்டாள். நான் வற்புறுத்திக் கேட்ட தின் மேல், இந்தக் கல்யாணம் ஏற்பாடானதைப் பற்றி அவள் ஆதியோடந்தமாகக் கூறினாள். நண்ப! நீயல்லாமல் வேறு யாராவதாயிருப்பின் எனக்கு அவ்விவரங்களைக் கூறவும் வெட்கமாக இருக்கும். நான் எதிர்பார்த்ததுபோல் பண ஆசையே முதன்மையான காரணம் என்று அன்னை தெரிவித்தாள். வேறு தகுந்த வரன்களும் அமைய வில்லை. இவ்வருஷம் கல்யாணம் கட்டாயம் செய்துவிட வேண்டும் என்று ஊரிலுள்ளவர்கள் சொல்லி விட்டார்களாம். இந்த அநியாயம் வேறெங்கேனும் உண்டா தியாகு? அம்மா மட்டும் கூடாதென்று சொல்லி வந்தாளாம். ஆனால் வீட்டிலுள்ள கிழவிகள் - அத்தையும் பாட்டியும் அப்பாவும் அனுசரணையாம். இரண்டு மூன்று முறை வீட்டில் சண்டை ஏற்பட்டு அம்மா அப்பாவின் கையில் அடிபட்டாளாம். ஆனால், என் தாயார் கூறிய விவரங்களுள் எல்லாவற்றையும் விட ஒன்று என் உள்ளத்தை உருக்கிவிட்டது. இந்தக் கல்யாணத்தைப் பற்றிய பேச்சு நடந்து கொண்டிருந்தபோது ஒரு நாள் சுபத்திரை அடுத்த வீட்டில் இந்த விவரத்தை கேள்விப்பட்டு ஓட்டமாக ஓடி வந்து அம்மாவைக் கட்டிக் கொண்டு, 'அம்மா குள்ளநரிக்கு என்னைக் கொடுக்கப் போகிறீர்களாமே! நிஜந்தானா?' என்று கதறினாளாம். 'குழந்தாய் நான் உயிரோடிருக்கும்வரை அப்படி ஒன்றும் நேராது' என்று அன்னை பதில் சொன்னாளாம். இதைக் கேட்டதும் நான் சலசலவென்று கண்ணீர் பெருக்கிக் கோவென்று அழுது விட்டேன். 'குழந்தைக்கு அப்படி

வாக்குறுதி கொடுத்தேனே ராஜு இப்போது என்ன செய்வேன்?' என்று அம்மா என்னைக் கேட்டாள். நான் என்ன பதில் சொல்வேன்? ஒன்றும் சொல்லவில்லை. ஆனால் அவளுடைய வாக்குறுதியை இப்படி நிறைவேற்றி வைக்கப் போகிறாள் என்று நினைத்தேனோ?

'அம்மா கல்யாணத்தை நிறுத்திவிடத்தான் வேண்டு மென்று சண்டைபிடித்துப் பார்க்கட்டுமா?' என்று கேட்டேன். 'ஐயோ! வேண்டாம். அவர் பிடிவாதத்தை மாற்ற முடியாது. நான் ஒருத்தி கேட்டுக் கொண்ட வசவுகள் போதும், அப்பா' என்றாள்.

மறுநாள் நான் என் கைப்பெட்டியைத் திறந்து ஏதோ எடுத்துக் கொண்டிருக்கும்போது, அம்மா அங்கு வந்து 'எப்போதும் மருந்துகள் கொண்டு வருவாயே, ராஜு இம்முறை கொண்டு வந்திருக்கிறாயா?' என்று கேட்டாள். பெண்களின் உள்ளத்தைக் கண்டு பிடிக்க முடியாது என்று சொல்கிறார்களே, அது எவ்வளவு உண்மை! என் அன்னைதான்; ஆனால் அவள் என்ன கருத்துடன் கேட்கிறாள் என்பதை அப்போது அணுவளவும் அறிந்தேனில்லையே! நான் ஊருக்குப் போனால் 'டாக்டர் வந்துவிட்டார்' என்று எல்லோரும் வைத்தியத்துக்கு வந்துவிடுவார்க ளென்பதும், அதற்காக நான் எப்போதும் சிற்சில மருந்துகள் எடுத்துப் போவது வழக்கமென்பதும் உனக்குத் தெரியுமே! அவ்வாறே இம்முறை எடுத்துச் சென்றிருந்தேன். அவற்றை இன்னின்ன மருந்து என்றும், இந்த இந்த நோய்க்கு உபயோகமென்றும் அம்மாவுக்குக் காட்டினேன். அப்போது, விஷமருந்து இருந்த ஒரு புட்டியையும் பாவி ஏன் அவளுக்குக் காட்டி விட்டேன். மறுநாள் அதாவது கல்யாணத்துக்கு முதல் நாள் காலையில் என்னுடைய பெட்டிச் சாவியைக் கேட்டாள். 'ஜாக்கிரதையா கச் சில நகைகள் உன் பெட்டியில் வைத்திருக்க வேண்டும், ராஜு! அந்தச் சாவி என்னிடமே இருக்கட்டும்' என்றாள். நான் நம்பிக் கொடுத்தேன். நம்பிய பிள்ளையைத் தாயே மோசம் செய்து விட்டாளே!

அன்றிரவுதான், தியாகு, மகா பயங்கரமான பேரிடி என் தலையில் விழுந்தது. நிச்சயதார்த்தத்துக்கு மாப்பிள்ளையை ஊர்வலத்துடன் அழைத்து வருவதற்காக எல்லாரும் மாப்பிள்ளை வீட்டுக்குப் போயிருந்தோம். வெற்றிலை பாக்கு வழங்கிக் கொண்டிருந்தபோது, ஒருவர் வேகமாக வந்து என் காதோடு அம்மா அவசரமாகக் கூப்பிடுவதாகத் தெரிவித்தார். என் அன்னை மற்ற பெண்களுடன் மாப்பிள்ளை வீட்டுக்கு வரவில்லையென்பதை அப்போதுதான் கவனித்தேன். ஏதோ முக்கிய விஷயமாகவே இருக்குமென்று எண்ணி உடனே வீட்டுக்கு விரைவாகச் சென்றேன். வீட்டில் சமையற்காரனையும் சுபத்திரையையும் தவிர வேறு யாருமில்லை. 'அம்மா சாமான் அறையில் இருக்கிறாள் அண்ணா! உன்னை உடனே கூப்பிடுகிறாள்' என்றாள் சுபத்திரை. சாமான் அறையில் நான் கண்ட காட்சியை என்னவென்று சொல்வேன்? அம்மா படுத்துக் கொண்டிருந்தாள். பக்கத்தில் என் பெட்டியின் மேலிருந்த விஷமருந்துப் புட்டியில் பாதி காலியாய் இருந்தது. எனக்கு வயிற்றைப் பகீர் என்றது. அம்மா அருகில் ஓடிப் போய் பார்த்தேன். அவள் புன்னகை புரிந்தாள். ஆனால் விஷம் நன்கேறி விட்டதென்றும் இனி உயிர் பிழைக்க வழியில்லை யென்றும் அறிந்தேன். அப்போது ஒரே எண்ணந்தான் தோன்றிற்று. அந்த விஷப் புட்டியைத் தாவி எடுக்கப் போனேன். அப்போது அன்னை சட்டென்று என் கைகளைப் பிடித்துக் கொண்டு, மிகுந்த பிரயாசையுடன் எழுந்து உட்கார்ந்தாள். 'என்ன செய்யப் போகிறாய் குழந்தாய்?' என்று ஈனசுரத்தில் கேட்டாள். நான் பதில் சொல்லவில்லை.

'விஷத்துக்கு மாற்று மருந்து எடுக்கவா, இப்போது எழுந்தாய்?'

'இல்லை மாற்று மருந்து இனிப் பயன்படாது. அந்தப் புட்டியில் பாக்கியுள்ளதை நான் குடிக்கப் போகிறேன்.

'அது தெரிந்தே கையைப் பிடித்துக் கொண்டேன். நல்லது, ராஜு, நீ உயிரை விட விரும்பினால் நான் குறுக்கே நிற்கவில்லை. துன்பம் நிறைந்த இந்தப் பாழும் உலகில் இருந்து ஆவதென்ன? ஆனால் குழந்தாய் அவசரப்படாதே.

நான் இன்னும் சற்று நேரந்தானே உயிரோடிருப்பேன்? அதற்குள் நான் சொல்ல விரும்புவதைக் கேட்டுவிட மாட்டாயா?'

'சரி, சொல்லு; கேட்கிறேன்.'

'என் கண்மணி சுபத்திரைக்கு நான் கொடுத்த வாக்குறுதியை நிறைவேற்றிவிட்டேன். நான் உயிரோடிருக்கும் போது இந்தக் கல்யாணம் நடைபெறாது. நீ என்ன செய்யப் போகிறாய் உன் தங்கைக்காக?'

'நீ செய்ததையே நானும் செய்கிறேன்.'

'குழந்தாய் நீ சொல்வது நன்றாயில்லை. நான் பெண். உயிர் விடுவதைத் தவிர வேறெதுவும் செய்ய முடியாது. நீ ஆண் பிள்ளையாயிற்றே?'

'இனிச் செய்ய என்னவிருக்கிறது அம்மா?'

'நான் உயிர் துறந்தது வீண் போக வேண்டுமென்றா சொல்கிறாய்? இன்னமும் என்குழந்தையைப் பாழுங்கிணற்றிலேயா தள்ளப் போகிறீர்கள்?'

'அம்மா நான் என்ன செய்யவேண்டுமென்று சொல். செய்து முடிப்பதாக இதோ ஆணையிடுகிறேன்.'

'குழந்தாய், ஆணை வேண்டாம் நீ சொன்னால் போதாதா? நான் இறந்தால் நாளை முகூர்த்தம் நின்றுவிடும். அப சகுனம் என்று சொல்லி இந்தக் கல்யாண ஏற்பாட்டையே மாற்றிவிடுவார்கள் அல்லது நீ கொஞ்சம் பிடிவாதம் செய்தால் முடிந்துவிடும். பின்னர், சுபத்திரைக்குத் தக்க வரன் தேடிக் கல்யாணம் செய்து வைப்பது உன் பொறுப்பு. ராஜு பிச்சை வாங்கிப் பிழைக்கும் பிரம்மசாரி பையன் ஒருவன் உனக்குக் கிடையாமலா போகிறான்? யாருக்கு வேண்டுமானாலும் கொடு. என் கண்மணியை இந்தக் கொடுமைக்கு மட்டும் ஆளாக்காதே. ஆகால மரணமடைந்தவர்களின் ஆவி பூமியின் மீதே சுற்றிக் கொண்டிருக்கும் என்பார்கள். மீண்டும் இந்த மாப்பிள்ளைக்கே சுபத்திரையைக் கொடுக்கும்

பட்சத்தில், இவ்வுடலை நீத்த பிறகும் என் உயிர் ஒருக்காலும் அமைதியடையாது'

'அம்மா சத்தியமாகச் சொல்கிறேன். நான் உயிர் விடுவ தாயிருந்தால் சுபத்திரைக்குத் தகுந்த கணவனை நிச்சயம் செய்துவிட்டே உயிர்விடுவேன். அதுவரை என் உயிர் நீங்காது' என்றேன்.

அப்போது அம்மாவின் முகம் மலர்ந்தது. பின்னர், நண்ப, அவளுக்கு இவ்விஷயமாக உன்னுடைய விருப் பத்தைப் பற்றியும் சொன்னேன். அவள் இணையற்ற மகிழ்ச்சியடைந்தாள் என்பதை அவள் முகக் குறியால் அறிந்தேன். சற்று நேரத்துக்கெல்லாம் என் ஆருயிர் அன்னை இப்பாவ உலக வாழ்வை நீத்துப் பரகதிக்குச் சென்றாள். அதுவரை கண்ணீர் ஒரு துளியும் பெருக்காமல் பிரமை கொண்டவன் போல் பேசி வந்த நான், கோவென்று கதறிப் புரண்டழுதேன். அப்போதும் ஆண்டவன் அருளால் கொஞ்சம் சுயபுத்தியிருந்தது. புட்டியைப் பெட்டிக்குள் வைத்துப் பூட்டினேன். பின்னர் என் வீட்டில் நேர்ந்த அலங்கோலத்தைப் பற்றிச் சொல்லவும் வேண்டுமா?

நண்ப, கடைசியாக ஒன்று கூறி, உனக்கு ஏற்பட் டிருக்கக்கூடிய மனக் கவலையை நீக்கிவிட விரும்புகிறேன். சுபத்திரையைக் கல்யாணம் செய்து கொள்வதைப் பற்றி உன் விருப்பத்தை என் அன்னையிடம் கூறியதனால் அவள் மன நிம்மதியுடன் மரணமடைந்தாள். ஆனால், இது சம்பந்தமாக உன்னை நான் வற்புறுத்துவேனென்று நீ பயப்பட வேண்டாம். எனக்கு நேர்ந்த துயரத்தைக் கேட்டு மனங்கசிந்திருந்த போது கூறிய மொழியை ஆதாரமாகக் கொண்டு உன் வாக்குறுதியை நிறைவேற்றி வைக்கும்படி கேட்கமாட்டேன். ஆனால் சுபத்திரைக்குத் தக்க வரன் தேடிக் கல்யாணம் செய்து வைக்கும் முயற்சியில் உதவி செய்ய வேண்டுமென்று கேட்க எனக்குரிமை யுண்டென எண்ணுகிறேன். ஏனெனில் நண்ப, அம்மா இறந்தாலும், வேறு என்ன துயரம் நேர்ந்தாலும் சுபத்திரையின் கல்யாணத்தை

என்னவோ இவ்வருஷமே நடத்தியாக வேண்டும். நமது சமூகக் கட்டுப்பாடு களின் கொடுமையை என்னவென்பேன்?

இங்ஙனம்,
அபாக்கியனான நின் நண்பன்
இராஜகோபாலன்.

மேற்கண்ட கடிதத்தைப் படித்து வரும்போது என் மனதிலெழுந்த பலவகை உணர்ச்சிகளை இங்கே எழுதி வாசகர்களின் காலத்தை வீண்போக்க நான் விரும்பவில்லை. கல்யாணம் நின்று போயிற்றென்பதைப் படித்ததும், அளவு கடந்த மகிழ்ச்சியுண்டாயிற்று. இராஜகோபாலன் அன்னை மரணமடைந்த செய்தியை படித்ததும், இடி விழுந்தது போல் திடுக்கிட்டேன். கடிதத்தின் பிற்பகுதியை அழுதுகொண்டே படித்தேன். கடைசிப் பகுதி, இராஜகோபாலன் மீது ஓரளவு கோபத்தை உண்டாக்கிற்று. நீண்ட பதில் எழுதினேன். அதில் முதலில் ஏதேதோ ஆறுதல் கூறியிருந்தேன். கடைசியில், சுபத்திரையும் நானும் மணம் புரிந்து கொள்ள வேண்டுமென்பது ஆண்டவன் விருப்பமென்று குறிப்பிட்டு என் உறுதியைச் சந்தேகித்தது குறித்த அவனைச் சிறிது கடிந்து கொண்டேன்.

4. கல்யாணம்

அவ்வாண்டில் கடைசி முகூர்த்த நாளாகிய ஆனி மாதம் 30 ஆம் நாளன்று எனக்கும் சுபத்திரைக்கும் மணம் நடத்துவதென்று தீர்மானிக்கப்பட்டிருந்தது. இராஜகோபாலன் அன்னையின் பிரிவை ஓரளவு மறந்திருந்தான். இறுதிச் சடங்குகள் செய்து விட்டுச் சென்னைக்கு வந்து விட்டான். நானும் அவனும் சேர்ந்தே கல்யாணத்துக்கு முதல் நாள் ஊருக்குப் போவதென்று தீர்மானித்திருந்தோம்.

என் வீட்டில் யாருக்கும் இந்த விவாகம் சம்மதமில்லை. எதிர்ப்பு பலமாக இருந்தது. தந்தையும் இளைய தாயாரும் எவ்வளவோ சொன்னார்கள். அத்தனைப் பிடிவாதமும் மன உறுதியும், எனக்கு அப்போது எங்கிருந்து வந்தன என்பதை நினைக்கும் போது எனக்கே ஆச்சரியமாயிருக்கிறது.

கடைசியாக, 'எப்படியாவது கெட்டலை யட்டும்' என்று விட்டு விட்டார்கள்.

ஆனி மாதம் 28ஆம் நாள் இரவு வண்டியில் புறப்பட்டோம். தந்தையும் தாயும் கல்யாணத்துக்கு வரவில்லை. தந்தை வேலை அதிகமென்று சொல்லிவிட்டார். இளைய தாயார் உடம்பு அசௌக்கியமென்றாள். என் சொந்தத் தாயின் சகோதரர் மட்டும் குடும்பத்துடன் வந்தார். என் தம்பிமார் இருவரும் இரண்டொரு நண்பர்களும் கூட வந்தார்கள். ஆனால் அப்போது எனக்கிருந்த மனமகிழ்ச்சியிலும், உற்சாகத்திலும் தாய் தந்தையர் வராததைக் கூட நான் பொருட்படுத்தவில்லை. எல்லாரும் எழும்பூரில் ரயில் ஏறினோம்.

வண்டி புறப்பட்டதும், நண்பர்களில் ஒருவர் வாங்கிக் கொண்டு வந்திருந்த பத்திரிகையைப் பிரித்து புரட்டினேன். 'தென்னாட்டில் வெள்ளம்' 'கொள்ளிடம் பாலத்துக்கு அபாயம்' என்ற தலைப்பு களைப் பார்த்ததும், 'சொரேல்' என்றது. கீழே படித்துப் பார்த்தேன். காவேரியிலும் கொள்ளிடத்திலும் பெருவெள்ளம் வந்து பலவிடங் களில் உடைப்பெடுத்திருப்பதாகவும், ரயில் பாதை சிலவிடங்களில் உடைந்து போனதாய்த் தெரிவதாகவும், கொள்ளிடத்தின் ரயில் பாலத்தில் ஓரிடத்தில் பிளவு ஏற்பட்டிருப்பதாகவும், அன்றிரவு வண்டிகள் பாலத்தைத் தாண்டிவிடப்படுமா என்பது ஐயத்துக் கிடமான விஷயமென்றும் செய்திகள் காணப்பட்டன. உடனே இராஜகோபாலனிடம் காட்டினேன். அவன் படித்துவிட்டு பெருமூச்சு விட்டான். 'ஆண்டவனே நமக்கு விரோதமாயிருக் கிறானா என்ன தியாகு?' என்றான். இதற்குள் மற்றவர்களும் அச்செய்திகளைப் படித்தனர். எங்கள் உற்சாகம் அடியோடு போயிற்று. எல்லோரும் மனக்குழப்பமுற்றனர். நானும் இராஜ கோபாலனும் தனியாக யோசனை செய்தோம். என்ன இடையூறு நேர்ந்தாலும் நாங்கள் இருவருமாவது போய்ச் சேர்ந்து விடுவதென்று தீர்மானித்தோம்.

காலை 3 மணிக்கு வண்டி சிதம்பரத்தை அடைந்தது. அதற்குமேல் போகாதென்று பிரயாணிகளுக்கு அறிவிக்கப் பட்டது. ஒருவாறு இதை எதிர்பார்த்தோமாயினும் எங்கள் ஏமாற்றம் அளவிடற்பாலதாயில்லை. ரயிலிலிருந்து இறங்கி விசாரித்தோம். கொள்ளிடம் பாலத்தில் ஓரிடத்திலே பிளவு ஏற்பட்டிருப்ப தோடல்லாமல், சீர்காழிக்கும் மாயவரத்து க்குமிடையே பயங்கர மான வெள்ளம் ஓடிக் கொண் டிருக்கிறதென்றும், பல மைல் நீளம் ரயில்பாதை அடித்துக் கொண்டு போகப்பட்டதென்றும், ரயில் போவது அசாத்தியம் என்பது மட்டும்அன்றி, மனிதர்கள் அப்பிரவாகத்தைக் கடந்து செல்வது இயலாத காரியம் என்றும் தெரிய வந்தன. இந்த விவரங்களை அறிந்ததும் எங்கள் மனோநிலை எப்படியிருக்குமென்பதை வாசகர்கள் கற்பனா சக்தியினால் பாவித்துக் கொள்ள வேண்டுமேயல்லாமல், என்னால் விவரிக்க இயலாது.

எல்லாரும் கலந்து ஆலோசனை செய்தோம். நானும் இராஜ கோபாலனும் மட்டும் கால் நடையாகப் புறப்பட்டு மாயவரம் வரையில் போய், அங்கு மீண்டும் ரயிலேறிச் செல்வதென்றும், மற்றவர்கள் அங்கேயே தங்கியிருந்து இரண்டொரு தினங்களில் ரயில் விட்டால் வருவதென்றும், இல்லாவிடில் சென்னைக்குத் திரும்ப வேண்டுவதேயென்றும் தீர்மானித்தோம். இவ்வாறு, என் கல்யாணத்துக்கு வந்த சிலரையும் விட்டுப் பிரிந்து, கவலை நிறைந்த உள்ளத் துடன் காலை நாலு மணிக்கு ரயில் பாதையோடு நடக்க லானோம். ராஜகோபாலனோ ஒரு வார்த்தையும் பேச வில்லை. எங்களில் யார் எவருக்குத் தேறுதலோ தைரியமோ கூறமுடியும்? பொழுது விடிந்தால் யாரேனும் தடை செய்யப் போகிறார்களோ என அஞ்சி உதயத்துக்கு முன்பாகவே கொள்ளிடம் பாலத்தைக் கடக்கலானோம். 'ஹோ' வென்ற கோஷத்துடனும், பயங்கரமான அலைகளுடனும், முட்டி மோதிக் கொண்டு ஓடிய அப்பெருவெள்ளம், என் உள்ளத் தின் நிலைமையை அப்போது நன்கு பிரதிபலிப்பதாயிற்று.

பாலத்தைத் தாண்டியாயிற்று. பொழுதும் விடிந்தது. வழி நெடுக விசாரித்துக் கொண்டே விரைவாக நடந்தோம்.

விசாரித்ததில் தெரிந்த செய்திகள் நம்பிக்கையூட்டுவன வாயில்லை. கடைசியில் சீர்காழியைத் தாண்டி அப்பால் இரண்டொரு மைல் தூரம் போனதும், மகா சமுத்திரம் போல் கண்ணுக்கெட்டிய தூரத்துக்கு ஒரே பிரவாகமாக வெள்ளம் ஓடிக் கொண்டிருந்தது கண்டு திக்பிரமை கொண்டவர்கள் போல் உட்கார்ந்து விட்டோம்.

ஆனால், இப்படி நீண்ட நேரம் உட்கார்ந்துவிடவில்லை. என் காதலும், இராஜகோபாலன் அன்பும், எங்களை மேலும் முயன்று பார்க்கச் செய்தன. சீர்காழிக்குத் திரும்பி வந்து கொஞ்சம் உணவு அருந்தி விட்டுப் படகுக்காக விசாரித்தோம். பிரவாகத்தில் அகப்பட்ட கிராமங்களின் ஜனங்களை மீட்பதற்கென்று இரண்டொரு படகுகள் வந்தனவென்றும், ஆனால் வெள்ளத்தை மேற்பார்வை பார்ப்பதற்காக வந்த பெரிய துரையும் அவரது சகாக்களும் வெள்ளக் காட்சிகளைப் புகைப்படம் பிடிப்பதற்காக அப் படகுகளில் சென்றிருக்கின்றனர் என்றும், இன்னும் திரும்பி வரவில்லையென்றும், தெரிய வந்தது. எப்படியாவது இந்த வெள்ளத்தைத் தாண்டி எங்களைக் கொண்டு போய் விடுவோர்க்குக் கேட்ட பணம் தருவதாக அறிவித்தோம். அதன் மீது ஒரு சிலர் மரக்கட்டைகளைக் கட்டித் தெப்பமாக்கி அதில் எங்களை ஏற்றிக் கொண்டுபோய்ச் சேர்ப்பதாக முன் வந்தனர். ஆனால் அதிர்ஷ்டவசமாக, நாங்கள் பிரவாகத்தை அடைந்தபோது, எங்கேயோ பிரவாகத்தின் வேகத்தால் கட்டிலிருந்து அவிழ்த்துக் கொண்ட படகு ஒன்று வெள்ளத் தில் மிதந்து வந்து கொண்டிருந்தது. அம் மனிதர்கள் அதைப் பிடித்திழுத்துக் கொண்டு வந்தார்கள். மாலை சுமார் நான்கு மணிக்கு நாங்கள் அப்படகில் ஏறியபோது உயிருடன் பிரவாகத்தைக் கடந்து அக்கரை செல்வோம் என்னும் நம்பிக்கை எனக்கில்லை. எவ்வளவோ இடத்தில் படகு தலை கீழாய்க் கவிழ்ந்துவிடும் போல் இருந்தது. சிலவிடங்களில் கோலுக்கு அண்டாத ஆழம். கரையென்பதே கிடையாது. சற்று நேரத்துக்கெல்லாம் இருளும் வந்து சூழ்ந்தது. கடைசியாக எப்படியோ தட்டுத் தடுமாறி இரவு எட்டு

அமரர் கல்கி

மணிக்கு அக்கரை போய்ச் சேர்ந்தோம். பின்னர் மீண்டும் நடந்து மாயவரம் ஸ்டேஷனையடைந்த போது இரவு பத்து மணியிருக்கும். அங்கிருந்து கடைசி வண்டி போய் ஒரு மணி நேரம் ஆயிற்று என்கிறார்கள்.

அன்றிரவு ஸ்டேஷனில் படுத்திருந்துவிட்டு, மறுநாள் அதிகாலையில் மாயவரத்திலிருந்து புறப்படும் வண்டியில் ஏறி சுமார் பதினொரு மணிக்கு மன்னார்குடி போய்ச் சேர்ந்தோம். அங்கிருந்து இராஜகோபாலன் கிராமம் ஆறு மைல் தூரம். ஒரு குதிரை வண்டி அமர்த்திக் கொண்டு 2 மணி சுமாருக்கு ஊரையணுகினோம். முகூர்த்தம் நிச்சயிக்கப்பட்டிருந்தது 10.30 மணிக்கு. ஊரினருகில் சென்றபோது மேளச் சத்தம் கேட்டது. அப்போது என் இருதயம் அடித்துக் கொண்ட சத்தம் பக்கத்தில் யாராவது இருந்திருந்தால் நன்றாகக் கேட்டிருக்கும். இராஜகோபாலன் முகத்தை நான் பார்க்கவேயில்லை. நேரே வீட்டுக்குச் செல்லாமல், தெருவின் கோடியிலேயே வண்டியை நிறுத்தச் சொல்லி இறங்கினோம். கண்ணில் அகப்பட்ட முதல் பேர்வழியை விசாரித்தோம். குறிப்பிட்ட முகூர்த்தத்தில் சுபத்திரைக்கும், கணபதி ஐயருக்கும் கல்யாணம் நடந்து விட்டதென்றும் திருமாங்கல்யதாரணம் ஆகி அரைமணி நேரம் ஆயிற்றென்றும், அவர் அறிவித்தார்; அப்படியே ஸ்தம்பித்து மரம் போலானோம்.

5. கொலை

'ராஜு, நீ தலைவிதி தலைவிதி என்ற போது நான் உன்னை மறுத்துப் பேசினேன். நீ கூறியதே சரி என்று இப்போது எனக்குப் புலனாகிறது. நாம் எவ்வளவோ முயற்சி செய்தோம். பயனென்ன? தலைவிதி வேறு விதமாயிருக்கிறது' என்றேன்.

ஊருக்குப் பக்கத்திலிருந்த ஆற்றங் கரையில் ஒரு தனிமையான இடத்தில் உட்கார்ந்திருந்தோம். மேற்குப் புறத்தில் சற்று தூரத்திலிருந்த அடர்த்தியான தென்னந் தோப்புகளுக்கு பின்னால் செம்பொற் கதிரவன் மறைந்து கொண்டிருந்தான். ஆற்றில் அப்போதுதான் புதிய வெள்ளம்

வந்திருந்தது. நீரில் எங்கே பார்த்தாலும் நுரையும், இலையும், பூவும் மிதந்தன. புள்ளினங் களின் இன்னிசையையன்றி வேறு சத்தம் எதுவுமில்லை.

இராஜகோபாலன் கலகலவென்று சிரித்தான்; அந்தச் சிரிப்பு எனக்கு அச்சத்தை விளைவித்தது. அது மனிதர்களுடைய மகிழ்ச்சிச் சிரிப்பாயில்லை. ஏதோ பேயின் சிரிப்பாகத் தோன்றிற்று.

'நல்லது தலைவிதியை ஏற்றுக் கொண்டாய், நானோ உன் பழைய அபிப்பிராயத்தை ஏற்றுக் கொண்டிருக்கிறேன். தலைவிதி என்பது இல்லை. எல்லாம் மனிதப் பிரயத்தனமே' என்றான் இராஜகோபாலன்.

பாவம்! மனம் கசிந்துபோய் இப்படிப் பேசுகிறான் என்று நினைத்தேன். அவன் தலையை என் மடி மீது வைத்துப் படுக்கச் செய்தேன். 'சுபத்திரையுடன் பேசினாயா?' என்று வினவினேன்.

'இல்லை, இல்லை, அவள் முகத்தைப் பார்க்கவும் என்னால் முடியவில்லை. உன்னை விட்டுப் பிரிந்து வீட்டுக்குச் சென்றே னல்லவா? நான் உள்ளே நுழைந்தபோது எல்லாம் முடிந்து ஆலாத்தி சுற்றிக் கொண்டிருந்தார்கள். என் வருகையை உள்ளுணர்வால் அறிந்து கொண்டாளோ என்னவோ, சுபத்திரை நிமிர்ந்து பார்த்தாள், என்னைக் கண்டுவிட்டாள். கலகலவென்று அவள் கண்களினின்றும் நீர் பொழிந்தது, ஆலாத்தியைச் சட்டென்று முடித்து, அவளை உள்ளே அழைத்துக் கொண்டு போனார்கள். பிறகு அவளை நான் பார்க்கவே இல்லை' என்றான் என் நண்பன். மறுபடியும் முன் போல் சிரித்தான். அவன் கண்களில் ஒரு சொட்டுக் கண்ணீர் கூட வரவில்லை. இன்னதென்று தெரியாத ஒருவகை அச்சம் எனக்கு உண்டாயிற்று.

'உனக்கு யாரும் சமாதானம் சொல்ல வில்லையா?' என்று கேட்டேன்.

'அதற்குக் குறைவில்லை. ஒவ்வொருவராக என்னிடம் துக்கம் கேட்க வந்தார்கள் - 'பிராப்தம் இப்படி இருக்கும்

போது வேறு விதமாய் நடக்குமா?' என்றார் ஒருவர். 'ஒருவர் மனைவியை இன்னொருவர் கல்யாணம் செய்து கொள்ள முடியுமா?' என்றார் இன்னொருவர். நேற்றிரவு முழுதும் உறக்கமில்லாமல் நமக்காகக் காத்துக் கொண்டிருந்தார்களாம். இன்று காலை எட்டு மணிக்குத்தான் வெள்ளத்தினால் ரயில் போக்குவரவு நின்றுவிட்டதென்று தெரியவந்ததாம். இனிமேல் வரமாட்டோம் என்று நிச்சயம் செய்து கொண்டார்களாம். அதற்கு மேல் ஊரிலுள்ள பிரமுகர்கள் எல்லாம் கூடி யோசித்து, இந்த வருஷத்தில் இதுவே கடைசி முகூர்த்த நாள் ஆனபடியால், குறித்த முகூர்த்தத்தில் கணபதி ஐயருக்கே மணம் செய்துவிடுவதைத் தவிர வேறு வழியில்லையென்று தீர்ப்புச் சொல்லிவிட்டார்களாம்.'

திடீரென்று அவன் எழுந்து உட்கார்ந்தான். என் தோள் களைப் பிடித்துக் கொண்டு கண்களுக்கு நேரே உற்றுப் பார்த்து, 'இதோ பார், தியாகு! ஆண்டவன் ஆணையாகச் சொல். இத்தகைய கொடுமைகளை இந்நாட்டிலிருந்து ஒழிக்க ஏதேனும் செய்யப் போகிறாயா, இல்லையா?' என்றான்.

'தலைவிதி தலைவிதி என்றிருப்பது பேதமை. என் அன்னையின் மரணத்துக்குப் பின்னர் அவ்வெண்ணம் எனக்கு அடியோடு மாறிவிட்டது' என்று தொடர்ந்து கூறினான்.

'உன் அன்னை உயிர் விட்டதால் என்ன பயன் விளைந்தது ராஜு? கடவுளுடைய சித்தம்...'

'வேண்டாம், இந்தக் கொலை பாதகத்துக்குக் கடவுளுடைய பெயரை ஏன் இழுக்கிறாய்? இது கடவுளுடைய சித்தமானால் உலகில் நடக்கும் அக்கிரமங்கள் எல்லாம் கடவுளுடைய சித்தமே. பொய்யும் புலையும், கொலையும் களவும், விப சாரமும் இன்னும் மகாபாதகங்களும் கடவுளுடைய சித்தமே. பின்னர், அவற்றையெல்லாம் ஏன் எதிர்க்க வேண்டும்?'

'நான் என்ன செய்யவேண்டுமென்கிறாய்?'

'நமது சமூகத்தில் இரண்டு கொலை பாதகங்கள் இருக் கின்றன. கன்னி வயதில் கட்டாயமாகக் கல்யாணம் செய்து

விட வேண்டு மென்பது ஒன்று; இளம் வயதில், குழந்தைப் பருவம் நீங்கா முன்னர் கணவனையிழந்த பெண்களுங்கூடத் தங்கள் வாழ்நாள் முழுதும் கைம்பெண்ணாயிருந்து, வாழ்க்கையில் எவ்வித இன்பமுமின்றி, இடிபட்டுக் காலத்தைத் தள்ள வேண்டுமென்பது மற்றொன்று. பேச்சில் பயனில்லை. பருவமடைந்த மங்கையோ, இளம் கைம் பெண்ணையோ கல்யாணம் செய்து கொள்வதாக நீ பிரதிக்ஞை செய்வாயா?'

சற்று யோசனை செய்தேன். பின்னர், 'ராஜு இந்த வாழ்க்கையில் இனிக் கல்யாணம் செய்து கொள்ள எனக்கு விருப்பமில்லை. சுபத்திரையை நினைத்த மனம் வேறு பெண்ணைக் கருதுமென்று எனக்குத் தோன்ற வில்லை. ஆனால், என் மனம் எப்போதேனும் மாறுத லடைந்து கல்யாணம் செய்துகொள்ளத் தீர்மானித்தால், பருவமடைந்த மங்கையையாவது, கன்னி வயதிலேயே கைம்பெண்ணானவளையாவது மணம் செய்து கொள் வதாகப் பிரதிக்ஞை செய்கிறேன்' என்று பதிலளித்தேன். மாலை வேளைப் பூசைக்காகக் கோயிலில் ஆலாட்சிமணி அடிக்கும் சத்தம் 'ஓம் ஓம் ஓம்' என்று ஒலித்துக் கொண்டு மேலக் காற்றில் வந்தது.

அன்றிரவு இராஜகோபாலனுடைய நண்பர் ஒருவருடைய வீட்டில் உணவருந்திவிட்டு அவர் வீட்டுத் திண்ணையிலேயே படுத்துக் கொண்டேன். மறுநாள் அதிகாலையில் எழுந்து சென்னைக்குப் புறப்பட்டுவிட உத்தேசித்தேன். உறக்கம் பிடியாமல் படுக்கையில் புரண்டு கொண்டிருந்தேனென்றால் நீங்கள் ஆச்சரியப்படுவீர்களா? வீதி வழியாகப் போவோர் வருவோர் எல்லாம், என்னைச் சுட்டி ஏதேதோ பேசிக் கொண்டு போனார்கள். ஆனால், எனக்கு அதைப் பற்றிச் சிறிதும் கவலை உண்டாகவில்லை. கண்ணீர் ததும்பி ஓடும் சுபத்திரையின் வதனமும் அச்ச த்தை ஊட்டும் இராஜகோபாலனின் சிரிப்பும் என் மனக்கண் முன்பு மாறி மாறி வந்து கொண்டிருந்தன. சென்னையில் இராஜகோபாலனை விட்டுப் பிரிந்த அன்று கண்ட கனவு

அப்போது நினைவிற்கு வந்தது. என் உடம்பு நடுங்கிற்று. அந்தக் கனவு பொய்யாகிவிட்டதே என்று எண்ணினேன். ஆனால் அடுத்த கணத்தில்...ஓ! எத்தகைய பயங்கரமான உண்மையாயிற்று?

கலகலவென்ற சிரிப்புச் சத்தம் கேட்டுத் திடுக்கென்று எழுந்து உட்கார்ந்தேன். இராஜகோபாலன் திண்ணையின் ஓரமாக நின்று கொண்டிருந்தான். 'தியாகு, செய்தி கேட்டாயா?' என்றான். அவன் குரலில் ஏன் அந்த மாறுதல்? 'என்ன செய்தி?' என்று கேட்டேன். 'என் தாயார் வந்து என்னைக் கூப்பிடுகிறாள், அவளுக்குக் கொடுத்த வாக்குறுதியைப் பாதியளவே நிறைவேற்றி வைத்திருக்கிறேன் என்றும், பாக்கிப் பாதியையும் நிறைவேற்றிவிட்டுச் சரியாக இன்னும் ஒரு வருஷத்தில் வருகிறேன் என்றும் பதில் சொல்லுகிறேன். நீ கொஞ்சம் சிபார்சு செய்யேன்' என்றான். மறுபடியும் அந்த அச்சம் தரும் சிரிப்பு. மங்கலான நிலவின் ஒளியில், அவன் முகத்தை உற்றுப் பார்த்தேன். கண்கள் 'திரு திரு'வென்று விழித்தன. அப்போது சட்டென்று உண்மை புலனாயிற்று. கொடிய நாகப்பாம்பு ஒன்று என் நெஞ்சைத் துளைத்து ஊடுருவிச் செல்வது போல் இருந்தது. என் ஆருயிர் நண்பன் 'அருமைத் தோழன்' பித்தனாகிவிட்டான்!

அன்ன மூட்டிய தெய்வ மணிக்கையின்
ஆணைகாட்டில் அனலை விழுங்குவோம்

என்று அவன் உரக்கப் பாடினான். பின்னர் சட்டென்று என் கைகளைப் பிடித்துக் கொண்டு, 'தியாகு, உன் நண்பனுக்கு நீ அளித்த பிரதிக்ஞையை நிறைவேற்றி வைப்பாயல்லவா?' என்றான். நான் பதில் சொல்வதற்குள் மீண்டும் 'குள்ளநரியைப் பலி கொடுத்தாய்விட்டது உனக்குத் தெரியாதா?' என்று கேட்டான். இவ்வளவுடன் திண்ணையின் தூணில் சாய்ந்து கொண்டு விம்மி விம்மி அழலானான். நான் திகைத்துப் போய் உட்கார்ந்திருக்கையில் சற்று நேரத்துக்கெல்லாம் ஐந்தாறு பேர் நாங்களிருந்த திண்ணைக்கு வந்தார்கள். அவர்களுடைய சம்பாஷணையிலிருந்து கல்யாண மாப்பிள்ளை கணபதிஐயர் மரணாவஸ்தையிலிருப்பதாகவும், டாக்டர்களையும் போலீஸ்

காரர்களையும் அழைத்து வருவதற்கு மன்னார்குடிக்கு ஆட்கள் போயிருப்பதாகவும் தெரிந்து கொண்டேன். அன்றிரவு, மாப்பிள்ளை சாப்பிட்டானது கொஞ்சம் தலைவலிக்கிறது என்று சொல்ல, இராஜகோபாலன் உடனே ஏதோ மருந்து கொண்டு வந்து கொடுத்தானென்றும் அதை மாப்பிள்ளை சாப்பிட்டதும் இராஜகோபாலன் பித்தன் போல் கூறிய மொழிகளிலிருந்து அருகிலிருந்தவர்களுக்குச் சந்தேக முண்டாயிற்றென்றும், சில நிமிஷங்களுக்கெல்லாம் மாப்பிள்ளைக்கு உடம்பு அதிகமாகிவிட்டதென்றும் அறிந்தேன். இப்போது எனக்கு எல்லாம் தெளிவாக விளங்கிவிட்டன. சாயங்காலம் என் நண்பன் 'தலைவிதி கிடையாது' என்று சொன்னபோது இத்தகைய தீர்மானத்தை மனதில் வைத்துக் கொண்டே சொல்லியிருக்க வேண்டும். அன்னை உட்கொண்டு பாக்கியிருந்த விஷத்தை இப்போது இராஜ கோபாலன் உபயோகப்படுத்திவிட்டான். அன்னையைப் போலவே அவனும் தன் உயிரைக் கொடுத் திருப்பான். ஆனால், திருமாங்கல்ய தாரணம் எப்போது ஆகி விட்டதோ, 'இனி, அவன் உயிரை விடுவதால் என்ன நடக்கும்? எனவே, பின்னால் சுபத்திரையின் கதி எப்படியானாலும், இப்போது அவளை விடுதலை செய்து விட வேண்டுமென்று தீர்மானித்தான் போலும்! என்னிடம் அவன் வாங்கிக் கொண்ட வாக்குறுதியின் கருத்தும் இப்போது எனக்குத் தெளிவாயிற்று.

அதன் பின்னர் ஒன்றன்பின் ஒன்றாக நடந்த நிகழ்ச்சிகள் எல்லாம், கனவில் கண்டன போலவே எனக்கு இன்னமும் தோன்றுகின்றன. அப்போது நான் திக்பிரமை கொண்டவன் போல் காணப்பட்டேனென்றும், எனக்கும் எங்கே பித்துப் பிடித்துவிடப் போகிறதோ என்று என் தந்தை பயந்தாரென்றும் பின்னால் தெரியவந்தன. ஆகவே அந் நிகழ்ச்சிகளைப் பற்றி விவரமாக என்னால் கூற முடியாது. அன்றிரவு போலீஸ்காரன் வந்ததும் என்னையும் இராஜகோபாலனையும் கைது செய்து மன்னார் குடிக்கும், பிறகு தஞ்சாவூருக்கும் கொண்டு போனதும், என் தந்தைக்கு தந்தி அடித்து வரவழைத்ததும்,

கணபதி ஐயரை விஷங் கொடுத்துக் கொலை செய்த குற்றத்திற்காக இராஜகோபாலன் மீதும், அவனுக்கு உடந்தையாயிருந்த குற்றத்துக்காக என்மீதும், வழக்குத் தொடர்ந்து, விசாரணை சுமார் ஒரு மாதம் நடந்ததும், கடைசியில் இராஜகோபாலன் பித்தன் என்ற காரணத்தால் அவனுக்குத் தூக்குத் தண்டனையில்லாமல் ஆயுள் பரியந்தம் சிறைவாசத் தண்டனை விதித்ததும், நான் குற்றமற்றவன் என்று விடுவிக்கப்பட்டதும், எல்லாம் முற்பிறப்பில் நடந்த நிகழ்ச்சிகளோவென்று சந்தேகிக்கும் வண்ணம் என் உள்ளத்தில் தெளிவின்றித் தோன்றுகின்றன. எனவே அவற்றைப் பற்றி விரிவாகக் கூறாமல் விட்டுப் போவது குறித்து மன்னிப்பீர்களாக.

6. சந்திப்பு

ஓராண்டு சென்றது. ஆந்திர நாட்டுக் கலாசாலையொன்றில் நான் ஆசிரியனாக அமர்ந்திருந்தேன். இந்த ஒரு வருஷத்திய எனது வாழ்க்கை விவரத்தைச் சில மொழிகளில் கூறிவிடலாம். வழக்கு முடிந்ததும், நான் சென்னைக்குச் செல்ல விரும்பவில்லை. சட்டக் கலாசாலையில் தொடர்ந்து படிக்கும் நினைவையும் விட்டு விட்டேன். சமீபத்தில் எனக்கு நிகழ்ந்த பயங்கரமான அனுபவங்களை மறந்திருக்க ஸ்தலயாத்திரை செய்வதே நல்ல உபாயம் என்று தீர்மானித்தேன். என் தந்தை என் மீது இரக்கங் கொண்டிருந்தார். எனவே, வேண்டிய போதெல்லாம் பணம் தவறாது அனுப்பி வந்தார். தமிழ்நாடு முழுதும் சுற்றி விட்டுப் பின்னர் வடநாட்டுக்குச் சென்றேன். இதற்கிடையில், உத்தியோகத்துக்கு விண்ணப்பம் போட்டுக் கொண்டிருந்தேன். யாத்திரை தொடங்கி எட்டு ஒன்பது மாதம் ஆனபோது மேற்சொன்ன கலாசாலையில் மாதம் எழுபது ரூபாய் சம்பளத்தில் சரித்திராசிரியர் வேலை கிடைத்தது. என் அதிர்ஷ்டத்தை வியந்தவனாய் உடனே சென்று அதை ஏற்றுக் கொண்டேன். இராஜகோபான் என்றும், சுபத்திரையென்றும் இருவர் இருந்தனர் என்பதை அடியோடு மறந்துவிடப் பிரயத்தனம் செய்து வந்தேன்.

ஆம், அவர்களைப் பற்றி இந்த ஓராண்டில் நான் எதுவும் கேள்விப்படவில்லை. கொலை வழக்கு நடந்து கொண்டிருக்கையில் கணபதி ஐயர் மரணமடைந்த அன்றிரவே சுபத்திரைக்குச் சுரம் கண்டதாகவும், ஒவ்வொரு சமயம் பிழைப்பது அரிது என்று சொல்லும்படியான நிலைமை ஏற்பட்டிருப்பதாகவும் சுபத்திரையின் தந்தை நிலத்தையும் வீட்டையும் விற்றுவிட்டு, அந்த ஊரைவிட்டே போய்விடத் தீர்மானித்திருப்பதாகவும் கேள்விப் பட்டிருந் தேன். பின்னர், அவர்களைப் பற்றி எனக்கு எத்தகைய விவரமும் தெரியவில்லை. ஆனால், எவ்வளவோ முயன்றும் சுபத்திரையும் இராஜகோபாலனையும் மறத்தல் எனக்கு இயலாத காரியமாயிருந்தது. இரவில் என் அறையில் தன்னந்தனியே உட்கார்ந்து அவர்களை நினைத்துக் கண்ணீர் பெருக்குவேன்.

முன்னமே சொன்னதுபோல் இவ்வாறு ஒரு வருஷம் சென்றது. ஒரு நாள் கலாசாலியில் மாணாக்கர்களுக்குப் பாடஞ் சொல்லிக் கொண்டிருக்கையில், தந்திச் செய்தி யொன்று எனக்கு வந்தது. யார் தந்தியனுப்பியிருக்கக் கூடுமென்று ஆச்சரியத்துடன் பிரித்துப் பார்த்தேன். 'இராஜகோபாலன் மரணத் தருவாயிலிருக்கிறார். உம்மைப் பார்க்க விரும்புகிறார். உடனே புறப்படவும்' என்று எழுதி யிருந்தது. திருச்சிராப்பள்ளி பெரிய சிறைக்கூடத் தலைவர் அச்செய்தியை அனுப்பியிருந்தார். அதைப் படித்தபோது என் கண்களில் நீர் ததும்பியது. உடனே தலைமை ஆசிரியரிடம் சென்று, விடுமுறை பெற்றுக் கொண்டேன். அடுத்த வண்டியில் புறப்பட்டேன்.

திருச்சிராப்பள்ளி சேர்ந்ததும், நேரே சிறைக்கூடத்துக் குச் சென்று, சிறைக்கூடத் தலைவரைப் பார்த்தேன். 'நல்ல வேளை! இன்னும் ஒரு மணி நேரங்கழித்து வந்திருந்தால் அவரை உயிருடன் பார்த்திருக்க மாட்டீர்கள்' என்றார். அவர் ஓர் ஐரிஷ்காரரர். நிரம்ப அனுதாபத்துடன் பேசி னார். இராஜகோபாலனைப் பற்றிய விவரங்கள் அறிந்து நிரம்பப் பரிதாபப்பட்டதாகவும், ஒரு மாதமாக அவன்

சிறைக்கூட வைத்தியசாலையில் படுத்த படுக்கையாயிருக் கிறானென்றும், ஒரு வாரத்துக்கு முன்புதான் அவன் அறிவு தெளிவடைந்து எனக்குத் தந்திச் செய்தியனுப்பச் சொன்னதாகவும், முதலில் விலாசம் தெரிந்து கொண்டு எனக்கு தந்தியடித்ததாகவும் கூறினார். உடனே என்னை இராஜகோபாலனிடம் அழைத்துப் போகும்படி சிறைக் காவலன் ஒருவனை அனுப்பினார்.

அங்கே எனக்கு இன்னும் ஆச்சரியம் காத்திருந்தது. படுக்கையில் இராஜகோபாலனருகில் உட்கார்ந்திருந்தவர் யார் என நினைக்கிறீர்கள்? சுபத்திரையும், அவள் தந்தை யுமே. ஆனால், இந்த வியப்பு ஒரு கணங்கூட என் மனதில் நிலைத்திருக்கவில்லை. எலும்புந் தோலுமாய் அப்படுக் கையில் கிடந்த இராஜ கோபாலனைக் கட்டிக் கொண்டு 'கோ' வென்று கதறி அழுதேன். ஐயோ! கட்டழகனாய்ச் சுந்தரவடிவனாய்க் காண்போர் கண்களைக் கவர்ந்து உலாவிய இராஜகோபாலன் இவன் தானோ?

'தியாகு அழாதே' என்று ஈன சுரத்தில் அவன் கூறியது யாரோ கிணற்றுக்குள் இருந்து பேசியது போல் கேட்டது. அருவிபோல் பெருகிய கண்ணீரைத் துடைத்துக் கொண்டேன்.

'எங்கு நீ வருவதற்குள் போய்விடுவேனோவென்று இவ்வளவு நேரம் கவலைப்பட்டுக் கொண்டிருந்தேன்! பகவான் இந்தப் பாவியை முற்றிலும் கைவிட் டுவிடவில்லை...'

அப்போது மீண்டும் எனக்கு அழுகை வந்து விட்டது. சுபத்திரையும் அவள் தந்தையும் விம்மி அழலானார்கள்.

'வேண்டாம், ஏன் அழுகிறீர்கள்? அதற்குப் பதிலாக இந்தப் பாவியை மன்னிக்கும்படி ஆண்டவனிடம் முறையிட்டுக் கொள்ளுங்கள். கொலைஞன் என்று பகவான் என்னை அருவருக்கமாட்டாரா?'

நான் ஏதோ பதில் சொல்லப் போனேன். அவன் கையமர்த்தி மீண்டும் சொன்னான்:- 'என் உயிரையும் விட மேலாக

என் அன்னையை நேசித்தேன். அவள் காலஞ்சென்றாள். மரணத்தறு வாயில், அவளுக்கு ஒரு வாக்குறுதி கொடுத்தேன். அதை இன்னமும் முற்றும் நிறைவேற்றி வைக்கவில்லை. இந்நிலைமையில் நான் இறந்தால் என் ஆன்மா சாந்தியுறுமா? இப்போது இவ்வுலகில் என் அன்புக்குரியவர்கள் நீங்கள் மூவருமே. நான் நிம்மதியாக உயிர்விடுவதற்கு நீங்கள் உதவி செய்யமாட்டீர்களா? அப்பா, உங்கள் மனம் இப்போதேனும் இரங்குமா?'

அப்போதுதான், இராஜகோபாலனுடைய தந்தையையும் சுபத்திரையையும் நான் கவனித்தேன். அவர், இளைத்து மெலிந்து பாதி உடம்பாயிருந்தார். சுபத்திரை துக்கமே உருவெடுத்ததுபோல் உட்கார்ந்திருந்தாள். விதவைக்குரிய கொடுமைகள் அவளுக்குச் செய்யப்படவில்லையென் பதையும் கண்டேன். 'குழந்தாய், இன்னமும் எனக்குப் புத்தி வரவேண்டுமா? உன் விருப்பத்தின் படியே செய்கிறேன். கவலைப்படாதே' என்று தந்தை கண்ணீர் விட்டுக் கொண்டே சொன்னார்.

பின்னர் இராஜகோபாலன் என்னைப் பார்த்தான். அந்தப் பார்வையில் நான் எல்லாம் அறிந்து கொண்டேன். 'உனக் குக் கொடுத்த வாக்குறுதியை நானும் மறக்கவில்லை ராஜு! ஆனால், வாக்குறுதி மட்டுமன்று. இவ்விஷயத்தில் நம்மிருவர் விருப்பமும் ஒத்தே இருக்கிறது. சுபத்திரையில்லாத வாழ்வு பாலைவனம்போல் எனக்குக் காணப்படுகிறது' என்றேன். அப்போது இராஜ கோபாலனின் முகம் எவ்வாறு மலர்ச்சியுற்றது? அந்த ஒரு கணத்தில் அவன் பழைய இராஜகோபாலனாகக் காணப்பட்டான். மெலிந்து சுருண்ட தனது கையால் சுபத்திரையின் தாமரைக் கரங்களைப் பிடித்து என்னுடைய கையில் வைத்தான். அவன் கண்களில் ஆனந்த பாஷ்யம் துளிர்ப்பதைக் கண்டேன். என்னுடைய உணர்ச்சி யைப் பற்றியோயென்றால் - துன்ப சாகரத்தில் முழுகிப் போகும் தருவாயிலிருந்த என்னைத் திடீரென்று சுவர்க்க போகங்களுக் கிடையே போட்டுவிட்டது போலிருந்தது; மன்னியுங்கள். அப்போது என் மனோநிலையை வருணிக்கப்

புகுதல் வீண் முயற்சியேயாகும். சற்று நேரத்துக்கெல்லாம் இராஜகோபாலன் நிம்மதியாக ஸ்ரீராம நாமத்தை உச்சரித்த வண்ணம் இப்பூவுலக வாழ்வை நீத்துச் சென்றான்.

'நேயர்களே! உங்களில் பலருக்கு இராஜகோபாலன் சரித்திரம் ஏமாற்றமளித்திருக்கலாம். முன்னுரையில் அவனைப் பற்றிக் காணப்பட்ட புகழுரைகளுக்கு அவன் தகுதியற்றவன் என்று நீங்கள் கருதலாம், கொலைஞன் என்று நீங்கள் அவனை வெறுக்கலாம். எப்படியும் அவன் என் ஆருயிர் நண்பன்; என் அருமைச் சுபத்திரையின் சகோதரன். ஈ எறும்பு முதலிய ஜந்துக்களும் துன்பப்படச் சகியாத இளகிய மனம் படைத்த என் நண்பன், சுபத்திரையின் சுகவாழ்வை முன்னிட்டன்றோ கொலை செய்யத் துணிந்தான்? அவன் பாவத்தை மன்னித்தருளும்படி ஆண்டவனிடம் மன்றாடுங்கள்.'

ஒற்றை ரோஜா

முதல் அத்தியாயம்

ஒரு சமயம் நான் பாபநாசத்துக்குச் சென்றிருந்தேன். எதற்காகப் போனேன் என்று கேட்டால் நீங்கள் ஒரு வேளை சிரிப்பீர்கள்; சிலர் அநுதாபப்படுவீர்கள். பி.ஏ. பரீட்சைக்கு மூன்று தடவை போய் மூன்று தடவையும் தவறிவிட்டேன். இதனால் வாழ்க்கை கசந்து போயிருந்தது. ஒரு மாதிரி பிராணத் தியாகம் செய்துவிடலாம் என்ற முடிவுக்கே வந்து விட்டேன். திடீர் திடீர் என்று நமக்குத் தெரிந்த வர்கள் யார் யாரோ இறந்து போய்விட்டதாகக் கேள்விப்படு கிறோம். ஆனால் நாம் அவர்களைப் பின்பற்றலாம் என்றால், அதற்கு வழிவகை தெரிவதில்லை. யோசித்து யோசித்து ஒரு முடிவுக்கு வந்தேன். பாபநாசத்தில் கல்யாணி தீர்த்தம் என்பதாக ஓர் இடம் இருக்கிறதென்றும், அதிலேதான் ஆசிரியர் வ.வே.சு. ஐயர் விழுந்து உயிரை இழந்தார் என்றும் கேள்விப்பட்டிருந்தேன். அந்தப் பெரியாரைப் பின்பற்றலாம் என்று எண்ணிக்கொண்டுதான் பாபநாசம் போனேன்.

இரண்டு காரணங்களினால் நான் உத்தேசித்த காரியத்தை நிறைவேற்ற முடியவில்லை. முதலாவது, அந்தக் கல்யாணி தீர்த்தம் இருக்கிறதே, அது பார்க்க மிகப் பயங்கரமாயிருந்தது. தென்னைமர உயரத்திலிருந்து மூன்று தண்ணீர்த் தாரைகள் 'சோ' என்ற சத்தத்துடன் கீழேயுள்ள அகண்ட பள்ளத்தில் விழுந்து கொண்டிருந்தன. அந்தப் பள்ளத்தில் தண்ணீர் நிறைந்து ததும்பி அலை மோதிக்கொண்டிருந்தது. சிறிய மரக்கிளை ஒன்று அத்தடாகத்தில் விழுந்து அங்குமிங்கும் சுழன்று அலைக்கப்படுவதைப் பார்த்தேன். இதிலே விழுந்தால் நம்முடைய தேகமும் இப்படித்தானே அலைக்கப்படும் என்று நினைத்தபோது என் தைரியம் குலைந்துவிட்டது. அன்னை பெற்றெடுத்த நாளிலிருந்து எத்தனை கஷ்டப்பட்டு வளர்த்த உடம்பு இது! இதற்கு எத்தனை எண்ணெய், எத்தனை சோப்பு! எத்தனை ஆடை அலங்காரம், எத்தனை வகை வகையான அன்னபானம்-அடடா! இதைப் புகைப் படம் பிடிப்பதற்காக

மட்டும் எத்தனை செலவு! இவ்வாறெல்லாம் பேணி வளர்த்த உடம்பு அந்தப் பயங்கரமான தடாகத்தில் சுற்றிச் சுழன்று கொண்டிருப்பது என்னும் எண்ணத்தை என்னால் கொஞ்சங் கூடச் சகிக்கவே முடியவில்லை.

அங்கிருந்து இறங்கி வந்து கீழே பாபநாசம் கோவிலுக்குப் பக்கத்தில் பளிங்கு போன்று தெளிந்த நீரோடும் நதியின் கரையில் உட்கார்ந்து யோசித்தபோது, எதற்காக உயிரை விடவேண்டும் என்றே தோன்றிவிட்டது. நதியின் வெள்ளத்தில் மந்தை மந்தையாகத் தங்கநிற மீன்கள் நீந்தி விளையாடிக் கொண்டிருந்தன. அவை மேலே வரும்போதும் புரண்டு விழும்போதும் என்னமாக ஜொலித்தன! இந்த மீன்கள் இவ்வளவு குதூகலமாக விளையாடிக் கொண்டு திரிகின்றனவே, பி.ஏ. பரீட்சையில் தேறாததனாலே இவற்றுக்கு என்ன குறைவு வந்துவிட்டது! இதோ இந்த மரங்களில் எத்தனை விதமான பட்சிகள் எவ்வளவு ஆனந்தமாகப் பாடிக் கொண்டு வாழ்கின்றன! இவை பி.ஏ. பரீட்சையில் தேறவில்லையே! இதோ இந்தக் குரங்கு களைத் தான் பார்க்கலாமே! பி.ஏ. பட்டம் பெறவில்லையே! என்று அவை கொஞ்சமாவது கவலைப்படுகின்றனவா? ஆணும் பெண்ணும் எவ்வளவு உல்லாசமாக மரங்களின் மீது ஏறியும் இறங்கியும் கிளைக்குக் கிளை பாய்ந்தும் வாழ்கின்றன! தாய்க்குரங்கு அந்தக் குட்டிக் குரங்கையும் சேர்ந்து அணைத்துக்கொண்டு மரத்துக்கு மரம் தாவுகிற அழகை என்னவென்று சொல்வது!

அறிவில்லாத பிராணிகளும் பட்சிகளும் இவ்வளவு உல்லாசமாக வாழ்க்கை நடத்தும்போது நாம் மட்டும் பி.ஏ. பரீட்சை தேறவில்லை என்பதற்காக ஏன் உயிரை விட முயல வேண்டும்?

இத்தகைய முடிவுக்கு வந்து திரும்பித் திருநெல்வேலி போய்ச் சேர்ந்தேன். சென்னைக்கு இரண்டாம் வகுப்பு டிக்கட் எடுத்துக்கொண்டு ரயில் வண்டியில் ஏறினேன்.

ரயில் என்னமோ வேகமாகத்தான் போய்க்கொண்டிருந்தது. ஆனால், என் மனம் அதைவிட வேகமாக எங்கெங்கேயோ

சஞ்சரித்துக் கொண்டிருந்தது! ஒரே இடத்தில் உட்கார்ந் திருப்பது கஷ்டமாயிருந்தது. அன்றைக்குப் பாருங்கள், என்ன காரணத்தினாலோ அந்த வண்டியில் கூட்டமே இல்லை. உயர்ந்த வகுப்பு வண்டிகளை வழக்கத்தைவிட அதிகமாகவே கோத்திருந்தார்கள், போலிருக்கிறது. நான் ஏறி இருந்த இரண்டாம் வகுப்பு வண்டியில் நான் ஒருவனேதான். ஆகையால், உட்கார்ந்து உட்கார்ந்து அலுத்துப் போய் விட்டது. ரயில் நின்ற ஒவ்வொரு நிலையத்திலும் வண்டி யிலிருந்து கீழே இறங்கிப் பிளாட்பாரத்தில் சிறிது நேரம் உலாவிவிட்டு ரயில் புறப்படும் சமயத்தில் மறுபடியும் ஏறிக் கொண்டேன். ரயில் நிலையங்களில் சாதாரணமாய் நடமாடும் பலதரப்பட்ட ஜனங்களைப் பார்ப்பதில் ஒருவித உற்சாகம் ஏற்பட்டது.

விருதுநகர் சந்திப்பில் அந்த உற்சாகம் சிகரத்தை அடைந்தது. ஆம்; முதலில் நான் பார்த்தது-என் கண்ணையும் கவனத்தையும் கவர்ந்தது-ஓர் ஒற்றை ரோஜாப்பூ தான்! அந்த ஒற்றை ரோஜாப்பூ ஒரு பெண்மணியின் எடுத்துக் கட்டிய கூந்தல் மீது வீற்றிருந்தது. 'கொலு வீற்றிருந்தது' என்றும் சொல்லலாம். அவ்வளவு இலட்சணமாயிருந்தது. தலை நிறைய ஒரு சுமைப் பூவைத் தூக்க முடியாமல் தூக்கிக் கொண்டு அலையும் சென்னை நகர்ப் பெண்மணிகள் பலரை நான் பார்த்திருக்கிறேன். 'என்ன அநாகரிகம்! தலையில் புல்லுக் கட்டைச் சுமப்பதுபோல் சுமக்கிறார்களே!' என்று எண்ணியிருக்கிறேன். அதற்கெல்லாம் மாறாக இவ்வளவு நாஸுக் காகவும் நாகரிகமாகவும் கூந்தலில் ஒற்றை ரோஜாப்பூ அணிந்திருக்கும் பெண்மணி யாரோ? என்று அறிய ஆவல் உண்டாயிற்று. ரயிலில் நான் இருந்த வண்டிக்கு இரண்டு வண்டிக்கு அப்பால் அவள் இருந்தாள். அவள் தலை வெளியில் நீட்டப்பட்டிருந்தது. ஆனால், முகம் எனக்கு நேர் எதிர்ப்புறமாகத் திரும்பியிருந்தது. அந்தப் பெண்மணியின் முகம் எப்படியிருக்குமோ, கூந்தலில் சூடிய ஒற்றை ரோஜாப்பூவினால் ஏற்பட்ட நல்ல அபிப்பிராயம் முகத்தைப் பார்த்ததும் மாறிவிடுமோ என்ற ஐயத்துடனேயே அந்தப் பக்கம் போனேன். ஏதோ ஒரு கதையில் படித்திருக்கிறேன்.

ஒருவன் ஒரு பெண்ணின் கரத்தைப் பார்த்து அதன் அழகில் சொக்கிப் போனான்! அவள் முகத்தைப் பார்த்ததும் பயங்கரமும் அருவருப்பும் அடைந்தான். இம்மாதிரி கதி எனக்கும் ஏற்பட்டுவிடுமோ?

அருகில் சென்றபோது சட்டென்று அவள் முகம் என் பக்கம் திரும்பியது. ஆகா! நான் பயந்தது என்ன முட்டாள்தனம்! பார்க்கிறவர்களின் கண்ணில் வந்து தாக்கி வேதனை உண்டாக்கும் சௌந்தரியமும் உண்டோ! அத்தகைய அபூர்வ சௌந்தரியமுள்ள முகத்தை அவள் என் பக்கம் திருப்பினாள். ஒரு புன்னகையும் புரிந்தாள். நிலா வெளிச்சத்தில் முல்லை பளீரென்று மலர்ந்தது போலிருந்தது. நான் எப்போதும் சங்கோசமோ கூச்சமோ அதிகம் இல்லாதவன் தான். ஆயினும், அவளிடம் அப்போது நானாக ஒரு வார்த்தை பேச முயன்றிருந்தால் என் பிராணனே போயிருக்கும். பாபநா சத்தில் நடந்திருக்க வேண்டியது விருதுநகர் ரயில்வே நிலையத்தில் நடந்திருக்கும். அந்த மாதரசி அதற்கு இடம் வையாமல் என்னிடம் அவளாகவே பேசிவிட்டாள். 'தயவு செய்து சிற்றுண்டிச் சாலைக்காரனை எனக்கு ஒரு கப் டீ கொண்டு வரும்படி சொல்ல முடியுமா?' என்றாள். 'பேஷாகச் சொல்கிறேன்!' என்று சொல்லி விட்டு, வேகமாக நடந்து போய் ஸ்பென்ஸர் ஆள் ஒருவனைப் பிடித்து, பிஸ்கோத்தும் டீயும் கொண்டுபோய்க் கொடுக்கும்படி சொன்னேன். அப்புறம் ஏதோ சந்தேகம் தோன்றவே இந்தியச் சிற்றுண்டிச் சாலைக்கும் போய்ச் சிற்றுண்டி காப்பி கொண்டு போய்க் கொடுக்கும்படியும் சொன்னேன். பிறகு சற்றுத் தூரம் பிளாட்பாரத்தில் நடந்துவிட்டுத் திரும்பினேன். திரும்புகையில் அந்தப் பெண்ணின் வண்டிக்கருகில் நின்று, 'டீ வந்ததா?' என்று கேட்டேன். அவள் திரும்பிப் பார்த்து முகமலர்ச்சியுடன், 'ஓ! ஒன்றுக்கு இரண்டு மடங்காக வந்தது. நீங்கள் கூட வந்து சாப்பிடலாம்!' என்றாள்.

ஒரு கணம் அந்த வண்டியில் ஏறிக்கொள்ளலாமா என்ற பைத்தியக்கார எண்ணம் உண்டாயிற்று. நல்ல வேளையாக, வண்டியின் வெளிப்புறத்தில் 'பெண்களுக்கு மட்டும்'

என்று போட்டிருப்பதை பார்த்திருந்தேன். ஆகையால், 'இல்லை! நான் சாப்பிட்டாயிற்று!' என்று சொல்லிவிட்டு என் வண்டியில் போய் ஏறிக்கொள்வதற்கு நகர்ந்தேன். அந்தப் பெண் மறுபடியும், 'இன்னும் ஓர் உதவி எனக்காகச் செய்யமுடியுமா? இந்த ரயிலில் காக்கி புஷ்கோட் அணிந்த மூன்று மனிதர்கள் எந்த வண்டியிலாவது இருக்கிறார்களா? அவர்களில் ஒருவர் கடற்படையைச் சேர்ந்தவர் மாதிரி தொப்பி அணிந்திருப்பார்! ஆனால்... ஒரு வேளை, வண்டி புறப்படும் சமயம் ஆகிவிட்டதோ, என்னவோ?' என்றாள்.

'வண்டி புறப்படப் போகிறது! அதனால் பாதகமில்லை. நீங்கள் சொல்வது போன்ற மூன்று ஆசாமிகள் இந்த வண்டியில் இருக்கிறார்கள். என்ஜினுக்குப் பக்கத்து வண்டியில் அவர்கள் இருப்பதைச் சற்று முன்னால் பார்த்தேன்!' என்றேன். நான் சொன்னது உண்மையேதான். அதைக் கேட்ட அந்தப் பெண்ணின் புருவங்கள் வெகு இலேசாக நெரிந்தன. 'சரி, ரொம்ப வந்தனம்' என்றாள். நான் போய் என் வண்டியில் ஏறிக்கொண்டேன்.

விருதுநகரிலிருந்து மதுரைக்கு ரயில்போனதே எனக்குத் தெரியவில்லை. அப்படியாக என் மனம் சிந்தனையில் ஆழ்ந்திருந்தது. என்ன சிந்தனை என்று சொல்ல வேண்டிய தில்லையல்லவா? அந்தப் பெண் யார்? எங்கிருந்து எங்கே போகிறாள்? தனியாகப் பிரயாணம் செய்வதன் காரணம் என்ன? பார்த்தால் நாகரிகமான, படித்த பெண்ணாகத் தோன்றுகிறாளே! 'புஷ்கோட்' அணிந்த மூன்று மனிதர்களைப் பற்றி எதற்காக விசாரித்தாள்?-என்றெல்லாம் எனக்கு நானே கேள்விகளைப் போட்டுக் கொண்டேன். ஆனால் பதில் ஒன்றும் கிடைக்கவில்லை. எனினும், பொழுது மட்டும் சிறிதும் நில்லாமல் ஒரே ஓட்டமாக ஓடிவிட்டது.

மதுரைச் சந்திப்பு வந்தது. நாட்டில் எத்தனையோ ரயில் நிலையங்கள் இருக்கின்றன. ஒவ்வொன்றுக்கும் ஒரு தனி உருவமும் இருக்கிறது. மதுரை நிலையம் ஒரு தனி ரகம். நிலையத்துக்குள் ரயில் வரும்போது ஜனங்கள் சுவர் வைத்த மாதிரி வரிசை வரிசையாக நின்று உற்றுப் பார்த்துக்

கொண்டிருப்பார்கள். என்னத்தைத்தான் பார்ப்பார்களோ தெரியாது. வந்த ரயிலில் ஏறுவோர் இறங்குவோர் அதிகம் உண்டா என்றால், அதுவும் இல்லை. மாலை நேரத்தில் பொழுது போகாமல் ரயில் நிலையத்துக்கு வந்து, வருகிற போகிற வண்டிகளைப் பார்த்துக் கொண்டிருக்கும் ஜனங் களைப் போலத் தோன்றும். சிறுபிள்ளைகள் சிலர் கையில் கையெழுத்து வாங்கும் சிறிய புத்தகங்களை வைத்துக் கொண்டு, ரயிலில் யாராவது பிரமுகர்கள் வருகிறார்களா என்று ஆவலுடன் பார்த்துக்கொண்டு போவார்கள். பத்திரிகை விற்பவர்கள், ஒரு நகரும் பெட்டியில் ஆபாசமான படங்கள் போட்ட மஞ்சள் இலக்கியங்களை வைத்துக்கொண்டு பிரயாணிகள் எதிரே நின்றுவிடுவார்கள். 'பிச்சர் போஸ்டு வேண்டுமா?' 'இல்லஸ்ட்ரேடட் வீக்லி வேண்டுமோ?' என்று கேட்டுக் கொண்டு நிற்பார்கள். வேண்டாம் என்று சொன் னாலும் போகமாட்டார்கள். பெட்டியிலுள்ள ஆபாச புத்தகங் களின் மேலட்டையைப் பிரயாணிகள் பார்ப்பதற்காகக் காத்துக் கொண்டிருப்பார்கள். ஏதாவது ஒரு அட்டையில் மேல் அவர்களுக்கு ஆசை விழாதா என்ற நோக்கம்.

என் முன்னால் அப்படி ஒரு பெட்டி வந்து நின்றதும் 'இதேதடா தொல்லை?' என்று நான் கீழே இறங்கினேன். கூட்டத்தில் முண்டியடித்துக் கொண்டு பிளாட்பாரத்தில் உலாவத் தொடங்கினேன். 'பெண்கள் வண்டி'யில் அந்தப் பெண்ணைக் காணவில்லை. சிறிது ஏமாற்றத்துடன் மேலே நடந்தேன். என்ஜினுக்கு அருகில் பிளாட்பாரத்தில் ஒரு சிறிய கும்பல் நின்றது. யாருக்கோ மாலை போட்டு வழியனுப்பிக் கொண்டிருந்தார்கள். 'ஹிப் ஹிப் ஹுரே!' என்ற கோஷமிட் டார்கள். அதில் என் கவனம் செல்லவில்லை. அந்தக் கும்பலுக் குச் சற்று அப்பால் நாலு பேர் நின்று பேசிக்கொண்டிருந்த இடத்தில் என் கவனம் சென்றது. அவர்களில் மூன்று பேர் காக்கி 'புஷ்கோட்' ஆசாமிகள். நாலாவது நபர், என்னையறியாமல் என் கண்கள் தேடிக்கொண்டிருந்த பெண். அப்போது அவள் என்பக்கம் பார்க்கவில்லை. தலையில் அணிந்த ஒற்றை ரோஜாவிலிருந்துதான் அவள் என்று தெரிந்துகொண்டேன். அவள் ஏதோ வேடிக்கையாகப் பேசியிருக்கவேண்டும். மற்ற

மூன்று பேரும் நகைத்தார்கள். எனக்கு ஒரே எரிச்சலாயிருந்தது. அவர்களிடையே போவதற்கும் தைரியமில்லை. அங்கிருந்து நகருவதற்கும் மனம் வரவில்லை. அவர்கள் என்ன பேசிக் கொண்டிருக்கிறார்கள் என்று அறிந்து கொள்ள ஆவல் உண்டாயிற்று. நிற்கலாமா நகரலாமா என்று யோசித்துக் கொண்டிருந்தபோது அவள் திரும்பினாள். என்னைப் பார்த்து விட்டாள். உடனே பழையபடி ஒரு முல்லைப்புன்னகை அவள் முகத்தில் பூத்தது. மறுபடி திரும்பி அவர்களுடன் பேசத் தொடங் கினாள். அங்கிருந்து அகல்வதே நலம் என்று தீர்மானித்தேன். திரும்பிப்போய் என் வண்டியில் ஏறிக்கொண்டேன். என்ஜின் இருந்த திக்கையே பார்த்துக் கொண்டிருந்தேன். எதற்காக என்று சொல்ல வேண்டிய தில்லையல்லவா!

வண்டி புறப்படும் நேரம் ஆகிவிட்டது. இன்னும் அவள் ஏன் திரும்பி வரவில்லை? அந்த 'புஷ்கோட்' மனிதர்களுடன் அவர்களுடைய வண்டியில் ஏறி விட்டாளா என்ன?... இல்லை, அதோ அவள் வருகிறாள். வேகமாகவே நடந்து வருகிறாள். என்ன அழகான நடை! அவள் நடப்பதாகவே தோன்றவில்லை; மிதப்பதாகத் தோன்றியது. என் வண்டிக்கு அருகில் வந்ததும் என்னைப் பார்த்தாள். சற்றுத் தயங்கி நின்றாள். 'வண்டி புறப்படப் போகிறதே!' என்றேன். என்னத்தைச் சொல்ல. அவள் சட்டென்று வண்டிக் கதவைத் திறந்து கொண்டு உள்ளே வந்தாள். வந்தவள் எனக்கு எதிரில் உட்கார்ந்து, என்னை ஏறிட்டுப் பார்த்தாள்.

என் நெஞ்சு அபார வேகமுள்ள விமான என்ஜினைப் போல் அடித்துக் கொண்டது.

'பாருங்கள்! இப்போதெல்லாம் ரயிலில் தனியாகப் பிரயாணம் செய்வது அபாயம் என்று சொல்கிறார்களே! பெண்கள் வண்டியில் இன்னும் யாராவது பெண்கள் ஏறுவார்கள் என்று பார்த்தேன். ஒருவரும் ஏறவில்லை. ரயிலில் கொலைகூட நடக்கிறது என்று சொல்லுகிறார்கள். நானும் இந்த வண்டிக்கே வந்துவிடலாமா என்று பார்க்கிறேன். நீங்கள் மதராசுக்குத் தானே போகிறீர்கள்!' என்று கேட்டாள்.

எல்லையில்லாத உற்சாகத்துடன் நான், 'ஆமாம்; மதராஸுக்குத் தான் போகிறேன். நீங்கள் பேஷாக இந்த வண்டிக்கே வரலாம். சாமான்களை கொண்டுவரச் சொல்லட்டுமா? ஏ, போர்ட்டர்!' என்றேன்.

'இப்போது வேண்டாம்; அடுத்த ஸ்டேஷனில் பார்த்துக் கொள்ளலாம்!' என்று சொல்லிவிட்டு அந்தப் பெண் இறங்கிச் சென்றாள்.

அவள் இறங்கிய உடனே, யாரோ ஒருவர் சடக்கென்று கதவைத் திறந்து கொண்டு உள்ளே வந்தார். கையில் ஒரு பிரயாணப் பெட்டியும் வைத்துக்கொண்டிருந்தார். பெட்டியைப் பலகையில் வைத்து விட்டு என்னையும் போய் கொண்டிருந்த பெண்ணையும் இரண்டு மூன்று தடவை மாற்றி மாற்றிப் பார்த்தார். தொண்டையைக் கனைத்துக் கொண்டு 'மன்னிக்க வேண்டும்! ஒரு வேளை இந்த வண்டி ரிஸர்வ் ஆகியிருக்கிறதோ?' என்றார்.

'ஆமாம்' என்று ஒரு பொய் சொல்லி அவரை இறங்கிப் போகச் சொல்லலாமா என்று என் மனத்தில் ஒரு கெட்ட எண்ணம் உதித்தது.

இதற்குள், கார்டு குழல் ஊதும் சத்தம் கேட்டது. ரயில் புறப்படுவதற்குள் அவள் வண்டியில் ஏறிவிடுகிறாளா என்று எட்டிப் பார்த்தேன். அந்த அழகிய ஒற்றை ரோஜாப்பூ கண்ணைக் கவர்ந்தது. அந்தப் பூவை அணிந்தவள் வண்டியில் ஏறியதும், ரயிலும் நகர்ந்தது.

இரண்டாம் அத்தியாயம்

என் வண்டியில் ஏறிய மனிதர் 'அப்பா! பயங்கரம்!' என்றார். அவரை ஏறிட்டுப் பார்த்தேன். படித்த நாகரிக மனிதராகக் காணப்பட்டார். வயது நாற்பது இருக்கும். ஐரோப்பிய உடை தரித்திருந்தார். அவருடைய கண்கள் ரயிலின் அபாய அறிவிப்பு விளக்கைப் போல் சிவப்பாக ஜொலித்தன.

சட்டைப் பையிலிருந்து ஒரு புட்டியை எடுத்து அதிலிருந்த பானத்தைக் கடகடவென்று வாயில் விட்டுக் கொண்டு குடித்தார்.

'ஐயோ! என்ன வெப்பம்! மரண தாகம் எடுத்துவிட்டது!' என்று தமக்குத் தாமே சொல்லிக் கொண்டார்.

பிறகு, என்னை நோக்கி, 'அந்த அற்புதத்தைப் பார்த்தீரா?' என்றார்.

'எந்த அற்புதத்தை?' என்று கேட்டேன்.

'இந்த ஒற்றை ரோஜாப் பூவைத்தான்!' என்றார்.

'அதில் அற்புதம் என்ன?' என்று சிறிது கோபமான குரலில் கேட்டேன்.

'அற்புதம் என்னவா! ஆம், உமக்குத் தெரியாது. தெரிகிறதற்கு நியாயம் இல்லை. அந்த ஒற்றை ரோஜாப் பூவிலேதான் என் உயிர் இருக்கிறது?' என்று சொல்லிவிட்டு, ஒரு விகாரமான புன்னகை புரிந்தார்.

அவர் ஏதோ அநுசிதமான பரிகாசம் செய்யப் போகிறார் என்று எண்ணினேன். ஆகையால் ஆத்திரம் பொங்கிக் கொண்டு வந்தது.

'இன்னமும் எனக்குப் புரியவில்லை!' என்று கடுமையான குரலில் கூறினேன்.

'ஆமாம்; அந்த ஒற்றை ரோஜாப்பூவில்தான் என் உயிர் இருக்கிறது. ஆகையினாலே மூன்று நாளாகியும் அது வாடாமலிருக்கிறது!' என்றார்.

நான் சிறு பிள்ளையாக இருந்த போது, ஒரு ஆரம்பப் பள்ளிக்கூடத்தில் படித்துக் கொண்டிருந்த போது, ஒரு தடவை எங்கேயோ பராக்குப் பார்த்துக் கொண்டிருந்தேன். வாத்தியார் பிரம்பினால் சுளீர் என்று முதுகில் அடித்தார். அச்சமயம் என் தலையிலிருந்து ஆயிரம் மின்னல்கள் கிளம்பி வெளியில் சென்றது போலத் தோன்றியது. அத்தகைய உணர்ச்சி இப்போதும் உண்டாயிற்று. அந்த ஒற்றை

அமரர் கல்கி

ரோஜாப்பூ சிறிதும் வாடாமலிருப்பதின் அதிசயத்தை அது வரையில் நான் எண்ணிப் பார்க்கவில்லை. அது நிஜ ரோஜாப் பூவாயிருக்க முடியாது; நிஜ ரோஜாவைப் போல் அபூர்வ வேலைப்பாட்டுடன் செய்த செயற்கை ரோஜாப் பூவாகத்தான் இருக்க வேண்டும். அதனால் என்ன! நிஜ ரோஜாப் பூவுக்குப் பதில் செயற்கை ரோஜாப் பூவை வைத்துக் கொள்வதில் என்ன தவறு? உடனே அவளுடைய தந்த வர்ணக் கழுத்தில் அணிந்திருந்த இரட்டை வட முத்துமாலை என் கவனத்துக்கு வந்தது. அதுவும் செயற்கை முத்துமாலைதான். அதனால் என்ன? அவர்களுடைய கையில் அணிந்திருந்த இரண்டு அழகிய சங்கு வளையல்களும் என் நினைவுக்கு வந்தன. தங்கத்தினாலும் வைரத்தினாலும் மற்றும் விலை உயர்ந்த ரத்தினங்களினாலும் ஆபரணங்களைச் செய்து சில ஸ்திரீகள் போட்டுக் கொள்கிறார்கள். அதனால் அவர்களுடைய அழகு அதிகமாகி விடுகிறதா? அவலட்சணந்தான் அதிகமாகிறது!...

இம்மாதிரிச் சிந்தனையில் நான் ஆழ்ந்திருந்தபோது அந்த மனிதர் தொண்டையைக் கனைத்துக் கொண்டு, 'இது இரண்டாம் வகுப்பு வண்டியா?' என்று கேட்டார்.

'ஆமாம்!' என்றேன்.

'அதுதானே பார்த்தேன்! என்னிடம் முதல் வகுப்பு டிக்கெட் இருக்கிறது. திண்டுக்கல்லில் முதல் வகுப்பு வண்டிக்குப் போய்விடுகின்றேன்' என்றார்.

உடனே எனக்கு ஒரு மகிழ்ச்சி உண்டாயிற்று. அதை அவரும் தெரிந்துகொண்டார். 'அதற்குள் உமக்கு ஒரு எச்சரிக்கை செய்துவிட விரும்புகிறேன்.'

'என்ன எச்சரிக்கை?' என்று கேட்டேன்.

'அந்த ஒற்றை ரோஜாப் பூக்காரிப் பற்றித்தான். அவளுடைய ஊர், பெயர் உமக்குத் தெரியுமா?' என்றார்.

'தெரியாது. தெரிந்துகொள்ள விரும்பவும் இல்லை!' என்றேன்.

ஆனாலும் அந்த மனிதர் விடவில்லை. ‘அவள் பெயர் மனோகரி; அவளுடைய ஊர் கொழும்பு!’ என்றார்.

மனோகரி என்ற பெயரைக் கேட்டதும் என் உள்ளம் பூரித்தது. என்ன அழகான பெயர்! ‘மனோகரி’, ‘மனோகரி’ என்று இரண்டு மூன்று தடவை வாய்க்குள் சொல்லிப் பார்த்துக் கொண்டேன்.

கொழும்பு நகரைப் பற்றி நான் எவ்வளவோ கேள்விப் பட்டிருக்கிறேன். ஆனால், பார்த்ததில்லை. நவநாகரிகத்தில் சிறந்த அந்த நகரத்திலேதான் இத்தகைய பெண் பிறந்து வளர்ந்திருக்கக் கூடும். அதில் ஆச்சரியம் என்ன?

அந்த மனிதருடைய பேச்சைக் கேட்பதில் எனக்கு ஏற்பட்டிருந்த அருவருப்பு மாறிவிட்டது. திண்டு க்கள் ஸ்டேஷன் வருவதற்குள் அவரிடமிருந்து அந்தப் பெண்ணைப் பற்றிக் கூடிய வரையில் தெரிந்துகொள்ள வேண்டும் என்ற ஆசையும் உண்டாகிவிட்டது.

அடடா! அந்த ஆசையின் விளைவு என்ன கோரபயங்கரம்! முதலில் நினைத்தபடியே அவருடன் நான் பேச்சுக் கொடு க்காமல் இருந்திருக்கக் கூடாதா?

‘உங்களுக்கும் கொழும்புதான் போலிருக்கிறது. அந்தப் பெண் கொழும்பில் உங்கள் அக்கம் பக்கத்து வீட்டைச் சேர்ந்தவளோ?’ என்று கேட்டு விட்டேன்.

உடனே அவர் தம்முடைய கதையை ஆரம்பித்தார். பயங்கரமான விஷயங்களைப் படிக்க விருப்ப மில்லாத வாச கர்கள் இந்தப் பகுதியை இங்கேயே விட்டுவிட்டு, அடுத்த பகுதியிலிருந்து படிக்கத் தொடங்குவது நலம்.

அவர் கூறியதாவது:

‘அவளும் நானும் அக்கம் பக்கத்தில் வசிப்பவர்கள் அல்ல. கொழும்பு நகரம் மிகப்பெரியது. அதில் நான் ஒரு பக்கத்திலும் அவள் ஒரு பக்கத்திலும் இருக்கிறோம். கண்டியிலிருந்து கொழும்புக்கு வரும் ரயிலில்தான் அவளை முதலில் சந்தித்தேன். அந்தப் பாதையில் வரும் போது இரு

பக்கத்திலும் உள்ள அழகிய காட்சிகளைப் பற்றிப் பேச ாவிட்டால் நெஞ்சு வெடித்துவிடும்! நீர் இலங்கைக்கு வந்த தில்லை. வந்திருந்தால், கண்டி-கொழும்புப் பாதையில் பிரயாணம் செய்திருந்தால், உமக்கு நான் சொல்வது விளங்கும். அவ்வளவு அழகான இயற்கைக் காட்சிகளை உலகில் வேறு எங்கும் காணமுடியாது.'

'நாங்கள் ஏறியிருந்த வண்டியில் எங்களைத் தவிர வேறு யாரும் இல்லை. ஆகையால், அவளுடனே நான் பேச வேண்டியதாயிற்று. அவளும் உற்சாகமாகவே பேசிக் கொண்டு வந்தாள். கொழும்பு ஸ்டேஷன் சமீபத்ததும் ஒருவருடைய விலாசத்தை ஒருவர் கேட்டுத் தெரிந்து கொண்டோ ம். அவளுடைய வாசம் வெள்ளவத்தை என்று தெரிந்துகொண்டேன். மதராஸுக்கு மாம்பலம் எப்படியோ, அப்படி கொழும்புக்கு வெள்ளவத்தை. தன்னுடைய வீட்டுக்கு ஒரு நாள் வரும்படி கேட்டுக்கொண்டாள். 'அடுத்த ஞாயிற்றுக்கிழமை வருகிறேன்,' என்று ஒப்புக்கொண்டேன். அந்தப்படியே மறு ஞாயிற்றுக்கிழமை வெள்ளவத்தை சென்று, அவளுடைய வீட்டைத் தேடிக் கண்டு பிடித்தேன். நான் போனபோது அவள் வீட்டில் இல்லை. வேலைக்காரன் ஒருவன் இருந்தான். 'இப்போது வந்து விடுவார்கள்; உட்காருங்கள்!' என்றான். வீட்டுத் தாழ்வாரத்தில் போட் டிருந்த சாய்மான நாற்காலி ஒன்றில் அமர்ந்தேன். கடற்காற்று சுகமாக வந்து கொண்டிருந்தது. வீட்டு வாசலில் இருந்த சிறிய தோட்டத்தில் புஷ்பச் செடிகளும் அலங்கார குரோட் டன்ஸ் செடிகளும் கொழு கொழுவென்று வளர்ந்திருந்தன! அவற்றில் ஒரே ஒரு ரோஜாச் செடியும் இருந்தது. அந்தச் செடியில் ஒற்றை ரோஜா ஒன்று மலர்ந்தது. 'நான் தான் புஷ்பங்களின் ராஜா' என்று பறையறைந்து கொண்டிருந்தது.'

'நேரமாக ஆக என் மனத்தில் ஒரு பதை பதைப்பு ஏற்பட்டது. 'இது யார் வீடோ, என்னவோ? அந்தப் பெண்ணுக்குச் சொந்தக்காரர்கள் எப்படிப்பட்டவர்களோ? அவள் அழைத் தாள் என்று நாம் வந்துவிட்டோமே! இது சரியான காரியமா?' என்ற எண்ணங்கள் தோன்றி என் உள்ளத்தைக் குழப்பின.'

'சிறிது நேரத்துக்கெல்லாம் மனோகரி வந்தாள்! என்னைப் பார்த்ததும் அவள் 'வாருங்கள்! வாருங்கள், நீங்கள் வருவதாகச் சொன்னதை மறந்து விட்டேன்' என்றாள். பிறகு, அவளுடன் வந்தவருக்கு என்னை அறிமுகப்படுத்தி வைத்தாள். பிறகு, என்னை உள்ளே அழைத்துப்போய், விருந்தினரை வரவேற்பதற்குரிய விசாலமான முன் அறையில் உட்கார வைத்தாள். சிறிது நேரத்துக்கெல்லாம் அவளும் வந்து எதிரில் உட்கார்ந்து கொண்டாள். வேலைக்காரன் டீ கொண்டு வந்து கொடுத்தான். நான் டீ சாப்பிட்டுக் கொண்டேயிருக்கையில் என் பின்னால் வந்து யாரோ நிற்பதை உணர்ந்தேன். உடனே என் மண்டையில் 'படீர்' என்று ஒரு அடி விழுந்தது. அவ்வளவுதான்; செத்து விழுந்து விட்டேன்.... ஆமாம், ஐயா, ஆமாம்! செத்துதான் விழுந்தேன். உமக்கு நம்பிக்கைப்படாதுதான். கதையைப் பூராவும் கேட்டுவிடும். செத்து விழுந்த என்பேரில் ஒரு கம்பளத்தைப் போட்டு மூடினார்கள். நான் செத்துப் போய்விட்டேன் என்று எனக்கு நன்றாகத் தெரிந்தது. ஆனால், என் உயிர் மட்டும் அங்கேயே சுற்றி வந்து கொண்டிருந்தது. என் உடம்பை இவர்கள் என்ன தான் செய்யப்போகிறார்கள் என்று அறிந்து கொள்ள விரும்பினேன். அதனால் தான் அங்கேயே வட்டமிட்டுக் கொண்டிருந்தேன். அன்று நள்ளிரவில் இந்தப் பெண்ணும் அவளோடு வந்த ஆடவனும் என் உடலைத் தூக்கிக் கொண்டு போனார்கள். தோட்டத்தில் ஒரு பெரிய குழி வெட்டப்பட்டிருந்தது. அதில் என் உடம்பைப் போட்டுப் புதைத்தார்கள். எல்லாம் முடிந்ததும் மனோகரி ஒரு பெரு மூச்சு விட்டு 'ஐயோ! பாவம்!' என்றாள்; அவள் கண்களில் கண்ணீர் துளிகளும் வந்தன. எனக்கு என்னவோ பரமதிருப்தி ஆகிவிட்டது. பிறகு, அவர்கள் கொஞ்ச தூரத்தில் பூச் சட்டியில் இருந்த ஒரு ரோஜாச் செடியைப் பெயர்த்து எடுத்து, என்னைப் புதைத்த இடத்தின் மேல் அதை நட்டுவிட்டார்கள். மனோகரி ஒரு சிறிய பாத்திரத்தில் தண்ணீர் கொண்டுவந்து ஊற்றினாள். அந்தத் தண்ணீரோடு அவளுடைய கண்ணீர் துளிகளும் கலந்ததாக எனக்குத் தோன்றியது.'

'என் உயிருக்கு இன்னமும் அவ்விடத்தை விட்டுப் போக மனமில்லை. அந்தக் குழியையும் அதன் மேலிருந்த செடியையும் சுற்றி வட்டமிட்டுக் கொண்டிருந்தது. கொஞ்ச நாளைக்கெல்லாம் அந்த ரோஜா செடியில் ஒரு மொட்டு விட்டது. அந்த மொட்டுக்குள் போய் என் உயிர் புகுந்து கொண்டது. மொட்டு மலர்ந்து பூவாயிற்று. நானும் அதிலேயே காத்திருந்தேன். மனோகரி அந்த ரோஜாவைப் பறித்துத் தன் கூந்தலில் சூடிக்கொள்வாள் என்ற ஆசையோடு காத்திருந்தேன். அம்மம்மா! அப்படி காத்திருக்கும்போது ஒவ்வொரு விநாடியும் ஒரு யுகமாக இருந்தது. கடைசியில், அவள் வந்து, தன் தங்கக் கரத்தினால் அந்த ரோஜாவைப் பறித்துத் தன் தலையிலே சூடிக்கொண்டாள். அப்புறந்தான் என் ஆத்மா சாந்தி அடைந்தது.'

'தம்பி! உன்னைப் பார்த்தால் நல்ல அறிவாளியாகத் தோன்றுகிறது. ஆகையால், நீயே ஒருவேளை ஊகித்துக் கொண்டிருப்பாய். அவர்கள் வீட்டுத் தாழ்வாரத்தில், சாய்மான நாற்காலியில் சாய்ந்து கொண்டு சிறிது நேரம் தூங்கி விட்டேன். அப்போது நான் கண்ட கனவையே இத்தனை நேரம் சொன்னேன். மனோகரி திரும்பி வந்த பிறகு அப்படியெல்லாம் என்னை ஒன்றும் செய்துவிடவில்லை. மரியாதையாகப் பேசித் திருப்பி அனுப்பினாள். அதன் பிறகு அடிக்கடி நாங்கள் சந்திப்பதுண்டு. இருந்தபோதிலும், அவளுடைய கூந்தலில் ஒற்றை ரோஜாப்பூவைக் கண்டால் மாத்திரம் எனக்கு ஒரு திகில் உண்டாகி விடுகிறது. அன்று கண்ட கனவு நினைவுக்கு வந்துவிடுகிறது...'

அம்மனிதர் பாதிக் கதை சொல்லிக் கொண்டு வந்த போது, அவர் பைத்தியக்கார ஆஸ்பத்திரியிலிருந்து தப்பி வந்தவராயிருக்க வேண்டுமென்று எண்ணிக் கொண்டேன். அவரிடம் இவ்வண்டியில் தனியாக மாட்டிக் கொண்டோமே என்று கொஞ்சம் கவலையாகவும் இருந்தது. அவ்வளவும் கனவு என்று அவர் கதையை முடித்தபோது என்னையறியாமலே பெருமூச்சு விட்டேன். இவர் ஒரு விளையாட்டு மனிதர் என்று முடிவு செய்து கொண்டேன்.

ஆயினும், இப்படியெல்லாம் பயங்கரமாக ஏன் கற்பனை செய்ய வேண்டும்? அவருடைய மூளையில் ஏதேனும் கொஞ்சம் கோளாறு இருந்தாலும் இருக்கலாம்.

ரயில் வண்டி தண்டவாளம் மாறும் கடபுட சத்தம் கேட்கலாயிற்று. திண்டுக்கல் ஸ்டேஷனுக்குள் வண்டி போய்க் கொண்டிருக்கிறது என்று தெரிந்து கொண்டேன்.

'இதோ பாரும்! நான் திண்டுக்கல்லில் இறங்கி, முதல் வகுப்பு வண்டி ஏதாவது காலியிருக்கிறதா என்று பார்த்து வருகிறேன். அது வரையில் இந்தப் பெட்டி இங்கேயே இருக்கட்டும். ஒரு விஷயம்; அந்தப் பெண் உம்முடன் பேச மறுபடியும் வருவாள் என்று தோன்றுகிறது. அவள் கூந்தலில் உள்ள ஒற்றை ரோஜாப் பூவை எப்படியாவது நீர் எடுத்து வைத்திருந்து என்னிடம் ஒப்பித்தால், ஆயிரம் ரூபாய் உமக்குக் கொடுக்கிறேன். இல்லை; ஆயிரம் ரொம்பக் குறைவு, இரண்டாயிரம் ரூபாய் தருகிறேன். சரிதானே! ஆனால் அவளுக்கு மட்டும் தெரியக் கூடாது. தெரிந்தால் உயிருக்கே ஆபத்து தெரிந்ததா?'

இந்த மனிதருக்கு மூளைக் கோளாறு தான்! சந்தேகமில்லை, பெட்டியையும் எடுத்துக் கொண்டு தொலைந்து போகக் கூடாதோ! மறுபடியும் இவர் இங்கேயே வருவதாயிருந்தால் நாம் இறங்கி வேறு வண்டி பார்த்துக் கொள்ள வேண்டியது தான் என்று தீர்மானித்தேன்.

மூன்றாம் அத்தியாயம்

திண்டுக்கல் ஸ்டேஷனில் வண்டி நின்றது. 'சிறுமலை வாழைப்பழம்', 'சாம்பார் சாதம்' 'பிரியாணி' என்னும் கூக்குரல்கள் காதைத் துளைத்தன. அந்த மனிதர் இறங்கி அவசரமாகப் போனார். பெட்டியை வைத்து தொலைத்து விட்டுதான் போனார். அந்தப் பெண் ஒரு வேளை இந்த வண்டியில் ஏறிக் கொள்ளலாம் என்று வந்தால், இந்தப் பெட்டி ஒரு தடையாயிருக்கலாமல்லாவா? அவர் கூறியவற்றில் ஏதேனும் கொஞ்சமாவது உண்மையிருக்குமா? அந்தப்

பெண்ணின் ஊர் கொழும்பு, அவள் பெயர் மனோகரி என்பவையேனும் நிஜமாயிருக்குமோ?

அதிக நேரம் நான் யோசிக்க முடியவில்லை. அவளே வந்து விட்டாள். என் வண்டியின் அருகில் வந்து நின்றாள். நானும் மரியாதைக்காகக் கீழே இறங்கினேன்.

'இங்கே ரயில் எத்தனை நேரம் நிற்கும்?' என்று கேட்டாள்.

'ஐந்து நிமிஷந்தான் நிற்கும்.'

'அப்படியானால் என் சாமான்கள் இங்கே ஏற்ற முடியாது. திருச்சினாப்பள்ளியில் தான் மாற்ற வேண்டும். இந்த வண்டியில் வந்து ஒருவர் ஏறினாரே, அவர் இறங்கிப் போவதைப் பார்த்தேன். அவர் என்னைப் பற்றி ஏதாவது சொன்னாரா?' என்றாள்.

'ஆம் ஏதேதோ சொன்னார். அதையெல்லாம் நான் பொருட்படுத்தவில்லை.'

'அவர் என்னதான் சொன்னார்?' என்று கேட்டாள்.

'உங்கள் ஊர் கொழும்பு என்றும், பெயர் மனோகரி என்றும் சொன்னார். உங்களை அவருக்குப் பழக்கம் உண்டு என்றும் கூறினார்.'

'அவ்வளவு வரை அவர் கூறியவை உண்மைதான். வேறு ஒன்றும் சொல்லவில்லையா?'

'இன்னும் ஏதோ உளறினார்! அதையெல்லாம் ஏன் கேட்கிறீர்கள்?'

'ஆம், என்னைப் பற்றி ஏதாவது அவதூறு சொல்லி யிருப்பார். அதையெல்லாம் நீங்கள் நம்பாததற்கு ரொம்ப வந்தனம்! நான் பயந்தது உண்மை ஆயிற்று. அங்கே புஷ்கோட் மனிதர்கள் மூன்று பேர்; இங்கே ஸுட் போட்ட ஒருவர். ஆக, நாலு பேர் என்னைத் தொடர்ந்து இந்த வண்டியில் வருகிறார்கள். நீங்கள் தான் எனக்கு உதவி செய்ய வேண்டும்!'

'எதற்காக உங்களைத் தொடர்ந்து வருகிறார்கள்? எதற்காக நீங்கள் பயப்பட வேண்டும்? எனக்கு ஒன்றுமே புரியவில்லையே! உண்மையில் அபாயம் ஏற்படுவதா யிருந்தால், சும்மா இருந்து என்ன பயன்? ரயில்வே போலீஸாரிடம் சொல்லலாமே!' என்றேன்.

'வேண்டாம், வேண்டாம்! போலீஸாரிடம் மட்டும் சொல்ல வேண்டாம். அதைக் காட்டிலும்...'

இவ்விதம் கூறிய மனோகரி, பேச்சை நடுவில் நிறுத்தி, என் வண்டிக்குள் எட்டிப் பார்த்தாள். அங்கே வைத்திருந்த பெட்டி அவளுடைய கவனத்தை அடியோடு கவர்ந்து விட்டதாகத் தெரிந்தது. அதை உற்றுப் பார்த்துக் கொண்டே நின்றாள். அப்போது அந்த அழகிய பால் வடியும் முகத்தில் பீதியின் சாயை பரவியதைப் பார்த்தேன். எனக்கு அவளிடம் பரிதாபமும் உண்டாயிற்று; ஒரு வித வியப்பும் உண்டா யிற்று.

'ஆமாம்; அது அந்த மனிதருடைய பெட்டிதான். பிற்பாடு வந்து எடுத்துக்கொள்வதாகச் சொல்லிவிட்டுப் போனார்!' என்றேன்.

'திருச்சியில் உங்கள் வண்டியில் வந்து ஏறிக் கொள்ளலாம் என்று எண்ணியிருந்தேன். அதுவும் முடியாது போலிருக்கிறது!' என்றாள்.

'ஏன் முடியாது? அந்த ஆசாமி மறுபடி வந்தால் அவரை விரட்டியடித்து விடுகிறேன். அல்லது இரண்டு பேரும் வேறொரு வண்டியைப் பார்த்து ஏறுவோம். மூன்றாம் வகுப்பில் வேண்டுமானாலும் ஏறிக்கொண்டு போவோம். நீங்கள் கொஞ்சங்கூட பயப்பட வேண்டாம். நான் இருக்கும்போது உங்களுக்கு ஒருவித அபாயமும் வருவதற்கு விடமாட்டேன்!' என்றேன்.

'சரி, எல்லாவற்றுக்கும் திருச்சி ஜங்ஷனில் யோசித்துக் கொள்ளலாம்' என்று சொல்லிவிட்டு, மனோகரி திரும்பி அவள் வண்டிக்குப் போனாள்.

அவள் தலையிலிருந்த ஒற்றை ரோஜாப்பூ மீண்டும் என் கண்ணில் பட்டது. இந்தத் தடவை அது ஏதோ மர்மம் நிறைந்த பொருளாக எனக்குத் தோன்றியது.

பெட்டியை எடுத்துக்கொண்டு போக அந்த மனிதர் வரவேயில்லை. ரயில் புறப்பட்டுவிட்டது. கொந்தளிக்கும் கடலில் அலைகள் எழுந்து விழுவது போல், என் மனத்தில் எண்ண அலைகள் வந்து மோதின.

மனோகரியும் அவளைத் தொடர்ந்து அதே ரயிலில் வருவதாக அவள் கூறிய நான்குபேரும் அந்த அலைகளில் புரண்டு புரண்டு எழுந்தார்கள்.

ஏதோ ஒரு மர்மச் சுழலில் நான் சிக்கிக் கொண்டு விட்டதாகத் தோன்றியது. அது என்னவாயிருக்குமென்று எவ்வளவோ யோசித்தும் தலைகால் ஒன்றும் புரியவில்லை.

அந்தப் பெண் ஏதோ ஒரு சங்கடத்தில் சிக்கிக் கொண்டிருக்கிறாள் என்பது மட்டும் நிச்சயம். எது எப்படியிருந்தாலும் அவளுக்கு ஆதரவாக நின்று, உதவி செய்ய வேண்டுமென்று தீர்மானித்துக் கொண்டேன். அந்த முயற்சியில் உயிரையே கொடுக்க வேண்டியிருந்தாலும் சரிதான். பாபநாசம் அருவியில் விழுந்து உயிர் துறந்து அநாதைப் பிணமாவதைக் காட்டிலும் இப்படிப்பட்ட ஒரு நிராதரவான பெண்ணுக்கு உதவி செய்து உயிரை விடுவது மேல் அல்லவா? ஒரு வேளை, அதற்காகவே தான் கடவுள் பாபநாசத்தில் நம்முடைய புத்தியை மாற்றி அருளினாரோ என்னவோ? ஆனால் மனோகரி கொஞ்சம் நம்மிடம் அதிக நம்பிக்கை வைத்து எல்லாவற்றையும் விவரமாகச் சொன்னால், நம்முடைய அறிவைப் பூரணமாகப் பயன்படுத்தி அவளுக்கு உதவி செய்யப் பார்க்கலாம். எல்லாவற்றுக்கும் திருச்சினாப்பள்ளி வரட்டும்; பார்ப்போம். கேட்டால் சொல்லாமலா போகிறாள்? இப்படியெல்லாம் நான் எண்ணிக்கொண்டிருக்கையில் அந்த ஒற்றை ரோஜாப்பூ மட்டும் என் மனக்கண் முன்னால் இடைவிடாமல் தோன்றிக் கொண்டே இருந்தது.

திருச்சி ஜங்ஷன் வந்தது. ஐந்தாம் நம்பர் பிளாட்பாரத்தில் இன்ன வண்டி வந்திருக்கிறது என்றும், ஆறாம் நம்பர் பிளாட்பாரத்திலிருந்து இன்ன வண்டி புறப்படப்போகிறது என்றும் ஒலிப்பெருக்கி அலறிக்கொண்டிருந்தது.

வண்டியிலிருந்து இறங்கி நின்றேன். என் கண்கள் இரண்டு பக்கமும் திரும்பித் திரும்பிப் பார்த்தன. பெட்டிக்கு உடைய மனிதர் வருகிறாரோ என்று ஒரு பக்கம் பார்த்தன; ஒற்றை ரோஜாப் பூவை இன்னொரு பக்கம் ஆவலுடன் எதிர்பார்த்தன.

முதல் வகுப்புப் பெண்கள் வண்டியிலிருந்து அவளுடைய முகம் எட்டிப் பார்த்தது.

பிறகு அவள் வண்டியிலிருந்து இறங்கினாள். பிளாட்பாரத்தில் அதிக வெளிச்சமில்லாதிருந்த ஓர் இடத்துக்குப் போய் நின்றாள். அப்படியும் இப்படியும் திரும்பித் திரும்பிப் பார்த்துக்கொண்டு நின்றாள்.

சற்று நேரம் நான் பொறுத்துப் பார்த்துவிட்டு இறங்கிப் போனேன். அவளருகில் சென்று 'என்ன தீர்மானம் செய்தீர்கள்?' என்று கேட்டேன்.

'இன்னமும் யோசித்துக் கொண்டுதானிருக்கிறேன். ஒரு முடிவுக்கும் வர முடியவில்லை.'

'எனக்கு என்னவோ, நீங்கள் அநாவசியமாகப் பயப்படுகிறீர்கள் என்று தோன்றுகிறது.'

'அப்படித்தான் எனக்கும் ஒரு சமயம் தோன்றுகிறது. இன்னொரு சமயம், ... அந்த மூன்று புஷ்கோட் ஆசாமிகளை நினைத்தால் பயமாயிருக்கிறது.'

'எதுவாயிருந்தாலும் இருக்கட்டும். உங்களுக்கு அப்படிப் பயமாயிருந்தால் என் வண்டியில் வந்து ஏறிக் கொள்ளுங்கள்...'

'வந்துவிடலாம். ஆனால், அந்தப் பெட்டிக்காரர் வந்து, பெட்டியை எடுத்துக்கொண்டு போய் விட்டாரா?'

'இன்னுமில்லை!'

'அதனால்தான் யோசிக்கிறேன். வண்டி புறப்படும் சமயத்தில் அவர் திடீரென்று வந்து ஏறிக் கொண்டால்?'

'ஏறிக்கொண்டால் என்ன, நான் இருக்கும்போது?'

'அதைவிடப் பெண்கள் வண்டியில் நான் தனியாக இருப்பதே நல்லது.'

'உங்களுக்கு என்னதான் தோன்றுகிறது? எதற்காக இவர்கள் எல்லோரும் உங்களைத் தொடர்கிறார்கள்? ஒரு காரணமும் ஊகிக்க முடியவில்லையா?'

'மதுரை ஜங்ஷனில் அவர்களுடைய பேச்சில் இரண்டொரு வார்த்தை என்காதில் விழுந்தது.'

'ஆ! அதிலிருந்து ஏதாவது ஊகிக்க முடிந்ததா?'

'ஏதோ விலை உயர்ந்த வைரங்களைப் பற்றிப் பேசிக் கொண்டார்கள். அவர்கள் சுங்க இலாகா அதிகாரிகள் என்று தோன்றுகிறது. நான் ஏதோ வைரங்களை ஒளித்து எடுத்துப் போகிறேன் என்று அவர்கள் சந்தேகிக்கிறார்கள் போலிருக்கிறது' என்றாள் மனோகரி.

இதைக் கேட்டு நான் சிரித்து விட்டேன்.

மனோகரியும் சிரித்தாள்; அவள் சிரித்த அந்தச் சிரிப்பு என் காதில் கிண்கிணி நாதமாக ஒலித்தது.

'என்ன முட்டாள் தனம்! நீங்கள் தான் அது விஷயத்தில் மிகப் பரிசுத்தமாக இருக்கிறீர்களே! ஒரு குன்றிமணி எடை தங்கமோ ஒரு சிறிய மூக்குத் திருகு வைரமோ உங்கள் உடம்பில் இல்லையே! அதனாலேயே உங்களை எனக்கு ரொம்பப் பிடித்திருக்கிறது. மதராஸில் சில பணக்கார வீட்டு ஸ்திரீகள் உடம்பெல்லாம் வைரமாக வருகிறார்கள். அந்த அவலட்சணத்தைப் பார்த்துக்கூசிய என் கண்களுக்கு உங்களைப் பார்த்தால்...சேச்சே! என்னமோ சொல்லிக் கொண்டு போகிறேனே!'

'எல்லாம் சரியாகத்தான் சொல்கிறீர்கள். பாக்கியையும் செ ால்லி முடியுங்கள்? ஆ! அதோ!-'

திரும்பிப் பார்த்தேன். என் வண்டிக்குப் பக்கத்தில் இருவர் வந்து நின்றார்கள். ஒருவர் பெட்டியை வைத்துவிட்டுப் போனவர். இன்னொருவர், புது மனிதர்.

பெட்டிக்குரியவர் இன்னொருவரிடம் ஏதோ சொன்னார்.

இருவரும் சுற்றும் முற்றும் பார்த்தார்கள்! பிறகு அங்கிருந்து அகன்றார்கள்.

பெட்டி, வண்டிக்குள்ளேயே இருந்தது.

ஆர்வத்துடன் அந்தக் காட்சியைப் பார்த்துக் கொண்டிருந்த மனோகரி, 'நான்கு பேருடன் இன்னொருவரும் சேர்ந் தாயிற்று!' என்றாள்.

அவளுடைய, அழகியமுகத்தில் பீதி ததும்ப அங்கு மிங்கும் அவள் மிரண்டு பார்த்தபோது நான்கு புறமும் வேடுவர்களால் சூழப்பட்ட மானின் மருண்ட பார்வை என் நினைவுக்கு வந்தது. சுற்றிலும் வலைகள் நெருங்கி வருவதை உணர்ந்த மீன் துவண்டு துடிப்பதைப் போல் அவளுடைய நயனங்கள் துடித்துக் கொண்டிருந்தன.

எனக்கும் சிறிது கலக்கமாகத் தானிருந்தது. ஆயினும் வெளியில் காட்டிக் கொள்ளவில்லை. அவளுக்குத் தைரியம் கூறவும், கூடுமான உதவி செய்யவும் விரும்பினேன்.

'ரயில்வே ஜங்ஷனில் எத்தனையோ பேர் வருவார்கள், போவார்கள், எல்லாரும் உங்களைத் தேடுவதாக ஏன் எண்ணிக்கொள்கிறீர்கள்?' என்று கேட்டேன்.

'காரணமில்லாமல் பயப்படும்படியான அவ்வளவு பெரிய அசடு என்று என்னைப் பார்த்தால் தோன்றுகிறதாக்கும்.'

'மன்னிக்க வேண்டும். அப்படி நான் சொல்லவில்லை. அவர்கள் - தங்களைத் தேடி வருகிறவர்கள் - மூடர்களாக இருக்கலாம் அல்லவா?'

'அவர்கள் எல்லாரையுமே மூடர்கள் என்று நான் ஒத்துக் கொள்ள முடியாது.'

'ஏன்?'

'அவர்களில் ஒருவர் என் தகப்பனார்!'

'என்ன! என்ன!'

'ஆமாம் கடைசியாக வந்தவர் என் தகப்பனார். அவர் பெயர் எழுதிய பெட்டிதான் தங்கள் வண்டியில் இருந்தது. திண்டுக்கல்லில் இறங்கியவர் என் தகப்பனாரின் உதவிக்கு வந்தவராயிருக்க வேண்டும்.'

'எனக்கு ஒன்றும் புரியவில்லை. கண்ணைக் கட்டிக் காட்டிலே விட்டது போலிருக்கிறது. தங்கள் தகப்பனார் தங்களை எதற்காகத் தேடி வரவேண்டும்?' என்றேன்.

'மகளிடம் தகப்பனாருக்கு இருக்கக்கூடிய வாஞ்சையினால் தான். 'நான் என் காதலனுடன் இந்தியாவுக்குப் போகிறேன். கவலைப்பட வேண்டாம்' என்று அப்பாவுக்குக் கடிதம் எழுதி வைத்து விட்டு வந்தேன். உடனே புறப்பட்டு ஓடி வந்திருக்கிறார். இவ்வளவு சீக்கிரம் வந்துவிடுவார் என்று நான் நினைக்கவில்லை. ஆகாய விமானம் ஒன்று இருக்கிறது என்பதையே மறந்து விட்டேன்.'

ஆகாயம் இடிந்து என் தலையில் விழுந்தது போலிருந்தது. ஆனாலும் அதில் என்ன வியப்பு? இப்படிப்பட்ட அழகிக்கு ஒரு காதலன் இருப்பதில் வியப்பில்லைதான்! கொம்புத் தேனுக்கு முடவன் ஆசைப்பட்டு ஆவதென்ன?

'அப்படியானால், நான் விடைபெற்றுக் கொள்ளட்டுமா?' என்றேன். அப்பொழுது என்னை அறியாமலே என் குரலில் ஒருவித ஏக்கம் தொனித்தது.

'நீங்கள் உதவி செய்வீர்கள் என்று நினைத்தேன். என்னைக் கைவிட்டுவிடப் போகிறீர்களா?'

'நான் என்ன உதவி செய்ய முடியும், உங்கள் தந்தையே வந்திருக்கும் போது?'

'ஓர் உதவி உங்களால் செய்ய முடியும்.'

'முடிந்தால் அவசியம் செய்கிறேன்.'

'சிறிது நேரத்துக்கு என் காதலனாக நடிக்க வேண்டும். அதாவது, என் தந்தையின் முன்னிலையில்...'

இதெல்லாம் நிஜமாக நடக்கிறதா, அல்லது ஆங்கில நாவல் ஆசிரியர் வோட் ஹவுஸின் கதை படித்துக் கொண்டிருக்கிறேனா என்று எனக்குச் சந்தேகம் வந்துவிட்டது.

'முன் பின் காதலனாக நடித்து எனக்குப் பழக்கம் இல்லை. முயன்று பார்க்கிறேன். ஆனால், இதெல்லாம் எதற்காக? உங்கள் அசல் காதலன் எங்கே?'

'அசல் காதலனுமில்லை; அப்பீல் காதலனுமில்லை. அப்பாவுக்காக அப்படி வெறுமனே எழுதி வைத்து விட்டு வந்தேன். இப்போது அதை உண்மைப்படுத்த வேண்டியிருக்கிறது. தங்களைத்தான் நம்பியிருக்கிறேன்.'

'நம்பினவர்களை நான் கைவிடுவதில்லை. என்னாலியன்ற உதவி செய்கிறேன், பரிசு என்ன தருவீர்கள்?'

'பரிசா? என்னிடம் என்ன இருக்கிறது கொடுப்பதற்கு?' என்றாள் மனோகரி.

'தங்கள் தலையில் சூடியிருக்கும் ரோஜாப்பூவைக் கொடுத்தால் போதும். இன்றைய சம்பவத்தின் ஞாப கார்த்தமாக வைத்துக் கொள்வேன்...'

மனோகரியின் பால்வடியும் முகத்தில் அப்போது ஒரு இலேசான நிழல் சாயை படர்ந்ததைக் கவனித்தேன். அப்போது என் உள்ள நிறைவிலும் ஒரு கள்ளம் புகுந்தது. இவள் உண்மையாக அபாயத்தில் சிக்கிக்கொண்டிருப்பவள்தானா? அல்லது எல்லாம் வெறும் நடிப்பா? ஒரு பெரிய கபட நாடகத்தின் அங்கமா?...

மனோகரி அந்த ஒற்றை ரோஜாவைத் தன் கூந்தலிலிருந்து எடுத்துக் கையில் வைத்துக் கொண்டு, 'இது வெறும் வர்ணக் காகிதம். தங்களுடைய உதவிக்கு இதையா பரிசாகக்

கொடுப்பது? தயவு செய்து மன்னியுங்கள். நான் மட்டும் பத்திரமாகச் சென்னைக்குப் போய்ச் சேர்ந்தால் புத்தம் புதிய மணமுள்ள ரோஜா மலர்களை வாங்கி மாலையாகத் தொடுத்துத் தருகிறேன்!' என்றாள்.

எனக்கு மெய் சிலிர்த்தது. அவள் தன் தங்கள் கையினால் என் கழுத்தில் ரோஜாமாலை சூட்டுவதாகவே கற்பனை செய்து கொண்டு மகிழ்ந்தேன். உண்மையாகச் செய்யட்டும், செய்யாமற் போகட்டும். இவ்வளவு ரசனையுடன் பேசும் பெண்ணுக்காக என்னதான் செய்யக்கூடாது?

'தங்களைப் பத்திரமாகச் சென்னை கொண்டு போய்ச் சேர்ப்பது என் பொறுப்பு. சிறிதும் அதைப் பற்றிக் கவலை வேண்டாம்' என்றேன்.

இப்படி நான் சொல்லிக் கொண்டிருக்கும் போதே ஏழெடுப் பேர் எங்களை நோக்கி வந்து கொண்டிருப்பதைப் பார்த்தேன். அப்படி வருபவர்களில் இரண்டு பேர் போலீஸ்காரர்கள் என்பதும் தெரிந்தது.

எனக்குத் திக், திக் என்று அடித்துக் கொண்டது. ஆயினும் பக்கத்தில் மனோகரியிருப்பதை முன்னிட்டு மனத்தைத் தைரியப்படுத்திக் கொண்டேன்.

அவர்கள் எங்கள் அருகில் வருவதைப் பார்த்ததும் மனோகரி அவர்களை எதிர்கொள்பவளைப் போல் முன் நோக்கி நடந்தாள். நானும் சென்றேன். இருவரும் தூண் ஓரத்து நிழலிலிருந்து நல்ல வெளிச்சத்துக்கு வந்து விட்டோம்.

கைப்பெட்டிக்காரர் என்னைப் போலீஸ்காரர்களுக்குச் சுட்டிக் காட்டினார். 'இந்த ஆள்தான்; இவனைக் கைது செய்யுங்கள்!' என்றார்.

'எதற்காக?' என்று மனோகரி, பெண் சிங்கத்தைப்போல் கம்பீரமாக முன்னால் நின்று கேட்டாள்.

'உன்னை உன் தகப்பனாருக்குத் தெரியாமல் ஏமாற்றி அழைத்து வந்ததற்காகத்தான்!'

'அது பொய்! நான் என் இஷ்டத்தினால் வந்தேன்!'

இப்படி அவர்கள் வாதமிட்டுக் கொண்டிருக்கும் போதே போலீஸார் இருவரும் என் இருபக்கத்திலும் வந்து நின்று, 'மரியாதையாக வந்துவிடு!' என்றார்கள்.

நானும் மரியாதையாக அவர்களுடன் நடந்தேன். போலீஸ் விவகாரங்களில் சிக்கி வழக்கமில்லாதவனாதலால், ஒரு பக்கம் திகிலாயிருந்தது. மற்றொரு பக்கத்தில், மனோ கரிக்காக இதைச் செய்கிறோம் என்ற திருப்தியும் ஏற்பட்டது. சீக்கிரத்தில் இந்தக் குழப்பம் நீங்கிவிடும்; நம்மைப் போலீ ஸார் ஒன்றும் செய்துவிட முடியாது என்று திடப்படுத்திக் கொண்டு நடந்தேன்.

நான்காம் அத்தியாயம்

ரயில்வே போலீஸ் ஸ்டேசனுக்கு என்னைக் கொண்டு போனார்கள். என்னுடைய பெட்டி படுக்கையும் கொண்டு வரப்பட்டன. 'புஷ்கோட்' மனிதர்கள் மூவரும் வந்து பெட்டி, படுக்கைகளைச் சோதனைப் போட்டார்கள். என்னையும் சே ாதித்தார்கள். துணிகளைக் கிழித்து மட்டும் பார்க்கவில்லை. மற்றபடி சாங்கோபாங்கமாகத் தேடினார்கள். என்னிடமிருந்து ஒன்றும் அகப்படவில்லை! அவர்கள் ஏமாற்றத்துடன் திரும்பிய தாகத் தெரிந்தது.

அன்றிரவு நான் தூங்கவில்லையென்று சொல்லவும் வேண்டுமா? என் எண்ணமெல்லாம் மனோகரியின் பேரிலேயே இருந்தது. அந்த ஒற்றை ரோஜாப்பூவின் ஞாபகமும் அடிக்கடி வந்தது.

காலை மூன்று மணி சுமாருக்கு என்னை விடுதலை செய்துவிட்டார்கள். பெரிய போலீஸ் அதிகாரி ஒருவர் வந்து, 'தவறுதல் நடந்துவிட்டது. உம்மைப் பிடித்து வைப்பதற்கு எவ்வித முகாந்திரமும் இல்லை. அந்த முட்டாள்கள் உம்மைப் பிடித்து அடைத்தார்கள். அதற்காக ரொம்பவும் வருந்து கிறேன்!' என்றார்.

'அதனால் பாதகமில்லை; இது எனக்கு ஒரு நல்ல அநுபவம்' என்று சொல்லிவிட்டுக் கிளம்பினேன். காலை

நாலு மணிக்கு திருச்சியிலிருந்து புறப்படும் பாஸஞ்சர் வண்டியில் ஏறிச் செல்லத் தீர்மானித்தேன். மறுபடியும் அதே பிளாட்பாரத்துக்குப் போனேன். மனோகரியும் நானும் நின்று பேசிக்கொண்டிருந்த அதே தூண் மறைவுக்கு மறுபடியும் சென்றேன். நான் எதிர்பார்த்தது வீண் போகவில்லை. தூண் ஓரத்தில் அந்த ஒற்றை ரோஜாப்பூ - காகிதப்பூ - கிடந்தது. மனோகரி அதைக் கையில் எடுத்து எனக்கு காட்டிவிட்டு மறுபடியும் தலையில் வைத்துக் கொண்டாள் அல்லவா? சரியாக வைத்துக்கொள்ளவில்லை. ஆகையால், அது கீழே விழுந்து விட்டது. விழுந்ததை அவள் கவனிக்கவில்லை! ஆனால் நான் கவனித்தேன். இதற்குள் போலீஸார் நெருங்கிவிட்டபடியால் நாங்கள் இருவரும் முன்னோக்கிச் சென்றுவிட்டோம்....

அந்த ஒற்றை ரோஜாப் பூவை இப்போது ஆவலுடன் எடுத்து, என் பெட்டிக்குள் வைத்துப் பூட்டிக்கொண்டேன். சிறிது நேரத்துக் கெல்லாம் ரயிலும் வந்தது. அதில் ஏறிக் கொண்டேன். மனோகரி முதலியவர்கள் என்ன ஆனார்கள் என்று தெரிந்துகொள்ள எனக்கு ஆவல் இல்லாமற் போக வில்லை. அது எப்படியும் பின்னால் தெரியும் என்று நிச்சயப்படுத்திக் கொண்டேன்.

ரயில் புறப்படும் சமயத்தில் அந்தக் கைப்பெட்டிக்காரர் பிளாட்பாரத்திற்கு ஓடி வந்து, அங்குமிங்கும் அலைந்தார். நான் அவரைக் கையைத் தட்டி அழைத்தேன். அவர் என்னைப் பார்த்ததும் ஆர்வத்துடன் அருகில் வந்தார். 'பெரிய பிசகு நேர்ந்து விட்டது. மன்னிக்க வேணும். சென்னையில் தங்கள் விலாசம் என்ன? அங்கே வந்து எல்லாம் விவரமாகச் சொல்கிறேன்!' என்றார். என் விலாசத்தை அவருக்குத் தெரிவித்துவிட்டு, 'எனக்குக் கொஞ்சங்கூட வருத்தம் இல்லையென்று மனோகரியிடம் சொல்லுங்கள்!' என்றேன்.

சென்னைக்குத் திரும்பி வந்து இரண்டு நாள் வரையில் என் அறையை விட்டு வெளிக் கிளம்பவில்லை. பத்திரிகைகளை மட்டும் ஆவலுடன் பார்த்தேன். ஒரு பிரபல சுதேச சமஸ்தான மகாராஜாவின் பிரசித்திப் பெற்ற-விலை உயர்ந்த வைரம்

காணாமற் போய் விட்ட தென்றும், இலங்கைப் போலீஸார், சுங்க அதிகாரிகள் முதலியோர் அதைத்தேடி வருகிறார்கள் என்றும் பத்திரிகையின் ஒரு மூலையில் சிறிய செய்தி ஒன்று காணப்பட்டது.

அன்றிரவு என் அறைக் கதவை இறுகத் தாளிட்டுக் கொண்டு அந்த ஒற்றை ரோஜாப் பூவை எடுத்தேன். அதைக் கோத்திருந்த நூலைப் பிரித்து விட்டுக் கையினால் தட்டினேன், மேஜை மீது டணார் என்று விழுந்தது.

'கண்ணைப் பறித்தது' என்று ஆசிரியர்கள் எழுதுவார்களே, என் வாழ்க்கையில் அன்றைக்குத்தான் அது உண்மை யாயிற்று. அந்த மாதிரி விடிவெள்ளி, அவ்வளவு பெரிய வைரத்தை, கண்ணைப் பறிக்கும்படி ஒளி வீசிய வைரத்தை, நான் அன்று வரை பார்த்ததேயில்லை. அந்த வைரத்திலிருந்து வெளியான விதவிதமான வர்ண கிரணங்களைத்தான் என்னவென்று வர்ணிப்பது! பாபநாசத்தில் அருவி விழும் இடத்தில் நான் பார்த்த வான வில்லின் அதிசய வர்ண ஜாலங்களெல்லாம் இந்த அற்புத வைரத்தின் முன்னால் மண்டி போட்டு ஒளிப் பிச்சை கேட்க வேண்டியதுதான் என்று தோன்றியது.

வெகு நேரம் அந்த வைரத்தைத் திருப்பித் திருப்பிப் பார்த்துக் கொண்டிருந்துவிட்டு, மறுபடியும் முன்போல் அந்தக் காகித ரோஜாப் பூவுக்குள்ளேயே வைத்துத் தைத்தேன். பெட்டிக்குள் பத்திரப் படுத்தினேன்.

மறுநாள் நான் எதிர்பார்த்திருந்த மனிதர் வந்தார். தவறு நேர்ந்ததன் காரணங்களை விளக்கினார். அந்தப் பெண், 'நான் என் காதலனோடு இந்தியாவுக்குப் போகிறேன்; என்னைத் தேட வேண்டாம்' என்று தகப்பனாருக்குக் கடிதம் எழுதி வைத்துவிட்டு அவருக்குத் தெரியாமல் வந்து விட்டாளாம். தகப்பனார் வைர வியாபாரியாம். 'ஒரே ஒரு வைரம் மட்டும் எடுத்துப் போகிறேன். அது எனக்கு உங்கள் ஸ்ரீதனமாக இருக்கட்டும்' என்று அந்தக் கடிதத்தில் எழுதியிருந்தாளாம். அந்த வைரம் ஒரு மகாராஜாவுக்குச் சொந்தமான விலை

யுயர்ந்த வைரம் என்றும், ஒன்றரை லட்சம் பெறுமானமானது என்றும் கூறினார். தகப்பனார் பெண்ணையும் வைரத்தையும் தேடிக் கொண்டு புறப்பட்டார். அவள் ரயிலில் பிரயாணம் செய்கிறாள் என்று அறிந்து முன்னதாக விமானத்தில் திருச் சிக்கு வந்து விட்டாராம். இந்த மனிதரையும் தன்னுடைய ஒத்தாசைக்கு அழைத்து வந்தாராம். இதெல்லாம் சுங்க அதிகாரிகள் காதில் அரைகுறையாக விழுந்ததில், அவர்கள் வைரத்தைச் சுங்க வரி கொடுக்காமல் கொண்டு போவதைத் தடுக்க முயற்சி எடுத்தார்களாம். மனோகரி தன் கடிதத்தில் குறிப்பிட்ட காதலன் நானாகத்தான் இருக்க வேண்டும் என்று தவறாக எண்ணி, என்னைக் கைது செய்ய இவர் ஏற்பாடு பண்ணினாராம்.

என்னுடைய வாயைப் பிடுங்கி, அந்த ஒற்றை ரோஜாப்பூவில் வைரம் இருக்கிற விஷயம் எனக்குத் தெரியுமா என்று அறிந்து கொள்வதற்காக அம்மாதிரி பயங்கர கதையை அவர் கற்பனை செய்து கூறினாராம்.

என்னை விட அவள் பெரிய கற்பனைக்காரி. ஒரு காதலனையே சிருஷ்டி செய்துவிட்டாள் என்பது எனக்கு என்னமாய்த் தெரியும்? ஆனால், சில சமயம் கற்பனையைக் காட்டிலும் உண்மையில் நடப்பது அதிசயமாயிருக்கிறது. 'உன்னை நினைத்து நினைத்து அந்தப் பெண் உருகிக் கொண்டிருக்கிறாள். ஸர்தார் பவன் ஹோட்டலில் தகப்பனும் மகளும் தங்கியிருக்கிறார்கள். அவர்களைப் போய்ப் பார்!' என்றார் அந்த மனிதர்.

ஐந்தாம் அத்தியாயம்

மறுநாள் ஸர்தார்பவன் ஹோட்டலுக்குப் போனேன். மனோகரி மட்டும் அறையில் தனியாக இருந்தாள். அவள் தகப்பனார் என்னைப் பார்ப்பதற்காகத்தான் போயிருப்பதாகச் சொன்னாள். அன்றிரவு தன்னால் எனக்கு நேர்ந்த கஷ்டத்தைப் பற்றி வருத்தம் தெரிவித்தாள்.

'இது என்ன பிரமாதம்? சில நிமிஷ நேரம் உன் காதலனாக நடிக்கும் பேறு பெற்றேன் அல்லவா? அதற்கும் சில மணி நேரச் சிறை வாசத்துக்கும் சரியாய்ப் போயிற்று' என்றேன்.

பிறகு அந்த ஒற்றை ரோஜாப் பூவை எடுத்து அவளிடம் கொடுத்தேன். அவள் அளவிலா அதிசயத்துடன் அதை வாங்கிக் கொண்டாள். தன் அழகிய கர மலரில் அந்தச் செயற்கை மலரை வைத்துக்கொண்டு அதை உற்றுப் பார்த்தாள்.

'உள்ளே வைரம் பத்திரமாயிருக்கிறது!' என்றேன்.

'வைரம் இருப்பது உங்களுக்கு எப்படித் தெரிந்தது?' என்று மேலும் வியப்புடன் கேட்டாள்.

'பிரித்துப் பார்த்தேன்; தெரிந்தது?' என்றேன்.

'எப்படி இது உங்கள் கைக்கு வந்தது?'

'தூண் நிழலில் நின்று 'இந்தக் காகிதப்பூ எதற்கு? நிஜ ரோஜாப் பூ மாலை வாங்கித் தருகிறேன்' என்றாயே, அந்த இடத்திலேயே கிடந்தது. இதைக் கொடுக்க மாட்டேன் என்று சொன்னது நியாயந்தான், ஒன்றரை லட்ச ரூபாய் வைரத்தை யார்தான், ஒரு அந்நியனுக்குக் கொடுப்பார்கள்?'

'விலை மதிப்பை முன்னிட்டுக் கொடுக்க மறுக்கவில்லை. அவ்வளவு பெறுமானமுள்ளது என்பது அப்போது எனக்குத் தெரியவே தெரியாது. இதற்கு ஒரு உபயோகம் இருந்தது; அதனால் தான் கொடுக்க மாட்டேன் என்றேன். அந்த உபயோகம் இனி இல்லாமற் போய்விட்டது!'

'எனக்கு விளங்கவில்லை. உபயோகமில்லாமல் ஏன் போக வேண்டும்? இதில் உள்ள வைரம் உன் கழுத்தில் அழகாகத்தான் ஜொலிக்கும். ஆனால், சுங்க வரி மட்டும் கட்டிவிடவேண்டும்!' என்றேன்.

அவள் என்னை ஏறிட்டுப் பார்த்து, 'எதற்காகச் சுங்க வரி கொடுக்கவேண்டும்? எனக்கும் கொஞ்சம் சட்டம் தெரியும். பெண்கள் அணிந்திருக்கும் நகைக்குச் சுங்க வரி கிடையாது!' என்றாள்.

'அப்படியானால், ஏன் அதை ஒளித்துக் கொண்டு வரவேண்டும்?' என்று முணுமுணுத்தேன்.

'என் தந்தை வைர வியாபாரி. என்னை வைர நகை போட்டுக் கொள்ளும்படி எத்தனையோ தடவை நிர்ப்பந்தித் திருக்கிறார். நான் மறுத்துவிட்டேன். இந்த ஒற்றை வைரத்தை மட்டும் எடுத்து வந்தேன். இவ்வளவு பெறுமானமுள்ளது என்று தெரியாது. நூறு ரூபாய் வைரமே என் காரியத்துக்குப் போதுமானதாயிருந்திருக்கும்!'

'அது என்ன அபூர்வமான காரியம்? இன்னும் அந்த மர்மம் எனக்கு விளங்கவில்லையே!' என்று கேட்டேன்.

அந்தக் கேள்விக்குப் பதில் சொல்லாமல் மனோகரி என்னுடைய நிலைமையைப் பற்றி விசாரிக்கலானாள்.

'நான் கதாநாயகனாகத் தகுதியுள்ளவன் அல்ல; பி.ஏ. பரீட்சையில் 'கோட்' அடித்தவன்!' என்றேன்.

'நிஜமாகவா? நீங்கள் பி.ஏ. பரீட்சை எழுதித் தோல்வி அடைந்தீர்களா?' என்று கேட்டாள்.

'ஒரு தடவை மட்டுமல்ல; மூன்று தடவை பரீட்சைக்குப் போய்த் தோல்வியடைந்தவன்.'

'மூன்று தடவையா தோல்வியடைந்தீர்கள்?' என்று கேட்டு விட்டு, மனோகரி விழுந்து விழுந்து சிரித்தாள். அதில் என்ன அவளுக்கு அவ்வளவு சந்தோஷம் என்பது எனக்கு விளங்கவில்லை.

'சரி! சரி! நீ சிரித்து முடி. இன்னொரு நாள் வந்து பார்க்கிறேன்' என்று சொல்லிவிட்டுக் கிளம்பினேன்.

அவள், போகவேண்டாம் என்று தடுத்தும் நான் நிற்க வில்லை. ஆண்பிள்ளை அல்லவா ரோசமாயிராதா? திரும்பிக் கூடப் பார்க்காமல் போய்விட்டேன்.

ஆறாம் அத்தியாயம்

என் ஜாகைக்குத் திரும்பியபோது அங்கே மனோகரியின் தகப்பனார் காத்திருந்தார். அவரும் ஒரு அத்தியாயம் தெரிவித்தார்.

பேச்சின் நடுவில் 'என் மகளுக்கு நீங்கள் மிகவும் ஒத்தாசையாயிருந்தீர்களாம். டீ வாங்கிக் கொடுத்தீர்களாம். அவள் எனக்கு ஒரே பெண். அதனால்தான், ஒன்றரை லட்சம் ரூபாய் வைரம் போனாலும் போகிறது. பெண் உயிரோடு பிழைத்தாளே, அதுவே போதும் என்று திருப்தி அடைந்திருக்கிறேன்!' என்றார்.

'அவள் உயிருக்கு என்ன ஆபத்து வந்தது?' என்று கவலையுடன் கேட்டேன்.

'தெரியாதா? இதோ பாருங்கள்!' என்று சொல்லி ஒரு கடிதத்தை நீட்டினார். அது மனோகரி அவளுடைய தோழி ஒருத்திக்கு எழுதிய கடிதம். மனோகரி இலங்கையில் ஏதோ ஒரு பரீட்சைக்குப் போனதாகவும், அதில் அவள் தேறவில்லையென்றும் அக்கடிதத்தில் குறிப்பிடப் பட்டிருந்தது.

'பரீட்சை தேறாத அவமானத்தை என்னால் சகிக்க முடியாது. உயிரை விட்டுவிடத் துணிந்து விட்டேன். இங்கேயே இருந்து அப்பாவுக்குத் துயரம் கொடுக்க விரும்பவில்லை. வைரத்தைப் பொடி பண்ணிச் சாப்பிட்டால் உடனே உயிர் போய்விடும் என்று சொல்கிறார்கள் அல்லவா? அப்பாவின் வைரம் ஒன்றை எடுத்துக்கொண்டு இந்தியாவுக்குப் போய் உயிரை விடுவது என்று தீர்மானித்துவிட்டேன். என் உண்மையான சிநேகிதி நீ ஒருத்திதான். ஆகையால் உனக்கு மட்டும்....'

கடிதத்தை இதற்குமேல் நான் படிக்கவில்லை.

'ஐயையோ! என்ன காரியம் செய்துவிட்டேன்!' என்று பதறி எழுந்தேன்.

'என்ன? என்ன?' என்று மனோகரியின் தந்தையும் பதறிக்கொண்டு எழுந்தார்.

'வைரம் என்னிடந்தான் இருந்தது. இப்போதுதான் தங்கள் மகளிடம் போய்க் கொடுத்துவிட்டுத் திரும்பி வந்தேன்' என்றேன்.

'அடப்பாவி! என்ன காரியம் செய்தாய்! என் குடியைக் கெடுத்துவிட்டாயே!' என்றார் அந்தப் பெரியவர்.

அவர்கொண்டு வந்திருந்த 'டாக்ஸி'யில் ஏறிக் கொண்டு இருவரும் பறந்து சென்றோம்.

என் நெஞ்சு அந்தச் சில நிமிஷங்களில் எப்படித் துடித்தது என்று சொல்லவே முடியாது.

அந்த அழகிய பொன் மேனியைப் பிணமாகத் தான் காணப் போகிறோம் என்று எண்ணிப் பதை பதைத்தேன்.

ஆனால் என்ன சந்தோஷமான ஏமாற்றம்! ஓட்டலில் அவர்கள் தங்கியிருந்த அறைக்குச் சமீபமாகச் சென்றபோது, அறைக் குள்ளிருந்து குதூகலமாகப் பாடும் குரல் கேட்டது.

உள்ளே நாங்கள் இருவரும் சென்று விழுந்தோம். எங்களுக்குத் தான் உயிர் போய்விடும் போலிருந்தது.

'வைரம் எங்கே?' என்று இருவரும் ஒரே காலத்தில் கேட்டோம்.

மேஜையை அவள் சுட்டிக் காட்டினாள். அங்கே அது வானத்தில் ஒளிரும் நட்சத்திரத்தைப் போல் பிரகாசித்துக் கொண்டிருந்தது.

'எதற்காக இந்தப் பரபரப்பு' என்று கேட்டாள்.

'எங்கே இந்தக் கடிதத்தில் எழுதியிருப்பது போல் செய்து விடுவாயோ என்றுதான்.'

'அதற்கு இனி அவசியம் இல்லையென்று தான் இவரிடம் சொன்னேனே! இந்த மனிதர் மூன்று தடவை பி.ஏ. பரீட்சையில் தோல்வி அடைந்துவிட்டு இவ்வளவு உற்சாகமாக இருக்கிறார். ஒரு தடவை தோற்றதற்காக நான் ஏன் உயிரை விடவேண்டும்?' என்றாள் மனோகரி.

ஆரம்ப அதிர்ச்சி, மகிழ்ச்சி எல்லாம் ஒருவாறு அடங்கிய பிறகு மனோகரியின் தகப்பனார், 'இந்தப் பெண்ணைச் சமாளிக்க இனி என்னால் முடியாது; நீர்தான் இவள் உயிரைக்

காப்பாற்றினீர். இனியும் இவளை நிர்வகிக்கும் பொறுப்பை நீர் தான் ஏற்க வேண்டும்?' என்றார்.

'கடவுளே! என்னால் எப்படி அது முடியும்? இந்நாளில் பசிக்கு அரிசி கிடைப்பதே துர்லபமாயிருக்கிறது. நானோ ஏழை. இவளுடைய பசிக்கு வைரம் எப்படி வாங்கிக் கொடுப்பேன்! அதுவும் ஐம்பது ரூபாய், நூறு ரூபாய் வைரமா? ஒன்றரை லட்சம் ரூபாய் வைரங்களுக்கு நான் எங்கே போவேன்?' என்றேன்.

மனோகரியின் தகப்பனார் இப்போது தான் முதல் தடவையாகக் கடகடவென்று சிரித்தார். 'நான் கூட வைர வியாபாரத்தை விட்டுவிடப் போகிறேன். இந்தப் பெண் இருக்குமிடத்திலேயே வைரம் வைத்திருக்கப்படாது!' என்றார்.

எங்கள் திருமணத்தின்போது மனோகரி தன் வாக்குறுதியை நிறைவேற்றினாள். மணமுள்ள புது ரோஜா மலர்களால் கட்டிய மாலையை என் கழுத்தில் சூட்டினாள்.

மனோகரி வைர நகை மட்டும் அணிவதில்லை. எங்கள் வீட்டிலேயே வைரம் வைத்துக்கொள்வதில்லை. எதற்காக அத்தகைய விஷப்பரீட்சை பார்க்க வேண்டும்?

என்ன கேட்கிறீர்கள்? 'பி.ஏ. பரீட்சை என்ன ஆயிற்று?' என்று கேட்கிறீர்களா? - எங்கள் திருமணம் நடந்தவுடனே முதற்காரிய மாக பாபநாசத்துக்கு மறுபடியும் போனோம். அங்குள்ள இனிய நதி வெள்ளத்தில் இருவரும் கைகோத்துக் கொண்டு இறங்கி எல்லாப் பரீட்சைகளுக்கும் சேர்த்து முழுக்கும் போட்டோம்.

நதிக்கரை மரங்களில் வாழ்ந்த பட்சிகள் எங்கள் செயலை ஆமோதித்து மங்கள கீதம் பாடின.

தீப்பிடித்த குடிசைகள்

1929-ம் வருஷத்தில் சட்டசபைத் தேர்தல்கள் இல்லை என்று இர்வின் மகாப் பிரபு தீர்மானித்து விட்டதில் என்னைப்போல் வருத்தமடைந்தவர்கல் யாரும் இருக்க முடியாதென்று நினைக்கிறேன். என் துக்கத்தின் காரணங் களைச் சொல்கிறேன், கேளுங்கள். (1) இந்த வருஷத்தில் தேர்தல் நடந்து நான் இந்திய சட்டசபைப் பதவிக்கு நின்றிருக்கும் பட்சத்தில், என் எதிரி யாராயிருப்பினும் அவர் தேர்தலுக்கு முதல் நாள் யமலோகத்துக்கு வோட்டு கேட்கப் போய்விடுவாரென்றும், நான் போட்டியின்றித் தேர்ந் தெடுக்கப் படுவேனென்றும், ஜோசியர் சொல்லியிருந்தார். அது இல்லாமற்போயிற்று. (2) தேர்தல் விநோதங்களைப் பற்றிச் சிற்சில கட்டுரைகள் எழுதியிருக்கலாம். அதற்கும் இடமில்லை.

புதுத் தேர்தலைப்பற்றி எழுத இடமில்லையே என்று நினைத்துக் கொண்டிருந்தபோது, பழைய தேர்தலில் நடந்த சம்பவம் ஒன்று ஞாபகத்திற்கு வந்தது. பல்லில்லாத கிழவன் பாலிய பருவத்தில் வெல்லச் சீடை தின்றதை எண்ணிச் சந்தோஷப்படுவதுபோல், அந்தப் பழைய தேர்தல் சம்பவத்தைப்பற்றியாவது எழுதலாமென்று தீர்மானித்தேன்.

1626-ம் வருஷத்தில், சட்டசபைக்கு நடந்த பொதுத் தேர்தலில் பல அதிசயமான முடிவுகள் ஏற்பட்டன. வெற்றி நிச்சயமென்று எண்ணியிருந்தவர்கள் பலர் தோல்வி அடைந் தார்கள். நம்பிக்கை யெல்லாம் இழந்து சர்வ நாடியும் ஒடுங்கிப் போயிருந்த பலர், பெரும் வெற்றியடைந்தார்கள். இந்த அதிசயமான முடிவுகளுக்குள்ளே மிகவும் அதிசய மானது ஸ்ரீமான் காவடி கோவிந்தப் பிள்ளையின் வெற்றி யேயாகும். இவர் தமது ஜில்லாவில் முதன்மையாக வெற்றி பெறுவார் என்று அரசியல் ஜோதிடத்தில் வல்ல பத்திரிகை நிருபர்கள் கூட எதிர் பார்க்கவில்லையென்றால், நீங்களும் நானும் மூக்கில் விரல் வைத்து ஆச்சரியமடைந்ததில் வியப்பில்லையன்றோ?

ஆம், இப்போது நினைத்தாலும் அந்தக் காட்சி என் கண் முன்னே நிற்கின்றது. தேர்தல் முடிவுகள் பெருவாரியாக வெளியாகிக் கொண்டிருந்த அன்று, சென்னையில் தினசரிப் பத்திரிகாலயங் களின் வாயில்களில் கும்பல் கும்பலாய் ஜனங்கள் காத்துக் கொண்டிருந்தார்கள். வெற்றிப் பெற்ற வர்களின் பெயர்கள் வரவர, வாசலில் ஒரு கருப்புப் பலகையில் எழுதப்பட்டு வந்தன. பிரபல ஜஸ்டிஸ் கட்சித் தலைவர் ஒருவர் தோற்றுப்போனார் என்று தெரிந்ததும், காங்கிரஸ் அபிமானி ஒருவர் அவசரமாகப் பக்கத்துக் கடைக்குச் சென்று ஒரு டஜன் சுருட்டுக் கட்டுகள் வாங்கி வந்து, எல்லாருக்கும் வழங்கினார். (யாராவது இறந்துபோனால் புகையிலை வழங்குவது சென்னையில் வழக்கம்) இந்த வினோதத்தை நான் பார்த்துக் கொண்டிருக்கையில்....ஜில்லாத் தேர்தல் முடிவுகள் கருப்புப் பலகையில் எழுதப்பட்டன. வெற்றிபெற்ற மூவரில் ஸ்ரீமான் காவடி கோவிந்தப்பிள்ளை முதன்மையாக நின்றார். அவருக்கடுத்தபடியாக வந்தவருக்கும் அவருக்கும் 5000 வாக்கு வித்தியாசம்!

ஒரு துள்ளுத் துள்ளி மூன்று முழ உயரம் மேலெழும்பிக் குதித்தேன். உடனே எனக்கு வெட்கமாய்ப் போய்விட்டது. சுற்று முற்றும் பார்த்தேன். மற்றவர்கள் என்னைவிட மோசம் என்று தெரிந்த பிறகுதான் கொஞ்சம் சமாதனமாயிற்று. என்னைப் போலவே ஆகாயத்தில் கிளம்பிய பலர் அப்போதுதான் தரையிலிறங்கினார்கள். அவர்களிலொருவர் கீழே கிடந்த சுருட்டு நெருப்பில் காலை வைத்துவிட்டு மறுபடியும் மேலெழும்புவதையும் கண்டேன். வேறு சிலரோ, ஆச்சரியத்தினால் திகைத்துப் போய்ப் பிளந்த வாய் மூடாமல் நின்றார்கள். ஆனால், இப்படி ஆச்சரியப்பட்டவர்களில் எவரும் துக்கமோ மகிழ்ச்சியோ காட்டவில்லை. ஏனெனில், ஸ்ரீமான் காவடிப்பிள்ளை காங்கிரஸ் கட்சியையோ, ஜஸ்டிஸ் கட்சியையோ சேர்ந்தவரல்லர். அவர் சுயேச்சைவாதி.

அதுதான், சுவாமிகளே! இதில் பெரிய அதிசயம். ஸ்ரீமான் காவடி கோவிந்தப்பிள்ளை எந்தக் கட்சியையும் சேர்ந் தவரல்லர். அவரை ஆதரிக்கப் பத்திரிகைகள் இல்லை. பிரசார

கர்கள் இல்லை. அவர் பெரிய வக்கீல் அல்ல; ஜில்லா போர்டு தலைவர் அல்ல; பெரும் பணக்காரருமல்ல. அந்த ஜில்லாவுக்கு வெளியே அவர் பெயரை யாரும் கேட்டது கிடையாது. பின் எப்படி அவர் இம்மாதிரி ஒரேயடியாகத் தாண்டிக் குதித்தார்? இந்தக் கேள்விக்கு பதில் சொல்லக் கூடியவர் சென்னைப் பட்டணத்தில் யாரும் இல்லை. கூளிப்பட்டி ஜமீந்தாரைப் பிடித்தால் ஒருவேளை இந்த மர்மம் விளங்கலாமென்று நினைத்தேன்.

கூளிப்பட்டி ஜமீந்தாரைக் குறித்து நீங்கள் கேள்விப் பட்டிருக்கிறீர்களல்லவா? அவர் எனது பழைய நண்பர். இது குறித்து நீங்கள் என் மீது பொறாமைப்படவேண்டாம். மேலும், அது என்னுடைய தப்புமன்று; ரயில்காரனுடைய தவறு. நாங்களிருவரும் ஒரு தடவை ஒரே ரயில்வே ஸ்டேஷனில் ரயிலேறும்படி நேர்ந்தது. இல்லை ரயிலேறாதிருக்க நேர்ந்தது. நாங்கள் கையில் மூட்டையை வைத்துக் கொண்டு தயாராய்க் காத்துக்கொண்டுதானிருந்தோம். நான் நின்ற இடத்துக்கு நேரே இரண்டாம் வகுப்பு வண்டி வந்து நின்றது. அந்த மனிதருக்கு நேரே மூன்றாம் வகுப்பு ஸ்திரீகளின் வண்டி நின்றது. நான் மூன்றாம் வகுப்பையும் அவர் இரண்டாம் வகுப்பையும் தேடிக் கொண்டு போனோம். நான் என் வண்டியை விரைவில் கண்டு பிடித்து விட்டேன்.

'ஸார்! ஸார்!! ஸார்!!! கதவைக் கொஞ்சம் திறவுங்கள்' என்றேன்.

'ஸார்! ஸார்!! ஸார்!!! தயவு செய்து கொஞ்சம் அடுத்த வண்டிக்குப் போங்கள்' என்று உள்ளிருந்து பதில் வந்தது.

மீறி ஏறுவதற்கு முயன்றேன். உடனே என்னை நோக்கி ஒரு டஜன் கைகள் முன் வந்தன. எனவே, நான் பின்வாங்க வேண்டிய தாயிற்று. இந்த மாதிரி இரண்டு வண்டி பரிசோ திப்பதற்குள் ரயில் கிளம்பிவிட்டது. கொஞ்சம் தூரம் ரயிலுடன் நானும் ஓடினேன். பின்னர், 'சை! சை! இந்த ரயிலுக்கு நம்முடன் கூட ஓடும் சக்தி உண்டா?' என்று தீர்மானித்து நின்று விட்டேன். திரும்பிப் பார்த்தபோது கூளிப்பட்டி

ஜமீன்தாரும் கையில் பெட்டியுடன் நின்று கொண்டிருந்தார். இரண்டாம் வகுப்பில் தம்பதி சமேதராய் எழுந்தருளியிருந்த ஒரு வெள்ளைக்காரன் அவரை 'நரகத்துக்குப் போகும்படி' ஆக்ஞாபித்ததாய் எனக்குப் பின்னால் தெரியவந்தது. ரயில் போனதும் நாங்கள் இருவரும் சந்தித்தோம்.

'இந்த ரயில் நாசமாய்ப் போனாலென்ன?' என்று நான் கேட்டேன்.

'ரயில் கம்பெனி பாதாள லோகத்துக்குப் போனாலென்ன?' என்று ஜமீன்தார் திருப்பிக் கேட்டார்.

'கொஞ்சமும் ஆட்சேபமில்லை' என்றேன்.

இவ்வாறுதான் நாங்கள் நண்பர்களானோம்.

கூளிப்பட்டி ஜமீன்தார் மிக்க செல்வாக்குள்ளவர். அந்த ஜில்லாவில் *4000* வாக்குகள் அவர் கைக்குள் அடக்கம் என்று பலர் சொல்லக் கேட்டிருக்கிறேன். ஏழை எளியவர்களிடம் அவர் மிக்க கருணையுள்ளவர் என்பதும் பிரசித்தியான விஷயம்....ஆனால், அவர் அரசியல் விஷயங்களில் மட்டும் தலையிட்டுக்கொள்வது கிடையாது. தலையை மட்டுமன்று; கால், கை, காது முதலிய எந்த அவயத்தையுமே அவர் அரசியலில் இடுவது கிடையாது. சட்டசபை அபேக்ஷகர்களாக நின்ற ஒவ்வொருவரும் ஜமீன்தாரின் ஆதரவைப் பெறப் பிரயத்தனம் செய்தார்கள். எல்லோருக்கும் 'ஆகட்டும், பார்ப்போம்' என்ற பதிலே அவர் சொல்லி வந்தார். ஆகவே, இப்பொழுது காவடி கோவிந்தப்பிள்ளையின் மகத்தான வெற்றியைப் பற்றி தெரிய வந்ததும், ஒருக்கால் நமது நண்பரின் கைவேலை இதில் இருக்குமோவென்று நான் சந்தேகித்தது இயல்பேயல்லவா?

கூளிப்பட்டிக்குப்போனேன். ஆனால்ஏமாற்றமடைந்தேன். ஜமீன்தார், 'எனக்கு ஒன்றுமே தெரியாது' என்று ஒரேயடியாகச் சாதித்துவிட்டார். எவ்வளவோ சாமர்த்தியமாகவெல்லாம் கேட்டும் பயன்படவில்லை. ஆனால், கூளிப்பட்டிக்குப் போனதில், லாபமில்லாமலும் போகவில்லை. தேர்தலுக்கு

நாலு தினங்களுக்கு முன்பு அங்கு நடந்த ஒரு சம்ப வத்தைப் பற்றி தெரிந்துகொண்டேன். அதை இங்கே செ ால்லிவிடுகிறேன். அதற்கும் கோவிந்தப் பிள்ளையின் வெற்றிக்கும் ஏதேனும் சம்பந்தம் உண்டாவென்று நீங்களே முடிவு செய்து கொள்ளலாம். தேர்தலுக்கு நாலு நாளைக்கு முன்பு, கூளிப்பட்டிக்குத் தெற்கே எட்டு மைல் தூரத் திலுள்ள கிராமத்தில் பெரிய சமூக மாநாடு ஒன்று நடந்ததாம். ஆயிரக்கணக்கான வாக்காளர்கள் அங்கே கூடுவதை முன்னிட்டுச் சட்டசபை அபேட்சகர்கள் எல்லாரும் தங்கள் தங்கள் பரிவாரங்களுடன் மகா நாட்டுக்கு விஜயம் செய் திருந்தார்கள். ஜமீன்தாரும் போயிருந்தார். திரும்பிப் போகும் போது அபேட்சகர்கள் எல்லாரும் கூளிப்பட்டி வழியாகத்தான் போக வேண்டியிருந்தது. மாலை ஐந்து மணிக்கு மாநாடு 'பலமான கரகோஷங்களுக்கிடையே இனிது நிறைவேறிய' பின்னர், அபேட்சகர்களின் மோட்டார் வண்டிகள் ஒவ்வொன்றாகப் புறப்பட்டன.

இப்பொழுது வாசகர்கள் என்னுடன் கிளம்பி மோட்டார் வண்டிகளைவிட வேகமாய்ப் பிரயாணம் செய்து, கூளிப் பட்டிக்கு வடக்கே ஒரு மைல் தூரத்திலிருந்த 'சேரி'க்கு வந்துவிட வேண்டும். ஆஹா! என்ன பயங்கரமான காட்சி! சேரியிலுள்ள குடிசைகளில் சில தீப்பற்றி எரிகின்றன. தீ வேகமாகப் பரவிக்கொண்டிருக்கிறது. காற்று பலமாக அடிக் கிறது. ஐயோ! குடிசையிலிருந்து பக்கத்திலுள்ள வைக்கோற் போரிலும் தீப்பிடித்துக் கொண்டது. 'வானை நோக்கிக் கைகள் தூக்கி வளரும் தீயின் காட்சி' என்ன பயங்கரம்! தீயை அணைப்பதற்கு எவ்வித முயற்சியும் காணப்படவில்லை. மக்களையே அதிகமாய் அங்கே காணோம். ஸ்திரீகளும் குழந்தைகளுந்தான் சுற்றிச் சுற்றி வந்து அழுது கொண்டிருக் கிறார்கள். அங்கிருந்த இரண்டோர் ஆண் மக்கள் அந்த ஸ்திரீகளையும் தீ விபத்துக்காளாகாமல் தப்புவித்துக் கொண்டிருக்கிறார்கள். எரியும் குடிசைகளுக்கருகே அவர்கள் போகாவண்ணம் தடுத்துக் கொண்டிருக்கிறார்கள்.

ஜில்லா போர்டு பெரியசாலை இந்தச் சேரியைப் பிளந்து கொண்டு போகிறது. சாலைக்கு இடது புறத்திலிருந்த குடிசை

கள் எல்லாம் ஏறக்குறைய எரிந்து போயின. வலது புறத்தி லுள்ள குடிசைகளுக்கு இன்னும் நெருப்பு வரவில்லை. ஐயோ! காற்று இப்படிச் சுழன்றடிக்கின்றதே! ஒரு ஜுவாலை பறந்து சென்று வலது புறத்துக் குடிசைகளில் ஒன்றின்மீது விழுகின்றது! ஆகா! சட்டென்று சென்று, அந்த ஒரு கீற்றை இழுத்தெறிந்து ஒரு குடம் தண்ணீரைக் கொட்டினால் நெருப்பு பரவாமல் தடுக்கலாம். யாரேனும் அப்படிச் செய்யப் போகிறார்களா? ஒருவரையும் காணோம். பெண்களும், சிறுவர் சிறுமிகளும் சுற்றிச் சுற்றி வந்து வயிற்றிலும் வாயிலும் அடித்துக் கொள்கிறார்கள். அங்கிருந்த இரண்டோர் பெரிய ஆட்களுக்கு இவர்களை வெளியே பத்திரமாய்க் கொண்டு வந்து சேர்ப்பதே பெரிய காரியமாயிருக்கிறது. அது வரையில் புத்திசாலிகள்தான். அப்படியும் ஒரு சிறுவன்மீது நெருப்புப்பட்டு முதுகு வெந்து போயிற்று. அவனைச் சாலையில் கொண்டுவந்து போட்டார்கள்.

பூம்! பூம்! பூம்! ஒரு மோட்டார் வண்டி அதிவேகமாய் வருகிறது. சமூக மகாநாட்டுக்குச் சென்றிருந்த திவான் பகதூர் வீரண்ணப் பிள்ளையும் திருவாளர் பெரியசாமித் தேவரும் அதிலே வருகிறார்கள். தீப்பிடித்த குடிசைகளுக்கருகே மோட் டார் வண்டி நிற்குமா? ஏழை ஆதித்திராவிடர் மீது இப்பெரிய மனிதர்கள் கண்ணோட்டம் செலுத்துவார்களா? இல்லை; இல்லை; கண்மூடித்திறக்கும் நேரத்தில் மோட்டார் பறந்து போகிறது. அன்றிரவு ஜில்லா கலெக்டர் விருந்துக் கச்சேரி. அவர்களெப்படி இங்கே நிற்க முடியும்?

ஒரு நிமிஷத்திற்கெல்லாம் மீண்டும் பூம், பூம் என்ற சத்தம், ராவ்பகதூர் சடையப்ப முதலியாரின் மோட்டார் அதிவேகமாய் வருகிறது; இதுவும் இங்கு நில்லாமலே போய்விடுகின்றது; அடுத்தாற்போல் ஸ்ரீமான் வராகவதாரமையங்காரின் வண்டி. ஆகா இவரல்லவோ புண்ணியவான்! ஏழைகளின் நண்பர்! வண்டி மெதுவாக நிற்கிறது. உடனே பலர் ஓடிவந்து, மோட் டாரைச் சூழ்கிறார்கள்.

ஐயங்கார்:- தீ எப்படிப் பிடித்தது?

கூட்டத்தில் பலர்:- சாமி! தெரியவில்லை. (கூச்சலும் அழுகையும்).

ஐயங்கார்:- அட, சனியனே! சும்மாயிருங்கள். வெறும் மூடத்தனம், தீப்பிடித்தவுடன் ஏன் அணைக்கக் கூடாது? இப்படி வெறுங்கூச்சல் போட்டால் என்ன பிரயோசனம்?

ஒருவன்:- ஐயா, சாமி! இந்தப் பையன் முதுகு எரிந்து போய்விட்டது.

ஐயங்கார்:- டிரைவர்! பலமான காயமா, பார்.

டிரைவர்:- அதெல்லாம் இல்லை. சொற்பக் காயந்தான்.

ஐயங்கார்:- சரி, தேங்காய் எண்ணெய் தடவு, தெரிகிறதா? சீக்கிரம் வண்டியை விடு.

அடுத்த கணத்தில் மோட்டார் மாயமாய்ப் பறந்து போகிறது.

மேற்கூறியவையெல்லாம் ஐந்து நிமிஷத்திற்குள் நடந்தன வென்பதை நேயர்கள் நினைவில் வைக்க வேண்டும். கடைசியாகக் காவடி கோவிந்தப்பிள்ளையின் மோட்டார் வந்து குடிசைகளுக் கருகில் நின்றது. பிள்ளை சட்டென்று மோட்டாரிலிருந்து வெளியே குதித்தார். வலது புறத்துக் குடிசைகளில் ஒன்றில் இப்பொழுதுதான் தீப்பிடித்துக் கொண்டிருப்பதை அவர் உடனே கவனித்தார். 'டிரைவர்! ஓடி வா! ஓடி வா!' என்று கூவிக் கொண்டே அவர் அந்தக் குடிசையை நோக்கி ஓடினார். டிரைவரும் பின்னால் சென்றான். இருவரும் அக்குடிசையின் கூரையில் தீப்பிடித் திருந்த கீற்றை இழுத்துக் கீழே போட்டார்கள். 'குடம்! குடம்!' என்று காவடிப்பிள்ளை கத்தினார், சில பெண்கள் மண்குடம் கொண்டு வந்தார்கள்! அவற்றுள் ஒன்றைப் பிள்ளை வெடுக்கென்று பிடுங்கிக் கொண்டு போய்ப் பக்கத்திலிருந்த வாய்க்காலிலிருந்து ஜலம் கொண்டு வந்தார். அவரைப் பின் தொடர்ந்து இன்னும் பலரும் ஜலங்கொண்டு வந்து கொட்டினார்கள். தீ அணைந்தது. சாலைக்கு வலது புறத்திலிருந்த இருபது குடிசைகள் தப்பிப் பிழைத்தன.

காவடிப் பிள்ளையும், டிரைவரும் திரும்பி வந்து மோட்டாரில் உட்கார்ந்தார்கள்.

டிரைவர்: சுத்த மூட ஜனங்கள்! சுலபமாய்த் தீயை அணைத்திருக்கலாம். பக்கத்திலே வாய்க்கால்.

காவடிப் பிள்ளை: பாவம்! அவர்களைக் குறை சொல்லி என்ன பயன்? அவர்களை மூடர்களாய் வைத்திருப்பது யார்? மேலும் ஆண்பிள்ளைகளெல்லாம் வயல்வெளிக்குப் போய்விட்டார்கள். குழந்தைகளும் ஸ்திரீகளும் என்ன செய்வார்கள்?

டிரைவர்: சுமார் ஐம்பது குடிசை போயிருக்கும்.

காவடிப் பிள்ளை: பட்ட காலிலே படும். எல்லாம் ஏழைகளுக்குத்தான் வருகிறது. இரவு தங்க என்ன செய்வார்களோ?

கூட்டத்தில் ஒருவன்: சாமி! இந்தப் பையன் முதுகு வெந்து போய் விட்டது.

காவடிப் பிள்ளை: எங்கே? எங்கே? கொண்டு வா!

பையனைக் கொண்டு வந்தார்கள். பிள்ளையை பார்த்து விட்டு உடனே அவனை மோட்டாரில் தூக்கிப் போடச் செய்தார். பின்னர் வண்டி கிளம்பிற்று.

மறுநாள் காவடிப் பிள்ளையிடமிருந்து கூளிப்பட்டி ஜமீன்தாருக்கு ஒரு கடிதமும், 50 ரூபாய் பணமும் கிடைத்தன. 'இந்த சிறு தொகையைப் புதிய குடிசைகள் போட்டுத்தர உபயோகப்படுத் துங்கள். பையன் வைத்தியசாலையில் குணமடைந்து வருகிறான் என்று அவன் பெற்றோர்களுக்குத் தெரியப் படுத்துங்கள்' என்று பிள்ளை எழுதியிருந்தார்.

மேற்கண்ட சம்பவத்துக்கும் காவடிப் பிள்ளையின் வெற்றிக்கும் ஏதேனும் சம்பந்தமுண்டா வென்று நான் ஜமீன்தாரை ஆனமட்டும் கேட்டுப் பார்த்தேன். அவர் வாயிலிருந்து பதில் வருவிக்க முடியவில்லை. ஆயினும் பின்வரும் விஷயங்களைக் கோவை செய்து நேயர்கள் சிந்தித்துப் பார்க்க வேண்டுகிறேன்:- (1) அந்த நேரத்தில் அந்த

அமரர் கல்கி

ஏழைகளின் குடிசைகள் தீப்பிடிக்கக் காரணமே இல்லை. ஒரு வீட்டிலும் அப்போது அடுப்புக் கூட மூட்டவில்லையென்றும் எல்லாரும் சத்தியம் செய்கிறார்கள். (2) ஒருவர் இருவரைத் தவிர பெரிய ஆட்கள் யாருமில்லாமல் அச்சமயம் மாயமாய்ப் போனார்கள்.

புது ஓவர்சியர்

1. ஹிதோபதேசம்

சம்பந்தம் பிள்ளை, ஹைஸ்கூலிலும் காலேஜிலும் மாணாக் கராயிருந்தபோது அவருக்கும் மற்ற மாணாக்கர்களுக்கும் வித்தியாசம் ஏதேனுமிருப்பதாக எவருக்கும் தோன்றவில்லை. பின்னர், அவர் கிண்டி என்ஜினியரிங் கலாசாலையில் பயிற்சி பெற்ற காலத்திலும் முதல் இரண்டு, மூன்று வருஷங்கள் சாதாரண மாய் மற்ற மாணாக்கர்களைப் போலவே வாழ்க்கை நடத்திவந்தார். பாடம் படித்தல், பரீட்சையில் தேறுதல், உத்தியோகம் பார்த்தல், பணந்தேடுதல் - இவையே அவர் வாழ்க்கை இலட்சியங்கள். சீட்டாட்டம், சினிமா, சிகரெட், சிறுகதை, சில் விஷமம்-இவைதாம் அவர் சந்தோஷானுபவங்கள். ஆனால், என்ஜினியரிங் கலாச ாலையில் அவர் படித்த கடைசி வருஷத்தில் அவரிடம் சிற்சில மாறுதல்களை அவருடைய தோழர்கள் கண்டார்கள். காந்தி, டால்ஸ்டாய், ரஸ்கின் முதலியோருடைய புத்தகங்களை அவர் அதிகமாகப் படிக்க ஆரம்பித்தார். அக்கலாசாலைக் கோட்டைக்குள் முதல் முதல் தைரியமாகக் கதர்க்கொடியை நாட்டியவர் அவர்தான். சீட்டாட்டம் முதலியவற்றில் அவருக்குச் சுவைகுறையத் தொடங்கிற்று. அடிக்கடி தனிமையில் அமர்ந்து சிந்தனையில் ஆழ்ந்துவிடும் பழக் கத்தைக் கைக்கொண்டார்.

பரீட்சை முடிந்ததும் சம்பந்தம் பிள்ளை தமது மாமாவும், மாமனாருமான அம்பலவாணம் பிள்ளையிடம் யோசனை கேட்கச் சென்றார். ஸ்ரீமான் அம்பலவாணம் பிள்ளை மயிலாப்பூரில் மத்தியதரமான வருவாயுள்ள வக்கீல்களில் ஒருவர். அவரிடம் சம்பந்தம் கூறியதாவது:- 'மாமா! உத்தி யோக வாழ்க்கை என் இயல்புக்கு ஒத்து வராதென்று தோன்றுகிறது. டால்ஸ்டாய் முதலியவர்களின் நூல்களைப் படித்ததினால் எனக்குச் சில வாழ்க்கை இலட்சியங்கள் ஏற்பட்டிருக்கின்றன. பகவானருளால் எனக்குக் கொஞ்சம் பூமி காணி இருக்கிறது. ஆதலின் என் சொந்த கிராமத்துக்கே

சென்று நிலத்தைப் புதிய சாஸ்திரீய முறையில் சாகுபடி செய்து அமைதியான வாழ்க்கை நடத்தலாமென்று எண்ணுகிறேன். எனக்கிருக்கும் என்ஜினியரிங் அறிவைக் கொண்டு மற்றக் கிராமவாசிகளுக்கும் பல வழிகளில் நன்மை செய்வதற்குச் சில திட்டங்கள் போட்டிருக்கிறேன். இதைப்பற்றித் தாங்கள் என்ன சொல்கிறீர்கள்?'

அம்பலவாணர் புன்னகை புரிந்தார். 'இதென்ன பைத்தியம்' என்றார். அவர் மருமகனுக்குச் சிறிது கோபம் வந்துவிட்டது. ஆனால், வக்கீல் மகா புத்திசாலி; அத்துடன் உலகானுபவம் நிரம்ப உள்ளவர். இல்லாவிடில் மயிலாப்பூரிலிருந்து வக்கீல் தொழிலில் பேர் சொல்ல முடியுமா? வெறுமே பரிகாசம் பண்ணினால் மருமகனுக்குப் பிடிவாதமே அதிகமாகுமென்று அவருக்குத் தெரியும். ஆதலின், 'கோபித்துக் கொள்ளாதே தம்பி! என்னைப் போன்ற கர்நாடகப் பேர்வழிகளுக்கு இதெல்லாம் பைத்தியக்காரக் கொள்கைகளாகத் தோன்று கின்றன' என்று சொல்லிப் பின்னர் பின்வருமாறு ஹிதோப தேசம் செய்தார்.

'நீ புத்திசாலி, சிறிது சிந்தித்துப் பார்ப்பாயானால், இதெல்லாம் நடவாத காரியம் என்று, நீயே சொல்வாய். டால்ஸ்டாய் நூற்றுக்கணக்காகப் புத்தகங்கள் எழுதினாரே! அவருடைய கொள்கைகளை அவரே அனுஷ்டிக்க முடிய வில்லையென்பது உனக்குத் தெரியாதா? காந்தியுங்கூட அல்லவா தமது இலட்சியங்கள் எல்லாவற்றையும் வாழ்க் கையில் நிறைவேற்றக்கூடவில்லையென்று சொல்கிறார். அவர்களாலெல்லாம் முடியாதது உன்னால் முடியுமென்று நினைக்கிறாயா?'

'மேலும், அவசரம் என்ன? இப்போதுதான் நீ வாழ்க்கை தொடங்கப் போகிறாய். புதிய துறையில் இறங்கிக் கொஞ்ச காலத்திற்கெல்லாம் அதிருப்தி கொள்கிறாய் என்று வைத்துக் கொள்வோம். அதற்குள் 25 வயது கடந்துவிட் டால் அப்புறம் உத்தியோகம் 'வா' என்றால் வருமா? உத் தியோக வாழ்க்கையில் அதிருப்தி கொண்டால் அப்புறம் நீ உன் புதிய கொள்கைகளை நடத்திப் பார்ப்பதற்கு எதுவும் குறுக்கே நில்லாது.'

முத்தான முப்பது கதைகள்

'இருக்கட்டும், உன்னுடைய குடும்ப நிலைமை என்ன? வீட்டிலே உட்கார்ந்து சாப்பிட்டால் உன்னுடைய இரண்டு வேலி நிலம் எத்தனை நாளைக்குக் காணும் என நினைக் கிறாய்? பத்து வேலி, இருபது வேலி மிராசுதாரர்கள் எத்தனையோ பேர் ஆண்டியாய்ப் போகிறார்களென்பது எனக்குத் தெரியும். வேறு வருவாய்க்கு வழியில்லாத மிராசு தாரர் இக்காலத்தில் உருப்படவே முடியாது. இந்தக் காலத் தில் விவசாயம் செய்து முன்னுக்கு வந்தவன் உண்டா? உன் தம்பிமார்கள் இருவரையும் படிக்க வைத்தாக வேண்டும். தங்கைக்கும் கலியாணம் செய்து கொடுக்கவேண்டும். உனக்கும் இனிமேல் இரண்டு குஞ்சு குழந்தைகள் உண் டாகிவிடும். இவர்களுடைய கதியெல்லாம் என்ன?'

'இத்தனை காலம் ஏதோ அவ்வப்போது உனக்குப் பண உதவி செய்து வந்தேன். எனக்கும் இப்போது கை சளைத்து விட்டது. வக்கீல் தொழிலில் போட்டி சொல்ல முடியாது. 300 ரூபா ஆடம்பரத்தில் செலவழித்தால்தான் 500 ரூபா வருமானம் வருகிறது. மயிலாப்பூரில் எத்தனையோ பெரிய பெரிய வக்கீல்கள் இருக்கிறார்கள். அவர்கள் காங்கிரஸ் வாதிகளாகட்டும், மிதவாதிகளாகட்டும், ஜஸ்டிஸ் வாதிகளா கட்டும், எந்த வாதிகளாகட்டும் தங்கள் பிள்ளைகளுக்கும், பேரன்களுக்கும், மருமகன்களுக்கும், மாப்பிள்ளைகளுக்கும், மற்ற இஷ்டமித்ர பந்துக்களுக்கும் அரசாங்க உத்தியோகம் தேடிக் கொடாதவர்கள் உண்டா? அரசாங்க உத்தியோகத்து க்குச் சமானம் வேறெதுவு மில்லை. நாற்பது ரூபா சம்பளத்து க்குப் போனாலும் பிறகு வருஷம் ஆறு ஆறு ரூபாய் நிச்சயமாய் ஏறிக்கொண்டு போகிறது. சாகும்வரையில் பென்ஷன். அதிர்ஷ்டமும் சிபாரிசும் இருந்து நல்ல உத்தி யோகம் கிடைத்துவிட்டாலோ சொல்ல வேண்டியதில்லை. உதாரணமாக, அக்கவுண்டண்ட் ஜெனரல் ஆபீஸில் உத்தி யோகம் கிடைக்கிறதென்று வைத்துக்கொள். செட்டிமார் கடையில் கணக்கெழுதும் குமாஸ்தாக்களுக்குக் கொஞ்சம் பயிற்சியளித்து விட்டால் அந்த வேலையைச் செய்து விடுவார்களென்று கேள்விப்பட்டிருக்கிறேன். ஆயினும் அவ் வேலைக்கு ஆரம்பத்தில் ரூ.300 சம்பளம். பின்னர் வருஷந்

தோறும் 50, 50 ரூபா உயர்வு 1500 வரையிலும், அதிர்ஷ்ட மிருந்தால் அதற்கு மேலும் போகலாம்.

'ஆனால், எல்லா உத்தியோகங்களும் உத்தியோகமாகா. மேல் வருமானம் உள்ள உத்தியோகந்தான் உத்தியோகம். சம்பளம் உயர உயர, வாழ்க்கை அந்தஸ்தும் உயர்ந்து கொண்டே போவதால் மாதச் சம்பளம் எவ்வளவு வந்தாலும் செலவழிந்து போகும். மேல் வருமானமிருந்தால் தான் மீதி செய்ய முடியும். இக்காலத்தில் பொதுவாக எல்லா உத்தியோகங்களிலுமே மேல்வருவாய்க்கு இடமிருக் கிறதாயினும், முக்கியமாகச் சில இலாக்காக்கள் இருக் கின்றன. உன்னுடைய இலாக்கா அவற்றில் ஒன்று. புத்தி சாலித்தனமாயும் சாமர்த்தியமாயும் நடந்துகொண்டால் கொஞ்ச நாளில் குடும்பக் கவலையே இல்லாமல் பண்ணி விட்டு அப்புறம் நீ என்ன வேண்டுமானாலும் செய்யலாம்...'

இத்தனை நேரம் பொறுமையாகவும் மரியாதையுடனும் கேட்டுக் கொண்டிருந்த சம்பந்தப்பிள்ளைக்கு இப்போது பொறுக்க முடியாமலே போய் விட்டது. அவர் இடைமறித்துச் சொன்னதாவது:-

'ஒருகால் நான் உத்தியோகத்துக்கே போனாலும் நீங்கள் சொல்லும் வழிக்குப் போகவே மாட்டேன். மகா பாவமான காரியத்தை நீங்கள் சொல்கிறீர்கள். உத்தியோகம் பார்ப்பது போதாதென்று லஞ்சம் வாங்கியும் பிழைக்கவேண்டுமா?'

வக்கீல் பிள்ளையின் மனம் மகிழ்ந்தது. தன் ஹிதோபதேசம், முக்கால்வாசி பலிதமாகி விட்டதென்றும், பையனுக்குப் பைத்தியம் நீங்கிற்று என்றும் கருதினார்.

'நல்லது தம்பி, வாழ்க்கை தொடங்கும் போது எல்லாரும் இத்தகைய நல்ல தீர்மானங்களுடனேதான் தொடங்குகிறார்கள். ஆனால், வாழ்க்கையில் அநுபவம் ஏற்பட ஏற்பட அத்தீர்மானங்கள் எல்லாம் பறந்து போகின்றன. ஏதேனும் சாக்குப் போக்கினால் அவர்கள் ஆன்ம திருப்தி செய்து கொள்கிறார்கள். உதாரணமாக, என்னுடைய கலாசாலைத் தோழர் ஒருவர் தற்போது டெபுடி

கலெக்டராயிருக்கிறார். அவர் நெறி தவறாதவரென்று பிரசித்தி பெற்றவர். ஆயினும், அவர் 'வள்ளல்' எனக்குத் தெரியும்; கிராமக் கணக்குப்பிள்ளை, மணியக்காரர்களுக்கும் தெரியும். ஒரு கிராமத்தில் போய் அவர் மூன்று நாள் முகாம் போட்டாரானால், முகாம் முடிந்ததும் மணியக்காரரைச் செலவுப் பட்டியல் கேட்கிறார். மணியக்காரர் 3½ ரூபாய்க்குப் பட்டியல் போட்டுக் கொடுக்கிறார். டெபுடி கலெக்டர் 3 நாளில் முட்டை மட்டும் 3½ ரூபாய்க்குத் தின்றிருக்கிறார். ஆயினும் அவர் பட்டியல்படி 3½ ரூபாயை எண்ணிக் கொடுத்து விட்டு ரசீது வாங்கிக்கொண்டு தம் மனச் சான்றைத் திருப்தி செய்துகொள்கிறார். ஆரஞ்சுப் பழம் பட்டணத்தில் டஜன் 1½ ரூபாய். அது அங்கிருந்து டெபுடி கலெக்டருக்கென்று கிராமத்துக்கு வாங்கிக் கொண்டு போகப்படுகிறது. அவருக்கு அளிக்கப்படும் பட்டியலில் அதன் விலை டஜன் 4 அணா ஆகிவிடுகிறது.'

'ஆயிரக்கணக்கான தொகைகள் சம்பந்தமான அரசாங்கக் கணக்குகளைப் பரிசீலனை செய்து தப்புக் கண்டுபிடிக்கும் டெபுடி கலெக்டருக்குத் தமது பட்டியலில் காணப்படும் இச்சிறு தவறு புலனாவதேயில்லை? தம்பி! அவரும் உன்னைப்போல் எவ்வளவோ நல்ல தீர்மானங்கள் எல்லாம் செய்து கொண்டவர் தான். இவ்வுலகம் அப்படிப்பட்டது' என்றார் வக்கீல்.

'மாமா, தங்கள் புத்திமதிக்காக வந்தனம். என்ன செய்வதென்று நான் தீர்மானித்துவிட்டேன். என்னுடைய உயரிய வாழ்க்கை லட்சியங்களையெல்லாம் இப்போதைக்கு ஒரு மூலையில் கட்டி வைக்க வேண்டியதுதான். ஆனால், இது என்னுடைய சுயநலத்தை முன்னிட்டோ என் இலட்சியங்களில் எனக்கு நம்பிக்கைக் குறைவினாலோ அன்று. என் தம்பிமார்களையும், தங்கையையும் உத்தேசித்தே இம்முடிவுக்கு வந்தேன். எனக்காகிறது அவர்களுக்குமாகட்டும் என்னும் தைரியம் எனக்கு வரவில்லை. ஆனால், ஒன்று கூறுகிறேன், தாங்கள் சற்றுமுன் கூறியது போல் பணம் சேர்ப்பதற்கு நான் குறுக்கு வழி கடைப்பிடிக்கப் போவது

மட்டும் இல்லவே இல்லை, அதை உங்களுக்குச் சத்திய மாகச் சொல்கிறேன். யோக்கியன் எங்கும், எந்த நிலைமை யிலும் யோக்கியனாயிருக்க முடியுமென உங்களுக்கு நிரூபித்துக் காட்டுகிறேன்' என்றார் சம்பந்தம் பிள்ளை.

காரிய சித்தியினால் மகிழ்ச்சியடைந்த அம்பலவாணம் பிள்ளை சொல்கிறார்:- 'நான் விரும்புவதும் அதுதான், சம்பந்தம். நான் கூறியதைத் தப்பர்த்தம் செய்துகொள்ளாதே. நான் உலகத்துக்குச் சொன்னேனேயொழிய உனக்குச் சொல்லவில்லை. எப்போதும் கண்யமாயிருந்தால் அபாயம் இல்லை. அயோக்கியன் தான் பயப்பட வேண்டும். நாளடைவில் கண்யமே லாபம் தரும். நீ உத்தியோகத்தில் நெறி தவறாதவனாய் நின்று, மேன்மேலும் முன்னுக்கு வர வேண்டுமென்பது தான் என் பிரார்த்தனை.'

2. 'கண்டிராக்டு' உடையார்

கோவிந்தராஜ உடையாரின் தந்தை அவருக்குப் பத்து வேலி நன்செய் நிலமும், மற்றும் வீடு, வாசல், தோட்டம்-துறவு, மாடு கன்றுகளும் வைத்து விட்டுக் காலஞ்சென்றார். அப்போது உடையார் பாலிய வயதினர். தந்தை இறந்த இரண்டு வருஷத்தில், மைனர் விளையாட்டுக்களில் பதினையாயிரம் வரையில் கடன்பட்ட பின்னர் திடீரென்று விழித்துக் கொண்டார். சொத்தில் பற்று அவர் தந்தையிடமிருந்து அடைந்த பிதிரார்ஜிதங்களில் ஒன்று. தந்தை வைத்துப் போன நிலத்தில் ஒரு குழியேனும் விற்கக் கூடாதென்று அவர் தீர்மானஞ் செய்துகொண்டார். மகசூல் வருமானத்தைக் கொண்டு வீட்டுச் செலவு செய்து நிலவரியும் வட்டியும் கொடுத்துக் கடனையும் அடைப்பது இயலாத காரியமென்று தோன்றிற்று. உத்தியோகத்துக்குப் போவதற்கு வேண்டிய ஆங்கிலப் படிப்பு கிடையாது. என்னவெல்லாமோ யோசனை செய்துவிட்டுக் கடைசியில் 'கண்டிராக்ட்' தொழிலை மேற்கொண்டார். நல்ல வாசாலகர்; ஆட்களை வைத்து நடத்து வதில் சமர்த்தர். எனவே அந்தத் தொழிலில் அவர் வெற்றி பெற்றார். அந்தப் பக்கத்திலேயே சாலை, 'லயன்கரை', மதகு வேலை எதுவாயிருந்தாலும் அவரைத் தப்பிப் போகாது. சில

'கண்டிராக்டு'களைத் தம் பெயருக்கே எடுத்துக்கொள்வார். சிலவற்றைத் தமக்கு வேண்டியவர்கள் பெயரால் எடுத்துக் கொள்வார். ஆயிரம் ரூபாய் கண்டிராக்டுக்கு ஒரு வேலை ஒப்புக் கொண்டால் இருநூறு ரூபாய் வேலைக்குச் செலவு செய்வார். 500 ரூபாய் தாம் எடுத்துக் கொள்வார். 300 ரூபாய் கொடுக்க வேண்டியவர்களுக்குக் கொடுத்துச் சரிப்படுத் திவிடுவது வழக்கம். ஆதலின், தற்போது, அதாவது தமது நாற்பதாவது வயதில் அவர் அறுபது வேலி நிலத்துக்கும், 50,000 ரூபாய் ரொக்கத்துக்கும் எஜமானனாயிருந்ததில் ஆச்சரியமில்லையல்லவா?

இன்றைய தினம் உடையார் தமது சவுக்கண்டியில் சாய்வு நாற்காலியில் படுத்துக் கொண்டு சிந்தனை தேங்கிய முகத்தினராயிருந்தார். அவரை இரண்டு கவலைகள் பிடுங்கித் தின்றன. ஒன்று மேட்டூர் மைனரின் 40 வேலி நிலத்தை வாங்கித் தம் நிலத்தை முழுசாக 100 வேலியாக்கி விட வேண்டுமென்பது. அதற்கு இரண்டு லட்சம் ரூபாய் வேண்டும். ரூ.50,000 கையில் இருந்தது. இன்னும் 1½ லட்சத் துக்கு என்ன செய்வது? கடன் வாங்குவதில்லையென்பது உடையார் பாலியத்தில் செய்து கொண்ட உறுதி. அதிலும் இருபதாயிரம், ஐம்பதாயிரம் என்றாலும் யோசிக்கலாம். ஒன்றரை லட்சம் கடனா! பின்னர் என்ன உபாயம்?

மற்றொரு கவலை, கீழண்டைக் கிராமத்துப் பெரிய மிராசு தாரை எப்படிப் பழி வாங்குவதென்பது. அவர்களுக்குள் மனஸ்தாபம் தாலூகா போர்டு தேர்தல் சம்பந்தமாக எழுந்தது. உடையார் தேர்தலுக்கு நின்றாரென நினைக்கிறீர்களோ? அத்தகைய அசட்டுக் காரியம் எதுவும் அவர் செய்வதில்லை. ஆனால் அந்தப் பக்கத்தைச் சேர்ந்த தாலூகா போர்டு, ஜில்லாபோர்டு அங்கத்தினர்கள் எல்லாரும் 'கண்டிராக்ட்' உடையார் கைக்குள் அடக்கம் என்பது பிரசித்தம். கண்டிராக்டருக்கு அவர்களுடைய உதவி தேவை என்று சொல்லவேண்டுவதில்லை. அந்தப் பக்கத்தில் எந்தத் தேர்தல் நடந்தாலும் உடையாரின் ஆதரவு பெற்றோருக்குத்தான் வெற்றி. சென்ற வருஷம் வரை இந்தத் திருப்திகரமான

பரஸ்பர ஒத்துழைப்பு நிலைமை இருந்து வந்தது. இவ்வருஷத்துத் தேர்தலில் கீழண்டைக் கிராமத்து மிராசுதார் தமது உறவினரான போட்டி அபேட்சகரை ஆதரித்தார். அந்த அபேட்சகருக்குச் சில அதிக வாக்குகளால் வெற்றி கிடைத்து விட்டது. இதை உடையார் எப்படிச் சகித்துக் கொண்டு இருப்பார்? அது முதல் அவரைப் பழி வாங்குவது எப்படி என்பதே உடையாரின் ஓயாக் கவலையாயிற்று. மனஸ்தாபம் முற்றுவதற்குப் புதிய புதிய காரணங்களும் ஏற்பட்டு வந்தன.

இன்றைய தினம் மேற்சொன்ன இரு விஷயங்களையும் பற்றிச் சிந்தித்துக் கொண்டிருக்கையில் திடீரென்று உடையார் முகம் விளக்கமுற்றது. ஓர் அற்புதமான யோசனை அவர் உள்ளத்தில் உதயமாயிற்று. நதியிலே புது வெள்ளம் பெருக்கெடுத்தோடுவதைக் காலையில் போய்ப் பார்த்து வந்திருந்தார். 'லயன் கரை' மீது ஜலம் வழிந்தோட இன்னும் ஒரு முழமே பாக்கியிருந்தது. கையெழுத்து மறையும் நேரத்தில் அய்யனார் மூலைக்குச் சென்று மண் வெட்டியினால் ஒரு கோடுமட்டும் கிழித்து விட்டு வந்தால்? பகைவனுடைய நிலங்கள் அம்மூலைக்கு நேரே இருக்கின்றன. முப்பது வேலியும் ஓர் ஆள் உயரத்திற்குக் குறையாமல் மணலடித்து விடும். அத்துடன் அவன் அழிந்தான். நமக்கோ ஒரு நஷ்டமுமில்லை. ஜலம் மேற்கே முட்டிக் கொண்டு வந்தாலும் வண்டல் படிந்து நிலம் இரு மடங்கு விளையுமேயன்றி வேறில்லை. பின்னர், உடைப்பு அடைத்தல் சம்பந்தமாக ஏராளமான 'கண்டிராக்ட்' வேலைகள் இருபதினாயிரம் முப்பதினாயிரம் கிடைத்தாலும் கிடைக்கலாம். அப்போது மேட்டூர் மைனர் நிலம் வாங்குவதும் சாத்தியமாகிவிடும். தர்மம், அதர்மம் என்னும் எண்ணங்கள் உடையாருக்குத் தோன்றவே இல்லை. அவற்றையெல்லாம் அவர் மறந்து நீண்ட நாளாயிற்று.

சூரியன் அஸ்தமிக்கும் சமயத்துக்கு உடையார் கேசவனை ஒரு மண்வெட்டி எடுத்துக்கொண்டு வரச் சொல்லிவிட்டுக் கொல்லைப் புறத்தால் கிளம்பிச் சென்றார். அவர்கள் சில நிமிஷங்களுக் கெல்லாம் நதிக்கரையை அடைந்து,

அதிவேகமாகக் கிழக்கு நோக்கிச் சென்றார்கள். நதியில் பூரணப்பிரவாகம் ஓடிக் கொண்டிருந்தது. நீர் ஓட்டத்தின் 'ஹோ' என்ற இரைச்சலும், படுகையிலிருந்த மூங்கில் மரங்கள் உராயும் சத்தமும், மேலக் காற்றின் கோஷமும், தூரத்தில் நரியின் ஊளையும், நாயின் குலைப்பும் கலந்து பயங்கரமாகத் தொனித்தன. கண்ணுக் கெட்டியதூரம் தண்ணீர் மயமாய் இருந்த பிரவாகத்தின் காட்சியும், மேன்மேலும் வந்து கலந்த இருளும், மேற்குத் திக்கில் ஓடி ஒளிந்து கொண்டிருந்த மங்கிய ஒளியும், மரங்களின் நிழலும் பயங்கரத்தை மிகைப்படுத்தின. உடையாரும், கேசவனும் நதி வளைந்து செல்லும் ஒரு முடுக்குக்கு வந்து சேர்ந்தார்கள். உடையார், அங்கு வந்து நின்று 'சரி வெட்டு' என்றார். இருபது வருஷ காலமாய் எதிர்த்துப் பதில் சொல்லியறியாத கேசவன் இன்று தயங்கி நின்றான். 'சீ, மடையா, இங்கே கொடு' என்று கூறி, உடையார் மண்வெட்டியை வாங்கி, மளமளவென்று கரையை வெட்டினார். சுமார் பதினைந்து நிமிஷம் மூச்சு வாங்கும்படி வெட்டிய பின்னர், ஜலம் ஒரு சிறு மடையளவாக நகர்ந்து வந்து லயன் கரையின் மறுபுறத்தில் விழுந்தது. 'இன்னும் ஒரு மணி நேரத்தில் பாதி ஆறு இம்மடை வழியாகப் பாயும்' என்று உடையார் எண்ணிக் கொண்டே தலை நிமிர்ந்தார். தமக்கு இரண்டு கஜதூரத்தில் இரண்டு மனிதர்கள் சைக்கிள் வண்டிகளில் வந்திறங்குவதைக் கண்டார். 'யார் அது?' என்று சத்தம் வந்தது. உடையாருக்குப் 'பகீர்' என்றது. மின்னொளி போல் ஓர் எண்ணம் தோன்றிற்று. மண் 'வெட்டியை' வீசி ஆற்றில் எறிந்தார். கொடக் என்ற சத்தத்துடன் பிரவாகமானது உடையார் குற்றத்தின் சாட்சியத்தை விழுங்கி ஏப்பம் விட்டது.

3. நதி உடைப்பில்

சைக்கிளில் வந்து இறங்கிய இருவரில் ஒருவர் புது ஓவர்சியர் ஸ்ரீமான் சம்பந்தம் பிள்ளை என்று நேயர்கள் ஊகித்திருக்கலாம். மற்றொருவர் லயன் கரை மேஸ்திரி. நதியில் பிரவாகம் அதிகமாயிருப்பதை முன்னிட்டு, அவர்கள் லயன்கரையில் பந்தோபஸ்துக்காகப் பிரயாணம்

செய்து கொண்டிருந்தார்கள். சம்பந்தம் பிள்ளைக்கு முதலில் ஒரு நிமிஷம் தெளிவாக விளங்கவில்லை. உடையார் மண் வெட்டியை ஆற்றில் எறிந்ததுமே விஷயம் வெட்ட வெளிச்சமாய்ப் புலப்பட்டது. அப்போது சம்பந்தம் பிள்ளைக்கு உண்டான ஆத்திரம் அவ்வாற்றின் பிரவா கத்தைப்போல் அளவிட முடியாததாயிற்று. அவர் ஒரே பாய்ச்சலாய்ப் பாய்ந்து வந்து, உடையாரின் கழுத்துத் துணியை இறுக்கிப் பிடித்துக் கொண்டு 'அடே பாதகா! துரோகி! என்ன கொலை பாதகம் செய்தாய்!' என்றார். அவர் உடல் நடுங்கிற்று. தலையைக் கையினால் பிடித்துக் கொண்டு ஒரு கண நேரம் யோசித்தார். பின்னர், உடனே திரும்பி மேஸ்திரியைப் பார்த்து 'ஓடும் ஓடும்! கிராமத்துக்கு ஓடிப்போய் வைக்கோல், மண்வெட்டிச் சாமான்களுடன் ஆள் திரட்டிக் கொண்டு வாரும்' என்றார். மேஸ்திரி சைக் கிளில் ஏறிக் குறுக்கு வழியில் அதி வேகமாகச் சென்றார்.

உடையார் சிந்தித்தார். அவர் உள்ளத்தில் ஒரு கொடும் யோசனை உதித்தது. 'செய்வன திருந்தச் செய்' என்றபடி, இந்த அதிகப்பிரசங்கியை வெட்டி ஆற்றில் விட்டு விட்டாலென்ன? அவன் ஒருவன்; நாம் இருவர். ஆனால், அடுத்த கணத்தில் இது உசிதமானதெனத் தோன்றவில்லை. ஆள் திரட்டச் சென்ற மேஸ்திரி சிறிது நேரத்தில் திரும்பி விடுவான். அவனும் ஊராரும் சாட்சி சொல்வார்கள். ஆயுதமும் இல்லை, மேலும் நதி மண்வெட்டியை விழுங்கேமேயல்லாமல் பிணத்தை விழுங்காது, எல்லாவற்றிற்கும் மேலாக இன்னொரு தடை குறுக்கிட்டது. பக்கத்திலிருந்த கேசவனைக் காணோம். ஏதோ பெருந்தொல்லை இருக்கிற தென்றறிந்த அவன் சவாரி விட்டுவிட்டான்.

எனவே, அந்த யோசனையை உடையார் தள்ளி வழக்க மான உபாயத்தையே கைக்கொள்ளத் தீர்மானித்தார். தொண் டையைக் கனைத்துக் கொண்டு, 'ஏன் ஸார், புது ஓவர்ஸியர் வந்திருப்பதகாச் சொன்னார்களே, தாங்கள்தானோ?' என்று வினாவினார்.

சம்பந்தம் பிள்ளை, உடையாரின் கழுத்தில் மாலையாகப் போட்டிருந்த அங்க வஸ்திரத்தின் இரு முனைகளையும்

சேர்த்து இறுகப் பிடித்துக்கொண்டிருந்தார். ஆனால், அவர் கண் உடைப்பின் மீதே பதிந்து கிடந்தது. ஒவ்வொரு கணமும் கரை இடிந்து விழுந்து உடைப்புப் பெரிதாகிக் கொண்டிருந்தது. நீரின் வேகம் கீழ்மண்ணையும் அறுத்துக் கொண்டு வந்ததென்று கரைக்கு மறு புறத்தில் விழும் தண் ணீரின் அளவினால் நன்கு தெரிந்தது. சம்பந்தம் பிள்ளையின் உள்ளம் பதைத்தது. உடைப்புப் பெரிதாகாமல் தடுக்க எதுவும் செய்ய முடியாதிருந்த காரணத்தினால், அவர் துன்பம் அதிகமாயிற்று. பாதகன் மண்வெட்டியைக்கூட அல்லவா ஆற்றில் எறிந்துவிட்டான்.

இத்தருணத்தில் உடையார் மேற்கண்டவாறு கேட்கவே, சம்பந்தம் பிள்ளையின் கண் அவர்மீது சென்றது. பார்வைக்கு மட்டும் மனிதனை எரிக்கும் சக்தியிருந்தால் சம்பந்தம் பிள்ளை அப்பார்வையினாலேயே உடையாரை எரித் திருப்பார். அது சாத்தியமில்லாமல் போகவே அவர் பதிலும் சொல்லவில்லை.

'தங்களைப் பார்க்க நேர்ந்தது குறித்து நிரம்ப சந்தோஷம். தங்களுக்கு முன்னாலிருந்த ஓவர்ஸியர் எனக்கு நிரம்பப் பழக்கமானவர். இந்தப் பக்கம் வந்தால் நம்முடைய பங்க ளாவில் தான் தங்குவார். ஏன், ஸப் டிவிஷனல் ஆபீஸர், அஸிஸ்டெண்ட் என்ஜினீயர் முதலியோர்கூட நமக்கு அதிகப் பழக்கமானவர்கள் தான். என் பெயரைக் கூடத் தாங்கள் கேள்விப்பட்டிருக்கலாமே! நான் தான் கோவிந்தராஜ உடையார் என்பது' என்று கூறி, உடையார் குறுநகை புரிந்தார்.

இந்த மனிதருடைய துணிவும், அகம்பாவமும் சம்பந்தம் பிள்ளைக்கு அளவிலா ஆச்சரியமளித்தன. இந்த நிலையில் இப்படிப் பேசக்கூடிய ஒருவர் இருப்பாரென அவர் கனவிலும் கருதியிருக்க முடியாது. எனவே, அவர் ஸ்தம்பித்துப் போனார்.

உடையார் தன் கை விரலில் அணிந்திருந்த வைரக்கல் மோதிரத்தைக் கழற்றி, அதை நட்சத்திர ஒளியில் சிறிது காட்டி ஓவர்ஸியர் கண்முன் 'டால்' வீசச் செய்து, பின்னர்ப்

புன்னகையுடன் 'என்னுடைய ஞாபகார்த்தமாக இருக்கட்டும்' என்று சொல்லிக்கொண்டே அதை அவர் விரலில் மாட்டப் போனார்.

இப்போது சம்பந்தம் பிள்ளையின் ஆத்திரம் கரை கடந்தாயிற்று. அந்த மோதிரத்தை அவர் உடையார் கையிலிருந்து பிடுங்கி வீசி எறிந்தார்? மோதிரம் ஆற்று மத்திக்குச்சென்று, விழுந்த இடந்தெரியாமல் மறைந்தது.

'நல்லது, ஸார்! இவ்வளவு கோபம் எதற்காக? நாமெல்லாரும் பரஸ்பரம் உதவி செய்து கொள்ள வேண்டியவர்கள். ஆனாலும், இது கொஞ்சம் பெரிய விஷயந்தான். நம்முடைய வீட்டுக்கு வாருங்கள். ஒரு நோட்டு தந்துவிடுகிறேன்' என்றார் உடையார்.

'உம்முடைய நோட்டைக் கிழித்து இந்த உடைப்பில் கொண்டு வந்து போடும்! உமக்கு இவ்வுலகத்துக் கோர்ட்டுக் களில் அளிக்கப்படும் தண்டனை போதவே போதாது. கடவுளே உம்மைத் தண்டிக்க வேண்டும்' என்றார் சம்பந்தம் பிள்ளை. அவர் கண்ணில் தீப்பொறி பறந்தது. உடையார் சிந்தித்தார். தண்டனை என்றதும் அவருக்குத் தம் செயலினால் விளையக் கூடியவையெல்லாம் சட்டென்று மனதில் தோன்றின. பணச்செலவு, அவமானம், போலிஸ், கோர்ட், சிறை-எல்லாம் நினைவுக்கு வந்தன. முடிவில் ஆயுள் பரியந்தம் சிட்சை விதித்தாலும் விதிக்கலாம். உடையார் சிறிது அச்சமடைந்தார்.

'சரிதான் ஐயா! உமக்கு என்னதான் வேண்டும்? சொல்லி விடும்' என்றார்.

'உமது தலையில் இடி விழ வேண்டும்; இந்த வெள்ளம் உம்மை விழுங்க வேண்டும். அதுதான் எனக்கு வேண்டும்.'

'ஐயாயிரம் ரூபாய் தந்துவிடுகிறேன், உமக்கு நம்பிக் கையில்லா விடில் காகிதம் பேனா கொடும். இங்கேயே கைசீட்டு எழுதித் தருகிறேன்.'

'இப்போது நீர் எழுத வேண்டுவது வாக்கு மூலந்தான். ஆனால் இங்கே வேண்டாம். மாஜிஸ்டிரேட் முன்பு எழுதலாம்.'

'இதற்கு முன் நான் எவருக்கும் பதினாயிரம் ரூபாய்க்கு மேல் கொடுத்ததில்லை. ஒரே ஒரு முறை ஒரு முக்கியமான வாய்க்கால் தகராறில் மட்டுமே பதினாயிரம் கொடுத் திருக்கிறேன். இப்போது அந்தப் பதினாயிரம் உமக்குத் தருகிறேன். இதைத் தவிர, உடைப்பு சம்பந்தமான கண்டி ராக்டுகளில் உமக்குரிய விகிதம் கொடுத்துவிடுகிறேன்.'

'சும்மா வாயை மூடிக்கொண்டிரும், சர்க்கார் உத்தி யோகஸ்தருக்கு லஞ்சம் கொடுக்க முயன்ற குற்றம் வேறு உம்மீது சாரும். ஜாக்கிரதை!'

'புது ஓவர்சியர் கலியுக அரிச்சந்திரன் என்று சொன்னார்கள். இருந்தாலும், நீர் இவ்வளவு மோசமாயிருப்பீர் என்று நினைக்க வில்லை. நன்றாக சிந்தித்துப் பாரும். பதினாயிரம் ரூபாய் உம்முடைய பத்து வருஷச் சம்பளம். வட்டிக்குப் போட்டால் வட்டியே சம்பளத்துக்கீடாகும். வலிய வரும் லக்ஷ்மியை யாரேனும் உதைப்பார்களா? உமக்கு முன்னிருந்த ஓவர்சியர் பத்து ரூபா, ஐந்து ரூபாய்கூட வாங்குவார். நீர் பதினாயிரம் ரூபா வேண்டா மென்கிறீர். என்ன அநியாயம்!'

'அநியாயம்' என்ற வார்த்தையைக் கேட்டதும் சம்பந்தம் பிள்ளைக்குத் தம்மையறியாமல் சிறிது சிரிப்பு வந்தது. ஆனால், திரும்பி உடைப்பைப் பார்த்ததும் சிரிப்பெல்லாம் பறந்து போயிற்று. உடைப்பு இதற்குள் சுமார் பத்து கஜ அகலமுள்ளதாகிவிட்டது. 'ஹோ' என்ற இரைச்சலுடன் ஜலம் மோதிக்கொண்டு பாய்ந்தது. ஆயினும் என்ன பயன்? இனி வெள்ளம் வடிந்தாலொழிய உடைப்பு அடைபடுவது சந்தேகந்தான்!

ஆட்கள் தூரத்தில் வருவதை உடையாரும் பார்த்தார். இப்போதுதான் அவருக்கும் பதைப்பு உண்டாயிற்று. அவர், 'ஐயா, இங்கே பாரும். கடைசியாக ஒரு வார்த்தை. உம்முடைய ஆயுளில் இத்தகைய அதிர்ஷ்டம் உமக்கு வரப்போவதில்லை. எனக்குச் சொந்தமான பூஸ்திதி முதலியவற்றைத் தவிர இன்றைய தினம் ரொக்கமாக என்னிடமுள்ள ஐம்பதினாயிரம் ரூபாய். அந்த ஐம்பதினாயிரத்தையும் உமக்குக் கொடுத்து

விடுகிறேன். கொஞ்ச நஞ்சமன்று; அரை லட்சம். இதற்காக நீர் செய்ய வேண்டுவதோ ஒன்றுமில்லை. என்னையும் உடைப்படைக்க வந்தவனாகப் பாவித்துக்கொள்ளும். அல்லது நான் இங்கிருந்ததாகவே தெரிய வேண்டாம். மேஸ்திரியையும் நான் கவனித்துக் கொள்கிறேன். என்ன சொல்கிறீர்?' என்று கேட்டார்.

'முடியாது, முடியாது' என்று அழுத்தமாகக் கூறினார் சம்பந்தம் பிள்ளை. அவர் இதயத்தில் இன்ப வெள்ளம் பாய்ந்தது. அம்பலவாணம் பிள்ளையிடம் தாம் கூறிய சபதத்தை நினைவுகூர்ந்தார். அதை நிறைவேற்றி வைப்பதற்கு மன உறுதி அளித்ததன் பொருட்டு ஆண்டவனுக்கு நன்றி செலுத்தினார். நூறா? ஆயிரமா? அரை லட்சம் ஒரு பெரிய ஆஸ்தி! தம் சபதத்தை இவ்வளவு விரைவில் நிறைவேற்றச் சந்தர்ப்பம் கிடைத்ததை எண்ணி அவர் அகமகிழ்ந்தார்.

4. வெற்றி

தெய்வாதீனமாக மறுநாளே வெள்ளம் வடிய ஆரம்பித்தது. ஒரு வாரத்திற்குள் உடைப்பு அடைபட்டது. வழக்கத்துக்கு மாறாக உடைப்பு இவ்வளவு விரைவில் அடைபட்டதற்குப் புது ஓவர்ஸியரின் ஊக்கமும் முயற்சியுமே காரணங்கள் என்று ஜனங்கள் பிரசித்தியாகப் பேசிக் கொண்டார்கள். எனினும், ஐந்தாறு கிராமங்கள் வெள்ளத்தில் மூழ்கின. முக்கியமாக, உடையாரின் பகைவரான மிராசுதாரின் நிலத்தில் ஏறக்குறையப் பாதி மணலடித்துச் சாகுபடிக்கே லாயக்கில்லாமல் போயிற்று.

கோவிந்தராஜ உடையார் கைது செய்யப்பட்டுப் பின்னர் பெருந்தொகை ஜாமீன்களின் மீது விடப்பட்டார். வழக்கு ஏழெட்டுமாத காலம் நடந்தது. உடையாரின் சார்பாகச் சென்னைவக்கீல்கள் ஏழு பேரையல்லாமல் கல்கத்தாவிலிருந்து குற்ற வழக்குகளில் பெயர்போன பாரிஸ்டர் ஒருவரும் வந்து பேசினார். வழக்கின் நடைமுறை விவரங்களைத் தெரிவித்து, இச்சிறுகதையைப் பெருங்கதையாக்க நாம் விரும்பவில்லை. முடிவை மட்டும் கூறிவிடுகிறோம். சென்னை ஹைகோர்ட்

நீதிபதிகள் மூவர் அமர்ந்து, விசாரணை செய்து, கோவிந்த ராஜ உடையார் நிரபராதி என்று விடுதலை செய்தனர்.

உடையாருக்கு விரோதமாக ஓவர்ஸியரின் சாட்சியம் ஒன்றுதானிருந்தது. மேஸ்திரி, விசாரணையில் இருட்டிவிட்ட படியால் அங்கிருந்து உடையார்தானாவென்று நிச்சயமாகச் சொல்ல முடியாதென்றும், அங்கிருந்தவர் யாராயினும் தான் பார்த்தபோது அவர் மண்வெட்டியால் வெட்டிக் கொண்டிருக்க வில்லையென்றும், மண்வெட்டியை எறிந்ததையும் தான் பார்க்கவில்லையென்றும், 'ஐயோ! உடைப்பெடுத்து விட்டதே' என்பது போன்ற கூக்குரல்தான் காதில் விழுந்ததென்றும், தான் உடனே கிராமத்துக்குச் சென்றதாகவும், வேறு விபரம் ஒன்றும் தெரியாதென்றும் சாட்சி சொன்னான். கேசவன் கோர்ட்டுக்கு வரவேயில்லை. உடையாரின் எதிரி மிராசுதார், உடையார் தம் பகைவர் என்று சாட்சி சொன்னாராயினும் குற்றம் நிரூபிக்கப்படுவதற்கு அது உதவி செய்ய வில்லை. ஆகவே, போதிய சாட்சியம் இல்லையென்று வழக்குத் தள்ளப்பட்டது.

இதற்குச் சில தினங்களுக்கெல்லாம், ஓவர்ஸியர் சம்பந்தம் பிள்ளைக்கு மேலதிகாரிகளிடமிருந்து ஓர் உத்தரவு வந்தது. அதில் ஸ்ரீமான் சம்பந்தம் பிள்ளை உடைப்பெடுத்த காலத்தில் தமது கடமையைச் சரிவரச் செய்யவில்லையென்றும், உடைப்பை அடைக்கத் தீவிர முயற்சி செய்திருக்க வேண்டிய சமயத்தில், ஒரு கண்யமுள்ள கனவான் மீது, அவருடைய எதிரியின் தூண்டுதலால் அபாண்டமான குற்றத்தைச் சாட்டித் தொந்தரவு கொடுப்பதில் ஈடுபட்டிருந்ததாகவும், அதனால் இலாகாவுக்கே அபகீர்த்தி ஏற்படுத்தியிருப்பதாகவும், இக் காரணங்களினால் அவர் வேலையினின்று தள்ளப்பட்டிருப்பதாகவும் எழுதியிருந்தது.

5. முடிவு

சம்பந்தம் பிள்ளை தம் சொந்தக் கிராமத்துக்குத் திரும்பு வதற்கு முன்னால், தமது வாழ்க்கையின் பெருஞ்சோ தனையில் தாம் வெற்றி பெற்ற இடத்துக்கு ஒரு முறை செல்ல

வேண்டுமென விரும்பினார். அவ்வாறே, வேலையைத் தமக்குப் பதிலாக வந்தவரிடம் ஒப்புவித்த அன்று காலை, நதிக்கரைக்குச் சென்று, உடைப்பெடுத்த இடத்தில் வந்து அமர்ந்தார். சென்ற ஆண்டில், ஏறக்குறைய இதே காலத்தில்தான் அச்சோதனை நிகழ்ந்தது. இவ்வருஷம் நதியில் சென்ற வருஷத்தைப் போன்ற வெள்ளம் வரவில்லையாயினும் சுமாரான பிரவாகம் ஓடிக் கொண்டிருந்தது. சம்பந்தம் பிள்ளை அன்றைய தினம் மாலை நிகழ்ந்ததெல்லாவற்றையும் ஒரு முறை நினைத்தார். நதியின் வெள்ளத்தில் மேலக் காற்றின் வேகத்தினால் எழுந்த அலைகளே போல், அவர் உள்ளத்தில் எத்தனையெத்தனையோ எண்ணங்கள் எழுந்து மறைந்தன. அம்பலவாணம் பிள்ளையின் ஹிதோபதேசமும் அவர் ஞாபகத்துக்கு வந்தது. 'ஆம், மாமாவின் புத்திமதியை ஏற்றுக் கொண்டது நல்லதேயாயிற்று. 'பின்னால் உத்தியோகம் வா' என்றால் வருமா? உத்தியோக வாழ்வில் அதிருப்தி ஏற்பட்டால் அதைவிட்டு வேறு துறையில் இறங்குவதற்கு எதுவும் குறுக்கே நில்லாது' என்று அவர் கூறினாரன்றோ? இப்போது உத்தியோக வாழ்வைப் பார்த்தாய்விட்டது. இனி அதைப்பற்றி சபலம் சிறிதும் இன்றி, தமது வாழ்க்கை இலட்சியங்களைப் பின்பற்றலாம்' என்று சம்பந்தம்பிள்ளை எண்ணமிட்டார்.

கதிரவன், மேல் வான வட்டத்தின் அடிவாரத்தில், சுழலும் தங்கத் தகடெனத் திகழ்ந்தான். அவனுடைய பொன்னிறச் செங்கதிர்கள் நதியின் நீரில் படிந்தபோது, அலைகள் மெருகுகொடுத்தாற் போல் தகதகவென்று பிரகாசித்தன. ஒன்று, இரண்டு, மூன்று, ஐந்து நிமிஷம் சென்றது. கதிரவன் இருந்த இடத்தில் அவனது பொற்கிரணங் களைப் போர்வையாகப் போர்த்த சில முகில் திட்டுக்களே காணப்பட்டன. இந்தக் காட்சியில் உள்ளத்தைப் பறிகொடுத்திருந்த சம்பந்தம் பிள்ளை, தமக்கருகில் ஏதோ சத்தம் கேட்டுத் திரும்பிப் பார்த்தார். கோவிந்தராஜ உடையாரைக் கண்டு திடுக்கிட்டார். உடனே எழுந்து சைக்கிள் பிடியில் கைவைத்து ஏறப் போனார். 'தம்பி, உன்னைத் தேடிக் கொண்டு தான்

வந்தேன். சற்று உட்கார், போகலாம். உன் ஜாகைக்குப் போய் விசாரித்தேன். நதிக்கரைக்குப் போனதாகச் சொன்னார்கள். இங்கே தான் வந்திருப்பாய் என்று ஊகித்தேன்' என்று உடையார் கூறினார்.

சம்பந்தம் பிள்ளை தம் காதுகளையும் கண்களையும் நம்ப வில்லை. பிரமித்துப் போய் நின்றார்.

'ஆம், அப்பா! நான் உன்னைத் தேடிவந்தது உனக்கு அதிசயமாயிருக்கலாம். ஒரு காரியத்தைப் பற்றிப் பேச வந்தேன். தயவு செய்து உட்கார மாட்டாயா?' என்று கூறிக்கொண்டே உடையார் கீழே மல் துணியை விரித்துப் போட்டு உட்கார்ந்தார்.

அவருடைய பரிதாபகரமான குரல் சம்பந்தம் பிள்ளையின் மனத்தை உருக்கிற்று. இந்த அதிசயத்தையும் பார்த்துவிட வேண்டுமென எண்ணி, அருகில் கிடந்த கட்டையின்மீது சம்பந்தம் பிள்ளை அமர்ந்தார்.

'என்ன சொல்லப்போகிறீர்கள்? தங்களுடைய வெற்றியைப் பற்றிச் சொல்லிக்காட்டப் போகிறீர்களா? அப்படியானால் வேண்டாம். ஏனெனில், நான் தான் வெற்றி யடைந்ததாக என்னுடைய எண்ணம். அல்லது, என்னுடைய நிலைக்காக இரக்கம் காட்டப்போகிறீர்களா? அதுவும் தேவை யில்லை. பகவான் எனக்குக் கொஞ்சம் பூமியையும் அதை உழுத பயிரிட உடம்பில் வலிவையும் அளித்திருக்கிறார்' என்று சம்பந்தம் கூறினார்.

அப்போது உடையார், 'அப்படியெல்லாம் ஒன்றுமில்லை. தம்பி! வேறு காரியம். நான் உங்களையெல்லாம் போல் படித்தவனல்லன். ஆகையால், சாமர்த்தியமாகப் பேசத் தெரி யாது. இருந்தாலும் மனத்திலுள்ளதை விட்டுச் சொல்கிறேன். போன வருஷத்தில், இதே இடத்தில் நீ சந்தித்தாயே, அந்த கோவிந்தராஜ உடையார் இப்போதில்லை. இந்த வழக்கினால் நான் முற்றும் புதிய மனிதனாகிவிட்டேன். என் உடம்பும் உள்ளமும் நிரம்பத் தளர்ந்து போய்விட்டன. என்னால் இனி குடும்ப விவகாரங்களைப் பார்க்கவும் முடியாது. எனக்கு

60 வேலி நிலமும் மற்றும் வரவு செலவுகளும் உண்டு. இவற்றையெல்லாம் கவனிக்க நம்பிக்கையான காரியஸ்தன் ஒருவன் வேண்டும். உன்னைவிட உண்மையான மனிதன் எனக்கு எங்கே கிடைப்பான்? அதற்காகத் தான் உன்னைத் தேடி வந்தேன்' என்றார்.

சம்பந்தம் பிள்ளைக்குத் தூக்கி வாரிப் போட்டது. அசாத்திய மான கோபம் வந்தது. 'இந்தப் பொல்லாத மனிதனின் தைரியத்தைப் பார்த்தாயா? எனினும், அவர் முகத்தோற்றமும் குரலும் நம் மனத்தை இளக்குவதன் இரகசியம் என்ன? ஒரு வேளை, உண்மையிலேயே வேறு மனிதராகிவிட்டாரோ!' என எண்ணினான். உடையார் பின்னர் கூறிய மொழிகள் சந்தேகத்தை நிவர்த்தி செய்தன.

'தம்பி! உனக்கு ஆச்சரியமாயிருக்கலாம். என் துணிவைக் கண்டு நீ வியப்புறலாம். ஆயினும் உண்மை அதுதான். என் விவகாரங் களைக் கவனித்துக் கொள்ள உண்மையான மனிதன் தேவை. இது மட்டுமன்று, இவ்வளவு காலமும் நான் செய்த பாவங்களுக் கெல்லாம் பரிகாரம் தேடவேண்டும். இதற்கு எனக்கு வழிகாட்ட ஓர் உத்தமத்தோழன் தேவை. அத்தகைய உத்தமன் உன்னை யல்லாமல் எனக்கு வேறு யார் கிடைக்கப் போகிறார்கள்? என் வாழ்நாளிலே நான் எத்தனையோ மனிதர்களைப் பார்த்திருக்கிறேன். இவர்களிலே யோக்கியர்களும் அயோக்கியர்களும் என்னைப் போன்ற பாதகர்களும் உண்டு...'

இச்சமயத்தில் சம்பந்தரின் கண்களில் நீர் ததும்பிற்று. உடையாரின் தொண்டை கம்மலுற்றது. அவர் மெதுவாக எழுந்து வந்து சம்பந்தம் பிள்ளையின் அருகில் நின்று, அவர் தலையைத் தம் கையினால் தொட்டுக் கொண்டு, '....அத்தனை பேரிலும் உன்னைப்போன்ற உத்தமன் ஒருவனைச் சந்தித்த தில்லை. மற்றும் இன்னொரு செய்தி உனக்குத் தெரியுமா? எனக்குப் பிள்ளை குட்டிகள் ஒருவரும் இல்லை. நான் இன்று இறந்தால் ஒரு துளிக் கண்ணீர் விடுவோர் கிடையாது. அப்போது, நான் எத்தனையோ அக்கிரமங்கள் செய்து சேர்த்த இந்தச் சொத்து முழுதும் என்னவாகும்? நேற்றைய

தினம் இதையெல்லாம் பற்றி எண்ணமிட்டுக் கொண்டிருந்தேன். உன்னைப் போன்ற ஒரு சத்புத்ரன் மட்டும் இருந்தால் நான் எவ்வளவு பெருமையடைவேன்? அப்போது, இந்த அக்கிரமச் சொத்து முழுவதையும் நல்வழியில் பயன்படுத்தி, என் பாவங்களுக்குக் கழுவாய் தேடிவிடு வாயல்லவா!.... போகட்டும், அதைப்பற்றி நினைத்து என்ன பயன்? தம்பி, என்னுடைய வேண்டுகோளுக்கு இணங்குவாயா? மாதம் ரூ.100 சம்பளத்தில் என் காரியஸ்தனாக வேலை பார்ப்பாயா?' என்று கேட்டார்.

இவ்வாறு கூறி உடையார் கண்ணீர் உகுத்தார். அக் கண்ணீர் சம்பந்தம் பிள்ளையின் முகத்திலும் மார்பிலும் விழுந்து அவருடைய கண்ணீருடன் கலந்தது. பின்னர், அவ்விரு கண்ணீர் அருவிகளும் சேர்ந்து ஓடி, நதி ஜலத்தில் விழுந்தன. இவ்வாறு அன்றைய தினத்திலே அந்தப் புண்ணிய நதி, கங்கை, யமுனை, சரஸ்வதி என்னும் மூன்று நதிகள் கூடும் பிரயாகையைக் காட்டிலும் விசேஷ மகிமையுடையதாயிற்று.

வஸ்தாது வேணு

'ஏய்! இப்படி உள்ளே வா! வேடிக்கை பார்த்தது போதும்' என்றான் வேணு நாயக்கன். அவனுக்கு எதிரில் பீங்கான் தட்டில் சோறு வட்டித்திருந்தது. மோர் கலந்து பிசைந்து கொண்டு ஊறுகாய்க்காகக் காத்திருந்தான். அவர் மனைவி வீட்டு வாசற்படியில் நின்று, ஏதோ தெருவில் வேடிக்கை பார்த்துக் கொண்டிருந்தாள்.

'ஏஹே! காது கேட்கவில்லையா? போலீஸ்காரன் குடி வருவதைப் பார்க்கக்கூடாது. சட்டத்துக்கு விரோதம்; ஜெயிலில் போட்டுவிடுவார்கள்' என்று சொல்லி வேணு நாயக்கன் பலமாகச் சிரித்தான்.

ஆனால் மங்கம்மாளுக்கு இந்தப் பரிகாசம் புரியவில்லை. அவள் திரும்பி வந்து, 'ஜெயிலில் போட்டு விடுவார்களா? விளக்கு மாற்றால் அடிப்பேன், இந்த உதவாக்கரைப் போலீஸ் வேலைக்கு எவ்வளவு ஜம்பம்! இரண்டு வண்டி சாமான்! கட்டில் மெத்தை, நாற்காலி, டிரங்குப்பெட்டி, வாத்தியப்பெட்டி-ஒன்றிலும் குறை வில்லை! குட்டிகளுக் கெல்லாம் துரைசாணி மாதிரி ஜாக்கெட். ஐயோ! என்ன ஜம்பம்' என்று சொல்லிக் கையால் தன் கன்னத்தில் ஒரு இடி இடித்துக் கொண்டாள்.

'நீ சும்மாயிரு. அவர்கள் ரொம்பக்காலம் இங்கே இருந்து வாழப் போகிறார்களோ? பார்த்து விடுகிறேன்' என்றான் வேணு நாயக்கன்.

'வாழாமல் என்ன? அவர்களுக்கு என்ன கேடு? மாதம் முதல் தேதி சர்க்கார் சம்பளம் வருகிறது' என்றாள் மங்கம்மாள்.

'எல்லா சர்க்கார் சம்பளத்தையும் நான் பார்த்துவிடுகிறேன். வேணு நாயக்கன் கிட்டவா அந்த ஜம்பமெல்லாம் பலிக்கும்?' 'வந்தால் வரட்டுமே, நமக்கென்ன பயம்?' என்றாள் மங்கு.

'என்ன சொன்னாய்? வாயை அலம்பிக்கிட்டுப் பேசு. நானா பயப்படுகிறவன்? இவனைப் போல் ஆயிரம் சிவப்புத்

தலைப்பாகையைப் பார்த்திருக்கிறேன்' என்று அதட்டிப் பேசினான் வேணு.

வஸ்தாது வேணு நாயக்கனைத் தெரியாதவர்கள் நெல்லிப் பாக்கத்தில் ஒருவரும் கிடையாது. ஏன்? சென்னைப் பட்டினத் திலேயே ஒருவரும் கிடையாதென்றுகூடச் சொல்லலாம். முக்கியமாக சாயங்கால வேளைகளில் கள்ளு, சாராயக் கடைகளில் அவனுடைய ஆர்ப்பாட்டம் அதிகமாயிருக்கும். அவனைக் காணாத இடங்களில் ஜனங்கள் 'போவன்னா நாயக்கன்' என்று அவனைப் பற்றிப் பேசுவார்கள். எதிரில் கண்டால், 'என்ன வஸ்தாது நாயக்கரே!' என்பார்கள்.

அவனுடைய ஜீவனோபாயம் எப்படியென்பது யாருக்கும் நிச்சயமாய்த் தெரியாது. ஆனால் சென்னை நகரில் எந்தவிதத் தேர்தல் நடந்தாலும் சரி, வேணு நாயக்கனை அங்கே பார்க்கலாம். யாராவது ஒரு கட்சியார் அவன் உதவியை நாடுவது நிச்சயம். மீசையை முறுக்கிவிட்டுக்கொண்டு கையில் தடியுடன் நின்றானானால் எதிர்க் கட்சியாருக்குக் கொஞ்சம் கதி கலங்கத்தான் செய்யும்.

இவ்வளவு பிரபல மனிதன் மீது நெல்லிப்பாக்கம் போலீஸார் 'நிகா' வைத்திருந்ததில் வியப்பில்லையல்லவா? சுற்றுப்பக்கத்தில் எங்கே கலகம் அடிதடி நடந்தாலும் அதில் வேணு நாயக்கன் சம்பந்தப்பட்டிருப்பான் என்பது அவர்களுக்கு நிச்சயமாய்த் தெரியும். ஆனால், அவனைப் பிடித்து மாட்டுவதற்கு மட்டும் இதுவரை அவர்களுக்குத் தக்க சந்தர்ப்பம் கிடைக்கவில்லை. எவ்வளவு பலமான வழக்கு அவன்மீது கொண்டு வந்தாலும், தேர்தலில் அவன் உதவி பெற்ற பிரபல வக்கீல்கள் ஆஜராகிக் 'கேஸை' உடைத்து வந்தார்கள். ஒரே ஒரு தடவை அவனிடம் ஒரு வருஷத்துக்கு நன்னடத்தை வாங்க முடிந்தது. மற்றொரு முறை முப்பது ரூபாய் அபராதம் போட்டார்கள். அதற்கு மேல் ஒன்றும் நடக்கவில்லை.

இந்த நிலைமையில், வேணு நாயக்கனுக்குப் போலீஸ்கார னென்றால் 'பூனைக்குட்டி விசுவாசம்' ஏற்படுவது இயல்பே

யல்லவா? ஆகவே, அடுத்த வீட்டிற்கு ஹெட்கான்ஸ்டேபிள் ஒருவன் குடி வருகின்றான் என்று அறிந்தது முதல் அவன் மனம் கொதித்துக் கொண்டிருந்தது. சாராயக் கடையில் யாரோ இதைப்பற்றிப் பிரஸ்தாபித்த போது 'அடே! சும்மா பார்த்துக் கொண்டிரு. மூன்று நாளில் அந்த நெருப்புக்குச்சி யைக் கிளப்பாவிட்டால் என் பெயர், வஸ்தாது வேணு நாயக்கன் அல்ல!' என்று சொல்லிக் கொண்டு அவன் மீசையை முறுக்கினான்.

ஆனால் மாதம் மூன்று ஆகியும் அந்த நெருப்புக் குச்சி புறப்படுகிற வழியாயில்லை. இவ்வளவு நாளும் வேணு நாயக்கன் சும்மாயிருந்தானென்று நினைக்க வேண்டாம். தன்னாலியன்ற முயற்சியெல்லாம் செய்துதான் வந்தான். அவன் உத்தரவுப்படி மங்கம்மாள் தினம் காலையில் வாசலைக் கூட்டிக் குப்பையை அடுத்த வீட்டு வாசலில் தள்ளிவிட்டு வருவாள். ஆனால் சற்று நேரத்திற்கெல்லாம் அவ்வளவு குப்பையும் வட்டியும் முதலுமாக, வேணு நாயக்கன் வாசலுக்கே திரும்பி வந்துவிடும்.

வேணு ஒரு நாள் சாராயக் கடையிலிருந்து ஏராளமான கண்ணாடிப் புட்டிகள் கொண்டுவந்தான். கதவைச் சாத்தி விட்டு அவைகளைத் துண்டு துண்டாய் உடைத்தான். நடு நிசிக்கு எழுந்து போய் அந்தத் துண்டுகளைப் போலீஸ்காரன் வீட்டுக் கொல்லையில் வீசிக் கொட்டி விட்டு வந்தான். இந்த நொறுக்கல் தொண்டு செய்தபோது அவன் கையில் இரண்டு மூன்று இடத்தில் காயம் உண்டாகி இரத்தம் வடிந்தது. அவன் அதைப் பொருட்படுத்தவில்லை.

ஆனால் மறுநாள் சாயங்காலம் அவன் குடிமயக்கத் துடன் வீடு திரும்பிக் கொல்லைப்புறம் போகையில் இரண்டு காலிலும் இரண்டு பெரிய கண்ணாடித் துண்டுகள் குத்திக் காலை கிழித்தபோது கட்டாயம் பொருட் படுத்த வேண்டியதாயிற்று. 'ஐயோடி! அப்பாடி' என்று முனக ஆரம்பித்தான். 'என்ன ஓய்! தேள் கொட்டிவிட்டதா?' என்று அடுத்த வீட்டுக் கொல்லையிலிருந்து ஒரு சத்தம் வந்தது. 'பீங்கான் தட்டு வேண்டாம்; ஆசாரக் குறைவு; இனிமேல்

இலை போட்டுத்தான் சாப்பிடவேண்டும்' என்றான் வேணு. இந்த ஊதாரிச் செலவின் இரகசியம் முதலில் மங்கம்மாளுக்கு விளங்கவில்லை. வேணு சாப்பிட்டு எழுந்ததும் 'ஓய் இலையை மேலண்டைப் பக்கமாய்ப் போடு, தெரிகிறதா?' என்று சொன்னபோதுதான் அவளுக்கு விஷயம் விளங்கிற்று. மங்கம்மாள் அப்படியே செய்துவிட்டு வந்தாள்.

சிலநாள் வரையில் வேணு சந்தோஷமாக இருந்தான். ஆனால் ஒரு நாள் இராத்திரி கொல்லைப்புறம் போனபோது அவன் சந்தோஷம் மாறிவிட்டது. என்னவோ சந்தேகப்பட்டு அவன் கொல்லைச் சுவர் வழியாகப் பக்கத்துக் கொல்லையை எட்டிப் பார்த்தான். போலீஸ்காரன் புதிதாய் வாங்கியிருந்த பசு மாடுதான், மூன்று தம்பிடி கொடுத்து வாங்கிய வாழை இலையை ஆனந்தமாய் மென்று தின்று கொண்டிருப்பதை அவன் கண்டான். குப்பை, கண்ணாடித்துண்டு முதலிய சாமான்கள் உடனுக்குடன் திரும்பி வந்து கொண்டிருக்க, எச்சில் இலை மட்டும் வராத காரணம் இப்போதுதான் வேணுவுக்கு புலனாயிற்று.

பிறகு, ஒரு நாள் வேணு நாயக்கன் தன் வீட்டிலிருந்த ஓட்டைத் தகரங்களையெல்லாம் சேகரித்தான். கொல்லைப் புறம் கொண்டுபோய் ஒரு பெரிய தகரத்தை வீசி எறிந்தான். அடுத்த கொல்லையிலிருந்த போலீஸ்காரன், 'இந்தா இந்தத் தகரத்தை எடுத்து வை. மாட்டுக்குத் தீனி வைக்க உதவும்' என்று தன் பெண்சாதியிடம் அருமையாய்ச் சொன்னான். வேணுவுக்குப் பலத்த கோபம் வந்து விட்டது. 'ஓய்! அப்படி ஊர்சொத்தைச் சுரண்டித்தான் நீர் காலட்சேபம் செய்கிறதோ?' என்று கத்தினான். 'ஓஹோ இது உம்முடைய தகரமா?' என்று அடுத்த கொல்லையிலிருந்து போலீஸ்காரன் சொன்னான். மறுநிமிடத்தில் அந்த ஓட்டைத்தகரம் வந்து வேணு நாயக்கன் தலைமேல் நேராய் இறங்கிற்று. பிறகு, அவன் முதுகைத் தடவிக் கொடுத்துக்கொண்டு தரையில் விழுந்து ஒரு குதி குதித்தது. 'என்ன ஓய்! தலைமேல் விழுந்து விட்டதா என்ன?' என்றான் போலீஸ்காரன்.

'நாசமாய்ப் போக! ஒரு நாளைக்கு உன் மண்டையை உடைக்காமல் விடப்போகிறேனா?' என்று வஸ்தாது நாயக்கன் முணு முணுத்துக் கொண்டான்.

வேணுநாயக்கனுக்கு ஒரு மாத காலம் நல்ல தூக்கம் கிடையாது. இரவு பகல் இதே யோசனைதான். கள்ளு, சாராயக் கடைகளில் அவன் பல மந்திராலோசனைகள் நடத்தினான். அந்தப் போலீஸ் காரனைக் கசக்கி சாறு பிழிந்து விட வேண்டுமென்று அவன் நண்பர்கள் எல்லோரும் ஒரு முகமாய் அபிப்பிராயப்பட்டார்கள். ஆனால், அதற்கு வழியும் சாதனமும் சொல்லுவார் யாருமில்லை. 'வலிய அழைத்தாலும் சண்டைக்கு வராதவனை என்ன செய்யமுடியும்? எப்படியும் அவனை ஒரு கை பார்க்காமல் விடாதே' என்று மட்டும் ஊக்கப்படுத்தி வந்தார்கள். ஒரு நாள் மாலை மிக்க முகமலர்ச்சியுடன் வேணு வீடு திரும்பினான். 'என்ன விசேஷம்?' என்று அவன் மனைவி கேட்டாள்.

'விசேஷம் இருக்கிறது' என்றான் வேணு. அவன் மனைவியின் ஆவல் பதின்மடங்கு அதிகமாயிற்று. 'என்ன? என்ன?', என்று கேட்டாள்.

'இன்றைக்கு வக்கீல் ஐயாவிடம் பேசிக் கொண்டிருந்தேன். ஒரு நல்ல யோசனை சொல்லியிருக்கிறார். இதற்குத்தான் படித்தவர்கள் சினேகம் வேண்டுமென்பது' என்றான்.

'என்ன யோசனை? சொல்லு, சொல்லு.'

'போலீஸ்காரன் பிறத்தியான் வீட்டுக்குள் நுழையக் கூடாது. வாரண்டு வைத்துக்கொண்டு தான் நுழையலாம். அப்படியில்லாமல் நுழைந்தால் அவனை மாட்டிவிடலாம்.'

'அதற்கென்ன இப்போது?'

'என்னவா? அதுதான் சட்டம். அடுத்த வீட்டுச் சிவப்புத் தலைப்பாகையை ஒழிக்க வழி.'

'எப்படி ஒழிக்கிறது?'

'இன்னும் புரியவில்லையா? அடுத்த வீட்டுப் போலீஸ் காரனை நம் வீட்டில் நுழையும்படி செய்ய இரண்டு சாக்ஷிகள்

வைத்துவிட வேண்டியது. அப்புறம் வக்கீல் ஐயன் பார்த்துக் கொள்ளுகிறான்.'

'எப்ப நுழையும்படிச் செய்கிறது?'

'ஆ! அதுதான் இரகசியம், இதோ பார். இந்தத் தடியினால் உன்னை இன்று நொறுக்கப் போகிறேன்' என்றான்.

'ஐயோ! உனக்குப் பைத்தியம் பிடித்து விட்டதா, என்ன?'

உடனே வேணு நாயக்கன் விழுந்து விழுந்து சிரித்தான். 'பைத்தியமில்லை; யுக்தி' என்றான்.

'இதோ பார்! நன்றாய் கேட்டுக்கொள். பரண் மேல் பழைய மெத்தை கிடக்கிறதல்லவா? அதை எடுத்துப் போடு. இந்தத் தடியினால் அதைப் போட்டு அடிக்கப் போகிறேன்! ஆனால், நீ உன்னைத்தான் அடிப்பதாகப் பாசாங்கு செய்ய வேண்டும். கூகூவென்றுகத்து. என்மேல் உனக்கிருக்கும் ஆத்திரத்தையெல்லாம் கொட்டித் திட்டு. 'கொல்கிறானே, கொல்கிறானே' என்று கூச்சல் போடு. வாசல் கதவைத் தாளிடாமல் இவ்வளவும் செய்யப் போகிறேன். அந்தச் சிவப்புத் தலைப்பாகை கட்டாயம் உள்ளே நுழையும். நான் வாசலில் ஓடிப்போய் எதிர் வீட்டுக் காரர்களைக் கூப்பிட்டு சாட்சி வைத்து விடுகிறேன்' என்றான்.

முதலில் மங்கம்மாளுக்கு இந்த யோசனை பிடிக்கவில்லை. மெத்தையில் அடிப்பதற்குச் சம்மதியாவிட்டால் முதுகின்மேல் அடி விழுமென்று தோன்றிற்று. ஆகவே, 'சரி' யென்று ஒப்புக் கொண்டாள்.

சாப்பாடு முடிந்தது. அடுத்த வீட்டில் போலீஸ்காரனும் அவன் மனைவியும் படுத்துக்கொண்டார்கள் என்ற தெரிந்தபின், அந்தச் சுவர் ஓரமாக மெத்தையைக் கொண்டு போய் போட்டான். 'முதலில் கொஞ்சம் வாய்ச் சண்டை போட வேண்டும். உன் மனத்தில் என் மேலுள்ளதையெல்லாம் சொல்லித் தீர்த்துவிடு. பக்கத்து வீட்டுக்குக் கேட்கும்படி உரக்கப் பேசு' என்றான்.

மங்கம்மாள் பயந்துகொண்டே ஆரம்பித்தாள். ஆனால், இதற்கு முன்னெல்லாம் அவள் ஒரு வார்த்தைப் பேசியதும் வேணு வாயில் போடுவது வழக்கம். இப்பொழுது அவன் பேசாமலிருக்கவே அவளுக்கு உற்சாகம் பிறந்தது. எட்டு வருஷ காலமாய் அவள் மனதில் குமுறிக்கொண்டிருந்தவைகள் அனைத்தையும் எடுத்து வெளியே விடத் தொடங்கினாள். கால் மணியாயிற்று. அரை மணியும் ஆயிற்று. வேணு காரியம் என்னவென்பதை மறந்து போனான். உண்மையிலேயே தானும் தன் மனைவியும் சண்டையிடுவதாகவே கருதினான். 'இவ்வளவுதானா? இன்னும் உண்டா?' என்று சொல்லிக் கொண்டு எழுந்தான்.

'இன்னும் இருக்கிறது' என்று கூறி மங்கம்மாள், மேலும் ஆரம்பித்தாள் புராணத்தை. ஆனால் வேணுநாயக்கன் உண்மை யாகவே தடியைத் தூக்கிக்கொண்டு வருகிறான் என்று தெரிந்ததும் 'வீர்' என்று ஒரு பெரிய கூச்சல் போட்டுக் கொண்டு சமயலறைக்குள் ஓடிக் கதவைச் சாத்தித் தாழ்ப்பாளிட்டுக் கொண்டாள். உள்ளிருந்தபடியே அவள், வேணு நாயக்கன், அவனுடைய அப்பன், பாட்டன், இன்னும் இஷ்டமித்திர பந்து ஜனங்கள் எல்லாருடைய குணாதிசயங்களையும் வர்ணித்து அவர்களை ஆசீர்வாதஞ் செய்யலானாள். அவள் வேணுநாயக்கனையும் விடவில்லை.

இந்தச் சமயத்தில் அடுத்த வீட்டிலிருந்து போலீஸ்காரன் குரல் கேட்டது. 'என்ன ஓய் காட்டு பூனையை ஓட்டித் தொலையும். தூக்கத்தைக் கெடுக்கிறது' என்றான் அந்தப் பொல்லாத குள்ள நரி. உடனே வேணு நாயக்கனுக்குப் பழைய ஞாபகம் வந்தது. தொப்பு தொப்பென்று பழைய மெத்தையைப் போட்டு அடிக்கத் தொடங்கினான் பாவம்! மூன்று தலைமுறையாக வேணு நாயக்கன் குடும்பத்தைத் தாங்கி வந்த அந்த மெத்தை அன்று படாத பாடு பட்டது. துணி, சுக்கு சுக்காய்க் கிழிந்தது, பஞ்சு தூள் தூளாகப் பறந்தது.

போலீஸ்காரன்மேல் கோபம் ஒரு பக்கம், பெண்சாதி மேல் ஆத்திரம் ஒரு பக்கம்; அரை மணி நேரத்துக்கு

மேலாகியும் வேணுநாயக்கன் ஓயவில்லை. திடீர் என்று வாசற்கதவு திறக்கும் சத்தம் கேட்டது. 'ஆஹா! ஜயித்தோம்' என்று அளவிலாத குதூகலத்துடன் முன்னைவிட ஓங்கி அடித்தான். திடு திடுவென்று யாரோ ஓடிவரும் சத்தம் கேட்டது. 'மாட்டிக் கொண்டாயா நெருப்புக்குச்சிப் பயலே!' என்று எண்ணுவதற்குள் திடுதிடுவென்று முதுகில் ஐந்தாறு அடி விழுந்துவிட்டது. 'ஆஹா பயலே!' என்று சத்தமிட்டுக் கொண்டு வேணு குதித்து எழுந்தான். முதுகிலும் தலையிலும் தோளிலும் மாறி மாறி அடி விழுந்தது. திரும்பிப் பார்த்ததும் வேணுவுக்குத் திகைப்பு உண்டாகிவிட்டது. ஏனென்றால் அவ்வளவு தைரியமாய் உள்ளே நுழைந்து தன்னை அடித் தவன் போலீஸ்காரனல்ல; தன் மைத்துனன் முத்துநாயக்கன். மங்கம்மாளின் அண்ணன் - என்பதை அவன் கண்டான். 'சங்கதி என்னடா? கழுதை மகனே! உன் கை வரிசையைக் கடைசியில் என்னிடமே காட்டுகிறாயா? முத்துநாயக்கன் தங்கையை ஒருவன் அடிப்பதற்காயிற்றா?' என்று மேலும் சாத்தினான் முத்துநாயக்கன்.

அன்று வஸ்தாது நாயக்கன் வைகுண்டத்துக்கே போயிருப்பான். ஆனால், நல்ல வேளையாக மங்கம்மாளுக்கு விஷயம் தெரிந்து போயிற்று. அவள் கதவைத் திறந்து கொண்டு ஓடிவந்து அண்ணன் கையைப் பிடித்துக் கொண்டாள். மேலே ஒரு காயம் இல்லாமல் அவள் கொழுக் கட்டைபோல் இருப்பதைக் கண்டதும் முத்து நாயக்கனுக் குக் கோபம் தணிந்தது. பிறகு, சுற்றுமுற்றும் பார்த்தான். பழைய மெத்தையின் பதினாயிரம் துண்டு துணுக்குகளைக் கண்டான்.

'என்ன சமாசாரம்?' என்று கேட்டான். எல்லா விவரமும் மங்கம்மாள் சொன்னாள். முத்து நாயக்கன் ஒரு நிமிஷம் திகைத்து நின்றான். பின்னர் வேணுநாயக்கன் மீது காறி உமிழ்ந்து விட்டு ஓட்டம் பிடித்தான். மங்கம்மாள் வாசல் கதவைத் தாளிடப் போனாள். அந்த நிசி வேளையில் தெருவிலிருந்த அத்தனை வீட்டு வாசலிலும் ஜனங்கள் வந்து நிற்கக் கண்டாள். மிக்க வெட்கத்துடன் திரும்பி வந்து படுத்துக்கொண்டாள்.

மறுநாள் காலையில் வஸ்தாது வேணுநாயக்கன் எழுந்து, வழக்கம்போல் வெளியே வந்தான். தன் முதுகு, தோள், முகம், எல்லாம் வீங்கியிருந்ததை அவன் கவனிக்கவில்லை. அடுத்த வீட்டு வாசலில் தயாராய்க் காத்திருந்த போலீஸ் காரன் அவனைப் பார்த்து, ‘இதென்ன நாயக்கரே! நீரல் லவோ உம் பெண்சாதியை அடித்ததாக ஊரெல்லாம் பிரஸ் தாபமாயிருக்கிறது? பாவம்? உம்மையா அந்த அம்மாள் அப்படி அடித்துவிட்டாள்? உடம்பெல்லாம் தடித்துப் போயிருக்கிறதே!’ என்றான். பிறகு, அன்று முழுதும் வேணு வெளிக்கிளம்பவேயில்லை.

ஹெட்கான்ஸ்டேபிள் வீராசாமிப் பிள்ளைக்குத் தோட்ட வேலையில் கொஞ்சம் பைத்தியமுண்டு. அவன் அந்த வீட்டுக்கு வந்து ஆறு மாதந்தான் ஆயிற்று. இதற்குள் கொல்லையைக் கிளிகொஞ்சும்படி வைத்திருந்தான். ஆள் உயரம் வளர்ந்திருந்த கொத்தவரைச் செடிகளில் கொத்துக் கொத்தாய்க் காய்த்திருந்தது. ஒரு பக்கம் மல்லிகைச் செடிகள் செழிப்பாகக் கிளம்பி அப்போதுதான் மொட்டுவிட்டிருந்தன. ஒரு பந்தலில் புடலங்காய்கள் பிஞ்சும் பழமுமாய்த் தொங்கின. மற்றொரு பந்தலில் அவரைக் கொடி பச்சைப் பசேல் என்று அடர்த்தியாய்ப் படர்ந்திருந்தது. புதிய இங்கிலீஷ் குரோட்டன்ஸ்களும் வாடாமல்லிகைச் செடி களும் மற்றொரு பக்கம் காணப்பட்டன. இரண்டு மூன்று வாழைக் கன்றுகளும் வளர்ந்திருந்தன. வீராசாமிப் பிள்ளை வீட்டில் தங்கும் நேரத்தில் முக்கால் பங்கு நேரம் புழக்கடைத் தோட்டத்திலேயே கழிப்பது வழக்கம். ஒரு செடியில் ஒரு இலைக்கு ஏதாவது ஆபத்து வந்து விட்டால் அவனுக்கு அன்றிரவு தூக்கம் வராது.

வஸ்தாது வேணு நாயக்கன் பழைய மெத்தையுடன் யுத்தம் புரிந்து ஒரு மாதமாயிற்று. ஒரு நாள் காலையில் ஹெட் கான்ஸ்டேபிள் படுக்கையை விட்டு எழுந்ததும் வழக்கம் போல் புழக்கடைக்குச் சென்றான். அவன் அடிவயிற்றில் பகீர் என்றது. ‘ஐயோ‘ என்று ரொம்பவும் தீனமான குரலில் ஒரு பெரிய கூச்சல் போட்டான். திடீரென்று கீழே விழுந்து மூர்ச்சையடைந்தான்.

அவன் மனைவி படுக்கையிலிருந்து குதித்தெழுந்து ஒரே ஓட்டமாய் ஓடி வந்தாள். நேற்று மாலை கிளி கொஞ்சிக் கொண்டிருந்த தோட்டம் இன்று, அனுமான் அழித்த அசோக வனம் போல் இருப்பதைக் கண்டாள். ஒரு செடி, ஒரு கொடி, ஒரு புல் பூண்டு உருப்படியாயிருக்க வேண்டுமே! கிடையாது. அவரைக் கொடிகள் அறுபட்டுக் கிடந்தன. கீரைப்பாத்திகள் மிதிபட்டு கிடந்தன. மல்லிகைச் செடிகள் வேறோடு பிடுங்கப்பட்டிருந்தன. வாழைக் கன்றுகள் வெட்டி வீழ்த்தப்பட்டிருந்தன. கொத்தவரை, வெண்டைச் செடிகள் நிர்மூலமாய்க் கிடந்தன. ஒரே துவம்ஸம், ஒரே நாசம்.

ஹெட்கான்ஸ்டேபிள் மனைவி மகா உத்தமி. சாதாரணமாய் அதிர்ந்து பேசும் வழக்கம் அவளிடம் கிடையாது. ஆனால் இந்த மகா பாதகத்தை யாரால்தான் சகித்துக் கொண்டிருக்க முடியும்? 'அடபாவி, நீ நாசமாய்ப் போகமாட்டாயா! உன்னைத் தெய்வம் கேட்காதா!' என்று கத்திக் கொண்டு இரண்டு கை மண்ணை வாரி வேணு நாயக்கன் கொல்லைப்பக்கம் இறைத்தாள். உடனே ஓடி வந்து கணவனுக்கு சைத்தியோபசாரம் செய்யத் தொடங்கினாள். அவனுக்கு ஸ்மரணை வந்ததும் இன்னொரு தடவை தோட்டத்தைப் பார்த்தான். அவ்வளவுதான், எழுந்து உள்ளே ஓடிப்போய்க் கூடத்தில் குப்புறப் படுத்துக்கொண்டான். அப்போது அவன் கண்ணிலிருந்து பெருகியது கண்ணீரா இல்லை, அதை இரத்தம் என்று சொல்ல வேண்டும்.

மணி பத்தடித்தது. 'எத்தனை நேரம் இப்படிப் படுத்திருப்பது? எழுந்திருங்கள். வெளியே போய் விட்டு வாருங்கள். வேறு வீடு இருந்தால் பார்க்கக் கூடாதா? இந்தப் பாழும் வீட்டை விட்டுப் போகலாம்' என்றாள் போலீஸ்காரன் மனைவி. வீராசாமிப்பிள்ளை எழுந்து, உடுப்புத் தரித்துக் கொண்டு 'டியூடி' பார்க்கச் சென்றான்.

ஒரு குறுகலான சந்து. இரண்டு பக்கமும் மதில் சுவர். ஜன நடமாட்டம் கிடையாது. மின்சார விளக்குகள் அழுது வடிந்தன. இரவு பதினொரு மணிக்கு ஹெட்கான்ஸ்டேபிள் வீராசாமிப் பிள்ளை தனியாக வீடு நோக்கி வந்து

கொண்டிருந்தான். அந்தச் சந்தின் நடுவில் மற்றொரு சந்து சேருமிடத்தில் அதன் வழியாக வேறொரு மனிதன் வந்தான். இந்த முச்சந்தியில் ஒரு மின்சார விளக்கு இருந்தபோதிலும் பக்கத்தில் மரங்கள் அதிகமிருந்த படியால் சாலையின் பெரும் பகுதியில் நிழல் வீழ்ந்திருந்தது. தற்செயலாக அம்மனிதன் முகத்தை வீராசாமிப்பிள்ளை பார்த்த நேரமும் அவன் மீது வெளிச்சம் விழுந்த நேரமும் ஒத்துக் கொண்டன. வந்தவன் வஸ்தாது வேணு நாயக்கன்.

போலீஸ்காரன் உள்ளத்தில் குமுறிக்கொண்டிருந்த துக்கம் அவ்வளவும் அந்நேரத்தில் குரோதமாக மாறிற்று. இருவரும் நேருக்கு நேர் நின்று ஒரு நிமிஷம் உற்றுப் பார்த்தார்கள். வேணுவுக்குக் குடி மயக்கம். எனவே, ஆள் இன்னார் என்று அறிந்து கொள்ள ஒரு நிமிஷம் பிடித்தது. உடனே பல்லை இளித்துக்கொண்டு, 'என்ன சிவப்புத்தலைப்பா? தோட்டம் எப்படி இருக்கிறது?' என்றான்.

அதற்கு மேல் வீராச்சாமியால் தாங்க முடியவில்லை. கன்னத்தில் ஓங்கி ஒரு அறை கொடுத்தான். ஆனால், வஸ்தாது வேணு நாயக்கனா இதற்கெல்லாம் பயப்படுகிறவன்? இத்தகைய சந்தர்ப்பத்தைத்தான் அவன் வெகு காலமாகத் தேடிக் கொண்டிருந்தது. ஐந்து நிமிஷத்தில் போலீஸ்காரன் கீழே விழுந்து மண்ணை கவ்வினான். கொஞ்ச நேரத்தில் அவன் பிண்டப் பிரதானமாகியிருப்பான். ஆனால், அந்தச் சமயத்தில் அவனுடைய அதிர்ஷ்டம் வந்து குறுக்கிட்டது.

இவர்கள் கட்டிப் புரண்டது அடர்ந்த மர நிழலுள்ள இடம். இரண்டு கையிலும் இரண்டு பெட்டி தூக்கிக்கொண்டு அவ்வழியே ஓடிவந்த மூன்றாவது மனிதன் ஒருவன், இவர்கள் மீது கால் இடறித் தொப்பென்று விழுந்தான். அவன் வைத்திருந்த பெட்டியொன்று வஸ்தாது நாயக்கன் தோள்மீது விழுந்தது. அவன் திடுக்கிட்டு எழுந்திருந்தான். இதுதான் சமயமென்று போலீஸ்காரன் சட்டென்று நழுவிச் சத்தம் போடாமல் மரத்தடியில் ஒளிந்து கொண்டான். குடி மயக்கத் திலிருந்த வேணுவுக்கு ஒன்றும் புரியவில்லை. ஓடி வந்தவன் இருட்டில் விழுந்து கிடப்பதுதான் தெரிந்தது. அவன் தான்

போலீஸ்காரன் என்று நினைத்து ஒரே பாய்ச்சலாய்ப் பாய்ந்து அவனை பிடித்துக் குத்தத் தொடங்கினான். அவன் பேசு வதற்கும் இடம் கொடுக்கவில்லை. மேலும் மேலும் விழுந்த அடி பொறுக்காமல் அந்த மனிதன் மூர்ச்சையடைந்தே போனான். வஸ்தாது இரண்டு மூன்று தடவை அவனைப் புரட்டிப் பார்த்துவிட்டு வேகமாய் வீடு நொக்கி நடந்தான். 'இவ்வளவு தடியனா அந்தப் போலீஸ்காரன்? ஒருவேளை, உடம்பு வீங்கிப்போயிற்றா?' என்று நினைத்துக் கொண்டான்.

வேணு சந்து திரும்பிப் போன பிறகு ஹெட்கான்ஸ்டேபிள் வீராசாமி மரத்தின் மறைவிலிருந்து வெளியே வந்தான். கீழே கிடந்தவனை உற்றுப் பார்த்தான். கீழே கிடந்த பெட்டிகளையும் பார்த்தான். கொஞ்சம் சந்தேகம் உதித்தது. தூரத்தில் ஏதோ 'கோல்மால்' நடக்கும் சத்தம் கேட்டது. சந்தேகம் உறுதிப்பட்டது. பெட்டிகளை எடுத்துக் கொண்டு சத்தம் கேட்ட திசையை நோக்கி விரைவாக நடந்தான். ஒரு பங்களாவின் வாசலில் ஏக தடபுடலாய்க் கிடந்தது. பலர் கூடி இரைந்து கொண்டிருந்தார்கள். இரண்டு போலீஸ்காரர்களும் ஒரு சப்-இன்ஸ்பெக்டருங்கூட நின்றார்கள். கையில் பெட்டி களுடன் உடம்பெல்லாம் இரத்தம் சொட்ட உடுப்பெல்லாம் கிழிந்து அலங்கோலமாய் வந்த வீராசாமியைக் கண்டதும் அங்கே பெருங் கிளர்ச்சி உண்டாயிற்று.

'என்ன?'

'ஏது?'

'அகப்பட்டானா?'

'ஓடிப் போனானா?'

'ஐயோ, பாவம்! நன்றாய் அடிபட்டிருக்கிறான்!'

'எத்தனை பேர்?'

'திருட்டுப் பசங்கள்?'

இவ்வாறு ஏக காலத்தில் பலர் கூச்சல் போட்டார்கள். வீராசாமிக்குக் கொஞ்சம் விஷயம் விளங்கிற்று. தன் அதிர்ஷ்டத்தைத் தானே வியந்து கொண்டான்.

இதற்குள் வீட்டு எஜமான் கூட்டத்தை விலக்கிக்கொண்டு ஓடி வந்தான். வீராசாமி கையில் பெட்டிகளைக் கண்டதும் அவனுக்குக் கரை காணாத சந்தோஷம் உண்டாயிற்று. 'ஐயோ! பிழைத்தேன். உயிர் வந்தது. நீ மகாராஜனாய் இருக்க வேண்டும்' என்று வீராசாமியைக் கட்டிக் கொண்டான். பெட்டிக்குள் ரூபாய் 20,000 பெறுமான நகைகளல்லவா இருந்தன!

சப் - இன்ஸ்பெக்டர் இப்போது குறுக்கிட்டு, 'அதெல்லாம் இருக்கட்டும். என்ன சமாசாரம்? சீக்கிரம் சொல்லு. திருடனை எங்கே கண்டாய்? என்ன நடந்தது? சீக்கிரம் சொல்லு' என்றார்.

வீராசாமிப் பிள்ளையின் மூளை வரும்போதே வேலை செய்து கொண்டிருந்தது. எனவே, அவன் தயங்காமல் சொல்லலுற்றான்:- 'வட பக்கத்து சந்து வழியாய் வந்து கொண்டிருந்தபோது மூன்றுத் தடிப்பசங்கள் குறுக்குச் சந்து வழியாய் ஓடி வந்தார்கள்! என்னைக் கண்டதும் திடுக்கிட்டு நின்றார்கள். உடனே எனக்கு சந்தேகம் தட்டிற்று. 'அடே திருட்டுப் பயல்களே!' என்று சும்மா ஒரு அதட்டல் அதட்டினேன். உடனே மூன்று பேரும் என் மேல் வந்து விழுந்தார்கள். அப்பா! என்ன பாடுபட்டு போனேன்! தப்பிப் பிழைப்பது இனி மேல் இல்லையென்றே நினைத்துவிட்டேன். இருந்தாலும் உயிரைக் கையில் பிடித்துக்கொண்டு சண்டை போட்டேன். கையில் கத்தி, துப்பாக்கியும் ஒன்றுமில்லை. அந்த மூன்று பேரிலும் ஒருவன் தான் நல்ல தடியன், ஒரு திமிறு திமிறிக்கொண்டு அவன் நெற்றியைப் பார்த்து ஒரு குத்து விட்டேன். அப்படியே அவன் சுருண்டு விழுந்தான். மற்ற இரண்டு பேரும் ஓடியே போனார்கள். கீழே விழுந்தவன் மறுபடியும் எழுந்து தாக்கினான். மூன்று பேரையே ஒரு கை பார்த்தவன் ஒருவனுக்குப் பயப்படுவேனா? அடித்துப் போட்டேன். அந்த மரத்தடியிலேயே இப்போது கிடக்கிறான். உயிர் இருக்கிறதோ செத்துப் போனானோ, தெரியாது. பெட்டிகளை எடுத்துக்கொண்டு ஓடி வந்தேன்.'

எல்லோரும் கையில் லாந்தர்களுடன் கிளம்பிச் சென்றார்கள். முச்சந்தியில் கீழே விழுந்து கிடந்த பிரம்மாண்ட

மனிதனைப் பார்த்ததும் அவர்களுக்குப் பிரமையுண்டாகி விட்டது. வீராசாமியையும் கீழே கிடந்தவனையும் மாறி மாறிப் பார்த்தார்கள். 'இத்தனை பெரிய ஆளை இவன் எப்படி அடித்தான்?' என்று அவர்கள் ஆச்சரியப்பட்டார்கள். நல்ல வேளையாக அவன் மூக்கில் மூச்சு வந்துகொண்டிருந்தது. சற்று நேரத்திற்கெல்லாம் கண்ணைத் திறந்தான். கையிலும் காலிலும் விலங்கு பூட்டிப் போலீஸ் ஸ்டேஷனுக்குக் கொண்டுபோனார்கள்.

ஹெட் கான்ஸ்டேபிள் வீராசாமிப்பிள்ளை ஒரு வாரம் ஆஸ்பத்திரியில் இருந்து வஸ்தாது வேணு நாயக்கன் அடித்த அடியினால் உண்டான காயங்களை ஆற்றிக்கொண்டு வீடு வந்து சேர்ந்தான். வேணுவும் அந்த ஒரு வாரமாக வெளியில் கிளம்பவில்லை. ஆனால், அடுத்த வீட்டுப் போலீஸ்காரன் ஆஸ்பத்திரியில் இருப்பதைமட்டும் தன் மனைவி மூலம் விசாரித்துத் தெரிந்து கொண்டான். மீசையை முறுக்கி விட்டுக் கொண்டு, 'வஸ்தாது வேணு நாயக்கனிடமா இவன் கை வரிசை காட்டினான்?' என்று உறுமிக்கொண்டே இருந்தான்.

'என்னவோ திருடனைப் பிடித்தான், என்று சொல்லிக் கொள்கிறார்கள்' என்றாள் மங்கம்மாள்.

'திருடனா, திருடன்! இந்தக் கையினால் எண்ணி 99 குத்து அல்லவா விட்டேன்?' என்றான்.

'ஐயோ இரையாதேயுங்கள்!' என்று மங்கம்மாள் அவன் வாயைப் பொத்தினாள்.

எட்டாம் நாள் காலையில் வீராசாமிப்பிள்ளை எழுந்து வீட்டுக்கு வெளியில் வந்தான். அவன் தலையில் இன்னும் கட்டுப் போட்டிருந்தது. வேணுவும் அச்சமயம் வெளியே வந்தான். அவனால் சும்மாயிருக்க முடியவில்லை. 'என்ன ஓய்! காயம் இன்னும் ஆறவில்லையா?' என்றான். வீராசாமி சும்மாயிருந்தான். வேணு மறுபடியும் 'என்ன ஓய், பேசக் காணும்? பயப்படாதே. இனிமேல் குத்தவில்லை' என்றான்.

வீராசாமி, 'என்னாங்காணும் உளறுகிறீர்!' என்றான்.

'நானா உளறுகிறேன்? அதற்குள் முதுகு 99 குத்தையுமா மறந்துவிட்டது?' என்று சொல்லிச் சிரித்தான் வேணு.

'என்ன? நீயா அன்று என்னை அடித்தாய்?'

'பின்னே யார்! உன் அப்பனா?'

'இரு, இரு. எதிர் வீட்டுக்காரர்களைக் கூப்பிடுகிறேன். இரண்டு பேரை வைத்துக் கொண்டு இதைச் சொல்லு.'

'சொன்னால் தலை போய் விடுமோ?'

'தலை போகாது. பன்னிரண்டு வருஷம் கடுங்காவல்; அவ்வளவுதான். மூன்று திருடர்களில் ஒருவனைப் பிடித்தாகி விட்டது. இரண்டு பேர் ஓடிப் போனார்கள். ஓடிப் போனவர்களில் நீ ஒருவனா? ரொம்ப சந்தோஷம்' என்றான் போலீஸ்காரன்.

நடையிலிருந்து இந்த சம்பாஷணையை கேட்டுக் கொண்டிருந்த வேணுவின் மனைவிக்குப் பாதி பிராணன் போய்விட்டது. வேணுவுக்கு நன்றாக விளங்கவில்லை. இருந்தாலும் கொஞ்சம் பயமுண்டாயிற்று. உடனே அவன் தட்டுத் தடுமாறிக் கொண்டு 'போனதெல்லாம் போகட்டும் அண்ணே? நாம் அண்டை வீட்டுக்காரர்கள். ஏன் மனத்தாங்கல், - இனி சிநேகமாயிருப்போம்' என்றான். 'அந்தப் பாக்கியம் எனக்கில்லை, நாயக்கரே! நான் நாளையே இந்த வீட்டை விட்டுப் போகிறேன்' என்றான் வீராசாமி. வேணுவுக்கு மிக்க சந்தோஷம் உண்டாயிற்று. 'தொலைந்தான் சனியன்' என்று மனத்தில் நினைத்துக் கொண்டான். 'அதேன் அண்ணே? வந்து ஆறுமாதங்கூட ஆகவில்லையே. ஏன் போகவேண்டும்' என்று கேட்டான்.

வீராசாமிப் பிள்ளை, 'அதை ஏன் கேட்கிறாய், தம்பி! 'யானைக்குட்டி முதலி!' என்னும் பெயர் பெற்ற திருடனை நான் பிடித்துக் கொடுத்தேன். அவனோடு சண்டை போட்டுத் தான் காயமாயிற்று. இதற்காக சர்க்கார் என்னை சப் - இன்ஸ்பெக்டர் வேலைக்கு உயர்த்தி இருக்கிறார்கள். அதோடு திருட்டுப்போன நகையை மீட்டுக் கொடுத்ததற்காக ஆத்தூர்

ஜமீன்தார் ஆயிரம் ரூபாய் வெகுமதி கொடுத்தார். இனிமேல் நான் ஏன் இந்த எட்டு ரூபாய் வீட்டில் குடியிருக்க வேண்டும்? முப்பது ரூபாய்க்கு ஒரு மச்சு வீடு பார்த்திருக்கிறேன்!' என்றான்.

வேணு நாயக்கனுக்கு இன்னும் விளங்கவில்லை. மனக்குழப்பமே அதிகமாயிற்று. 'என்னடா அதிசயம்! குற்றுயி ராகும் வரையில் தலையிலும் முதுகிலும் மாறி மாறிக் குத்தி யவன் நான். என்னவோ திருடன் திருடன் என்கிறானே?' என்று திகைத்தான். அன்று சாயங்காலம் சாராயக் கடைக்குப் போனான். அங்கே விசாரித்து விஷயங்களையெல்லாம் நன்றாகத் தெரிந்துகொண்டான். அன்றிரவு வந்து வீட்டில் சுரமாகப் படுத்தவன் அப்புறம் ஒரு மாதம் வரை எழுந்திருக்கவில்லை.

திருடன் மகன் திருடன்

1

பழைய தகரப் பெட்டிக்குள் வைத்திருந்த பட்டாசுக் கட்டு களையும் மத்தாப்புப் பெட்டிகளையும் பாலன் எண்ணி வைத்து ஒழுங்குப் படுத்திக் கொண்டிருந்தான். இந்த மாதிரி அவன் எண்ணி வைத்து ஒழுங்கு படுத்தியது, இது முப்பத்திரண்டாவது முறை. பட்டாசு, மத்தாப்பு முதலிய வற்றை தொடுவதிலேயே அவனுக்கு ஓர் ஆனந்தம். பெட்டிக்குள் ஓரிடத்திலிருந்து இன்னோரிடத்தில் நகர்த்தி வைத்து ஒழுங்குபடுத்துவதிலே அளவில்லாத சந்தோஷம். தம்பி சீனுவுக்கும், தங்கை அம்புலுவுக்கும் எது எதைக் கொடுக் கலாம் என்பது பற்றிப் பிரமாதமான யோசனை. 'சீனுவுக்குப் படபடா, அம்புலுவுக்குப் புஸ்வானம்!' என்று அவனுடைய வாய் முணுமுணுத்துக் கொண்டிருந்தது.

இந்தச் சமயத்தில் வீட்டு வாசலில் ஒரு வண்டி வந்து நின்ற சத்தம் கேட்டது.

'பெரிய மாமா வந்துவிட்டார்!' என்று சொல்லிக் கொண்டே, பாலன் தகரப் பெட்டியை அவசர அவசரமாகப் பூட்டிக் கொண்டு விழுந்தடித்து வாசற் பக்கம் ஓடினான். குதிரை வண்டியிலிருந்து கறுப்புக் கோட்டும், சரிகைத் தலைப் பாகையும், கையில் ஓர் அட்டைப் பெட்டியுமாகப் பெரிய மாமா இறங்கிக் கொண்டிருந்தார். பெரிய மாமா கல்யாண சுந்தரம், அந்த ஊரில் பிரபல வக்கீல், கோர்ட்டுக்குப் போய் விட்டு அவர் வீட்டுக்குத் திரும்பி வந்தார்.

பாலனுடைய கவனமெல்லாம் பெரிய மாமாவின் கையில் இருந்த அட்டைப் பெட்டியில் இருந்தது. அவர் வண்டியி லிருந்து இறங்கியதும், இறங்காததுமாகப் பாலன், 'மாமா! ஏரோபிளேன் வாணம் வாங்கிக் கொண்டு வந்தேளா?' என்று கேட்டான்.

பெரிய மாமா புன்னகையுடன் வீட்டு வாசற்படிகளில் ஏறினார்.

பெரிய மாமாவின் பிள்ளைகளான துரையும், சங்கரனும் வீட்டுக்குள்ளேயிருந்து அச்சமயம் வெளியே வந்தார்கள். பாலனுடைய கேள்வி அவர்களுடைய காதில் விழுந்தது. துரை சங்கரனிடம் மெல்லிய குரலில், 'பையனுக்கு என்ன பரபரப்பு?' என்றான். அதுவும் பாலனுடைய காதில் விழுந்தது. இதனால் பாலன் உற்சாகம் குன்றாமல் பெரிய மாமாவைப் பார்த்துக் கையை நீட்டினான்.

'அவசரப்படாதே, உள்ளே வா! தருகிறேன்!' என்றார் மாமா. பிறகு, 'உன் அம்மாவும் சின்ன மாமாவும் வந்து விட்டார்களா?' என்று கேட்டார். 'இல்லை!' என்றான் பாலன்.

கல்யாணசுந்தரம் ஆபீஸ் அறைக்குச் சென்று மேஜை மீது அட்டைப் பெட்டியை வைத்தார். அதற்குள்ளே இருந்த ஏரோபிளேன் வாணங்களை எடுத்துப் பாலனுடைய கையில் இரண்டு கொடுத்தார். மற்றவற்றைத் துரையிடம் கொடுத்து, 'எடுத்துக் கொண்டு போங்கள்!' என்றார்.

பாலன் ஏரோபிளேன் வாணங்களை வாங்கிக் கொண்டதும் அங்கிருந்து குதித்தோடினான்.

துரையும், சங்கரனும் அப்பாவின் ஆபீஸ் அறையிலேயே நின்றார்கள். பாலனை விட அவர்கள் வயசில் மூத்தவர்கள். துரை சங்கரனைப் பார்த்தான். சங்கரன் தகப்பனாரைப் பார்த்து 'அப்பா, பாலன் திருடுகிறான் என்று தோன்றுகிறது!' என்றான்.

அட்வகேட் கல்யாணசுந்தரம் அவனைக் கோபமாகப் பார்த்தார். அப்போது துரை, 'ஆமாம், அப்பா! நேற்றைக்கு அவன் தகரப் பெட்டியைத் திறந்தபோது தற்செயலாகப் பார்த்தேன், நிறையப் பணம் வைத்திருக்கிறான்!' என்றான்.

சங்கரன், 'அவனுக்கு அவ்வளவு பணம் எப்படிக் கிடைத்திருக்கும்? திருடித்தானே இருக்க வேண்டும்? அம்மா கூட அடிக்கடி 'நாலணாவைக் காணோம். எட்டணாவைக் காணோம்' என்று சொல்லிக் கொண்டிருக்கிறாள். இவன் தான் எடுத்திருக்க வேண்டும்' என்றான்.

துரை, 'அப்பாவின் திருட்டுக் குணம், பையனுக்கும் உண்டு போலிருக்கிறது!' என்றான்.

'சீ! பேசாதிரு!' என்று அதட்டினார் கல்யாணசுந்தரம். அவருடைய மனம் புண்ணாயிற்று என்று முகத்திலிருந்து தெரிந்தது.

பிறகு கொஞ்சம் சாவதானமான குரலில் 'துரை! சங்கர்! நீங்கள் இப்படியெல்லாம் பேசக் கூடாது. பாலனுடைய அப்பா, அம்மாவுக்கு இப்போது கஷ்ட காலம். ஏற்கனவே அந்தப் பையன் மனம் நொந்திருக்கிறான். அவனைப் பற்றி நீங்கள் இப்படி பேசுவது காதில் விழுந்தால், அவன் மனசு என்ன பாடுபடும்? யாரைப் பற்றியும் அநாவசியமாகச் சந்தேகப்படக் கூடாது. சந்தேகப்பட்டுப் பழி சொல்வது பாவம்! மாதம் மாதம் உங்களுக்குக் கொடுக்கிறது போல அவனுக்கும் பாக்கெட் மணி கொடுக்கிறேன் அல்லவா? அதில் அவன் மிச்சம் பிடித்து சேர்த்து வைத்துக் கொண்டிருக்கலாம். எதற்காக அவனுக்குத் திருட்டுப் பட்டம் சூட்டுகிறீர்கள்?' என்றார்.

இந்தப் பேச்செல்லாம் பாலனுடைய காதில் விழத்தான் செய்தது. அவன் வாங்கிக் கொண்டு போன ஏரோபிளேன் வாணங்களில் ஒன்றில் தீ வைக்கும் திரி இல்லை. அதைப் பெரிய மாமாவிடம் கொடுத்து வேறொன்று வாங்கிக் கொள்வதற்காக அவன் வந்து கொண்டிருந்தான். மாமா செ ான்னது காதில் விழவே, ஆபீஸ் அறைக்குள் நுழையாமல் திரும்பிப் போனான். போய்த் தன்னுடைய பழைய தகரப் பெட்டிக்கு அருகில் உட்கார்ந்து கொண்டு தலையைப் பெட்டியின் மேல் வைத்துக் கொண்டு விம்மினான்.

2

'ஏண்டா குழந்தை, என்னடா செய்கிறாய்? உட்கார்ந்து கொண்டே தூங்குகிறாயா என்ன? ராத்திரியில் அதிக நேரம் கண் விழித்துப் படிக்கிறாய் போலிருக்கிறது!' என்று சொல்லிக் கொண்டே பாலனின் தாய் அவன் அருகில் வந்தாள்.

பாலன் தலை நிமிர்ந்து கண்களைத் துடைத்துக் கொண்டான்.

'ஏண்டா, அழுகிறாயா என்ன?' என்று பதைபதைப்புடன் ஜானகி அருகில் வந்து உட்கார்ந்தாள்!

'இல்லை, அம்மா, அழவும் இல்லை, ஒன்றும் இல்லை!' என்றான் பாலன்.

'சீ! பொய் சொல்லாதே! அழுது, அழுது முகமெல்லாம் வீங்கி இருக்கிறதேடா!' என்றாள் ஜானகி.

'வீங்கவும் இல்லை, ஒன்றுமில்லை' என்றான் பாலன்.

'ஏண்டா அழுதாய்? யாராவது ஏதாவது சொன்னார்களா?' என்று கேட்டாள் ஜானகி.

'ஒருத்தரும் ஒன்றும் சொல்லவில்லை. எனக்கு தான் தீபாவளிக்கு ஊருக்கு வர வேண்டும் என்று ஆசையாய் இருக்கிறது. அம்புலு வையும் சீனுவையும் பார்க்க வேண்டும் போல் இருக்கிறது. நானும் உன்னுடன் வரட்டுமா?' என்று கேட்டான்.

'வேண்டாம், வேண்டாம்! அசடு மாதிரி பேசாதே. நம்ம வீட்டில் இந்த வருஷம் தீபாவளி கிடையாது! இங்கே இருந்தால் மாமா உனக்குப் புது வேஷ்டி, புதுச் சொக்காய் எல்லாம் வாங்கித் தருவார்!' என்றாள் ஜானகி.

'அம்புலுவுக்கும் சீனுவுக்கும்?' என்று பாலன் கேட்டான்.

'அவர்களுக்கு என்ன? பச்சைக் குழந்தைகள்! அப்பா அடுத்த வருஷம் வெளியில் வந்தால் வாங்கிக் கொடுக் கட்டும்' என்றாள் ஜானகி.

பாலன் சற்று நேரம் சுவரைப் பார்த்துக் கொண்டிருந்தான்.

'அப்பா எப்படி அம்மா இருக்கிறார்? எப்போது வெளியில் வருவார்?'

'நன்றாய்த்தான் இருக்கிறார், அவருக்கு என்ன? 'பி' கிளாஸில் வைத்திருக்கிறார்களாம்! மூன்று மாத காலந்தானே ஆயிற்று! விடுதலைக்கு இன்னும் ஒன்பது மாதம் இருக்கிறது!' என்றாள் ஜானகி.

'உன் பேரில் ரொம்பக் கோபமாய் இருக்கிறாரா?' என்று கேட்டான் பாலன்.

'என் பேரில் எதற்காகக் கோபமாயிருக்கிறார்? நானா இப்படியெல்லாம் கெட்டலையச் சொன்னேன்?' என்றாள் ஜானகி.

பிறகு, 'நான் ரெயிலுக்குக் கிளம்ப வேண்டும். நீ சமர்த்தாய் இருக்கிறாயா? யாராவது ஏதாவது சொன்னாலும் காதில் போட்டுக் கொள்ளக் கூடாது. தெரியுமா? பட்டாசுக் கட்டு, மத்தாப்பு எல்லாம் நிறைய இருக்கிறது என்று சொன்னாயே! சீனுவுக்கும் அம்புலுவுக்கும் கொஞ்சம் கொடேன்' என்றாள்.

'ஆகட்டும், அம்மா தருகிறேன்' என்றான் பாலன். பிறகு நீண்ட யோசனைசெய்துதயங்கித்தயங்கிப்பெட்டியிலிருந்து ஒரு பட்டாசுக் கட்டை எடுத்தான். எடுத்ததை வைத்துவிட்டு, இன்னொன்றை எடுத்தான். கடைசியில் இரண்டு பட்டாசுக் கட்டும், இரண்டு படபடாவும், இரண்டு மத்தாப்புப் பெட்டியும் எடுத்து அம்மாவிடம் கொடுத்தான்.

'ஏண்டா பெட்டி நிறைய வைத்திருக்கிறாய், இரண்டே இரண்டு கொடுக்கிறாயே?' என்றாள் ஜானகி.

'இந்த வீட்டில் துரை, சங்கரன் எல்லாரும் நிறைய வாணம் விடுவார்கள். அம்மா! அவர்களைப் போல் நானும் வாணம் விட வேண்டும் அல்லவா?' என்றான் பாலன்.

'அதுவும் சரிதான். நீயே இவற்றையும் வைத்துக் கொள். சீனுவுக்கும் அம்புலுவுக்கும் பட்டாசுக் கட்டு சுடக் கூடத் தெரியாது!' என்றாள் ஜானகி.

'எல்லாம் தெரியும், அம்மா! கட்டாயம் எடுத்துக் கொண்டு போ. நான் கொடுத்தேன் என்று சொல்லு!' என்று பாலன் கூறி, இன்னொரு மத்தாப்புப் பெட்டி அதிகமாகவே எடுத்துக் கொடுத்தான்.

3

ஜானகியின் புருஷன் ஜோக்கர் ராமுடுவின் பெயர் போக்கிரிகளின் உலகத்தில் நீண்ட காலமாகப் பிரசித்தி

பெற்றிருந்தது. ராமுடுவைப் பிடித்துக் கையில் விலங்கு மாட்டி, இரும்புக் கதவுக்குள் தள்ளி, இழுத்துப் பூட்ட வேண்டும் என்று போலீஸார் வெகு நாட்களாக ஆசைப் பட்டுக் கொண்டிருந்தனர். ஆனால் ராமுடு எப்படியோ போலீஸார் கையில் சிக்காமல் டிமிக்கி கொடுத்துக் கொண்டு வந்தான். கடைசியாக, அவனுடைய அருமை மனைவி, பதி பக்தியுள்ள பெண்மணி, ஸ்ரீமதி ஜானகியின் மூலமாக அவன் போலீஸ் கையில் சிக்கிக் கொள்ளும்படி நேர்ந்து விட்டது.

ராமுடு பார்த்து வந்த உத்தியோகம் போனதிலிருந்து, அவன் அதிகமாகக் குடும்பத்தைக் கவனிப்பது கிடையாது. மாதத்தில் சில நாள் வீட்டுக்கு வருவதுண்டு. அப்போ தெல்லாம் மனைவி மக்களிடம் வெகு பிரியமாய் இருப்பான். அவர்களுக்கு அதைப் பண்ண வேணும், இதைப் பண்ண வேணும் என்றெல்லாம் ஆசையுடன் பேசுவான். பெரிய 'பிரைஸ்' அடிக்கப் போவதாகவும், அதற்குப் பிறகு வீடு உண்டு தான் உண்டு என்று இருக்கப் போவதாகவும் சொல்லுவான். ஆனால் இந்தப் பேச்சிலேயெல்லாம் ஜானகி அதிகமாக நம்பிக்கை வைக்கவில்லை. இரண்டு எருமை மாடு வைத்துக் கொண்டு, தமையன் தம்பிமாரிடமிருந்து கிடைத்த உதவியைக் கொண்டு காலட்சேபம் செய்துவந்தாள். பிள்ளைகளை படிக்க வைக்க வேண்டும் என்ற எண்ணம் அவளுக்கு அளவில்லாத பொறுமையையும் கஷ்டத்தைச் சகிக்கும் தன்மையையும் அளித்து வந்தது.

பாலனை அவனுடைய மாமா படிக்க வைப்பதாகச் சொல்லி அழைத்துப் போனதிலிருந்து ஜானகிக்குத் தெம்பு அதிகமாயிற்று. அம்புலுவின் கல்யாணத்துக்குக் கொஞ்சம் கொஞ்சமாக பணம் சேர்க்க வேண்டும் என்ற ஆசையும் ஏற்பட்டது. எருமைமாட்டுத் தயிரும், நெய்யும் விற்றுக் கிடைத்த பணத்தில் மிச்சம் பிடிக்கத் தொடங்கினாள். அந்தப் பணத்தைப் பதுக்கி வைக்கவும் தொடங் கினாள். ராமுடுவின் கண்ணில் பட்டால் அவன் எப்படியாவது நையப் பாட்டுப் பாடி வாங்கிக் கொண்டு போய்விடுவான் என்று அவளுக்குப் பயம். இம்மாதிரி பல சமயம் அவளிடம் இருந்த ஐந்து ரூபாய்,

பத்து ரூபாய் அவன் கடனாக வாங்கிக் கொண்டு போனது ண்டு. ஒரு முறையாவது திரும்பக் கொடுத்தது கிடையாது.

மிச்சம் பிடித்த பணத்தை ஜானகி, தான் தினந்தோறும் இரவில் தலைக்கு வைத்துக் கொண்டு படுத்துக் கொள்ளும் தலையணைக் குள்ளே செருகி வைத்து வந்தாள். ஒரு நாள் ராமுடு அந்தத் தலையணையை வைத்துக் கொண்டபோது, 'தலைகாணி என்ன இப்படிக் கனக்கிறதே!' என்றான். ஜானகிக்குப் பயமாய்ப் போய்விட்டது. மறுநாளே பணத்தை எடுத்து ஒரு பழந்துணியில் முடிந்து அரிசிப் பானைக்குள் வைத்தாள். அதுவும் மனச்சாந்தியை அளிக்கவில்லை. அண்ணன் வீட்டுக்குப் போகும் போது அதை அங்கே கொண்டு போய்ப் பாங்கியிலே போட்டு விட்டு வர வேண்டும் என்று எண்ணினாள். ஒரு நாள் சில்லறையாயிருந்த பணத்தையெல்லாம் எடுத்துக்கொண்டு போய் மளிகைக் கடையில் கொடுத்து நோட்டாக மாற்றிக் கொண்டு வந்தாள். கிருஷ்ண பகவானுடைய படத்துக்குப் பின்னால் ஒளித்து வைத்தாள். அதிலும் பயம் வந்துவிட்டது. ஒரு தகர டப்பாவில் நோட்டும், ரூபாயுமாக நூற்றெட்டு ரூபாய் போட்டு மூடிப் பழந்துணி ஒன்றைச் சுற்றிக் கட்டி ஒரு நாள் நடுநிசியில் வீட்டுக் கூடத்தில் ஒரு மூலையைத் தோண்டிப் புதைத்து விட்டாள். புதைத்த இடத்தின் மேலே சுவர் ஓரமாகத் தவிட்டு மூட்டையைப் போட்டு வைத்தாள்.

ஒரு தடவை ராமுடு வந்து வீட்டில் இரண்டு நாள் தங்கியிருந்தான். 'ஜானகி உன்னிடம் பணம் இருந்தால் இருபது ரூபாய் கொடு, ஒரு மாதத்தில் கொடுத்து விடுகிறேன்' என்றான்.

ஜானகி தலையை ஒரே ஆட்டாக ஆட்டி, 'இல்லை' என்று சொன்னாள். பெட்டியில் சட்டியில் எல்லாம் ராமுடு கையை விட்டுத் தேடினான். ஒன்றும் கிடைக்கவில்லை. ஜானகி தன் மனதிற்குள் பணத்தைப் பூமியில் புதைத்து வைத்தது எவ்வளவு நல்லதாய்ப் போயிற்று என்று எண்ணிக் கொண்டாள்.

ராமுடு போனதற்கு மறுநாள் ஜானகி மாட்டுக்குத் தவிடு எடுக்கும்போது கீழே சிந்தியதையும் எடுத்துக்கொள்வதற்காக மூட்டையைப் புரட்டினாள். அவளுடைய வயிறு பகீர் என்றது! தலை சுழன்றது. ஏனென்றால் சுவர் மூலையில் தரையில் ஒரு துவாரம் காணப்பட்டது. அலறிப் புடைத்துக் கொண்டு கையை விட்டுத் தோண்டிப் பார்த்தாள். பணம் வைத்திருந்த டப்பாவைக் காணவில்லை. அவள் அப்போது போட்ட கூச்சலில் அண்டை அயலார் எல்லோரும் வந்து கூடி விட்டார்கள். ஜானகி விஷயத்தைச் சொன்னதும் அவர்களில் ஒருவர் போலீஸ் ஸ்டேஷனுக்கு ஓடிப் போய்ச் சொன்னார். போலீஸ்காரர்களும் வந்தார்கள். ஜானகியிடம் என்ன விஷயம் என்று கேட்டார்கள். போன பணத்தைக் கண்டுபிடித்துப் போலீஸார் கொடுத்துவிடுவார்கள் என்ற நம்பிக்கையின் பேரில் ஜானகி தான் பணத்தைப் புதைத்து வைத்திருந்த விவரத்தைக் கூறினாள். யாரோ திருடியிருக்கிறார்கள் என்றும் கண்டு பிடித்துத் தரவேண்டும் என்றும் கதறினாள். பாவம்! ஜானகியுடைய பிரலாபம் போலீஸாரின் மனத்தைக் கூட இளகச் செய்துவிட்டது. வந்திருந்த ஹெட் கான்ஸ்டபிள் 'எப்படியும் திருட்டைக் கண்டுபிடித்து விடுகிறோம், நீ சும்மா இரு!' என்று ஆறுதல் சொன்னார்.

அன்று மாலையே போலீஸார் திரும்பி வந்து ஜானகியிடம் அவள் புருஷனுடைய போக்குவரவைப் பற்றி விசாரித்தார்கள். ஜானகிக்கு 'சொரேல்' என்றது. ஏற்கனவே அவள் மனத்தில் ராமுடுவைப் பற்றிக் கொஞ்சம் சந்தேகம் ஜனித்ததுண்டு. உடனே, 'அப்படி இராது!' என்று தீர்மானித்துக் கொண்டாள். ஆயினும் இப்போது போலீஸார் விசாரித்ததும் மறுபடியும் பீதி உண்டாகிவிட்டது. தன் புருஷன் வீட்டுக்கு வந்து ஒரு மாசம் ஆயிற்று என்று பொய் சொன்னாள். 'இரண்டு நாளைக்கு முன்பு வந்திருந்தானாமே?' என்று கேட்டதற்கு, 'இல்லவே இல்லை!' என்று சொல்லி விட்டாள் ஜானகி. 'இல்லை' என்று சொல்லி விட்டால் புருஷனைக் காப்பாற்றியதாகி விடுமா? அதனால் போலீஸாரின் சந்தேகம் அதிகமே ஆயிற்று. எப்பேர்ப்பட்ட சிக்கலான மர்மமான குற்றங்களையெல்லாம் கண்டுபிடிப்பவர்களுக்கு இந்தத் திருட்டு ஒரு பிரமாதமா?

கடைசியில் அவர்கள் ராமுடுவையும் அவனுடைய கூட்டாளி களில் மூன்று பேரையும் கைது செய்து விட்டார்கள். அந்த நாலு பேர் மீதும், பணம் வைத்துச் சீட்டு விளையாடியதாக வழக்குத் தொடர்ந்தார்கள். ராமுடுவின் பேரில் அதிகப்படி யாகத் திருட்டு வழக்கும் தொடர்ந்தார்கள்.

ஜானகி தன்னுடைய ஆத்திரத்தினால் நேர்ந்த விபரீதத்தைப் பார்த்ததும், முட்டி மோதிக் கொண்டு அழுதாள். தமையன், வக்கீல் கல்யாணசுந்தரத்தின் யோசனைப்படி கோர்ட் விசா ரணையில், பணம் திருட்டுப் போனதே உண்மை இல்லை என்று சாதித்தாள். மளிகைக் கடைப் பாக்கி கொடுக்க முடியாதபடியால் மளிகை வியாபாரிக்குச் சால்ஜாப்புச் சொல் வதற்காக அப்படி ஒரு கற்பனை செய்ததாகக் கூறினாள். அதெல்லாம் ஒன்றும் பயன்படவில்லை. அவளுடைய முதல் வாக்குமூலத்தையே கோர்ட்டில் ஆதாரமாகக் கொண்டார்கள். அத்துடன் மற்றச் சாட்சியங்களும் சேரவே, ராமுடுவை ஒரு வருஷம் தண்டித்துவிட்டார்கள்.

மேற்படி வழக்கு விசாரணையின் போது ராமுடு அவளிடம் நடந்து கொண்ட முறை கொஞ்சம் ஆச்சரியமாகவே இருந்தது. அவன் ஜானகியின் பேரில் கோபம் காட்டவே இல்லை. அவனுடைய மனப்போக்கே மாறிப் போய் இருந்தது.

‘நீ என்ன செய்வாய் ஜானகி? வேண்டுமென்றே என்னைச் சிறைக்கு அனுப்புவதற்காகவா சொன்னாய்? என் தலையெழுத்து அப்படி. உன் வாய்மூலம் இந்தக் கஷ்டம் எனக்கு சேர்ந்தது. நீ வீணாக வருத்தப்படாதே!’ என்று தேறுதல் கூறினான். இதெல்லாம் ஜானகியின் காதில் ஏறுமா? அவள் பட்ட துயரத்துக்கு அளவே இல்லை.

எனினும், எந்த மாதிரித் துயரமும் நாளடைவில் காய்ச்சித் தான் போகிறது. அதனுடைய வேகம் தணிந்து விடுகிறது. கடவுள் மனிதர்களுக்கு அத்தகைய ஒரு சக்தியைக் கொடுத் திருக்கிறார்.

ராமுடு சிறைக்குப் போய் மூன்று மாதத்துக்குப் பிறகு ஜானகி அவனைச் சிறையில் ‘இண்டர்வியூ’ பார்ப்பதற்காகச் சென்

றாள். அவளுடைய அண்ணன் தம்பிமார் வசித்த நகரத்தில் சிறை இருந்தது.

ஜானகியின் தம்பி கைலாசம் அவளைச் சிறைக்கு அழைத்துப் போனான். இரும்புக் கம்பிக் கூண்டுக்குள்ளே தன் கணவனைப் பார்த்ததும், ஜானகிக்கு வயிறு பற்றி எரிந்தது; உள்ளம் வெதும்பிற்று. ஆயினும் சற்று நேரம் அவனுடன் பேசி, அவன் சிறையில் சௌக்கியமாகவே இருக்கிறான் என்று தெரிந்ததால் கொஞ்சம் மன நிம்மதி ஏற்பட்டது.

'ஜானகி, எத்தனையோ பெரிய மனிதர்கள் எல்லாம் காந்திக் கட்சியில் சேர்ந்து சிறைக்கு வரவில்லையா? அந்த மாதிரி நானும் சிறைப்பட்டதாக நினைத்துக் கொள். விடுதலையாகி வெளியே வந்ததும் என்னுடைய வாழ்க்கை முற்றிலும் மாறியிருக்கும் பார்' என்று ராமுடு சொன்னான்.

தான் கஷ்டப்பட்டுச் சேர்த்துப் புதைத்து வைத்திருந்த பணத்தைத் திருடியவன் ராமுடு என்பதில் ஜானகிக்குச் சந்தேகம் எதுவும் இல்லை. தன் புருஷன் யோக்கியதை தெரிந்திருந்தும், தான் பதற்றப்பட்டுப் போலீஸுக்குச் சொன்னதைப் பற்றி அவள் வருந்தினாள். எனினும் இந்தச் சிறைவாசத்தின் பயனாக அவனுடைய நடவடிக்கை அடியோடு மாறிவிடலாம் என்ற எண்ணம் 'எல்லாம் ஒரு நன்மைக்குத்தான்' என்ற முதுமொழியில் அவளுடைய நம்பிக்கையை வலுப்படுத்திற்று. இதைப் பற்றி நினைத்து ஒரு வகையாக மனத்தை தேற்றிக் கொண்டே ஜானகி ரெயில்வே ஸ்டேஷனுக்குப் போனாள்.

ஜானகியின் தம்பி கைலாசம் அவளை ரெயில் ஏற்றி அனுப்பு வதற்காக வந்தான். 'பாலன் இங்கே சமர்த்தாயிருக்கிறான் அக்கா! நன்றாகப் படித்து வருகிறான்! அவனைப் பற்றி நீ கவலைப்படாதே' என்று ஆறுதல் கூறினான்.

'அந்த குழந்தையைத்தான் நான் நம்பியிருக்கிறேன்; அவன் தலை எடுத்துச் சம்பாதிக்க ஆரம்பித்தால்தான் எனக்கு விடியும்!' என்றாள் ஜானகி.

குப் குப் என்ற சத்தத்துடன் தூரத்தில் ரெயில் வந்து கொண்டிருந்தது.

4

அம்மாவும் சின்ன மாமாவும் ரெயில்வே ஸ்டேஷனுக்குப் புறப்படும் வரையில் பாலன் காத்துக் கொண்டிருந்தான். ஒற்றை மாட்டு வண்டி வீட்டு வாசலிலிருந்து நகர்ந்ததும், சட்டென்று உள்ளே ஓடினான். தகரப் பெட்டியைத் திறந்து அதற்குள் வைத்திருந்த பணத்தை எடுத்துத் தன்னுடைய டிராயர் (கால் சட்டை) பைக்குள் ஜாக்கிரதையாக வைத்துக் கொண்டான். பட்டாசுகளையும் மத்தாப்புகளையும் ஒரு துணியில் கட்டிக் கொண்டான். வீட்டின் வலது பக்கத்திலிருந்த வாசற்படி வழியாக யாரும் கவனியாத போது வெளியே கிளம்பினான். ஓட்டமும் நடையுமாகச் சென்று, பட்டாசு மத்தாப்பு மார்க்கெட்டை அடைந்தான்.

'தம்பி! என்ன வேணும்' என்று கடைக்காரன் கேட்டான்.

'எனக்கு ஒன்றும் வேண்டாம். என்னிடம் உள்ள பட்டாசு களையும், மத்தாப்பு வாணங்களையும் எடுத்துக் கொண்டு பணம் கொடுக்க முடியுமா?' என்று பாலன் கேட்டான்.

கடைக்காரனுக்கு கொஞ்சம் அதிசயமாய் இருந்தது. ஆயினும் தீபாவளிக்கு முதல் நாளாகையால் பட்டாசும் மத்தாப்பும் அசாத்திய கிராக்கியான விலைக்கு விற்றது. ஆகையால் பேரம் பேசி எல்லாவற்றையும் வாங்கிக் கொண்டு பணத்தைக் கொடுத்தான் கடைக்காரன்.

பணத்தைப் பெற்றுக் கொண்டானோ இல்லையோ பாலன் ஒரே ஓட்டமாக ஸ்டேஷனை நோக்கி ஓடினான். பத்து நிமிஷத்தில் ஸ்டேஷனை அடைந்தான்.

ரெயில் வண்டி பிளாட்பாரத்தில் வந்து நின்று கொண் டிருந்தது. திறந்திருந்த 'கேட்' வழியாகப் பாலன் பாய்ந் தோடினான். டிக்கெட் கலெக்டரால் அவனைத் தடுக்க முடியவில்லை.

ரெயில் புறப்படுகிற சமயம். ஊதியும் ஆயிற்று. ஜானகி அம்மாள் வண்டிக்குள்ளிருந்து தலையை வெளியில் நீட்டித் தன் தம்பியிடம் 'குழந்தையைக் கவனித்துக் கொள்!' என்று சொல்லிக் கொண்டிருந்தது, பாலன் காதில் விழுந்தது. பாலன் ஒரே ஓட்டமாக அந்த வண்டியை நோக்கி ஓடினான். நல்ல வேளையாக வண்டிக் கதவு திறந்திருந்தது. பாய்ந்து உள்ளே ஏறித் தடால் என்று கீழே விழுந்தான். விழுந்ததைச் சிறிதும் பொருட்படுத்தாமல் 'அம்மா! நான் வந்துவிட்டேன்!' என்றான்.

'அடே! என் கண்ணே!' என்று ஜானகி அவனை அலறி எடுத்தாள்.

பாலன் அவளைத் திமிறிக் கொண்டு ஜன்னல் ஓரம் வந்து சின்ன மாமா கைலாசத்தைப் பார்த்து, 'நான் தீபாவளிக்கு ஊருக்குப் போகிறேன் மாமா, எல்லோரிடமும் சொல்லி விடுங்கள்' என்றான்.

கைலாசம் அதிசயத்துடன் அவனைப் பார்த்துக் கொண் டிருக்கும் போதே ரெயில் நகர்ந்தது.

'ஏண்டா பாலு! 'மாமா வீட்டில் சமர்த்தாயிருக்கிறேன்' என்று சொன்னாயே! ஏண்டா இப்படி ஓடி வந்தாய்?' என்று கேட்டாள் ஜானகி. அவன் வந்ததில் அவளுக்குச் சந்தோஷந்தான் என்று குரலிலிருந்தே தெரிந்தது.

'தீபாவளியில் உங்களோடயெல்லாம் இருக்க வேண்டு மென்று எனக்கு ஆசையாயிருந்தது. அதனால் தான் வந்து விட்டேன்.'

பிறகு எதையோ நினைத்துக் கொண்டவன் போல், 'ஐயையோ! அடடா!' என்று கூச்சல் போட்டான்.

'என்னடா பாலு!' என்று கேட்டாள் ஜானகி.

'அவசரத்தில் மறந்து போய் மாமா வாங்கித் தந்த பட்டாசு மத்தாப்பு ஒன்றையும் எடுத்துக் கொள்ளாமல் வந்துவிட்டேன். ரெயில்காரனைக் கொஞ்சம் திரும்பிப் போகச் சொல்லு அம்மா! எடுத்துக் கொண்டு வந்து விடுகிறேன்' என்றான்.

ஜானகி புன்னகையுடன் 'நல்ல வேடிக்கை! ரெயில் திரும்புமா?' என்றாள்.

'திரும்பாதா? போனால் போகட்டும்! நான் சீனுவுக்கும், அம்புலுவுக்கும் கொடுத்த வாணங்களைப் பத்திரமாய் வைத்திருக்கிறாய் அல்லவா? அதுவே போதும்!' என்றான் பாலன்.

5

தீபாவளிக்கு முதல் நாள் ராத்திரி ஒரே கொண்டாட்டமாயிருந்தது. பாலனும், சீனுவும், அம்புலுவும் வீட்டுக் குள்ளே வளைய வளைய வந்து கூத்தாடினார்கள். அம்மாவுக்குக் காரியம் செய்ய முடியாமல் அடித்தார்கள். பட்டாசுக் கட்டையும், மத்தாப்பு பெட்டியையும் சுட்டு விடாமல் தொட்டுத் தொட்டுப் பார்த்தார்கள். ஜானகி செய்த பணியாரங்களைக் கூடக் கொஞ்சம் ருசி பார்ப்பதோடு நிறுத்திக் கொண்டார்கள்! தீபாவளிப்பட்சணங்களைத் தீபாவளியன்று காலையிலேதானே சாப்பிட வேண்டும்.

குழந்தைகள் படுத்துக் கொள்ளும் போது மணிபத்து அடித்து விட்டது. அதற்கு அரை மணிக்குப் பிறகு ஜானகியும் வந்து படுத்துக் கொண்டாள். தூங்கும் குழந்தைகளின் பால்வடியும் முகங்களை ஒரு தடவை பார்த்துவிட்டு, விளக்கைச் சிறிதாக்கி ஒரு மூலையில் மறைத்து வைத்தாள். காலையில் சீக்கிரமாக எழுந்திருப்பதற்காக இப்போது சீக்கிரமாக தூங்க விரும்பினாள். ஆனால் தூக்கம் என்னவோ வரவில்லை. இவ்வளவு சமர்த்தான குழந்தைகளைப் பெற்ற தகப்பன் சீர்கெட்டுப் போய்ச் சிறையில் இருப்பதை நினைத்து மனம் உடைந்தாள்.

பாலன் எழுந்து படுக்கையில் உட்கார்ந்தான். மன வேதனையில் ஆழ்ந்திருந்த ஜானகிக்கு அவனிடம் 'என்ன!' என்று கேட்கச் சட்டென்று நா எழவில்லை.

பாலன் இரண்டு பக்கமும் உற்றுப் பார்த்து விட்டு எழுந்து நின்றான். கூடத்து மூலையில் சுவரில் சாத்தியிருந்த ஏணியைச் சத்தம் செய்யாமல் எடுத்துக் கொஞ்ச தூரம் தள்ளி வைத்தான். பிறகு அதன் மேல் மெள்ள மெள்ள ஏறினான்.

பாலனுடைய செயலை ஜானகி அதிசயத்துடன் அரைக் கண்ணால் பார்த்துக் கொண்டிருந்தாள். சட்டென்று அவன் பெயரைச் சொல்லிக் கூப்பிட்டாலும் ஏதாவது கேட்டாலும், குழந்தை திடுக்கிட்டு ஏணியிலிருந்து விழுந்துவிடப் போகிறானே என்ற பயத்தினால் பேசாமலிருந்தாள். மூச்சு கூட மெதுவாக விட முயன்றாள்.

ஏணி உச்சியில் ஏறிய பாலன் அங்கே சுவரில் பொருத் தியிருந்த உத்திரத்தின் மேல் ஏறி உட்கார்ந்து கொண்டான். அங்குமிங்கும் கையை வைத்துத் தடவினான். பிறகு அவன் அணிந்திருந்த முழங்கால் சட்டைப் பையிலிருந்து ஏதோ ஒன்றை எடுத்தான். அதைச் சுவரிலோ உத்திரத்திலோ வைத்தான். பிறகு சத்தம் செய்யாமல் கீழே இறங்கிப் படுக்கையில் வந்து படுத்துக் கொண்டான்.

ஜானகிக்கு என்னவெல்லாமோ தோன்றியது. தகப் பனைப் போல் பிள்ளையும் ஏதேனும் திருட்டுக் காரியம் செய்கிறானோ என்று எண்ணியபோது அவளுக்குச் சொல்ல முடியாத வேதனை உண்டாயிற்று. மாமா வீட்டிலிருந்து எதையாவது திருடிக் கொண்டு வந்திருப்பானோ என்று நினைத்தாள். அப்படியெல்லாம் இராது. அம்புலுவுக்கும் சீனுவுக்கும் தெரியாமல் பட்டாசுக் கட்டை ஒளித்து வைக்கிறான் போலிருக்கிறது என்று ஆறுதல் செய்து கொண்டாள். அசட்டுப் பிள்ளை! ஒன்று கிடக்க ஒன்று ஆகப் போகிறதே! பட்டாசு வெடிக்கும் சாமான் ஆயிற்றே. இந்த ஓட்டை வீட்டிலும் நம் அதிர்ஷ்டம் தீப்பிடித்துக் கொண்டால்? இதைப் பற்றிப் பாலனிடம் இப்போதே கேட்டு விட வேண்டியதுதான். ஆனால் என்னவென்று கேட்பது? எப்படி ஆரம்பிப்பது?

ஜானகி இவ்விதம் யோசித்துக் கொண்டிருந்தபோது பாலன் மறுபடியும் படுக்கையில் எழுந்து உட்கார்ந்து கொண்டான். இது என்ன? குழந்தை விம்மி அழுகிறான் போலிருக்கிறது! விம்மலுக்கிடையில் 'அம்மா!' என்று கூப்பிடுகிறானே?

கூரைமேட்டில் கைவைத்த போது, அவனைத் தேள் கீள் கொட்டி விட்டதோ என்று பீதியுடன் ஜானகி திடுக்கிட்டு

எழுந்து உட்கார்ந்து, 'பாலு, என்னடா? ஏண்டா அழுகிறாய்?' என்றாள்.

'சொப்பனம் கண்டேன் அம்மா!' என்றான் பாலன்.

'அது என்ன சொப்பனம்?' என்று அம்மா வற்புறுத்திக் கேட்டதன் பேரில், பாலன் சொன்னான்: 'ஏதோ ஒரு தேவதை வந்ததுபோல் இருந்தது. அந்த தேவதை என்னைப் பார்த்து 'பாலு! உங்கப்பா பேரிலே எல்லோரும் பொய்க் குற்றம் சாட்டினார்கள். அவர் பேரிலே ஒரு குற்றமும் இல்லை, உங்கள் அம்மா வைத்திருந்த பணம் உச்சி மேட்டில் உத்தரத்துப் பொந்தில் இருக்கிறது! என்று சொல்லிற்று. நான் அதை நம்பவில்லை அந்தத் தேவதை என்னைக் கையைப் பிடித்து ஏணியில் ஏற்றி அழைத்துக் கொண்டு போய் காட்டிற்று. உத்தரத்துப் பொந்தில் நிஜமாப் பணம் இருந்தது அம்மா!' என்று பாலன் சொல்லிவிட்டு மேலும் விம்மி அழுதான்.

ஜானகிக்கு எல்லாம் இப்போது விளங்கி விட்டது. பாலனுடைய தகப்பனாரைப் பற்றி அவன் மாமா வீட்டில் பேசிக் கொண்டிருந்தது குழந்தையின் காதில் விழுந்திருக்க வேண்டும். அப்பாவைக் காட்டிக் கொடுத்தது அம்மா என்கிற செய்தியும் தெரிந்திருக்க வேண்டும். அப்பா திருடவில்லை என்று ருசுப்படுத்து வதற்காக குழந்தை இப்படியெல்லாம் செய்திருக்கிறான்!

ஜானகிக்கு ஓரே பிரமிப்பாய் இருந்தது. அவளுடைய கண்களிலிருந்து கண்ணீர் பெருகிற்று. குழந்தைக்குப் பதில் சொல்ல அவளுக்கு ஒன்றும் தோன்றவில்லை. அவனுடன் பேசுவதற்கு வெட்கமாகக் கூட இருந்தது. ஆனால் பாலன் விடவில்லை. 'அம்மா! நீ ஏணி வைத்து ஏறிப் பார்க்கிறாயா?' என்றான்.

'ஆகட்டும் பாலு! காலையில் பார்க்கிறேன்!' என்றாள் ஜானகி.

'இல்லை அம்மா! இப்போதே பார்! இல்லாவிட்டால் எனக்குத் தூக்கம் வராது!' என்றான் பாலன்.

குழந்தையைத் திருப்தி செய்வதற்காக ஜானகி எழுந்து ஹரிகேன் லாந்தர் விளக்கைப் பெரிது செய்தாள். பாலனை ஏணியின் அடிப்புறத்தைப் பிடித்துக் கொள்ளும்படி செய்து விட்டு, அதன் மேல் ஏறினாள். உச்சியை அடைந்ததும் உத்தரத்தின் பொந்தில் கையை விட்டாள். அவள் எதிர் பார்த்தது போலவே ஒரு சிறிய பணப்பை இருந்தது. அதைத் தான் பாலன் அந்த உத்தரத்துப் பொந்துக்குள் வைத் திருக்கிறான்.

பணப்பையை எடுத்தபோது அதன் கீழ் வேறு ஏதோ கையில் மெதுவாகத் தட்டுப்பட்டது. துணி மாதிரி இருந்தது. இன்னும் ஏதேனும் வைத்திருக்கிறானோ என்று பார்க்க மறுபடி கையை விட்டுத் துழாவினாள். ஒரு சிறு துணி மூட்டை அகப்பட்டது. அதை எடுத்துப் பார்த்ததும் ஜானகி திக்பிரமை அடைந்தாள்!

ஏணியிலிருந்து அப்படியே விழுந்துவிடாமல் அவள் கீழே இறங்கி வந்ததே ஓர் ஆச்சரியமான விஷயந்தான்!

பொந்திலிருந்து அகப்பட்ட இரண்டு பொருள்களையும் ஹரிகேன் லாந்தர் வெளிச்சத்தில் வைத்துக் கொண்டு ஜானகி பிரித்துப் பார்த்தாள். பாலனும் பார்த்துக் கொண்டுதான் இருந்தான். பாலனுடைய பணப் பையைப் பிரித்த போது, ஒரு நூறு ரூபாய் நோட்டும், எட்டு ரூபாய் நோட்டுகளும் இருந்தன.

எலி கடித்து கொஞ்சம் பொத்தலாகி இருந்த சிறிய துணி மூட்டைக்குள்ளே தகர டப்பா இருப்பது தெரிந்தது. ஜானகி ஆவலுடன் துணியை எடுத்து எறிந்து விட்டு தகர டப்பாவை திறந்து பார்த்தாள். அதற்குள் ஜானகி சேமித்து வைத்திருந்த பத்து பத்து ரூபாய் நோட்டுகளும், எட்டு ரூபாய் வெள்ளிப் பணமும் அப்படியே இருந்தன!

ஜானகி அந்த நோட்டுகளையும் வெள்ளி ரூபாய்களையும் கையினால் துழாவிக் கொண்டு பிரமித்துப் போய் உட்கார்ந் திருந்தாள்.

மாஸ்டர் மெதுவடை

1

அவருடைய உண்மைப் பெயர் அப்பாஸாமி என்பது அநேகம் பேருக்குத் தெரியாது. டிராமா நோட்டிஸு களிலெல்லாம், 'மாஸ்டர் மெதுவடை தோன்றுகிறார், உலகமெங்கும் புகழ்பெற்ற தென்னிந்திய ஹாஸ்ய நடிகர் ஜீரணமணி...' என்றுதான் வெளியிட்டு வந்தார்கள். இப்போது ஷுட் செய்யப் பட்டு வந்த தமிழ் டாக்கியின் பூர்வாங்க விளம்பரங்களிலும் அதே பெயர் தான் காணப்பட் டது. ஒரு விளம்பரம் 'மெதுவடை சுடப்படுகிறது!' என்று மணிபிரவாள சிலேடையில் ஆரம்பமாயிற்று. இந்த சிலேடைக்கு வியாக்யானம் தேவை என்று தோன்றுகிறது. சாதாரணமாய், இங்கிலீஷில் டாக்கி படம் பிடிப்பதைக் குறிப்பிடும்போது, 'ஷுட் ஆகிறது', 'ஷாட் எடுக்கிறார்கள்' என்று குறிப்பிடுவது உண்டு. 'ஷுட்' என்பதற்கு 'சுடு' என்றும் ஒரு அர்த்தம் இருக்கிறதல்லவா? அந்தத் துப்பாக்கி சுடுகையை வடை சுடுவதற்கு உபயோகப்படுத்தி மேற்படி சிலேடையைப் போட்டவர், அந்த டாக்கி கம்பெனியார் மாதம் *371/2* ரூபாய் சம்பளத்தில் அமர்த்தியிருந்த கலியுகக் காளமேகக் கவிச் சக்கரவர்த்தி, பழனி பிரஸாதராவ். (அந்தப் பழைய காளமேகன் திரேதாயுகத்தைச் சேர்ந்தவனென்பது அவர் எண்ணம்.)

மாஸ்டர் மெதுவடை நெடுங்காலமாகத் தென்னிந்திய நாடக மேடைகளில் தமது விகட சக்ராதிபத்தியத்தை நிலைநிறுத்தி வந்தவர். பச்சை சிருங்காரப் பேச்சினால்தான் அவர் அவ்வளவு பிரசித்தியடைந்தது. மேடையில் வந்து நிற்பார்; இரண்டு தடவை கண்ணைச் சிமிட்டுவார். சபையில் கிளுகிளு வென்று சிரிப்பு அலை பரவும்.

'மாடி மேல் மாடி!' என்பார். பின்னால் வரப் போவதை அறிந்து சபையோர், 'கலீர்' என்று சிரிக்கத் தொடங்குவார்கள்.

'அதன் மேலே ஒரு லேடி!' என்பார். பிறகு, சபையோரின் குதூகலத்தை யாரால் கட்டிப் பிடிக்க முடியும்? 'அவளும்

நானும் ஜோடி!' என்றாரோ இல்லையோ, கொட்டகைச் சொந்தக்காரன் வயிற்றில் நெருப்புத்தான். கொட்டகை இடிந்து விழும் படியான சிரிப்பும் ஆரவாரமும் ஏற்படும்.

அவருடைய ஹாஸ்யத்தில் நான் ஒரு கோடிதான் காண்பித்திருக்கிறேன். இன்னும் வாடி, மோடி, கூடி என்று மேலே மேலே போய்க் கொண்டிருப்பார். அவருடன் தொடர்ந்து போவது என்னால் முடியாத காரியமாகையால், அவருக்கு 'மெதுவடை' என்று பெயர்வந்த காரணத்தைப் பற்றி மட்டும் சொல்லி விடுகிறேன். ஒரு தடவை அவர் நாடக மேடையில், முழுசு முழுசாக இருபத்தெட்டு மெதுவடை களை வாயசைக்காமல் விழுங்கினாராம்! அப்புறம் ஆறு மாத காலம் அவர் ஒவ்வொரு நாடகத்திலும் இருபத்தேழுவடை கள் தின்னவேண்டியிருந்ததாம். அந்தக் காட்சியை நடத்திக் காட்டினா லொழிய, ஜனங்கள் கலவரம் செய்யவும், டிக்கெட் பணத்தை வாபஸ் கேட்கவும் ஆரம்பித்து விட்டார்களாம். இதிலிருந்து அவருக்கு 'மாஸ்டர் மெதுவடை' என்ற பெயர் ஏற்பட்டு நிலைத்து விட்டது.

இப்பேர்ப்பட்ட ஹாஸ்ய நடிக சக்கரவர்த்தி இந்தியாவின் சார்லி சாப்ளின் - தமிழ் நாட்டு ஹாரல்ட்லாயிட் தமிழ் டாக்கி முதலாளிகளின் வலையில் விழாமல் வெகு காலம் தப்ப முடியுமா? ஒரு நாள் தலை குப்புற விழுந்தார்; விழுந்த தோடில்லாமல் கழுத்தையும் முறித்துக் கொள்ளும்படியான நிலைமை ஏற்பட்டது.

2

சென்னைப் பட்டணத்திலுள்ள ஜாலிவுட் ஸ்டுடியோவைப் பற்றித் தெரியாதவர்கள் டாக்கி உலகத்தில் யாரும் இருக்க முடியாது. அந்த ஜாலிவுட் ஸ்டுடியோவில் பிடிக்கும் படங் களுக்கு ஹாலிவுட் டிம்பன் என்பவர் பிரபல டைரக்டராக இருந்தார். ஹாலிவுட்டைப் பற்றியும் அங்குள்ள நடிகர்கள் டைரக்டர்கள் பற்றியும் மிஸ்டர் டிம்பன் அநேக அபூர்வ மான விவரங்களைச் சொல்வார். இந்த விவரங்கள் எல்லாம் மேற்படி நடிகர்களுக்கும் டைரக்டர்களுக்குமே தெரியாதன

வென்றால், அவை எவ்வளவு அபூர்வமாயிருக்க வேண்டு மென்று நான் சொல்ல வேண்டியதில்லை.

மிஸ்டர் டிம்பனுக்குத் தமிழ் டாக்கி உலகத்தில் ரொம்பவும் பிரசித்தி ஏற்பட்டிருந்தது. அவருக்குத் தமிழ் தெரியாது; சங்கீதம் தெரியாது; கண்பார்வை கொஞ்சம் கம்மி; காது சிறிது மந்தம் - ஆகவே, தமிழ் டாக்கி டைரக்டராவதற்கு வேண்டிய எல்லா அம்சங்களும் அவரிடம் பொருந்தியிருந்தன வென்று சொல்ல வேண்டாமல்லவா? அப்பேர்ப்பட்டவரின் மேற்பார் வையில் இப்போது ஜாலிவுட் ஸ்டுடியோவில் இரண்டு படங்கள் 'ஷூட்' செய்யப்பட்டு வந்தன. அவற்றில் ஒன்று சமூகப் படம். இன்னொன்று புராணப் படம்.

இந்த இரண்டு படங்களிலும் நடிக்கும் பாக்கியம் வாய்ந்த ஒரு 'நட்சத்திரம்' அங்கே பிரகாசித்துக் கொண்டிருந்தது. அதன் பெயர் மிஸ் டி.கே.ஹம்ஸா. புராணக் கதையில் ஹம்ஸாவுக்கு அருந்ததி வேஷம்; சமூகக் கதையில் தாஸி வேஷம்.

தாஸி வேஷத்தில் மிஸ் ஹம்ஸா நடிக்கும் அதே காட்சியில் அப்பாஸாமியும் நடித்தான். சந்தர்ப்பம் என்னவென்பதை நேயர்கள் ஊகித்து அறிந்திருக்கலாம். வேறென்ன தான் இருக்கப் போகிறது? ஹம்ஸாவின் வீட்டுக்கு வழக்கமாக வருகிற கிழ ஜமீந்தார் ஒருவன் இருக்கிறான். அவளுக் குக் கள்ளக் காதலன் ஒருவனும் இருக்கிறான். ஒரு சமயம் இரண்டு பேரும் சேர்ந்தார்ப்போல் வந்து விடுகிறார்கள். கள்ளக் காதலனை ஒளித்து வைக்க ஹம்ஸா முயல்கிறாள். முடியவில்லை. இருவரும் சந்திக்கிறார்கள்; குஸ்தி போடு கிறார்கள். இவன் ஒரு தடவையும் அவன் ஒரு தடவையுமாக ஹம்ஸாவின் மேல் விழுகிறார்கள்...

திரும்பித் திரும்பி இந்த ஆபாஸந்தானா என்று நீங்கள் நினைக்கக் கூடாது. இதெல்லாம் ஜனங்களுக்கு நீதி கற்பிக்கத்தானேயன்றி வேறில்லை. 'தாஸிகளை நம்பக் கூடாது' என்பது நீதி.

இந்த நீதியை ஜனங்களுடைய மனத்தில் நன்கு பதியச் செய்வதற்காக நடிகர்கள் மூவர், டைரக்டர் ஒருவர், போட்டோ

பிடிப்பவர் ஒருவர், சில்லறைச் சிப்பந்திகள் ஐந்து பேர், பட முதலாளிகள் மூன்று பேர், அவர்களுடைய சிநேகிதர்கள் பதினைந்து பேர் - ஆக இவ்வளவு பேரும் வெகு பாடுபட்டார்கள். பாமரஜனங்களிடமிருந்து பணம் வருவதற்கு இந்தக் காட்சியைத்தான் நம்பியிருந்தார்களாதலால் அவ்வளவு விசேஷ கவனம் செலுத்தப்பட்டது. இதே காட்சி ஐந்தாறு நாள் திருப்பித் திருப்பி எடுக்கப்பட்டது.

இப்படி இந்த 'ஷூட்டிங்' வளர்த்தப்படுவதை விரும்பாத பிராணி ஒருவன் இருந்தான். அவன் தான் அந்தக் காட்சியில் கிழ ஜமீந்தாராக நடித்தவன். அவனுக்கு அதில் அவ்வளவு வெறுப்பு ஏற்படக் காரணமாக இருந்தவன் அப்பாஸாமி தான். அந்த ஹாஸ்ய நடிகனுக்கு அவனுடைய வாழ்நாளில் இது வரையில் கனவிலும் அறியாத அனுபவம் ஏற்பட்டிருந்தது. அவன் உண்மையிலேயே ஹம்ஸாவுக்குத் தன் உள்ளத்தைப் பறிகொடுத்து விட்டான். சென்ற ஒரு மாதமாக அவன் மாறி மாறி சொர்க்கத்திலும் நரகத்திலுமாக வாழ்ந்து வந்தான். ஹம்ஸா தன்னைப் பார்த்துப் புன்னகை புரியும் போதெல்லாம் அவன் ஏழாவது சொர்க்கத்துக்கே போய் விடுவான்; அவள் வேறு யாரையாவது பார்த்துப் புன்னகை புரியும் போது கொதிக்கும் எண்ணெயில் போட்டது போல் துடிதுடித்தான். கடைசி காதல் காட்சியின் 'ஷூட்டிங்' நடக்கும் போது முதலில் அவனுக்கு இன்பக் கடலில் மிதப்பது போலிருந்தது; பிறகு வரவரச் சுற்றி நின்று பார்ப்பவர்கள் மேல் கோபம் கோபமாய் வந்தது. 'இந்தச் சனியன்கள் எல்லாம் ஏன் இங்கே சுற்றி நிற்கின்றன?' என்று எண்ணிக் கொதித்தான். தன்னுடைய கோபத்தை யெல்லாம் பாவம், அந்தக் கிழஜமீந்தார் வேஷம் போட்டவன் மேல் காட்டினான். அவன் மேல் விழுந்த அடி உதைகளெல்லாம் வெறும் போலியாயிராமல் நிஜமான அடி உதைகளாகவே விழுந்தன; இந்தக் காட்சி வளர்த்தப்படுவதை அவன் விரும்பாததில் ஆச்சரியமில்லை யல்லவா?

'இன்றோடு முடியா விட்டால், நாளை தினம் நான் நிச்சயமாய் வரமாட்டேன்; ஓடியே போய்விடுவேன்' என்று அந்த ஜமீந்தார் வேஷிக்காரன் அன்று காலையே டைரக்டரிடம்

சொல்லியிருந்தான். 'ஷூட்டிங்' முடிந்ததும், 'தீர்ந்ததா, இல்லையா?' என்று கேட்டான். 'டன்' என்றார் டைரக்டர் டிம்பன். ஜமீந்தார் வேஷக்காரன் அப்பாஸாமியைப் பார்த்து 'ஒருநாள் உன் முதுகுத் தோலை உரிக்கிறேனா, இல்லையா, பார்' என்று சொல்லி விட்டு விரைவாக நகர்ந்தான். அப்பாஸாமி 'தூ' என்று காரித்துப்பினான்.

3

மாஸ்டர் மெதுவடை சொப்பன லோகத்திலிருந்து பூமியில் இறங்கினான். 'டன்!' எல்லாம் முடிந்தது. மிஸ் ஹம்ஸா நாளை முதல் அருந்ததியாகி விடுகிறாள்; அவளருகில் இனிமேல் நெருங்க முடியாது. 'ஸ்டூடியோ'வுக்குள் இது விஷயமாக வெகு கண்டிப்பான சட்டம் இருந்தது! காட்சிகள் நடிக்கப் படுகையில் தவிர மற்ற வேளைகளில் ஸ்திரீபுருஷர்கள் நெருங்கிப் பேசக்கூடாது. இத்தகைய சட்டம் இருந்தால் தான், அந்தந்த நட்சத்திரங்களுக்குரிய முதலாளி செட்டியார்கள், அவர்கள் டாக்கியில் நடிப்பதற்குச் சம்மதிப்பார்கள்.

ஒரு மாதத்திற்கு முன்னால் 'ஸ்டூடியோ'வில் ஒரு சம்பவம் நடந்தது. ராமனும் சூர்ப்பனகையும் காமராவுக்கு முன் ஒரு தினுசாகக் காதல் ஸீனை நடித்த பிறகு, தூண்மறைவில் அதை மாற்றி நடித்து 'பிராக்டீஸ்' செய்து கொண்டார்கள். அதாவது, ராமபிரான் சூர்ப்பனகை மேல் காதல் செய்யத் தொடங்கவே அவள் 'சீ! போ!' என்று புறக்கணித்தாள். இந்தத் தூண் மறைவுக் காட்சியை வேறு சிலர் பார்த்து விடவே, அவர்கள் இரண்டு பேருக்கும் தலைக்கு ஐம்பது ரூபாய் அபராதம் விதித்து நோட்டீஸ் போர்டிலும் போட்டு விட்டார்கள்.

அப்பாசாமிக்கு இது தெரிந்ததுதான். ஸ்டூடியோவுக்கு வெளியில் ஹம்ஸாவைச் சந்திக்கலா மென்றாலோ, அதற்கும் ஒரு இடையூறு இருந்தது. மிஸ் ஹம்ஸா மற்ற நடிகைகளைப் போல், ஸ்டூடியோவிலேயே ஏற்படுத்தப் பட்டிருக்கும் ஜாகையில் வசிப்பவள் அல்ல; தினம் வேலை முடிந்ததும் அவள் தன் வீட்டுக்குப் போய்விடுவாள். அவளுடைய புருஷனைப் பற்றிச் சிலர் ஒரு விதமாய்ச் சொன்னார்கள்.

ஆனால் எல்லாரும் 'புருஷன்' ஒருவன் இருக்கிறான் என்பதை ஒப்புக் கொண்டார்கள். அவன் எப்படிப்பட்டவனோ, என்னமோ?

மேலும் அவளை அப்படிப் பின் தொடர்வதற்கும் அவள் சம்மதிக்க வேண்டாமா? அவளுடைய மனோபாவத்தையோ சிறிதும் கண்டறிய முடியவில்லை. சில சமயம் அப்பாசாமி யுடன் காதல் காட்சியில் நடிக்கும் பொழுது 'இது நடிப்பன்று, உண்மைக்காதல்' என்றே தோன்றும். அவள் ஒரு மோகனச் சிரிப்பு சிரித்துக் கொண்டு இவனுடைய கன்னங்களைப் பரிகாசமாகக் கிள்ளும் போது 'ஒரு நாளும் இது பொய்க் காதலாக - வேஷக்காதலாக - இருக்க முடியாது' என்று நமது விதூஷக சக்ரவர்த்தி நினைத்ததுண்டு. ஆனால் அந்தக் கிழ ஜமீந்தாருடன் அவள் காதல் செய்யும் போதும் அவ்வளவு உண்மையாகத் தானே தோன்றுகிறது!

அப்பாசாமி 'ஷூட்டிங்' நடந்த இடத்திலிருந்து, வேஷத்தைக் கலைக்கும் இடத்துக்கு மிக்க மனச் சோர்வுடன் போய்க் கொண்டிருந்தான். வழியில் ராமர், லக்ஷ்மணர், விசுவாமித்திரர், ஜனகர், சீதை முதலியவர்களை அவன் பார்த்தான். இராமர் சிகரெட் புகை விட்டுக் கொண்டிருந்தார்; சீதை பீங்கான் கிண்ணத்தில் டீ குடித்துக் கொண்டிருந்தாள்; லக்ஷ்மணன் ஒரு பெரிய கொட்டாவி விட்டு தன்னை மீறி வந்த தூக்கத்தைப் போக்கிக் கொள்வதற்காக ஒரு சிமிட்டா பொடி உறிஞ்சினான். விசுவாமித்திரர் காதிலே பூணூலை மாட்டிக் கொண்டு அவசரமாய் எங்கேயோ போனார். இதையெல்லாம் பார்த்த அப்பாசாமிக்கு 'இந்த வேஷமெல்லாம் எப்படிப் பொய்யோ, அதுபோல் உலக வாழ்க்கையே பொய்' என்ற எண்ணம் உதித்தது. இந்த உயிர் வாழ்விலே தான் என்ன ரஸம் இருக்கிறது? எதற்காக இந்த ஜீவனை வைத்துக் கொண்டு வாழவேண்டும்?...

4

சாயங்காலம் ஆறரை மணிக்கு ஜார்ஜ் டவுன் துங்கப்ப நாய்க்கன் வீதியில் அப்பாசாமி போய்க் கொண்டிருந்தான்.

அவன் கையில் ஒரு துணியிலே சுற்றப்பெற்ற ஒரு சிறு மூட்டை இருந்தது. அதற்குள் ஒரு டார்ச் லைட்டும், சுமார் பத்து அடி நீளம் மணிக்கயிறும் இருந்தனவென்பதை உங்களுக்கு நான் சொல்லத்தான் வேண்டியிருக்கிறது - மேலே கதையில் சுவாரஸ்யம் உண்டு பண்ணும் பொருட்டு.

மேற்படி துங்கப்ப நாய்க்கன் வீதியிலிருந்து கேவல்தாஸ் சந்து பிரியும் இடத்தில் 'ஐரீஸ் மாளிகை' என்று ஒரு பிரம்மாண்டமான கட்டடம் கட்டப் பெற்று வந்தது. இரண்டு மச்சு ஏற்கெனவே கட்டியாகிவிட்டது. இன்னும் நாலைந்து மச்சுக்களாவது கட்டுவார்களென்று அங்கே வானுறவோங்கி நின்ற விட்டங்கள், சாரங்களிலிருந்து தெரிய வந்தது.

இந்தக் கட்டடத்திற்குள், அப்புறம் இப்புறம் தன்னை ஒருவரும் கவனிக்கவில்லையா என்று பார்த்துக் கொண்டு அப்பாசாமி சரேலென்று நுழைந்தான். சில அடி தூரம் சென்றதும், நல்ல இருள் சூழ்ந்திருந்தது. காலால் தடவித் தடவி நடந்து நாலைந்து வாசற்படியைத் தாண்டி வெகு தூரம் உள்ளே சென்ற பிறகு மூட்டையை அவிழ்த்து உள்ளேயிருந்த டார்ச்லைட்டை எடுத்துப் பொத்தானை அமுக்கினான். வெளிச்சம் எதிரே பளிச்சென்று அடித்தது. அந்த வெளிச்சத்தில், அவன் என்ன பார்த்தான் என்று நினைக்கிறீர்கள்? பயங்கரம்! பயங்கரம்!! கயிற்றிலே தொங்கிக் கொண்டிருந்த ஒரு மனித தேகம் தெரிந்தது.

எந்தக் கணத்தில் வெளிச்சம் அந்தத் தேகத்தின் மேல்பட்டதோ, அதே கணத்தில் அதன் தொண்டையிலிருந்து ஒரு உறுமல் சத்தம் வந்தது. இத்தகைய நிலைமையில் நீங்களும் நானுமாயிருந்தால், விழுந்தடித்து ஓடி, இருட்டில் எங்கே யாவது முட்டிக்கொண்டு திண்டாடுவோம்.

ஆனால் அப்பாசாமி சாமான்ய மனிதன் அல்ல; நாடக மேடையில் இது மாதிரி சந்தர்ப்பங்களை எத்தனைமுறை பார்த்திருப்பவன்! அவன் ஒரு நொடியில் சட்டைப்பையிலிருந்த கத்தியை எடுத்துத் திறந்து கொண்டு அந்த மனிதன் உபயோகித்த அதே ஏணியில் ஏறி சட்டென்று கயிற்றை அறுத்து எறிந்தான்.

கீழே விழுந்த தேகம் சிறிது நேரம் பேச்சு மூச்சில்லாமல் கிடந்தது. டார்ச் லைட்டை முகத்துக்கு நேரே பிடித்துப் பதை பதைப்புடன் பார்த்துக் கொண்டிருந்தான் நமது ஹாஸ்ய நடிகன்! மெதுவாக மூச்சு வரத் தொடங்கியது. பிதுங்கிய விழிகள் உள் அமுங்கின. இன்னும் சில நிமிஷத்துக்கெல்லாம் அந்தத் தேகம் எழுந்து உட்கார்ந்து கம்மிய குரலுடன் 'மாச்சுப் பெட்டி இருக்கிறதா?' என்று கேட்டது.

'மாச்சுப் பெட்டி எதற்கு? டார்ச்லைட் இருக்கிறதே?'

'டார்ச் லைட் என்ன பிரயோசனம் பீடி பத்தவைப்பதற்கு?'

அப்பாசாமிக்கு வெகு கோபம் வந்தது, 'அடே முட்டாள், இத்தனை பெரிய காரியம் செய்து விட்டு, சாவதானமாய் பீடி பத்த வைக்க வேண்டுமென்கிறாயே, என்ன துணிச்சல் உனக்கு' என்றான்.

'அதற்காக என்ன பண்ணவேண்டுமென்கிறாய்?'

'என்ன பண்ணுகிறதா! என் காலிலே விழுந்து கெஞ்சு, மன்னிப்புக் கேட்டுக் கொள். இல்லாவிடில் போலீஸ்காரனிடம் ஒப்புவித்து விடுவேன்.'

'அப்படியா? உன் சமாசாரம் என்ன? நீ எதற்காக இங்கே வந்தாய்? கையிலே வைத்திருக்கும் கயிறு எதற்காகவோ?'

அப்பாசாமிக்குச் சிரிப்பு வந்தது. அதை அடக்கிக் கொண்டு 'இதோ பார். நாம் இருவரும் ஒரே இடத்திற்கு, ஒரே காரியத் திற்காக வந்தது நல்லதுதான். நீ, எதற்காக இந்தக் காரியம் செய்யத் துணிந்தாய் என்று சொல்லு. அது சரியான காரியமாக இருந்தால், இந்தப் புதுக் கயிற்றை உனக்கே கொடுத்து விடுகிறேன். நான் வேறு கயிறு வாங்கிக் கொள்கிறேன்' என்றான்.

'அதெல்லாம் முடியாது'

'என்ன முடியாது?'

'இன்னொரு தடவை நான் தூக்குப் போட்டுக் கொள்வது முடியாத காரியம். நீ போட்டு விட்டுப் போவதாயிருந்தால் சொல்கிறேன்.'

'அந்தப் பாவத்தையும் நான் சுமக்க வேண்டுமா? சரி சொல்லித் தொலை!'

5

கயிற்றில் தொங்கிய மனிதன் சொல்லுகிறான்:-

'ஐந்து வருஷத்துக்கு முன்னால் வரையில் நான் சந்தோஷ மாயிருந்தேன். வன்னியத் தேனாம்பேட்டையில் எனக்குச் செ ாந்த வீடு இருக்கிறது. மௌண்ட் ரோடில் பழக்கடை வைத் திருந்தேன். மாதம் 30, 40 ரூபாய் வரும். வீட்டில் ஒரு பாதியை வாடகைக்கு விட்டிருந்ததிலும் பத்து ரூபாய் வந்தது. கவலை, கஷ்டம் இன்னதென்றே தெரியாமல் குஷியாக இருந்தேன்.'

'ஒரு நாள் இரவு நான் கடையை மூடிக்கொண்டு வீடு நோக்கிப் போன போது, எங்கள் வீதி மூலையில் ஓர் இளம் பெண் நின்று அழுது கொண்டிருந்தாள். அவளிடம் நெருங்கி, 'ஏனம்மா அழுகிறாய்?' என்று கேட்டேன். அவள், தானும் இன்னும் நாலைந்து ஸ்திரீகளும் ஒரு தனி வீட்டில் குடியிருந்ததாகவும் போலீஸ்காரர்கள் எல்லோரையும் அன்று விரட்டி விட்டதாகவும், அந்த ஸ்திரீகளைத் தனக்குப் பிடிக் காதபடியால் அவர்களோடு போகாமல் பின் தங்கியதாகவும் சொன்னாள். பத்திரிகையில் இது சம்பந்தமான சில விவரங் களை நான் படித்திருந்தேன். புதிய போலீஸ் சட்டம் அமுலுக்கு வந்திருப்பதாயும், அதன்படி சென்னைப் பட்ட ணத்தில் துன்மார்க்கத்தைத் தொழிலாகக் கொண்ட ஸ்திரீகள் எல்லோரும் அந்தந்த விடுதிகளிலிருந்து விரட்டி விடப்படுவதாகவும் பத்திரிகையில் போட்டிருந்தார்கள். இந்தச் சட்டத்தினால் எத்தனையோ பெண்கள் அநாதை களாகத் தெருவில் நிற்க நேரிடுமென்றும், அவர்களை ஆதரிக்கப் பண உதவி செய்ய வேண்டுமென்றும், சில புண்யவதிகளும், புண்யவான்களும் பத்திரிகையில் விண்ணப்பம் செய்திருந்ததையும் படித்திருந்தேன். இதனா லெல்லாம் ஏற்கனவே கலக்க முற்றிருந்த எனக்குத் திக்கற்றுத் தெருவில் நின்ற அந்தப் பெண்ணைப் பார்த்ததும் 'இவளை ஏன் நாம் ஆதரிக்கக்கூடாது?' என்று தோன்றிற்று. அதன்

பலன் தான் இப்போது என்னை இந்தக் காரியம் செய்யத் தூண்டிற்று...'

'சரி, வீட்டுக்கு அழைத்துப் போனாய்; அப்புறம் என்ன நடந்தது.'

'அப்புறம் என்ன? இரண்டு நாளைக்குள் வீட்டில் குடியிருந்த வர்கள் காலி செய்து விட்டுப் போய் விட்டார்கள். பிறகு யாரும் குடி வரவேயில்லை. பழக்கடையும் நஷ்டமாகி வந்தது. தினம் ஒரு ரூபாய் பழம் - ஆரஞ்சும் ஆப்பிளும் அவளே தின்று விடுவாள்! வியாபாரத்தில் லாபம் எப்படி வரும்? இருந்த போதிலும் ஒரு மாதிரி சந்தோஷமாய்த் தானே இரண்டு மூன்று வருஷம் வாழ்க்கை நடத்தி வந்தோம். அவள் டாக்கியில் சேரும் வரையில்...'

'என்ன, டாக்கியில் சேர்ந்தாளா?'

'ஆமாம், டாக்கியில் சேர்ந்த பிறகு...'

'பெயர் என்ன? அவள் பெயர் என்ன?'

'குப்பம்மாள்...'

'நல்ல வேளை. மேலே சொல்லு.'

'டாக்கியில் அவள் சேர்ந்த பிறகு என்னுடைய வாழ்க்கை நரகமாயிற்று. அவளை தினம் நான் ஸ்டுடியோவுக்குக் கொண்டு போய் விடவேண்டும்; திருப்பி சாயங்காலம் அழைத்து வரவேண்டும். வீட்டில் சமையல் செய்து தயாராய் வைத்திருக்க வேண்டும். வெந்நீர் போட்டுக் கூட வைக்க வேண்டும். இதெல்லாமாவது போகட்டும். டாக்கி நடிப்புக்கு வீட்டில் ஒத்திகை பார்க்கத் தொடங்கி விடுவாள். நான் கோபித்துக் கொண்டால் இடி, இடியென்று சிரிப்பாள். இதெல்லாமிருக்கட்டும். நேற்றைக்கு என்ன செய்தாள் தெரியுமா? ஸ்டுடியோவில் ஒரு காட்சியில் தேள்கள் வரவேண்டியிருந்ததாம். இவள் அந்தத் தேள்களில் ஒன்றைப் பிடித்துக் கொண்டு வந்து என் படுக்கையில் வேண்டுமென்றுவிட்டு விட்டாள். நான் உளறி அடித்துக் கொண்டு எழுந்தோடியதைப் பார்த்துச் சிரிக்கிறாள்...'

'அடி பாவி!' என்றான் அப்பா சாமி. அவனுக்கு அந்த மனிதன் மேல் உண்மையாகவே இரக்கம் உண்டாயிற்று. 'நீ உயிரை விடத் துணிந்ததில் ஆச்சரியமில்லை. ஆனால் எங்கேயாவது ஓடிப் போய் விடுவதுதானே, பினாங்கு, சிங்கப்பூரைப் பார்க்க?' என்றான்.

'பணமிருந்தால் அப்படிச் செய்யலாம். என் கையில் தம்படி இல்லை. அவள் சம்பாதிப்பதையெல்லாம் தன் பேரிலேயே பாங்கியில் போட்டிருக்கிறாள். பணமில்லாமல் எப்படிக் கப்பல் ஏறுவது? நீ வாக்குக் கொடுத்தபடி என்னை மாட்டு விட்டுத் தான் போக வேண்டும். இருக்கட்டும்; ஆனால் நீ எதற்காக வந்தாய்? என் மாதிரி காரணந்தானோ?'

'இல்லவே, இல்லை!' என்று அப்பாசாமி அழுத்தமாய்ச் சொன்னான். 'அதற்கு நேர் விரோதமான காரணம். ஒரு பெண்ணின் மீது நான் காதல் கொண்டேன்.

அவளைப் பிரிந்து என்னால் வாழ முடியாது. அவள் இணங்கமாட்டாள் என்றுதான் உயிர் மேல் வெறுப்பு வந்தது.

'அந்தப் பெண் யாரோ?'

'அவளும் ஒரு டாக்கி ஸ்டார்தான், ஆனால்...'

'அவள் பெயர் என்னவோ?'

'நாம் தான் இருவரும் சாகப் போகிறோமே? சொன்னால் மோசம் என்ன? அவள் பெயர் மிஸ் ஹம்ஸா'

உட்கார்ந்திருந்த மனிதன் எழுந்து ஒரு குதி குதித்தான். 'பேஷ்! பழம் நழுவிப் பாலில் விழுந்தது. அவள்தான் நம்பபேர்வழி' என்றான்.

'என்ன உளறுகிறாய்?'

'உளறல் இல்லை; அவளே அவள்தான்.'

'வேறு பெயரல்லவா சொன்னாய்?'

'ஆமாம், குப்பம்மாள் என்று சொன்னேன். அந்தப் பெயர் டாக்கிக்கு சுகப்படாது என்று மிஸ் ஹம்ஸா என்று வைத்துக் கொண்டாள்.'

'என்ன' என்று சத்தம் போட்டுக் கொண்டு அப்பாஸாமி எழுந்திருந்தான். டார்ச் லைட்டையும் கயிற்றையும் கெட்டியாகப் பிடித்துக் கொண்டான்.

மற்றவன் 'ஆமாம்; ரொம்ப நல்லதாய்ப் போயிற்று. அவளுடன் வாழ முடியாமல் நான் தூக்குப் போட்டுக் கொள்ள வந்தேன். அவள் கிட்டவில்லையே என்று நீ சாக நினைத்தாய். இரண்டு பேரும் சாக வேண்டாம். எனக்கு ஆயிரம் ரூபாய் கொடுத்து விடு. நாளையே நான் கப்பலேறிக் கண் காணாத சீமைக்குப் போய் விடுகிறேன்.'

'எவ்வளவு? ஆயிரம் ரூபாயா?'

'ஆமாம்; ஆயிரம் ரூபாய்தான். பிரமாதமில்லை. இருக்கட்டும், உன் பெயர் என்ன? ஒரு வேளை மாஸ்டர் மெதுவடை என்பது நீதானோ?'

'ஆமாம், நான் தான். உனக்கு எப்படித் தெரிந்தது?'

'அடாடா! நான் என்னத்தைச் சொல்ல? உன் பேரில் அவளுக்கு இருக்கும் அபிமானத்துக்கு அளவில்லை. இதோ பார்! (கன்னத்தைக் காட்டி) கிள்ளுக் காயம் தெரிகிறதா? நேற்று அவள் கிள்ளியதுதான். நான் அழுதேன். அப்போது அவள் 'சீ! இந்த ஒரு கிள்ளுக்கு அழுகிறாயே? மெது வடையை மொத்தம் 27 தடவை கிள்ளியிருக்கிறேன். இன்னும் அவருக்கு அலுக்கவில்லை. உனக்குப் பதில் அவர் இந்த வீட்டில் இருந்தால் எவ்வளவு சௌகரியமாயிருக்கும்?' என்று சொல்லிச் சொல்லி மாய்ந்து போனாள். ஐயையோ! அட பாவி! துரோகி! எங்கே ஓடுகிறாய்? ஐயோ கயிற்றைக் கூடக் கொடுக்காமல் போகிறாயே? என் கயிற்றையும் அறுத்து விட்டாயே! என்ன செய்வேன்! ஏ, மெதுவடை! நில்லு! நில்லு!...'

இதற்குள் ஒரே ஓட்டமாய் ஓடி வெளி வாசற்படி வரையில் சென்று விட்ட மாஸ்டர் மெதுவடை அங்கே நின்று திரும்பிப் பார்த்து, 'அதெல்லாம் பலிக்காது அப்பனே! நேரே வீட்டுக்குப் போய்ச் சேர். இதோ போலீஸ் ஸ்டேஷனில் உன்னைப்பற்றி எழுதி வைக்கப் போகிறேன். நீ பாட்டுக்குச் செத்துப் போய்

விட்டால், அப்புறம் என் கதி என்ன ஆவது? மெதுவாக அவளை என் கழுத்தில் கட்டிவிடலாமென்று பார்க்கிறாயோ?' என்று சொல்லிவிட்டு இரண்டே தாண்டலில் வீதியை அடைந்து ஓடினான்.

கதை முடிந்தது. இந்தக் கதையை படமெடுத்து விடலா மென்று நினைக்கும் டாக்கி முதலாளிகளுக்கு மட்டும் ஒரு வார்த்தை சொல்லி முடிக்கிறேன். என்னுடைய அனுமதி யில்லாமல் இதைப் படம் பிடிப்பவர்கள் கட்டாயம் கஷ்டத் திற்குள்ளாவார்கள். அவர்களில் யாராவது 'மாஸ்டர் மெது வடை' என்ற சமூகப் படம் பிடிக்கத் தொடங்குவார்களானால், அவர்கள் அதை முடிப்பதற்குள் 'மிஸ்டர் ஆமைவடை' என்ற படம் வெளிவந்து விடுவது நிச்சயம்.

ஆனந்த விகடன் 3-5-36

பிரபல நட்சத்திரம்

முன்னுரை

நுரையும் நொங்குமாகப் போகும் வேகவதி ஆறு 'வா வா' என்று என்னை அழைத்துக் கொண்டிருக்கிறது. நதியில் அடைக்கலம் புகுவதற்கு அமாவாசை இரவை எதிர்பார்த்துக் கொண்டிருக்கிறேன். அதுவரையில் காலத்தைப் போக்கியாக வேண்டும். அதுவரை என் அறிவையும் தெளிவாக வைத்துக் கொள்ள வேண்டும். வேலையில்லாமல் சும்மா இருந்தால் மனம் அதிகமாகக் குழம்புகிறது. தூங்காமல் விழித்துக் கொண்டிருக்கும் போதே ஒரு பயங்கரமான அந்தகாரம் வந்து சூழ்கிறது. ஆகா! அமைதியான நல்ல தூக்கம் தூங்கி எத்தனை காலமாயிற்று.

ஆம், ஏதாவது வேலையில் மனத்தைச் செலுத்த வேண்டு மென்பதற்காகத்தான் என் கதையை எழுதத் தொடங்குகிறேன். ஒரு வருஷத்துக்கு முன்பு நான் 'பிரபல நட்சத்திர'மாயிருந்த காலத்தில் பத்திரிகையில் என்னைப் பற்றி அடிக்கடி ஏதாவது செய்தி பிரசுரித்துக் கொண்டிருப்பார்கள். நான் எந்த தெருவில் எந்த வீட்டில் இருக்கிறேன்; அது சொந்த வீடா, வாடகை வீடா, எத்தனை ரூபாய் வாடகை, தினம் எவ்வளவு தடவை நான் காப்பி சாப்பிடுகிறேன், என்றெல்லாம் கேள்விகளும் பதில்களும் வெளியாகிக் கொண்டிருக்கும். அதெல்லாம் அந்தக் காலம்.

இப்போது 'பிரபல நட்சத்திர'ப் பதவியிலிருந்து நான் விழுந்து ஒரு வருஷத்துக்கு மேலாகி விட்டது. என் உண்மையான வாழ்க்கை வரலாற்றைப் பற்றித் தெரிந்து கொள்வதில் இப்போது யாருக்காவது சிரத்தை இருக்குமா என்பதை நான் அறியேன். இந்த எனது துயர சரித்திரத்தை, சினிமா நட்சத் திரமாக விரும்பும் எந்தக் குடும்ப ஸ்திரீகளாவது படிக்க நேர்ந்தால், அவர்களுக்கு நிச்சயமாய் இது உபயோகமா யிருக்குமென்று நம்புகிறேன். இதை எழுதி முடிக்கும் வரையில் பகவான் என்னுடைய அறிவை மட்டும் தெளிவாக வைத்திருக்க வேண்டும்.

1. கல்யாணம்

கதையை எங்கே, எப்படி ஆரம்பிப்பது என்று தான் தெரியவில்லை. நான் பிறந்தது, வளர்ந்தது இதிலெல்லாம் விசேஷம் ஒன்றும் கிடையாது. என் தகப்பனார் வக்கீல். அவருக்கு நான் நாலாவது பெண். என் தமக்கைமார் களுக்கெல்லாம் நல்ல வரன்களைத் தேடிக் கலியாணம் செய்து கொடுத்து விட்டார். அப்போதெல்லாம் அவருக்குச் சம்பாத்தியமும் அதிகமாக வந்து கொண்டிருந்தது. அப்பா வுக்குத் தள்ளாமை அதிகமாக ஆக ஆக வருமானமும் குறைந்தது. வீட்டில் தரித்திரம் தாண்டவமாடத் தொடங்கிற்று. வீட்டிலும் சரி, வெளியிலும் சரி, எல்லாரும் இந்தத் துக்கிரி பிறந்த அதிர்ஷ்டம் என்று என்னைத் தூற்றுவார்கள். நான் அதையெல்லாம் பொருட்படுத்தவில்லை. 'எனக்குத் தான் பெரிய அதிர்ஷ்டம் அடிக்கப் போகிறது' என்று மனத்துக்குள் சொல்லிக் கொள்வேன். சில சமயம் வெளியிலும் சொல்வேன். என் தாயார் மட்டும் என் கட்சியில் இருந்து, 'ஆமாண்டி கண்ணே! உனக்குத்தான் அதிர்ஷ்டம் அடிக்கப் போகிறது; உன் அக்காமார்கள் எல்லோரையும் காட்டிலும் நீதான் நல்ல இடத்தில் வாழ்க்கைப் படப் போகிறாய். உன்னால் தான் எங்கள் தரித்திரம் தீரப் போகிறது' என்று சொல்லிக் கொண்டிருப்பாள்.

பள்ளிக் கூடத்தில் நான் இரண்டாவது பாரம் வரையில் தான் படித்தேன். ஆனால் படிப்பதில் எனக்கு அந்த நாளிலேயே ஆர்வம் அதிகம். விக்ரமாதித்யன் கதை முதற் கொண்டு, பத்திரிகைகளில் அந்த வாரம் வெளியான தொடர் கதை வரையில் எல்லாவற்றையும் படித்து வந்தேன். இதனா லெல்லாம் என்னென்னமோ பகற் கனவுகள் காண ஆரம் பித்தேன். கதைகளில் வருவது போல் 'சகல லட்சணங்களும் பொருந்திய இளங்குமரன் எனக்காக எங்கேயோ பிறந்து வளர்ந்து கொண்டிருக்கிறான். திடீரென்று ஒரு நாள் அவன் எங்கிருந்தோ வந்து, என் மேல் காதல் கொண்டு சகலரும் அறிய என்னைக் கரம் பிடித்துக் கல்யாணம் செய்து கொண்டு போகப் போகிறான்; நாடு நகரமெல்லாம் அதைப் பார்த்து

அதிசயிக்கப் போகிறது' என்று அடிக்கடி எண்ணமிடுவேன். தகுந்த வரன் கிடைக்காத காரணத்தினால் என் கல்யாணம் தள்ளிப் போய்க் கொண்டேயிருந்தது. கற்பனா லோகத்தில் நான் கண்டு வந்த இராஜகுமாரன் வரும் பொருட்டாகவே, என் கல்யாணம் நிச்சயிக்கப்படாமல் தட்டிப் போய் வருகிறது என்று நான் நம்பினேன். அவன் எப்போது வருவான், எந்த ரூபத்தில் வருவான் என்றெல்லாம் சிந்தனை செய்தேன். நாளாக ஆக, என்னுடைய உள்ளத்தின் தாபமும் வளர்ந்து வந்தது. பொறுமைகுன்றியது. 'ஏன் இன்னும் வரவில்லை?' என்று ஊர் பெயர் தெரியாத என் கற்பனை மணாளனிடம் கோபம் கொள்ள ஆரம்பித்தேன். இன்னும் எங்கள் வீட்டு வாசலிலே நின்று தெரு வீதியில் அவர் வரவை எதிர் நோக்கலானேன்.

நான் பார்ப்பதற்கு நன்றாயிருப்பேனென்று அந்த நாளிலேயே எல்லோரும் சொல்வார்கள். 'உன் அழகுக்காகவே உன்னையாராவதுவந்துகொத்திக்கொண்டுபோய்விடுவான்' என்று என் பாட்டி சொல்வதுண்டு. இதைப் பற்றி நான் உள்ளுக்குள் ரொம்பவும் கர்வம் கொண்டிருந்தேன். நாலு பேர் உள்ள இடத்தில் இருக்கும் போதெல்லாம் எல்லோரும் என் அழகையே பார்த்துப் பிரமித்துப் போய் நிற்பதாக நான் எண்ணிக் கொள்வேன். என் வீட்டு வாசலிலே நிற்கும் போதும் இந்த அழகு கர்வம் என் உள்ளத்தில் பொங்கிக் கொண்டு தானிருக்கும். அதற்குத் தகுந்தாற்போல், போவோர் வருவோர் எல்லோரும் என்னை உற்றுப் பார்த்துவிட்டுத்தான் போவார்கள். இவ்விதம் பார்த்தவர்களில் நல்ல தோற்றமும் நாகரிகமும் வாய்ந்த இளைஞன் யாராவது இருந்தால், 'என்னை மணந்து அழைத்துப் போக வரும் கந்தர்வ குமாரன் இவன் தானோ?' என்று எண்ணமிடுவேன்.

அந்த இளைஞர்களில் பலர் நான் நிமிர்ந்து பார்த்ததும் தலையைக் குனிந்து கொண்டு போய்விடுவார்கள்; இன்னும் சிலரைப் பார்த்ததும் எனக்கே வெறுப்பு உண்டாகிவிடும். ஒரு சிலர் மட்டும் சமிக்ஞைகளினாலும் நேரிலேயும் என்னிடம் காதல் பாஷை பேசத் தொடங்கினார்கள். ஆனால், அவர்

களுடைய நிலைமை இன்னதென்று அறிந்ததும் எனக் குண்டான ஏமாற்றத்துக்கு அளவேயில்லை. ஒருவனுக் குக் கல்யாணமாகி இரண்டு குழந்தைகள்; இன்னொருவன் வக்கீல் குமாஸ்தா; வேறொருவன் பெயில் ஆன பி.ஏ. - ஆகா நான் எதிர்பார்த்துக் கொண்டிருக்கும் கந்தர்வ குமாரன் இவர்களிலே ஒருவனாக இருக்க முடியுமா? எல்லாம் மனோராஜ்யமா? வெறும் ஆகாசக் கோட்டையா? இவ்வளவு அழகையும் வைத்துக் கொண்டு, கேவலம் கன்னிகையாகவே, அப்பா அம்மாவுக்குப் பாரமாகவே இருக்கப் போகிறேனா! பகவானே! இதற்காகவா, எனக்கு இவ்வளவு அழகையும் அறிவையும் கொடுத்தாய்?

அழகிலே மட்டுமல்ல? அறிவிலும் நான் நிகரில்லாதவள் என்று தான் அப்போதெல்லாம் எண்ணியிருந்தேன்! உண்மை யிலேயே நான் எவ்வளவு மந்த அறிவு படைத்தவள் என்பதைப் பகவான் எனக்கு விரைவிலேயே காட்டிக் கொடுத்து விட்டார்.

நான் என் வீட்டு வாசலில் நின்று ஸ்வயம்வரம் நடத்திய காலத்தில் ஒருநாள் கலாசாலை ஆசிரியர் ஒருவர் அந்த வழியே போவதைக் கண்டேன். அவருக்கு வயது சுமார் முப்பது தானிருக்கும். ஆனால், அவருடைய தலைப்பாகையும், நீளமாய்த் தொங்கிய கறுப்புச் சட்டையும், மூக்குக் கண்ணாடியும் அவருடைய வயதை அதிகப் படுத்திக் காட்டின. அவரைப் பார்த்தவுடனே எனக்கு ஒருவிதமான பயபக்தி உண்டாயிற்று. அவர் என்னைப் பார்த்த பார்வையோ என்னுடைய பயத்தை அதிகமாக்கியது. 'ஏன் இப்படித் தெரு வீதியில் நின்று போவோர் வருவோரைப் பார்த்துப் பல்லை இளித்துக் கொண்டிருக்கிறாய்? நல்ல குடும்பத்துப் பெண்ணுக்கு இது அழகா?' என்று அவர் என்னைக் கேட்பது போலிருந்தது. ஆனால் என்னை நானே தைரியப்படுத்திக் கொண்டேன். 'இவர் என்ன மகாப் பெரியவர். இவருக்கு எதற்காக நாம் பயப்பட வேண்டும்?' என்று நினைத்து நினைத்து அசட்டுத் தைரியத்தை அதிகமாக்கிக் கொண்டேன். அவர் வீதி வழியாகப் போகும்

சமயம் தெரிந்து கொண்டு வேண்டுமென்றே வாசலில் போய் நிற்கவும், அவரை விழித்துப் பார்க்கவும் ஆரம்பித்தேன். இதெல்லாம் எனக்கு ஒரு வேடிக்கையாக இருந்தது. அந்த வேடிக்கை விரைவில் வினையாக முடிந்தது.

ஒரு நாள் என் தாயார் திடீரென்று கூப்பிட்டுப் பரவசமாகக் கட்டி அணைத்துக் கொண்டு, 'அடி அம்பு! கடைசியில் உனக்கு அதிர்ஷ்டம் வந்து விட்டதடி, உன் கலி தீர்ந்து விட்டதடி! 'எப்போ வருவாரோ? எப்போ வருவாரோ?' என்று பாடிக் கொண்டிருப்பாயே? அவர் வந்துவிட்டாரடி!' என்றாள். அப்போது எனக்கு உடம்பெல்லாம் புளகாங்கிதம் ஏற்பட்டது. என் உள்ளத்திலே 'அவர் வந்து விட்டாரா? அவர் யார்? எப்படி இருப்பார்?' என்ற கேள்விகள் பொங்கின. ஆனால், வாயில் ஒரு வார்த்தையும் வரவில்லை. அம்மா அவளாகவே சொன்னாள்: 'ஆமாண்டி கண்ணே! நிஜந்தாண்டி. இந்த ஊர் காலேஜிலே புரொபஸராம்! 250 ரூபாய் சம்பளமாம். ரொம்பப் படிப்பாளியாம். பிரின்ஸிபால் வேலை கூட ஆகுமாம். கல்யாணமே வேண்டாம் என்று இதுவரையில் செ ால்லிக் கொண்டிருந்தாராம். உன் அதிர்ஷ்டம் அப்பேர்ப்பட் டவருடைய மனது மாறி விட்டது.'

இதற்குள் பாட்டி 'அதுதான் நான் சொல்லிக் கொண் டிருந்தேன். நம்ம அம்புவின் அழகுக்காகவே அவளை யாராவது வந்து கொத்திக் கொண்டு போய் விடுவான் என்று அப்போதெல்லாம் என் வார்த்தையில் உங்களுக்கு நம்பிக்கைப் படவில்லை' என்றார்.

காலேஜ் புரொபஸர் என்று அம்மா சொன்னதுமே என் மனது பதைத்தது. சந்தேகத்தைத் தீர்த்துக் கொள்வதற்காக 'பாரடி அம்மா, பாட்டியை! என் அழகுக்காகவே யாரோ வந்து விட்டார்களாம்! நீ சொல்லுகிறவர் இன்னும் என்னை வந்து பார்க்கக் கூட இல்லை. அதற்குள்ளே பாட்டிக்கு அவசரம்!' என்றேன்.

அப்போது அம்மா, புன்னகையுடன், 'இல்லேடி கண்ணே; பாட்டி அவசரப்படவில்லை. கல்யாணம் நிச்சயமான மாதிரி

தான். அவர் தினம் இந்த வீதி வழியாக காலேஜுக்குப் போகிற போது உன்னைப் பார்த்திருக்கிறாராம். அவரே அப்பாவைக் கூப்பிட்டனுப்பி, 'எனக்கு உங்கள் பெண்ணைக் கல்யாணம் பண்ணிக் கொடுக்க இஷ்டமா?' என்று கேட்டாராம். பணம் காசு என்று ஒன்றும் பேசப்படாது என்று சொல்லிவிட் டாராம். எல்லாம் தீர்மானமாகி விட்டது. முகூர்த்தத் தேதி வைக்க வேண்டியதுதான் பாக்கி. அதற்காகத்தான் அப்பா ஜோசியரண்டை போயிருக்கார்' என்று சொல்லி, ஆசையோடு என் நெற்றியில் கையை வைத்து திருஷ்டி கழித்தாள். நான் அவளிடமிருந்து திமிறிக் கொண்டு ஓடினேன். காமரா உள்ளுக்குள் சென்று கதவைத் தாழ்ப்பாளிட்டுக் கொண்டு தரையில் படுத்தேன். என் கண்களிலிருந்து தாரை தாரையாய்க் கண்ணீர் பெருகிற்று. ஏன் என்று எனக்கே தெரியவில்லை.

'அவரையா கல்யாணம் பண்ணிக் கொள்ளப் போகிறோம்?' என்று எண்ணியபோது, ஒரு பக்கம் திகிலாயிருந்தது. இன்னொரு பக்கம் பெருமையாகவும் இருந்தது; அப்பேர்ப் பட்ட படிப்பாளி என் அழகு வலையில் விழுந்துவிட்டா ரல்லவா? ஆனால் அந்த மனிதருடனா வாழ்க்கை முழுவதும் கழிக்கப் போகிறோம் என்று நினைத்தபோது, என்னமோ செய்தது.

சற்று நேரத்துக்கெல்லாம் அம்மா கதவை இடித்தாள். 'அம்பு! கதவைச் சாத்திக் கொண்டு என்ன செய்கிறாய்? அப்பா வந்து விட்டார். முகூர்த்தம் வைத்துக் கொண்டு வந்திருக்கிறார். உன்னைக் கூப்பிடுகிறார்!' என்று குதூகலமான குரலில் செ ான்னாள். நான் கண்களைத் துடைத்துக் கொண்டு வெளியில் வந்தேன். அம்மா என் முகத்தைப் பார்த்து விட்டு, 'அடி அசடே! அழுதாயா, என்ன?' என்று கேட்டாள். நல்ல வேளையாகப் பாட்டி, 'அழுகையாவதடி; குழந்தைக்கு ஆனந்தக் கண்ணீர் வந்திருக்கடி!' என்றாள். அம்மா, 'என் கண்ணே!' என்று என்னைக் கட்டி அணைத்துக் கொண்டாள்.

சாதாரணமாய்க் குடும்பங்களில் அடியும் வசவும் பட்டுக் கொண்டிருக்கும் பெண்களுக்குக் கூடக் கல்யாணம் என்று ஏற்பட்டு விட்டால் தனி மகிமை உண்டாகி விடுகிறது.

எல்லாரும் கல்யாணப் பெண்ணை அருமை பாராட்டவும் கொஞ்சவும் ஆரம்பித்து விடுகிறார்கள். ஏற்கனவே நான் செல்லப் பெண்; அதிலும் இப்போது எனக்கு 'அதிர்ஷ்டம்' வேறே வந்திருந்தது. ஆகவே எல்லாரும் என்னைப் படுத்தி வைத்த பாட்டைச் சொல்லவா வேண்டும்?

கல்யாணத்துக்கு எல்லா ஏற்பாடுகளும் நடந்தன. அம்மா அப்பா முதலியவர்களுக்குத் தலைகால் தெரியவில்லை. 'தடபுடல் ஒன்றும் வேண்டாம்' என்று மாப்பிள்ளை சொன்ன போதிலும் 'கிடைக்காத சம்பந்தம் கிடைத்திருக்கிறது' என்ற பெருமையினால் அப்பா ஆடம்பரமாகவே கல்யாண ஏற்பாடுகளைச் செய்தார்.

குறிப்பிட்ட முகூர்த்தத்தில் கல்யாணம் நடந்தது. எல்லோ ருக்கும் ஒரே சந்தோஷம். மாப்பிள்ளை நலங்கிடுவதற்கு வரவில்லை என்ற ஏமாற்றம் அம்மாவுக்கு மட்டும் கொஞ்சம் உண்டு. இதை மறைப்பதற்காக அம்மா, 'அவர் என்ன சாமான்யப்பட்டவரா? எல்லாரையும் போல் நலங்கிட உட்காருவாரா?' என்று சொல்லிக் கொண்டிருந்தாள்! இன்னும் என்னை அடிக்கொரு தடவை கட்டிக் கொண்டு உச்சி முகர்ந்து, 'நீ அதிர்ஷ்டக்காரி அம்பு! கொடுத்து வைத்தவள்' என்று பெருமிதத்துடன் சொல்லிக் கொண்டிருந்தாள்.

அந்த நம்பிக்கையுடனேயே அம்மா என் கல்யாணமாகிச் சில காலத்துக்கெல்லாம் கண்ணை மூடினாள்.

நானும் இன்றைக்கு இந்தச் சந்தோஷமான இடத்திலேயே நிறுத்திவிட்டு கண்ணை மூடித் தூங்குவதற்குப் பிரயத்தனம் செய்கிறேன்.

2. இல்லறம்

நேற்று இரவு நான் நிம்மதியாகத் தூங்கினது போல் சென்ற ஆறு மாதத்தில் தூங்கினதில்லை. ஆற்றில் அடைக்கலம் புகுவது என்று தீர்மானித்ததின் பலனோ, அல்லது என் கதையை எழுதத் தொடங்கி இளம் வயதின் ஞாபகங்களை எழுதியதனால் தானோ தெரியவில்லை.

கல்யாணம் ஆன உடனேயே நானும் என் கணவரும் எங்கள் இல்வாழ்க்கையைத் தொடங்கினோம். இல்வாழ்க்கையைக் குறித்து நான் என்னவெல்லாம் கனவு கண்டு கொண்டிருந்தேனோ, அதற்கெல்லாம் நேர்மாறுதலாக எங்கள் வாழ்க்கை நடந்தது.

புருஷர்கள் மனைவிகளை ஆடுமாடுகளைப் போல் நடத்து வதையும், அடிப்பதையும், துன்புறுத்துவதையும் நான் பார்த் திருக்கிறேன். அவ்விதமாக என்னை அவர் கொடுமைப்படுத்த வில்லை. என்னை வைதோ, கோபமாகப் பேசியதோ கூடக் கிடையாது. வெகு மரியாதையுடன் என்னை நடத்தினார். பேசும்போதெல்லாம் இனிய வார்த்தைகளையே பேசினார். இதனாலெல்லாம் எனக்கு மனநிம்மதி ஏற்படவில்லை. ஏனோ, துக்கம் துக்கமாக வந்தது.

என் அழகையோ, அலங்காரத்தையோ அவர் கவனித்ததாக எனக்குத் தெரியவில்லை.

சில சமயம் அவர் என்னை ஆவலுடன் உற்றுப் பார்ப் பார். ஏதோ சொல்லப் பிரயத்தனப்படுகிறவர் போல் தோன்றும். ஆனால் ஒன்றும் சொல்ல மாட்டார். வர வர, என் அழகை நான் வெறுக்க ஆரம்பித்தேன். அலங்காரம் செய்து கொள்வதில் என் ஆசை போய் விட்டது. சில நாள் குளிக்காமலும், நெற்றிக்கு இட்டுக் கொள்ளாமலும் தலை வாரிக் கொள்ளாமலும் இருப்பேன். அப்போதும் அவர் வாய் திறந்து ஒன்றும் சொல்ல மாட்டார்.

அவருக்குச் சதா அவர் வேலையே சரியாயிருந்தது. காலேஜுக்குப் போகும் நேரம் போக அவருடைய புத்தக அறைக்குள்ளேதான் இருப்பார். அப்படி ஓயாமல் படிப்பதற்கு எழுதுவதற்கும் என்னதான் இருக்குமோ, எனக்குத் தெரியாது. அதாவது, அப்போது எனக்குத் தெரிந்திருக்கவில்லை. என் கணவர் காலேஜில் சரித்திரப் புரொபஸர் என்று முன்னமே சொல்லியிருக்கிறேன். இந்தியாவின் பழைய சரித்திரத்தைப் பற்றி அவர் ஏதோ முக்கியமான ஆராய்ச்சி செய்து கொண் டிருந்தாராம். நமது இந்திய தேசத்துக்கும் சீனா தேசத்துக்கும்

பழைய காலத்தில் ஏற்பட்டிருந்த உறவைப் பற்றி சில மிகவும் முக்கியமான உண்மைகளை அவர் கண்டுபிடித்தாராம். எங்கள் கல்யாணமான புதிதில் அவர் தம் ஆராய்ச்சியைப் பற்றிச் சில சமயம் என்னுடனே பேச ஆரம்பிப்பதுண்டு. ஆனால் அவர் சொல்வது ஒன்றுமே எனக்கு விளங்காது. அதிலே எனக்குச் சிரத்தையும் இல்லை. எனவே, அவர் பேசிக் கொண்டேயிருக்கும் போது, நான் நடுவில் 'மெஜஸ்டிக் சினிமாவில் மேனகா படம் வந்திருக்காமே?' என்று சொல்லி வைப்பேன். அவருக்குச் சீ என்று போய்விடும். புத்தக அறைக்குப் போய் ஏதாவது எழுத ஆரம்பித்து விடுவார். எனக்கோ, அவர் சீன தேசத்தின் மேல் செலுத்தும் கவனத்தில் நூறில் ஒன்று என் மீது செலுத்தக் கூடாதா என்று தோன்றும்.

இப்படி நாளாக ஆக, அவரும் நானும் எட்டி விலகிப் போய்க் கொண்டிருந்தோம். ஒரே வீட்டுக்குள் இருந்த போதிலும், சில தினங்கள் ஒருவரோடொருவர் பேசிக் கொள்ளாத நிலைமை ஏற்பட்டு விட்டது. நாளுக்கு நாள் என்னுடைய மன நிம்மதி குலைந்து வந்தது. அவர் மேல் வெறுப்பும் கோபமும் வளர்ந்தன. என்னுடைய தாபத்தையும் கோபத்தையும் பன்மடங்கு அதிகமாக்கும்படியான ஒரு சம்பவம் இப்போது நேர்ந்தது.

என் கணவருக்கு ஒரு தங்கை உண்டு. அவருடைய புருஷனுக்கு டில்லியில் வேலை. எனக்குக் கல்யாணமாகி மூன்று வருஷத்துக்குப் பிறகு ஒரு தடவை அவர்கள் எங்கள் வீட்டுக்கு வந்தார்கள். ராஜம் முதலில் வந்துவிட்டாள். அவள் புருஷன் தம் சொந்த ஊருக்குப் போய் விட்டு ஒரு வாரத்து க்குப் பிறகு வந்தார். அவர் வருவதற்கு முன் அந்த ஒரு வார காலமும் எனக்குச் சிறிது உற்சாகமாயிருந்தது. ராஜம் எங்கள் கல்யாணத்தின் போது கூட பரிகாசம் செய்து மானத்தை வாங்கினாள். 'அண்ணா நித்திய பிரம்மச்சாரி என்று செ ால்லிக் கொண்டிருந்தான்; பிள்ளையாருக்குக் கல்யாணம் ஆகும் போது தான் தனக்கும் கல்யாணம் என்று வீம்பு பிடித்துக் கொண்டிருந்தான். பொம்மனாட்டி என்றாலே தலையைக் குனிந்து கொள்வான். அப்படிப்பட்டவனை உன்

மாய வலையில் சிக்க வைத்து விட்டாயேடி! என்ன பொடி போட்டு மயக்கினாயடி?' என்றெல்லாம் கேலி செய்தாள். என் மேனி நிறம், முகவெட்டு, கண்ணின் அழகு இதையெல்லாம் பற்றி அவள் வர்ணித்து, 'அண்ணா காத்திருந்தாலும் காத்திருந்தான், முதல் நம்பர் அழகியாகப் பார்த்துப் பிடித்தான்' என்று அவள் சொன்ன போதெல்லாம் நான் வெட்கப்பட்டுத் தலை குனிந்து கொண்டாலும் மனத்திற்குள் எவ்வளவோ சந்தோஷமும் கர்வமும் அடைந்தேன்.

ஆகவே, ராஜம் இப்போது வந்ததும் எனக்கு உற்சாகமாயிருந்தது. அவளும் முன்போலவே சிரிப்பும் பரிகாசமுமாய் இருந்தாள். அவளுடைய பரிகாசங்கள் எனக்கு முன்போல் சந்தோஷத்தை உண்டாக்கவில்லையானாலும், நான் என் மனோநிலையை வெளிக்குக் காட்டவில்லை. கூடிய வரையில் நானும் குதூகலமாயிருப்பதற்கு முயன்றேன். எங்களுடைய பரிகாசப் பேச்சுக்களில் சில சமயம் என் கணவரும் வந்து சேர்ந்து கொண்டார். என்னுடைய வாழ்க்கையிலே ஒரு மாறுதல் ஏற்படப் போவது போல் தோன்றியது.

ஆம்; என் வாழ்க்கையில் மாறுதல் ஏற்படத்தான் செய்தது. ஆனால் நான் எதிர்பார்த்த முறையில் அன்று.

ராஜம் வந்த ஒரு வாரத்திற்குப் பிறகு அவளுடைய கணவர் வந்து சேர்ந்தார். அவர் வண்டியிலிருந்து இறங்கியதும் அவர்கள் சந்தித்த காட்சியைப் பார்த்த போதே என் மனத்தில் முள் தைத்தது போலிருந்தது. ராஜமும் நானும் சந்தோஷமாகச் சிரித்து விளையாடிப் பேசிக் கொண்டிருந்ததற்கும் முடிவு ஏற்பட்டது. அவள் அவருடனேயே அதிக நேரத்தைச் செல வழிக்க ஆரம்பித்தாள். அவர்களுக்குப் பேசுவதற்கு என்ன தான் இருக்குமோ என்று எனக்கு வியப்பாயிருந்தது. ஒருவரை யொருவர் கேலி செய்து கொள்வதையும், கொஞ்சிக் குலாவுவதையும் பார்க்கப் பார்க்க என்னுடைய மனக் கசப்பு அதிகமாக வளர்ந்தது. சாயங்காலம் ஆனதும் அவர்கள் பாட்டுக்கு வெளியேகிளம்பிவிடுவார்கள். கடைத்தெருவுக்கோ, கோயில் குளத்துக்கோ, சினிமா டிராமாவுக்கோ போய் விட்டு உல்லாசமாக இராத்திரி திரும்பி வருவார்கள். அப்போது என்னை

என்னமோ செய்யும். வீட்டிலேயே இருப்பு கொள்ளாது. உள்ளுக்கும் வாசலுக்கும், மாடிக்கும் கீழுக்குமாக ஒரு காரியமும் இல்லாமல் போய் வந்து கொண்டிருப்பேன். அப்போது இவர் காலேஜிலிருந்து வருவார்; 'எங்கே அவர்கள் இல்லையா?' என்று கேட்பார். எனக்குத் தொண்டை அடைக்கும். 'சினிமாவுக்குப் போயிருக்கிறார்கள்' என்பேன். மேலே நான் ஏதாவது சொல்லுவதற்குள், அவர் தம் அறைக்குப் போய்ப் புத்தகங்களைப் புரட்ட ஆரம்பித்து விடுவார்.

ஒரு நாளைக்கு ராஜமும் அவள் கணவரும் மாடி அறையில் இருந்தார்கள். அது எனக்குத் தெரியாமல் அந்த அறையின் கதவைத் திறந்து விட்டேன். அப்போது நான் கண்ட காட்சி என் நெஞ்சில் ஈட்டியைச் செலுத்துவது போலிருந்தது. ராஜத்தின் கணவர் தரையில் உட்கார்ந்திருந்தார். ராஜம் அவருடைய மடியிலே தலையை வைத்துக் கொண்டு படுத் திருந்தாள். அவள் அண்ணாந்து பார்த்துக் கொண்டிருக்க, அவர் குனிந்த வண்ணம் அவளுடைய கன்னங்களைத் தடவிக் கொடுத்துக் கொண்டிருந்தார். நான் அவசரமாக படீரென்று கதவைச் சாத்திவிட்டுக் கீழே இறங்கிப் போனேன். எதனாலோ எனக்கு அழுகை அழுகையாக வந்தது. கீழே ஓர் அறைக்குள் போய் கதவைத் தாளிட்டுக் கொண்டேன். தரையில் குப்புறப் படுத்துக் கொண்டு விம்மி விம்மி அழத் தொடங்கினேன்.

அத்தனை காலமும் அடக்கி வைத்திருந்த துக்கமெல்லாம் இப்போது பொங்கிக் கொண்டு வந்தது. வெகு நேரம் வரையில் அழுது கொண்டிருந்தேன். கண்கள் வீங்கிப் போயின. ஒரு மணி நேரத்துக்குப் பிறகு ராஜம் வந்து கதவை இடித்தாள். நான் கதவைத் திறந்ததும் என்னைப் பார்த்து விட்டு, 'ஐயையோ! இதென்னடி மன்னி' என்று அலறிவிட்டாள். 'அசடே! பைத்தியமே! மாடிக்கு வந்து கதவைத் திறந்ததற்காகவா இப்படி அழுகிறாய்? என்னடி மோசம் முழுகிப் போயிற்று? இவர் அப்படியெல்லாம் சங்கோஜப்படுகிறவர் அல்ல. நீ வேணுமானால் பார்! நாளைக்கு நீ இருக்கிறபோதே என்னை மடியில் தூக்கி வைத்துக் கொள்ளச் சொல்கிறேன். இதற்காக

அழுவார்களா?' என்று இப்படிப் பேசிக் கொண்டே போனாள். அவளுடைய பேச்சு இன்னமும் என் நெஞ்சை அதிகமாகப் பிளந்தது என்பதை அவள் என்ன கண்டாள்?

நான் மெதுவாகச் சமாளித்துக் கண்ணைத் துடைத்துக் கொண்டு, 'அதற்காக இல்லை அக்கா! தலைவலி மண்டையைப் பிளக்கிறது!' என்றேன். உண்மையாகவே தலையையும் வலிக்கத்தான் செய்தது. கண்ணில் நீர் வர வேண்டியது தான். 'இதோ நானும் வருகிறேன்' என்று எனக்குத் தலைவலியும் வந்து விடுவது வழக்கம்.

அதற்கப்புறம் எனக்கு அடிக்கடி கண்ணீரும் தலைவலியும் சேர்ந்து வந்து கொண்டிருந்தன. ராஜம் இதனால் கவலை யடைந்தாள். ஒரு நாள் அவள் அண்ணாவிடம் இதைப் பற்றிப் பேசிக் கொண்டிருந்தது என் காதிலே விழுந்தது. 'ஏன் அண்ணா, மன்னி இப்படி இருக்கிறாள்?'

'எப்படி இருக்கிறாள்?' என்றார் அவர்.

'உனக்குக் கண்ணே இல்லையா, அண்ணா! ஓயாமல் அழுது அழுது மன்னிக்குக் கண் வீங்கிப் போகிறதே? தெரியவில்லையா?'

'எல்லாம் தெரிகிறது! ராஜம்! ஆனால் நான் என்ன செய்யட்டும்? நான் உன் மன்னியைக் கல்யாணம் செய்து கொண்டது பெரிய பிசகு. புத்தி அப்போது கொஞ்சம் சபலித்து விட்டது. அதன் பலனை இப்போது அனுபவிக்கிறேன்' என்றார்.

'ரொம்ப அழகாயிருக்கிறது. இப்படியெல்லாம் பேசாதே, அண்ணா! வீட்டுக்கு வீடு வாசற்படி. அங்கங்கே அப்படித் தான் இருக்கும். எல்லாம் ஒரு குழந்தை பிறந்தால் சரியாகப் போய்விடும்!' என்றாள் ராஜம்.

சில நாளைக்கெல்லாம் ராஜம் ஊருக்குப் போய் விட்டாள். ஆனால், ஒன்றும் சரியாகப் போகவில்லை. நாளாக ஆக, என் மனக்கசப்பு வளர்ந்து கொண்டிருந்தது. நான் கண்ணீர் விடுவதையும் குப்புறப் படுத்துக் கொண்டு விம்முவதையும்

அவர் சில சமயம் பார்ப்பார். அவருடைய மெல்லிய காலடி சத்தத்திலிருந்து அவர்தான் வருகிறார் என்று நான் தெரிந்து கொள்வேன். ஒரு வேளை அவர் என் பக்கத்தில் உட்காரமாட் டாரா, உட்கார்ந்து என்னைச் சமாதானப் படுத்த மாட்டாரா என்று சில சமயம் மனத்திற்குள் எண்ணுவேன். ஆனால், அவர் தலையில் அடித்துக் கொண்டு, 'சனியன், பீடை!' என்று சொல்லி விட்டுப் போய்விடுவார். வேறு சில சமயம், 'ஐயோ! என் புத்தி இப்படியா கெட்டுப் போக வேணும்?' என்று செ ால்லிக் கொண்டே போவார்.

நானோ, 'என்னத்துக்காகப் பகவான் நம்மைப் படைத்தார்?' என்று எண்ணமிடத் தொடங்கினேன். அவர் படைத்த தினாலேதான் என்ன? நல்ல வேளையாக, செத்துப் போவதை அந்தப் பகவானால் கூடத் தடுக்க முடியாதல்லவா?'

'சாவு', 'மரணம்' என்ற மந்திரத்தை ஜபிக்கத் தொடங்கினேன்.

எனக்குக் கல்யாணம் ஆனவுடனேயே என் தாயார் கால மாகி விட்டாள் என்று சொன்னேனல்லவா? என் தகப்பனார் பிறகு வேலையிலிருந்து விலகிக் கொண்டார். என் மூத்த தமக்கை ஹைதராபாத்தில் இருந்தாள். அவளுக்குப் பெரிய குடும்பம். அப்பா, பேரன் பேத்திகளைக் கொஞ்சிக் கொண்டு ஹைதராபாத்திலேயே இருந்தார். அவருக்கு என் தீர்மா னத்தைக் குறித்துக் கடிதம் எழுத முயன்றேன். அப்போ தெல்லாம் எனக்கு அவ்வளவு நன்றாக எழுதத் தெரியாது. விஷயத்தைச் சொல்ல முடியாமல் திண்டாடினேன். ஆகவே, நாலைந்து தடவை கடிதத்தைப் பாதி வரையில் எழுதிக் கிழித்துப் போட்டு விட்டேன்.

இப்படி நான் பாதி எழுதி வைத்திருந்த ஒரு கடிதம் மட்டும் நான் கிழித்துப் போடாமலே காணாமல் போய் விட்டது. எவ்வளவு தேடியும் கிடைக்கவில்லை! அவர் ஒரு வேளை எடுத்திருப்பாரோ என்று ஒரு கணம் சந்தேகம் உதித்தது. ஆனால் அவருக்கு அப்படிப்பட்ட சுபாவம் கிடையாது. என்னுடைய அறைக்குள்ளேயே அவர் வருவதில்லை.

ஆனாலும், பின்னால் நடந்ததை எண்ணிப் பார்க்கும் போது, முதலில் நான் சந்தேகப்பட்டது தான் உண்மையோ என்றும் தோன்றுகிறது.

கடைசியில், நான் என் தகப்பனாருக்குக் கடிதம் போடவே யில்லை. அதற்குள்ளேயே நான் எதிர்பாராத அந்த விபரீதச் சம்பவம் - என் வாழ்க்கையை அடியோடு மாற்றிய நிகழ்ச்சி நடந்து விட்டது.

இரவு நேரங்களில் என் கணவர் வெகு நேரம் புத்தக அறையில் உட்கார்ந்து வேலை செய்து கொண்டிருப்பார். நான் படுக்கை அறையில் கட்டிலில் படுத்துப் புரண்டு கொண்டிருப்பேன். சில சமயம் அழுது கொண்டே தூங்கி விடுவேன். அவர் வரும் போது விழித்துக் கொண்டிருந்தாலும், தூங்குவதுபோல் ஜாடை செய்வேன். அவர் வந்து படுத்து ஐந்து நிமிஷத்தில் காடாந்த நித்திரையில் ஆழ்ந்து விடுவார்.

அன்று இரவு வரும் போது அந்த மாதிரி தான் கண்ணை மூடிக் கொண்டிருந்தேன். அவர் என் தலைமாட்டில் வந்து நின்ற போது எனக்குச் சற்று வியப்பாயிருந்தது. இதென்ன ஒரு நாளும் இல்லாத திருநாள்? எதற்காக இங்கே வந்து நிற்கிறார்? அடுத்த விநாடி, அவருடைய கரம் என்னுடைய நெற்றியை தொட்டது. இன்னும் என்ன தான் நடக்கிறது என்று பார்க்க மூச்சை அடக்கிக் கொண்டிருந்தேன். ஆச்சரியம்! ஆச்சரியம்! அவர் குனிந்து என் நெற்றியில் முத்தமிட்டார்! கல்யாணம் ஆனதிலிருந்து, ஒரு தடவையாவது இம்மாதிரி அவர் செய்ததை நான் அறியேன்.

பிறகு அவருடைய காலடிச் சத்தம் கேட்கவே கண்ணைச் சிறிது திறந்து பார்த்தேன். அவர் கதவை மெதுவாய்த் திறந்து கொண்டு வெளியே போனார். எனக்கு என்னமோ வயிற்றில் பகீர் என்றது. இன்னதென்று தெரியாத பீதி உண்டாயிற்று. சற்று உற்றுக் கேட்டேன். வாசற் கதவு திறக்கும் சத்தம் வெகு இலேசாகக் கேட்டது.

உடனே பரபரப்புடன் எழுந்திருந்தேன். அவருடைய அறைக்கு ஓடினேன். அவர் மேஜை மீது ஒரு கடிதம் எழுதி

வைத்து, அதன் மேல் பாரமும் வைத்திருந்தது. பிரித்துப் பார்த்தேன். நான் பயந்தபடியே தான் அதில் எழுதியிருந்தது. இரண்டே இரண்டு வரிதான்!

'அன்பார்ந்த அம்முலுவுக்கு,

உனக்குப் பரிபூரண விடுதலை கொடுத்து விட்டு நான் போகிறேன். நீ சௌக்கியமாக இருப்பதற்கு வேண்டிய ஏற்பாடுகள் எல்லாம் செய்திருக்கிறேன்!

இப்படிக்கு

....'

கடிதத்தை அப்படியே போட்டு விட்டு, நான் வாசற்பக்கம் ஓடினேன். தெரு முனையில் அவருடைய வெள்ளை வேஷ்டி நட்சத்திர வெளிச்சத்தில் இலேசாகத் தெரிந்தது. அந்தத் திசையை நோக்கி ஓடினேன். அப்போது மேற்காற்று நாள்; ஹோ என்ற இறைச்சலுடன் காற்று 'விர் விர்' என்று அடித்துக் கொண்டிருந்தது. புழுதியை வாரி மேலே அடித்தது. அதை யெல்லாம் பொருட்படுத்தாமல் நான் தலைவிரி கோலமாக ஓடினேன். தெருவில் ஒரு பிராணி கிடையாது. அந்தக் காற்றுக்கும் புழுதிக்கும் பயந்து தெரு நாய்கள் கூட வீட்டுத் திண்ணையில் பதுங்கிக் கிடந்தன போலும்! நான் நினைத்தபடியே அவர் தெரு முனையில் இருந்த சந்தில் திரும்பினார்.

வேகவதி நதிக்குப் போகும் சந்து தான் அது. நானும் அந்தச் சமயத்தில் திரும்பப் போனேன். அவர் நதிக்கரையை அடைந்தார். நேரே நதியில் இறங்கி விட்டார்; நதியில் பிரவாகம் பூரணமாய்ப் போய்க் கொண்டிருந்தது. காற்றின் வேகத்தினால் பிரம்மாண்டமான அலைகள் கிளம்பிக் கரையை மோதிக் கொண்டிருந்தன. நான் நதிக்கரையை அடைந்த போது அவர் வெள்ளத்தில் மார்பு அளவு ஜலத் துக்குப் போய் விட்டார். எனக்கு உடம்பெல்லாம் நடுங் கிற்று. கூச்சல் போட வரவில்லை. ஒரு கணம் மங்கிய இருட்டில் அவர் தலை மட்டும் வெள்ளத்தின் மேல் தெரிவது

போலிருந்தது! அடுத்த கணம் தலையும் வெள்ளத்துக் குள்ளே போய்விட்டது. அப்புறம் ஒரே அந்தகாரந்தான்!

சொல்ல முடியாத பீதி என்னைப் பற்றிக் கொண்டது. திரும்பி வீட்டை நோக்கி ஓடினேன்; கண் தெரியாமல் குருட்டாம் போக்காய் ஓடினேன். வழியில் பலமுறை தடுக்கி விழுந்தேன்! வீட்டுக்கு எப்படிப் போய்ச் சேர்ந்தேனோ தெரியாது. அறைக்குள் போய் கதவைத் தாளிட்டுக் கொண்டு தரையில் விழுந்தேன். மனத்தினால் ஒன்றுமே சிந்திக்க முடியவில்லை. தூக்கமும் இல்லாமல், விழிப்பும் இல்லாமல் உணர்ச்சியேயில்லாமல் மரக்கட்டையைப் போல் கிடந்தேன். ஆனால், மார்பு மட்டும் படபடவென்று அடித்துக் கொண்டிருந்தது. அந்த அடிப்பானது, 'விடுதலை விடுதலை விடுதலை' என்ற பல்லவிக்குத் தாளம் போடுவது போலிருந்தது.

3. வெள்ளித்திரை

நாளைய தினம் அமாவாசை!

சென்ற மூன்று இரவுகளில் நான் எழுதியதையெல்லாம் இன்று மத்தியானம் படித்துப் பார்த்தேன். இடையிடையே சில சம்பந்தமில்லாத சொற்களும், அர்த்தமில்லாத வாக்கியங்களும், குழப்பமான எழுத்துக்களும் காணப்பட்டன. அவற்றையெல்லாம் அடித்துச் சரிப்படுத்தினேன்.

பகவானே! நாளைய இராத்திரி வரையில் எனக்கு நல்ல நினைவு இருக்க வேண்டும். பிறகு வேகவதியில் அடைக்கலம் புகுந்து உன் பாதாரவிந்தத்தை வந்து அடைவேன்.

மேலே கூறிய விபரீத சம்பவம் நடந்த போது, அப்பா சென்னைப் பட்டணத்தில் என் இன்னொரு அக்கா வீட்டில் இருந்தார். என் தந்தியைப் பார்த்துவிட்டு, அவர் ஓடி வந்தார்; நல்லவேளையாக, என் கணவர் எழுதி வைத்த சீட்டைப் பத்திரப்படுத்தி வைத்திருந்தேன். அதை அவரிடம் கொடுத்தேன். அன்றிரவு நான் கண்டதை அப்பாவிடம் கூடச் சொல்லவில்லை.

அப்பா அந்தக் கடிதத்துடன் போலீஸ் ஸ்டேஷனுக்குச் சென்று விஷயத்தைத் தெரிவித்தார். போலீஸ்காரர்கள் ஏதேதோ முயற்சி செய்து பார்த்ததாகவும் தகவல் ஒன்றும் தெரியவில்லையென்றும் சொன்னார்கள்.

சில சமயம் வெள்ளத்தில் போனவர்களின் உடல்கள் கரையில் ஒதுங்குவது வழக்கமல்லவா? அந்த மாதிரி அவருடைய உடல் ஒதுங்குமோ என்று சில சமயம் நான் எண்ணி நடுங்குவேன். ஒரு வாரம் வரையில் அம்மாதிரி எதுவும் செய்தி வராமலிருக்கவே, இந்தப் பாவி உள்ளத்தில் ஒருவித அமைதி உண்டாயிற்று. ஏனெனில், அவர் நிச்சயமாக இறந்த செய்தி தெரிந்தால் என்னை இல்லாத அலங்கோலங்கள் எல்லாம் செய்து விடுவார்கள் அல்லவா? அதற்காகத்தான் பயந்தேன்.

சில நாளைக்குப் பிறகு அப்பா என்னைச் சென்னைப் பட்டணத்துக்கு அழைத்துப் போனார். அங்கே மீனா அக்கா வீட்டில் தங்கினோம். மீனா அக்காவின் புக்ககத்தில் எல்லோரும் குஷிப் பேர்வழிகள். நாகரிக வாழ்க்கையில் பற்று உடையவர்கள். அதோடு சங்கீதம், நாட்டியம் முதலிய கலைகளில் அதிக ஆர்வம் கொண்டவர்கள். ஓயாமல் சங்கீதம், நாட்டியம், நாடகம், சினிமா இவைகளைப் பற்றிப் பேச்சு நடந்து கொண்டிருக்கும். இப்படிப் பட்ட இடத்திலே இருந்தால், நான் என்னுடைய துக்கத்தை மறந்திருக்க முடியும் என்று என் தகப்பனார் எண்ணினார். அதோடு பெண்களின் கல்வி ஸ்தாபனம் ஒன்றில் என்னைச் சேர்ந்து படிக்கச் செய்யலாம் என்ற எண்ணமும் அவருக்கு இருந்தது.

மீனா அக்கா வீட்டில், முதலில் சில நாள் என்னிடம் எல்லாரும் அனுதாபத்துடன் நடந்து கொண்டார்கள்; துக்க முகத்துடனே பேசினார்கள். வீட்டிலேயே சில நாள் கல கலப்புக் குறைவாயிருந்தது. நாளடைவில் நிலைமை மாறிப் பழையபடியே சிரிப்பும் விளையாட்டுமாயிருக்கத் தொடங்கினார்கள். எல்லாரும் சந்தோஷமாயிருக்கும் இடத்தில் நான் மட்டும் முகத்தைத் தூக்கிக் கொண்டிருக்க முடியவில்லை. என்னுடைய இளம் பிராயத்துக் குதூகல சுபாவம் மறுபடியும்

மேலோங்கியது. எல்லோருடனும் சகஜமாகப் பேசிப் பழகவும், சிரிக்கவும் தொடங்கினேன். அதோடு இல்லை; பாடவும் தொடங்கினேன்.

மீனு அக்காவின் வீட்டுக்கு ஒரு சிநேகிதர் அடிக்கடி வருவார். அவர் பெயர் பட்சிராஜன். மீனு அக்காவின் மைத்துனருடன் அவர் காலேஜில் ஒன்றாய்ப் படித்தவராம். தமிழ் டாக்கிகள் ரொம்பக் கேவலமாயிருப்பது பற்றியும் அவற்றைச் சீர்திருத்த வேண்டியதைப் பற்றியுமே அவர் ஓயாமல் பேசிக் கொண்டிருப்பார். பாட்டில் அவருக்கு ரொம்பப் பிரியம். ஒருநாள் நான் பாடுவதைக் கேட்டு விட்டு அவர், 'இது யார் இவ்வளவு அற்புதமாய்ப் பாடுகிறது? என்ன மதுரமான சாரீரம்? மைக்குக்கு எவ்வளவு பொருத்தமான குரல்' என்று சொல்லிக் கொண்டிருந்தது என் காதில் விழுந்தது. எனக்குப் புளகாங்கிதம் உண்டாயிற்று. நாளடைவில் என்னுடைய கூச்சத்தை விட்டு, புருஷர்களுக்கு முன்னால் பாட ஆரம்பித்தேன். நான் பாடும் போது அவர் அப்படியே மெய் மறந்து கேட்பார். அவருக்குப் புகைப்படமெடுக்கத் தெரியும். ஒரு நாள் கேமரா எடுத்துக் கொண்டு வந்து வீட்டில் எல்லோரையும் படம் எடுத்தார். 'உங்களையும் ஒன்று எடுத்து வைக்கட்டுமா?' என்றார்; முதலில் நான் மறுத்தேன். எல்லோரும் வற்புறுத்தியதின் பேரில் சம்மதித்தேன்! மறுநாள் அவர் படத்தை எடுத்துக் கொண்டு வந்து, 'உங்களுடைய குரல்தான் 'மைக்'குக்கு ஏற்றது என்று நினைத்தேன், முகமும் திரைக்காகவே ஏற்பட்டது போலிருக்கிறது' என்று சொல்லிக் கொண்டே கொடுத்தார். அதற்கு முன்னால் என்னை நன்றாகப் படம் எடுத்ததேயில்லை! அவர் எடுத்த படத்தைப் பார்த்ததும் எனக்கே கர்வமாயிருந்தது; 'நாம இவ்வளவு அழகாக வாயிருக்கிறோம்?' என்று அதிசயித்தேன். 'இந்த அழகினால் என்ன பிரயோஜனம்?' என்ற ஏக்கமும் மனத்தில் உண்டாயிற்று.

'அதற்குப் பிறகு அவர் இன்னும் பல தடவை என்னைப் படம் பிடித்தார்; அதோடு, 'உங்களைப் போன்றவர்கள் சினிமாவில் சேர்ந்தால் தான், தமிழ் சினிமாவுக்கு விமோசனம்'

என்று அடிக்கடி சொல்லி வந்தார். நானும் என் மனதில், 'பிரபல நட்சத்திரம் ஆவதற்கே நான் பிறந்திருக்கிறேன்' என்று தீர்மானித்துக் கொண்டேன். டாக்கியில் நடிப்பதைப் பற்றியே கனவு காண ஆரம்பித்தேன்.

இம்மாதிரி என் மனம் சபலப்பட்டிருப்பதை என் அக்கா எப்படியோ தெரிந்து கொண்டாள். சில சமயம் நானும் பட்சி ராஜனும் பேசிக் கொண்டிருப்பதை அவள் ஒட்டுக் கேட்ட தாகத் தெரிகிறது. அவள் என்னைத் திட்ட ஆரம்பித்தாள். எனக்குக் கோபமாய் வந்தது. 'உனக்கு என்ன? குழந்தை குட்டிகளுடனும் ஆசைக் கணவனுடனும் சௌக்கியமா யிருக்கிறாய். எனக்கு மட்டும் வாழ்க்கையில் சந்தோஷம் வேண்டாமா? என்று மனத்திற்குள் எண்ணிக் கொண்டேன். ஒரு நாள் விஷயம் முற்றி விட்டது. அக்கா பட்சிராஜனிடம் 'சினிமா, சினிமா என்று சொல்லி ஏன் அவள் மனத்தைக் கெடுக்கிறீர்கள்? இப்படியெல்லாம் பேசுவதாயிருந்தால், நீங்கள் இந்த வீட்டுக்கு வரவேண்டாம்' என்று சொல்லிக் கொண்டிருந்தாள். அப்போது அங்கே நான், 'அவர் இந்த வீட்டுக்கு வரக் கூடாதென்றால் நானும் போய்விடுகிறேன்' என்றேன். அக்கா திகைத்துப் போனாள். கடைசியில், 'உங்கப்பா வரட்டும்; அவரைக் கேட்டுக் கொண்டு எது வேணுமானாலும் செய்' என்றாள். அச்சமயம் ஹைதராபாத்து க்குப் போயிருந்த அப்பாவுக்குக் கடிதம் எழுதினாள்.

அப்பா வந்த பிறகு சில நாள் அவருக்கும் எனக்கும் ஒரே போராட்டமாயிருந்தது. 'நம் குலத்தில் உண்டா? கோத் திரத்தில் உண்டா? சினிமாவில் நடிக்கவாவது? கூடவே கூடாது!' என்று சொன்னார். 'எந்த விதத்திலாவது பெயர் எடுக்க வேண்டும். இல்லாவிட்டால் வாழ்க்கையே எனக்கு வேண்டியதில்லை' என்றேன் நான். கடைசியில் நான் தான் வெற்றி பெற்றேன். என்னுடைய வெற்றிக்கு முக்கிய காரணமாயிருந்தவர் பட்சிராஜன் தான். அவரை எப்படியோ அப்பாவுக்குப் பிடித்து விட்டது. ஒரு நாள் பட்சிராஜன் வந்து, குடும்ப ஸ்திரீகளையே பெரும்பாலும் நடிகை களாகத் தேர்ந்தெடுத்து ஒரு டாக்கி எடுக்கப் போவதாகவும்,

எங்களுக்குச் சம்மதமானால் என்னைக் கதாநாயகியாகத் தேர்ந்தெடுப்பதாகவும் சொன்னபோது, அப்பா தம் சம்ம தத்தைக் கொடுத்துவிட்டார். அன்றிரவு அளவிறந்த சந்தோ ஷத்தினால் எனக்குத் தூக்கம் பிடிக்கவில்லை.

பின்னால் நான் எவ்வளவோ ஏமாற்றத்துக்கும் மனத் துயருக்கும் ஆளாக வேண்டியிருந்தது. கதாநாயகி வேஷம் எனக்குக் கிடைக்கவில்லை. ஒரு மட்டமான வேஷந்தான் கிடைத்தது. இந்தத் தடவை அந்த வேஷத்தில் நடித்து நல்ல பெயர் வாங்கி விட்டால், அடுத்த தடவை கதாநாயகி வேஷம் கிடைக்குமென்று பட்சிராஜன் தேறுதல் கூறினார். எதனாலோ அவர் பேச்சில் எனக்குப் பூரண நம்பிக்கை உண் டாயிற்று. உண்மையில் அவர் சொன்னபடியே நடக்கவும் நடந்தது. முதல் டாக்கியில் மட்டமான வேஷத்திலேயே நான் நல்ல பெயர் சம்பாதித்தேன். அது வெளியான சில நாளைக்குள்ளேயே, இன்னொரு டாக்கிக்குக் கதாநாயகியாகத் தேர்ந்தெடுத்தார்கள். பத்தாயிரம் ரூபாய் கொடுப்பதாக ஒப்பந்தம் நடந்தது. பட்சிராஜனிடம் எனக்கு அளவிறந்த நன்றியுண்டாயிற்று. 'உங்களால் அல்லவா எனக்கு இவ்வளவு பெருமையும் வந்தது?' என்று ஆயிரம் தடவை சொன்னேன். என்னால் ஒன்றுமே நடக்கவில்லை உங்களுடைய முக வெட்டுத்தான் காரணம்; உங்களுடைய சாரீரந்தான் காரணம்' என்று சொல்வார்.

இரண்டாவது டாக்கி எடுப்பதற்காக நாங்கள் கல்கத்தா போனோம். அங்கே ஐந்து மாத காலம் தங்க வேண்டியதாக ஏற்பட்டது. இந்தப் படம் பிடித்துக் கொண்டிருந்த காலத்தில், நடந்த ஒரு சம்பவம் என் மனத்தில் எப்படியோ மிக ஆழமாய்ப் பதிந்தது. 'இது என்ன பிரமாத விஷயம்?' என்று நானே பல தடவை எண்ணமிட்டிருக்கிறேன். என்றாலும் எதனாலோ அச்சம்பவம் என் மனத்தில் மிகவும் முக்கியத்தை அடைந்துவிட்டது.

ஒரு நாளைக்கு ஸ்டுடியோவில், 'இன்றைக்கு யாரோ ஒரு பிரமுகர் ஷுட்டிங் பார்க்க வரப் போகிறார்' என்று பிரஸ்தாபம் வந்தது. அவரை வரவேற்பதற்காக ஏற்பாடுகள்

நடந்தன. வரப்போகிறவர்களின் பெயர் 'பாபு சம்பு பிரஸாத்' என்று சொன்னார்கள். 'அவர் என்ன அவ்வளவு பெரிய மனிதரா? எதற்காக இவ்வளவு பெரிய ஆர்ப்பாட்டம்!' என்று விசாரித்தேன். பாபு சம்பு பிரஸாத் மகா மேதாவி என்றும் அவருடைய ஆராய்ச்சிகள் அவரை உலகப் பிரசித்த மாக்கியிருக்கின்றன வென்றும், சமீபத்தில் அவருக்குச் சர்வ கலாசாலையார் டாக்டர் பட்டம் கொடுத்தார்கள் என்றும் செ ான்னார்கள். பட்சிராஜனே அவரைப் பற்றிப் பிரமாதமாகப் பேசினார். 'ஒருவேளை இங்கே ஸெட்டுக்கு வந்தாலும் வருவார். அப்போது உன்னை அறிமுகப்படுத்தப் போகிறேன். நீ அவரிடம் தைரியமாகப் பேச வேண்டும்' என்றார். 'அவர் என்ன பாஷையில் பேசுவார்?' என்று கேட்டேன். 'இந்த வங்காளிகளே சுய பாஷையில் அபிமானம் கொண்டவர்கள். எப்போதும் வங்காளியில் தான் பேசுவார்கள். ஆனால் நாம் தென்னிந்தியர்கள் என்று தெரிந்தால் இங்கிலீஷில் பேசலாம். உனக்குத் தான் தெரியுமே? ஏதாவது கேட்டால் பளிச்சென்று பதில் சொல்லு' என்றார்.

அவ்வளவு பெரிய உலகப் பிரசித்தமான மேதாவியைப் பார்க்க நானும் ஆவலுடன் இருந்தேன். கடைசியாக அவர் மத்தியானம் வந்தார். வங்காளிகளில் பெரும்பாலாரைப் போல் அவரும் நீண்ட தாடி வளர்த்துக் கொண்டிருந்தார். அவருடன் ஒரு பெரிய கும்பலே வந்தது. ஸ்டுடியோ நிர்வாகிகள் அவருக்கு ரொம்பவும் மரியாதை செய்து எல்லாவற்றையும் காட்டிக் கொண்டு வந்தார்கள். எங்களுடைய ஸெட்டுக்கு அவர் வந்ததும், பட்சிராஜன் அவரை வரவேற்று, என்னையும் அறிமுகப்படுத்தி வைத்தார். 'இவர் உயர் குடும்பத்துப் பெண். கலையின் மேல் உள்ள ஆர்வத்தினாலேயே சினிமாவில் நடிக்க முன்வந்திருக்கிறார்' என்று அவர் கூறிய போது எனக்கு மிகவும் பெருமையாயிருந்தது. அவருக்கு மனத்திற்குள் நன்றி செலுத்தினேன். அப்போது அந்தப் பிரமுகர், என்னைப் பார்த்து, 'நீங்கள் உயர் குடும்பத்துப் பெண்ணாயிருந்து இம்மாதிரி நடிப்புக் கலையில் சிரத்தை கொண்டது மிகவும் சந்தோஷிக்க வேண்டிய காரியம். உங்களைப் போன்றவர்களால் தான் சினிமா உத்தாரணம்

ஆக வேண்டும். ஆனால், சினிமா தொழில் ஒழுக்கம் கெட்டுப் போகிறதென்று சாதாரணமாய் ஓர் அபிப்பிராயம் இருந்து வருகிறது. உங்களைப் போன்றவர்கள் அதைப் பொய்யாக்க வேண்டும்' என்றார். இதையெல்லாம் இங்கிலீஷில்தான் சொன்னார். என்னை என்னவோ செய்தது. அவருக்கு பதில் சொல்ல வேண்டுமென்று நினைத்தேன். ஆனால், நா எழ வில்லை. பட்சிராஜன் என்னைப் பார்த்து, 'ஏதாவது பதில் செ ால்லுங்கள்' என்றார். 'எனக்காக நீங்களே சொல்லுங்கள்' என்றேன் நான். உங்களுடைய புத்திமதிக்காக மாலதி ரொம்பவும் வந்தனம் செலுத்துகிறாள்' என்றார் பட்சிராஜன். அப்போது பாபு சம்பு பிரஸாத் அவருடைய கூரிய கழுகுக் கண்களால் என்னை ஒரு பார்வை பார்த்து விட்டுப் போய்விட்டார். அந்த மேதாவிக்கு நான் அச்சமயம் வந்தனம் செலுத்தாவிட்டாலும் இப்போது செலுத்துகிறேன். அவருடைய புத்திமதி என் விஷயத்தில் அநாவசியமென்றாலும், எவ்விதக் காரணமும் இல்லாமல், முன்பின் தெரியாத என்னிடம் அவர் சிரத்தை எடுத்துக் கொண்டாரல்லவா? அவருடைய பார்வையையோ, பேச்சையோ என்னால் இன்று வரை மறக்க முடியவில்லை.

என் இரண்டாவது டாக்கியினால் என் புகழ் பிரமாதமாக வளர்ந்து 'ஓஹோ' என்று ஆகிவிட்டது. மாலதியின் படம் வராத பத்திரிகையே கிடையாது ('மாலதி' என்னுடைய வெள்ளித்திரைப் பெயர்; பட்சிராஜன் அளித்த பெயர்) தமிழ் நாட்டுப் பட்டணங்களின் சுவர்களில் எல்லாம் மாலதியின் புன்னகை வதனம் காட்சி தந்தது. இப்படி நான் புகழின் சிகரத்தையடைந்திருந்த சமயத்திலே தான், என் தந்தை என்னை இவ்வுலகில் அநாதையாக விட்டு விட்டுக் காலமா னார். வெகு நாளாக எங்கள் குடும்பத்திலிருந்த சமையற் காரியைத் தவிர, நான் வேறு துணையில்லாதவளானேன்.

ஆனால் அதிக நாள் துணையின்றி இருக்கவில்லை. இரண்டாவது டாக்கியில் என் புகழ் பெருகியதிலிருந்து அதுவரை என்னைப் பகிஷ்காரம் செய்திருந்த உறவினர்கள் எல்லாம் என்னைத் தேடி வந்து உறவு கொண்டாடத்

தொடங்கினார்கள். வெகு தூரத்து பந்துக்களெல்லாம் வந்தார்கள். சிலர் வேலைக்காக வந்தார்கள். சிலர், டாக்கியில் சேர்வதற்குச் சிபாரிசுக்காக வந்தார்கள். வேறு சிலர் பொரு ளுதவி தேடி வந்தார்கள். சிலர், பிரபல நட்சத்திரத்தின் பந்து என்ற பெருமையை நிலை நாட்டிக் கொள்வதற்காகவே வந்தார்கள். 'அபலைப் பெண்ணாச்சே?' என்று இரக்கப்பட்டு வரவு செலவுக் கணக்கைக் கவனித்து ஒழுங்குபடுத்து வதற்கு அநேகர் சித்தமாயிருக்கிறார்கள்!

இதனாலெல்லாம் நான் அடைந்த தொல்லைகளைச் சொல்லி முடியாது. அவர்களை எல்லாம் வைத்துச் சமாளிப்பது பெருங் கஷ்டமாயிருந்தது. இவ்வளவு தொல்லைகளுக் கிடையில், எனக்கு உண்மையில் உற்ற சிநேகிதராக நடந்து கொண்டவர் பட்சிராஜன் ஒருவர் தான்.

அவரால் எனக்கு ஒரு விதமான கஷ்டமும் கிடையாது! எல்லாவிதத்திலும் ஒத்தாசையாகத்தான் இருந்தார். அப்பா காலமான பிறகு அவரிடம் தான் என் பணம் வரவு செலவுகளை ஒப்புவித்திருந்தேன். அவரும் கண்ணும் கருத்துமாய்ப் பார்த்துக் கொண்டு அடிக்கடி என்னிடம் கணக்கு ஒப்புவித்து வந்தார்.

எனக்கும் அவருக்கும் இருந்த உறவைப் பற்றி ஊரில் பல வகையாகப் பேசிக் கொண்டார்கள் என்பது எனக்குத் தெரிந்திருந்தது. ஆனால், அவரோ என்னுடைய மனப் போக்கை அறிந்து, என்னை மிகவும் மரியாதையாக நடத்தி வந்தார். ஒரு தடவையாவது அவர் வரம்பு மீறி நடந்ததில்லை. என் மனத்தில் மட்டும் சில காலமாக ஒரு சஞ்சலம் தோன்றியிருந்தது. 'எத்தனை நாளைக்கு இம்மாதிரி நாதனற்றவளாக இருப்பது? இவ்வளவு தூரம் நமக்கு உதவி செய்திருப்பவரை ஏன் கலியாணம் செய்து கொள்ளக் கூடாது?' என்ற எண்ணம் அடிக்கடி உண்டாயிற்று.

இப்படியிருக்கையில் ஒருநாள் பட்சிராஜன் அந்த ஆச்சரிய மான - என்னை ஒரேயடியாகப் பெருமையின் சிகரத்துக்குக் கொண்டு போன செய்தியுடன் வந்தார். 'மாலதி! இன்று தான்

என் உள்ளம் குளிர்ந்தது. உன்னுடைய அடுத்த காண்டிராக்ட் ஒரு லட்சத்திற்குக் குறையக் கூடாது என்று தீர்மானித்தேன். இதோ ஒரு லட்சத்துப் பத்தாயிரத்துக்குக் காண்டிராக்ட்!' என்றார். நான் பிரமை பிடித்தவள் போலானேன். பத்து நிமிஷம் வரையில் என்னால் ஒரு வார்த்தையும் பேச முடிய வில்லை. பிறகு 'இது கனவில்லையே? டாக்கியில் ஒரு காட்சி இல்லையே?' என்று கேட்டேன். 'இதோ பார்!' என்று ஒரு நகல் ஒப்பந்தத்தில் எண்ணாலும் எழுத்தாலும் 'ஒரு லட்சத்துப் பத்தாயிரம்' என்று போட்டிருந்த இடத்தைச் சுட்டிக் காட்டினார். 'நல்ல நாள் பார்த்து கையெழுத்துப் போட வேண்டியது தான் பாக்கி' என்றார். நான் அவருடைய கரங்களைப் பிடித்துக் கொண்டு, கண்ணில் நீர் ததும்ப, நாத் தழுதழுக்க, 'என் உயிர் உள்ளவரையில் நான் உங்களை மறக்க மாட்டேன்' என்றேன். ஆம்; அவரை என் உயிர் உள்ளவரையில் - நாளை நள்ளிரவு வரையில் - என்னால் மறக்க முடியாது! ஒரு மாதத்து க்குப் பிறகு அவர் செய்த அற்புதமான காரியத்தையும் நான் மறக்க முடியாது தான்!

சீக்கிரத்திலேயே மேற்படி ஒப்பந்தம் முடிந்தது. கையெழுத்து ஆயிற்று. தென்னிந்தியாவின் டாக்கித் தொழிலை முழுவதும் கைப்பற்றுவதென்று இலங்கையிலிருந்து ஒரு முதலாளி ஏராளமான பணத்துடன் வந்திருந்தார். தென்னிந்தியாவிலுள்ள பிரபல நட்சத்திரங்களையெல்லாம் அவர் ஒப்பந்தம் செய்து கொண்டு வந்தார். அவர் தான் என்னையும் மேற்படி பெருந் தொகைக்கு ஒப்பந்தம் செய்தார். நாற்பதினாயிரம் ரூபாய் அட்வான்சும் கொடுத்தார்.

ஒரு மாதத்திற்குப் பிறகு - டாக்கி எடுப்பதற்குப் பூர்வாங்க ஏற்பாடுகள் நடந்து கொண்டிருந்த சமயத்தில் அந்த இடி போன்ற செய்தி வந்தது. என் ஆகாசக் கோட்டை இடிந்து தூள் தூளாயிற்று.

பட்சிராஜன் திடீரென்று காணாமற் போய்விட்டார்!

சினிமா உலகில் 'எக்ஸ்ட்ரா' பெண்கள் என்று ஓர் இனம் உண்டு. தோழிப் பெண்கள் முதலிய சில்லறை வேஷங்களில்

நடிப்பதற்கு அவர்களை அன்றாடம் சம்பளத்துக்கு அமர்த்திக் கொள்வார்கள். அப்படிப்பட்ட 'எக்ஸ்ட்ரா' பெண் ஒருத்தியுடன் பட்சிராஜன் அந்தர்த்தியானமாகி விட்டார்!

அவர் மட்டும் அந்தர்த்தியானமாகவில்லை. பாங்கியில் இருந்த என் பணம் ரூ.40,000மும் அவரோடு அந்தர்த்தியானமாகி விட்டது.

பட்சிராஜனை நான் பரிபூரணமாய் நம்பி, அவரிடமே என் வரவு செலவை ஒப்புவித்திருந்தேன் என்று சொன்னேனல்லவா? புதிய ஒப்பந்தப்படி வந்த அட்வான்ஸ் தொகையை அவர் தம் பேரிலேயே பாங்கில் போட்டுக் கொண்டிருந்தார். அவரே அதை வாங்கிக் கொண்டும் போய் விட்டார்.

'ஆகா! இந்தப் பட்சிராஜன் எப்பேர்ப்பட்ட உயர்ந்த மனிதர்? வேறொரு மனிதனாயிருந்தால், நாம் இப்படித் தன்னந்தனியாய் அவரையே நம்பி இருப்பதற்கு இவ்வளவு நேர்மையாய் இருப்பானா? நம்மிடம் ஒன்றையுமே கோராமல் இப்படி அன்புடன் இருக்கிறாரே? இவர் தெய்வப் பிறவிதான்!' என்று பலமுறை நான் எண்ணியது உண்டு.

பட்சிராஜன் என்னத்தைக் கோரி என்னிடம் அவ்வளவு அன்பாயிருந்தார் என்பது இப்போதுதான் தெரிந்தது.

4. வீழ்ச்சி

பட்சிராஜன் பறந்து போய் ஏறக்குறைய இப்போது ஒன்றரை வருஷமாகிறது. இந்த ஒன்றரை வருஷத்தில் என்னுடைய வாழ்க்கையை நினைத்தாலே எனக்குப் பயங்கரம் உண்டாகிறது; மூளை குழம்புகிறது.

இலங்கை முதலாளிக்கு எழுதிக் கொடுத்த ஒப்பந்தத்தின்படி டாக்கியில் நடித்தேன். இந்த டாக்கி எடுத்து முடிவதற்குள் ஒரு வருஷத்திற்கு மேலாயிற்று. இந்தக் காலத்தில் முதலாளி, டைரக்டர், ஸ்டுடியோ மானேஜர், பிரதான ஆண் நடிகர் எல்லோருமாகச் சேர்ந்து என்னைப் படுத்தி வைத்த பாட்டைச் சொல்ல முடியாது. ஆண் துணையில்லாமல் ஒரு அபலை ஸ்திரீ அகப்பட்டுக் கொண்டால், உலகத்தில் - அதுவும்

சினிமா உலகத்தில் - அவளை என்ன பாடுபடுத்தி வைப் பார்கள் என்னும் பாடத்தை நன்றாக அறிந்து கொண்டேன். என்னுடைய பரம விரோதிக்குக் கூட அப்பேர்ப்பட்ட கதி வரவேண்டாமென்று பகவானைப் பிரார்த்திக்கிறேன்.

தொல்லை பொறுக்க முடியாமல், பல தடவை 'என்னால் முடியாது' என்று நின்று விடத் தோன்றியது. ஆனாலும், பல்லைக் கடித்துக் கொண்டு பொறுத்திருந்தேன். டாக்கி முடிந்ததும், அட்வான்ஸு தொகை போகப் பாக்கி பணம் வந்துவிடுமல்லவா? அப்புறம் சினிமாவுக்குத் தலை முழுகி விட்டு 'ராமா கிருஷ்ணா' என்று பகவானைத் தியானித்துக் கொண்டு காலங் கழிக்கலாம். அந்த எண்ணத்திலேதான் பட்சிராஜன் ரூ.40,000 கொண்டு போனதைப் பற்றிக் கூட நான் அதிகம் கவலைப்படவில்லை.

டாக்கியின் முடிவு நெருங்க, எனக்குச் சேர வேண்டிய பாக்கி பணத்தைச் சரியாகக் கொடுப்பார்களா என்ற சந்தேகம் எனக்கு ஏற்பட்டு வந்தது. எனவே, டாக்கி முடிவதற்குள் இன்னும் ஒரு பகுதியாவது வாங்கி விட வேண்டுமென்று நினைத்து ஒரு நாள் முதலாளியின் ஆபீஸுக்குப் போய்ப் பணம் வேண்டுமென்று கேட்டேன். அவர் ஒரு பேய்ச் சிரிப்பு சிரித்து விட்டு, 'இந்த டாக்கி முடிந்து அடுத்த டாக்கியும் முடியும் வரை பணம் என்ற பேச்சைப் பேசாதே!' என்றார். எனக்கு ஆத்திரம் பொங்கிக் கொண்டு வந்தது. 'என் உயிர் போனாலும் நான் இன்னொரு டாக்கியில் நடிக்க மாட்டேன்' என்றேன். 'அப்படியானால் ஒப்பந்தப்படி அட்வான்ஸு தொகை ரூ.40,000த்தையும் கக்கிவிட வேண்டும்!' என்றார். அப்போதுதான் எனக்கு விஷயம் தெரிந்தது. அந்தப் பாதகன் பட்சிராஜன் என்னை எப்பேர்ப்பட்ட படுகுழியில் தள்ளிவிட்டுப் போய்விட்டான் என்று புரிந்தது. ஒரு லட்சத்துப் பத்தாயிரம் ரூபாய் ஒரு டாக்கிக்கு அல்ல, நாலு டாக்கிக்கு என்று தெரிந்தது.

இந்த செய்தியினால் திகைத்துப் போய் நான் வீடு திரும்பி னேன். முதலில் நான் நம்பவே இல்லை. வீடு திரும்பியதும், ஒப்பந்தத்தை எடுத்து வாசித்துப் பார்த்தேன். அதில் நாலு

முத்தான முப்பது கதைகள்

படங்களுக்கு என்று தான் கண்டிருந்தது. என் கொஞ்சப் பிராணனும் போய் விட்டது. நாலு படங்களில் நடிப்பதா? அதுவும் இந்தப் பாவிகளிடம்? ஒரு நாளும் இல்லை; உயிர் போனாலும் இல்லை.

இன்னொரு நாள் முதலாளியிடம் பேசினேன். நல்ல வார்த்தையாக என்னை ஒப்பந்தத்திலிருந்து விடுதலை செய்து விடும்படி கேட்டேன். அவர் பிடிவாதமாக 'முடியாது' என்றார். மேலும் நான் வற்புறுத்தியபோது, 'அட்வான்ஸு தொகை ரூ.*40,000*த்தையும் கொண்டுவை! விடுதலை செய்கிறேன்' என்றார். அதற்கு 'நான் எங்கே போவேன்? பட்சி ராஜன் கொண்டுபோய் விட்டாரே?' என்றேன். 'எனக்குத் தெரியும், உங்கள் மோசடியெல்லாம்! நீங்கள் இரண்டு பேரும் கலந்து பேசிக் கொண்டு, இப்படித் தகிடுதத்தம் செய்யப் பார்க்கிறீர்கள்!' என்றார்.

அப்போது எனக்கு ஆவேசம் வந்துவிட்டது. அந்த ஆவே சத்தில் இன்னது செய்கிறோமென்று தெரியாமல் இரைந்து கத்தினேன். மேலே பேச்சு முற்ற முற்ற என்னவெல்லாமோ சொல்லி விட்டேன். 'எல்லோரையும் குத்திக் கொன்று விடுவேன்.' 'ஸ்டுடியோவைக் கொளுத்தி விடுவேன்' என்று சொன்னதெல்லாம் சொப்பனத்திலே சொன்னது போல் எனக்குப் பிற்பாடு ஞாபகம் வந்தது. இன்னும் ஞாபகத்தில் இருக்கிறது.

அதுமுதல் நான் ஸ்டுடியோவுக்கு வர மறுத்து விட்டேன். ஒரு நாளைக்கு ஸ்டுடியோ மானேஜர் வந்து என்னை நல்ல வார்த்தை சொல்லி அழைத்துப் போனார். முதலாளியின் ஆபீஸில் போய் நான் உட்கார்ந்ததும் என்னுடைய குரல் அடுத்த அறையிலிருந்து வருவதைக் கேட்டுத் திடுக்கிட்டுப் போனேன். முன்னொரு நாள் முதலாளியிடம் இதே ஆபீஸில் பேசியதெல்லாம் தெளிவாகக் கேட்டது. 'எல்லோரையும் குத்திக் கொன்று விடுவேன்' 'ஸ்டுடியோவைக் கொளுத்தி விடுவேன்' என்று நான் கத்தியதெல்லாம், திரும்பக் கேட்டது!

எனக்கு உடம்பெல்லாம் நடுக்கம் எடுத்து விட்டது. அப்போது அந்த முதலாளி யமன் சொன்னான். 'உனக்கு

இருபது வருஷங் கடுங்காவல் தண்டனை விதிப்பதற்கு இதோ சாட்சியம் இருக்கிறது. என்ன சொல்கிறாய்? சொன்ன படி கேட்டுக் கொண்டு நாலு படங்களில் நடிக்கிறாயா? அல்லது இன்றைக்கே அரஸ்ட் வாரண்ட் பிறப்பிக்கட்டுமா?

நான் பதில் ஒன்றும் சொல்லாமல் பாதிப் பிராணனுடன் வீடு போய்ச் சேர்ந்தேன். ஆனால், என் மனது மட்டும் இரும்பாயிற்று. அன்று வேண்டுமென்றே எனக்கு ஆத்திரமுண்டாக்கிக் கண்டபடி பேசும்படி செய்திருக்கிறார்கள். அதையெல்லாம் ஒலிப்பதிவு செய்ய முன் கூட்டியே ஏற்பாடு செய்து வைத்திருக்கிறார்கள். தாங்கள் பேசியதையெல்லாம் வெட்டியெறிந்து விட்டு, என் பேச்சை மட்டும் வைத்துக் கொண்டு என்னைப் பலவந்தப் படுத்தப் பார்க்கிறார்கள். என்ன கேவலமான சூழ்ச்சி. என்ன இரக்கமற்ற அக்கிரமம்!

'நமக்காச்சு; இவர்களுக்காச்சு. என்ன ஆனாலும் இனிமேல் படத்தில் மட்டும் நடிப்பதில்லை' என்று உறுதி செய்து கொண்டேன். இதை எப்படிச் சாதிக்கலாம் என்று அன்றிர வெல்லாம் ஒரு விநாடி கூடக் கண்ணை மூடாமல் சிந்தனை செய்தேன். கடைசியில், ஒரு யுக்தியைக் கண்டு பிடித்தேன்!

வேறொன்றுமில்லை. பல கதைகளில் கதாநாயகிகள் கையாண்டிருக்கும் யுக்திதான். ஆனால் அந்த யுக்தி என் விஷயத்தில் என்ன விபரீதமான பலனைக் கொடுத்திருக் கிறது? ஸ்வாமி! பகவானே!

நல்ல வேளையாக, இன்னும் ஒரு மணி நேரந்தான் பாக்கி யிருக்கிறது. இந்த ஒரு மணி நேரம் என் அறிவைத் தெளிவாக வைப்பாய், ஸ்வாமி!

யுக்தி இன்னதென்று சொல்லவும் வேண்டுமா! பைத்தியம் மாதிரி நடிக்கும் யுக்திதான். மறுநாளே அதைக் கையாள ஆரம்பித்தேன். சமையற்கார அம்மாளிடம் மட்டும் விஷயத்தை அந்தரங்கமாகச் சொல்லி விட்டு மற்றபடி யார் வந்து கேட்டாலும் 'ஆமாம்; பட்சிராஜன் பறந்து போய் விட் டார்' என்று பதில் சொல்ல, ஒரு அசட்டுச் சிரிப்பு சிரித்தேன்.

டாக்கி முதலாளி என்னவெல்லாமோ பிரயத்தனம் செய்தார். யார் யாரோ டாக்டர்களையெல்லாம் பிடித்து அனுப்பினார். எல்லோருக்கும் நான் பல்லவியைப் படித்தேன். ஒருவராலும் ஒன்றும் செய்ய முடியவில்லை.

இவ்விதம் நாள் போய்க் கொண்டிருந்தது. என்னைப் போல் கிட்டதட்ட உருவமுள்ள ஒருத்தியைப் பிடித்துப் பாக்கிப் படத்தை எப்படியோ முடித்து விட்டார்கள் என்று கேள்விப் பட்டேன். ஆனால், முதலாளி மட்டும் என்னை விடுவதாகக் காணவில்லை. மறுபடியும் மறுபடியும் என் உடம்பு எப்படியிருக்கிற தென்று பார்க்க யாரையாவது அனுப்பிக் கொண்டேயிருந்தார்.

என் உடம்பு நன்றாய்த்தானிருந்தது. ஆனால் நாளாக ஆக, என் அறிவுக்குத் தான் ஏதோ ஏற்பட்டு வந்தது. இரவில் தூக்கம் என்பது அடியோடு போய் விட்டது. திடீரென்று இருள் சூழ்ந்தது போல் அறிவு சூனியமாகி விடும். அப்போது என் வாய் மட்டும் ஏதோ பிதற்றிக் கொண்டிருக்கும். நான் பைத்தியம் என்று நடித்தது போக, உண்மையாகவே எனக்குச் சித்தப் பிரமை ஏற்பட்டு வருகிறது என்பதை உணரலானேன். சமையற்கார அம்மாள் என் விஷயத்தில் காட்டிய கவலையிலிருந்து இதைத் தெளிவாக அறிந்து கொண்டேன்!

ஒரு பெரிய பீதி என்னைப் பிடித்துக் கொண்டது. பைத்தியம் முற்றிய ஸ்திரீகள் சிலரை நான் பார்த்திருக்கிறேன். அந்தப் பயங்கர அலங்கோல நிலைமையை நானும் அடைந்து விடுவேனோ? ஒரு நாளும் இல்லை. இப்படிப்பட்ட கதி நேர்வதற்கு முன்னால், அறிவுத் தெளிவு சிறிதேனும் இருக்கும் போதே, என் துயர வாழ்க்கையை முடித்துவிட வேண்டும். இந்த தீர்மானத்துடனே தான் இவ்வூருக்கு வந்து சேர்ந்தேன்.

கதை முடிந்து விட்டது. யாராவது இதைப் பார்ப்பார்களோ? பார்த்து எப்போதாவது பிரசுரிப்பார்களோ, நான் அறியேன். என்னுடைய கடமையை நிறைவேற்றி விட்டேன்... இதோ மணி பன்னிரண்டு அடிக்கிறது! கிளம்ப வேண்டியதுதான்.

ஏழு வருஷங்களுக்கு முன்னால் ஓர் அமாவாசை இரவில் இப்படித்தான் இருள் சூழ்ந்திருந்தது! இன்று போலவே தான் அன்றும் மேல் காற்று 'விர் விர்' என்று வீசி வீட்டையே கிடுகிடுக்கச் செய்தது. வேகவதி நதியும் அன்று போலவே இன்றும் நொங்கும் நுரையுமாக அலையெறிந்து போய்க் கொண்டிருந்தது.

'மறு உலகம் என்பது உண்டானால், அங்கே என் கணவரை நான் அவசியம் சந்திப்பேன். அவருடைய பாதங் களில் விழுந்து இந்தப் பாவியை மன்னியுங்கள்' என்று கேட்டுக் கொள்வேன். இதுதான் என் வாழ்க்கையில் கடைசி மனோரதம். இதற்காகத்தான் அதே வேகவதியாற்றுக்கு, அதே நள்ளிரவு நேரத்தில் கிளம்பிச் செல்கிறேன்!

வேகவதித் தாயே! இதோ வந்து விட்டேன். மறு ஜன்மத்தில் உன்னிடம் அடைக்கலம் புகுந்து அமைதி பெறுகிறேன்.

முடிவு

கனவிலும் நினையாத காரியம் நடந்துவிட்டது. கதை களிலே கேட்டறியாத சம்பவம் நடந்துவிட்டது. என் வாழ்க்கை புனிதமாகி விட்டது. நான் புத்துயிர் பெற்றேன். என் குருட்டுத் தனத்தினால், நான் இழந்த பாக்கியத்தை மீண்டும் பெற்றேன்.

வாழ்க்கை சோகமயமாயிருந்தபோது, என் கதையை எழுத வேண்டுமென்று தோன்றிற்று; இப்போது அந்த விருப்பம் கொஞ்சமும் எனக்கு இல்லை. ஆனாலும் அவருடைய வற்புறுத் தலுக்காகவே இதை இப்போது எழுதுகிறேன். மேலே நான் எழுதியிருப்பதையெல்லாம் அவர் படித்தார். 'பாக்கியையும் எழுதிவிடு; பெயரையும் ஊரையும் மட்டும் மாற்றிப் பிரசுரித்தால் எவ்வளவோ பேருக்கு உபயோகமாயிருக்கலாம்' என்றார்! உபயோகமோ, இல்லையோ, அவர் சொல்லியதற்காக எழுதி விடுகிறேன்.

அன்றிரவு சரியாகப் பன்னிரண்டாவது மணிக்குப் புறப்பட்டு வாசற் கதவைச் சத்தமின்றித் திறந்து கொண்டு

வெளியே வந்தேன். என் மனத்தில் ஓர் அதிசயமான அமைதி அப்போதே ஏற்பட்டு விட்டது. தெருவில் அந்த வேளையில் யாராவது வந்து தொலைக்கப் போகிறார்களே என்று சிறு கவலை மட்டும் இருந்தது; ஆனால் ஒரு பிராணியைக் கூடச் சந்திக்கவில்லை.

நதிக்கரையை அடைந்ததும், பின்னால் காலடிச் சத்தம் கேட்டது போல் தோன்ற, நெஞ்சில் துணுக்கம் ஏற்பட்டது. 'யாராவது வந்து தடுத்து விட்டால்?' என்று நினைத்ததும் கதிகலங்கிற்று. அவசரமாகவே ஜலத்தில் இறங்கினேன். வெள்ளம் பிரமாதமாகப் போய்க் கொண்டிருந்தது. அவ்வளவு நேரமும் மனத்தில் இருந்த தைரியம், துணிச்சல் எல்லாம் எப்படியோ போய், இன்னதென்று சொல்ல முடியாத பீதி ஏற்பட்டது. குளிரினால் நடுங்கிய உடம்பு, பீதியினால் அதிகம் நடுங்கிற்று. என்னையறியாமல் பற்களை நரநர வென்று கடித்துக் கொண்டேன். இவ்வளவுடன் தண்ணீரில் மேலும் மேலும் இறங்கிக் கொண்டுதானிருந்தேன்! ஜலம் இடுப்பளவுக்கு வந்தது. வெள்ளத்தின் வேகம் இழுக்கத் தொடங்கியது. ஜலம் மார்பளவுக்கு வந்தது. இழுப்பின் வேகம் அதிகமாயிற்று. இனிமேல் நாம் விரும்பினாலும் கரையேற முடியாது என்று தோன்றிய அதே சமயத்தில், பின்னால் யாரோ தண்ணீரில் இறங்குவதுபோல் சலசலவென்று சத்தம் கேட்டது. திரும்பிப் பார்த்தேன். அந்த இருட்டில் ஓர் உருவம் - மனித உருவந்தான் - விரைவாக என்னை நோக்கி விரைந்து வந்து கொண்டிருந்ததாக மங்கலாகத் தெரிந்தது. என் வாழ்க்கையில் அதுவரையில் அறியாத பயங்கர பீதியை அந்தக் கணத்தில் நான் அடைந்தேன். ஒரே ஒரு கணந்தான். அடுத்த கணத்தில் அந்த உருவம் ஏழு வருஷங்களுக்கு முன்னால் அதே இடத்தில் மூழ்கி மறைந்த என் நாதரின் உருவம் தான் என்பதை அறிந்தேன். 'கிறீச்' என்ற ஒரு சத்தம் என் வாயிலிருந்து வந்து, அந்த நதிப் பிரதேசமெல்லாம் எதிரொலிக்கச் செய்தது. அடுத்த கணம் நான் நீரில் மூழ்கினேன். ஒரு நொடிப் பொழுது, என் அறிவில் ஒரு பிரகாசம் ஏற்பட்டது. பின்னர், அறிவைப் பேரந்தகாரம் வந்து சூழ்ந்தது.

மறுபடியும் நான் கண்ணை விழித்தபோது அவருடைய மடியில் என் தலை இருப்பதையும், அளவிலாத பரிவுடனே அவர் என்னைக் குனிந்து நோக்கிக் கொண்டிருப்பதையும் கண்டேன். உலக வாழ்க்கையில் நான் அடையாத பாக்கி யத்தை மறு உலகில் அடைந்திருப்பதாக முதலில் எனக்குத் தோன்றியது. கொஞ்ச நேரத்துக்கெல்லாம். இது இந்த உலகம் தான் என்று தெரிந்தது. சற்று நேரம் பேச முடியவில்லை. மனம் மட்டும் ஏதேதோ சிந்தித்துக் கொண்டிருந்தது.

பேசும் சக்தி வந்ததும், 'தாடி மீசையெல்லாம் எப்போது எடுத்தீர்கள்?' என்று கேட்டேன். அவர் ஆச்சரியத்தினால் பிரமித்து, 'உனக்கு எப்படித் தெரிந்தது?' என்றார். அதற்குப் பதில் சொல்லாமல் 'தங்களுடைய புத்திமதியை நான் மறக்கவில்லை. அதை நிறைவேற்றினேன்' என்றேன். மீண்டும் அவர், 'உனக்கு எப்படித் தெரிந்தது? எப்போது தெரிந்தது?' என்று கேட்டார்.

'தண்ணீரில் மூழ்கியவுடனே பளிச்சென்று தெரிந்தது. அடுத்த நிமிஷம் நினைவு தப்பி விட்டது' என்றேன்.

ஆம்; கல்கத்தா ஸ்டுடியோவில் என்னைப் பார்த்துப் புத்திமதி சொன்ன பாபு சம்பு பிரஸாத் என்னுடைய கணவர்தான். அப்போது அது எனக்குத் தெரியவில்லை. ஆனால், அவருடைய கூரிய கண்களின் பார்வை என் மனத் திற்குள்ளேயே பதிந்து கிடந்தது. நாங்கள் இல்லறம் நடத்திய போதெல்லாம், அம்மாதிரி அவர் என்னைப் பார்த்தது கிடையாது. மறுபடியும் அன்றிரவு கழுத்தளவு தண்ணீரில் நான் நின்று தத்தளித்தபோது, நட்சத்திர வெளிச்சத்தில் அதே பார்வையைக் கண்டேன். தண்ணீரில் மூழ்கிய தருணத்தில், 'அந்த வங்காளிப் பிரமுகர் உண்மையில் என் கணவர்தான்' என்னும் உள்ளுணர்ச்சி உண்டாயிற்று. என்னுடைய உள்ளுணர்வு உண்மையை சொல்லிற்று என்பதை அவரே இப்போது உறுதிப்படுத்தினார்.

அவர் வீட்டை விட்டுக் கிளம்பிய போது நதியில் விழுந்து உயிரை விடுகிற எண்ணமே அவருக்கு

இருக்கவில்லையாம். எங்கேயாவது கண்காணாத தேசத்துக்குப் போய்விடுவதென்று கிளம்பினாராம். நான் பின்னால் தொடர்ந்து வருவேன் என்று தெரிந்து கொண்டு நதியில் மூழ்கி விட்டதாக என்னை நம்பும்படி செய்துவிட்டால், நான் நிம்மதியாயிருப்பேன் என்றெண்ணி அவ்விதம் ஆற்றில் இறங்கி மூழ்கினாராம். கொஞ்ச தூரம் தண்ணீரிலேயே மூழ்கிச் சென்று பிறகு சத்தம் செய்யாமல் நீந்திக் கரையேறினாராம்.

முன்னாலேயே அவர் உத்தேசித்து வைத்திருந்தபடி, கல்கத்தா வுக்குச் சென்று, மாறு பெயர் வைத்துக் கொண்டு ஆராய்ச்சிகளை நடத்தி வந்த போதிலும், என்னுடைய ஞாபகம் மட்டும் அவருக்குப் போகவேயில்லையாம். சீக்கிரத்தில் நான் 'பிரபல நட்சத்திர'மாகி விட்டபடியால், என்னுடைய வாழ்க்கையையும் நடவடிக்கை களையும் அவரால் பத்திரிகைகளின் மூலம் கவனித்து வர முடிந்ததாம்.

கடைசியில், எனக்கு ஏதோ பெரிய சங்கடம் நேர்ந்து விட்ட தென்பதை ஒருவாறு தெரிந்து கொண்டு என்னைத் தேடி இந்த ஊருக்கு வந்து சேர்ந்தாராம். அதே தெருவில் ஒரு வீட்டில் இருந்து கொண்டு, என்னை எப்படிச் சந்திப்பது என்ற தயக்கத்துடன், இரவும் பகலும் எங்கள் வீட்டின் மேலேயே கண்ணாயிருந்தாராம். கடைசியில் சரியான சமயத்தில் என் உயிரையும் காப்பாற்றி, எனக்குப் புது வாழ்வையும் அளிப்பதற்கு வந்து சேர்ந்தார்.

கல்கத்தாவில் வங்காளிப் பெயர் வைத்துக் கொண்டு வேலை பார்த்ததில், அவருக்கு இன்னொரு பெரிய அநுகூலம் ஏற்பட்டதென்று சற்றே குதூகலத்துடன் அவர் சொன்னார். சென்னை மாகானத்தில் இருந்த வரையில், அவருடைய சரித்திர ஆராய்ச்சி முடிவுகளைப் பற்றி ஏனென்று கேட்பார் இல்லையாம்! கல்கத்தாவுக்குப் போய் வங்காளிப் பெயருடன் அதே முடிவுகளை வெளியிட்டதும், இந்தியா தேசம் முழுவதும் அவருடைய பெயர் பிரபலமாகி விட்ட தாம்! அப்புறம் சென்னைப் பத்திரிகைகள் கூட அவரைப் பற்றிப் பிரமாதமாய் எழுதினவாம்! சென்ற ஏழு வருஷ காலத்தில் இந்த வேடிக்கை ஒன்றுதான் அவருக்கு நினைக்கும்

போதெல்லாம் சிரிப்பை உண்டாக்கி வாழ்க்கை கசந்து போகாமல் செய்து வந்ததாம்!

'ஏழு வருஷம் நான் சுதந்திர வாழ்க்கை நடத்தியாயிற்று; நீயும் ஏழு வருஷம் சுதந்திரமாக வாழ்ந்தாய்; சுதந்திர வாழ்க்கை எனக்கு போதும் போதும் என்றாகி விட்டது. உனக்கு எப்படி அம்பு?' என்று கேட்டார். அவருடைய குனிந்த முகத்தையும், கனிந்த கண்களையும் ஏறிட்டுப் பார்த்த வண்ணம் நான் சொன்னேன்:

'தங்களுடைய மடியில் தலை வைத்துப் படுக்கும் பாக்கியத்தைப் பெறுவதற்காக நான் ஏழரை வருஷம் நரக வாழ்வு நடத்த வேண்டியிருந்தது! இனிமேல் என்னத்திற்கு?'

பித்தளை ஒட்டியாணம்

1

தங்கம்மாள் நடுநிசியில் திடுக்கென்று கண் விழித்துக் கொண்டாள். கதவு திறக்கும் ஓசையைப் போல் கேட்டது. படுத்தபடியே நிமிர்ந்து பார்த்தாள். ஸௌந்தரம் கதவைத் திறந்து கொண்டிருந்தான். வெளியே சென்று மெதுவாய்க் கதவைச் சாத்தினான்.

மாடிப் படிகளில் அவன் இறங்கிச் செல்லும் சத்தம் கேட்டது. சற்று நேரத்துக்கெல்லாம் அவன் கீழே ஆபீஸ் அறையைத் திறந்தான்; உள்ளே போய் விளக்குப் போட்டுக் கொண்டான்.

தங்கத்துக்கு இருதயம் பதை பதைத்துக் கொண்டிருந்தது. இந்தப் பாதி நிசியில் இவர் எங்கே, எதற்காக இறங்கிப் போகிறார்? ஆபீஸ் அறையில் இப்போது என்ன செய்கிறார்? இவ்வளவு இரகசியம் என்ன? தான் எழுந்திருக்கக்கூடாது என்பதற்காகத் தானே ஓசைப்படாமல் அவ்வளவு ஜாக் கிரதையாய்க் கதவைத் திறந்து கொண்டு நிதானமாய் நடந்து போனார்? இதெல்லாம் எதற்காக? தன்னிடம் என்னத்தை ஒளிப்பதற்கு முயல்கிறார்?

சென்ற ஐந்தாறு நாளாகவே ஸௌந்தரம் ஒரு மாதிரி யாயிருப்பது பற்றித் தங்கத்தின் உள்ளம் ரொம்பவும் சஞ்சலப்பட்டுக்கொண்டிருந்தது. அவர் பழைய மனுஷராகவே இல்லை; அடியோடு மாறிப் போய் விட்டார். எப்போதும் சிரிப்பும் விளையாட்டு மாயிருப்பவருடைய முகத்தில் ஐந்தாறு நாளாய் மலர்ச்சி என்பதையே காணவில்லை. சுய ஞாபகமே கிடையாது. என்ன சாப்பிடுகிறோம், என்ன பேசு கிறோம் என்பது கூட நினைவிருப் பதைல்லை. இராத்திரியில் சரியாக தூங்குவதுமில்லை. புரளுகிறார்; பிதற்றுகிறார். தூங்கும்போது உடம்பு திடீரென்று நடுங்குகிறது. கேட்டால், சொல்ல மாட்டேனென்கிறார். 'ஒன்றுமேயில்லை' என்று சாதிக் கிறார். பொய், பொய், பொய்! ஒன்றுமேயில்லாததற்கா

இவ்வளவு கவலை, இவ்வளவு குழப்பம், இவ்வளவு மெய்ம்மறதி?

என்னமோ சமாசாரம் இருக்கிறது. சந்தேகமில்லை. அது என்னவாயிருக்கும்? தங்கம் போன மாதத்தில் பார்த்திருந்த ஒரு தமிழ் டாக்கி ஞாபகம் வந்தது. அதில் கதாநாயகன் ஒரு தாஸியின் மோக வலையில் வீழ்ந்து விடுகிறான். அது முதல் அவனுடைய நடை உடை பாவனைகளில் மாறுதல் ஏற்பட்டு விடுகிறது. அடிக்கடி மெய்ம்மறதி உண்டாகிறது. மனைவியிடம் 'ஒன்றுமில்லை' என்றுதான் அவனும் சொல்லிக் கொண்டிருக்கிறான்.

அப்படி ஏதாவது இருக்குமோ என்று தங்கம் ஒரு நிமிஷம் எண்ணியபோது, அவளுக்கு உயிரே போய் விடும் போலிருந்தது. 'ச்சீ! ச்சீ! ஒரு நாளு மிராது! பத்து நாளைக்கு முன்புதானே அவர் என்னிடம் வைத்திருக்கும் அளவிலாத அன்பை ருசுப்படுத்தினார்? தங்க ஒட்டியாணம் போட்டுக் கொள்ள எனக்கு என்ன யோக்யதை இருக்கிறது? இத்தனை நாளும் எனக்குத் தெரியாமல் பணம் சேர்த்து வைத்திருந்து, பிறந்த நாள் பரிசாக அளித்தாரே?' என்று எண்ணி, ஒரு நாளும் அவர் தனக்கு துரோகம் செய்ய மாட்டார் என்று தீர்மானித்தாள். ஆனால் வேறு என்னதான் இருக்கும்? ஆபீஸ் அறையில் அவர் என்ன செய்கிறார் என்று பார்க்க அவளுக்கு ஆவல் உண்டாயிற்று. எப்படியும் இன்று ராத்திரி உண்மையைத் தெரிந்து கொண்டு விட வேண்டும். மனதில் இந்த பாரத்துடன் இனிமேல் தூங்க முடியாது.

தங்கம் எழுந்திருந்தாள். அடிமேல் அடி வைத்துக் கீழே இறங்கிச் சென்றாள். ஜன்னல் வழியாக ஆபீஸ் அறைக்குள் பார்த்தாள். ஸௌந்தரம் மேஜை மேல் காகிதம் வைத்துக் கொண்டு ஏதோ எழுதிக் கொண்டிருந்தான். சற்று நேரம் தங்கம் சும்மா நின்று பார்த்துக் கொண்டிருந்தாள். ஸௌந்தரம் எழுதி முடித்துவிட்டுத் தலையை நிமிர்ந்தான். அவனுடைய கண்களில் நீர்த் துளிகள் ததும்பின.

தங்கத்துக்குக் கதி கலங்கிற்று. ஒன்றும் செய்யத் தோன்றாமல் பிரமை பிடித்தவள் போல் நின்றாள்.

ஸௌந்தரம் ஒரு கவர் எடுத்து அதன் மீது விலாசம் எழுதினான். பிறகு அதை ஒட்டுவதற்காகப் பிசின் கொட்டாங் கச்சியை எடுத்தான். பிசினில் தண்ணீரே விடாமல் காய்ந்து போயிருந்தது. கொட்டாங்கச்சியைக் கையில் எடுத்துக் கொண்டு தண்ணீருக்காகச் சமையலறைக்குச் சென்றான். போகும்போது, வெளியில் ஜன்னல் கதவுக்குப் பின்னால் நின்ற தங்கத்தை அவன் பார்க்கவில்லை.

அவன் சமையலறைக்குள் நுழைந்ததும், தங்கம் மின்னல் வேகத்தில் ஆபீஸ் அறைக்குள் சென்றாள். மேஜை மேல் கிடந்த உறையை எடுத்துப் பார்த்தாள். அதன் மேல் இவள் பெயர் தான் எழுதியிருந்தது. பதை பதைப்புடன் கடிதத்தை உறையிலிருந்து எடுத்துப் படிக்கத் தொடங்கினாள்:-

சௌ. தங்கத்துக்கு அநேக ஆசீர்வாதம்,

உனக்கு இந்தக் கடிதம் மிகவும் ஆச்சரியத்தை அளிக்கலாம். நீ இதைப் படிக்கும் போது நான் வெகு தூரம் போய்விடுவேன். உன்னை பிரியும்படியான காரணம் ஏற்பட்டிருக்கின்றது. ஒரு பெரிய விபத்தில் அகப்பட்டுக் கொண்டு விட்டேன். நான் இங்கிருந்தால் உன் மனது ரொம்பவும் கஷ்டமடையும். ஆகையால்தான் போகிறேன். நீ உன் தாயார் வீட்டுக்குச் சென்று சௌக்யமாயிரு. உன் பேரில் எனக்கு ஒரு கோபமும் இல்லை.

கடவுள் கிருபை இருந்தால் மறுபடியும் சந்திப்போம். என்னைப் பற்றி ஏதாவது அபவாதம் கேள்விப்பட்டால் உன் பேரில் நான் வைத்த பிரியத்தினால் தான் செய்தேன் என்று நீயே தெரிந்து கொள்வாய்.

இப்படிக்கு
உன்னை ஒரு நாளும் மறவாத
ஸௌந்தரராஜன்

மேற்படி கடிதத்தை தங்கம் ஒரு தரம், இரண்டு தரம் படித்தாள். அவளுடைய தலை சுழன்றது. கீழே விழுந்து விடாமல் மேஜையைப் பிடித்துக் கொண்டாள். இதற்குள் சமையலறைக்குச் சென்றிருந்த ஸௌந்தரம் திரும்பி

வந்தான். தங்கம் கையில் கடிதத்துடன் நிற்பதைக் கண்டு அவன் திடுக்கிட்டு நின்றான்.

பிரமை கொண்டவள் போல் நின்ற தங்கத்துக்குப் பளிச் சென்று உயிர் வந்தது. அவள் ஒரே பாய்ச்சலாகப் பாய்ந்து வந்து, அந்த அறையின் கதவைச் சாத்தினாள். சாத்திய கதவின் மேல் சாய்ந்து கொண்டு, 'எங்கே நீங்கள் போவதைப் பார்க்கலாம்' என்று சொல்லும் பாவனையில் நின்றாள்.

அவள் கடிதத்தைப் படித்து விட்டாள் என்பதை ஸௌந்தரம் தெரிந்து கொண்டான். தட்டுத் தடுமாறி, 'தங்கம்! நான் சொல்கிறதைக் கேள்...' என்று ஆரம்பித்தான்.

'கேட்க மாட்டேன்; கேட்க மாட்டேன்' என்று அலறினாள் தங்கம். உடனே கோவென்று அழத் தொடங்கினாள். விம்மலுக்கு இடையிடையே, 'என்னை நிர்க்கதியாய் விட்டுப் போகப் பார்த்தீர்களே? நீங்கள் போய் நான் ஸௌக்யமா யிருக்க வேணுமா?' என்பது போன்ற ஆத்திரமான சொற்கள் உளறிக் கொண்டு அவள் வாயிலிருந்து வெளிவந்தன.

2

ஸௌந்தரராஜனுக்குக் 'குபேரா பாங்கி'யில் குமாஸ்தா வேலை. பள்ளிக்கூடத்தில் படித்த காலத்திலிருந்து ரொம்ப யோக்யன் என்று பெயர் வாங்கினவன். அவனுக்கு சர்டிபிகேட் கொடுத்த உபாத்தியாயர்கள் எல்லாரும் அவனுடைய கல்வித் திறமையையும், புத்திசாலித் தனத்தையும் விட அவனுடைய நற்குணத்தையே அதிகமாக சிலாகித்திருந்தார்கள். உண்மையிலேயே அவன் தெய்வ நம்பிக்கை யுள்ள பிள்ளை. பாப புண்ணியத்துக்கு அஞ்சியவன். அப்படிப் பட்டவன், அவன் வேலை செய்த பாங்கியின் பணத்தில் ஆயிரத்தைந்நூறு ரூபாய் திருடினான் என்று சொன்னால், அவனை அறிந்தவர்கள் யாரும் அதை நம்பவே மாட் டார்கள். 'ஒரு நாளும் இராது' என்று தான் சொல்வார்கள். ஆனாலும், அத்தகைய நம்பத் தகாத காரியத்தை அவன் செய்துதானிருந்தான். அப்படி அவன் செய்ததற்குக் காரணம்,

கடிதத்தில் அவன் எழுதியிருந்தது போல் தங்கத்தின் பேரில் அவன் வைத்திருந்த அளவிலாத பிரியமேயாகும்.

தங்கம் டிபுடி கலெக்டர் ஸதாசிவய்யரின் பெண். ஸதாசிவய்யர் உயிரோடு இருந்து, உத்தியோகமும் பார்த் திருந்தாரானால், தங்கத்துக்கும் ஸௌந்தரத்துக்கும் கல்யாணமே ஆகியிராது. அவர் தம்முடைய மூத்த பெண்கள் இருவரையும் பெரிய இடத்தில் கொடுத்தது போல், தங்கத்தையும் கொடுத் திருப்பார். ஒரு ஐ.சி.எஸ்., ஒரு எப்.சி.எஸ்., அல்லது கேவலம் ஒரு எம்.பி.பி.எஸ்.ஸுக்காவது தங்கம் வாழ்க்கைப் பட்டிருப்பாள். ஆனால், தங்கத்துக்கு அவ்வளவு பாக்கியம் கிட்டவில்லை. யமன் திடீரென்று ஒரு நாள் வந்து டிபுடி கலெக்டராச்சே என்று கூடப் பார்க்காமல், ஸதாசிவய்யரைக் கொண்டு போனான். அவர் மாரடைப்பினால் இறந்து போனதாக ஜனங்கள் சொன்னார்கள்.

போனவர், நிறையப் பணமாவது வைத்துவிட்டுப் போனாரா? பெரிய தொகைக்கு இன்ஷியூரன்ஸாவது செய்திருந்தாரா? ஒன்று மில்லை. இன்ஷியூரன்ஸ் ஏஜெண்டு கள், தங்களுடைய பிரசாரத்துக்கு அநுகூலமாக அவருடைய பெயரை உபயோகிக்கும்படியாகக் குடும்பத்தை விட்டு விட்டுப் போனார். ‘டிபுடி கலெக்டர் ஸதாசிவய்யரைப் பாருங்கள். இப்படித்தான் ‘இன்ஷியூரன்ஸில் எனக்கு நம்பிக் கையில்லை’ என்று சொல்லிக் கொண்டிருந்தார். திடீரென்று ஒரு நாளைக்கு கண்ணை மூடினார். இதோ அவருடைய பெண்டாட்டி பிள்ளைகள் திண்டாடுவார்கள்‘ என்று இன்ஷியூரன்ஸ் ஏஜெண்டுகள் சொல்வது சர்வ சகஜமாயிற்று.

தங்கத்துக்கும் ஸௌந்தரத்துக்கும் முடிச்சுப் போட்டிருந்த படியால்தான், ஸதாசிவய்யர் அப்படி இறந்து போனாரோ, என்னமோ. அது தான் யாருக்குத் தெரியும்? சில பேர்கள், ‘பெரிய இடமாக இளையளாய்ப் பார்த்துத் தங்கத்தைக் கொடுத்து விடலாம்’ என்று யோசனை சொன்னார்கள். அதற்குத் தங்கத்தின் தாயார் சம்மதிக்கவில்லை. இரண்டு பெண்களைப் பணக்கார இடத்தில் கொடுத்து அநுபவம் பெற்றிருந்த அந்த அம்மாள், ‘வேண்டவே வேண்டாம்

ஏழையாயிருந்தால் இருக்கட்டும். நல்ல பிள்ளையாய், கண்ணுக்கும் சுமாராயிருந்தால் போதும். தங்கத்துக்கு அதிர்ஷ்டம் இருந்தால், பணங் காசெல்லாம் தானே வந்துவிடுகிறது' என்றாள். ஸதாசிவய்யருக்கு தன்னைக் கல்யாணம் செய்து கொண்ட பிறகுதான் அதிர்ஷ்டம் அடித்தது, பெரிய உத்தியோகம் ஆயிற்று என்று அந்த நாளில் எல்லாரும் சொன்னதை நினைத்துக் கொண்டு தங்கத்தின் தாயார் அவ்விதம் சொன்னாள்.

தங்கத்தின் தமக்கைமார்களில் ஒருத்தி ஐ.சி.எஸ்.ஸுக்கும், இன்னொருத்தி பெரிய வருமானமுள்ள வக்கீலுக்கும் வாழ்க்கைப்பட்டிருந்தார்கள். இவர்களுக்கெல்லாம் தங்கத்தை அவ்வளவு சின்ன இடத்தில் கொடுப்பதில் திருப்தியில்லை. தங்களுடைய கௌரவத்துக்கு அது குறைவு என்று நினைத்தார்கள். ஆனால் அவர்கள் பணங்கொடுத்து ஒத்தாசை செய்யுவும் தயாராயில்லை. அம்மாவிடம் மட்டும் தங்கைக்குப் பரிந்தவர்கள்போல் பேசினார்கள். தாயாரோ, 'நான் என்னடி அம்மா, செய்வேன்? மூன்று பிள்ளைகளைப் படிக்க வைத்தாக வேண்டும். கையில் இருக்கிற அற்ப சொற்பத்தையும் தொலைத்து விட்டால், அப்புறம் என்ன கதியாகிறது? ஏதோ நீங்கள் இரண்டு பேரும் பெரிய இடத்தில் வாழ்க்கைப்பட்டு ஒசத்தியாயிருக்கிறது போதும். அவளுக்கும் அதிர்ஷ்டம் இருந்தால், தானே பணங்காசெல்லாம் வருகிறது' என்று சமாதானம் சொன்னாள்.

கடைசியில், ஸௌந்தரத்துக்கும் தங்கத்துக்கும் நல்ல சுபலக்னத்தில் கல்யாணம் ஆயிற்று.

தாயாரின் வாக்குப் பலிக்கும் போலவேயிருந்தது. பெண் அதிர்ஷ்டசாலியாகக் காணப்பட்டாள். கல்யாணம் ஆனதும், பையனுக்கு பாங்கியில் உத்தியோகம் ஆயிற்று. சம்பளம் இரண்டு வருஷத்தில் உயர்ந்து அறுபது ரூபாய்க்கு வந்தது.

இதுவரையில் ஒண்டுக் குடியிருந்ததில் தங்கத்துக்குப் போதும் போதும் என்றாகிவிட்டது. 'அரை வயிற்றுச் சாப்பாடு கிடைத்தாலும் போதும்; தனி வீட்டில் தானிருக்க வேண்டும்'

என்று தீர்மானித்து, 'இருபத்தைந்து ரூபாய்க்கு ஒரு சின்ன வீடு எடுத்துக் கொண்டு அதில் குடித்தனம் செய்தார்கள். அவர்களுடன், மைத்துனன் ஒருவனும் இருந்து படித்துக் கொண்டிருந்தான். அவர்களுடைய வாழ்க்கை சந்தோஷ மயமாக இருந்தது. ஒரு குறைவும் இருக்கவில்லை. தங்கத்தின் தாயார் அவர்களை வந்து பார்த்துவிட்டுப் போன போதெல் லாம் 'பணக்கார இடத்தில் கொடுத்த பெண்களை விட என் தங்கந்தான் சந்தோஷமாயிருக்கிறாள்' என்று பெருமையுடன் சொல்லிக் கொண்டிருந்தாள்.

இப்படியிருக்கும்போதுதான் ஒரு பித்தளை ஒட்டியாணம் வந்து அவர்களுடைய வாழ்க்கையே குலைந்து போகும் படியான பெரும் விபத்துக்குக் காரணமாயிற்று.

ஒரு நாள் ஸௌந்தரம் ஆபீஸிலிருந்து வீடு திரும்பிய போது, தங்கம் இடுப்பில் பள பளவென்று ஜொலித்த ஒட்டி யாணம் தரித்துக் கொண்டிருந்தாள்.

'பலே! ரொம்ப ஜோராயிருக்கிறதே!' என்றான் ஸௌந்தரம்.

'ஆயிரத்திருநூறு ரூபாய்தான் விலை. வாங்கித் தருகிறீர்களா?' என்று தங்கம் கேட்டாள்.

'உன் பிறந்தகத்துக்கு எழுதினால் உடனே தந்தி மணி யார்டர் கதறிக் கொண்டு வருகிறது' என்றான் ஸௌந்தரம்.

இம்மாதிரி சிறிது நேரம் வேடிக்கைப் பேச்சு நடந்த பிறகு, அந்தப் பித்தளை ஒட்டியாணத்தின் விலை ஏழு ரூபாய் என்றும், இரண்டு வருஷத்துக்கு மெருகு 'காரண்டி' என்றும், அடுத்த வீட்டு அம்மாள் வாங்கியிருந்ததைப் பார்த்துத் தானும் ஒன்று வாங்கிக் கொண்டிருப்பதாகவும் தங்கம் தெரிவித்தாள்.

3

கொஞ்ச நாளைக்கெல்லாம் தங்கத்தின் மூத்த தமக்கை மிஸஸ் கமலா ராமச்சந்திரனின் வீட்டில், அவளுடைய மூன்றாம் குழந்தைக்கு ஆண்டு நிறைவுக் கல்யாணம் நடந்தது. அதற்குத் தங்கமும் ஸௌந்தரமும் போயிருந்தார்கள். தங்கம்

அந்த ஏழு ரூபாய்ப் பித்தளை ஒட்டியாணத்தைப் போட்டுக் கொண்டு கிளம்பியபோது ஸௌந்தரத்துக்கு அவ்வளவு திருப்தியில்லை. 'இது என்னத்திற்கு?' என்று கேட்டான். 'பித்தளை ஒட்டியாணம் என்று ஜாதியை விட்டுத் தள்ளி விடுவார்களோ? அப்படித் தள்ளினால் தள்ளிக் கொண்டு போகட்டும்' என்றாள் தங்கம்.

'நன்றாயிருக்கிறது. நீயே தான் பத்தரை மாத்துத் தங்கமாயிற்றே. உன்னை உருக்கினால் நூறு ஒட்டியாணம் செய்யலாமே?' என்றான் ஸௌந்தரம்.

'நானே தங்கம். அதிலும் அழகைக் கல்யாணம் செய்து கொண்டிருக்கேன்! எனக்கு என்ன குறைச்சல்?' என்றாள் தங்கம்.

இந்தக் குதூகலமெல்லாம் கல்யாண வீட்டிற்குப் போகும் வரையில்தான் இருந்தது. அங்கே சென்று சற்று நேரம் ஆனதும், தங்கம் தன்னுடைய ஒட்டியாணம் மற்றவர்களின் கவனத்தைக் கவர்ந்திருப்பதைக் கண்டாள். ஸ்திரீகள் ஒருவருக்கொருவர் அந்த ஒட்டியாணத்தைச் சுட்டிக் காட்டிப் பேசிக் கொண்டார்கள். 'இதுதான் இப்போது புதிசா வந்திருக்காம். ஒன்பது ரூபாயாம்' என்றாள் ஒருத்தி. 'இல்லை, ஏழு ரூபாய்தான்' என்றாள் இன்னொருத்தி. 'இவ்வளவு சுலபமாயிருக்கும் போது என்னத்திற்காக ஆயிரமும் ஆயிரத் தைந்நூறும் கொடுத்து வாங்க வேண்டும்?' என்றாள் வேறொரு ஸ்திரீ. 'பத்து நாளைக்கெல்லாம் பல்லை இளித்து விடுமே? அப்போது என்ன பண்ணுகிறது?' என்றாள் மற்றொருத்தி.

இந்தப் பேச்செல்லாம் தங்கத்தின் காதில் நாராசமாக விழுந்தன. அங்கு வந்திருந்தவர்கள் எல்லாரும் தேக மெல்லாம் ஒரே வைரமாய் வைத்து இழைத்துக் கொண்டு வந்திருந்தார்கள். ஒரு பத்து லட்சம் பேர் தற்கொலை செய்து கொள்வதற்குப் போதுமான வைரம் அவர்கள் மேல் இருந்தது! பாவம் இவர்களுக்கு மத்தியில், பித்தளை ஒட்டியாணம் போட்டுக் கொண்டு வந்த தங்கம், அவமானத்தினால்

மனங்குன்றி நின்றாள். கொஞ்சங்கூட அவளுக்கு உற்சாகம் ஏற்படவில்லை. எப்போது வீட்டுக்குக் கிளம்பப் போகிறோம் என்று தவித்துக் கொண்டிருந்தாள். கடைசியில், வீட்டுக்குக் கிளம்பும் நேரம் வந்தது. வாசலில் குதிரை வண்டியில் அவள் ஏறத் தயாராயிருந்தபோது, கையில் பட்சணப்பொட்டணத்துடன் அவளுடைய தமக்கை வந்தாள். தங்கத்தின் காதோடு இரகசியமாக, 'ஏண்டி அசடே! இந்தப் பித்தளை ஒட்டியாணத்தை ஏன் போட்டுக் கொண்டு வந்தாய்? ஆசையாயிருந்தால், என்னைக் கேட்டால், நான் கொஞ்ச நாழி போட்டுக் கொள்ளக் கொடுக்க மாட்டேனா? இந்த மாதிரி யெல்லாம் இனிமேல் செய்யாதே. அற்பம் என்று எண்ணிக் கொள்ளப் போகிறார்கள்' என்று சொன்னாள். இதையெல்லாம் இரகசியமாய்ச் சொல்வதாக அவள் எண்ணியிருந்த போதிலும், ஏற்கெனவே வண்டிக்குள் ஏறியிருந்த ஸௌந்தரத்தின் காதில் அவ்வளவும் ஸ்பஷ்டமாக விழுந்தது.

வீடு போய்ச் சேரும் வரையில் தங்கமும் ஸௌந்தரமும் பேசவேயில்லை. தங்கம் பொங்கிக் கொண்டு வந்த அழுகையை வெகு சிரமப்பட்டு அடக்கிக் கொண்டிருந்தாள். வண்டியிலிருந்து இறங்கி வீட்டுக்குள் போனாளோ இல்லையோ, ஒட்டியாணத்தைக் கழட்டி எறிந்துவிட்டு விசித்து அழ ஆரம்பித்தாள். வண்டிக்காரனுக்குச் சத்தம் கொடுத்து விட்டு உள்ளே வந்த ஸௌந்தரம் அவள் விசிப்பதைப் பார்த்துவிட்டு, 'இந்தச் சனியன் பிடித்த ஒட்டியாணம் என்னத்திற்கு, அந்த தரித்திரங்கள் ஏதாவது நினைத்துக் கொள்ளும் என்று அப்போதே சொன்னேனோ இல்லையோ; கேட்காமல் போட்டுக் கொண்டு வந்தாய். இப்போது அழுது என்ன பிரயோஜனம்?' என்றான்.

இதைக் கேட்ட தங்கம், விம்மிக் கொண்டே, 'எங்க அப்பா மட்டும் இருந்திருந்தால், இப்படி அவர்களிடம் பேச்சுக் கேட்கும்படி விட்டிருப்பாரா? இவர்களைப்போல் நானும் தங்க ஒட்டியாணம் பூட்டிக்கொண்டிருக்க மாட்டேனா?' என்று சொல்லிவிட்டு, கோவென்று கதறி அழ ஆரம்பித்தாள்.

அவளுடைய சொல்லும், அழுகையும் ஸௌந்தரத்தின் நெஞ்சைப் பிளப்பது போலிருந்தான். 'நம்மைக் கல்யாணம்

செய்து கொண்டதால்தானே இவளுக்கு இந்த கதி நேர்ந்தது? இவளுக்கு ஒரு ஒட்டியாணம் வாங்கிக் கொடுக்க நமக்கு சக்தியில்லையே?' என்ற எண்ணம் அவனுடைய உள்ளத்தைப் பெரும் வேதனையில் ஆழ்த்தியது.

'ஆமாம்; உங்க அப்பா இருந்திருந்தால் உன்னையும் பணக்கார இடத்தில் கல்யாணம் செய்து கொடுத்திருப்பார். இந்த ஏழையைக் கட்டிக் கொண்டு திண்டாடும் கதி உனக்கு நேர்ந்திராது' என்றான்.

இப்படிச் சொன்னானோ, இல்லையோ, தங்கத்தின் அழுகை பளிச்சென்று நின்றது. அவள் ஓடி வந்து, ஸௌந்தரத்தின் கழுத்தைக் கட்டிக் கொண்டு, 'உங்களுடைய அன்பு ஒன்றே எனக்குப் போதும். நகையும் வேண்டாம், நட்டும் வேண்டாம்' என்றாள்.

அந்த நிமிஷத்தில், ஸௌந்தரம் தன் மனதிற்குள்ளே, 'எப்படியாவது இவளுக்குத் தங்க ஒட்டியாணம் பண்ணிக் கொடுத்து விட்டு மறு காரியம் பார்க்க வேணும்; இல்லாவிட்டால் நான் மனுஷன் இல்லை' என்று தீர்மானம் செய்து கொண்டான்.

கொஞ்ச நாளாகக் 'குபேரா பாங்கி'யைப் பற்றி ஊரில் வதந்திகள் உலாவிக் கொண்டிருந்தன. அந்த பாங்கியில் பணம் போட்டிருந்தவர்கள் அவசர அவசரமாகப் பணத்தை வாபஸ் வாங்கிக் கொண்டிருந்தார்கள். இந்த நெருக்கடியில் தினந்தோறும் மானேஜிங் டைரக்டரே பாங்கிக்கு வந்து, காரியங்களை நேரில் நடத்திக் கொண்டு வந்தார். 'ஒன்றும் பயம் இல்லை; இம்மாதிரி நெருக்கடி இதற்கு முன்பும் நமது பாங்கிக்கு ஏற்பட்டிருக்கிறது. அதையெல்லாம் சமாளித்தது போல் இதையும் சமாளித்துக் கொள்வோம்' என்று அவர் பாங்கியின் சிப்பந்திகளுக்குத் தைரியம் சொல்லிக் கொண்டு வந்தார்.

பாங்கியின் மேல் நம்பிக்கையை ஸ்திரப்படுத்துவதற்காக, மானேஜிங் டைரக்டர், பணம் போட்டிருந்தவர்கள் பணத்தைக் கேட்டவுடனே கொடுக்க ஏற்பாடு செய்

திருந்தார். 'பிக்ஸட் டெபாஸிட்டுகளை நியாயப்படி கொடுக்க வேண்டியதில்லை யானாலும், அநேகம் பேருக்கு 'பிக்ஸட் டெபாஸிட்'களையும் திருப்பிக் கொடுத்து வந்தார். இது மட்டுமல்ல; சிலபேருக்கு 'ஓவர் டிராப்டு' தாராளமாய் அனு மதித்து வந்தார். சில பேருக்குப் புதிய கடன்கள் கூட 'ஸாங்ஷன்' செய்தார். இப்படி யெல்லாம் செய்தால், பாங்கியைப் பற்றி ஜனங்களின் சந்தேகங்கள் தீர்ந்து, மறுபடியும் அவர்கள் பணம் போட ஆரம்பிப்பார்கள் என்பது அவர் அபிப்பிராயமெனத் தெரிந்தது.

இவ்விதம் குபேரா பாங்கி சம்பந்தமாக ஊரில் பரபரப்பு ஏற்பட்டிருந்த நிலைமையில்தான், ஒரு நாள் சாயங்காலம் ஸௌந்தரம் வெகு குதூகலமாக வீட்டுக்கு வந்தான். 'தங்கம்! இன்றைக்கு உனக்குப் பிறந்த நாள் ஆயிற்றே! கடைத் தெருவுக்குப் போகலாம், வருகிறாயா?' என்று கேட்டான்.

'கடைத் தெருவுக்குப் போய்ப் பிறந்த நாள் பரிசு என்ன வாங்கித் தரப் போகிறீர்கள்? வரைத் தோடும் தங்க ஒட்டியாணமும் வாங்கித் தரப் போகிறீர்களா?' என்று கேட் டாள் தங்கம்.

'ஆமாம்!' என்றான் ஸௌந்தரம்.

'பரிகாசம் பண்ணாதீர்கள்! அப்படி ஒன்றும் நான் நகை ஆசை பிடித்துக் கிடக்கவில்லை' என்றாள் தங்கம்.

'உனக்கு ஆசையில்லாதபடியினால்தான் நான் பண்ணிக் கொடுக்கப்போகிறேன்' என்று ஸௌந்தரம் சொல்லி, சட்டைப் பையிலிருந்து ஒரு கட்டு நூறு ரூபாய் நோட்டுக்களை எடுத்துப் போட்டான். ஒரு நிமிஷம் தங்கம் அப்படியே ஸ்தம்பமாய் நின்று விட்டாள். பிறகு, அந்த நோட்டுக்களைக் கையில் எடுத்துக்கொண்டு எண்ணினாள். பதினைந்து நோட்டு இருந்தது. ஆயிரத்தைந்நூறு ரூபாய்!

'ஏது இந்தப் பணம்? நிஜமாக நகை வாங்கப் போகிறீர்களா?' என்று தங்கம் நாத் தழுதழுக்கக் கேட்டாள்.

'ஆமாண்டி, அசடே! உன்னை ஏமாற்றுவேனா? மாதம் கொஞ்சமாகச் சம்பளத்தில் மீத்து பாங்கியில்

போட்டுக் கொண்டு வந்தேன். இரண்டாயிரம் ரூபாய் ஆனதும் உனக்குச் சொல்ல வேணும் என்றிருந்தேன். அது வரையில் பொறுமையில்லை. இன்றைக்கு உன் பிறந்த நாளாயிருக்கிறதே என்று கொண்டு வந்து விட்டேன். கிளம்பு, போகலாம்!' என்றான் ஸௌந்தரம்.

பத்து நாளைக்குள் தங்கம் இரண்டாவது தடவையாக ஸௌந்தரத்தின் கழுத்தைக் கட்டிக் கொண்டு கண்ணீர் பெருக் கினாள். இந்தத் தடவை அவள் கண்ணில் பெருகியது ஆனந்தக் கண்ணீர் என்று சொல்ல வேண்டியதில்லையல்லவா?

இரண்டு பேரும் கடைத் தெருவுக்குப்போய் பல கடை களில் பார்த்து, தங்க ஒட்டியாணம் ஒன்று ஆயிரத்து நூறு ரூபாய்க்கு வாங்கிக் கொண்டு, வைரத் தோடு செய்வதற்கும் ஆர்டர் கொடுத்து விட்டு வந்தார்கள்.

4

அந்த இரண்டு மூன்று தினங்கள் ஸௌந்தரம் சந்தோஷமா யிருந்ததைப் போல் அவனுடைய வாழ்நாளில் வேறெந்த நாளிலும் இருந்ததில்லை. தங்கத்தின் இடுப்பில் தங்க ஒட்டியாணத்தைப் பார்த்துப் பார்த்து அவன் மகிழ்ந்தான். தங்கத்தின் முக மலர்ச்சியைக் கண்டு அவன் உளம் பூரித்தான்.

காரியம் எவ்வளவு சுலபமாக முடிந்து விட்டது என்பதை நினைக்கும் போது அவனுக்கே ஆச்சரியமாயிருந்தது. நல்ல வேளை, அவ்வளவு மனோ தைரியம் தனக்கு இருந்ததே என்று எண்ணி எண்ணிப் பெருமையடைந்தான். அந்த ஒரு நிமிஷம் தப்ப விட்டிருந்தால், போனதுதான். சம்பளத்தில் பணம் மீத்து எந்தக் காலத்தில் தங்க ஒட்டியாணம் செய்து கொடுத் திருக்க முடியும்? மாதம் பத்து ரூபாய் பல்லைக் கடித்துக் கொண்டு மீத்து வந்தாலும், வருஷத்துக்கு *120* ரூபாய்தான் சேரும். ஆயிரத்தைந்நூறு ரூபாய் சேருவதற்கு *12* வருஷம் - ஒரு மாமாங்கம் ஆகிவிடும்! சிவ சிவா! அதற்குள்ளே எந்த ராஜா எந்தப் பட்டணம் போய் விடுவானோ, யார் கண்டது? அதிலும், இரண்டொரு குழந்தை குட்டிகளும் உண்டாகி விட்டால், அப்புறம் தங்கம் அவளுடைய வாழ்நாளில்

பித்தளை ஒட்டியாணத்துடனே திருப்தியடைந்திருக்க வேண்டியது தான்!

ஒவ்வொரு சமயம் 'விஷயம் ஒரு வேளை வெளியாகி விட்டால்?' என்ற நினைவு வந்து அவனைத் திடுக்கிடச் செய்தது. ஆனால் அந்த நினைவுக்கு அவன் அதிகம் இடம் கொடுக்கவில்லை. விஷயம் வெளியாவதற்கு வழியே கிடையாது. அன்று நடந்தது எல்லாவற்றையும் அவன் ஞாபகப்படுத்திக் கொண்டு பார்த்தான். பகல் பன்னிரண்டு மணிக்கு, பணம் வாங்க வந்தவர்களின் கூட்டம் பாங்கியில் அசாத்தியமாயிருந்தது. ஸௌந்தரத்தின் பெட்டியில் இருந்த பணமெல்லாம் ஆகி விட்டது. இன்னும் ஐந்து நிமிஷம் போனால், கேட்பவர்களுக்குக் கையை விரிக்க வேண்டியது தான். இந்த சமயத்தில் மானேஜிங் டைரக்டரின் அறையி லிருந்து, 'ரிஸர்வ் பாங்கியிலிருந்து பணம் வந்து விட்டது; ஒவ்வொரு குமாஸ்தாவாக வந்து பணம் வாங்கிக் கொண்டு போக வேண்டியது' என்று தகவல் வந்தது. ஸௌந்தரத்தின் முறை வந்தபோது, அவனும் பணத்துக் காகப் போனான். நூறு ரூபாய், ஐம்பது ரூபாய், பத்து, ஐந்து ரூபாய் நோட்டு களாக ஐயாயிரம் ரூபாய் அவன் எண்ணி எடுத்துக் கொள்ள வேண்டியிருந்தது. அவன் பணத்தை எண்ணிக் கொண்டிருந்த போது, டெலிபோனில் மணி அடிக்கவே மானேஜிங் டைரக்டர், டெலிபோன் குழாயை எடுத்துப் பேசத் தொடங்கினார். யார் என்ன சொன்னார்களோ தெரியாது. மானேஜிங் டைரக்டர் ராவ் சாகிப் ஸகஸ்ரநாமத்தின் முகம் கவலையால் வாடியது. அந்த சமயத்தில், அதாவது ஸகஸ்ர நாமம் டெலிபோனில் கவனமாயிருந்தபோது, ஸௌந்தரம் அதிகப்படியாக இரண்டு கட்டுகளை எடுத்துப் போட்டுக் கொண்டான். பிறகு ஐயாயிரம் ரூபாய்க்குக் கையெழுத்துப் போட்டுவிட்டு, கீழே பணம் வாங்க வந்தவர்கள் காத்துக் கொண்டிருந்தபடியால் அவசரமாக இறங்கிச் சென்றான். மாடிப்படி இறங்கும் போதே, அந்த அதிகப்படி நோட்டுக்கள் அவனுடைய பெரிய கோட்டுப் பைகளில் சென்று விட்டன. கோட்டுப் பை பெரியதாயிருப்பது சில சமயத்தில் எவ்வளவு சௌகரிய மாயிருக்கிறது?

அமரர் கல்கி

அன்று மாலை பாங்கி சாத்தும் நேரம் வரையில் ஸௌந் தரத்துக்கு திக்கு திக்கென்று அடித்துக் கொண்டிருந்தது. 'யாரிடமாவது அதிகப்படி பணம் இருக்கிறதா?' என்று மானேஜிங் டைரக்டர் கேட்டனுப்பினால், உடனே பையி லிருந்த நோட்டுக்களைப் பெட்டியில் போட்டுவிட்டு, 'ஆமாம்; அதிகம் இருக்கிறது' என்று ஒப்புக்கொண்டு விட அவன் தயாராயிருந்தான். சோதனை, கீதனை என்று பேச்சு ஏற்பட்டாலும் அப்படிச் செய்வதற்கு அவன் சித்த மாயிருந்தான். ஆனால் தங்கத்திற்கு அதிர்ஷ்டம் இருக்கும் போது அப்படியெல்லாம் ஏன் நடக்கிறது? கேள்வி முறையே ஏற்படவில்லை.

மறுநாளும் அதற்கடுத்த நாளும் பாங்கியில் ஏதாவது 'கசமுசா' ஏற்படுகிறதா என்று ஆவலுடன் கவனித்தான். ஒன்றுமே கிடையாது. கிணற்றிலே கல்லைப் போட்டது போலிருந்தது. பணங் கேட்பவர்களின் கூட்டங் கூடக் குறைந்து போயிற்று. கேட்பவர்களுக்கெல்லாம் வட்டியின்றி பணம் கொடுத்து வந்ததிலிருந்து, ஜனங்களுக்கு பாங்கியில் நம்பிக்கை வந்து விட்டதாகத் தோன்றியது. சிலர், வாங்கிய பணத்தைத் திருப்பிப் போடுவதற்குக்கூட வந்தார்கள்.

ஸௌந்தரத்தின் மனம் நிம்மதியடைந்தது. அந்த நிம்மதியின் மத்தியில் ஒரு விநோத குறையும் உண்டாயிற்று. 'எடுத்ததுதான் எடுத்தோம்; இன்னும் இரண்டு கட்டு சேர்த்து எடுத்திருக்கக் கூடாதா?' என்று விசாரப்பட்டான். தங்கத்துக்கு ஒட்டியாணமும் வைரத்தோடும் வாங்கிக் கொடுத்த பிறகு, கையிலும் ஒரு ஆயிரம் ரூபாய் மிச்சமிருந்தால், வருங் காலத்தில் ஆபத்து சம்பத்துக்கு உதவுமல்லவா? மறுபடியும் அந்த மாதிரி சந்தர்ப்பம் தன் வாழ்நாளில் எங்கே வரப் போகிறது?

5

குபேரா பாங்கிக்கு எதிர்ப்புறத்தில் இருந்த பெரிய கட்டி டத்தில் ஒரு பிரசித்தமான ஹோட்டல் இருந்தது. இந்த நவ நாகரிக ஹோட்டலில் சாப்பாடு போட்டதுடன் தங்குவதற்கு

இடமும் கொடுத்தார்கள். மேல் மாடியில் இருந்த சிறு சிறு அறைகள், தினசரியிலும் மாதவாரியிலும் வாடகைக்கு விடப் பட்டன. அந்த மேல் மாடி அறைகளையும் தாழ்வாரத்தையும் ஸௌந்தரம் வேலை செய்யும் 'கவுண்ட'ரிலிருந்து நன்றாய்ப் பார்க்கலாம். பாங்கியில் அதிக கூட்டமில்லாதபோது, ஸௌந்தரம் அந்த ஹோட்டல் அறைகளுக்கு அன்றாடம் புதிது புதிதாக வரும் மனிதர்களைப் பார்த்தும், அவர் களுடைய நடை உடை பாவனைகளைக் கவனித்தும் பொழுது போக்குவது வழக்கம். அருகிலுள்ள மற்ற பாங்கி குமாஸ்தாக்களிடம், 'அவனுடைய ஹிட்லர் மீசையைப் பார்!' 'இவன் யாழ்ப்பாணத்து மனிதன் போலிருக்கிறது!' 'அடே அப்பா! எவ்வளவு உயரம்! நம்முடைய புது கவர்னரை விட உயரமாய் இருப்பான் போலிருக்கிறதே!' என்றெல்லாம் வம்பு பேசி சந்தோஷப்படுவதுண்டு.

தங்க ஒட்டியாணம் வாங்கிக் கொடுத்த நாலாம் நாள், ஸௌந்தரம் வழக்கம் போல் அந்த மாடி அறைகளின் பக்கம் பார்த்தான். அந்த அறைகளில் ஒன்றில் கையில் புத்தகத்து டன் உட்கார்ந்திருந்த ஓர் ஆசாமி தன்னையே கவனித்துப் பார்த்துக் கொண்டிருப்பதைக் கண்டதும், ஸௌந்தரத் துக்குத் துணுக்கென்றது. அந்த முகம் எங்கேயோ பார்த்த முகமாய்த் தோன்றியபடியால், அவனுடைய துணுக்கம் அதிகமாயிற்று. அப்புறம் இன்னும் சில தடவை ஸௌந்தரம் அந்தப் பக்கம் நோக்கினான். ஒவ்வொரு சமயம் அந்த ஆச ாமி நேரடியாக இவனைப் பார்ப்பது போலவும், இன்னும் சில சமயம் புத்தகத்தில் கவனமாய் இருப்பதாகப் பாசாங்கு செய்து கொண்டு கடைக் கண்ணால் இவனைப் பார்ப்பது போலவும் தோன்றியது.

ஸௌந்தரத்துக்கு இன்னதென்று சொல்வதற்கில்லாத பயம் உண்டாயிற்று. 'இவன் யார், இந்த முகத்தை எங்கே பார்த்திருக்கிறோம்?' என்று யோசனை செய்தான். பளிச் சென்று ஞாபகம் வந்தது. உடனே அவனுக்குக் கதிகலங்கிற்று.

ஆம்; ஸௌந்தரத்தின் மைத்துனி குழந்தை ஆண்டு நிறைவுக் கல்யாணத்திற்கு இந்த ஆசாமி வந்திருந்தான்.

அவனைப் பற்றி வேறு இரண்டு பேர் பேசிக் கொண்டிருந்தார்கள். 'ராமாநுஜம் இப்போது ஸி.ஐ.டி.யில் இருக்கிறான் என்று தெரியுமோ, இல்லையோ? டிபார்ட்மெண்டில் அவனுக்கு ரொம்ப நல்ல பெயர்! சீக்கிரம் பிரமோஷன் ஆகும் என்று சொல்கிறார்கள்' என்று ஒருவர் இன்னொருவரிடம் சொன்னார். அது ஸௌந்திரத்தின் காதில் விழவும், அவர்கள் சுட்டிக் காட்டிப் பேசிய ஆசாமியை இவனும் பார்த்தான். அதே ஆசாமிதான் இவன் என்பதில் சந்தேகமில்லை.

ஸௌந்தரத்துக்குப் பெரும் திகில் உண்டாயிற்று. உடம்பெல்லாம் சொட்ட வியர்த்தது. 'வெய்யில் சகிக்கவில்லை' என்று முணுமுணுத்துக் கொண்டு, கைக்குட்டையினால் வியர்வையைத் துடைத்துக் கொண்டான். நீண்ட நாள் வழக்கத்தினால் இயந்திரத்தைப் போல் வேலை செய்தானே தவிர, அவனுக்கு வேலையில் கவனமே இருக்கவில்லை.

இந்த ஸி.ஐ.டி. போலீஸ்காரன் இங்கே எதற்காக வந்திருக்கிறான்? இத்தனை நாளும் இல்லாமல் இப்போது வரக் காரணம் என்ன? பணம் குறைந்த விஷயமாகத் தன் பேரில் சந்தேகம் தோன்றியிருக்க வேண்டும். வேறெதற்காக அங்கே வந்து உட்கார்ந்திருக்கிறான்? எதற்காகத் தன்னையே பார்த்துக் கொண்டிருக்கிறான்?...

அன்று சாயங்காலம் வீடு சேர்ந்ததும் தங்கம் அவனைப் பார்த்து, 'ஏன் ஒரு மாதிரியாயிருக்கிறீர்கள்! முகம் வாடியிருக்கிறதே?' என்றுகேட்டாள். 'வேலை அதிகம்; வேறொன்றுமில்லை' என்று பதில் சொன்னான்.

மறுநாள் ஸௌந்தரம் பாங்கிக்குச் சென்றபோது, 'இன்றைக்கு அந்த ஸி.ஐ.டி. காரன் அங்கே இல்லாவிட்டால் ஒரு ஆபத்தும் இல்லை' என்று எண்ணிக் கொண்டு போனான். 'இன்றைக்கு அவன் இருக்கமாட்டான்; நம்முடைய பயம் வீண் பயம்' என்று மனதை தைரியப்படுத்திக் கொண்டான். 'அங்கே அவன் இருந்தால்தான் என்ன? வேறு காரியமாய் வந்திருக்கக்கூடாதா? பட்டணத்துக்கு வெளியூரிலிருந்து வரும் எத்தனையோ உத்தியோகஸ்தர்கள் அந்த ஹோட்

டலில் தங்குகிறார்கள். அந்த மாதிரி இவனும் வந்து தங்கியிருப்பான். நாம் எதற்காகப் பயப்பட வேண்டும்?' என்று தேறுதல் சொல்லிக் கொண்டான். 'இன்றைக்கு அந்த மாடிப் பக்கம் பார்க்கவே கூடாது. பார்த்தால் நம் பேரில் சந்தேகம் உண்டானாலும் உண்டாகும்' என்று உறுதி செய்துகொண்டான்.

ஆனால், பாங்கியில் அவனுடைய வழக்கமான இடத்தில் போய் உட்கார்ந்ததும், அவனையறியாமலே கண்கள் எதிர்ப் பக்கம் நோக்கின. அங்கே ஸி.ஐ.டி. காரன் இல்லை. அப்பா! பிழைத்தோம்! என்ன வீண் பயம்? என்ன வீண் பீதி? குற்றமுள்ள நெஞ்சு என்பது சரியாய்ப் போய் விட்டதே! இந்த ஒரு தடவையோடு போதும்; இனிமேல் நம் வாழ்நாளில் இம்மாதிரி காரியம் செய்யவே கூடாது!

வாசலில் அப்போது மானேஷிங் டைரக்டரின் கார் வந்து நின்றது. அவர் பாங்கிக்குள்ளே வந்து பத்து நிமிஷத்துக் கெல்லாம், ஸௌந்தரம் தற்செயலாக மறுபடியும் எதிர் மாடிபக்கம் பார்த்தான்.

அங்கே அந்த ஸி.ஐ.டி. கழுகு உட்கார்ந்து தன்னை வெறித்துப் பார்த்துக் கொண்டிருப்பதைக் கண்டான். ஸௌந்தரத்தின் உடம்பு ஒரு குலுங்குக் குலுங்கிற்று.

மானேஜிங் டைரக்டரும் இவனும் ஒத்துப் பேசிக் கொண்டு வந்திருக்க வேண்டும். இவன் தன்னுடைய சந்தேகத்தைத் தெரியப்படுத்தியிருப்பான். மானேஜிங் டைரக்டர் என்ன சொன்னாரோ, என்னமோ? ஒருவேளை 'அரெஸ்டு' செய்து விடுவதென்று தீர்மானித்திருப்பார்களோ?

போலீஸ்காரர்கள் வந்து தன்னுடைய கையில் விலங்கு மாட்டித் தெரு வீதி வழியாக அழைத்துப் போகும் காட்சி யை ஸௌந்தரம் தன் மனதில் கற்பனை செய்து பார்த்துக் கொண்டான். அந்தக் காட்சியை மட்டும் தங்கம் பார்த்துவிட் டால்? அவன் தேகத்திலிருந்த ரோமங்கள் எல்லாம் குத்திட்டு நின்றன.

போலீஸ்காரர்கள் விலங்குடன் வருவதை ஒவ்வொரு நிமிஷமும் ஸௌந்தரம் எதிர்பார்த்துக் கொண்டிருந்தான். ஹோட்டல் மாடிப் பக்கம் பார்க்கக் கூடாதென்று அவன் பல்லைக் கடித்துக் கொண்டு சிரமப்பட்டான். ஆனால், அந்த ஸி.ஐ.டி.காரனின் கண்கள் தன் பேரிலேயே இருப்பதாக அவனுக்குத் தோன்றிக் கொண்டிருந்தது. கழுகு மூக்கும், வெறித்த கண்களும் உள்ள அந்தக் குரூரமான முகம் அவன் மனக்கண்ணின் முன்னால் அடிக்கடி வந்து கொண்டிருந்தது.

சாயங்காலம் பாங்கி சாத்துகிற வரையில் ஒன்றும் நடக்கவில்லை. 'நம் பேரில் வெறும் சந்தேகம் மட்டும் தோன்றி யிருக்கும்; ருசு ஒன்றும் அகப்பட்டிராது. அதனால்தான் அரெஸ்ட் வாரண்ட் எடுக்கவில்லை' என்று எண்ணிக் கொண் டான். ஆனால், அவர்களுக்கு என்ன ருசு அகப்படக்கூடும்? ருசு என்ன தான் இருக்கிறது? - ஓ! ஒரு வேளை தங்க ஒட்டியாணம் வாங்கிய செய்தி தெரிந்து போய்விட்டால்?

அன்று சாயங்காலம் ஸௌந்தரம் தங்கத்தைப் பார்த்து, சாதாரணமாய்க் கேட்பது போல், 'ஆமாம்; ஒட்டியாணம் வாங்கிக்கொண்ட சமாசாரம் அடுத்த வீடு, அண்டை வீடுகளுக் கெல்லாம் இதற்குள் தெரிந்திருக்குமே, அப்படித்தானே?' என்று கேட்டான்.

'நன்றாயிருக்கிறது; வீடு வீடாகப் போய்ச் சொல்லி வருவேன் என்று நினைத்தீர்களா? நேற்றைக்கு அடுத்த வீட்டு அம்மாமி பார்த்துவிட்டு 'அசல் தங்க ஒட்டியாணம் மாதிரியேயிருக்கிறது' என்றாள். அப்போது கூட நான் நிஜத்தைச் சொல்லவில்லை. என்ன அவசரம், தானே தெரிகிறது என்று இருந்து விட்டேன். எதற்காக கேட்கிறீர்கள்?' என்றேன்.

'விசேஷம் ஒன்றுமில்லை. ஆனால் இப்போதைக்கு யாரிடமும் சொல்ல வேண்டாம். இந்தக் காலத்திலேதான் அசூயை அசாத்திய மாயிருக்கிறதே?' என்றான் ஸௌந்தரம்.

அதற்கப்புறம், இன்னும் நாலு தினங்கள் சென்றன. ஸௌந்தரம் வழக்கம் போல் பாங்கிக்குப் போய் வேலை செய்து வந்தான். ஒவ்வொரு நாளும், 'இன்றைக்கு அந்த

ஸி.ஐ.டி. காரன் இருக்க மாட்டான்' என்று எண்ணிக் கொண்டு போவான். அங்கே அந்த கழுகு மூஞ்சியைக் கண்டதும் ஏமாற்றமடைவான். நாளுக்கு நாள் அவனுடைய பீதியும் பதைபதைப்பும் அதிகமாகி கொண்டிருந்தன. இரண்டில் ஒன்று சீக்கிரம் தீர்ந்துவிட்டால் தேவலையென்று தோன்றிற்று. இந்த நாட்களில் இரவில் தூங்கும்போது அவனுடைய உடம்பு தூக்கிப் போடுவதையும், ஏதேதோ பிதற்றுவதையும் கண்டு தங்கத்தின் கவலையும் அதிகமாகிக் கொண்டு வந்தது.

ஒரு நாள் பாங்கியில் இரண்டு குமாஸ்தாக்கள் கூடி இரகசியம் பேசிக் கொண்டிருந்ததை ஸௌந்தரம் பார்த்து விட்டு, அவர்கள் அருகில் தானும் போய், 'என்ன சமாசாரம்?' என்று கேட்டான். 'உனக்குத் தெரியாதா, என்ன? பாங்கியில் ஏதோ பணம் காணாமற் போயிருக்கிறது. ஏற்கெனவே ஊரில் இருக்கிற காபராவில் அதை வெளியில் விடக்கூடாதென்று மானேஜிங் டைரக்டர் மூடி வைத்திருக்கிறாராம். திருட்டுப் போன தொகை எவ்வளவென்று தெரியவில்லை. அது டைரக்டருக்கும் காஷியருக்கும் தான் தெரியுமாம்' என்று குமாஸ்தாக்களில் ஒருவர் சொன்னார்.

பின்னர், இதற்கு முன்னால் நடந்திருக்கும் பெரிய பாங்கி மோசடி வழக்குகளைப் பற்றியும், அதிலெல்லாம் எப்படி எப்படித் திருடினார்கள், எப்படி எப்படி அகப்பட்டுக் கொண்டார்கள் என்பது பற்றியும் அவர்கள் பேசிக் கொண்டார்கள். மேற்படி குற்றவாளிகளுக்குக் கிடைத்த கடுந் தண்டனைகளைக் கேட்ட போது, ஸௌந்தரத்துக்கு ஸப்த நாடியும் ஒடுங்கி விட்டது. ஒரு கேஸில் 'அப்ரூவர்' ஆனவன் மன்னிக்கப்பட்டதை அறிந்தபோது 'நாமும் ஒரு வேளை ஒப்புக் கொண்டு விட்டால் மன்னித்து விடுவார் களோ?' என்று எண்ணினான். ஆனால், அது எப்படி முடியும். குற்றத்தை ஒப்புக் கொள்வதென்றால், தங்கத்தினிடமும் சொல்லியாக வேண்டும்? அவளிடம் எப்படி இந்த வெட்கக் கேட்டைச் சொல்வது? அதைவிடப் பிராணனை மாய்த்துக் கொள்ளலாம்!

தற்கொலை செய்வதற்குரிய வழிகளைப் பற்றி அவனுடைய மனம் சிந்திக்கத் தொடங்கியது. இடை யிடையே, 'எதற்காக இந்தப் பைத்தியக்கார எண்ணங்கள் எல்லாம்? வெறும் சந்தேகத்தின் பேரில் சிறைக்கு அனுப்ப முடியுமா? தடையம் கிடைத்தால்தானே நடவடிக்கை எடுக்க முடியும்? தடையம் என்ன இருக்கிறது? தங்கம் வாயை மூடிக் கொண்டிருக்கிற வரையில் யார் என்ன செய்ய முடியும்' என்றும் எண்ணமிட்டான்.

நகைக் கடையில் ஒட்டியாணம் வாங்கியதும், வைரத் தோட்டுக்கு ஆர்டர் கொடுத்திருப்பதும் அவனுக்கு ஞாபகம் வந்தது. ஆர்டர் புத்தகத்தில் இவனுடைய கையெழுத்துக் கூட இருக்கிறது. ஒரு வேளை அங்கே போய் விசாரித் திருப்பார்களோ? - இந்த ஒரு வழியில் தான் விஷயம் வெளியானால் வெளியாக வேண்டும்.

அன்று மாலை பாங்கி மூடிய பிறகு, ஸௌந்தரம் நேரே வீட்டுக்குப் போகாமல் கடைத் தெருவுக்குச் சென்றான். வைரத்தோடு தயாராகி விட்டதா என்று கேட்டுக் கொண்டு, அத்துடன் யாராவது தன்னைப் பற்றி விசாரித்தார்களா என்றும் தெரிந்து கொண்டு வரலாமென்று ஒட்டியாணம் வாங்கிய கடையை நோக்கிப் போனான். கடைக்குக் கொஞ்ச தூரத்தில் அவன் வந்து கொண்டிருந்தபோது, மேற்படி கடை வாசலில் மானேஜிங் டைரக்டர் ஸகஸ்ரநாமத்தின் மோட்டார் வண்டி நிற்பதைக் கண்டு திடுக்கிட்டான். அங்கேயே ஒரு சந்தில் ஒதுங்கி நின்றான். சற்று நேரத்துக்கெல்லாம் வண்டி சாலையோடு போயிற்று. அதற்குள் ஸகஸ்ரநாமம் இருந்தார். சரி, நம்மைப் பற்றித்தான் விசாரித்திருக்கிறார் என்று அவனுக்கு நிச்சயம் ஆயிற்று. பயத்தினால் அவனுடைய நெஞ்சு திக் திக்கென்று அடித்துக் கொண்டது. கடைக்குப் போகலாமா, வேண்டாமா என்று ஒரு கணம் யோசித்தான். போய்த்தான் பார்த்து விடலாம் என்று துணிந்து போனான். கடை வாசலில் போனதும் மறுபடியும் ஒரு கணம் தயங்கி நின்று, உள்ளே நோக்கினான். அவனுடைய நெஞ்சு ஒரு நிமிஷம் அடித்துக் கொள்ளாமல் நின்று விட்டது. ஏனெனில்

அங்கே கடை முதலாளிக்கு அருகில் அந்த ஸி.ஐ.டி. கழுகு உட்கார்ந்து அவருடன் ஏதோ பேசிக் கொண்டிருந்தது!

கடைக்குள் நுழையாமலே ஸௌந்தரம் விரைவாகத் திரும்பினான். வீட்டுக்கு எப்படித்தான் வந்து சேர்ந்தானோ, தெரியாது. தான் செய்த காரியம் தெரிந்து போய்விட்டது என்பதைப் பற்றி அவனுக்கு இப்போது சந்தேகமே இருக்க வில்லை. எப்படியும் நாளைக்குக் கட்டாயம் கைது செய்து விடுவார்கள். அந்த அவமானத்தை சகித்துக் கொண்டிருக்க முடியாது. தங்கம் என்ன நினைப்பாள்? அவளுடைய தமக்கைமார்கள் என்ன நினைப் பார்கள்? ஏழைக்குக் கொடுத்த என்னுடைய கடைசிப் பெண்தான் சந்தோஷமாயிருக்கிறாள்' என்று சொல்லிப் பெருமைப்பட்டுக் கொண்டிருந்த மாமியார் என்ன நினைப்பாள்?

உயிரைவிடுவதா, அல்லது ஓடிப் போவதா என்பதுதான் இப்போது கேள்வி, உயிரை விடுவதற்கு வழி என்ன என்று யோசிப்பதற்குக்கூட அவனுக்கு இப்போது சக்தியில்லை. மனது அவ்வளவு கலக்கமாயிருந்தது. கடைசியில், 'இப்போதைக்கு எங்கேயாவது கண்காணாத இடத்துக்கு ஓடிப் போகலாம். பிறகு நிலைமைக்குத் தகுந்தாற்போல் பார்த்துக் கொள்ளலாம்' என்று தீர்மானித்தான்.

அன்று இரவு தான் ஸௌந்தரம் தங்கத்துக்குக் கடிதம் எழுதி வைத்து விட்டு அவளுக்குத் தெரியாமல் வெளியேற முயன்றான்.

6

தங்கத்தினிடம் ஸௌந்தரம் இலேசில் உண்மையைச் செ ால்லி விடவில்லை. கேள்வி கேட்டும், கண்ணீர் விட்டும், ஆணை வைத்தும் கொஞ்சம் கொஞ்சமாக அவள் விஷயங் களைத் தெரிந்து கொள்ள வேண்டியிருந்தது. அப்படியுங்கூட, ஒரு விஷயம் ஸௌந்தரம் அதிகப்படியாகக் கற்பனை செய்துதான் சொன்னான். ஒரு சிநேகிதன் 2000 ரூபாய் கடன் கொடுப்பதாகச் சொல்லி யிருந்தாகவும், அது மறுநாள் வந்து விடுமென்று நம்பி பாங்கி பணத்தைப் போட்டு ஒட்டியாணம்

வாங்கியதாகவும், அந்தப் பாவி பிறகு கையை விரித்து விட்டான் என்றும் கூறினான். தன்னுடைய குற்றத்தைக் குறைத்துக் கொள்ளும் எண்ணத்துடனேதான் ஸௌந்தரம் இப்படிக் கற்பனை செய்து சொன்னான். ஆனால் இது தங்கத்துக்குப் பெரிய ஆறுதல் அளித்தது! கவலையினாலும் கண்ணீரினாலும் பயத்தினாலும் வாடி வதங்கிப் போயிருந்த அவளுடைய முகம் ஒரு நிமிஷம் பிரகாசம் அடைந்தது. 'அப்படியானால், எடுத்தது தெரியாமல் இப்போது கூடப் பணத்தைப் போட்டு விடலாமோ?' என்று கேட்டாள்.

'இப்போது ரொம்ப நாளாகி விட்டதே!' என்றான் ஸௌந்தரம்.

'அதனால் என்ன மோசம்? நான் பெண் பேதை, ஒன்றும் தெரியாதவள்தான். இருந்தாலும் இந்த ஒரு விஷயத்தில் நான் சொல்கிறதைக் கேளுங்கள். இந்த ஒட்டியாணத்தை நாளைக்குக் காலையில் கொண்டுபோய் விற்று விடுங்கள். நல்ல வேளையாகத் தங்க நகையாக வாங்கினோமே? வைரமாயிருந்தால், பாதிப் பணம் கூட வராது. விற்றுவிட்டால், கையில் பாக்கியுள்ளதையும் எடுத்துக் கொண்டு நேரே மேனேஜரிடம் போய் நடந்தது நடந்தபடி சொல்லி விடுங்கள். பகவான் இருக்கிறார். நமக்கு ஒன்றும் கெடுதி வராது' என்றாள் தங்கம்.

ஒரு விதத்தில் அது சரியான யோசனை என்று ஸௌந்தரத்துக்கும் தோன்றியது. இப்போதுள்ள பாங்கி நெருக்கடி காபராவில், மானேஜிங் டைரக்டர் கேஸ் நடத்துவதற்கு விரும்ப மாட்டார். பணம் வந்தால் போதுமென்று விட்டு விடுவார். உண்மையைச் சொல்லி, மன்னிப்பைக் கேட்டுக் கொண்டால், அதற்குப் பலன் இல்லாமலா போகும்? ஆனாலும், எவ்வளவோ ஆசையுடன் தங்கத்துக்கு வாங்கிக் கொடுத்த ஒட்டியாணத்தை உடனே விற்கிறதா? இப்போது அவள் சம்மதித்தாலும், பிறகு வாழ்நாளெல்லாம் சொல்லிக் காட்ட மாட்டாளா?

'என்ன யோசிக்கிறீர்கள்? நான் சொன்னபடி செய்கிறதாக சத்தியம் செய்து கொடுங்கள். இல்லாவிட்டால் விடமாட்டேன்'

என்றாள் தங்கம். அந்தப்படியே அவன் சத்தியம் செய்து கொடுக்கிற வரையில் அவள் விடவில்லை.

அடுத்த நாள் காலையில் ஸௌந்தரம் ஒட்டியாணத்தைக் கடைத் தெருவுக்கு எடுத்துக் கொண்டு போய் வேறொரு நகைக் கடையில் அதை விற்றான். வழக்கம்போல் கூலியைக் குறைத்துக் கொண்டு தங்க விலைக்கு எடுத்துக் கொண்டார்கள். அதிர்ஷ்டவசமாக அந்தப் பத்து நாளில் பவுன் விலை மூன்று ரூபாய்க்கு மேல் உயர்ந்திருந்தது. ஆகையால், ஒட்டியாணத்துக்குக் கொடுத்த பணம் அப்படியே திரும்பி வந்து விட்டது!

மானேஜிங் டைரக்டரிடம் கொண்டு போய் ஆயிரத் தைந்நூறு ரூபாயையும் வைத்து ஸௌந்தரம் விஷயங்களைச் சொன்னபோது, அவர் ஆச்சரியத்தினால் பிரமித்துப் போனார், 'நல்ல வேளை; இன்றைக்கே கொண்டு வந்து கொடுத்தாய்; நாளைக்கு 'டு லேட்' ஆகிப் போயிருக்கும்' என்றார். அவனை மன்னித்து விடுவதாகவும், அவன் மேல் வழக்குத் தொடுப்பதில்லையென்றும் வாக்குக் கொடுத்தார்.

இவ்வளவு சுலபமாகக் காரியம் நடந்து விடுமென்று ஸௌந்தரம் எதிர்பார்க்கவேயில்லை. ஆகவே, கொஞ்சம் தைரியமடைந்து, 'ஸார்! தயவு செய்து அந்த ஸி.ஐ.டி. காரனை உடனே போகச் சொல்லுவிடுங்கள். அவன் முழித்துப் பார்த்துக் கொண்டேயிருந்தால், ஒரு வேலையும் ஓட மாட்டேன்கிறது' என்றான்.

மானேஜிங் டைரக்டரின் புருவங்கள் மறுபடியும் ஆச்சரியத் தினால் நெறிந்தன.

'எந்த ஸி.ஐ.டி. யைச் சொல்கிறாய்?' என்று ஒன்றும் தெரியாதவர் போல் கேட்டார்.

'எதிர் ஹோட்டல் மாடியில் இருக்கிறவனைத் தான், ஸார்! அவன் முகத்தை நினைத்துக் கொண்டால் இராத்திரியில் தூக்கம் வரமாட்டேன்கிறது' என்றான் ஸௌந்தரம்.

மானேஜிங் டைரக்டர் மூக்கிலே விரலை வைத்து, தம்முடைய ஆச்சரியத்தைத் தெரியப்படுத்தினார்.

'பலே கெட்டிக்காரன் நீ! ஸி.ஐ.டி. போட்டிருக்கிறதைக் கூட கண்டு பிடித்து விட்டாயே? இன்றைக்கு ஒருநாள் தான் அவன் இருப்பான்; நாளைக்கு வரமாட்டான்' என்றார்.

'ரொம்ப வந்தனம். 'கவுண்டருக்குப் போகிறேன், ஸார்!' என்றான் ஸௌந்தரம்.

'இவ்வளவு புத்திசாலி இந்தச் சின்ன வேலையில் இருக்கக் கூடாது. கூடிய சீக்கிரம் உன்னை ஒரு கிளை ஆபீஸ் ஏஜெண்டாகப் போடுகிறேன்' என்றார் ராவ் சாகிப் ஸகஸ்ரநாமம்.

ஸௌந்தரம் மிக்க உற்சாகத்துடன் கீழே சென்றான். அன்று நிம்மதியாக வேலை பார்த்தான். ஸி.ஐ.டி.காரனையோ அவனுடைய கழுகுப் பார்வையையோ கொஞ்சங்கூட இலட்சியமே செய்ய வில்லை.

சாயங்காலம் வீட்டுக்குப் போனதும் தங்கத்தினிடம் எல்லா விபரங்களையும் சொன்னான். அந்த சந்தோஷத்தைக் கொண்டாடுவதற்காக இரண்டு பேரும் ஒரு ஹிந்தி டாக்கிக்குப் போய் விட்டு வந்தார்கள். ஹிந்தி டாக்கியில் ஒரு சௌகரியம் உண்டு. திரையில் பேசுகிறது என்னமோ இவர்களுக்குத் தெரியாது. இவர்கள் பாட்டுக்குத் தங்கள் சமாசாரம் பேசிக் கொண்டிருக்கலாமல்லவா?

இராத்திரி இரண்டு பேரும் வெகு நேரம் வரையில் பேசிக் கொண்டிருந்தாலும் பிறகு நிம்மதியாக தூங்கினார்கள்.

***

மறுதினம் காலையில், அடுத்த வீட்டு அய்யாசாமி ஐயர் கையில் காலை தினசரிப் பத்திரிகையுடன் அவசரமாய் வந்தார்.

'என்ன மிஸ்டர் ஸௌந்தரம்! கடைசியில் கல்லைத் தூக்கிப் போட்டு விட்டீர்களே!' என்று கேட்டுக் கொண்டு வந்தார்.

ஸௌந்தரம் ஒன்றும் புரியாமல் 'என்ன? என்ன?' என்று பரபரப்புடன் கேட்டான்.

'உங்களுக்குத் தெரியாதா, என்ன? 'குபேரா பாங்கி' கோவிந்தா ஆகிவிட்டதாமே? ஸகஸ்ரநாமம் எல்லோருக்கும் பெரிய நாமத்தைப் போட்டு விட்டுப் போய் விட்டானாமே?' என்று சொல்லிப் பத்திரிக்கையைக் கொடுத்தார். ஸௌந்தரம் அளவில்லாத திகைப்புடன் பத்திரிகையை வாங்கிப் படித்தான். அதில் பின்வரும் செய்தி, கட்டம் கட்டி, பெரிய எழுத்தில் போட்டிருந்தது.

'குபேரா பாங்கியில் சில நாளைக்கு முன் பரபரப்பு ஏற்பட்டிருந்தது நேயர்களுக்கு தெரியும். அந்தப் பரபரப்பு ஒரு வாரமாக அடங்கியிருந்தது. பாங்கிக்கு நெருக்கடி தீர்ந்து விட்டது என்று எல்லாரும் எண்ணியிருந்த சமயத்தில், திடுக்கிடும்படியானசம்பவங்கள் நேற்று இரவு நடந்திருந்தன. குபேரா பாங்கியின் மானேஜிங் டைரக்டர் ராவ் சாகிப் ஸகஸ்ரநாமம் நேற்று இரவு எழும்பூர் ரயில்வே ஸ்டேஷனில் கைது செய்யப்பட்டார். பாங்கியின் கையிருப்பிலிருந்து அவர் ஏராளமான தொகைகளைக் கையாடியிருப்பதாகத் தெரிந்தது. சில நாளாக இரகசியப் போலிஸார் அவரைக் கண்காணித்து வந்தனர். நேற்று இரவு கைது செய்யப்பட்ட போது அவர் வசம் சுமார் இரண்டு லட்சம் ரூபாய் பெறுமான சவரன்களும் தங்க நகைகளும் இருந்தன என்று தெரிகிறது. முந்தைய இரண்டு தினங்களில் அவர் மார்க்கெட்டில் ஏராளமாக சவரன்கள் வாங்கிச் சேகரித்திருந்தாராம். அவர் மதுரைக்கு டிக்கட் வாங்கியிருந்த போதிலும், உண்மையில் புதுச்சேரிக்குப் போக உத்தேசித்திருந்தாரென்று தெரிகிறது. அவரை நல்ல சமயத்தில் கைது செய்த ஸி.ஐ.டி. போலீஸாரின் சாமார்த்தியம் பெரிதும் பாராட்டப்படுகிறது.'

இதைப் படித்ததும் சுமார் கால் மணி நேரம் வரையில் ஸௌந்தரம் ஸ்தம்பித்து உட்கார்ந்திருந்தான். யோசிக்க யோசிக்கஅவனுக்குஎல்லாவிஷயங்களும்தெளிவாகத்தெரிய வந்தன. ஸி.ஐ.டி. காரன் பாங்கியைக் காவல் புரிந்ததெல்லாம் தனக்காக அல்ல; மானேஜிங் டைரக்டருக்காகத்தான். தான் ஒட்டியாணம் வாங்கிய நகைக் கடையில் மானேஜிங் டைரக்டர் ஸவரன் வாங்கியிருக்க வேண்டும்; அவர் அங்கே

அமரர் கல்கி

என்ன செய்தார் என்றுதான் ஸி.ஐ.டி.காரன் விசாரித்திருக்க வேண்டும்! தனக்கு ஒரு ஆபத்தும் ஏற்பட்டிருக்கவில்லை; பணம் திருப்பிக் கொடுத்திருக்க வேண்டியதேயில்லை. வீண் பயம்! வீண் நஷ்டம்!

அவனுடைய மனம் ஒருவாறு தெளிவடைந்ததும், உள்ளே போய், தங்கத்தைக் கூப்பிட்டு விஷயத்தைச் சொன்னான். அவளும் ரொம்ப ஆச்சரியப்பட்டாள்.

'நாம் பயப்பட்டது எல்லாம் வீண்!' என்று ஸௌந்தரம் சொன்னபோது, அவனுடைய மனதில் இருந்ததைத் தெரிந்து கொண்ட தங்கம், 'நல்ல வேளை நேற்றைக்கே ஒட்டியாணத்தை விற்றுப் பணத்தைக் கொடுத்துத் தொலைத் தீர்களே! இல்லாமற் போனால், அது நம் தலையில் எப்போதும் ஒரு பெரிய பாரமாயிருக்கும்' என்றான்.

இதற்கு என்ன பதில் சொல்வதென்று ஸௌந்தரத்துக்குத் தெரியவில்லை. சற்று நேரம் கழித்து, திடீரென்று, 'தங்கம்! இதில் இன்னொரு சங்கடம் இருக்கிறதே! பாங்கியை மூடி விட்ட படியால் எனக்கு வேலை போய் விட்டதே!' என்று கவலையுடன் கூறினான்.

'வேலைதானே போச்சு? போனால் போகட்டும். நீங்கள் போகாமல் இருக்கிறீர்களே. அதுவே எனக்குப் போதும்' என்றாள் தங்கம்.

ஸௌந்தரம் வேறொன்றும் சொல்லத் தோன்றாமல், 'என் தங்கமே!' என்றான்.

ஆனந்த விகடன் 28.7.40

அருணாசலத்தின் அலுவல்

1

இது ஒரு கதை. இந்தச் செய்தியை ஆரம்பத்திலேயே நான் வற்புறுத்திச் சொல்லாமற் போனால், ஒரு வேளை இதை ஒரு கட்டுரை என்றோ, பிரசங்கம் என்றோ நினைத்துக் கொள்வீர்கள். மற்றோர் அபாயமும் உண்டு. இதில் வரும் சம்பவம் உண்மை யாகவே நடந்தது என்று எண்ணிவிடலாம். அவ்வளவு நிஜம் போல் இருக்கும். பிறகு ஆஸாமி யார் என்று தேடப் புறப்படுவீர்கள். தன்னுடைய விஷயம் அவ்வளவு விளம்பரமாவதை என் நண்பன் அருணாசலம் ஒருவேளை விரும்ப மாட்டான்.

இந்தப் பரந்த பூமண்டலத்திலே தற்போது தனி மனிதர்கள் முதல் அரசாங்கங்கள் வரையில் எல்லாரையும் திக்குமுக்காடச் செய்துவரும் பெரிய பிரச்னை வேலையில்லாத் திண்டாட்டம் அல்லவா? நமது தேசத்திலும் இதுதான் பெரிய திண்டாட்ட மாக இருக்கிறது. காந்தி மகான் முதல் நவ நாகரிகத்திற் சிறந்த ஸர். எம். விஸ்வேஸ்வரையா வரையில் இந்தியப் பிரமுகர்கள் அநேகர் இந்தப் பிரச்னையைப் பற்றிச் சிந்தித்து இதைத் தீர்த்து வைக்க வழி தேடுகிறார்கள். வேலையில்லாத் திண்டாட் டத்திலும், மத்திய வகுப்பார் அதாவது படித்த ஜனங்களுடைய திண்டாட்டந்தான் மிகக் கொடியது. ஏழைக் குடியானவர்கள், தொழிலாளிகள் முதலியவர்களின் திண்டாட்டம் அவ்வளவு பெரிதல்ல; ஏனென்றால் அவர்களுக்கு பட்டினி கிடக்கும் வித்தை நன்றாய்த் தெரியவரும். 'சித்திரமும் கைப்பழக்கம்' அல்லவா? பட்டினியும், வயிற்றுப் பழக்கந்தான். ஒரு நாளைக்கு ஒரேவேளை அரை வயிற்றுக்குச் சாப்பிட்டு விட்டுச் சந்தோஷமாய்க் காலங்கழிக்கக் கிராமத்துக் குடியான வர்களுக்குத் தெரியும். இத்தகைய மனப் பான்மைதான் தேச முன்னேற்றத்திற்கே தடையாயிருக்கிற தென்பது சிலர் கொள்கை. பட்டணங்களில் உள்ள படித்த ஜனங்களின் விஷயம் இப்படியல்ல. ஒரு வேளைக் காப்பி கிடைக்காவிட்

டால் போதும்; அவர்களுடைய வாழ்க்கை சோகமயமாகி விடுகிறது.

இந்த வேலையில்லாத் திண்டாட்டத்திலிருந்து விடுதலை யடைய அநேகர் அநேக வழிகளில் முயற்சி செய்கிறார்கள். இவைகளில் சர்வ சாதாரணமாக *100*-க்கு *90* பேர் முயன்று பார்க்கும் வழி ஒன்று இருக்கிறது. அதுதான் பத்திரிகைக்கு எழுதுவது. தினசரிப் பத்திரிகையில் ஒரு விசேஷக் கட்டு ரையைப் படிப்பார்கள் அல்லது மாதப் பத்திரிகையில் ஒரு சிறுகதையை வாசிப்பார்கள். 'என்ன பிரமாதம்? இதைப் போல் நாம் ஒன்று எழுதக் கூடாதா?' என்று தோன்றும். உடனே பத்திரிகைத் தொழிலில் பெர்னார்ட் ஷாவையும் செஸ்டர்ட் டனையும் போல் பணம் சம்பாதிப்பதாகப் பகற் கனவுகள்!

'என்ன எழுதுவது?' என்பது அவர்கள் மனத்தில் தோன்றும் அடுத்த கேள்வி. 'என்ன எழுதுவது?' என்பதையே தலைப்பாகப் போட்டுக் கொண்டு சிலர் எழுதத் தொடங்குவார்கள். 'ஒன்று மில்லை' என்ற தலைப்புடன் ஒரு வெள்ளைக்காரர் பெரிய புத்தகம் ஒன்று எழுதிவிடவில்லையா? வேறு சிலர் வேலையில்லாத் திண்டாட்டத்தையே விஷயமாகக் கொண்டு, 'உத்தியோக வேட்டை' என்பது போன்ற தலைப்புக் களுடன் கட்டுரையோ, கதையோ எழுதுவார்கள். தங்க ளுடைய சொந்த அனுபவங்களுடன் கொஞ்சம் கைச்சரக்கும் சேர்ந்தால் நல்ல கதையாகி விடுமென்று நம்பிக்கை.

இத்தகைய கதை ஒன்றைக் கையிலெடுத்துக் கொண்டு, ஒரு நாள் அருணாசலம் என்னிடம் வந்தான். அவன் என்னுடைய பாலிய நண்பன். ஆனால் இடையில் பல வருஷங்களாக நாங்கள் சந்திக்கவில்லை. அவனுடைய க்ஷேம லாபங்களைப் பற்றிக் கேட்டேன். மூன்று வருஷங்களாக முயன்று பி.ஏ. பரிக்ஷையில் தேறியவரையில் க்ஷேமந்தான் என்றும், அதனால் லாபந்தான் இன்னும் கிடைக்கவில்லை என்றும் கூறினான். வயது இருபத்தைந்து ஆகிவிட்டபடியால் சர்க்கார் உத்தியோகம் பெறும் ஆசையை விட்டு விட்டா னாம். மற்றபடி தன்னுடைய அனுபவங்களை என் கையில் கொடுத்த கட்டுரையில் காணலாம் என்று தெரிவித்தான்.

அதை வாசித்துப் பார்த்தேன். சில அனுபவங்கள் மிகவும் ருசிகரமாகவே இருந்தன. உதாரணமாக ஒன்றை இங்கே குறிப்பிடுகிறேன். ஒரு முறை அருணாசலம் ஆங்கிலப் பத்திரிகைகளில் பின்வருமாறு ஒரு விளம்பரஞ் செய்தான்.

தேவை

பி.ஏ. பட்டதாரிக்கு ரூ.100 சம்பளத்தில் ஓர் உத்தி யோகம் தேவை. ரூ.1000 ரொக்க ஜாமீன் கட்டக்கூடும்.

பெட்டி நெம்பர் 7032

விளம்பரம் வெளியான மூன்றாம் நாள் கடிதங்கள் வரத் தொடங்கின. அக்கடிதங்களில் பல, பெட்டி நம்பர் 7032-ஐ வாயார மனமார வாழ்த்திவிட்டு ரூ.1000 தந்தி மணியார்டரில் அனுப்பத் தயாராயிருப்பதாகவும் எப்பொழுது வந்து உத்தி யோகம் ஏற்றுக் கொள்ளலாமென்றும் விசாரித்திருந்தன. இப்படி எழுதியவர்கள் வெறும் பி.ஏ.க்கள் மட்டுமல்ல. அவர்களில் சிலர் 'லிடரேசர் ஆனர்ஸ்' பட்டம் பெற்றவர்கள். வேறு சிலர் டைப்ரைட்டிங், ஷார்ட்ஹாண்டு, புக் கீபிங் முதலியவைகளும் கற்றுத் தேர்ந்தவர்கள்.

உண்மையென்னவென்றால் இங்கிலீஷ் என்னமோ சுலபந்தான். ஆனால் விளம்பரத்தைக் கண்டதும் அவர்களுக் கேற்பட்ட பரபரப்பினால் விஷயத்தை நன்கு கிரஹிக்க முடியாமல் போயிற்று. அவர்களுடைய கண்கள் விளம்பரம் முழுவதையும் பார்த்தன. அவர்களுடைய வாய்கள் விளம்பரம் முழுவதையும் படித்தன; ஆனால் அவர்களுடைய மனத்தில் மட்டும் பின்வரும் வார்த்தைகள்தான் பதிந்தன! 'பி.ஏ.ரூ.100 சம்பளம்; ரூ.1000 ரொக்க ஜாமீன் - பெட்டி நெம்பர் 7032.'

இன்னும் சிலர், விளம்பரத்தைச் சரியாக அர்த்தம் செய்து கொண்டு பதில் எழுதியிருந்தார்கள். ஆனால் அவர்களில் ஒருவரைத் தவிர, மற்ற எவரும் மாதம் 30 ரூபாய்க்கு மேல் சம்பளம் கொடுக்கத் தயாராயில்லை. அந்த விலக்கான ஒருவர் மட்டும் கேட்டதற்கு மேலேயே, அதாவது மாதம் ரூ.125 சம்பளம் கொடுப்பதாக எழுதியிருந்தார். இந்த

தவறுதலினால், அவருக்கு ரூ.1000 நஷ்டமாயிற்று. மாதம் 80 ரூபாய் அல்லது 90 ரூபாய் சம்பளம் கொடுப்பதாக அவர் எழுதியிருந்தால், அருணாசலம் வலையில் விழுந்திருப்பான். கேட்டதற்குமேல், கொடுப்பதாகச் சொன்னபடியால் சந்தேகம் தோன்றி நேரில் போய் விசாரிக்கப் போனான். வால்டாக்ஸ் சாலையில் கரிமூட்டைகள் அடுக்கியிருந்த ஓர் அறைக்குப் பக்கத்து அறையில் மேற்படி கனவானைச் சந்தித்தான். தமது 'கர்ரி பவுடர் ஏற்றுமதிக் கம்பெனி'யின் மானேஜர் உத்தியோகத்தை அவர் அருணாசலத்துக்குத் தருவதாகக் கூறினார்.

கர்ரி பவுடர் எனப்படும் இந்தியக் குழம்புப் பொடியை வாங்க, இங்கிலாந்து, ஆஸ்திரேலியா முதலிய தேசங்களி லுள்ள துரைசானி மார், ஆவலுடன் காத்துக் கொண்டிருக் கிறார்களென்றும், இப்போதுதான் கம்பெனி ஆரம்ப நிலையில் இருக்கிறதென்றும், போகப் போகச் சம்பளம் அதிகம் தருவதாகவும், ஆனால் ரூ.2000 ரொக்க ஜாமீன் கட்டினால் இப்போதே ரூ.250 சம்பளம் தருவதாகவும் சொன்னார். 'யோசித்துக் கொண்டு வருகிறேன்' என்று திரும்பி வந்துவிட்டான்.

'கதை எப்படியிருக்கிறது?' என்று அருணாசலம் கேட் டான்.

'நன்றாய்த்தான் இருக்கிறது. ஆனால் கதை முடிவு சுக மில்லை' என்றேன்.

'அதில் என்ன குற்றம்?' என்று கேட்டேன்.

'மங்களகரமாக முடியும் கதைகள் எப்போதும் இரண் டாந்தரந் தான். இங்கிலீஷ் கதைகள் படித்திருக்கும் உனக்கு இது தெரிந்திருக்க வேண்டும். 'கலியாணம் செய்து கொண்டு சுகமாக இருந்தார்கள்' என்று முடிப்பது நம்முடைய தேசத்துக் கர்நாடக முறை. புதிய முறைக் கதைகளில் கதாநாயகனோ, நாயகியோ அகால மரண மடைய வேண்டியது மரபு. எதிரியைக் கொண்டு கொல்விக்க முடியாவிட்டால், விஷம் குடித்தோ, தூக்குப் போட்டுக் கொண்டோ தற்கொலை

செய்விக்க வேண்டும். அல்லது கதாபாத்திரங்களை உயிரோடு விட்டாலும் அவர்களைத் தீராத துக்கத்திலாவது ஆழ்த்திவிட்டுக் கதையை முடிக்க வேண்டும்' என்று பிரசங்கம் செய்தேன்.

'வாழ்க்கையில்தான் வேண்டிய துக்கம் இருக்கிறதே! கதைகளாவது சந்தோஷமாய் முடியக்கூடாதா?' என்று கேட்டான் அருணாசலம்.

'வாழ்க்கையில் வேண்டிய துக்கம் அதிகமாயிருப்பதால் தான் கதைக்கும் துக்கமாய் முடிவுவேண்டும். அப்போது தானே உண்மைக்குப் பொருத்தமாயிருக்கும்!'

'சரிதான், ஆனால் இந்தக் கதையைப் பொருத்த வரையில் அது பொருத்தமில்லை. ஏனென்றால் இதில் வரும் கதாநாயகன் நானே. விஷங் குடித்தோ, தூக்குப் போட்டுக் கொண்டோ உயிர் விட எனக்குச் சிறிதும் விருப்பம் இல்லை. படிப்பிலும், அழகிலும், குணத்திலும் சிறந்த மனைவியை விட்டுவிட்டு, உயிரைவிட யாருக்குத்தான் மனது வரும்?'

ஒவ்வொருவருக்கும் ஒவ்வொரு விஷயத்தில் பெருமை யுண்டு. அருணாசலத்துக்கு அவன் மனைவி விஷயத்தில் பெருமை. இப்போது ஸ்ரீமதி சம்பங்கி எல்.டி பரீட்சைக்குப் படித்துக் கொண்டிருந்தாள்.

'அப்படிக் கதையைச் சந்தோஷமாய் முடிப்பதாயிருந்தாலும், நீ முடித்திருக்கும் முறை சரியல்ல. ஒரு வேலையும் கிடைக்காமல் கடைசியில் தமிழ்ப் பத்திரிகைகளுக்குக் கதை எழுதத் தொடங்குகிறானென்றும், வெகு சீக்கிரத்தில் பிரசித்த பத்திரிகாசிரியனாகவும், நூலாசிரியனாகவும் ஆகி மாதம் ஆயிரம் ரூபாய் சம்பாதிக்கலானானென்றும் முடித் திருக்கிறாய். இது உண்மைக்கு நேர் மாறுபாடாயிருக்கிறது. நல்ல கதையின் இலட்சணம், அது நிஜம்போல் தோன்ற வேண்டும்.'

'கதை இருக்கட்டும். நான் பத்திரிகைகளுக்கு எழுதிப் பணம் சம்பாதிப்பதைப் பற்றி என்ன சொல்கிறாய்?'

'பணம் சம்பாதிப்பதற்கு எத்தனையோ வழிகள் இருக்கின்றன. சோப்பு விற்றுப் பணம் சம்பாதிக்கலாம். மூக்குப் பொடி வியாபாரம் செய்து லட்சாதிபதியாகலாம். காமகேசரி லேகியம் விற்றுக் குபேரனாகலாம்; வெற்றிலை பாக்குக் கடை லாபத்தில் மோட்டார் வைத்துக் கொள்ளலாம். ஆனால் பத்திரிகைக்கு எழுதிப் பிழைக்கும் ஆசையிருந்தால் பட்டினி கிடப்பதில் காந்தி மகானுடன் போட்டி போடத் தயாராயிருக்க வேண்டும்.'

'வேண்டாம், என்னிடம் ரூ. 2000 இருக்கிறது. அதைக் கொண்டு நானே ஒரு தமிழ்ப் பத்திரிகை நடத்தினாலென்ன?' என்று வினவி, தமிழ்நாட்டில் வெற்றியடைந்த இரண்டு, மூன்று பத்திரிகைகளின் பெயரையும் கூறினான்.

சென்ற பத்து வருஷத்துக்குள் தமிழ் நாட்டில் பிறந்து இறந்த தமிழ்ப் பத்திரிகைகளின் ஜாபிதா ஒன்று வைத்திருந்தேன். அதை அவனுக்குப் படித்துக் காட்டி, 'இதில் 99 பெயர்கள் இருக்கின்றன. சதம் பூர்த்தியாவதற்கு இன்னும் ஒன்று பாக்கி, வேண்டுமானால் நீ ஆரம்பி' என்றேன்.

2

ஏழெட்டு மாதங்களுக்குப் பிறகு ஒருநாள், அருணாச்சலம் மறுபடியும் வந்தான். அவன் முகத்தைப் பார்க்க முடியவில்லை. அவ்வளவு சோகமயமாயிருந்தது. 'உன்னிடம் ஏதாவது வைரம் இருக்கிறதா?' என்று கேட்டான்.

'வைரமா? என்னிடம் ஏது? விதேசிப் பொருள்களில் எனக்குச் சிரத்தை கிடையாது என்று தெரியாதா?' என்றேன்.

'வேண்டாம்! சுதேசிக் கயிறாவது, நீளமான கயிறாக ஏதாவது இருக்கிறதா?' என்று கேட்டான்.

எனக்குச் சந்தேகம் உண்டாகி விட்டது. 'கயிறு எதற்காக?' என்றேன்.

'இன்றைய தினம் என் உயிரை விட்டு விட்டு மறுகாரியம் பார்க்கப் போகிறேன்' என்றான்.

அவனைச் சமாதானப்படுத்தி விசாரித்ததில் விஷயம் என்னவென்று தெரிய வந்தது. அவன் துணைவி ஸ்ரீமதி சம்பங்கி அம்மாள் எல்.டி. பரீட்சையில் தேறி, உபாத்தி யாயினி வேலைக்காக முயற்சி செய்து கொண்டிருந்தாளாம். திருச்சிராப்பள்ளியிலுள்ள பெண்களின் ஹைஸ்கூல் ஒன்றில் மாதம் ரூ.120 சம்பளத்தில் உபாத்தியாயினியாக நியமிக்கப் பட்டிருப்பதாய் அன்றைய தினம் உத்தரவு வந்ததாம். 'உத்தி யோகம் புருஷ லட்சணம்' என்று பெரியோர் சொல்லி யிருக்க, மனைவிக்கு உத்தியோகம் ஆன பிறகு, தான் உத்தி யோகம் இல்லாமல் எப்படியிருப்பது என்று அருணாசலம் கவலைப்பட்டான். மனைவி சம்பாதித்துப் போட்டுத் தான் சாப்பிட்டுக் கொண்டு மானங்கெட்ட வாழ்வு வாழ்வதை விட ஏன் இப்போதே பிராணத் தியாகம் செய்துவிடக் கூடாது என்பதற்கு நான் ஏதேனும் தக்க காரணம் எடுத்துக் காட்ட முடியுமா என்று வினவினான்.

'உயிர் உள்ளவரை நம்பிக்கைக்கு இடமுண்டு' என்ற மொழியை அவனுக்கு எடுத்துக்காட்டி ஆறுதல் கூறினேன். அவன் இவ்வளவு வைராக்கிய புருஷன் என்பது எனக்குத் தெரியாதென்றும், இனிமேல் கண்ணுங்கருத்துமாயிருந்து ஏதாவது ஒரு வேலை அவனுக்குத் தேடிக் கொடுப்பதாகவும் உறுதி கூறினேன். இப்போதைக்கு நீ உன் மனைவியுடன் திருச்சிக்குப் போ. என்ன படித்திருந்தாலும் ஸ்திரீதானே? அங்கே திக்குத்திசை தெரியாமல் தவிப்பாள். கொஞ்ச நாளைக்கு நீ அவளுடன் இருக்க வேண்டியது அவசியம்' என்றேன்.

'அப்படியே செய்கிறேன். ஆனால் நீ உன்னுடைய வாக்குறுதியை மறந்து விடக்கூடாது. 30 ரூபாய் சம்பளம் கிடைத்தாலும் போதும். ஆனால் உத்தியோகமின்றி இனி அதிக காலம் நான் உயிர் வாழ மாட்டேன்' என்று சொல்லி விட்டுப் போனான்.

ஐந்தாறு மாதத்துக்குப் பிறகு எனக்குத் தெரிந்த முதலாளி ஒருவர் ஒரு தமிழ் வாரப் பத்திரிகை ஆரம்பிப்பதாகச் சொன்னார். உதவி ஆசிரியர் ஒருவர் வேண்டுமென்று

தெரிவித்தார். உடனே அருணாசலத்துக்குக் கடிதம் எழுதி னேன். அவனுடைய பதில் எனக்கு ஆச்சரியம் உண்டு பண்ணிற்று. மாதம் 65 ரூபாய் சம்பளத்தில் தனக்கு முன்பே உத்தியோகம் ஆகிவிட்டதாகவும், சம்பள உயர்வுக்கு இட முண்டு என்றும் தெரிவித்திருந்தான். என்னுடைய முயற்சிக் காக நன்றி செலுத்திவிட்டு, திருச்சிக்கு வந்தால் தன் வீட்டுக்கு வராமல் போகக் கூடாதென்று வற்புறுத்தியிருந்தான். அலுவல் என்ன என்று மட்டும் சொல்லவில்லை.

3

சமீபத்தில் ஒரு காரியமாக நான் திருச்சிக்குப் போக நேர்ந்தபோது, அருணாசலத்தை அவசியம் பார்த்துவிட்டு வருவது என்று தீர்மானித்தேன். அவனைப் பார்ப்பதில் இருந்த ஆவலைவிட, அவனுடைய அலுவல் என்னவென்பதை அறிவதில் அதிக ஆவல் இருந்தது. அவனுடைய கடிதங்களில் அதைப் பற்றி அவ்வளவு மூடுமந்திரம் செய்திருந்தான்.

மாலை ஆறரை மணிக்குமேல் வீட்டில் வந்து பார்க்கும்படி எழுதியிருந்தான். அன்று மாலை எனக்கு வேலையொன்றும் இல்லாமையால் நாலு மணிக்கே புறப்பட்டு அவன் வீட்டைத் தேடிக்கொண்டு போனேன். வெளிச்சத்திலேயே வீட்டை அடையாளங் கண்டுபிடித்து விட்டால், பிறகு இரவில் சுலபமாகப் போகலாம் என்று எண்ணம்.

ஐந்து மணிக்கு அவன் வீட்டைக் கண்டுபிடித்தேன். கதவு உட்புறம் தாளிட்டிருந்தது. தட்டினேன். உள்ளிருந்து, 'யார் அது?' என்ற சத்தம் கேட்டது. அது அருணாசலத்தின் குரலாய் இருக்கவே, 'நல்லவேளை, மறுபடியும் போய்விட்டு வரவேண்டியதில்லை' என்று எண்ணி, 'நான் தான் அருணா சலம், கதவைத் திற!' என்றேன்.

அருணாசலம் உள்ளிருந்து, 'ஊ! ஊ!' என்று ஒரு விநோதமான சத்தம் இட்டான். அடுத்த நிமிஷம் வந்து கதவைத் திறந்தான். அவனுடைய கோலத்தைக் கண்டதும் திகைத்துப் போனேன். கலாசாலையில், 'டம்பாச்சாரி' என்று பெயர் பெற்ற அருணாசலம் இடுப்பில் ஒரு முழத் துண்டை

மூலக்கச்சம் கட்டிக் கொண்டு வந்து எதிரில் நின்றால் திகைக்காமல் என் செய்வது? போதாததற்கு அவனுடைய ஒரு கை ஏதோ மாவில் அளைந்த அடையாளத்துடன் இருந்தது. அச்சமயம் அவன் சமையல் வேலையில் ஈடுபட்டிருந்தான் என்பதைக் கண்டு பிடிப்பதற்குப் புத்திக்கூர்மை அதிகம் வேண்டியதில்லை. என்னை மளமளவென்று அழைத்துச் சென்று கூடத்திலிருந்த ஒரு நாற்காலியில் உட்கார வைத்து, 'சற்று உட்கார்ந்திரு. இதோ குக்கரை இறக்கிக் குழம்புக்குத் தாளித்துக் கொட்டிவிட்டு வந்துவிடுகிறேன்' என்றான். அப்போது அங்கே தொங்கிய தொட்டிலில் கிடந்த ஒரு குழந்தை 'வீல்' என்று கத்தியது.

'இந்தப் பயல் அழுதால் கொஞ்சம் தொட்டிலை ஆட்டு, ரொம்ப துஷ்டன்' என்று சொல்லிவிட்டு உள்ளே போய்விட்டான்.

தலையெழுத்தை நினைத்துக் கொண்டு தொட்டிலை ஆட்டினேன். அப்போது என்னவெல்லாமோ எண்ணம் தோன்றிற்று. அருணாசலத்தின் மேல் அளவில்லாத இரக்கம் உண்டாயிற்று. படித்த பெண்களைக் கலியாணம் செய்து கொண்டால் இந்தக் கதிதான். அவளுந்தான் உத்தியோகம் பார்க்கிறாள். இவனுந்தான் உத்தியோகம் செய்கிறான். ஆனால் அவளுக்குச் சம்பளம் அதிகமாயிருப்பதால், வீட்டு வேலை களை யெல்லாம் இவன் செய்ய வேண்டியிருக்கிறது போலும்! அருணாசலத்தின் ரோஷமெல்லாம் எங்கே போயிற்று?

சற்று நேரத்திற்கெல்லாம் சம்பங்கி அம்மாள் வந்தாள். என்னைப் பார்த்ததும், 'ஓ! நீங்கள் ஆறரை மணிக்கல்லவா வருவீர்களென்று நினைத்தேன்?' என்றாள். அவள் முகத்தில் ஒரு சிறிது அதிருப்தி தோன்றியது. ஆனால் அதை உடனே மறைத்துப் புன்னகையுடன், 'முன்னால் வந்ததற்குத் தண்டனை தொட்டில் ஆட்டும் வேலை கிடைத்ததாக்கும்' என்று கூறினாள். அப்போது எனக்கேற்பட்ட மனக்குழப்பத்தில் இன்ன பதில் சொன்னேன் என்பதே எனக்கே இப்போது ஞாபகம் இல்லை. ஏதோ உளறியிருக்க வேண்டும்.

இதற்குள் அருணாசலம் சமையலை முடித்து விட்டு, வேஷ்டி சொக்காய் முதலியவை போட்டுக் கொண்டு வந்து சேர்ந்தான். பேச்சினிடையில், 'இவர் இப்போது உயிரோ டிருப்பதற்காக உங்களுக்கு நான் நன்றி செலுத்த வேண்டும் அல்லவா? தூக்குப் போட்டுக் கொள்ளக் கயிறு கொடுக்க மாட்டேன் என்று கண்டிப்பாய்ச் சொல்லி விட்டீர்களாமே!' என்று சம்பங்கி சொன்னாள்.

'ஆமாம். வைரங்கூட கிடையாது என்று சொல்லி விட்டேன்' என்று நானும் சிரித்துக் கொண்டே கூறினேன்.

'இங்கு வந்த பிறகு கூடக் கொஞ்ச நாள் அப்படித்தான் பயமுறுத்திக் கொண்டிருந்தார். நான் பதிலுக்கு ஒன்று சொல்லிப் பயமுறுத்திய பிறகுதான் அந்தப் பேச்சு நின்றது. சொல்லி விடட்டுமா?' என்று சம்பங்கி அருணாசலத்தைப் பார்த்தாள்:

'தாராளமாகச் சொல். எனக்கு ஆட்சேபணையில்லை' என்றான் அருணாசலம்.

'இவர் அப்படி ஏதாவது தற்கொலை செய்துகொண்டு இறந்தால், நான் மறுநாளே, பத்திரிகைகளில், 'படித்து உத் தியோகம் பார்க்கும் இளம் விதவைக்குப் புருஷன் தேவை' என்று விளம்பரம் செய்து கொள்வேனென்று கூறினேன். அது முதல் செத்துப் போவதைப் பற்றி வாய் திறப்பதில்லை.'

'ஒரு வேளை உத்தியோகம் கிடைத்ததும் அந்தப் பேச்சை மறந்ததற்கு ஒரு காரணமாயிருக்கலாம் அல்லவா?' என்றேன். ஆரியக் கூத்தாடினாலும் காரியத்தின் மேல் கண் என்பது போல், அவனுடைய அலுவல் என்னவென்று தெரிந்து கொள்வதிலேயே என் நோக்கம் இருந்தது.

'அதுவும் ஒரு காரணந்தான்' என்றான் அருணாசலம்.

'எந்த ஆபிசில் அப்பா, உனக்கு வேலை? அதை நீ சொல்லவேயில்லையே' என்றேன்.

அருணாசலம் சிரித்துக் கொண்டே, 'ஆமாம், நேரில் தான் சொல்ல வேண்டும் என்றிருந்தேன். என்னுடைய ஆபீஸ்

இந்த வீடுதான். நீ வந்த போது செய்து கொண்டிருந்தேனே அதுதான் என்னுடைய வேலை' என்றான்.

முதலில் எனக்கு ஒன்றுமே புரியவில்லை. அப்புறம் நன்றாக விசாரித்ததில் பின்வரும் ஆச்சரியமான விவரங்கள் தெரியவந்தன.

சம்பங்கி அம்மாளுக்குக் கிடைத்த ரூ.*120* சம்பளத்தில், அருணாசலத்துக்கு மாதம் ரூ.*65* சம்பளம் கொடுப்பாளாம். வீட்டுச் செலவுகளுக்குத் தலைக்குச் சரிபாதி போட்ட பின்னர், பாக்கி மிகுந்ததை அவரவர்கள் இஷ்டம்போல் செலவு செய்வார்களாம்; அல்லது சேர்த்து வைத்துக் கொள்வார்களாம்; மேற்படி சம்பளம் வாங்குவதற்காக அருணாசலம் சமையல், குழந்தையைப் பார்த்துக் கொள்வது உட்பட எல்லா வீட்டு வேலைகளையும் செய்ய வேண்டியது. ஒருவர் வேலையில் மற்றவர் உதவி செய்வது அவரவர்களுடைய இஷ்டத்தைப் பொறுத்தது.

'ஆமாம் ஸார்! இவர் மாதம் *30, 40* சம்பளத்துக்கு எங்கே யாவது போய் உழைப்பதில் என்ன சாதகம்? இவர் இல்லாமற் போனால் நான் சமையற்காரியும் குழந்தைக்கு நர்ஸும் வைத்தாக வேண்டும். இவரும் வேறெங்கேயோ போய்ச் சேவகம் செய்து, நானும் இங்கே பணம் செலவழிப்பதில் என்ன நன்மை? இப்போது நாங்கள் சேர்ந்து இருப்பதற்கும் வசதியிருக்கிறதல்லவா?' எனச் சம்பங்கியம்மாள் கூறினாள்.

நான் எங்கு ஏதாவது அநுசிதமாய்ப் பேசி அருணா சலத்தின் மனத்தை மாற்றி, அவர்களுடைய குடும்ப வாழ்க் கைக்குச் சனியனாய் விடப் போகிறேனோ என்று அந்த அம்மாள் பயந்ததாகத் தோன்றியது. ஆனால் அந்தப் பயம் அநாவசியமேயாகும். ஏனெனில், அருணாசலம் தன்னுடைய நிலைமையில் முற்றும் திருப்தியுள்ளவனாயிருந்தான். அவனுடைய மனத்தை மாற்றுவதற்கு யாராலும் முடியாது.

'ஆனால் ஒரு தகராறு இருக்கிறது, அப்பா! அதை நீதான் பஞ்சாயத்துச் செய்து தீர்த்து வைத்துவிட்டுப் போகவேண்டும்' என்றான்.

'முடியுமானால் செய்கிறேன். அது என்ன?' என்று கேட்டேன்.

'நான் வேலை ஒப்புக்கொண்டு ஒரு வருஷம் ஆகிறது. அவ்வப்போது சம்பளம் உயர்த்த வேண்டுமென்று அப்போது பேச்சு. இந்த வருஷம் பள்ளிக்கூடத்தில் இவளுக்குச் சம்பளம் உயர்த்தாதபடியால் எனக்கும் சம்பளம் உயர்வு கிடையாது என்கிறாள். இது நியாயமா? இவளுடைய சம்பளத்துக்கும் என்னுடைய சம்பளத்துக்கும் என்ன சம்பந்தம்?' என்றான்.

'ஆமாம், ஸார்! உலகமெல்லாம் 100க்கு 10 சம்பளம் குறைத்திருக்கிறார்கள். இவருக்கு எப்படி ஸார் உயர்த்த முடியும்?' என்றாள் சம்பங்கி.

நான் யோசித்தேன். என்னுடைய அநுதாபமெல்லாம் அருணாசலத்தின் பக்கந்தான் இருந்தது. ஆனால் அவன் பக்கம் பேசுவதில் ஓர் அபாயம் இருப்பதை உணர்ந்தேன். என்னுடைய வீட்டில் என் மனைவி குடும்ப வேலை பார்ப்பதற்கு இந்த மாதிரி சம்பளம் கேட்கத் தொடங்கினால் நான் தாராளமாய் இருக்க முடியுமா? நீங்கள்தான் இருக்க முடியுமா? ஆகவே இப்போது அருணாசலம் பக்கம் பேசி னால் ஆண் குலம் முழுவதற்கும் ஒரு பிரதிகூலத்தைச் செய்தவர்களாவோம் என்று தோன்றியது. தீர ஆலோசித்துப் பின்வருமாறு தீர்ப்புக் கூறினேன்.

'அம்மாளுடைய சம்பளத்துக்கும் உன் சம்பளத்துக்கும் சம்பந்தம் இல்லை. இதைக் காரணமாய்க் காட்டி உனக்குச் சம்பள உயர்வு இல்லையென்று சொல்வது தவறுதான். ஆனால் நீயும் காரண மின்றிச் சம்பள உயர்வு கேட்கக் கூடாது. உன் உத்தியோகத்துக்கு வருஷா வருஷம் சம்பள உயர்வு சரியன்று. ஒரு குழந்தை அதிகமானால் ஓர் ஐந்து ரூபாய் சம்பளம் அதிகமென்று ஏற்படுத்திக் கொள்வது நியாயமாயிருக்கும்.'

இந்தத் தீர்ப்பு சம்பங்கி அம்மாளுக்கு மிகவும் திருப்தி யளித்திருக்க வேண்டுமென்று தோன்றியது. ஏனெனில், அவள் எங்கள் இருவரையும் உட்கார வைத்துச் சாப்பாடு

பரிமாறினாள். அருணாசலத்தின் வேலையில் உதவி செய்யத் தனக்கு அன்று இஷ்டம் என்று தெரிவித்தாள்.

அவர்களிடம் விடைபெற்றுக் கொண்டு வாசற்படியைத் தாண்டும் போது, 'இந்த ஏற்பாட்டின் கீழ் அந்தத் தம்பதிகள் சந்தோஷமாய் வாழ்க்கை நடத்த முடியுமா? அவர்களிடையில் அன்பு இருக்குமா?' என்ற எண்ணம் மனத்தில் தோன்றியது. அப்போது என்னையறியாமல் நான் விட்டுப் பிரிந்தவர்களைத் திரும்பிப் பார்த்தேன்.

வெட்கங் கெட்டவர்கள்! நான் அப்பால் போகிற வரையில் தாமதிக்கக் கூடாதா?

கலைமகள் செப்டம்பர் 1932

ஸுசீலா எம்.ஏ.

1

நமது கதை *1941*-ஆம் வருஷத்தில் ஆரம்பமாகிறது. இது கதை என்று வாசகர்களை நம்பச் செய்வதற்கு எனக்கு வேறு வழி ஒன்றும் தோன்றவில்லை. இந்த நாளில் நிஜத்தை நிஜம் என்று நம்பச் செய்வதே கடினமாயிருக்கிறது. கதையை, கதை என்று நம்பச் செய்வது அதை விடக் கஷ்டமானதல்லவா?

ஸ்ரீமதி ஸுசீலா அந்த *1941*-ம் வருஷத்திலேதான் எம்.ஏ. பரீட்சையில் புகழுடன் தேறினாள். *1939*-ம் ஆண்டில் ஸுசீலாவுக்கு பி.ஏ. பட்டம் கிடைத்து விட்டது. அத்துடன் திருப்தியடையாமல் மேலே எம்.ஏ. பரீட்சைக்குப் படிக்கத் தீர்மானித்தாள். அந்த வருஷத்தில் சென்னை யுனிவர்சிடிக ாரர்கள் எம்.ஏ. பரீட்சைக்கு ஒரு புதிய பாடத்தை ஏற்படுத் தியிருந்தார்கள். அது தான் பாக சாஸ்திரம். இந்தக் காலத்து யுனிவர்ஸிடி கல்வியானது ஸ்திரீகளைக் குடும்பத்துக்கு லாயக்கற்றவர்களாகச் செய்கிறது என்று தேசத்தில் பெரிய கிளர்ச்சிநடந்ததின்பேரில், யுனிவர்ஸிடி இந்தசீர்திருத்தத்தைச் செய்தது. புதிய விஷயமான பாகசாஸ்திரத்தையே ஸுசீலா எம்.ஏ. பரீட்சைக்கு எடுத்துக் கொண்டாள். அவளுக்கு அந்த சாஸ்திரத்தைப் போதிப்பதற்கென்று ஒரு ஐரோப்பிய ஆசிரியை மாதம் ரூ.*950* சம்பளத்தில் யுனிவர்ஸிடியினால் நியமிக்கப்பட்டாள். இதிலிருந்தே, நமது காங்கிரஸ் மந்திரிகளின் ஜம்பம் ஒன்றும் யுனிவர்ஸிடியினிடம் மட்டும் பலிக்கவில்லை யென்று அறிந்து கொள்ளலாம்.

அந்த ஆசிரியையின் உதவியுடன் பாக சாஸ்திர ஆராய்ச்சியிலும் அப்பியாசத்திலும் இரண்டு வருஷம் பரிபூரணமாக அமிழ்ந்திருந் தாள் ஸுசீலா. இந்த நாட்களில் வேறு எந்த விஷயத்துக்கும் அவளுடைய மனதில் இடம் இருக்கவில்லை. ஒவ்வொரு சமயம், சீமையிலே எலெக்ட்ரிக் என்ஜினியரிங் படிக்கப் போயிருக்கும் அவளுடைய அத்தை மகன் பாலசுந்தரத்தின் நினைவு மட்டும் அவளுக்கு வருவ

துண்டு. ஆனால், அடுத்த நிமிஷம், டெமொடோ அப்பத்துக்கு உப்புப் போட வேண்டுமா வேண்டாமா என்ற விஷயத்தில் அவளுடைய கவனம் சென்று, பாலசுந்தரத்தை அடியோடு மறக்கச் செய்து விடும்.

பாக சாஸ்திரம் சம்பந்தமான ஸுசீலாவின் சரித்திர ஆராய்ச்சிகள் அபாரமாக இருந்தன. திருநெல்வேலித் தோசை என்பது ஆதியிலே எப்போது உண்டாயிற்று. எப்போது அது சதுர வடிவத்திலிருந்து வட்ட வடிவமாகப் பரிணமித்தது, எப்போது தோசைக்கு மிளகாய்ப் பொடி போட்டுக் கொள்ளும் வழக்கம் ஏற்பட்டது என்பது போன்ற விஷயங்களை ஆராய்ந்து நூறு பக்கத்தில் ஸுசீலா ஒரு கட்டுரை எழுதினாள். இம்மாதிரியே, கோயமுத்தூர் ஜிலேபி, தஞ்சாவூர் சாம்பார், மைசூர் ரசம், கல்கத்தா ரஸகுல்லா ஆகிய ஒவ்வொன்றைப் பற்றியும் பல நூறு பக்கம் எழுதினாள்.

இன்னும் ஸுசீலா மகஞ்சதாரோவுக்கு நேரில் சென்று அங்கே கண்டெடுக்கப்பட்ட 5000 வருஷத்துக்கு முந்திய சிலாசாஸனங் களை ஆராய்ந்து, இந்தியாவில் புராதன பாக சாஸ்திரத்தைப் பற்றிப் பல அற்புதங்களைக் கண்டுபிடித் தாள். உதாரணமாக, தமிழ் நாட்டில் கொழுக்கட்டை என்பது ஏற்பட்டு முந்நூறு வருஷங்கள் தான் ஆயின என்று ஸுசீலா கண்டுபிடித்துச் சொன்னாள். இதற்கு அவள் 5000 வருஷத்துக்கு முந்திய மகஞ்சதாரோ கிலாசாஸனத் திலிருந்து அத்தாட்சி காட்டியபோது, அதைப் பார்த்தவர்கள் அவ்வளவு பேரும் பிரமித்தே போனார்கள். கொழுக்கட்டையின் மேல் அவர்களுடைய மோகம் பறந்தே போய்விட்டது.

இம்மாதிரி வெறும் ஆராய்ச்சிகளுடன் ஸுசீலா ஒன்றும் நின்று விடவில்லை. அப்பியாச சோதனைகளும் செய்து வந்தாள். ஸுசீலாவின் சோதனைகளுக்காகவே பெண்கள் கலாசாலை ஹாஸ்டலில் ஒரு தனிப் பகுதி ஒழித்து விடப் பட்டது.

ஆரம்பத்தில், ஹாஸ்டலில் வசித்த சக மாணவிகள் அவளுடைய சோதனைகளில் ஒத்தாசை புரிந்து வந்தார்கள்.

அதாவது, அவள் கண்டுபிடித்த புதிய பட்சணங்களை அவர்கள் ருசி பார்த்து அபிப்பிராயம் சொல்லி வந்தார்கள். ஆனால் வர வர, இது விஷயத்தில் அவர்களுடைய ஒத்துழைப்புக் குறைந்து வந்தது. கடைசியில், ஒருநாள், ஸுசீலா செய்திருந்த 'குளோரோபாரம் பச்சடி'யை அவர்கள் ருசி பார்த்த பிறகு, நிலைமை விபரீதமாகப் போய்விட்டது. ருசி பார்த்தவர்கள் அவ்வளவு பேரும் மூன்று நாள் வரையில் தூங்கிக் கொண்டே வகுப்புக்குப் போனார்கள்; தூங்கிக் கொண்டே படித்தார்கள்; தூங்கிக் கொண்டே தூங்கினார்கள்! இந்த சம்பவத்துக்குப் பிறகு, ஹாஸ்டல் மாணவிகள் ஒருவரும் ஸுசீலாவின் 'லபரேடரி'க்கு அருகிலேயே வருவது கிடையாது. எனவே, ஸுசீலா 'தன் வயிறே தனக்குதவி' என்னும் கொள்கையைக் கடைப்பிடிக்க வேண்டியதாயிற்று.

கடைசியாக, பரீட்சை நெருங்கியது. அந்த வருஷம் எம்.ஏ. வகுப்பில் பாக சாஸ்திரப் பரீட்சைக்கு ஆஜரான மாணவி ஸுசீலா ஒருத்திதான். ஆனால், பரீட்சகர்களோ ஒன்பது பேர். அவர்கள் ஸுசீலா எழுதியிருந்த ஆராய்ச்சிகளையெல்லாம் படித்துவிட்டு, 100க்கு 90 மார்க் வீதம் கொடுத்தார்கள். பிறகு ஸுசீலா செய்து கொடுத்த பட்சணங்களைத் தூரத்தில் இருந்தபடியே வாசன் பார்த்து விட்டு, 100க்கு 110 மார்க் வீதம் கொடுத்தார்கள். எனவே, அந்த வருஷம் எம்.ஏ. பரீட்சையில், சென்னை மாகாணத்திலேயே முதலாவதாக ஸுசீலா தேறினாள். அவளுடைய விசேஷ ஆராய்ச்சி முடிவுகளைக் கௌரவிப்பதற்காக 'டாக்டர்' பட்டம் அவளுக்கு அளிப்பதென்றும், ஸிண்டிகேட் சபையார் முடிவு செய்தனர்.

இவ்வளவு மகத்தான கௌரவங்களை அடைந்த ஸுசீலாவுக்கு இந்த இரண்டு வருஷத்தில் ஒரு சின்ன நஷ்டம் ஏற்பட்டது என்பதையும் சொல்லத்தான் வேண்டும். அவளுடைய பாக சாஸ்திர ஆராய்ச்சிகளின் பயனாக அவளுடைய ஜீரணசக்தி அடியோடு போய்விட்டது!

2

பரீட்சை முடிவு வெளியாயிற்றோ, இல்லையோ, ஸுசீலா வுக்கு வாழ்த்துச் செய்திகள் வந்து குவிந்த வண்ணமிருந்தன. அவற்றுடன், டீ பார்ட்டிகளுக்கும், டின்னர் பார்ட்டிகளுக்கும் அழைப்புகள் வரத் தொடங்கின. முதன் முதலில் ராஜ தானியில் முதலாவதாக எம்.ஏ. பரீட்சையில் தேறிய பெண்மணி அன்றோ? ஆதலின், மாதர் சங்கங்களின் ஸ்திரீகள் கிளப்புகளிலும் ஸுசீலாவுக்கு உபசார விருந்துகள் நடந்தன. அவள் திருநெல்வேலியைச் சேர்ந்தவளா தலால், திருநெல்வேலிசங்கத்தார்ஒருவிருந்துகொடுத்தார்கள்.தங்கள் கலாசாலைக்கே கௌரவம் கொண்டு வந்ததற்காக, கலாச ாலை ஆசிரியைகள் ஒரு விருந்து அளித்தார்கள். 'வீரத் தமிழ் மகளிர் சங்க'த்தாரும் இவர்களுக்கெல்லாம் பின்வாங்கிவிட வில்லை. அப்புறம் சிநேகிதர்கள் சிநேகிதரல்லாதவர்கள், தெரிந்தவர்கள் தெரியாதவர்கள் எல்லார் வீடுகளிலும் வரிசையாக விருந்து சாப்பிட வேண்டியிருந்தது. ஒவ்வொரு நாளும் இரண்டு மூன்று சிற்றுண்டி விருந்துகளுக்குப் போக வேண்டியதாயிற்று. இந்த விருந்துகளில் எல்லாம் ஸுசீலா ஒன்றும் சாப்பிடாமல் மரியாதைக்கு உட்கார்ந்து விட்டு எழுந்து வர முடிந்தது என்கிறீர் களோ? அதுதானே முடியவில்லை? ஸுசீலா வெறுமனே உட்கார்ந்திருந்தால், 'இந்தச் சாப்பாட்டையெல்லாம் நீங்கள் சாப்பிடுவீர்களா? பாக சாஸ்திரத்தில் பரீட்சை கொடுத்தவரா யிற்றே?' என்று பக்கத்திலுள்ளவர்கள் சொல்ல ஆரம்பித்து விடுவார்கள். இதற்காக ஸுசீலா ஒவ்வொரு விருந்திலும் கொஞ்ச மாவது ச ாப்பிடத்தான் வேண்டியிருந்தது.

சென்னையில் பிரசித்தமான 'நியோவஞ்சக லஞ்ச் ஹோம்' என்னும் ஹோட்டலைப் பற்றிக் கேள்விப்பட்டிருப்பீர்கள். இந்த ஹோட்டல் முதலாளி ஒரு கெட்டிக்கார மனுஷர். அவர் மேற்படி லஞ்ச் ஹோமின் வருஷாந்தரக் கொண்டாட்டம் நடத்தத் தீர்மானித்தார். பலமான சிபாரிசுகள் பிடித்து, அந்தக் கொண்டாட்டத்துக்கு ஸ்ரீமதி ஸுசீலா அக்கிரா சனம் வகிக்கும்படி செய்தார். அவ்வளவு தான்; பிறகு

சென்னையிலுள்ள ஒவ்வொரு ஹோட்டல்காரரும், ஸ்ரீமதி ஸுசீலாவைத் தங்கள் ஹோட்டலுக்கு வந்து விட்டுப் போக வேணுமென்று அழைக்கத் தொடங்கினார்கள். அவர்கள் எல்லோரிலும் படுகெட்டிக்காரர் ஒருவர் தமது ஹோட்டலின் பெயரையே மாற்றி, 'ஸுசீலா லஞ்ச் ஹோம்' என்று போட்டு விட்டார்! இதற்கு மேல் சென்னைப் பட்டணத்தில் இருப்பதே அபாயம் என்று கருதிய ஸுசீலா உடனே திருநெல்வேலிக்குப் பிரயாணமானாள்.

திருநெல்வேலிக்குப் போனால் இந்த விருந்துத் தொந்தரவு ஒழியுமென்று அவள் நினைத்தது பெரிய பிசகாய் முடிந்தது. ஸுசீலாவின் தகப்பனார் திவான் பகதூர் கோமதி நாதப்பர் திருநெல்வேலியில் மிகப் பிரசித்தமானவர். பெரிய வக்கீல் என்பதோடு கூட, பொது வாழ்க்கையிலும் ஈடுபட்டவர். அந்த ஊரில் 'சமதர்ம சமாதி சங்க'த்துக்கு அவர்தான் தலைவர். 'கட்டாய விதவா விவாக சபை'க்கு உபதலைவர். 'தனித் தமிழ் வசை மொழிக் கழக'த்தில் அங்கத்தினர். சமூகச் சீர்திருத்தங்களில் அவருக்கு எவ்வளவு அக்கரை உண்டு என்பதை, அவர் மகள் ஸுசீலாவைப் பார்த்தே நாம் நன்கறியலாமல்லவா?

இப்படிப்பட்ட சீர்திருத்தப் பிரமுகரைத் தகப்பனாராகப் பெற்ற ஸுசீலா, அவர் வாழும் ஊரில் தனக்கு விருந்து உபசாரத்தொல்லை இராது என்று நினைத்தாளென்றால், எம்.ஏ. படித்ததின் பலனாக உலக விவகாரங்களில் அவளுடைய அறிவு மழுங்கி விட்டதென்றே நாம் முடிவு செய்ய வேண்டியதாயிருக்கிறது.

எப்படியோ, ஸுசீலா திருநெல்வேலி போய்ச் சேர்ந்தாள். ரயில்வே ஸ்டேஷனிலேயே அவளை வரவேற்பதற்காக அநேகம்பேர்கூடியிருந்தார்கள். வீடுசேர்ந்ததும்அன்றைக்குப் பெரிய விருந்து. எம்.ஏ. படித்த தமது மகளைத் தம் சிநேகிதர்களுக்கெல்லாம் பெருமையுடன் அறிமுகப்படுத்தி வந்தார் கோமதி நாதப்பர். பெருமை இராதா, ஐயா! இருபது வருஷத்துக்கு முன்னால், திருநெல்வேலியில் ஒருவர் எம்.ஏ. பட்டம் பெற்றபோது ஊரெல்லாம் தடபுடல் பட்டது. அந்த

மனுஷருக்கு எம்.ஏ. முதலியார் என்றே பெயர் வந்து விட்டது. இப்போது, முதன் முதலாகத் திருநெல்வேலிப் பெண் ஒருத்தி எம்.ஏ. பட்டம் பெற்றிருக்கிறாள். அதிலும் அவள் ராஜதானியிலேயே முதலாவதாக - மீசை முளைத்த ஆண் பிள்ளைகளையெல்லாம் தோற்கடித்து விட்டு - புகழுடன் தேறியிருக்கிறாள். அப்படிப்பட்டவள் தம்முடைய பெண் என்று நினைக்கும்போது, அந்தத் தகப்பனாரின் தோள்கள் பூரித்து உயராமல் இருக்குமா?

வீட்டு விருந்துக்குப்பிறகு வெளியிலும் விருந்துகள் ஆரம்பமாயின. 'சமதர்ம சமாதி சங்க'த்தில் விருந்து; 'கட்டாய விதவா சங்க'த்தில் டீ பார்ட்டி; 'வக்கீல்களின் சங்க'த்தில் விருந்து; கோ ஆபரேடிவ் யூனியனில் டின்னர்; அஞ்ஞான வாசக சாலையில் சிற்றுண்டி; முனிசிபாலிடியில் உபசாரம்; அப்புறம், சிநேகிதர்கள், பந்துக்கள் வீடுகளில் வரிசையாக விருந்து. சாப்பாட்டுக்கோ, சிற்றுண்டிக்கோ உட்கார்ந்தால், பேச்சு ஒரே மாதிரிதான். 'ஏனம்மா, ஒன்றும் சாப்பிட மாட்டேனென்கிறாயே? ஆனால், உனக்கு இதெல்லாம் பிடிக்குமா? எங்கள் சாப்பாடெல்லாம் நன்றாயிருக்குமா? பாக சாஸ்திரப் பரீட்சை கொடுத்து மெடல் வாங்கியவளாச்சே?' என்று சொல்லுவார்கள்.

இதனாலெல்லாம் ஸுசீலாவுக்குச் சாப்பாடு என்றாலே விஷமாய்ப் போயிற்று. உணவுப் பண்டத்தைப் பார்த்தாலே குமட்டிக் கொண்டு வந்தது. சாப்பாட்டைப் பற்றிய பேச்சு எதுவும் காதில் நாராசமாக விழுந்தது. இதையெல்லாம் வாய் விட்டு யாரிடமும் சொல்ல முடியாதிருந்த படியால் சாப்பாட்டில் வெறுப்பும் துவேஷமும் பன்மடங்கு பெருகின. ஐயோ! தன்னுடைய வேதனை தன் தகப்பனாருக்குக் கூடவா தெரியாமல் போக வேண்டும்? 'குழந்தைப் பிராயத்தில் தாயை இழந்த தன்னைத் தாமே தாயும் தந்தையுமாயிருந்து வளர்ந்தவருக்கே தன் கஷ்டம் தெரியவில்லையென்றால், மற்றவர்களுக்கு என்ன தெரியப் போகிறது?'

இந்த உலகத்தில் ஒரே ஒரு மனுஷர் தான் தன்னுடைய மனோநிலையை அறிந்து அநுதாபப்படக்கூடியவர். நல்ல

வேளை, அவர் சீமையிலிருந்து கப்பல் ஏறி விட்டார். சீக்கிரத்தில் வந்து விடுவார். அவர் வந்தவுடன், இரண்டு பேருமாக எங்கேயாவது மனுஷர்களே இல்லாத இடத்துக்குப் போய்க் கொஞ்ச நாள் இருந்து விட்டு வரவேணும்! அப்பா! இந்த எழவெடுத்த சமையல், சாப்பாட்டுப் பேச்சே இல்லாமல் சில நாளாவது கழியாதா?

அந்த ஒரே ஒரு மனுஷர் ஸ்ரீ பாலசுந்தரம் பி.ஏ.பி.இ. என்று சொல்ல வேண்டியதில்லை. பால சுந்தரத்தின் சொந்த ஊர் தென்காசிக்கு அடுத்த நெறிஞ்சிக்காடு. சென்னையில் என்ஜினியரிங் பரீட்சை தேறி விட்டு, சீமைக்கு உயர்தர எலெக்டிரிக் என்ஜினியரிங் படிப்பதற்காகப் போயிருந்தான். அங்கும் புகழுடன் பரீட்சை தேறி இப்போது திரும்பி வருகிறான். இவர்கள் இரண்டு பேருக்கும் முன்னமேயே கல்யாணம் நிச்சயமாகி விட்டது. ஆனால், ஸுசீலா, எம்.ஏ. தேறிய பிறகு தான் கல்யாணம் என்று கோமதியப்பர் சொல்லியிருந்தார்.

பாலசுந்தரம் பம்பாய்க்கு வந்து சேர்ந்த செய்தியை ஸுசீலா தினந்தோறும் எதிர் பார்த்துக் கொண்டிருந்தாள். கடைசியாக, ஒரு நாள் தந்தி வந்தது. ஸுசீலா குதூகலமடைந்தாள். அந்த நேரத்தில் அவள் தன்னுடைய படிப்பையும் எம்.ஏ. பட்டத்தையும் மறந்து, சாதாரணமாக, டாக்கிகளில் நாம் பார்க்கும் கதாநாயகிகளைப் போல் காரியம் செய்யத் தொடங்கினாள். ஆடினாள்; பாடினாள்; முகத்தில் பவுடரைப் பூசினாள்; நெற்றியில் பொட்டு இட்டாள்; நிலைக் கண்ணாடிக்கு முன்னால் நின்று அழகு பார்த்தாள்; இன்னும் என்னவெல்லாமோ அசட்டுக் காரியங்களைச் செய்தாள். பாலசுந்தரம் வந்தவுடனே, இந்தத் திருநெல்வேலியிலிருந்து தொலைந்து போய் டின்னர்களும் டீ பார்ட்டிகளும் இல்லாத இடத்தில் சிறிது காலம் நிம்மதியாக இருக்கலாம் என்ற ஆசையினால், அவள் உள்ளம் குதித்துக் கொண்டிருந்தது.

இரண்டு நாளைக்குப் பிறகு பம்பாயிலிருந்து ஒரு கடிதம் வந்தது. பாலசுந்தரந்தான் எழுதியிருந்தான். ஆரம்பத்தில், ஸுசீலாவிடம் தன் கரைகாணாத காதலை

வெளியிட்டிருந்தான். அவளைப்பார்க்க வேணுமென்ற ஆசை யினால் தன் இருதயம் துடியாய்த் துடித்துக் கொண் டிருப்பதைத் தெரிவித்திருந்தான். பிறகு, பம்பாயில் தான் இன்னும் சில நாள் தங்கியிருத்தல் அவசியமாயிருப் பதையும், அங்குள்ள பருத்தித் தொழிற்சாலைகளில் மின்சார சக்தியை உபயோகப்படுத்தும் விதத்தை ஆராய்ந்து விட்டு, ஒரு மாதத் திற்குள் திரும்பி வந்து விடுவதாயும் உறுதி கூறியிருந்தான். கடைசியாக, அவன் எழுதியிருந்ததாவது:

'நம் மாகாணத்தில் நான் செய்ய உத்தேசித்திருக்கும் வேலை களைத் தொடங்குவதற்கு இந்த ஆராய்ச்சி மிகவும் அவசியமாயிருக் கிறபடியால் தான் இங்கே தங்கியிருக் கிறேன். இல்லாவிட்டால், இதற்குள் அவ்விடத்துக்குப் பறந்து வந்திருப்பேன். உன்னைப் பார்ப்பதற்கு எனக்கு இருக்கும் ஆசை கடலை விடப் பெரியது. அது மட்டுந்தானா? நம் ஊருக்கு வந்து எப்போது தோசையையும், இட்லியையும், சாம்பாரையும், ரஸத்தையும் கண்ணால் காணப் போகி றோமென்று இருக்கிறது. நல்ல சாப்பாடு என்று சாப்பிட்டு இரண்டு வருஷத்துக்கு மேலாகி விட்டது. இந்த நிமிஷத்தில் ஒரு தோசைக்காக இந்த பம்பாய் நகரையே விற்று விடுவ தற்கு நான் தயாராயிருக்கிறேன். ஆகா! ஒரு முறுக்கு மட்டும் இப்போது கிடைத்தால்? சீச்சீ! என்ன காரியம் செய்கிறேன்? பாக சாஸ்திர எம்.ஏ. ஆகிய உனக்குக் கேவலம் தோசை யையும் முறுக்கையும் பற்றி எழுதுகிறேனே? தயவு செய்து மன்னிக்க வேணும். கூடிய சீக்கிரம் அவ்விடம் வந்து, நீ செய்யப் போகிற முருங்கைக்காய் ஹல்வா, புளியம்பழப் பாயாஸம், வேப்பங்காய்ப் பொரியல், பம்புளிமாஸ் பொடித் துவட்டல் முதலியவற்றை ருசி பார்க்க நாக்கைத் தீட்டிக் கொண்டிருக்கிறேன்.

இப்படிக்கு,

பாலசுந்தரம்

இதை வாசித்ததும், ஸுசீலா கிட்டத்தட்ட வெறி பிடித்தவள் போலானாள். அந்தக் கடிதத்தைச் சுக்கல் சுக்கலாகக் கிழித்து

எறிந்தாள். பிறகு, அந்தச் சுக்கல்களைப் பொறுக்கிச் சேர்த்து, பம்பாயில் பாலசுந்தரத்தின் விலாசத்தைக் கண்டு பிடித்தாள். பிறகு அவனுக்கு ஒரு கடிதம் எழுதினாள்.

'உன் கடிதம் கிடைத்தது. உன்னை நான் மனப்பூர்வ மாக வெறுக்கிறேன்; அடிவயிற்றிலிருந்து உன்னைத் துவேஷிக்கிறேன். உன் முகத்தில் விழிக்கவும் விரும்ப வில்லை.

'சீ! இந்தப் பாழும் மனுஷர்களுக்கு உண்பதையும் தின்பதையும் தவிர உலகத்திலே வேறொன்றிலும் ஞாபகம் செல்லாதா?

இப்படிக்கு,

ஒரு காலத்தில் உன்னைக் காதலித்த ஸுசீலா.'

மேற்படி கடிதத்தை உறையில் போட்டுத் தபாலுக்கு அனுப்பி விட்டு, ஸுசீலா மிகுந்த மனச்சோர்வுடன் ஸோபாவில் சாய்ந்தாள். அப்போது உலகமே அவளுக்கு ஒரு வரண்ட பாலைவனமாகத் தோன்றியது. பூமியில் எதற்காகப் பிறந்தோம், எதற்காக உயிரோடிருக்கிறோம் என்று சிந்திக்கத் தொடங்கினாள். அச்சமயம், வேலைக்காரப் பையன் ஒரு பத்திரிகையைக் கொண்டு வந்து கொடுத்தான். ஸுசீலா அதைப் பிரித்து மேலெழுந்தவாரியாகப் பார்த்துக் கொண்டு போனாள். கொட்டை எழுத்தில் இருந்த ஒரு தலைப்பு அவளுடைய கவனத்தைக் கவர்ந்தது.

'ஹிட்லர் குருசாமியின் உண்ணாவிரதம்'

என்று படித்ததும், பளிச்சென்று நிமிர்ந்து உட்கார்ந்தாள்.

'தமிழ்க் கோவில்கள் தமிழ்த் தெய்வங்களுக்கே!'

'ஆரியத் தெய்வங்களின் அட்டூழியம்'

'சாகும் வரையில் பட்டினி; அதற்குப் பிறகு?'

மேற்படி தலைப்புகளை வரிசையாகப் படித்ததும் ஸுசீலாவின் உள்ளத்தில் பொங்கிய உணர்ச்சிகளை யாரால் வர்ணிக்க முடியும்? அளவிலாத ஆவலுடன்

அந்தத் தலைப்பின் கீழ் கொடுத்திருந்த விவரங்களைப் படிக்கலானாள்.

3

ஹிட்லர் குருசாமியைப் பற்றித் தமிழர் எல்லாருக்கும் கட்டாயம் தெரிந்திருக்கும். 'ஆம்; தெரியும்' என்று மரியாதையாக ஒப்புக் கொண்டு விடுங்கள். இல்லாவிட்டால் நீங்கள் தமிழர்களே இல்லை என்று நான் சொல்லி விடும்படி நேரிடும், ஜாக்கிரதை!

அவருடைய பெயருக்கு முன்னால் 'ஹிட்லர்' என்னும் அடைமொழி ஏன் வந்தது என்று நீங்கள் கேட்கலாம். கேளுங்கள், கேளுங்கள்; நன்றாய்க் கேளுங்கள். ஆனால் அதற்குப் பதில் மட்டும் உங்களுக்குக் கிடைக்கப் போவதில்லை. அதற்கு ஒரு காரணம் உண்டு என்பது மட்டும் நிச்சயம். ஆனால் அது என்னவென்பது எனக்குத் தெரியாது; குருசாமிக்குந் தெரியாது; உங்களுக்கு அது தெரிய வேண்டுமென்று, விரும்புவது வீண் ஆசையேயல்லவா?

நமது ஹிட்லர் குருசாமி தமிழுக்கும் தமிழ் நாட்டுக்கும் செய்திருக்கும் தொண்டுகளைச் சொல்வதைக் காட்டிலும், சொல்லாமலிருப்பதே நலமாகும். ஏனெனில், அவற்றைச் சொன்னால், நீங்கள் 'இப்போதே அவருக்கு ஓர் உருவச் சிலை செய்து ஒருவரும் பார்க்காதவிடத்தில் வைத்தாக வேண்டும்' என்று கிளம்பி விடுவீர்கள். அவர் செய்துள்ள தொண்டுகள், ஒன்றல்ல, இரண்டு அல்ல, எவ்வளவோ! உதாரணமாக, அவர் தமது இரண்டாவது வயதிலேயே தமிழின் சுவையைக் கண்டு அனுபவித்தவர். அந்த நாளிலேயே 'அம்மா' 'அப்பா' என்னும் இனிய தனித் தமிழ்ச் சொற்களைச் சொல்வதற்காக, வாயிலிருந்த விரலை எடுப்பதற்குக்கூட அவர் தயாராயிருந்தார். இன்னும் அவருக்குக் கொஞ்சம் வயதான பிறகு, 'அ, ஆ, இ, ஈ' என்னும் தமிழ் எழுத்துக்களைக் கற்றுக் கொள்ளத் தொடங்கினார். அந்தத் தமிழ் எழுத்துக்களின் மேல் அவருக்கு இருந்த மோகம் காரணமாக, மொத்தம் மூன்று வருஷம் 'அ, ஆ' கற்றுக் கொள்வதிலேயே

கழித்தார். இன்னும் தமிழன்பு காரணமாகவே அவர் ஸ்கூல் பைனல் பரீட்சையில், இங்கிலீஷில் மட்டும் நாலு வருஷம் 'கோட்' அடித்துக் கொண்டிருந்தார்.

பிறகு, பெரிய இடத்துச் சிபாரிசு காரணமாக அவருக்கு ஒரு சர்க்கார் காரியாலயத்தில் குமாஸ்தா வேலை கிடைத்தது. ஒரு நாள் காரியாலயத்தில் வேலை செய்ய வேண்டிய நேரத்தில் அவர் தமிழின் இன்பத்தில் மிதமிஞ்சிச் சொக்கி விட்டார். அவருடைய கண்கள் மூடின; தலையும் சாய்ந்தது; பெருமூச்சு வந்தது. அப்போது அங்கே வந்த தலைமை அதிகாரி, 'குரு சாமி தூங்குகிறார்!' என்று முட்டாள்தனமாக எண்ணினார். எண்ணியதோடு இல்லாமல், அவரை வேலையை விட்டும் தள்ளி விட்டார்! எனவே, ஹிட்லர் குருசாமி தமிழுக்காக இந்தப் பெரிய தியாகத்தைச் செய்யும்படியாக நேர்ந்தது.

பின்னர், அவர் வேலை தேடுவது என்ற வியாஜத்தை வைத்துக் கொண்டு, தமிழ் நாடெங்கும் சுற்றிப் பார்த்து வந்தார். தமிழ் நாட்டைப் பார்ப்பதென்றால், தமிழ்நாட்டுக் கோவில்களைப் பார்க்காமல் முடியுமா? தமிழ் நாட்டுக் கோயில்களைப் பார்க்கப் பார்க்க, அவருக்கு வயிற்றைப் பற்றிக் கொண்டு எரிந்தது. 'தமிழ்நாடு தமிழர்களுக்கே' என்ற பேச்சு அவர் காதில் எப்போதோ விழுந்திருந்தது. அப்படியானால், தமிழ்நாட்டுக் கோவில்களும் தமிழ் நாட்டுத் தெய்வங்களுக்கே உரிமையாக வேண்டுமல்லவா? ஆனால், இப்போதைய நிலைமை என்ன? தமிழ் நாட்டுக் கோவில் களில் இருக்கும் தெய்வங்கள் தமிழ் நாட்டுத் தெய்வங்களா? இல்லவே இல்லை. பரமசிவன் எந்த தேசத்தவர்? சிவ சிவா! அவருடைய இருப்பிடம் கைலையங்கிரியன்றோ? கைலை யங்கிரி, வடகே, ரொம்ப ரொம்ப வடக்கேயல்லவா இருக் கிறது? ஆகவே, பரமசிவன் அசல் வடக்கத்தித் தெய்வம். அவர் பத்தினி பார்வதியோ, இமவானின் புத்திரி. விநாயகர், சுப்பிரமணியர் எல்லோரும் அசல் ஆரியக் குஞ்சுகள். பெருமாள் கோவிலோ கேட்க வேண்டியதில்லை. மகா விஷ்ணு - பெயரைப் பார்த்தாலே, ஆரியத் தெய்வம் என்று தெரிகிறது. அவருடைய அவதாரங்களும் வடநாட்டிலேதான்.

இராமர், கிருஷ்ணர், நரசிம்மர் - ராம ராமா! தமிழ் நாட்டுக்குக் கோவில்களில் போயும் போயும் ஒரே திராவிடத் தெய்வத் துக்குத்தான் இடமளிக்கப்படுகிறது. அவர்தான் அனுமார்! - ஆனால் அந்த அநுமாரோ ஆரியத் தெய்வமான ராமரின் சேவகர்; அவருடைய அடிமை!

இந்த மாதிரி அவமானம் தமிழ் நாட்டுக்கும் தமிழர்களுக்கும் வேறு உண்டா? இந்த அவமானத்தைத் துடைக்கும் வழிதான் என்ன? நமது கோவில்களிலிருந்து இந்த வடநாட்டு ஆரியத் தெய்வங்கள் அவ்வளவு பேரையும் அப்புறப்படுத்தி விட வேண்டும். பரமசிவனையும் பார்வதியையும், மகா விஷ்ணு வையும், பூதேவி ஸ்ரீ தேவிகளையும், ராமனையும், கிருஷ்ண னையும், நடராஜாவையும், தக்ஷிணா மூர்த்தியையும் கழுத்தைப் பிடித்துத் தள்ளி விட்டு, அவர்கள் இருந்த இடத்தில் தூய தமிழ்த் தெய்வங்களாகிய வீரன் இருளன், சங்கிலிக் கறுப்பன், பெத்தண்ணன், பாவாடை ராயன், வழி மறிச்சான் ஆகியவர்களைப் பிரதிஷ்டை செய்ய வேண்டும். இது தான் வழி. இதைச் செய்யாத வரையில், தமிழர்களின் அவமானம் தீர்ந்ததாகாது.

ஆனால், தமிழர்கள் இந்தக் காரியத்தைச் செய்வதற்கு இலேசில் முன் வருவார்களா? வர மாட்டார்களே? மானமற்ற மக்களாயிற்றே இவர்கள்? இவர்களுக்கு மானத்தை ஊட்டித் துள்ளி எழச் செய்வதற்கு வழி என்ன? ஆ! இதோ கண்டு பிடித்தாயிற்று! காந்தி தான் காட்டியிருக்கிறாரே! உண்ணா விரதம் இருப்பதுதான் வழி. அப்போதுதான் இந்த மானமற்ற தமிழர்களுக்குக் கொஞ்சமாவது சூடு சுரணை வரும்! இந்த எண்ணம் தோன்றியதுதான் தாமதம்; ஒரு மின்னல் மின்னும் நேரத்தில் ஹிட்லர் குருசாமி ஒரு முடிவுக்கு வந்தார். ‘இதோ உண்ணாவிரதம் ஆரம்பித்து விட்டேன். தமிழ் நாட்டிலுள்ள கோவில்களிலிருந்து ஆரியத் தெய்வங்கள் அத்தனையும் துரத்தப்படவேண்டும். அவை என்னிடம் வந்து இத்தனை நாளும் தமிழ்நாட்டுக் கோவில்களில் குடியிருந்ததற்காக மன்னிப்புக் கேட்டுக் கொண்டு போக வேண்டும். அதற்குப் பிறகுதான் நான் உண்ணா விரதத்தை நிறுத்துவேன்.

இல்லாவிடில் உயிர் போகும் வரையில் சாப்பிட மாட்டேன். அதற்கு பிறகு உசிதம் போல் செய்வேன். இது நிச்சயம்! இது சத்தியம்! வீரன், இருளன், காட்டேரி ஆணையாக இது முக்காலும் சத்தியம்!' என்று அவர் ஓர் அறிக்கை விடுத்தார்.

அவ்வளவுதான், உடனே ஓடி வந்தார்கள். நாலா பக்கத்திலிருந்தும், நாலைந்து வீரத்தியாகிகள், 'ஹிட்லர் குருசாமிக்கு ஜே!' என்றார்கள். அவரைச் சென்னைப் பட்டணத்துக்கு அழைத்துச் சென்றார்கள். ஒரு மச்சு வீடு பிடித்து அதில் கொண்டு போய் வைத்தார்கள். இந்த நெருக்கடியான நிலைமையில், ஹிட்லர் குருசாமியின் உண்ணாவிரதம் சரிவர நடந்தேறுவதற்காகச் செய்ய வேண்டிய முயற்சிகளைப் பற்றித் தீவிரமாக ஆலோசித்தார்கள். கடைசியில், ஒரு முக்கியமான முடிவுக்கு வந்தார்கள். அதாவது, 'ஹிட்லர் குருசாமியின் உண்ணாவிரத நிதி!' என்று ஒரு நிதி திரட்டத் தீர்மானித்தார்கள்.

ஹிட்லர் குருசாமியின் உண்ணாவிரதச் செய்தி தமிழ் நாடெங்கும் விஷப் புகையின் வேகத்தில் பரவியது. அந்தச் செய்தியானது ஏற்கெனவே விழித்திருந்தவர்களுக்கு இன்னும் அதிக முழிப்பை உண்டாக்கிற்று; தூங்கினவர்களையோ முதுகில் தட்டி இன்னும் நன்றாய்த் தூங்கப் பண்ணியது; முக்கியமாக அந்த வருஷம் நடக்க இருந்த சட்டசபைத் தேர்தலில் போட்டியிட உத்தேசித்தவர்களிடையில், அச் செய்தி மிகவும் பரபரப்பை உண்டாக்கியது.

இந்தப் பரபரப்பை நேயர்கள் உள்ளபடி அறிந்து கொள்வதற்கு, அப்போது தமிழ் நாட்டின் அரசியல் நிலைமையைப் பற்றி அவர்களுக்குக் கொஞ்சம் தெரிந்திருக்க வேண்டும். இன்னும் காங்கிரஸ் மந்திரிகள்தான் ஆட்சி புரிந்து கொண்டிருந்தனர். ஆனால் மாகாண சுயாட்சி ஏற்பட்டு நாலு வருஷம் ஆகிவிட்ட படியால் சீக்கிரத்தில் பொதுத் தேர்தல் நடக்க இருந்தது. காங்கிரஸுக்கு விரோதிகள் எல்லாரும், காங்கிரஸுடன் போட்டி போடலாமா, வேண்டாமா, போட்டி யிட்டால் என்ன சாக்கை வைத்துக் கொண்டு போட்டியிடுவது என்று யோசனை செய்து கொண்டிருந்தார்கள்.

அப்போது, இந்த உண்ணாவிரதத்தின் செய்தி பரவவே, பரபரப்புக்குக் கேட்கவா வேண்டும்? உடனே அவரவர்களும், 'ஹிட்லர் குருசாமி உண்ணாவிரத நிதி'க்குப் பணம் வசூலிக்கத் தொடங்கினார்கள். மேற்படி உண்ணா விரதத்துக்குக் காங்கிரஸ் சர்க்காரால் ஏதும் பங்கம் விளை யாமல் பார்த்துக் கொள்ளும் பொருட்டு ஆங்காங்கே தொண்டர்படை சேர்த்தும் சென்னைக்கு அனுப்பினார்கள்.

உண்ணாவிரதம் ஆரம்பித்து ஒரு வாரம் இருக்கும். ஒரு நாள் காங்கிரஸ் எதிர்ப்புப் பத்திரிகையில் பின்வரும் வீராவேசத் தலையங்கம் வெளியாயிற்று:

'ஒரு தமிழ் மகன் பட்டினி கிடக்கிறார்!

ஏழு நாளாக அன்ன ஆகாரமின்றிக் கிடக்கிறார்! எனினும்,

அவருடைய மன உறுதி குன்றவில்லை!

அவருடைய தேக நிறை குறையவில்லை

அவருடைய உள்ளம் தளரவில்லை!

அவருடைய உடம்பு மெலியவில்லை!

ஆனால் இந்தக் கல்மனக் காங்கிரஸ் மந்திரிகள் சும்மா பார்த்துக் கொண்டிருக்கிறார்கள்.

இந்த மாதிரி ஒரு காந்தியோ, ஒரு ஜவஹர்லாலோ, ஒரு சுபாஷ்போஸோ பட்டினி கிடந்தால், இந்தப் பாவிகள் பார்த்துக் கொண்டிருப்பார்களா? ஆம்; அவர்கள் எல்லாம் வட நாட்டு ஆரியர்கள் - ஆகையால் விழுந்தடித்து ஓடுவார்கள்.

ஆனால் நமது ஹிட்லர் குருசாமி கேவலம் ஒரு தமிழ் மகன் தானே? அவன் பட்டினி கிடக்கட்டும்; பட்டினி கிடந்து சாகட்டும் அல்லது சாகாமலிருக்கட்டும் என்று சும்மா இருக்கிறார்கள்.

தமிழர்களே! மானமில்லாத தமிழர்களே! மதியில்லாத தமிழர்களே! இந்த அநியாயத்தை, அக்கிரமத்தை, அநீதியை, ஆரியக் கொடுமையை எத்தனை நாள் சகித்துக் கொண் டிருப்பீர்கள்!'

மேற்கூறிய பத்திரிகை அலறல் பயன்படாமற் போக வில்லை. மறுநாள் முதல், மந்திரிகளின் வீட்டு வாசலில் நாலு பேர் அல்லது மூன்று பேர் அல்லது இரண்டொருவர் பெருங் கூட்டமாக வந்து நின்று கூச்சலிடத் தொடங்கினார்கள்.

'ஹிட்லர் குருசாமி அடியோடு வாழ்க!'

'ஆரியத் தெய்வங்கள் நீடூழி ஒழிக!'

என்ற இவ்விதமான கோஷங்கள் வானத்தைப் பிளந்து கொண்டு சென்று அண்டை அயல் வீடுகளில் கூடக் கேட்கத் தொடங்கின. ஆனால், ஆலயங்களிலுள்ள தெய்வங்கள் மட்டும் கொஞ்சமும் அசைந்து கொடுப்பதாயில்லை; காங்கிரஸ் மந்திரிகளும் காது கொடுப்பதாயில்லை.

4

ஹிட்லர் குருசாமியின் உண்ணாவிரதம் ஆரம்பமானதி லிருந்து, அதைப் பற்றிய செய்திகளைத் தினந்தோறும் வெகு ஆவலுடன் ஸுசீலா கவனித்து வந்தாள். குருசாமியின் பேரில் அவளுக்கு ஏற்பட்ட நன்மதிப்புக்கு ஒரு அளவேயில்லை. 'சாப்பாட்டைத் துச்சமாகக் கருதும் ஒரு மனுஷனாவது உலகில் இருக்கிறானல்லவா? வயிற்றைக் கட்டிக் கொண்டு அழாதா இவனல்லவோ வீர புருஷன்? ஆஹா! அவன் தான் எப்படியிருப்பானோ? என்னமாய்ப் பேசுவானோ?' என்று எண்ணாததெல்லாம் எண்ணி, எட்டாத கோட்டையெல்லாம் கட்டினாள்.

ஒரு வாரம் ஆயிற்று. பத்து நாள், பதினைந்து நாள், இருபது நாளும் ஆயிற்று. அதற்கு மேல் ஸுசீலாவுக்குத் திருநெல்வேலியில் இருப்புக் கொள்ளவில்லை. அந்த வீர புருஷனை, இலட்சிய புருஷனை, இருபது நாள் சமையலையும் சாப்பாட்டையும் மறந்திருக்க கூடிய மகாதீரனை, உடனே சென்று நேரில் பார்க்காவிடில் தன் ஆவி ஒரு கணமும் தரிக்காது என்று தீர்மானித்தாள். தகப்பனாரிடம் சொல்லவே, இந்த மாதிரி முன்னேற்றமான இயக்கங்களில் அதி தீவிர அநுதாபங் கொண்ட வரான கோமதியப்பர் உடனே

தயங்காமல் விடை கொடுத்தார். ஸுசீலா சென்னைக்கு ரயில் ஏறினாள். ஆனால் அந்தோ! அந்த ரயிலுக்கு வழியில் ஆபத்து ஒன்றும் நேரிடவில்லையென்பதை ஆச்சரியத்துடன் தெரிவிக்கிறோம். நிற்க.

ஸுசீலா எம்.ஏ. சென்னைக்குப் பிரயாணமான சமாசாரம் அவள் வருவதற்கு முன்பே சென்னைக்கு வந்து சேர்ந்து விட்டது. ஹிட்லர் குருசாமி தங்கியிருந்து வீட்டில் இந்தச் செய்தியானது மிகவும் கலக்கத்தை விளைவித்தது. குருச ாமி தானே ரயில்வே ஸ்டேஷனுக்குச் சென்று ஸுசீலாவை வரவேற்பேன் என்றதால் மேற்படி கலக்கம் நேர்ந்தது. மற்றவர்கள் அவனை ரொம்பவும் கேட்டுக் கொண்டு அப்படிச் செய்யாமல் தடுத்தார்கள். தாங்கள் போய் அவளைத் தக்கபடி வரவேற்று அழைத்து வருவதாகச் சொன்னார்கள். அப்படியே சென்று அழைத்து வந்தார்கள்.

ஸுசீலா அந்த வீட்டுக்குள் காலை வைத்ததும், அவள் கேட்ட முதல் கேள்வி என்னவென்று நினைக்கிறீர்கள்? அவளுடைய இருதய அந்தரங்கத்திலிருந்து, 'அவர் எங்கே?' என்னும் வார்த்தைகள் மகத்தான தாபத்துடன் வெளிவந்தன. 'மாடியில் இருக்கிறார்' என்றதும் அவளுடைய கால்கள் மெத்தைப் படிகளின் வழியாக அவளை மாடியில் கொண்டு போய்ச் சேர்த்தன! ஆஹா! அங்கே ஸுசீலா தன் ஆயுளிலேயே முதன் முதலாக ஹிட்லர் குருசாமியைப் பார்த்தாள்; குரு சாமியும் ஸுசீலாவைப் பார்த்தான். வலது கண் வலது கண்ணுடனும் இடது கண் இடது கண்ணுடனும் இரு கண்கள் இரு கண்களுடனும் ஏக காலத்தில் சந்தித்தன. ஆஹா! அந்தச் சந்திப்பின் பெருமையை என்னால் வர்ணிக்க முடியுமா? அதை வர்ணிப்பதற்கு ஒரு கம்பனோ ஒரு காளிதாஸனோ அல்லது ஒன்றரைக் கம்பனோ ஒன்றரைக் காளிதாஸனோ தான் வல்லவர்களேயன்றி என் போன்றோர்களால் அது நினைக்கவும் முடியாத காரியமல்லவா?

ஸுசீலா வந்து சேர்ந்த செய்தி அறிந்ததும், சென்னை 'வீரத் தமிழ்' மகளிர் சங்கத்தைச் சேர்ந்த பெண்மணிகள் நாலைந்து பேர் வந்து சேர்ந்தார்கள். அன்று முதல், இவர்களே

ஹிட்லர் குருசாமியின் உண்ணாவிரதத்தை நடத்தி வைக்கத் தொடங்கினார்கள்.

இரண்டொரு நாளைக்கு முன் ஒரு பொல்லாத தமிழ்ப் பத்திரிகையில், 'ஹிட்லர் குருசாமி உண்ணாவிரதம் ஆரம் பித்து இருபது நாளாகிறது. அவர் இதே முறையில் இன்னும் எண்பது நாள் உண்ணாவிரதம் நடத்தத் தீர்மானித்திருப்பதாக அறிகிறோம். இந்த நூறு நாள் உண்ணாவிரதத்தில் தமது தேக நிலையில் ஒரு அணுவளவு கூடக் குறைவதில்லையென்றும் அவர் விரதம் எடுத்துக் கொண்டிருக்கிறாராம்!' என்பதாக ஒரு கேலிக் குறிப்பு வெளியாகியிருந்தது. ரயில் பிரயாணம் செய்யும் போது ஸுசீலா இதைப் பார்த்தாள். அப்போது அவளுடைய மனதிலும் சிறிது ஐயம் தோன்றியது. இப்போது ஹிட்லர் குருசாமியைப் பார்த்த பிறகு அந்த சந்தேகம் எவ்வளவு அநியாயமானது என்பதை உணர்ந்தாள். ஆகா! சூதுவாதற்ற இத்தகைய சாது முகத்தையுடையவர், இப்படி அசட்டு முழி முழிக்கும் கண்களையுடையவர் - எங்கே யாவது ஏமாற்றும் வேலையில் இறங்குவாரா? ஒரு நாளும் இல்லை. எனினும், சந்தேகப் பிராணிகளுடைய சந்தேகங் களையெல்லாம் தீர்க்கும் பொருட்டு ஸுசீலா ஒரு ஏற்பாடு செய்தாள். அன்று முதல், தினந்தோறும் ஹிட்லர் குரு சாமியின் எடையை நிறுத்து அவர் வசிக்கும் வீட்டு வாசலில் போர்டில் எழுதப் போவதாக அறிவித்தாள்.

ஸுசீலா வந்தது முதல், ஹிட்லர் குருசாமி இருந்து வீடு ஜே ஜே என்று ஆயிற்று. அந்த அதிசயமான உண்ணாவிரத வீரனைப் பார்ப்பதற்கும், வீரத் தமிழ் மங்கை ஸுசீலாவைப் பார்ப்பதற்குமாக ஜனங்கள் வந்து குவிந்து கொண்டிருந் தார்கள். அந்த வீட்டில் நிரந்தரமாக வசிப்பவர்கள் முப்பது, நாற்பது பேர் ஆகி விட்டார்கள். 'உண்ணாவிரத நிதி வசூல் கமிட்டி'யைச் சேர்ந்தவர்கள், மந்திரிகள் வீட்டு மறியல் தொண்டர்கள், வெளியூர்களிலிருந்து ஹிட்லர் குருசாமிக்குத் தொண்டு செய்ய வந்தவர்கள், 'வீரத் தமிழ் மகளிர்', இவ்வாறு நாளடைவில் கூட்டம் பெருகிற்று. இவர்களுக்கெல்லாம் கீழே தினம் மூன்று வேளை சமையல், சாப்பாடு எல்லாம் ஒழுங்காக

நடந்து கொண்டிருந்தது. ஆனால், அந்தோ! மேலே ஹிட்லர் குருசாமி, சமையல் வாசனையை மட்டும் முகர்ந்து கொண்டு கிடந்தான். ஸுசீலா வந்தது முதல் அவனுடைய தேகத்தின் நிறையும் மளமளவென்று குறைந்து வந்தது. தோற்றத்திலும் நாளுக்கு நாள் மெலியத் தொடங்கினான்.

முதலில் இரண்டு மூன்று நாட்கள் குருசாமிக்கு இது கஷ்ட மாகவே இல்லை. உண்மையில் அவனுக்குப் பசியே தோன்ற வில்லை. இடைவிடாமல் ஸுசீலாவின் ஞாபகமாகவே இருந் தான். ஆஹா! இத்தகைய ஒரு பெண்மணியின் நன்மதிப்பைப் பெற்றோமே! இந்த பாக்கியத்துக்காக உண்ணாவிரதம் மட்டுந் தானா இருக்கலாம்? ஒன்றும் சாப்பிடாமலே கூட இருக்கலாமே? - என்று இவ்விதம் எண்ணமிட்டான். முதல் சந்திப்பில், அவளிடம் அவனுக்கு ஏற்பட்ட வியப்பு - இவள் தானா எம்.ஏ. ஸுசீலா என்ற ஆச்சரியம் - அந்த இரண்டு மூன்று நாள் நெருங்கிய பழக்கத்தில் பரிபூர்ணமான காதலாகவே மாறிவிட்டது. ஆஹா! இத்தகைய பெண்ணைக் கல்யாணம் செய்து கொண்டு வாழ்வதல்லலவா வாழ்வு? மற்றதெல்லாம் வாழ்வு ஆகுமா? தகப்பனார் பெரிய வக்கீல்; சொத்தோ ஏராளம்; இவளோ எம்.ஏ. படித்தவள்; ஓ! இவளுடன் நடத்தும் இல்வாழ்க்கைதான் எவ்வளவு இன்பகரமாயிருக்கும்?

இந்த நினைவுகளுக்கிடையில் இன்னொரு பயங்கரமான எண்ணம் வந்து குறுக்கிடும். சுவரை வைத்துக் கொண் டல்லவா சித்திரம் எழுத வேண்டும்? முதலில் தான் உயிரோடிருக்க வேண்டுமே? அப்போதுதானே காதல், கல்யாணம், இல்வாழ்க்கை, இவற்றினாலெல்லாம் பிரயோ ஜனம் உண்டு? நாளாக ஆக அவனுக்கு இந்த நினைவே அதிகமாக வந்து கொண்டிருந்தது. நாலைந்து நாள் பட்டி னிக்குப் பிறகு அவனுக்கு மாரை அடைக்கத் தொடங்கிய போது, உடம்பை என்னமோ செய்த போது, அவன் ஒரு முக்கியமான தீர்மானத்துக்கு வந்தான். அதாவது ஸுசீலாவுக் காக, அவளுடைய காதலுக்காக, தான் உயிர் வாழத்தான் வேண்டும் என்று முடிவு செய்தான். அதற்குரிய வழிகளைப் பற்றிச் சிந்திக்கத் தொடங்கினான். திடீரென்று அவளுக்கு

ஏமாற்றமளித்து, அவளுடைய காதல் முறிந்து போகும்படியும் செய்யக் கூடாதல்லவா?

5

இதற்கிடையில், சென்னை நகரெல்லாம் அமளி துமளி யாயிருந்தது. தினந்தோறும் ஏழெட்டுப் பிரம்மாண்டமான பொதுக் கூட்டங்கள் நடந்தன. அவற்றில் கூடியிருந்தவர் களில் ஒருவர் விடாமல் அத்தனை பேரும் ஆச்சரியமான நீள அகலங்கள் வாய்ந்த சொற்பொழிவுகள் நிகழ்த்தினார்கள். 'பார்க்கப் போனால், இந்தக் கோவில்களிலுள்ள தெய்வங்கள் வெறுங் கல்லே அல்லவா? கல்லுக்கு உயிர் உண்டா? உயிரில்லாத கல்லுக்காக வேண்டி உயிருள்ள மனுஷன் உயிரை விட வேண்டுமா? இந்தக் கொடுமையைப் பார்த்துக் கொண்டிருக்கும் காங்கிரஸ் சர்க்காரின் அநியாயத்தை என்னவென்று சொல்வது?' என்று பிரசங்கிகள் கர்ஜித்தார்கள்.

ஸுசீலா சென்னைக்கு வந்து சேர்ந்த ஐந்தாம் நாள் மாலை, கடற்கரையில் ஒரு பிரம்மாண்டமான பொதுக் கூட்டம் கூட்டி னார்கள். அந்தக் கூட்டத்தில் கலந்து கொள்வதற்கு மாகாணம் முழுவதிலிருந்தும் பிரமுகர்கள் வந்திருந்தார்கள். அப்படிப்பட்ட கூட்டத்திற்குத் தமிழ்த்தாய் ஸுசீலாவும் வந்து பேசுவது அவசியம் என்று கருதப்பட்டது. அதிகமான வற்புறுத்தலின் பேரில், ஸுசீலா கிளம்பினாள். அவ்வளவு முக்கியமான கூட்டத்திற்குப் போகாமலிருக்கக் கூடாதென்று உண்ணாவிரத விடுதியிலிருந்து ஒவ்வொருவராக எல்லோருமே கிளம்பிச் சென்றார்கள்.

ஆரம்பத்திலேயே ஸுசீலாவைப் பேசச் சொன்னார்கள். ஸுசீலா பேசினாள். பொதுக் கூட்டத்திலே அவள் பேசுவது இதுதான் முதல் தடவையானாலும் அற்புதமாய்ப் பேசினாள். மனம் உருகப் பேசினாள். கடைசியில், 'இங்கே நாம் பொதுக் கூட்டம் போட்டுக் கொண்டும் பேசிக்கொண்டும் கரகோசம் செய்து கொண்டுமிருக் கிறோம். இந்த நேரத்தில் அங்கே அந்த வீர புருஷரின் - உயிர்...' இந்த இடத்தில் ஸுசீலாவின் தொண்டையை அடைத்துக் கொண்டது. கண்ணில் ஜலம்

பெருகிற்று. மேலே பேச முடியாமல் உட்கார்ந்து விட்டாள். இந்தக் காட்சி, கூட்டத்தில் ஒரு மகத்தான கிளர்ச்சியை உண்டாக்கிற்று. ஆண் பிள்ளைகள் 'அந்தோ! அந்தோ!' என்றார்கள். வீரத் தமிழ் மகளிர் விம்மி அழத் தொடங்கினார்கள்.

ஸுசீலாவுக்கு அப்போது மனதில் உண்மையாகவே ஒரு கலக்கம் உண்டாகியிருந்தது. தான் அங்கு உட்கார்ந்திருக்கையில், ஹிட்லர் குருசாமிக்கு ஏதோ பெரிய ஆபத்து நேர்ந்து கொண்டிருப்பதாக அவளுடைய உணர்வு சொல்லிற்று. உடனே போய் அவனைப் பார்க்க அவள் இருதயம் துடி துடித்தது. அருகிலிருந்தவர்களிடம் சொல்லிக் கொண்டு அவள் மேடையிலிருந்து பின்புறமாக இறங்கிச் சென்றாள். அதைப் பார்த்துக் கொண்டிருந்தார்கள் கழுகுக் கண் படைத்த பத்திரிகை நிருபர்கள். 'ஏதோ ஹிட்லர் குருசாமியைப் பற்றிச் செய்தி வந்துதான் இவள் இப்படிக் கூட்டத்தின் நடுவில் எழுந்து போகிறாள்' என்று அவர்கள் நினைத்தார்கள். ஆகவே, அவர்களும் ஒவ்வொருவராக நழுவிச் சென்றார்கள்.

ஸுசீலா இருதயம் படபடவென்று அடித்துக் கொள்ள, விடுதியின் வாசலில் போய் இறங்கினாள். கதவைச் சப்தமிடாமல் திறந்து கொண்டு மாடி மீது ஏறிச் சென்றாள். அங்கே ஹிட்லர் குருசாமியைக் காணாததும், அவளுக்கு உயிரே போய்விட்டது போலிருந்தது. கீழே இறங்கி வந்தாள். வீட்டில் சமையற்காரன் ஒருவன் தான் இருந்தான். அவனைக் கேட்கலாமென்று சமையலறையின் கதவைத் திறந்தாள். அந்தோ! அங்கே அவள் கண்ட காட்சியை என்னவென்று சொல்வது? எப்படிச் சொல்வது? சுருங்கச் சொன்னால் தலையில் விழ வேண்டிய இடி தவறிக் கீழே விழுந்தால் எப்படித் திகைப்பாளோ, அப்படித் திகைத்துப் போனாள் ஸுசீலா!

எதிரில் இலையைப் போட்டுக் கொண்டு, அதில் சாம்பார் சாதத்தைத் துளாவிப் பிசைந்து சக்கைப்போடு போட்டுக் கொண்டிருந்தான், ஹிட்லர் குருசாமி. அவனுடைய ஆயுள் பலம் கெட்டியாயிருந்த படியால்தான் அந்தச் சமயம் ஸுசீலா வந்தாள் என்று சொல்ல வேண்டும். இல்லாவிடில்,

ஐந்து நாள் பட்டினிக்குப் பிறகு அப்படி ஒரேயடியாகக் குழம்புச் சாதத்தைத் தீட்டியிருந்தால், அவன் கதி என்ன ஆகியிருக்குமென்று சொல்ல வேண்டுமா?

ஸுசீலாவைக் கண்டதும், ஹிட்லர் குருசாமி ஒரு நிமிஷ நேரம் அசட்டு முழி முழித்தான். அப்புறம் துள்ளி எழுந்து வந்து, ஸுசீலாவின் முன்னால் மண்டியிட்டுக் கை குவித்தான். 'ஸுசீலா! ஸுசீலா! என்னை மன்னி! உன்னுடைய காதலுக்காகத்தான் நான் இந்த காரியம் செய்தேன்...' என்றான். அப்போது, குருசாமி ஒரு கணம் நிமிர்ந்து ஸுசீலாவின் முகத்தைப் பார்த்தான். பிறகு, அந்த முகத்தை அவன் தன் வாழ்நாளில் எப்போதும் பார்க்கவேயில்லை!

அடுத்த நிமிஷத்தில், அந்தோ! அந்தச் சமையலறைக்குள் திமுதிமுவென்று ஐந்தாறு பத்திரிகை நிருபர்கள் வந்து நுழைந்தார்கள்.

6

ஸுசீலா இன்னும் இரண்டு நாள் சென்னையில் இருந்தாள். இத்தனை நாளும் ஹிட்லர் குருசாமியின் உண்ணாவிரதத்தை நடத்தி வைத்தவர்கள் ஸுசீலாவைச் சூழ்ந்து கொண்டு, இனிமேல் இயக்கத்தை அவளே தலைமை வகித்து நடத்த வேண்டுமென்று கேட்டுக் கொண்டார்கள். 'ஹிட்லர் குரு சாமி காங்கிரஸின் ஒற்றன்' என்று அவர்கள் ஆணையிட்டார்கள். இதைத் தாங்கள் முன்பே சந்தேகித்ததாகவும், ஆனால் அன்றிரவு, உண்ணாவிரத நிதிக்கு அதுவரை வசூலாகியிருந்த ரூ. 350யும் அமுக்கிக் கொண்டு அவன் ஓடிப்போனதிலிருந்துதான் அது நிச்சயமாயிற்று என்றும் சொன்னார்கள். இனிமேல் ஸுசீலாதான் தங்களுடைய தலைவி என்றும், அவள் மட்டும் உண்ணாவிரதம் ஆரம்பித்தால் தாங்கள் முன்போலவே கூட இருந்து நடத்தி வைப்பதாகவும் உறுதி கூறினார்கள்.

ஆனால், ஸுசீலாவுக்கு இதனாலெல்லாம் போன உற்சாகம் திரும்பி வரவில்லை. அன்றிரவு வெளியான பத்திரிகையைப் பார்த்த பிறகு, அவளுக்கு நிராசையே உண்டாகி விட்டது.

பத்திரிகையில் இரண்டு விஷயங்கள் வெளியாகியிருந்தன. ஒன்று, ஹிட்லர் குருசாமி வெளியிட்டிருந்த அறிக்கை. அது வருமாறு:-

'நான் உண்ணாவிரதத்தை நிறுத்தியது குறித்து பலர் பலவிதமான சந்தேகங்கள் கொள்ளாமலிருப்பதாகத் தெரிவதால், இந்த அறிக்கையை வெளியிடுவது என் கடமை யாகிறது. நான் உண்ணாவிரதத்தைக் கை விட்டது, தமிழ் நாட்டின் மேன்மையைக் காப்பதற்காகவே தவிர வேறில்லை. அதாவது, நமது அருமைத் தமிழ் மூதாட்டியாகிய ஔவையாரின் அருள்மொழியை மெய்யாக்குவதற்குத்தான் அவ்வாறு செய்தேன். ஔவை என்ன சொல்லியிருக்கிறாள்?

'மானங் குலங்கல்வி,

வண்மை அறிவுடைமை,

தானந்தவ முயற்சி

தாளாண்மை - தேனின்

கசிவந்த சொல்லியர்மேற்

காமுறு தல்பத்தும்

பசி வந்திடப் பறந்துபோம்'

என்று சொல்லியிருக்கிறாரல்லவா? அப்படியிருக்க, தீவிர மான பசி எடுத்த பிறகும் நான் அந்தப் பத்தையும் பறந்து போகச் செய்யாமலிருந்தால், ஔவை வாக்கல்லவா பொய்த்து விடும்? நிற்க.

என்னுடைய உண்ணாவிரதத்தின் போது எனக்குத் தமிழ்நாட்டு அரசியல்வாதிகளின் மர்மங்களைப் பற்றியும் ஸ்திரீகளின் ஆழங் காண முடியாத உள்ளத்தின் இயல்பைப் பற்றியும் அநேக விஷயங்கள் தெரிய வந்தன. அவையெல்லாம் தமிழ் மக்களைத் திகைத்து, திடுக்கிட்டு, திக்கு முக்காடச் செய்பவையாயிருக்கும். சமயம் வரும் போது அவற்றை யெல்லாம் தைரியமாக வெளிப்படுத்த நான் கொஞ்சமும் பின் வாங்க மாட்டேன்.'

ஸுசீலா இதைப் படித்து விட்டு ஒரு பெருமூச்சு விட்டாள். ஹிட்லர் குருசாமியின் மேல் அவளுக்கு முதலில் வந்த கோபம் மாறி அநுதாபம் உண்டாயிற்று. பாவம், கள்ளங்கபடில்லாத சாது. தற்சமயம் தன்னைச் சூழ்ந்திருக்கிறவர்களை விட அவன் எவ்வளவோ மேலல்லவா?

அவளுடைய கவனத்தைக் கவர்ந்த இன்னொரு விஷயம் பின்வரும் பெரிய தலைப்புகளின் கீழ்க் காணப்பட்டது.

'இந்தியாவின் பயங்கரமான ஜன அபிவிருத்தி'

'உணவுப் பஞ்சத்தைத் தடுக்க வழி என்ன?'

இந்தத் தலைப்புகளின் கீழே, சீமையிலிருந்து சமீபத்தில் திரும்பி வந்த ஸ்ரீ பாலசுந்தரம் பி.ஏ., எம்.இ.ஓ.பி.எச். சின் படமும், அவரைப் பத்திரிகை நிருபர் பேட்டி கண்ட விவரமும் பிரசுரிக்கப் பட்டிருந்தன. அதில், ஸ்ரீ பாலசுந்தரம் எல்லாருக்கும் தெரிந்த சில ஆச்சரியமான விஷயங்களை எடுத்துக் காட்டியிருந்தார். *1930*-ல் இந்தியாவின் ஜனத் தொகை *35* கோடி. *1940*-ம் வருஷ ஜனக் கணிதியின்படி *39½* கோடி, பத்து வருஷத்தில் *4½* கோடி அதாவது *100*-க்கு *12½* வீதம் ஜனத்தொகை பெருகியிருக்கிறது. ஆனால், உணவு உற்பத்தியோ *100*-க்கு *2½* வீதம் தான் அதிகமாயிருக்கிறது. இப்படியே போய்க் கொண்டிருந்தால் கூடிய சீக்கிரம் தேசத்தில் பயங்கரமான உணவுப் பஞ்சம் ஏற்பட்டுத்தானே தீர வேண்டும்? ஆகையால், தேசத்தில் உள்ள அறிவாளிகள் எல்லாரும் உடனே இந்த விஷயத்தில் கவனம் செலுத்தி னாலன்றி, அப்புறம் நிலைமை சமாளிக்க முடியாமல் போய்விடும்.

இதுசரிதான்; ஆனால் அப்படிப்பட்ட நெருக்கடி ஏற்படாமல் தடுப்பதற்கு ஸ்ரீ பாலசுந்தரத்தின் யோசனைகள் தான் என்ன? அவர் இரண்டு யோசனைகள் கூறியிருந்தார். ஒன்று, உணவுப் பொருள் உற்பத்தியை அதிகப்படுத்தும் முயற்சி. இதற்காக, மேனாட்டார் கைக்கொள்ளும் நவீன விவசாய முறைகளை நாமும் மேற்கொள்ள வேண்டும். முக்கியமாக, நமது நாட்டில் உள்ள மலை அருவிகளிலிருந்தெல்லாம் மின்சார சக்தி

உண்டு பண்ணவும், அந்த மின்சார சக்தியைப் புதுமுறை விவசாயத்துக்குப் பயன்படுத்தவும் முயல வேண்டும். தாம் உடனே இந்த முயற்சியில் இறங்கப் போவதாகத் தெரிவித்து விட்டு அவர் மேலும் கூறியதாவது:-

'ஆனால், இது மட்டும் போதாது. எவ்வளவுதான் இந்த வழியில் முயற்சி செய்தாலும், நாற்பது கோடி ஜனங்களுக்கு வேண்டிய உணவுப் பொருள் தயாரிப்பதற்கே இன்னும் பத்து வருஷம் செல்லும். இதற்கிடையில் ஜனத் தொகை பெருகிக் கொண்டே போனால்...? ஆகவே, இந்தியாவில் குறைந்தது ஒரு கோடிப் பேர் கல்யாணம் செய்து கொள்ளாமல் பிரம்மசாரியாகவே இருப்பது என்ற விரதத்தைக் கைக் கொள்வது அவசியம். நான் அத்தகைய விரதம் எடுத்துக் கொண்டிருக்கிறேன். இதற்காக ஒரு அகில் இந்திய சங்கம் ஸ்தாபிக்கலாமென்றும் எண்ணியிருக்கிறேன். ஆனால் சில சந்தர்ப்பங்களில், அதாவது...'

ஸுசீலா அவ்வளவுதான் படித்தாள். அளவிலாத அரு வருப்புடன் பத்திரிகையைக் கீழே போட்டாள். இதற்கு முன்னால், இவ்வுலகம் வரண்ட பாலைவனமாக அவளுக்குத் தோன்றிற்று என்றால், இப்போது புயற் காற்றினால் அலைப்புண்டு கொந்தளிக்கும் கடலைப் போல் காணப் பட்டது. இந்த தொல்லைகளையெல்லாம் மறந்து, எங்கே யாவது சில காலம், அமைதியாக இருந்து விட்டு வரவேணும். மனுஷ்ய சஞ்சாரமே இல்லாத இடமாக இருந்தால் ரொம்ப நல்லது. அத்தகைய இடம் எங்கே இருக்கிறது? ஏன்? வேறு எங்கே போய்த் தேட? குற்றாலம் ஒன்றுதான் அத்தகைய இடம்! ஆம்; குற்றாலத்துக்குப் போவதுதான் சரி. அங்கே பங்களா இருக்கிறது. பக்கத்தில் தோட்டக் காரன் குடித்தனமாயிருக்கிறான். அங்கே நேரே போய்விட வேண்டியது. அங்கிருந்து தகப்பனாருக்குக் கடிதம் எழுதி விட்டால் போகிறது.

7

ஸுசீலா குற்றாலத்துக்குப் போவது என்று தீர்மானித்த போது இரவு எட்டரை மணி. அதற்குள் எக்ஸ்பிரஸ் வண்டி

போய்விட்டது. ஆனால் மறுநாள் வரையில் காத்திருக்கவும் அவளுக்கு மனம் வரவில்லை. ஆதலின் பாஸஞ்சர் வண்டி யிலேயே பிரயாணம் ஆனாள். இந்த வண்டி சாவகாசமாக அசைந்து ஆடிக் கொண்டு தென்காசிக்குப் போய்ச் சேர்ந்த போது மாலை ஆறு மணியிருக்கும். உடனே, வண்டி வைத்துக் கொண்டு குற்றாலத்துக்குப் புறப்பட்டாள்.

குற்றாலத்தில் 'கோமதி பங்களா'வின் வாசலில் போய் வண்டி நின்றது. ஸுசீலா இறங்கினாள். பங்களாவுக்குள் விளக்குகள் எரிந்து கொண்டிருப்பதைக் கண்டதும் பெரிய ஆச்சரியமாகப் போயிற்று. பங்களாவில் யார் இருக்கக் கூடும்?

இதற்குள் வாசலில் வண்டி வந்து நின்றதைக் கண்டு, தோட்டக்காரன் ஓடி வந்தான். ஸுசீலாவைப் பார்த்ததும், ஒரு நிமிஷம் திகைத்துப் போய் நின்றான். அப்புறம், 'இது என்ன, அம்மா, இது? எங்கிருந்து வரீக? தனியாகவா வந்தீக? ஐயா பின்னாலே வராகளா?' என்றான்.

'ஐயா வரவில்லை. நான் மட்டுந்தான் வந்தேன். வீட்டிலே யாரு, மாடசாமி!' என்று கேட்டாள்.

'தெரியாதுங்களா? நம்ம நெறிஞ்சிக்காடு ஐயாதான்.'

ஸுசீலாவுக்குத் தலை சுழன்றது. இந்த மாதிரி நேரும் என்று அவள் எதிர்பார்க்கவில்லை. பாலசுந்தரத்தின் மேல் ஏற்கெனவே வெறுப்பு. அதிலும், தான் இப்படி அவமானப் பட்டு வந்திருக்கும் நிலைமையிலா அவரைப் பார்ப்பது? ஆனாலும் இப்போது திரும்பிப் போவது இயலாத காரியம்.

'நான் வந்திருக்கேன், வீட்டை ஒழித்துக் கொடுத்தால் தேவலை என்று போய்ச் சொல்லு.'

தோட்டக்காரன் தயக்கத்துடன் போனான். சற்று நேரம் கழித்துத் திரும்பினான்.

'இராத்திரியிலே இத்தனை நேரத்துக்கப்புறம் எங்கே போறது என்று கேக்கறாக. மெத்தை அறை காலியாய்த்தான் இருக்கு. அதிலே உங்களை இருந்துக்கும்படி சொல்றாக' என்றான்.

ஸுசீலாவுக்கு இது சிறிது திருப்தியையளித்தது. மாடசாமியைச் சாமான்களை எடுத்து வரச் சொல்லிவிட்டு, நேரே மெத்தை அறைக்குப் போனாள்.

சற்று நேரத்துக்கெல்லாம் சமையற்காரப் பையன் வந்தான். 'சாப்பாடு கொண்டு வரட்டுமா, அம்மா?' என்று கேட்டான்.

'ஐயா கேக்கச் சொன்னாகளா?'

'நான் தான் ஐயாவைக் கேட்டேன். 'அந்த அம்மாகிட்ட போய்ச் சாப்பாடுன்னு சொன்னாச் சண்டைக்கு வருவாகடா. நீ வேணாப் போய்க் கேட்டுப்பாரு' என்றாக.'

ஸுசீலாவுக்கு ஆத்திரமாய் வந்தது. 'எனக்குச் சாப்பாடு வேண்டாம்' என்றாள். சமையற்காரன் போய்விட்டான்.

அப்போது ஸுசீலா, என்னதான் எம்.ஏ. படித்தவளாயிருந்தாலும், பெண்ணாய்ப் பிறந்தவள் பெண்தான் என்பதை நிரூபித்தாள். குப்புறப்படுத்துக் கொண்டு விம்மி அழுதாள்.

அன்றிரவு ஸுசீலா வெகு நேரங் கழித்துத்தான் தூங்கினாள். ஆதலின், காலையில் எழுந்திருப்பதற்கும் நேரமாயிற்று. ஏழு மணிக்கு மேல் எழுந்திருந்து கீழே வந்தபோது, தோட்டக்காரன் சமையல் பாத்திரங்களை எடுத்து வெளியில் வைத்துக் கொண்டிருந்தான். சமையற்காரன் கையில் ஒரு பொட்டலத்துடன் கிளம்பிக் கொண்டிருந்தான்.

'என்ன இதெல்லாம்? ஐயா எங்கே?' என்று கேட்டாள்.

'ஐயா மலை மேல மரப் பாலத்துக்குப் போயிருக்காக. அவகளுக்குத் தோசை எடுத்துண்டு போறேன். ஜாகையை மாற்றிவிடச் சொல்லிட்டாக' என்றான்.

ஸுசீலாவின் கண்களில் நீர் துளித்தது. தோட்டக்காரனைப் பார்த்து, 'நானும் மரப்பாலத்துக்குத்தான் போறேன். ஐயாவைப் பார்ப்பேன். நாங்க திரும்பி வரும் வரை ஐயா சாமான் இங்கேயே இருக்கட்டும்' என்றாள்.

குற்றாலம் மலையில் மரப் பாலத்துக்குச் சமீபத்தில், அருவி விழுந்து விழுந்து ஒரு சிறு சுனை ஏற்பட்டிருக்கிறது.

அதன் நாலு பக்கத்திலும் வெள்ளை வெளேரென்ற சுத்தமான பாறைகள். அந்தப் பாறை ஒன்றின் மேல் பாலசுந்தரம் உட்கார்ந்திருந்தான். காலடிச் சத்தத்தைக் கேட்டுத் திரும்பிப் பார்த்தான். சமையற்காரனுடன் ஸுசீலாவைப் பார்த்ததும் அவன் சிறிதும் வியப்புக் காட்டவில்லை. 'ஏது, இப்படி எதிர்பாராத சந்தோஷம்?' என்றான். 'எதிர்பாராதது என்பது சரி; ஆனால் சந்தோஷமா என்பது தான் சந்தேகம்' என்றாள் ஸுசீலா. இதற்குப்பதிலாக பாலசுந்தரம் ஒரு புன்னகை புரிந்தான். 'அது எப்படியாவது இருக்கட்டும். ஜாகை மாற்றச் சொன்னீர்களாமே? அது வேண்டியதில்லை. நான் இன்று சாயங்காலமே ஊருக்குப் போய் விடுவேன்' என்றாள்.

'ரொம்ப வந்தனம். ஜாகை மாற்றுவது எனக்கும் அசௌகரியந் தான்' என்றான் பாலசுந்தரம். உடனே, சமையற்காரனைச் சற்று எட்டி அழைத்துப் போய், அவனிடம் ஏதோ சொல்லி விட்டு வந்தான்.

இதே இடத்தில் உட்கார்ந்து கொண்டு நாம் எத்தனை நாள் பொழுது போக்கியிருக்கிறோம்? அதெல்லாம் நினைத்தால் கனவு மாதிரி இருக்கிறது' என்றாள் ஸுசீலா. அப்புறம் இரண்டு பேரும் சற்று நேரம் பழைய ஞாபகங்களைப் பற்றிப் பேசிக் கொண்டிருந்தார்கள்.

'இருக்கட்டும்; எனக்குப் பசிக்கிறது. தோசை எங்கே? சாப்பிடலாம்' என்றாள் ஸுசீலா.

'ஐயையோ! இதென்ன கூத்து?' என்றான் பாலசுந்தரம்.

'என்ன? என்ன?' என்றாள் ஸுசீலா.

'உனக்குப் பசிக்கிறது என்கிறாயே? தோசை கீசை என்றால் உனக்குக் கோபம் வரப்போகிறதென்று, பழனியைத் திருப்பி எடுத்துக் கொண்டு போய்விடச் சொன்னேனே?' என்றான்.

ஸுசீலா இடி இடியென்று சிரித்தாள். அந்த மாதிரி அவள் சிரித்து எத்தனையோ காலமாயிற்று.

'சரி; இப்போது என்ன செய்யலாம்?' என்றாள்.

செய்வது என்ன? மத்தியானம் வரையில் காத்திருக்க வேண்டியதுதான். மத்தியானச் சாப்பாடு தேனருவிக்குக் கொண்டு வரச் சொல்லியிருக்கிறேன். அங்கே போய் விடலாம்' என்றான் பாலசுந்தரம்.

தேனருவிக்குப் புறப்பட்டார்கள். வழி நெடுகிலும் தங்களுடைய பழைய ஞாபகங்களைப் பற்றியே பேசிக் கொண்டு போனார்கள். வழியில் அநேக இடங்களில் பாறைகளில் ஏறியும், பள்ளங்களைத் தாண்டியும் போக வேண்டியதாயிருந்தது. அங்கெல்லாம், பாலசுந்தரம் ஸுசீலாவின் கையைப் பிடித்துத் தூக்கி விடுவது அவசியமாயிற்று. கடைசியில் பதினொரு மணிக்குத் தேனருவிக்கு வந்து சேர்ந்தார்கள்.

!!!!!

இந்த ஆச்சரியக் குறிகளையே தேனருவியின் வர்ணனையாக நேயர்கள் பாவிக்க வேண்டுமென்று கேட்டுக் கொள்கிறேன்.

தேனருவியின் சுனையில் இருவரும் ஸ்நானம் செய்தார்கள். துணிமணிகளை உலர்த்திக் கட்டிக் கொண்டார்கள். பிறகு, மேலே கவிந்த ஒரு பாறையின் நிழலில் உட்கார்ந்து, பழனியை எதிர்பார்க்கலானார்கள். பசி தெரியாமல் பொழுது போவதற்காக, பாலசுந்தரம் தன்னுடைய சீமை அனுபவங்களைப் பற்றிச் சொல்லத் தொடங்கினான். ஆனால் நடுநடுவே, ஸுசீலா, தன் மணிக்கட்டு கடிகாரத்தைப் பார்த்துக் கொண்டும், 'இன்னும் பழனி வரவில்லையே?' என்று கேட்டுக் கொண்டும் இருந்தாள். கடைசியாக, ஒன்றரை மணிக்கு, பழனி தலையில் கூடையுடன் தூரத்தில் காணப்பட்டான். உடனே இருவரும் எழுந்து போய்ச் சுனையின் அருகில் உட்கார்ந்தார்கள். பாறையை ஜலத்தை விட்டு நன்றாய் அலம்பிச் சுத்தமாக்கி வைத்துக் கொண்டார்கள்.

ஆச்சு! இதோ பழனி கிட்ட வந்துவிட்டான். அங்கே ஒரு பாறையிலிருந்து இன்னொரு பாறைக்கு அவன் தாவிக் குதித்தாக வேண்டும். 'அடே! ஜாக்கிரதை! கூடையைப்

போட்டுக் கொண்டு விழாதே!' என்றான் பாலசுந்தரம். இப்படி அவன் சொல்லி வாயை மூடினானோ இல்லையோ, பழனியின் கால், தாவிக் குதித்த பாறையில் வழுக்கிற்று. ஒரு ஆட்டம் ஆடினான். கையை விரித்துச் சமாளிக்க முயன்றான். திடீரென்று விழுந்தான். விழுந்தவன் நல்ல வேளையாகக் கையை எட்டி இரண்டு பாறைகளைப் பிடித்துக் கொண்டு தொங்கினான். ஆனால், கூடை! ஐயோ! கீழே பள்ளத்தில் தண்ணீரில் விழுந்து உருண்டு கொண்டிருந்தது. அதிலிருந்த உணவுப் பண்டங்களை மீன்கள் போஜனம் செய்து கொண்டிருந்தன.

பாலசுந்தரம் ஓடி வந்து, பழனியைக் கையைக் கொடுத்துத் தூக்கி விட்டான். அவனும் ஸுசீலாவும், பாவம், பழனியைத் திட்டு திட்டு என்று திட்டினால், பசி நீங்குமா? என்ன செய்வதென்று யோசித் தார்கள். 'காலையில் திருப்பிக் கொண்டு போன தோசை வீட்டில் இருக்கு. இதோ போய்க் கொண்டு வந்து விடுகிறேன்' என்றான் பழனி. 'சரி! போ! மரப்பாலத்துக்கே கொண்டு போ. அதற்குள் நாங்களும் அங்கே வந்து விடுகிறோம்' என்றான் பாலசுந்தரம்.

8

மாலை ஐந்து மணி சுமாருக்கு மரப்பாலத்துக்கருகில் உட்கார்ந்து தோசை சாப்பிட்டு விட்டு, ஸுசீலாவும் பாலசுந்தரமும் கீழே போகக் கிளம்பினார்கள். 'பசி என்றால் எப்படி இருக்கும் என்று இன்றைக்குத்தான் எனக்குத் தெரிந்தது' என்றாள் ஸுசீலா. 'நமது நாட்டில் தினந்தோறும் இம்மாதிரி பசிக் கொடுமையை அனுபவிக்கிறவர்கள் கோடிக்கணக்கான பேர்' என்றான் பாலசுந் தரம். 'நிஜமாகவா! ஐயோ! எப்படித்தான் பொறுக்கிறார்கள்? இத்தனை நாளும் எனக்கு யாராவது பிச்சைகாரன் 'பசி எடுக்குது, அம்மா! பிச்சைபோடு, அம்மா! பிச்சைபோடு, அம்மா!' என்றால் கோபம் கோபமாய் வரும்' என்றாள் ஸுசீலா.

'இந்தியாவின் ஜனத்தொகை *40* கோடி. இதில் பாதிபேர் - *20* கோடிப் பேர் ஓயாமல் பசித்திருப்பவர்கள். கூடிய

சீக்கிரத்தில், நமது தேசத்தில் உணவு உற்பத்தி அதிகமாக வேண்டும். இல்லா விட்டால்...'

ஸுசீலாவுக்கு, பத்திரிகையில் வாசித்ததெல்லாம் ஞாபகம் வந்தது. அவள் பெருமூச்சு விட்டாள்.

அப்போது பாலசுந்தரம் ஸுசீலாவைக் கையைப் பிடித்து நடத்திக் கொண்டிருந்தான். 'இப்போது நாம் போவது போலவே, வாழ்க்கை முழுவதும் கைகோத்துக் கொண்டு போக முடியுமானால்...' என்றான்.

ஸுசீலா வெடுக்கென்று கையைப் பிடுங்கிக் கொண்டாள். 'நீங்கள்தான் கல்யாணம் பண்ணிக் கொள்ளாத விரதம் எடுத்தவர்களாயிற்றே!' என்றாள்.

பாலசுந்தரம் விழுந்து விழுந்து சிரித்தான். பிறகு, விஷயம் என்னவென்று விசாரித்தான். ஸுசீலா தான் பத்திரிக்கையில் படித்ததைச் சொன்னாள்.

'படித்ததை முழுதும் படிக்காமல் பாதியில் விட்டு விட்டால், அதற்கு நான் என்ன செய்வது?' என்றான்.

'பின்னால் என்ன சொல்லியிருந்தது?' என்று கேட்டாள்.

'ஆனால், இந்த விரதத்துக்கு ஒரு விதிவிலக்கு உண்டு. இந்தப் பெரிய தேசத் தொண்டில் ஒருவனுக்கு உதவி செய்யக் கூடிய வாழ்க்கைத் துணைவியாகக் கிடைத்தால், அந்த நிலைமையில் கல்யாணம் செய்து கொள்வதே அதிக பயனுள்ளதாகும்' என்று கடைசியில் சொல்லியிருந்தேன்.'

ஸுசீலா சற்று நேரம் யோசித்து விட்டு, 'அம்மாதிரி நான் உங்களுக்கு உதவியாயிருப்பேன் என்று தோன்றுகிறதா?' என்றாள்.

'உன்னைப் போல் உதவி எனக்கு வேறு யார் செய்ய முடியும்? நான் உணவுப் பொருட்களை உற்பத்தி செய்தால், அவற்றை எப்படி சரியாக உபயோகிப்பது என்று நீ ஜனங்களுக்கு எடுத்துச் சொல்லலாமல்லவா?'

ஸுசீலா இப்போது விழுந்து விழுந்து சிரித்தாள். 'ஆமாம்; நீங்கள் ஒரு பக்கம் ஜனங்களின் பசிக்கு உணவு உற்பத்தி

செய்தால், நான் இன்னொரு பக்கத்தில் அவர்களுக்குப் பசியேயில்லாமல் அடித்து விட முடியும்!' என்றாள்.

'ஆனால், அவர்கள் குற்றாலத்துக்கு வந்தால், மறுபடியும் பசி உண்டாகி விடும்!' என்றான் பாலசுந்தரம்.

இரண்டு பேரும் சேர்ந்து சிரித்தார்கள். அந்தச் சிரிப்பின் ஒலி அருவியின் சலசல சப்தத்துடன் கலந்தது!

ஆனந்தவிகடன் தீபாவளி மலர் - 1938

சாரதையின் தந்திரம்

1

'அடி அக்கா, எனக்கு உன்னைத் தவிர வேறு யாரிருக்கிறார்கள்? என் கவலைகளை யாரிடம் சொல்லி ஆறுவேன்? இத்தனை நாளாக எட்டிப் பாராமல் இருந்துவிட்டாயே!' என்று சொல்லி, சாரதையின் மடியில் முகத்தை வைத்துக் கொண்டு கண்ணீருகுத்தாள் லக்ஷ்மி.

'அசடே நீ என்ன இன்னமும் பச்சைக் குழந்தையா? பதினெட்டு வயதாகிறது. ஒரு குழந்தை பெற்றெடுத்து விட்டாய். வெட்க மில்லாமல் அழுகிறாயே. சங்கதி என்ன? சொல்' என்று சொல்லி, சாரதை அருமையுடன் லக்ஷ்மியின் கண்ணீரைத் துடைத்தாள்.

இப்பெண்மணிகள் மயிலாப்பூரில் மாடவீதி ஒன்றிலிருந்து பிரிந்து செல்லும் ஒரு தெருவில் ஓர் அழகிய புது வீட்டின் மாடி மீதிருந்த ஹாலில் அமர்ந்திருந்தனர். அவர்களில், சாரதை பத்தரைமாற்று பொன்னொத்த மேனியினாள். விசாலமான நெற்றியும், அறிவு ஊறித்ததும்பும் கண்களும் படைத்தவள். அவள் கண்களினுள்ளே இருந்த கருவிழிகளோ, அங்கு மிங்கும் குறுகுறுவென்று அலைந்து கொண்டிருந்தன. தன் கடைக்கண் வீச்சாகிய ஒரே ஆயுதத்தின் துணைகொண்டு ஆடவரையும் பெண்டிரையும் அடக்கியாளும் திறனுடையவள் அவள் என்பது அவ்விழிகளை ஒருமுறை பார்த்த அளவினாலே விளங்கும். அப்போதலர்ந்த ரோஜா மலரின் இதழையொத்த தன் அதரங்களில் புன்னகையிருக்க, வேறு பொன் கல் நகைகள் எதற்கு என்று கருதியே போலும், அவள் அதிக ஆபரணங்கள் அணிந்து கொள்ளவில்லை. தலைப்பில் சரிகைக்கரை போட்ட நீலநிறக் கதர்ப்புடவை அவள் மேனி அழகைப் பதின்மடங்கு மிகுதிப் படுத்திக் காட்டிற்று.

இப்பொன்னொத்த வண்ணமுடையாளினின்றும் பல வகையிலும் மாறுபட்டிருந்தாள் லக்ஷ்மி. அவள் மாநிற மேனியினாள். திருத்தமாக அமைந்திருந்த அவள் திருமுக

மண்டலம், இதுகாலை சோகத்தினால் வாட்டமுற்றிருந்த தாயினும், அழகும் அமைதியுமே அதன் இயற்கை அணிகள் என்பது நன்கு விளங்கிற்று. அவள் கண்ணில் அளவிடப் படாத தூய உண்மைக் காதல் பொங்கித் ததும்பிக் கொண் டிருந்தது. எல்லோரையும் மகிழ்விக்கும் இனிய குணமும் அளவற்ற அன்பும் அவள் தோற்றத்திலே நிகழ்ந்தன. சோகத்திலும் மலர்ந்திருந்தன அவளது செவ்விதழ்கள். அவள் தரித்திருந்தது. விலையுயர்ந்த சிவப்பு வர்ணப் பட்டுபுடவை. பொன் வைர நகைகளும் அவள் அணிந்திருந்தாள்.

லக்ஷ்மி, முத்து முத்தாகத் துளித்துப் பெருகிய கண்ணீரைத் தன் புடவைத் தலைப்பினால் துடைத்து, சாரதையின் இரு கரங்களையும் தன் கரங்களால் பிடித்துக் கொண்டு சொல்வாள். 'அக்கா! எனக்கு வயதாகிவிட்டது. உண்மையே. ஆனால் உன்னைக் கண்டால் நான் குழந்தையேயாகி விடுகிறேன். என்னை விட நீ ஒரு வயதுதான் மூத்தவள். ஆயினும் எனக்கு வினாத் தெரிந்தது முதல் நீ எனக்குத் தாய் போல் இருந்து வரவில்லையா? பெற்ற தாய் இறந்த துயரத்தை நான் உணராமல் செய்தது யார்? என் சித்தி கோபித்துக் கொண்டால் உடனே உன்னிடம் ஓடி வந்து ஆறுதல் பெறுவேன்...'

'இந்தக் கதையெல்லாம் இப்போதெதற்கு? இனிமேல் அம்மாதிரி நாம் குழந்தைகளாகப் போகிறோமா?' என்று சாரதை இடைமறித்துக் கூறினாள்.

'இல்லை அக்கா, கொஞ்சம் பொறு. நமது இளம் பிராய நட்பின் நினைவுகள் எனக்கு எத்தனை மகிழ்ச்சி அளிக் கின்றன? அத்தான், பள்ளிக்கூட விடுமுறைக்கு ஊர் வரும் போதெல்லாம், நாம் அளவு கடந்த மகிழ்ச்சியடைவோம். அவரும் நம்மிடம் பிரியமாயிருந்தார். நமக்குப் பாடஞ் சொல்லிக் கொடுப்பார். கதைகள் சொல்லிக் காலங்கழிப்பார். நம்முடன் சேர்ந்து விளையாடுவார். ஊரில் எல்லோரும் அத்தானுக்கு உன்னைக் கலியாணம் செய்து கொடுக்கப் போவதாகச் சொல்லிக் கொண்டார்கள். நீ மட்டும் 'இல்லவே இல்லை. அத்தானுக்கு லக்ஷ்மிதான் வாழ்க்கைப்படப்

போகிறாள். அத்தானும் சாது, லக்ஷ்மியும் சாது. அவர்கள் இருவருக்கும்தான் பொருத்தம். நான் நல்ல போக்கிரி ஒருவனுக்கு வாழ்க்கைப்படப் போகிறேன். பின்னர், அவனை யடக்கிச் சாதுவாக்கி விடுவேன்' என்று வேடிக்கையாகச் சொல்லிக் கொண்டு வருவாய். அப்போதெல்லாம் உன்னிடம் எவ்வளவு நன்றி பாராட்டினேன்? அவ்வளவுக்கு இப்போது உன்னைச் சபிக்கிறேன்' என்று கூறுகையில், லக்ஷ்மி விம்மி விம்மி அழலானாள்.

சாரதைக்குச் சற்று விளங்க ஆரம்பித்தது. 'அடியே என்ன சொல்லுகிறாய்? அத்தான் உன்னைத் துன்புறுத்துகிறானா, என்ன சொல்லு?' என்றாள். அவள் கண்களின் ஓரங்கள் சிறிது சிவந்து கோபக்குறி காட்டலாயின.

'ஐயோ, துன்பப்படுத்தினால் பாதகமில்லையே? உன்னிடம் சொல்லியிருக்கவே மாட்டேன்... ஆம், அக்காலத்தில் எல்லாம் நீ சொன்னபடியே ஆயிற்று. தெய்வம் நமக்குச் சகாயமாயிருந்தது. கடைசியாக, அத்தானுக்கு என்னையே கலியாணம் செய்து கொடுத்தார்கள். உனக்கு அகத்துக்காரர் பட்டணத்திலிருந்து வந்தார். நீ சொல்லியபடியே கிராப்பும், உடுப்பும், பூட்ஸும், மூக்குக் கண்ணாடியுமாக அவர் வந்தார். நாங்கள் 'போக்கிரி மாப்பிள்ளை' என்று சொல்லிக் காட்டினோம். 'பேசாமலிரு, இரண்டு வருஷத்தில் எல்லாம் அடக்கிப் போடுகிறேன்' என்று நீ சொல்லிக் கொண்டு வந்தாய். அந்த மாதிரியே செய்து முடித்தாய். காலரும் கழுத்து சுருக்கும் மாட்டிக் கொண்டு வந்தவர். இப்பொழுது நாலுமுழக் கதர்த் துணியுடன் நின்று வருகிறார். ஆனால், என்னுடைய சாது அத்தானோ?'

'அதைச் சொல்! என்ன செய்தான்?'

'நீ அவர் மீது கோபிப்பதில் பயனில்லை. அக்கா! எனக்குச் சாமர்த்தியமில்லை, அழகில்லை, அதிர்ஷ்டமும் இல்லை. அவ்வளவுதான். இருந்தாலும் உன்னிடம் என் குறையைச் சொல்லாமல் வேறு யாரிடம் சொல்வேன்? மேலும் எல்லாம் உன்னாலேயே வந்தது. நீ ஏன் திருவல்லிக்கேணிக்குப்

போனாய்? போனதுதான் போனாய்; எங்களை ஏன் உடன் அழைத்துக் கொள்ளவில்லை? நீ போன பிறகே எனக்கு இத்துயர் வந்தது.'

'ஆ, கள்ளி, இந்த ஒரு வருஷமாகவா நீ இப்படிக் கண்ணீர் விட்டுக் கொண்டிருந்தாய்? ஏன் இத்தனை நாளாக எனக்குச் சொல்லவில்லை?'

2

'இல்லை, அக்கா! இதுவரை எனக்குத் திட்டமாக விவரம் தெரியவில்லை. ஒரு மாதத்திற்கு முன்பு தான் தெரிந்தது. அதற்குப் பின் நீ இங்கு வரவேயில்லை. நீ இவ்வூரைவிட்டுப் போவதற்கு முன்பு எங்கள் வாழ்க்கையைப் பற்றி உனக்குத் தெரியுமே! அத்தகைய இன்ப வாழ்க்கை இனி இந்த ஜன்மத்தில் உண்டா என்று நான் ஏங்குகிறேன். ஆபீசிலிருந்து அவர் நேரே வீட்டுக்கு வருவார். சில தினங்கள் நாங்கள் எல்லாரும் சேர்ந்து கடற்கரைக்குப் போவோம். என்றாவது ஒரு நாள் சினிமா அல்லது கதை, பாட்டுக் கச்சேரிக்குச் செல்வோம். என்னை அழைத்துக் கொள்ளாமல் அவர் எங்கும் போனதில்லை. வெளியே போகாத நாட்களில் புத்தகம் ஏதேனும் வாசித்துக் காட்டுவார். இல்லாவிடில், பாடச் சொல்வார். ஆபீசுக்குப் போக வேண்டியிருக்கிறதே என்று கஷ்டத்துடன் சொல்வார். வேறெங்கும் நிமிஷமும் தங்கமாட்டார். ஆனால், நீ இவ்வூரை விட்டுப்போன இரண்டொரு மாதங்களில், அதாவது இவ்வருஷ ஆரம்பத்தில், இந் நிலைமை மாறிவிட்டது. சில தினங்களில், வெகு நேரங்கழித்து வீட்டுக்கு வருவார். சனி ஞாயிறுகளில் கடற்கரை முதலிய இடங்களுக்கு என்னை அழைத்துக் கொண்டு போவதை நிறுத்திவிட்டார். என்னுடன் பேசுவதிலேயே அவருக்கு முன்போல் இன்பமில்லையென்பதைக் கண்டேன். ஜனவரி, பிப்ரவரி இவ்விரண்டு மாதமும் இவ்வாறே நிகழ்ந்து வந்தது. பிறகு அவ்வளவு மோசமில்லை யாயினும் முன்னிருந்த அன்பும் ஆதரவும் பார்க்க முடியவில்லை. முன்னெல்லாம் சீட்டாட்டம் என்றால் எரிந்து விழுந்து கொண்டிருந்தவர், இப்போது சீட்டாட்டத்தில் அளவிறந்த

பித்துக் கொண்டார். சில தினங்களில் அவருடைய நண்பர் களைக் கூட்டிக்கொண்டு வந்து சீட்டுக் கடை போட்டு விட் டார். எல்லாருக்கும் காபி வைத்துக் கொடுக்கச் சொல்வார். அப்பா! எத்தகைய நண்பர்கள்! அவர்களைக் கண்டாலே எனக்கு எரிச்சலாயிருந்தது. ஆயினும், நான் வாய் திறந்து எதுவும் சொல்லவில்லை. உன்னுடைய பிடிவாதத்தில் உன் அகத்துக்காரர் சுருட்டுக் குடிப்பதை விட்டுவிட்டார் என்று சொன்னாயே, அக்கா! இந்த அவமானத்தை எவ்வாறு செ ால்வேன்? இதுகாறும் சுருட்டுக் குடிப்பவர்களைக் கண்டாலே அருவெறுத்து வந்தார். இப்போது தாமே சுருட்டுக் குடிக்க ஆரம்பித்து விட்டார். இவையெல்லாம் அற்ப விஷயங்க ளென்று நான் உன்னிடம் கூடச் சொல்லவில்லை. ஆனால், இந்த டிசம்பர் மாதம் பிறந்த பிறகே எனக்கு உண்மை தெரிய வந்தது. ஒரு நாள், அவரும் அவருடைய நண்பர்களும் பேசி க் கொண்டிருந்தபோது, கிண்டிக்கு ரயிலில் போகலாமா, மோட்டாரில் போகலாமா என்று கேட்டுக் கொண்டிருந்தது என் காதில் விழுந்தது...'

'ஐயோ, துரதிர்ஷ்டசாலியான பெண்ணே!' என்று சாரதை லக்ஷ்மியைக் கட்டித் தழுவிக் கொண்டாள்.

'முழுவதும் சொல்லிவிடுகிறேன், அக்கா! உடனே என் தலையில் இடி விழுந்தது போலிருந்தது. கிண்டி குதிரைப் பந்தயத்தால் அடியோடு அழிந்த குடும்பங்களைப் பற்றி நாம் கேள்விப் பட்டிருக்கிறோமல்லவா? அன்று நான் ஒரு தப்புக் காரியம் செய்தேன். அத்தான் வெளியே போயிருந்த போது, அவர் பெட்டியைத் திறந்து, பாங்கிக் கணக்குப் புத்தகத்தை எடுத்துப் பார்த்தேன். இந்த நான்கு வருஷமாக, மாதச் சம்பளத்தில் வீட்டுக்குச் செலவாவது போக, குறைந்தது ஐம்பது ரூபாய் நாங்கள் மீத்து வருகிறோம். முதலும் வட்டியும் சேர்ந்து குறைந்தது மூவாயிரம் ரூபாயாவது இருக்க வேண்டுமென்பது என் எண்ணம். ஆனால், பாங்கிக் கணக்கின் கடைசியில் 58 ரூபாய் சொச்சமே பாக்கி இருப்ப தாகக் குறிப்பிட்டிருந்ததைக் கண்டதும், என் அடிவயிற்றில் நெருப்பைக் கட்டியது போலாயிற்று. இவ்வருஷ ஆரம்பத்தில்

ஜனவரி, பிப்ரவரி இரண்டு மாதங்களில் சுமார் இருநூறு ரூபாய் பாங்கியிலிருந்து வாங்கப் பட்டதாக எழுதி யிருந்தது. இதிலிருந்து, என்னுடைய சந்தேகங்கள் நிவர்த்தியாயின. ஆனால் என் துக்கம் பதின்மடங்கு அதிகமாயிற்று. அதற்க டுத்த சனிக்கிழமையன்று, அக்கா - வெளியில் சொன்னால் வெட்கம். போன வருஷம் இருநூறு ரூபாய்க்கு வாங்கிக் கொடுத்த வைர மூக்குத்தியை வாங்கிக் கொண்டு போனார். அதற்காக என்னிடம் பொய்யும் சொன்னார். யாரோ நண்பர் ஒருவர் வீட்டில் கலியாணம் என்றும், இரவல் கேட்கிறார்களென்றும் கூறினார்...'

'அயோக்கியன், கோழை, திருடன்..' என்று ஸகஂரநாம பாராயணம் செய்யத் தொடங்கினாள் சாரதை.

'சை, என்னெதிரில் இப்படியெல்லாம் சொல்லாதே. நகையும் பணமும் நாசமாய்ப் போகட்டும். எங்கள் வாழ்வு குலைந்து விடும் போலிருக்கிறதே, என்ன செய்வேன்? அவருக்குப் பத்திரிகை வந்ததும் எவ்வளவு ஆவலுடன் வாங்கிப் படிப் பார்? எவ்வளவு உற்சாகத்துடன் பத்திரிகையிலுள்ள விஷயங் களை எடுத்துச் சொல்வார்! இப்பொழுது அந்த உற்சாக மெல்லாம் எங்கேயோ போய்விட்டது. இது மட்டுமா? நான் கதர்ப்புடவைதான் கட்டிக் கொள்ள வேண்டுமென்று முன்னெல்லாம் எவ்வளவு பிடிவாதமாகச் சொல்வார்? பத்து நாளைக்கு முன் வாசலில் பட்டுப் புடவை வந்தது. வாங் கட்டுமா என்று கேட்டேன். எதை வேண்டுமானாலும் வாங்கிக் கொள் என்றார். அந்தப் பாழாய்ப்போன குதிரைப் பந்தயத்தைத் தவிர வேறொன்றிலும் அவருக்கு இப்போது சிரத்தையில்லை. ஒரு மாதமாக இராட்டினம் சுற்றுவதையும் நிறுத்தி விட்டார். என்னிடம் இச் செய்தியை ஒளித்து வைத் திருப்பதால் என்னோடு பேசுவதற்கே அவருக்கு வெட்க மாகயிருக்கிறது. அக்கா! என்ன செய்யலாம், சொல்லேன். அவரிடம் எல்லாம் எனக்குத் தெரியுமென்று சொல்லி விடட்டுமா? இவையெல்லாம், போனாலும் இன்னும் ஒரு பெரும் பயம் ஏற்பட்டிருக்கிறது. அவர் நண்பர்கள் எல்லாரும் குடிகாரர்கள் எனத் தெரிகிறது. ஒரு நாள் அவர்

'அதற்குமட்டும் என்னைக் கூப்பிடாதீர்கள்' என்று சொல்லிக் கொண்டிருந்ததைக் கேட்டேன். 'இன்னும் எத்தனை நாளைக்கு?' என்று அந்த அழகான நண்பர்களில் ஒருவர் சொன்னதும் காதில் விழுந்தது. அன்றிலிருந்து, 'இன்னும் எத்தனை நாளைக்கு' என்றுதான் நானும் என் மனதில் கேட்டுக் கொண்டு வருகிறேன். குழந்தைப் பருவத்திலிருந்து எனக்குக் கஷ்டம் வந்தபோதெல்லாம் உன்னிடமே தஞ்சம் புகுந்தேன். இப்போதும் உன்னிடமே வந்தேன். நீயே என் வாழ்க்கையைக் காப்பாற்றித் தரவேண்டும்' என்று லக்ஷ்மி சொல்லி முடித்தாள்.

3

சாரதை எழுந்து சென்று ஜன்னலின் பக்கத்தில் தெருவைப் பார்த்துக் கொண்டு சிறிது நேரம் நின்றாள். சற்று நேரம் ஆழ்ந்த சிந்தனையில் இருந்து, திரும்பி வந்தாள். 'லக்ஷ்மி! இதோ பார், நளாயினி, தமயந்தி, சீதை இவர்களைப்பற்றி நீ கேள்விப்பட்டிருக்கிறாயா?' என்று கேட்டாள்.

லக்ஷ்மி ஒன்றும் புரியாமல், 'ஆம்' என்றாள்.

'அவர்களுடைய வரலாறுகள் தெரியுமா?'

'தெரியும்.'

'அப்படியானால் இந்த விவரங்களையெல்லாம் என்னிடம் ஏன் சொன்னாய்?'

லக்ஷ்மி விம்மி அழ ஆரம்பித்தாள். சாரதை அவளைக் கட்டி அணைத்துக் கொண்டு, 'அடி அசடே, அழாதே. உன்னுடைய சக்தியை நீ தெரிந்து கொள்ளவில்லை. உன் உள்ளத்தில் காதல் இருக்கிறது. உன் முகத்தில் மோகம் இருக்கிறது. உன் கண்களில் இன்பம் இருக்கிறது. (அச்சமயத்தில் தூங்கிக் கொண்டிருந்த குழந்தை கண்விழித்து எழுந்தது). இதோ இந்தச் செல்வன் இருக்கிறான். இவ்வளவு ஆயுதங்களையும் கொண்டு உன் கணவனுடன் போராடி வெற்றி பெறாவிட் டால், நீ எதற்குப் பிரயோஜனம்? உன் கணவனுக்கு, குதிரைப் பந்தயத்திலும், சீட்டாட்டத்திலும் உள்ள சிரத்தை உன்னிடம் ஏற்படாவிட்டால் அது யாருடைய தவறு?'

லக்ஷ்மி ஒன்றும் புரியாமல் திகைத்து நின்றாள்.

'ஒன்று சொல்கிறேன் கேள். உன் கணவன் தன் குற்றத்தை மறைக்க விரும்பும் வரையில், உனக்கு க்ஷேமம். அதைத் தெரிந்து கொண்டதாக நீ காட்டிக் கொள்ளாதே. அதற்காக உன்னிடம் அவன் ஒருக்காலும் சந்தோஷப்படமாட்டான். ஒன்றும் நேரிடாததுபோல் முன்னைவிட அதிகமாக அன்பு காட்டு. அவன் கவனத்தைக் கவர முடியாவிட்டால், உன் காதல் ஒரு பைசா பெறாது.'

அடுத்த சனிக்கிழமை தான் மறுபடியும் வருவதாக உறுதி கூறிவிட்டு, சாரதை புறப்பட்டுச் சென்றாள். வீடு சென்றதும், அவள் தன் கணவன் மேஜையைத் திறந்து கடிதமும் பேனாவும் எடுத்து ஏதோ எழுதினாள். எழுதி முடிந்ததும், 'சாது அத்தான் இப்படியா செய்கிறான்? இருக் கட்டும், அவனை இலேசில் விடுகிறேனா பார்க்கலாம்' என்று தனக்குதானே மொழிந்து கொண்டாள். தான் எழுதியதை இன்னொருமுறை பார்த்துவிட்டுக் கைகொட்டிச் சிரித்தாள்.

4

அடுத்த சனிக்கிழமை காலை, ஸ்ரீமான்நாராயணன் பி.ஏ. (ஆனர்ஸ்) தன் வீட்டின் முன்புறத்திலிருந்த ஹாலில் சாய்மான நாற்காலியொன்றில் சாய்ந்து கொண்டிருந்தான். நமது கதாநாயகன், பி.ஏ. (ஆனர்ஸ்) பட்டம் பெற்று அரசாங்க உத்தியோகத்தில் ரூ.150 சம்பாதிப்பவனாயினும், கதை ஆசிரியனுக்குள்ள உரிமையால் அவனை, ஏகவசனத்திலேயே அழைக்கின்றோம். கையிலிருந்த ஆங்கில மாதாந்திர சஞ்சிகை யொன்றில் அவன் கருத்துச் சென்றிருந்தது. பந்தயக் குதிரையோட்டியொருவன், எப்படி ஒரு கோடீசுவரன் புதல்வியால் காதலிக்கப்பட்டுப் பல இடையூறுகளுக் குள்ளாகி, கடைசியில் அவளை மணம் புரிந்தான் என்று கூறும் ஒரு சிறு கதையை அவன் படித்துக் கொண்டிருந்தான். நாற்காலிச் சட்டத்தின் மீது ஆங்கில தினசரிப் பத்திரி கையும், ஒரு சிறு புத்தகமும் கிடந்தன. பத்திரிகையில் பந்தயங்களையும் மற்றும் விளையாட்டுகளையும் பற்றிய

விவரங்கள் உள்ள பக்கம் மேலே காணப்பட்டது. புத்தகம் கிண்டி குதிரைப் பந்தயத்தில் போட்டியிடப்போகும் பற்பல குதிரைகளைப் பற்றிய விவரங்கள் அடங்கியது. நாராயணனது முழுக் கவனத்தையும் அக்கதை கவர்ந்ததாகத் தெரியவில்லை. அடிக்கடி சுவரில் மாட்டப்பட்டிருந்த கடிகாரத்தை ஏறிட்டு பார்த்துக் கொண்டிருந்தான். மணி பத்தரை ஆனதும், சஞ்சிகையை மூடி வைத்துவிட்டு 'லக்ஷ்மி, சமையல் ஆகவில்லையா இன்னும்?' என்று உரத்த குரலில் கேட்டான்.

'ஆகிவிட்டது, வாருங்கள்.'

இச்சமயத்தில் 'ஸார், தபால்!' என்று கூறிக் கொண்டு தபால் காரன் வந்தான். நாராயணன் எழுந்து சென்று கடி தத்தை வாங்கி உறையை உடைத்து உள்ளேயிருந்த கடிதத்தைப் படித்தான். அவன் கண்களிலே அப்போது தோன்றிய அசட்டுப் பார்வை கடிதத்தின் பொருள் அவனுக்கு விளங்கவில்லையென்று காட்டிற்று. கைக்குட்டையை எடுத்துக் கண்களை நன்றாகத் துடைத்துக் கொண்டு, மற்றொரு முறை படித்தான். அக்கடிதத்தில் பின் வருமாறு எழுதப்பட்டிருந்தது:-

பிரியமுள்ள ஐயா,

ஆலகால விஷத்தையும் நம்பலாம்

ஆற்றையும் பெருங்காற்றையும் நம்பலாம்

சேலை கட்டிய மாதரை நம்பினால்

தெருவில் நின்று தயங்கித் தவிப்பரே

என்ற பாட்டைத் தங்கள் சிந்தையிற் பதித்தல் நலம்.

தங்கள் நன்மையை விரும்பும்

நண்பன்.

'ஏன் சாப்பிட வரவில்லை?' என்று குயிலோசையினும் இனிய குரலில் கேட்டுக் கொண்டு வந்தாள் லக்ஷ்மி.

'ஏதோ கடிதம் வந்திருக்கிறது போலிருக்கிறதே. எங்கிருந்து வந்தது? விசேஷம் ஏதேனும் உண்டோ ?'

'விசேஷம் ஒன்றையுங் காணோம்' என்று சொல்லி நாராயணன் கடிதத்தைச் சட்டைப் பையில் போட்டுக் கொண்டு சாப்பிட எழுந்து சென்றான்.

அன்று நாராயணன் சாப்பிடும் போது, அதிசயமான ஒரு காரியம் செய்தான். லக்ஷ்மி உணவு பரிமாறுகையில், அவள் தன்னைப் பாராத சமயம் பார்த்து, திரும்பத் திரும்பச் சுமார் இருபது முறை அவளை உற்று உற்றுப் பார்த்தான். இன்னதென்று தெளிவாக விளங்காத பலவகை ஐயங்கள் அவன் உள்ளத்தைக் குழப்பிக் கொண்டிருந்தன. சட் டென்று அவனுக்கு ஒன்று நினைவு வந்தது. லக்ஷ்மியின் நடத்தையில் சென்ற ஒரு வாரமாக ஒருவகை மாறுதல் இருப்பதாக அவனுக்குத் தோன்றிற்று. வழக்கத்தை விடச் சற்று அதிகமாகவே இந்தச் சில தினங்களாய் அவள் தன்னிடம் அன்பு காட்டி வருவதாக நினைத்தான். இம்மாறுதலுக்குக் காரணம் என்ன? இதற்கு விடை கூறிக்கொள்ள அவனுக்கே அச்சமாயிருந்தது.

சாப்பிட்ட பின்னர், நாராயணன் மீண்டும் வந்து நாற்காலியில் சாய்ந்து கொண்டு கடிகாரத்தைப் பார்த்தான். கிண்டிக்குப் போகும் முதல் ஸ்பெஷலைப் பிடிக்க வேண்டு மானால் உடனே கிளம்ப வேண்டும். அடுத்த ஸ்பெஷலுக்குத்தான் போவோமே என்று எண்ணிக் கொண்டு அந்தக் கடிதத்தை இன்னொரு முறை எடுத்துப் படித்தான். அதை யார் எழுதியிருக்கக்கூடும்? அந்த எழுத்து? - எங்கேயோ பார்த்தது போலத் தோன்றிற்று. தலையை இரு கரங்களாலும் கெட்டியாய்ப் பிடித்துக் கொண்டு யோசித் தான். பயனில்லை.

இதற்குள் மணி 12.30 ஆகிவிட்டது. இன்று ஒரு நாள் போகா விட்டால் என்ன?...சை! 'இந்தப் பைத்தியக்காரக் கடிதத்துக்காகவா போகாமலிருந்து விடுவது? நண்பர்கள் என்ன நினைப்பார்கள்?...' உடனே எழுந்து உடுப்புகளைத் தரித்துக்கொண்டு விரைந்து சென்றான்.

கடைசி ஸ்பெஷல்தான் கிடைத்தது. வழக்கம் போல் நண்பர்கள் முதல் ஸ்பெஷலில் போயிருக்க வேண்டும். அந்தக் கூட்டத்தில் அவர்களைக் கண்டு பிடிப்பதெப்படி? அன்று அவர்களைக் கண்டுபிடிக்க அவன் அவ்வளவு ஆவல் கொள்ளவுமில்லை.

அதிசயங்களிலெல்லாம் அதிசயம், அன்று நாராயணன் ஒரு பைசாகூடப் பந்தயம் வைக்கவில்லை! உண்மையில் அவன் மனம் பந்தயத்தில் செல்லவேயில்லை. லக்ஷ்மியின் அதிகப்படியான அன்பு - அக் கடிதம் - அதிலுள்ள எழுத்து - இவைகளிலேயே அவன் சிந்தை உழன்று கொண்டிருந்தது.

பந்தயம் முடிந்து, எல்லோரும் திரும்பிய போது, நாராயணனும் புறப்பட்டான். வண்டியில் நண்பர்களை சந்தித்தான். 'ஓ! மிஸ்டர் நாராயணன்! உம்மைத் தேடித் தேடிப் பார்த்தோமே! எந்த ஸ்பெஷலில் வந்தீர்?' என்று ஒருவர் கேட்டார்.

'கடிகாரத்தின் தவறு. முதல் ஸ்பெஷல் புறப்பட்டு இரண்டு நிமிஷங ்கழித்து வந்தேன்.'

'ஓ! ஏதோ நேரிட்டு விட்டதென்று பயந்தோம். ஆனால், முகம் ஏன் வாட்டமுற்றிருக்கிறது? ஏதேனும் பணம் தொலைந்து போயிற்றா?'

அப்பொழுதுதான் நாராயணனுக்குத் தன் சட்டைப் பையிலிருந்த சில்லரையைத் தவிர வேறு பணம் கொண்டு வரவில்லையென்று நினைவு வந்தது. ஆயினும் நமது கதாநாயகன் - எழுத வெட்கமாயிருக்கிறது - மீண்டும் ஒரு பெரும் பொய் சொன்னான். 'ஆம், ஸார், இருநூறு ரூபாய்.'

'கவலைப்படாதேயும். அடுத்த வாரம் அதிர்ஷ்டம் அடிக்க லாம்' என்றார் அந்த 'அழகான' நண்பர்களில் ஒருவர்.

5

மறுநாள் முதல், தன் கணவனுடைய நடத்தையில் ஒரு வகை மாறுதலைக் கண்டு லக்ஷ்மி அதிசயித்தாள். ஆபீஸ் விட்டதும் நாராயணன் நேரே வீட்டுக்கு வரத்தொடங்கினான்.

அவனுடைய நண்பர் குழாத்தை அழைத்துக் கொண்டு வருவதில்லை. என்றுமில்லாத வழக்கமாக ஒரு நாள் ஆபீஸ் வேலையிலேயே வீட்டுக்கு வந்தான். இதற்குக் காரணமான தலைவலி, வீட்டுக்கு வந்து பத்து நிமிஷத்தில் மருந்து மாயமில்லாமல் சொஸ்தமாகி விட்டது. லக்ஷ்மிக்குச் சிறிது ஆச்சரியமளித்தது. அவ் வாரத்தில் லக்ஷ்மி பல முறையும் சாரதாவை நன்றியறிதலுடன் நினைத்துக் கொண்டாள். தான் அவள் சொற்படி அதிக அன்புடனும் ஆதரவுடனும் நடந்து கொள்வதே தன் கணவன் நடத்தையில் மாறுதலேற்படக் காரணமென அவள் நம்பினாள்.

அடுத்த சனிக்கிழமை காலை பத்து மணிக்கு வழக்கம் போல் நாராயணன் சாய்மான நாற்காலியில் சாய்ந்து கொண்டு, கடிகாரத்தை பார்த்த வண்ணமாயிருந்தான். 'தபால்' என்ற சத்தம் கேட்டதும் அவன் நெஞ்சம் திடுக் கிட்டது. கடிதத்தின் உறைமீது விலாசத்தைப் பார்த்ததும். அவன்ஹிருதயம்படபடவென்றுஅடித்துக்கொள்ளலாயிற்று. அக் கடிதத்தில் பின் வருமாறு எழுதப்பட்டிருந்தது.

பிரியமுள்ள ஐயா,

எச்சரிக்கை! இந்தச் சனிக்கிழமை மாலை விழிப்புட னிருந்தால், நீர் அறிய விரும்பும் விஷயத்தை அறிந்து கொள்ளலாம்.

தங்கள் நன்மை விரும்பும்

நண்பன்.

நாராயணனுக்குச் சட்டென்று ஒரு யோசனை வந்தது. எதிர் வீட்டில் பி.எல் பரீட்சைக்குப் படிக்கும் மாணாக்கர் ஒருவர் இருந்தார். அவர் நாராயணனின் நண்பரல்லர். ஆயினும், கொஞ்சம் பழக்கமுண்டு. அவசரமாக எழுந்து சென்று எதிர் வீட்டு வாயிற்படியில் நின்று கொண்டு, 'ஸார்! ஸார்!' என்று கூப்பிட்டான். பி.எல். மாணாக்கர் வெளியே வந்தார். நாராயணன் அவரை ஏற இறங்கப் பார்த்தான். அவர் முகத்தில் எவ்வித மாறுபாடும் காணப்படவில்லை. 'ஒன்றுமில்லை, என் கடிகாரம் நின்று போய் விட்டது. தயவு

செய்து மணி பார்த்துச் சொல்லுங்கள்' என்றான். மாணாக்கர் உள்ளே போய் அங்கிருந்து ஏதோ சொன்னார். அது சரியாகக் காதில் விழாத போதிலும், 'சரி, வந்தனம்' என்று நாராயணன் கூறிவிட்டுத் திரும்பினான்.

அன்று உணவு அருந்தியதும் நாராயணன் ஆடம்பரமாக உடுப்பு அணிந்து கொண்டான். பின்னர் சமையல் அறைக் குச் சென்றான். லக்ஷ்மி சாப்பிட்டுக் கொண்டிருந்தாள். அவள் கண்களில் நீர் ததும்பிக் கொண்டிருந்தது. சென்ற ஒரு வாரமாகத் தன் கணவர் நடந்து கொண்ட மாதிரியிலிருந்து, ஒரு கால் இன்று போகாமலிருந்துவிட மாட்டாராவென்று அவள் ஆசைப்பட்டாள். ஆனால், நாராயணன் உடுப்பணிய ஆரம்பித்ததைப் பார்த்ததும், இந்நம்பிக்கையைக் கைவிட் டாள். அவளையறியாமலே துக்கம் பொங்கிற்று.

'லக்ஷ்மி, நான் போய் வருகிறேன்' என்றான் நாராயணன்.

லக்ஷ்மிக்கு ஆச்சரியமாயிருந்தது. 'ஒருநாளாவது சொல்லிக் கொண்டு போனதில்லை. கொஞ்சம் மனம் இளகியிருக்கிறது. இதுதான் தருணம்' என்று அவள் எண்ணினாள்.

'எங்கே போகப் போகிறீர்கள்? இன்று போக வேண்டாமே. சாயங்காலம் என்னையும் எங்கேனும் அழைத்துக் கொண்டு போங்களேன்' என்றாள்.

'ஆ! பாசாங்குக்காரி! உலகில் பெண்களை ஆண்டவன் எதற்காகப் படைத்தான்?' என்று நாராயணன் எண்ணிக் கொண்டான். அவனுக்கு வந்த கோபத்தையெல்லாம் அடக்கிக் கொண்டு, 'இல்லை இன்று அவசியம் போகவேண்டும். இன்னொரு நாளைக்குப் பார்த்துக் கொள்வோம்' என்று சொல்லிவிட்டு வெளியே சென்றான்.

அன்று பிற்பகலில் மயிலாப்பூர் மாடவீதிகளிலுள்ள வீட்டுமாடி ஒன்றிலிருந்து யாரேனும் பார்த்திருப்பின், ஸ்ரீமான் நாராயணன், பி.ஏ. (ஆனர்ஸ்) அவ்வீதிகளைச் சுற்றிச் சுற்றி வலம் வந்துகொண்டிருப்பதைக் கவனித்து ஆச்சரியமுற்றிருப்பார்கள்.

மணி சுமார் மூன்றரை இருக்கும். நாராயணன் தனது வீடிருக்கும் தெரு முனைக்குப் பன்னிரண்டாவது முறையாக வந்தபோது தன் வீட்டுக்கெதிரில் ஒரு குதிரை வண்டி நின்று கொண்டிருப்பதைப் பார்த்துத் திடுக்கிட்டான். ஒரு கணநேரம் அவன் மூச்சு நின்று விடும் போலிருந்தது. அவ்வண்டிக்குள் இளைஞன் ஒருவன் இருந்தான். ஆனால் அவன் எதிர்ப்புறமாய்க் குதிரையை நோக்கி திரும்பி உட்கார்ந்திருந்தபடியால், முகம் தெரியவில்லை. 'வண்டி இப்போதுதான் வந்து நிற்கிறதா? வண்டியில் இருப்பவன் இறங்கப் போகிறானா?' என்று எண்ணி, நாராயணன் திக்பிரமை கொண்டவன் போல் தெரு முனையிலேயே நின்றான். என்ன துரதிர்ஷ்டம்! வண்டிக்காரன் குதிரையைச் சவுக்கால் அடித்தான். நாராயணன் அதே கணத்தில் தன் வீட்டு மாடியை நோக்கினான். ஒரு ஜன்னல் திறந்திருந்தது. அதன் வழியே பெண் கரமொன்றும், புடவைத் தலைப்பும் தெரிந்தன. இரண்டு நிமிஷங்களில் வண்டி தெருக்கோடிச் சென்று மறைந்தது. நாராயணன் அந்த இரண்டு நிமிஷமும் நரக வேதனையனுபவித்தான். மறுபடியும் அண்ணாந்து தன் வீட்டு மாடியின் ஜன்னலை நோக்கியிருப்பானாயின், அங்கே சாரதை நின்று கண்களில் விஷமக் குறிதோன்றத் தன்னைப் பார்த்துப் புன்னகை செய்து கொண்டிருந்ததைக் கண்டிருப்பான். ஆனால் அப்போது அவன் உள்ளம் இருந்த நிலையில், கண்கள் திறந்திருந்தும் எதிரிலுள்ள பொருளைக் கூட அவன் பார்க்கவில்லை.

முதலில், விரைந்து வீட்டுக்குச் செல்லலாமாவென்று அவன் நினைத்தான். ஆனால் அமைதியுடன் யோசனை செய்தல் இப்போது அவசியமென உணர்ந்தான். எனவே கடற்கரையை நோக்கிச் சென்றான். மாலைக் கடற்காற்று அவனுக்கு கொஞ்சம் சாந்தம் அளித்தது. யோசனை செய்ய லானான். முதலில், தான் தெருமுனையில் நில்லாமல் வீதிகளைச் சுற்றி வந்து கொண்டிருந்தது தவறு என்று முடிவு செய்தான். பின்னர், நிச்சயமான அத்தாட்சியில்லாமல் அவசரப்பட்டு எதுவும் செய்யக் கூடாதென்று தீர்மானித்தான். பிறகு குதிரை வண்டியைப் பற்றி யாரையும் விசாரித்தால்

அவமானத்துக்கும், ஆபத்துக்கும் இடமாகுமென்னும் முடிவுக்கு வந்தான். கடைசியாக உண்மையைக் கண்டு பிடிக்க வேண்டுமானால், தன் மனைவியிடம் சந்தேகங் கொண்டதாகக் காட்டிக் கொள்ளக் கூடாதென்றும் அவளிடம் அன்பு கொண்டிருப்பதாக நடிக்க வேண்டுமென்றும் தீர்மானித்தான். நாராயணன் புத்திசாலி! இல்லாவிட்டால், பி.ஏ. (ஆனர்ஸ்) பரீட்சையில் தேறியிருக்க முடியுமா?

6

ஒரு வாரம் சென்றது. அடுத்த சனிக்கிழமையும் வந்தது. நாராயணன் தன் ஐயங்களை அநேகமாக மறந்து விட் டான். 'என்ன பைத்தியம்? நமது லக்ஷ்மியைச் சந்தேகிக்கப் போனோமே! குழந்தையைப் போல் கள்ளங்கபடற்ற இவளா அத்தகைய பெருந்துரோகம் எண்ணுவாள்?' என்று அவன் கருதலானான். அத்துடன் வீட்டில் இன்ப விளக்கையொத்த இவளை வைத்து விட்டுத்தான் வெளியில் எங்கேயோ இன்பந்தேடி அலைந்தது எவ்வாறு என்ற வியப்பும் அவன் உள்ளத்தில் சற்றே தோன்றலாயிற்று. எனினும், இன்றைய தினம் கிண்டிக்குப் போய் வருவது என்று அவன் தீர்மானித்தான். மனைவியின் பேரில் தவறான ஐயங்கொண்டு அதற்காக கிண்டிக்குப் போகாமலிருப்பதா? என்ன அவமானம். யாருக்காவது தெரிந்தால் நகையார்களா? இன்னும் இரண்டு வாரந்தான் பந்தயம் நடை பெறும். இழந்த மூவாயிரம் ரூபாயில் ஏதேனும் ஒரு பகுதியையேனும் மீட்க வேண்டாமா?

ஆனால் அந்தக் கடிதங்கள்? அவற்றின் நினைவு இடையிடையே தோன்றி, நாராயணன் மனத்தைக் குழப்பிக் கொண்டிருந்தது. அந்த எழுத்தை எங்கேயோ, பார்த்த நினைவாயிருந்தது. ஆயினும் எவ்வளவோ சிந்தித்துப் பார்த்தும் எங்கே என்று அவனால் கண்டுபிடிக்க முடிய வில்லை. இன்றைய தினம் கடிதம் ஒன்றும் வராவிடின், பழைய கடிதங்களைத் தீயிலிட்டுப் பொசுக்கிவிட்டு, எல்லா வற்றையும் மறந்து விடுவதென்று தீர்மானித்தான். எனவே தபால்காரன் வரவை மிகுந்த ஆவலுடன் எதிர் நோக்கி

யிருந்தான். எதிர் நோக்கியது வீண் போகவில்லை. கடிதம் வந்தது. நாராயணனின் அப்போதைய மனோநிலையை வருணித்தல் நமது ஆற்றலுக்கு அப்பாற்பட்டது. உறையை உடைத்துக் காகிதத்தைப் படித்தான்.

பிரியமுள்ள ஐயா,

இன்று மாலை, உமது மனைவி எங்கேனும் புறப்பட்டுப் போக விரும்பினால், தடுக்க வேண்டாம். அவளுக்குத் தெரியாமல் பின் தொடர்ந்து செல்லும்.

தங்கள் நன்மையை நாடும்

நண்பன்.

பற்பல ஐயங்கள், மனக்குழப்பம் எல்லாம் மீண்டும் முன்னைவிட அதிகமாகவே ஸ்ரீமான் நாராயணனைப் பற்றிக் கொண்டன. பொறாமையும், கோபமும் அவன் உள்ளத்தில் கொழுந்துவிட்டெரியலாயின. அவன் உடல் நடுங்கிற்று; கண்களில் நீர் ததும்பிற்று. கள்ளங் கபடற்றவள், தன்னைத் தவிர வேறு கதியில்லாதவள் என்று எண்ணி, தான் அளவற்ற நம்பிக்கையும் அன்பும் வைத்திருக்கும் ஒரு பெண், தன்னைப் பயங்கரமாக ஏமாற்றி, மகத்தான துரோகம் செய்வது மட்டுமன்று; இந்த அவக்கேடான விஷயம் மூன்றாவது ஆசாமி ஒருவனுக்குத் தெரிந்தும் இருக்கிறது. அவமானம்! அவமானம்! இத்தகைய சந்தர்ப்பங்களில் மனைவியைக் கொன்று விட்டுத் தற்கொலை செய்து கொண்டவர்களைப் பற்றிப் பத்திரிகைகளில் படித்த பல விவரங்கள் நாராயணன் நினைவுக்கு வந்தன. கைத்துப்பாக்கியின் மீதும், விஷமருந்தின் மீதும் அவன் எண்ணம் சென்றது.

லக்ஷ்மி உள்ளிருந்து வந்தாள். அன்றலர்ந்த தாமரை போன்ற அவள் வதனத்தில் செவ்விதழ்கள் புன்னகை பூத்துத் திகழ்ந்தன. கள்ளமற்ற உள்ளத்தினின்று எழுந்த காதற்சிரிப்போ அது? 'சாப்பிட வாருங்கள்' என்ற அவள் மொழிகள், நாராயணன் செவிகளில் இன்பத்தேனெனப் பாய்ந்தன. 'ஒன்று இவள் இவ்வுலகிலுள்ள நூறு கோடிப் பெண் மக்களில் பொறுக்கி எடுத்த இணையற்ற வஞ்ச

நெஞ்சப் பாதகியாகயிருத்தல் வேண்டும்; அல்லது... நமக்குப் பகைவன் யார்? நம்மை இவ்வாறு வருத்துவதில் யாருக்கு என்ன லாபம்? எப்படியும் இன்று உண்மையைக் கண்டுவிடலாம்' என்று நாராயணன் எண்ணினான்.

சாப்பிட்டுக் கொண்டிருக்கையில் லக்ஷ்மி, 'நான் இன்று திருவல்லிக்கேணிக்குப் போய் வரட்டுமா?' என்று கேட்டாள். இக்கேள்வியினால் நாராயணன் உள்ளக் கடலில் எழுந்த கொந்தளிப்பை, லக்ஷ்மி மனக்கண் கொண்டு பார்த்திருப் பாளாயின், அந்தோ அவள் பயந்தே போயிருப்பாள்.

'எதற்காக?' என்று நாராயணன் கேட்டபோது அவன் குரலிலிருந்த நடுக்கத்தை லக்ஷ்மி கவனித்தாளில்லை.

'சாரதை அக்கா, அடிக்கடி வரச் சொல்லிக் கொண் டிருக்கிறாள். நீண்டகாலமாய் வரவில்லையென்று கோபித்துக் கொண்டாள். இன்று கட்டாயம் வரச் சொன்னாள்.'

'சரி!' என்று ஒரே வார்த்தையில் நாராயணன் பதில் கூறினான்.

'நீங்களும் வாருங்களேன். வேறு அவசியமான வேலை யிருக்கிறதா?' என்று லக்ஷ்மி பயத்துடன் கேட்டாள்.

'என்ன மோசம்! என்ன வேஷம்! அப்பா!' என்று முணுமுணுத்தான்.

'என்ன சொல்லுகிறீர்கள்'

'ஒன்றுமில்லை, நான் வேறிடத்துக்கு போக வேண்டும் நீ போய் வா.'

சாப்பாடு ஆனதும் நாராயணன், 'வண்டி வேண்டுமா? பார்த்துக் கொண்டு வரட்டுமா?' என்று கேட்டான்.

'காலையில் தெருவில் ஒரு வண்டி போயிற்று. வண்டிக் காரனிடம் சொல்லியிருக்கிறேன்.'

ஏற்பாடு ஒன்றும் பாக்கியில்லை என்று நாராயணன் எண்ணிக் கொண்டு, 'சரி நான் போய் வருகிறேன்' என்று சொல்லிவிட்டு வெளியே போனான். ஒரு குதிரை வண்டிக்

காக மயிலாப்பூர் எங்கும் அலைந்தான் என்ன துரதிர்ஷ்டம்? அன்றைக்கென்று ஒரு வண்டி கூடக் காணோம். 'இந்தப் பாழும் மோட்டார் பஸ்கள் வந்து குதிரை வண்டியே இல்லாமற் செய்துவிட்டன. நாசமாய்ப் போக!' என்று சபித்தான். எங்கும் சுற்றிவிட்டுத் திரும்புகையில், எதிரில் லக்ஷ்மி ஒரு வண்டியில் வருவதைக் கண்டான். அவள் தன்னைப் பாராவண்ணம் குளப்படியில் இறங்கி மறைந்து நின்றான்.

அவன் உள்ளம் தீவிரமாக வேலை செய்தது. வண்டியைத் தொடர்ந்து நடந்து செல்வது இயலாத காரியம். ரிக்ஷாவும் அவ்வளவு வேகமாகச் செல்லாது. குதிரை வண்டியோ கிடைக்கவில்லை. மோட்டார் பஸ்ஸில் ஏறிக் குதிரை வண்டிக்கு முன்னால் திருவல்லிக்கேணிக்குப் போய்விடுவதென்றும், மணிக் கணக்குப் பார்த்து, சாரதையின் வீட்டுக்கு நேரே போய்ச் சேர்கிறாளாவென்று கண்டுபிடித்து விடலாமென்றும் தீர்மானித்தான். அவ்வாறே அவசரமாகச் சென்று, புறப்பட விருந்த மோட்டார் ஒன்றில் ஏறினான். ஆனால் இவ்வுலகில் இடையூறுகள் தனித்து வருவதில்லையே? ராயப்பேட்டை போனதும், மோட்டார் 'பட்பட்' என்று அடித்துக் கொண்டு நின்றுவிட்டது. வண்டி ஓட்டி ஆன மட்டும் வண்டியை முடுக்கிப் பார்த்தும் பயனில்லை. பெட்ரோல் இல்லையென்னும் விவரம் அப்போதுதான் அவனுக்கு நினைவு வந்தது. உதவி வேலைக்காரனை டிராம் வண்டியில் ஏறிப்போய் மௌண்ட் ரோட்டிலிருந்து பெட்ரோல் வாங்கிவர ஏவினான். வண்டியில் இருந்தவர்கள் சபிக்கலானார்கள். இன்னும் பணங்கொடாதவர் வண்டியை விட்டிறங்கினர். நாராயணன் எல்லாரையும் விட அதிகமாகச் சபித்தான். மோட்டார் இயந்திரத்தைக் கண்டுபிடித்தவனுடைய ஏழு தலை முறையும் நாசமாய்ப் போகவேண்டுமென்று அவன் எண்ணினான். பணங்கொடுத்திருந்தானாயினும், போனால் போகட்டும் என்று இறங்கிவிட்டான்.

பின்னால் வந்த மோட்டார் பஸ்கள் எல்லாவற்றிலும் ஜனங்கள் நிரம்பியிருந்தபடியால், அவனுக்கு இடங்

கிடைக்கவில்லை. கொஞ்ச நேரம் கழித்து வந்த டிராம் வண்டியொன்றில் ஏறிக் கொண்டான். வழி நெடுகஜனங்கள் காத்துக் கொண்டிருந்த படியால், டிராம் அடிக்கடி நின்று சென்றது. உலகமெல்லாம் தனக்கு விரோதமாகச் சதியாலோச னை செய்திருப்பதாய் அவனுக்குத் தோன்றிற்று. மௌண்ட் ரோட்டிலும் சற்று நேரம் காத்திருக்க நேர்ந்தது. திருவல்லிக்கே கணி போகும் வண்டிகள் எல்லாம் நிறைந்திருந்தன. கடைசியாக நாராயணன் திருவல்லிக்கேணி சேர்ந்து சாரதை வீடு இருந்த வீதிக்குச் சென்றபோது, மாலை நான்கு மணியாகி விட்டது. வீட்டு வாயிலில் லக்ஷ்மி ஏறி வந்த வண்டி நின்று கொண்டிருந்தது. அவ்வண்டி நேராக மயிலாப்பூரிலிருந்து சாரதை வீட்டுக்கே வந்ததாவென்று கண்டுபிடிப்பது எங்ஙனம்? வண்டிக்காரனையோ வீட்டிலுள்ளவர்களையோ விசாரிப்பது அறிவீனம்; அவமானத்துக்கிடம். ஐந்து நிமி ஷத்துக்கெல்லாம் சாரதையின் வீட்டுக்குள்ளிருந்து, சாரதையும், லக்ஷ்மியும், சாரதையின் கணவனும் வெளிவந்து வண்டியில் ஏறிக் கொண்டார்கள். எங்கேயோ வேடிக்கை பார்க்கப் புறப்பட்டுச் சென்றார்கள் போலும். நாராயணனின் வயிற்றெரிச்சல் அதிக மாயிற்று. சாரதையும் அவள் கணவனும் எத்தகைய இன்ப வாழ்க்கை நடத்துகிறார்கள் என்று நினைத்துப் பெருமூச்சு விட்டான். கடற்கரைக்குப் போய் வெகு நேரம் உட்கார்ந்துவிட்டு இரவு வீடு போய்ச் சேர்ந்தான். லக்ஷ்மியை அவள் போயிருந்த விஷயமாக ஒரு வார்த்தை கூடக் கேட்கவில்லை.

7

அன்பார்ந்த ஐயா!

ஜாக்கிரதைக் குறைவினால் இரண்டு முறை உமது முயற்சியில் தவறி விட்டீர். நாளை சனிக்கிழமை மத்தியானம் வெளியே சென்று விட்டுச் சரியாக நான்கு மணிக்கு வீட்டுக்குத் திரும்பிச் செல்லும். உண்மையறிவீர்.

தங்கள் நன்மை விரும்பும்

நண்பன்.

இக்கடிதத்தைக் கையில் வைத்துக் கொண்டு ஆழ்ந்த சிந்தனையில் மூழ்கியிருந்தான் நாராயணன். சென்ற ஒரு மாத காலமாகத்தான் அனுபவித்து வரும் துன்பங்கள் அத்தனையும் ஒரு பெருங்கனவோ என்று எண்ணினான். கனவன்று, நிஜமே என்பதைக் கையிலிருந்த கடிதம் வலியுறுத்திக் காட்டிற்று. எப்படியும் இன்று உண்மை வெளியாகி விடுமென்று நினைத்துப் பெருமூச்சு விட்டான். ஆனால், அவ்வுண்மை எவ்வளவு பயங்கர மானது? முதல் நாள், தான் ஒரு நண்பரிடம் மிகவும் சிரமப்பட்டு இரவல் வாங்கிக்கொண்டு வந்திருந்த கைத் துப்பாக்கியை மேஜைக் குள்ளிருந்து எடுத்து மீண்டுமொருமுறை பார்த்தான். அதை எவ்வாறு உபயோகிப்பதென்பதை இருபத்தைந்தாம் முறையாக மனத்தில் உறுப்போட்டுக் கொண்டான். அவன் கண்களில் கொலைக் குறித் தோன்றிற்று. பகல் ஒரு மணிக்கு வீட்டை விட்டு வெளியே புறப்பட்டான். அப்போது அவன் உள்ளக் கடலில் எழுந்த பேரலைகளின் இயல்பை யாரோ வருணிக்க வல்லவர்.

சரியாக மாலை நான்கு மணிக்கு நாராயணன் வீடு திரும்பினான். வாயிற்கதவு சாத்தித் தாளிடப் பட்டிருந்தது. மாடி அறையில் ஏதோ பேச்சுக் குரல் கேட்டது. அவனுக்குப் பைத்தியமே பிடித்துவிடும் போலிருந்தது. ஆயினும், நிதானந்தவறிவிடக் கூடாதென்று எண்ணிப் பற்களை கடித்துக் கொண்டான். கதவை ஓங்கி இடித்தான். இரண்டு நிமிஷங்கழித்துக் காலடிச் சத்தம் கேட்டது, 'யார் அங்கே?' அது லக்ஷ்மியின் குரல். 'நான் தான்; கதவைத் திற.' கதவு திறக்கப்பட்டது. லக்ஷ்மி முகத்தில் வியப்புக் குறிதோன்றிற்று. சந்தேகம் என்னும் திரைவழியே பார்த்த நாராயணனுக்கு அவள் பயத்தினால் திடுக்கிட்டு நடுநடுங்குவதாகத் தோன்றிற்று. வாயிற்படி தாண்டி உள்ளே நுழைந்ததும், உயர்தரக் கம்பெனி ஜோடுகள் நாராயணன் கண்ணில் பட்டன. அவனுக்கு எல்லாச் சந்தேகமும் நிவர்த்தியாயிற்று. தன் கைத்துப்பாக்கிக்கு அன்று இரையாகப் போகிறவன் மாடிமீதிருப்பதாக அவன் உணர்ந்தான். விரைந்து சென்று மாடிப்படிகளில் ஏறலானான். ஆனால், லக்ஷ்மி அவனுக்கு

முன்னால் ஓடிப் பாதிப்படிகள் ஏறிய நாராயணனை வழிமறித்துக் கொண்டும், 'உயரப் போகாதேயுங்கள்' என்று கொஞ்சும் குரலில் கூவினாள். நாராயணின் கோபவெறி அளவு கடந்தாயிற்று. லக்ஷ்மியை ஒரு கையினால் பிடித்துப் பலங்கொண்ட மட்டும் இடித்துக் கீழே தள்ளினான். பாவம்! லக்ஷ்மி பத்துப் பன்னிரண்டு படிகளிலும் உருண்டு சென்று கீழே தரையில் விழுந்தாள்.

அவளைத் திரும்பியும் பாராமல், நாராயணன் மேலே ஓடினான். மாடி ஹாலில் கதவை ஓங்கி ஓர் உதை உதைத்தான். கதவு தாளிடப்படாமையால், தடால் என்ற சத்தத்துடன் திறந்து கொண்டது. அப்போது அவன் அவ்வறையினுள்ளே கண்ட காட்சி அவனைத் திகைக்கச் செய்துவிட்டது. எத்தனையோ விதப் பயங்கர காட்சிகளை அவன் மனத்திலே கற்பனை செய்து பார்த்துத் தெரியப்படுத் திக் கொண்டிருந்தான். ஆனால் இப்போது அவன் முன் தோன்றிய காட்சியை அவன் எதிர்ப்பார்க்கவேயில்லை. தலையில் இடியே விழுந்துவிட்டது போல் திடுக்கிட்டு நின்று விட்டான்.

அக்காட்சி வேறொன்றுமில்லை. நாராயணன் நீண்ட நாளாய் மூலையில் போட்டிருந்த இராட்டினத்தை எடுத்துச் செப்பனிட்டுச் சாரதையின் கணவன் ஸ்ரீனிவாசன் நூல் நூற்றுக் கொண்டிருந்தார். நூல் அடிக்கடி அறுந்து போய்க் கொண்டிருந்தது. சாரதை அருகில் உட்கார்ந்து 'நிறுத் துங்கள், இழுங்கள்' என்று சொல்லிக் கொடுத்துக் கொண்டும், நூல் அறும்போது இணைத்துக் கொண்டுமிருந்தாள். நாராயணன் தடபுடலாக உள்ளே நுழைந்த சத்தங்கேட்டு அவள் தூக்கிவாரி போடப்பட்டவள் போல் எழுந்தாள். 'என்ன அத்தான், கொஞ்சமும் உனக்கு 'நாஸூக்' தெரியாமல் போய்விட்டது. என்ன தடபுடல்? சொல்லிவிட்டு உள்ளே வரக்கூடாதா?' என்றாள்.

நாராயணன் அசட்டுச் சிரிப்புச் சிரித்தான். 'இல்லை; நீங்கள் இங்கிருப்பது எனக்குத் தெரியாது, மன்னியுங்கள்' என்று தடுமாறிக் கொண்டே கூறினான். 'தெரியாதா? லக்ஷ்மி

அடுப்புள்ளேயே இருக்கிறாளா என்ன?' லக்ஷ்மி தன்னைத் தடுத்ததின் காரணம் இப்பொழுது நாராயணனுக்குப் புலனாயிற்று. இதற்குள் சாரதையின் கணவன், 'அது கிடக் கட்டும், நீங்கள் சற்று இங்கே வாருங்கள். உங்களுக்கு நன்றாக நூல் நூற்கத் தெரியுமே? கொஞ்சம் கற்றுக் கொடுங்கள். என் உயிரை வாங்குகிறாள்' என்றார்.

'இதோ வருகிறேன்' என்று நாராயணன் சொல்லி விட்டுத் தன் சட்டைப் பையில் மறைத்து எடுத்துக் கொண்டு வந்த கைத் துப்பாக்கியை அலமாரிக்குள் வைத்துப் பூட்டப் போனான். அதற்குள், 'அதென்ன அத்தான்' என்று சாரதை கேட்டுக்கொண்டு அருகில் வந்து, 'ஓ! கைத்துப்பாக்கி யெல்லாம் எப்போதிருந்து? யாரைக் கொல்லப் போகிறாய்?' என்றாள். பின்னர் சற்று தணிந்த குரலில், 'குதிரைப் பந்தயத்து க்குப் போகிறவர் எல்லாருக்கும் கையில் துப்பாக்கிகூட வேண்டுமா என்ன?' என்று கேட்டாள்.

8

நாராயணனின் மூளை இயந்திரம் இப்போது தான் சுழல ஆரம்பித்தது; பளிச்சென்று அவனுக்கு உண்மை விளங்கிற்று. அவனுக்கு வந்த கடிதங்களில் கண்ட எழுத்து எங்கோ பார்த்த நினைவாயிருந்ததே! சாரதையின் கையெழுத்தல்லவா அது? லக்ஷ்மிக்குச் சாரதை எப்பொழுதோ எழுதிய இரண்டொரு கடிதங்களிலல்லவா அந்தக் கையெழுத்தைப் பார்த்தது? கொஞ்சம் சிரமப்பட்டு மாற்றி ஏமாற்றி விட்டாள்? லக்ஷ்மியின் மீது தான் கொண்ட சந்தேகங்கள் அவ்வளவும் ஆதாரமற்றவை என அறிந்து நாராயணன் ஆனந்தக் கடலில் மூழ்கினான். அவன் ஹிருதயத்தை அமுக்கியிருந்த ஒரு பெருஞ்சுமை நீங்கியது போலிருந்தது.

சட்டென்று அவனுக்கு இன்னொரு சந்தேகம் உண்டா யிற்று. சாரதையின் கணவனுக்கு இந்த விவரங்கள் தெரியுமோ? தெரிந்திருந்தால் எத்தகைய அவமானம்! அவர் முகத்தை ஏறிட்டுப் பார்ப்பதெப்படி? அவன் எண்ணத்தைக் குறிப்பாக உணர்ந்த சாரதை தன் கணவரைப் பார்த்து,

'நூல் நூற்பது இருக்கட்டும். அத்தானிடம் நாம் வந்த காரியத்தைச் சொல்லுங்கள். நேரமாகி விட்டதே, போக வேண்டாமா?' என்றாள். அவர், 'நாராயணன்! தங்களுக் குச் சங்கதி தெரியுமா? எங்கள் வீட்டில் இப்போது 'ஹோம் ரூல்' தான். இவள் வைத்ததே சட்டம். 'இன்று மாலை சினிமாவுக்கு போக வேண்டும்' என்றாள். உடனே புறப்பட்டு வந்தேன். உங்கள் பாடு பாதகமில்லை. அன்றொரு நாள் இவளை இங்கே கொண்டு விட வந்த போதும், உங்களைக் காணோம். (ஓ! அன்று வீட்டு வாசலில் வண்டியில் இருந்தவர் நீங்கள்தானோ? என்ன அசட்டுத் தனம்? என்று எண்ணிக் கொண்டான் நாராயணன்.) லக்ஷ்மியைத் தனியே விட்டு விட்டு நீங்கள் பாட்டுக்குப் போய்விடுகிறீர்கள். போகட்டும். இன்றாவது வந்தீர்களே. வாருங்கள் போவோம்' என்றார்.

அவருடைய வார்த்தைகள் நாராயணனுக்குச் சுருக் கென்று தைத்தன. ஆனால், அவருக்குத் தன் அசட்டுத் தனத்தைப் பற்றி எதுவும் தெரியாதென்று அறிந்து ஆறுதல் அடைந்தான். நன்றியறிதலுடன் சாரதையைப் பார்த்து விட்டு, 'ஓ போகலாம், இதோ கீழே போய்விட்டு வருகிறேன்' என்று கூறிவிட்டு வெளியே சென்றான். சாரதை, அவனுடன் போய் மாடிபடியில் வழியை மறித்துக் கொண்டு, 'அசட்டு அத்தான்! லக்ஷ்மியிடம் ஒரு வார்த்தையும் சொல்லாதே, அவளிடம் சந்தேகப்பட்டாய் என்று தெரிந்தால் உயிரை விட்டுவிடுவாள். மேலும் என்னை மன்னிக்கவே மாட்டாள்?' என்றாள். 'சாரதை உனக்குக் கைம்மாறு என்ன செய்யப் போகிறேன்?' என்றான் நாராயணன். 'கைமாறா? நீ என் மீது கோபித்துக் கொள்ளப் போகிறாயோவென்று பயந்தேன். நல்லது, எனக்குக் கைம்மாறு செய்ய விரும்பினால், குதிரைப் பந்தயத்தை மறந்துவிடு. உன் மனைவியைத் தனியே விட்டு விட்டு ஊர் சுற்றவும், சீட்டு விளையாடவும் போகாதே' என்றாள். 'இல்லை, இல்லை. ஆண்டவன் ஆணை! இந்த ஒரு மாதமாய் நான் அனுபவித்தது போதும்' என்று கூறிக் கொண்டு நாராயணன் விரைந்து கீழே ஓடினான்.

லக்ஷ்மி ஒரு தூணில் சாய்ந்து கொண்டு கண்ணீர் வடித்துக் கொண்டிருந்தாள். தன் கணவனின் கடுங்கோபத் துக்கு உரியவளாவதற்குத் தான் செய்த தவறு இன்னதென்பது அவளுக்குப் புலனாகவில்லை. நாராயணன் கீழிறங்கி வந்து அவளருகில் உட்கார்ந்தான். தாமரை இதழ் போன்ற மிருது வான அவள் இருகரங்களையும் பிடித்துக் கொண்டு, 'லக்ஷ்மி! என்னை மன்னித்து விடு' என்றான். 'ஐயோ அப்படியெல்லாம் சொல்லாதேயுங்கள்' என்று லக்ஷ்மி அவன் வாயைத் தன் கரத்தினாள் மூடினாள். 'ஒரு வருஷமாக உனக்குத் துரோகம் செய்து விட்டேன். பாழுங் குதிரைப் பந்தயமோகத்தில் மூழ்கிக் கிடந்தேன். பணத்தைத் தொலைத்தேன். இன்றுடன் குதிரைப் பந்தயத்துக்குத் தர்ப்பணம் செய்து விடுகிறேன்'என்றான்.

மாடியின் மீது ஸ்ரீநிவாசனும், சாரதையும் காத்துக் காத்துப் பார்த்தனர். லக்ஷ்மியாவது நாராயணனாவது வரும் வழியைக் காணோம். எனவே சினிமாக் காட்சிக்குச் செல்லும் யோசனையை அவர்கள் கைவிட வேண்டியதாயிற்று. ஆனால் இதன் பொருட்டு அவர்கள் சிறிதும் வருந்தினார்களில்லை. ஸ்ரீநிவாசன் அன்று நன்றாக நூல் நூற்கப் பழகிக் கொண்டார்.

கவர்னர் விஜயம்

1

ஸ்ரீமான் சிவகுருநாதஞ் செட்டியார் மத்தியான போஜனம் ஆன பின்னர், வழக்கம்போல் சாய்வு நாற்காலியில் படுத்துக் கொண்டு பத்திரிகையைப் பிரித்துப் புரட்டினார். தலைப்புகளை மட்டும் பார்த்துக் கொண்டே போன அவர், 'பொய்கையாற்றுத் தேக்கம்' 'கவர்னர் அஸ்த்திவாரக்கல் நாட்டுவார்' என்னும் தலைப்புகளைப் பார்த்ததும் திடுக் கிட்டுப் போனார். செட்டியாருக்கு மயிர் கூச்சல் உண்ட ாயிற்று. மார்பு சிறிது நேரம் 'பட்' 'பட்' என்று அடித்துக் கொண்டது. சற்று சமாளித்துக் கொண்டு அத்தலைப்புகளின் கீழ் இருந்த செய்தியை முற்றும் படித்தார். அம்மாதம் 20ம் நாள் காலை 7 மணிக்கு கவர்னர் துரை .... ரயில்வே ஸ்டேஷனில் இறங்கிப் பொய்கையற்றுத் தேக்கத்துக்கு மோட்டாரில் செல்வாரென்பதும், மற்றும் பலவிவரங்களும் இருந்தன. செட்டியார் உடனே தமது பிரதம காரியஸ்தர் ஜெய ராமையரைக் கூப்பிட்டனுப்பினார். காரியஸ்தர் வந்து சேர்ந்ததும், 'ஐயரே, சங்கதி தெரியுமா?' என்றார்.

'தெரியாதே! என்ன விசேஷம்?'

'உமக்கேனையா தெரியும்? இதற்குத்தான் பத்திரிகை படியு மென்று உமக்குப் படித்துப் படித்துச் சொல்கிறேன். வருஷத்தில் ரூ.250 செலவழித்து இவ்வளவு பத்திரிகைகள் தருவிக்கிறோமோ, பின் எதற்காக? நான் மட்டும் ஜாக்கிர தையாகப் படித்துக் கொண்டு வராவிட்டால் இப்போது என்ன ஆகியிருக்கும்?'

'விஷயம் என்னவென்று எஜமான் சொல்லவில்லையே?'

'நம்மூருக்கு 20-ந்தேதி கவர்னர் வருகிறார்!'

காரியஸ்தர் இடி விழுந்தது போல் வாயைப் பெரிதாகத் திறந்தார். 'ஓ ஓ...' என்ற சத்தத்தைத் தவிர வேறு வார்த்தை அவர் வாயினின்றும் வரவில்லை.

'சரி, மேலே என்ன செய்கிறது?' என்று செட்டியார் கேட்டார்.

'எல்லா ஏற்பாடுகளும் செய்துவிட வேண்டியது தான்.'

'20-ந்தேதி காலை ரயில்வே ஸ்டேஷனுக்குப் போக வேண்டும். நமது மோட்டார் வண்டியில் ஒரு தூசு இல்லாமல் பளபளவென்று தேய்த்து வைக்கச் சொல்லும்.'

'பார்த்தீர்களா? நான் பிடிவாதமாக மோட்டார் வண்டி வாங்கத்தான் வேண்டுமென்றது இப்போது எவ்வளவு பயன்படுகிறது?'

'இந்த முன்யோசனைக்காகத்தானே ஐயரே உம்மிடத்தில் எனக்கு இவ்வளவு பிரியம்? இருக்கட்டும். நமது வீட்டு வாசலை அலங்கரிக்க வேண்டாமா?'

'நமது வீதி வழியாகக் கவர்னர் போகிறாரா?'

'நிச்சயமில்லை. ஒரு வேளை ஸ்டேஷனில் இறங்கி நேரே போய்விடலாம். கலெக்டர் துரையிடம் சொல்லி நமது வீதி வழியாய்ப் போக ஏற்பாடு செய்ய வேண்டும்.'

'முடியாவிட்டாலும் பாதகமில்லை. எப்படியும் நமது வீடு அலங்கரிக்கப்பட்டிருந்த செய்தி பத்திரிகைகளில் வெளியாகி விடுமல்லவா?'

'அதுவும் உண்மைதான். இருக்கட்டும். கூர்மாவதாரம் ஐயங்காருக்கு இச்செய்தி தெரியாமலிருக்க வேண்டுமே? அவர் தினம் பத்திரிகை என்னைப்போல் கவனமாகப் படிக்கிறாரா?'

'அவருக்குத் தெரிந்தாலும் பாதகமில்லை. தாங்கள் யோசனை செய்ய வேண்டாம். முதலில் அவரிடம் மோட்டார் கிடையாது. பழைய கர்நாடக கோச்சு வண்டியில்தான் அவர் வரவேண்டும். மேலும் தங்களுக்கு நினைவில்லையா? கலெக்டர் தர்பாரிலே அவருக்கு ராவ்பகதூர் பட்டம் அளிக்கப் பட்டபோது, அவருடைய வேஷத்தையும், அவர் திரும்பத் திரும்பச் சலாம் போட்டதையும் பார்த்து எல்லாரும் 'கொல்'

என்று சிரிக்கவில்லையா? அந்த மாதிரிதான் இப்போதும் ஆகும்' என்றார் காரியஸ்தர்.

அச்சம்பவத்தை நினைத்துச் செட்டியார் இப்போதும் சற்று நகைத்தார். 'இருந்தாலும், நாம் வீடு அலங்காரம் செய்யும் விஷயம் அவருக்குத் தெரியக்கூடாது. எல்லா ஏற்பாடும் செய்து தயாராய் வைத்துக் கொண்டு, 19-ந்தேதி இரவு பத்து மணிக்கு அலங்காரஞ் செய்துவிடுவோம். ஐயங்காரைக் காலையில் எழுந்து விழிக்கும்படிச் செய்யலாம்' என்றார்.

இன்னும் என்னென்ன ஏற்பாடுகள் செய்ய வேண்டுமென்பதைப் பற்றிச் செட்டியாரும் காரியஸ்தரும் நீண்ட நேரம் யோசித்தார்கள். மறுநாள் நடக்கும் நகரசபை கூட்டத்தில் கவர்னருக்கு உபசாரப் பத்திரம் வாசித்துக் கொடுக்க வேண்டுமென்ற ஒரு தீர்மானத்தைத் தாம் கொண்டு வரப்போவதாகச் செட்டியார் எழுதி நகர சபையின் தலைவருக்கனுப்பினார். பின்னர், காரியஸ்தர் தமது காரியத்தைப் பார்க்கச் சென்றார்.

2

ஸ்ரீமான் சிவகுருநாதஞ் செட்டியார் பெரிய வியாபாரி. அவர் வசித்த சிறு பட்டணத்தில் மூன்று மாடி வைத்த மாளிகை அவர் ஒருவருக்கே உண்டு. இளமையில் அவர் ஒரு ஏழையாகவே இருந்தார். முதலில் ஓர் இரும்புக் கடையில் குமாஸ்தாவாக வேலை பார்த்தார். லக்ஷ்மிதேவியின் கடைக் கண் பார்வை அவர் மீது விழுந்தது. தனிக்கடை வைத்து வியாபாரம் நடத்தவே, செல்வம் நாளுக்கு நாள் பெருகிற்று. மகாயுத்தத்திற்குச் சற்று முன்பு ஏராளமான இரும்புச் சரக்குகள் அவருடைய கடையில் தங்கியிருந்தன. யுத்தம் ஆரம்பித்த பின்னர், இரும்புச் சாமான்களின் விலை இருமடங்கு, மும்மடங்காயிற்று. செட்டியார் ஒரேயடியாக லட்சாதிபதியாகிவிட்டார். பின்னர், கௌரவங்களில் ஆசை விழுந்தது. அடுத்த வீட்டு வக்கீல் ராவ்பகதூர் கூர்மாவதாரம் ஐயங்காரைத் தமது வாழ்க்கை உதாரணமாகக் கொண்டார். நடை, உடை, பாவனைகளில் அவரைப் பின்பற்றினார்.

ஆங்கில ஆசான் ஒருவரை அமர்த்தி ஆங்கிலம் கற்றுக் கொண்டார். நாகரிக வாழ்க்கைக்குரிய ஆடம்பரங்களை னைத்தையும் ஒவ்வொன்றாகக் கைக்கொண்டார். உத்தி யோகஸ்தர்களுக்கு அடிக்கடி விருந்து நடத்தினார். பெருந் தொகை செலவு செய்து நகரசபை அங்கத்தினராகவும் ஆனார். இப்போது அவருடைய மனம் முழுவதும் 'ராவ்பகதூர்' பட்டத்தைப் பற்றி நின்றது. இதனோடு, தாம் ராவ் பகதூர் பட்டம் பெறுவதற்குள், ஐயங்கார், மேல்வகுப்புக்கு, அதாவது திவான் பகதூர் பட்டத்துக்குப் போய்விடாமலிருக்க வேண்டுமே என்ற கவலையும் அவருக்குண்டு. எனவே, கவர்னர் தமது ஊருக்கு விஜயம் செய்யும்போது ஐயங்காரை எந்த விஷயத்திலாவது முந்திக் கொண்டு கவர்னரின் கவனத்தைக் கவர்ந்து பட்டம் பெற்றுவிட வேண்டுமென்பது அவருடைய நோக்கம். மேலே குறிப்பிட்ட சம்பாஷணையில் கூர்மாவதாரம் ஐயங்காரின் பெயர் அடிக்கடி அடி பட்டதற்கு இதுதான் காரணமாகும்.

மறுநாள், ஸ்ரீமான் செட்டியார், மகிழ்ச்சி ததும்பிய முகத்து டனே நகரசபைக் கூட்டத்திற்குச் சென்றார். கவர்னருக்கு உபசாரப் பத்திரம் வாசித்துக் கொடுக்க வேண்டுமென்று தீர்மானத்தைப் பிரேரணை செய்து பேசுவதற்கு ஒரு பிரசங் கத்தைத் தயாரித்துத் தமது சட்டைப் பையில் போட்டுக் கொண்டிருந்தார். அப்பிர சங்கத்தை மூன்று பாகமாகப் பிரிக்கலாம். முதல் பகுதியிலே, இந்தியாவுக்கு ஆங்கில ஆட்சியின் பயனாக ஏற்பட்ட நன்மைகளைப் பற்றி வருணித் திருந்தார். இரண்டாவது பகுதியில் கவர்னர் துரையின் பூர்வோத்தரங்கள், குலப்பெருமை, குணச்சிறப்பு மற்றும் கல்யாண குணங்கள் எல்லாவற்றையும் பற்றி விரித்துக் கூறியிருந் தார். மூன்றாம் பகுதியில் கவர்னர் துரை இம்மாகாணத்தில் வந்து பதவியில் அமர்ந்த பின்னர் செய்த செய்யாத எல்லா நன்மை களையும் பற்றிக் குறிப்பிட்டுவிட்டு ஒரே ஒரு விஷயத்தை மட்டும் மேன்மை தங்கிய கவர்னர் பிரபுவின் மேலான கவனத்துக்குத் தாழ்மையுடன் தெரிவித்துக் கொள்வது தமது வருந்தத்தக்க கடமையாயிருக்கிறதென்றும், அவருடைய ஆதிக்கத்தில் இராஜ விசுவாசிகளுக்கு ஆதரவு

போதாதென்றும், பட்டங்கள் வழங்கும் விஷயத்தில் ஆசாமிகளின் யோக்கியதாம்சங்களைச் சற்றுக் கவனித்து கருணை புரியவேண்டும் என்றும் சொல்லியிருந்தார். இந்தப் பிரசங்கத்திற்கு நகல்கள் எடுத்துத் தமது காரியஸ்தர் மூலம் எல்லாப் பத்திரிகை நிருபர்களுக்கும் அனுப்பி, பிரசங்கம் முழுவதையும் பத்திரிகைகளுக்கு தந்தியில் அனுப்பும் செலவைத் தாம் ஏற்றுக் கொள்வதாக தெரிவித்ததுடன், கவர்னர் விஜயத்துக்கு மறுநாள் தமது வீட்டுக்கு வந்து தம்மைக் கண்டுபோகும்படியும் சொல்லியனுப்பினார்.

ஆனால், அந்தோ! அவர் நகரசபைக் கட்டிடத்தை அடைந்து ஆசனத்திலமர்ந்ததும், அவர் மகிழ்ச்சி அவ்வளவும் துயரமாகவும், கோபமாகவும் மாறிற்று. ஏனெனில், ராவ்பகதூர் ஐயங்கார் தம்மை முந்திக்கொண்டு கவர்னர் வரவேற்புத் தீர்மானம் கொண்டு வருவதாக முன்னாடியே அறிவித்து விட்டாரென்றும், ஆதலால் அவருடைய தீர்மானந்தான் முதலில் வருமென்றும் தெரிய வந்தன. ஆனாலும் செட்டியார் தோல்வியைக் கண்டு அஞ்சி விடுபவரல்லர். முயற்சி திருவினையாக்குவதை அவர் தமது வாழ்க்கையில் கண்டறிந்தவர். எனவே ஐயங்காருக்கு அடுத்தாற்போல் தாமே தீர்மானம் அனுப்பியிருந்ததால் ஐயங்காரின் தீர்மானத்தை ஆமோதிக்கும் உரிமையாவது தமக்கு அளிக்க வேண்டுமெனப் போராடி அவர் வெற்றியடைந்தார். அதன்பின் தீர்மானத்தை ஆமோதிக்கும் வாயிலாக, தாம் எழுதி வைத்திருந்த பிரசங்கம் முழுவதையும் படித்துவிட்டார்.

செட்டியார் மறுநாள் தபாலை ஆவலுடன் எதிர்பார்த்திருந்து வந்ததும் பத்திரிகைகளை உடைத்துப் பிரித்தும் பார்த்தார். அந்தோ! அவர் ஏமாற்றத்தை என்னவென்று சொல்வது? ஒரு பத்திரிகையிலாவது இவருடைய பிரசங்கம் வெளியாகவில்லை. 'ஸ்ரீமான் சிவகுருநாதஞ் செட்டியார் தீர்மானத்தை ஆமோதித்தார்' என்ற பாடமே எல்லாப் பத்திரிகைகளிலும் காணப்பட்டது. செட்டியாரின் பிரசங்கத்தைப் பத்திரிகைகளுக்கு அனுப்பாமலிருப்பதற்கு வேண்டிய வேலை முன்னமேயே ஐயங்கார் செய்துவிட்டது, பாவம் அவருக்குத் தெரியாது.

அவர் உலகிலுள்ள எல்லாரையும், கடவுளையுங்கூடச் சேர்த்துத் திட்டிக்கொண்டிருக்கையில், காரியஸ்தர் வந்து சேர்ந்தார். அவர் கொண்டு வந்த செய்தி செட்டியாருக்கு ஓரளவு ஆறுதல் அளித்தது.

'சங்கதி கேட்டீர்களா? கவர்னர் துரை காலை ஏழு மணிக்குத் தான் ஸ்டேஷனுக்கு வரப்போகிறாராம். ஒன்பது மணிக்குப் பொய்கையாற்றுத் தேக்கத்துக்கு அஸ்திவாரக்கல் நாட்டு வதற்குத் திட்டம் செய்யப் பட்டிருக்கிறதாம். சுமார் ஐம்பது மைல் இதற்கிடையில் பிரயாணஞ் செய்தாக வேண்டும். ஆதலால் நகரசபை உபசாரப் பத்திரத்தை, நகரமண்டபத்துக்கு வந்தோ அல்லது ரயில்வே ஸ்டேஷனிலேயோ பெற்றுக் கொள்ளுவதற்கு நேரமில்லையாம். இச்செய்தி இப்போது தான் கவர்னரின் அந்தரங்க காரியதரிசியிடமிருந்து வந்ததாம். தாங்கள் அத்தீர்மானத்தைப் பிரேரணை செய்யாததே நல்ல தாகப் போயிற்று. இல்லாவிடில் இப்போது எவ்வளவு அவமானம் பாருங்கள்' என்றார் காரியஸ்தர்.

'ஆ! கூர்மாவதாரம் ஐயங்காருக்கு நன்றாய் வேண்டும். முந்திக் கொள்ளப் பார்த்தாரல்லவா' என்று கூறிச் செட்டியார் உவகையடைந்தார்.

'ஆனாலும், 20-ந்தேதி காலையில் ஸ்டேஷனுக்குப் போக வேண்டுமல்லவா?' என்று காரியஸ்தர் கேட்டார்.

'சந்தேகமில்லாமல், மற்ற எல்லா ஏற்பாடுகளும் முன்னரே திட்டம் செய்துள்ளபடி நடத்த வேண்டியதே.'

3

கடைசியில், குறிப்பிட்ட தினம் வந்தது. சிவகுருநாதஞ் செட்டியார் அதிகாலையிலேயே எழுந்திருந்து ஸ்நானபானாதி களை முடித்துக் கொண்டார். பின்னர், நிலைக் கண்ணாடியின் முன்பு நின்று அரைமணி நேரம் உடை தரித்துக் கொண்டார். அவருடைய அருமை மனையாள், அருகிலிருந்து துணி களைத் தட்டிக் கொடுத்தும், நகைகளைத் துடைத்துக் கொடுத்தும் உதவி புரிந்தாள். அலங்காரம் செய்து கொண்டு

முத்தான முப்பது கதைகள்

முடிந்ததும், காரியஸ்தரை விட்டு மோட்டாரைக் கொட்ட கையிலிருந்து கொண்டு வரச் சொன்னார். செட்டியாரின் மனைவி வாசலில் போய்ச் சகுனம் பார்த்தாள். நல்ல சகுனமான தருணத்தில் நல்ல நேரத்தில் செட்டியார் வீட்டிலிருந்து வெளியே புறப்பட்டு மோட்டாரில் அமர்ந்தார். மோட் டார் வண்டியின் முனையில் பெரியதொரு யூனியன் ஜாக் கொடி அழகாக ஆடிக்கொண்டிருந்தது. அடுத்த ஐயங்கார் வீட்டைப் பார்த்ததும், செட்டியாருக்குக் கொஞ்சம் 'சொரேல்' என்றது. தம்மைப் போலவே ஐயங்காரும், முதல் நாள் மாலை வரை பேசாமலிருந்துவிட்டு, இரவுக்கிரவே வீட்டு வாசலைத் தோரணங்களாலும் கொடிகளாலும் அலங்கரித்திருப் பதைக் கண்டார். இதற்குள் மோட்டார் வண்டி புறப்பட்டு விட்ட படியால், அதிகமாகச் சிந்திப்பதற்கு நேரம் இல்லை. ஐந்து நிமிஷங்களுக்கெல்லாம் வண்டி ரயில்வே ஸ்டேஷனை அடைந்தது. தமக்கு முன்னால் ஐயங்கார் அங்கு வந்து தயா ராகக் காத்துக் கொண்டிருப்பதைப் பார்த்தார். உள்ளுக்குள் அவர்களிடையே இவ்வளவு போட்டி நடந்து கொண்டு வந்ததாயினும் வெளிக்கு அவர்கள் அத்தியந்த நண்பர்கள். எனவே செட்டியார் 'என்ன ஐயங்கார்வாள்! ஏது இவ்வளவு அதிகாலையில் விஜயம் செய்தது?' என்று கேட்டார். 'இங்கு ஒரு சிறு காரியமாக வந்தேன். தாங்கள் சென்னைப் பட்டணம் போவதாகக் கேள்விப்பட்டேன். அதற்காகத்தான் ஸ்டேஷனுக்கு வந்தீர்களோ?' என்று கேலி செய்யும் பாவனை யாக ஐயங்கார் வினவினார். 'அதிருக்கட்டும். தாங்கள் வீட்டு வாசலை இரவுக்கிரவே அலங்காரம் செய்திருப் பதாகக் காண்கிறதே! என்ன விசேஷம்?' என்றார் செட்டி யார். 'தாங்கள் வீட்டு வாசலிலும் இன்று காலையில் தோர ணங்களைப் பார்த்தேன். தங்களுக்கு இன்று சஷ்டியப்த பூர்த்தி விவாகம் என்று சொன்னார்கள். அப்படித்தானோ' என்று கிருதக்காய்க் கேட்டார் ஐயங்கார். செட்டியார் இதற்கு கடுமையாகப் பதில் சொல்ல எண்ணினார். ஆனால் அதற்குள் ஸ்டேஷன் பிளாட்பாரத்தில் கூட்டம் வந்து நின்றுவிட்டது. நகரசபை அங்கத்தினர்களும், சில வக்கீல்மார்களும், உத்தி யோகஸ்தர்களும், பந்தோபஸ்துக்காக வந்த போலீஸ்

காரர்களும், பகிஷ்காரப் பிரசாரம் செய்ய வந்து ஏதோ இந்தத் தமாஷையும் கொஞ்சம் பார்க்கலாமே என்று உள் நுழைந்த தொண்டர்களும், அவர்களைத் தொடர்ந்து வந்த இரகசியப் போலீசாரும், புகைவண்டி நிலைய மேடையில் எள்ளுப் போட்டால் கீழே விழாத வண்ணம் நெருங்கிக் கூடினார்கள். எல்லாரும் கண் பூத்துப் போகும்படி ரயில் பாதையை நோக்கிய வண்ணமாய் நின்றார்கள்.

கடைசியாக, கவர்னர் துரையின் ஸ்பெஷல் வண்டி வந்து சேர்ந்தது. போலீஸ் அதிகாரிகள் அங்கும் இங்கும் அலைந்து அமைதியை நிலைநாட்டினார்கள். கவர்னர் பிரபு வண்டியை விட்டுக் கீழிறங்கினார். அவர் போவதற்கு வழி ஏற்படுத்தப்பட்டது. என்னென்னவோ மனோராஜ்யம் செய்துகொண்டு அங்கு வந்திருந்தவர் அனைவரும், அந்த வினாடியில் கெட்டியாக மூச்சுக்கூட விடாமல், மார்பு படபடவென்று அடித்துக்கொள்ள மிக்க ஆவலுடன் அவரை நோக்கி நின்றனர். எங்கே துரை முகமெடுத்துக்கூடப் பாராமல் போய்விடுவாரோ என்று எண்ணி அவர்கள் நடுநடுங்கினார்கள். அப்போது அங்கிருந்தவர்களுள் ஒருவர் உணர்ச்சி மேலீட்டினால் மூர்ச்சையாகி விட்டாரென்றும், ஆயினும் மூர்ச்சை நிலையிலும் அவருடைய தீவிர இராஜ பக்தியின் காரணமாக, கீழே விழுந்து குழப்பம் விளை வியாமல் தூணைப் பிடித்துக் கொண்டு மறைவில் நின்று கொண்டிருந்தாரென்றும், பின்னால் தெரியவந்தன.

நிற்க, துரை கீழிறங்கியதும், தொப்பியை மரியாதைக் குறியாகக் கையில் எடுத்துக்கொண்டு, ஒரு மூலையிலிருந்து வரிசையாக எல்லாரையும் ஒரு பார்வை பார்த்துக் கொண்டு வந்தார். அங்கிருந்தோர் அனைவரும், தங்கள் வாழ்வின் இலட்சியம் நிறைவேறி விட்டதென்னும் எண்ணங் கொண் டனர். அவருடைய பார்வை தம்மீது விழக்கூடிய கணத்திலும் குறைந்த நேரத்தில் தாம் சலாம் செய்யத் தவறி விட்டால் என்ன செய்வதென்று எல்லாருக்கும் பயம். எனவே, முதலில் அவர் பார்க்க ஆரம்பித்ததிலிருந்து, அவர் கண்கள் கடைசி வரை சென்று முடித்துப் பிறகு அவர் நடக்கத் தொடங்கிய

வரையில், அங்கிருந்தோர் அனைவரும் சலாம் செய்து கொண்டேயிருந்தனர். மேலக் காற்று, வீசி அடிக்கும்போது மரங்கள் நிறைந்த தோப்பில் எவ்வாறு கிளைகள் இடையீடின்றி ஆடி அசைந்து கொண்டிருக்குமோ அவ்வாறு ஐந்து நிமிஷ நேரத்திற்கு அங்கிருந்தோர் அனைவருடைய கரங்களும் நெற்றிக்குச் சென்று கீழே வந்த வண்ணமாயிருந்தன.

இவ்விதம் ஒரு முறை இராஜ பார்வை பார்த்து விட்டுக் கவர்னர் துரை வேகமாக நடந்து போய் வெளியில் தயாராய் நின்ற மோட்டாரில் ஏறிச் சென்றார். அவரைத் தரிசிக்க வந்து கூடியிருந்தோர் எல்லோரும் தங்கள் தங்கள் இல்லங்களுக்கு ஏகினர். ஸ்ரீமான் சிவகுருநாதஞ் செட்டியாரும் சௌக்கியமாக வீடு போய்ச் சேர்ந்தார். உடனே அவருடைய மனைவி, குழந்தைகள், காரியஸ்தர், வேலைக்காரர்கள் எல்லாரும் சூழ்ந்து கொண்டு 'என்ன நடந்தது?' என்று ஆவலுடன் கேட்டார்கள். செட்டியார் சற்று இளகிய மனம் கொண்டவர். இவ்வளவு பேருடைய உள்ளங் களையும் அவர் வீணில் புண்படுத்த விரும்பவில்லை. எனவே அவர், 'இன்றைய விசேஷம் இவ்வளவு நன்றாக நடந்தேறியதற்காகக் குருக்களைக் கூப்பிட்டு அம்பிகைக்கு அர்ச்சனை செய்ய ஏற்பாடு பண்ண வேண்டும்' என்றார். செட்டியாரின் மனைவி முதலியோர், இன்னும் மிகுந்த ஆவலுடன், 'கவர்னர் தங்களுடன் பேசினாரா? தாங்கள் என்ன பதில் சொன்னீர்கள்? விசேஷம் என்ன நடந்தது?' என்று ஒரே மூச்சாகக் கேட்டனர். செட்டியார் சொன்னதாவது:- 'கவர்னர் வண்டியை விட்டுக் கீழே இறங்கியதும், ஜில்லா கலெக்டர் முதலிய ஒருவர் இவருடன் சற்றுப் பேசிவிட்டு, நேரே என்னிடம் வந்தார். நான் கொஞ்சமாவது பயப்பட்டேன் என்கிறீர்களோ? இல்லவே இல்லை. என்னருகில் வந்ததும் துரை என் கையைப் பிடித்துக் குலுக்கிவிட்டு 'செட்டியார்வாள்! தங்களைப் பற்றி நிரம்பவும் கேள்விப் பட்டிருக்கிறேன். தங்களும் தாங்கள் பந்து மித்திரர்களும் சுகந்தானே?' என்று கேட்டார். உங்களுக்குத்தான் தெரியுமே? நான் பேச ஆரம்பித்தால் இலேசில் விடுகிற பேர்வழியா? துரையவர்களே! தங்கள்

ஆட்சியிலே எவ்வித குறைவுமின்றி வாழ்ந்து வருகிறோம். ஆனால் ஒரு விஷயத்தில்தான் தங்கள் அரசாங்கத்தின் மீது குறை சொல்ல வேண்டியதாயிருக்கிறது. பட்டங்கள் வழங்கும் விஷயத்தில் மட்டும் தாங்கள் தராதரங்களைக் கவனித்து வழங்குவதில்லை என்று நான்...'

'ஐயையோ! இவ்வளவு கடுமையாய் பேசி விட்டீர்களே? துரை கோபித்துக் கொள்ளவில்லையா?' என்று காரியஸ்தர் பரிந்து வினவினார்.

'ஹும் கோபித்துக் கொள்ளவா? உனக்கு என்ன தெரியும்? நான் இவ்வாறு சொன்னவுடன் கவர்னர் துரை என் கையை மீண்டும் பிடித்துக் கொண்டு 'செட்டியார்வாள், இந்த விஷயத்தை எனது கவனத்துக்குக் கொண்டு வந்ததற்காக நிரம்ப வந்தனம். உடனே கவனித்துத் தக்கது செய்கிறேன்' என்று சொன்னார். அப்போது அங்கிருந்தவர்கள் எல்லோரும் கரகோஷம் செய்தார்கள். ஆனால் நமது ராவ்பகதூர் ஐயங்காரைப் பார்க்க வேண்டுமே? அவர் முகத்தில் ஈயாட வில்லை. அவரை ஒருவரும் கவனிக்கவில்லை. ஒரு மூலையில் பேசாமல் நின்று கொண்டிருந்தார்' என்று செட்டியார் சர மாரியாகப் பொழிந்தார்.

அதே சமயத்தில் ராவபகதூர் கூர்மாவதாரம் ஐயங்கார் வீட்டு அந்தப்புரத்துக்கு யாராவது சென்று ஒட்டுக் கேட்டிருந்தால், ஸ்ரீமான் ஐயங்கார் தமது அருமைக் காதலியிடம், 'ஆனால் சிவகுருநாதஞ் செட்டியாரைக் கவர்னர் முகமெடுத்துக்கூடப் பார்க்கவில்லை. பாவம்! சிவனே என்று இவர் மூலையில் நின்று கொண்டிருந்து விட்டுப் போய்ச் சேர்ந்தார்' என்று கூறி முடித்ததும் காதில் விழுந்திருக்கும்.

ஒன்பது குழி நிலம்

1

நாட்டாங்கரையில் கமலாபுரம் என்ற ஒரு கிராமம் உண்டு. ஸ்ரீமான் சீனிவாசம் பிள்ளை அந்தக் கிராமத்திலே பெரிய மிராசுதாரர். கிராமத்தில் பாதிக்குமேல் அவருக்குச் சொந்தம். ஆற்றின் அக்கரையிலுள்ள கல்யாணபுரம் கிராமத்திலும் அவருக்கு நிலங்கள் உண்டு. ஆடுமாடுகளுக்கும், ஆள் படைகளுக்கும் குறைவில்லை. அவரைவிடப் பெரிய தனவந்தரின் புதல்வியாகிய அவருடைய வாழ்க்கைத் துணைவி அருங்குணங்களுக்கெல்லாம் உறைவிடமாய் விளங்கினாள். செல்வப்பேற்றில் சிறந்த இந்தத் தம்பதிகளுக்கு ஆண்டவன் மக்கட் பேற்றையும் அருளியிருந்தான். மூத்த புதல்வன் சுப்பிரமணியன் சென்னையில் ஒரு கலா சாலையில் படித்துக் கொண்டிருந்தான். அவனைப் பற்றிச் சீனிவாசம் பிள்ளை கொண்டிருந்த பெருமைக்கு அளவே கிடையாது. பி.எல். பரீட்சையில் தேறியதும் மைலாப்பூரில் பங்களாவும், 'போர்டு' மோட்டார் வண்டியும் வாங்கித் தருவதாக வாக்களித்திருந்தார். அவருடைய புகழோ, எங்கும் பரவியிருந்தது. சுற்றிலும் மூன்று தாலுக்காக்களில் கமலாபுரம் பெரிய பண்ணைப் பிள்ளையின் பெயரைக் கேள்விப்படாதவர் எவருமில்லை.

இவ்வளவு பாக்கியங்களுக்கும் நிலைக்களனாயிருந்த சீனிவாசம் பிள்ளையை மூன்று வருஷகாலமாக ஒரு பெருங் கவலை வாட்டி வந்தது. அவருக்கும் ஆற்றின் அக்கரையிலுள்ள கல்யாணபுரம் பண்ணை சோமசுந்தரம் பிள்ளைக்கும் நடந்துவந்த விவகாரமே இக்கவலைக்குக் காரணம். சீனிவாசம் பிள்ளையும், சோமசுந்தரம் பிள்ளையும் நெருங்கிய உறவினர்களேயாயினும், வழக்கு ஆரம்பமானதிலிருந்து ஒருவர் வீட்டுக்கு ஒருவர் போவது நின்று போயிற்று. மனஸ்தாபம் முற்றிக் கடும் பகையாக மாறிவிட்டது.

விவகாரம் ஓர் அற்ப விஷயங் காரணமாக எழுந்தது. கல்யாணபுரத்தில் சீனிவாசம்பிள்ளையின் வயலுக்கும்

சோமசுந்தரம் பிள்ளையின் வயலுக்கும் நடுவே ஒன்பது குழி விஸ்தீரணமுள்ள திடல் ஒன்று இருந்தது. அத்திடலில் இரண்டு தென்னை மரங்கள் இருந்தன. நிலம் நீண்ட காலமாகச் சீனிவாசம் பிள்ளையின் அனுபோகத்தில் இருந்து வந்தது. ஒருநாள் களத்தில் உட்கார்ந்து அறுவடையைக் கண்காணித்துக் கொண்டிருந்த சோமசுந்தரம் பிள்ளை தாகம் மிகுந்தவராய் உறவினருடைய மரம் என்னும் உரிமையின் பேரில் தமது பண்ணையாளை ஏவி, அத்தென்னை மரங்களிலிருந்து இளநீர் கொண்டுவரச் சொன்னார். சின்னப் பயல் (அறுபத்தைந்து வயதானவன்) அவ்வாறே சென்று மரத்தில் ஏறி இளநீர் குலையைத் தள்ளினான். தள்ளியதோடு இறங்கினானா, பானையில் வடிந்திருந்த கள்ளையும் ஒரு கை பார்த்துவிட்டான்? இதை தூரத்திலிருந்து கவனித்த சீனிவாசம் பிள்ளை பண்ணையின் தலையாரி ஓட்டமாக ஓடி வந்தான். பாவம்! அவன் கட்டியது திருட்டுக்கள். அதை மற்றொருவன் அடித்துக் கொண்டு போவதானால்? சின்னப்பயல் இறங்கியதும் ஒருவரோடொருவர் கட்டிப் புரண்டார்கள். அவர்கள் அச்சமயத்தில் பிரயோகித்துக் கொண்ட வசைச் சொற்களை இங்கு வரைதல் அனுசிதமாகும்; சின்னப்பயல், இளநீர் இன்றியே சென்று எஜமானனிடம் ஒன்றுக்குப் பத்தாகக் கூறினான். ‘உங்கப்பன் வீட்டு மரமா என்று அந்தப் பயல் கேட்டான். நாம் சும்மா விடுவதா?’ என்று கர்ஜித்தான். கமலாபுரம் பண்ணையின் கண்ணி வழியாகத் தண்ணீர் விட மறுத்தது, பொதுக் களத்தில் போட்டிருந்த பூசணிக்காயை அறுத்துச் சென்றது, பயிரில் மாட்டை விட்டு மேய்த்தது, போரை ஓரடி தள்ளி போட்டது, முதலியவைகளைப் பற்றிச் சரமாரியாகப் பொழிந்தான். சோமசுந்தரம் பிள்ளைக்கு ஒரு பக்கம் தாகம்; மற்றொரு பக்கம் கோபம். காரியஸ்தரை யோசனை கேட்டுக் கொண்டு மேலே காரியம் செய்ய வேண்டுமென்று வீட்டுக்குத் திரும்பினார்.

தலையாரி சுப்பன் கள்ளையிழந்த துக்கமும், அடிபட்ட கோபமும் பிடரியைப் பிடித்துத் தள்ள, ஓடோடியும் சென்று சீனிவாசம் பிள்ளையிடம் பலமாக 'வத்தி' வைத்து

விட்டான். அன்று மாலையே சீனிவாசம் பிள்ளையின் ஆட்கள் பத்துபேர் சென்று மேற்படி திடலைச் சுற்றிப் பலமாக வேலியடைத்து விட்டு வந்தார்கள். இச்செய்தி அன்று இரவு சோமசுந்தரம் பிள்ளையின் காதுக்கெட்டியது. அவர் உடனே காரியஸ்தரிடம் 'நான் சொன்னேனே, பார்த்தீரா? நமக்கு அந்தத் திடலில் பாத்தியம் இருக்கிறது. இல்லாவிடில் ஏன் இவ்வளவு அவசரமாக வேலி எடுக்க வேண்டும்? தஸ்தாவேஜிகளை நன்றாகப் புரட்டிப் பாரும்' என்று கூறினார். காரியஸ்தர் 'தஸ்தாவேஜி இருக்கவே இருக்கிறது. சாவகாசமாகப் புரட்டிப் பார்ப்போம். ஆனால் அந்த வேலையை விட்டு வைக்கக்கூடாது' என்றார். 'அதுவும் நல்ல யோசனைதான்' என்று பிள்ளை தலையை ஆட்டினார். இரவுக்கிரவே வேலி மறைந்து போய்விட்டது.

மறுநாள் சீனிவாசம் பிள்ளையின் ஆட்கள் பத்து பேருக்குக் கள்ளு குடிப்பதற்காகக் குறுணி நெல் வீதம் கொடுக்கப் பட்டது. அவர்கள் குடித்துவிட்டுச் சென்று கல்யாணபுரம் பண்ணையையும், பண்ணையாட்களையும், பண்ணையைச் சேர்ந்தவர்களையும் 'பாடத்' தொடங்கினார்கள். சோமசுந்தரம் பிள்ளையின் ஆட்களும் பதிலுக்குப் பாட ஆரம்பித்தார்கள். பாட்டு ஆட்டமாக மாறி, ஆட்டம் அடிதடியில் முடிந்தது. மறுநாள் இரண்டு பண்ணைக் காரியஸ்தர்களும் தத்தம் ஆட்களை அழைத்துக் கொண்டு, எட்டு மைல் தூரத்தி லுள்ள சப்மாஜிஸ்திரேட் கோர்ட்டுக்குச் சென்றார்கள். இதற் கிடையில் போலீஸ் எட்கான்ஸ்டேபிள் பண்ணைகளின் வீடு களுக்கு வந்து ஒவ்வொரு வண்டி நெல் பெற்றுக் கொண்டு சென்றார். நாலைந்து முறைபோய் அலைந்த பிறகு, இரண்டு பண்ணைகளையும் சேர்ந்த ஆட்களில் ஐவருக்கு ஒரு மாதம் கடுங்காவலும் மற்றவர்களுக்குத் தலைக்கு ஐம்பது ரூபா அபராதமும் கிடைத்தன. அபராதத் தொகைகள் பண்ணை களிலிருந்தே கொடுக்கப்பட்டன.

2

கல்யாணபுரம் பண்ணை காரியஸ்தர் மிகுந்த பிரயாசை எடுத்துக் கொண்டு பழைய தஸ்தாவேஜிகளைப் புரட்டிப்

பார்த்து ஒன்பது குழித்திடல் கல்யாணபுரம் பண்ணைக்குச் சொந்தம் என்பதை நிரூபிக்கத் தக்க தஸ்தாவேஜியைக் கண்டு பிடித்தார். முனிசீப் கோர்ட்டில் மறுநாளே வழக்குத் தொடுக்கப் பட்டது. ஊரில் பெரிய வக்கீலாகிய செவிட்டு ஐயங்காரைச் சோமசுந்தரம் பிள்ளை அமர்த்திக் கொண்டபடியால் சீனிவாசம் பிள்ளைக்குத் தகுந்த வக்கீல் அகப்படவில்லை. மிகுந்த யோசனைக்குப் பிறகு, முனிசீபின் மைத்துனருக்கு அம்மான் என்ற உறவு கூறிக் கொண்ட இளைஞர் ஒருவரிடம் வக்காலத்துக் கொடுக்கப்பட்டது. முனிசீபின் உறவினராயிருந்தாலென்ன? யாராயிருந்தாலென்ன? செவிட்டு ஐயங்காரிடம் சாயுமா? ஒன்பது மாதம் வழக்கு நடந்த பிறகு சோமசுந்தரம் பிள்ளை வெற்றி பெற்றார்.

சீனிவாசம்பிள்ளைசாதாரணமாகவேபிறருக்குச்சளைக்கிற மனிதரல்லர். அதிலும் பல்லாண்டுகளாக அனுபவித்து வந்த நிலத்தைப் பறிகொடுக்க யாருக்குத்தான் மனம் வரும்? அவருடைய அண்டை அயலார்கள் அவரிடம் வந்து இந்தச் சமயத்தில் மாற்றானுக்கு விட்டுக் கொடுத்து விடலாகாது என்று போதிக்கலா னார்கள். தஞ்சாவூர் மேல் கோர்ட்டில் சீனிவாசம் பிள்ளை அப்பீல் வழக்குத் தொடுத்தார். தஞ்சா வூரிலுள்ளவர்களில் பெயர் பெற்ற வக்கீல் அமர்த்திக் கொண்டதோடு சென்ற தேர்தலில் வாக்கு பெறும் நிமித்தம் தமது வீட்டிற்கு வந்து சென்ற சென்னை ஸ்ரீமான் இராமபத்திர ஐயரை அமர்த்திக் கொண்டு வரும்படி தமது காரியஸ்தரை அனுப்பினார். தம்மைக் கண்டதும் ஐயர் பரிந்து வரவேற்பார் என்று எண்ணிச் சென்ற காரியஸ்தர் சொக்கலிங்கம் பிள்ளை, பாவம் ஏமாந்தார். ஸ்ரீமான் இராமபத்திரஐயர் தாம் வாக்குத் தேடிச் சென்றவர்களை மறந்து எத்தனையோ நாட்க ளாயின. கமலாபுரம் பண்ணையிலிருந்து தாம் வந்திருப்பதாக அறிவித்த பின்னரும் வக்கீல் பாரமுகமாக இருந்ததைக் கண்டு காரியஸ்தர் பெருவியப்படைந்தார். கடைசியாக செல வெல்லாம் போக நாளொன்றுக்கு ஐந்நூறு ரூபாய் தருவதாகப் பேசி முடித்து விட்டுச் சொக்கலிங்கம் பிள்ளை ஊருக்குப் புறப்பட்டார்.

இதற்கு இடையில் இரண்டு பண்ணைகளுக்கும் சில்லரைச் சண்டைகள் நடந்த வண்ணமாயிருந்தன. வாய்க் காலிலும், கண்ணியிலும், வரப்பிலும், மடையிலும், களத் திலும், திடலிலும் இரண்டு பண்ணைகளையும் சேர்ந்த ஆட்கள் சந்தித்த போதெல்லாம் வாய்ச் சண்டை, கைச் சண்டை, குத்துச் சண்டை, அரிவாள் சண்டை, வெட்டுச் சண்டை, இவைகளுக்குக் குறை வில்லை. வெகு நாட்களுக்கு முன் ஆஸ்பத்திரியில் கம்பவுண்டராயிருந்த கமலாபுரத்தில் வந்து குடியேறி இரண சிகிச்சையில் கைதேர்ந்தவரென்று பிரசித்திப் பெற்று விளங்கிய ஸ்ரீமான் இராமனுஜலு நாயுடுவுக்கு ஓய்வென்பதே கிடையாது. பகலிலும், இரவிலும், வைகறையிலும், நடுச்சாமத்திலும் அவருக்கு அழைப்புகள் வந்த வண்ணமாயிருந்தன. அவ்வூர் 'அவுட் போஸ்ட்' அதிகாரியாகிய எட்கான்ஸ்டேபிள் நாராயணசாமி நாயுடு தமது மனைவிக்கு வைர நகைகளாகச் செய்து போட ஆரம்பித்தார்.

தஞ்சாவூர் கோர்ட்டில் வழக்கு விசாரணை ஓராண்டு நீடித் திருந்தது. இவ்வளவு நாட்களுக்குப் பின், சுமார் ஐயாயிரம் ரூபாய் செலவழித்தப் பிறகு, தமது பக்கம் தீர்ப்புச் சொல்லப் பட்டதும், சீனிவாசம் பிள்ளைக்கு ஏற்பட்டிருக்கக்கூடிய மகிழ்ச்சியை நேயர்களே ஊகித்தறிந்து கொள்ள வேண்டும். இதனால் அவருடைய மகிழ்ச்சி நீடித்திருக்கவில்லை. கல்யாணபுரம் சோமசுந்தரம் பிள்ளை சென்னை ஐகோர்ட்டில் மறுநாள் அப்பீல் கொடுத்துவிட்டார் என்ற செய்தி இரண்டொரு நாட்களில் அவர் காதுக்கெட்டியது. சென்னையில் சட்டக் கலாசாலையில் படித்துக் கொண்டிருந்த அவர் அருமைப் புதல்வன் சுப்பிரமணியன், ஒன்பது குழி நிலத்துக்கு ஐயாயிரம் ரூபாய் செலவழித்தது போதுமென்றும், வழக்கில் வெற்றி பெற்றாலும் தோற்றுப் போனாலும் நஷ்டமே தவிர வேறில்லையென்றும் பலகாரணங்களை எடுத்துக்காட்டி நீண்ட கடிதம் எழுதினான். ஆனால் சீனிவாசம் பிள்ளையோ, என்ன வந்தாலும், தமது ஆஸ்தியே அழிந்து போவதானாலும் கல்யாணபுரம் பண்ணைக்குச் சளைப்பதில்லையென்றும், ஒரு கை பார்த்தே விடுகிறதென்றும் முடிவு செய்து விட்டார்.

ஆதலின் சென்னைக்குச் சென்று அங்கேயே தங்கி வழக்கை நடத்தி வரும்படி தமது காரியஸ்தருக்கு உத்தரவிட்டார்.

3

பின்னும் ஓராண்டு கழிந்த பின்னர் ஐக்கோர்ட்டில் தீர்ப்புச் சொல்லப்பட்டது. காரியஸ்தர் சொக்கலிங்கம் பிள்ளை 'ஜெயம்' என்று அவசரத் தந்தி கொடுத்து விட்டு அன்று மாலை போட்மெயிலிலேயே ஊருக்குப் புறப்பட்டார். சூரியன் உதயமாகுந் தருணத்தில் சீனிவாசம் பிள்ளைக்குத் தந்தி கிடைத்தது. தந்தியைப் படித்ததும் அவர் ஆனந்தக் கடலில் மூழ்கியவராய், தமது பந்து மித்திரர்களையும் ஆட்படை களையும் அழைத்து வர ஏவினார். கற்கண்டு, சர்க்கரை, வாழைப்பழம், சந்தனம் முதலியவை ஏராளமாக வாங்கிக் கொண்டுவரச் சொன்னார். கடையைத் திறக்கச் செய்து, ஒரு மணங்கு அதிர்வெடி மருந்து வாங்கி வரும்படி ஓர் ஆளை அனுப்பினார்.

காலை எட்டு மணிக்குக் காரியஸ்தரும் வந்து சேர்ந்தார். அவரைச் சீனிவாசம்பிள்ளை பரிந்து வரவேற்று, 'வாருங்கள், வாருங்கள். ஏன் நேற்றே தந்தி வந்து சேரவில்லை?' என்று வினவினார். 'நேற்று மாலை ஐந்து மணிக்குத்தான் தீர்ப்புச் சொல்லப்பட்டது. உடனே சென்று தந்தி அடித்துவிட்டு, ஜாகைக்குப்போய் கைப்பெட்டியை எடுத்துக் கொண்டு புறப்பட்டேன். பட்டணத்துத் தம்பியிடம் கூடச் சொல்லிக் கொள்ளவில்லை. யாரோ மகாத்மா காந்தியாமே! கடற் கரையில் அவருடைய பிரசங்கமாம். தம்பி அங்கே போயிருந் தான். ஆதலால் அவனிடம் கூடச் சொல்லிக் கொள்ளாமல் அவசரமாகப் புறப்பட்டு வந்து சேர்ந்தேன்' என்று சொக்க லிங்கம் பிள்ளை கூறினார்.

சீனிவாசம் பிள்ளை, அங்கு வந்திருந்தவர்களுக்கெல்லாம் சந்தனம், கற்கண்டு, வெற்றிலைப்பாக்குக் கொடுக்கச் சொன்னார். அதிர்வேட்டு போடும்படி உத்தரவிட்டார். 'திடும்' 'திடும்' என்று வெடிச்சத்தம் கிளம்பி ஆகாயத்தை அளாவிற்று. அப்பொழுது சீனிவாசம் பிள்ளை அங்கு

வந்திருந்தவர்களைப் பார்த்துச் சொல்கிறார்:- ‘நமக்குப் பின்னால் நமது குழந்தைகள் சொத்துக்களை வைத்து நிர்வகிக்கப்போகிறதேது? பாருங்கள்; ஒன்பதினாயிரம் ரூபாய் செலவழித்தாலும் கடைசியில் பிதுராஜித சொத்து ஒன்பது குழி நிலத்தை மீட்டுக் கொண்டேன். நமது குழந்தைகளோ, ’ஒன்பது குழி நிலம் பிரமாதமாக்கும்’ என்று சொல்லி விட்டு விடுவார்கள். தம்பி சுப்பிரமணியம் இங்கிலீஸ் படிப்பதன் அழகு, எனக்குப் புத்தி சொல்லி ‘ஒன்பது குழி போனால் போகிறது’ என்று கடிதம் எழுத ஆரம்பித்து விட்டான். அவன் எவ்வாறு இந்தச் சொத்துக்களை வைத்துக் காப்பாற்றப் போகிறான் என்பது பெரும் கவலையாக இருக்கிறது...’ என்று இவ்வாறு பேசிக் கொண்டே வந்தவர், திடீரென்று ‘நில்’ ‘நிறுத்து’ என்று கூவினார். நிமிஷ நேரம் மௌனம் குடிகொண்டிருந்தது. அப்போது ஆற்றில் அக்கரையில் ‘திடும்’ ‘திடும்’ என்று வேட்டுச் சத்தம் கிளம்புவது நன்றாகக் கேட்டது. அங்கே கூடியிருந்தவரனைவரும் திகைத்துப் போய்விட்டனர். சீனிவாசம் பிள்ளை பிரமித்துக் காரியஸ்தர் முகத்தைப் பார்த்தார். காரியஸ்தரோ கல்யாணபுரம் பக்கமாக நோக்கினார்.

சிறிது நேரத்துக்கெல்லாம் அந்த திசையிலிருந்து ஒருவன் வந்தான். அவனைப் பார்த்து, ‘கல்யாணபுரத்தில் வேட்டுச் சத்தம் கேட்கிறதே, என்ன விசேஷம்?‘ என்று காரியஸ்தர் கேட்டார். ‘நடுப்பண்ணை சோமசுந்தரம் பிள்ளைக்கு வழக்கில் ஜெயம் கிடைத்ததாம். ஏக ஆர்ப்பாட்டம்; வருவோர் போவோருக்கெல்லாம் கற்கண்டும், சர்க்கரையும் வாரி வாரிக் கொடுக்கிறார். வேட்டுச் சத்தம் வானத்தைப் பிளக்கிறது’ என்று அவன் பதில் சொன்னான். சீனிவாசம் பிள்ளை அசைவற்று மரம் போலாகி விட்டார். காரியஸ்தர் சொக்கலிங்கம் பிள்ளைக்கு ஏழு நாடியும் ஒடுங்கிப் போய் விட்டது. அவர் கைப்பெட்டியைத் திறந்து தீர்ப்பு நகலை எடுத்துக் கொண்டு அவ்வூரில் இங்கிலீஷ் தெரிந்தவரான போஸ்டு மாஸ்டர் வீட்டுக்குப் புறப்பட்டார். சீனிவாசம் பிள்ளையும் ஆர்வம் தாங்காமல் அவருடன் சென்றார். அங்கிருந்த வர்கள் ஒவ்வொருவராய் நழுவ ஆரம்பித்தார்கள்.

ஜோசியர் ராமுவையர் இதுதான் தருணமென்று தட்டில் மீதியிருந்த கற்கண்டு முதலியவைகளைத் தலைகீழாகக் கவிழ்த்து மேல் வேஷ்டியில் முடித்துக் கொண்டு வீடு போய்ச் சேர்ந்தார்.

போஸ்டுமாஸ்டர் தீர்ப்பைப் படித்துக் கல்யாணபுரம் சோமசுந்தரம் பிள்ளைக்கே ஜெயம் கிடைத்திருக்கிறதென்று கூறியதும், சீனிவாசம் பிள்ளைக்கு ஏற்பட்ட கோபத்தையும், துக்கத்தையும் யாரால் கூற முடியும்? சொக்கலிங்கம் பிள்ளையோதிட்டத் தொடங்கினார்:- 'அந்தவக்கீல்குமாஸ்தா சாமிநாதையன் என்னை ஏமாற்றி விட்டான். அயோக்கியப் பார்ப்பான்...' அதற்குமேல் அவர் கூறிய மொழிகள் இங்கு எழுதத் தகுதியற்றவை. பிறகு சீனிவாசம் பிள்ளை என்னவென்று கேட்டதற்கு காரியஸ்தர் கூறியதாவது:- 'அந்தப் பாவிகள் கோண எழுத்துப் பாஷையில் தீர்ப்புச் சொல்லி முடித்ததும் வக்கீல் குமாஸ்தா சாமிநாதையனைக் கேட்டேன். தீர்ப்பு நமக்கனுகூலம் என்று கூறி அவன் என்னிடம் பத்து ரூபாய் பறித்துக் கொண்டான். போதாதற் குக் காபி கிளப்புக்கு மூன்று ரூபாய் அழுததுடன், பவுண்டன் பேனா ஒன்றும் ஆறு ரூபாய்க்கு வாங்கிக் கொடுத்தேன். ஏமாந்து போனேன். அவசரத்தினால் தம்பி சுப்பிரமணியத் திடம் கூடத் தீர்ப்பைக் காட்டாமல் வந்துவிட்டேன். அந்தப் படுபாவி' என்று மீண்டும் வக்கீல் குமாஸ்தாவைத் திட்ட ஆரம்பித்தார். சீனிவாசம் பிள்ளை அன்று முழுதும் எரிந்து விழுந்த வண்ணமாயிருந்தார். அன்று அவருடைய ஆட்கள் பட்டபாடு ஐயனுக்குத்தான் தெரியும். அவர் எதிரில் வந்தவர்க்கெல்லாம் திட்டும் அடியும் கிடைத்தன. அன்று மட்டும் சோமசுந்தரம் பிள்ளை எதிர்ப்பட்டிருந்தால் பீமனுடைய சிலையைத் திருதராஷ்டிரன் கட்டித் தழுவி நொறுக்கியது போல் பொடிப் பொடியாக செய்திருப்பார்.

4

துன்பங்கள் எப்பொழுதும் தனித்து வருவது வழக்க மில்லையே? எதிர்பாராத சமயத்தில் தலைமேல் இடிவிழுந்தது போல மற்றொரு துயரச் சம்பவம் சீனிவாசம் பிள்ளைக்கு

நேரிட்டது. சட்டக் கலாசாலையிலே படித்துக் கொண்டிருந்த அவரது புதல்வன் சுப்பிரமணியன் காந்திமகான் பிரசங்கம் கேட்டுவிட்டுச் சட்டக் கலாசாலையை பகிஷ்கரித்து வீடு வந்து சேர்ந்தான். வழக்கை இழந்த சீனிவாசம் பிள்ளை தமது புதல்வன் உயர்ந்து நிலைமையிலிருக் கிறானென்னும் ஒரு பெருமையாவது அடையலாமென்று நம்பியிருந்தார். தம்மிடம் வக்கீல்கள் பறித்துக்கொண்ட பணத்தைப் போல் எத்தனையோ மடங்கு பணம் தமது புதல்வன் மற்றவர்களிட மிருந்து பறிப்பானல்லவா என்று நினைத்து அவர் சில சமயங்களில் திருப்தியடைவதுண்டு. ஆனால், அந்த எண்ணத்திலெல்லாம் மண்ணைப் போட்டு, வெண்ணெய் வரும் சமயத்தில் தாழியுடை வதைப் போல் தமது புதல்வன் பரீட்சைக்குப் போகும் சமயத்தில் கலாசாலையை விட்டு வந்ததும் அவருக்குண்டான மனத்துயரைப் பற்றிச் சொல் லவும் வேண்டுமா?

ஆயினும், கண்ணிலும் அருமையாக வளர்த்த ஒரே புதல்வனாதலால், சுப்பிரமணியத்தை அவர் கடிந்து கூற வில்லை. சுப்பிர மணியனும், சமயம் பார்த்து அவருக்குப் பல வழிகளிலும் தனது செய்கையின் நியாயத்தை எடுத்துக் கூறி, அவர் மனத்தைத் திருப்ப முயன்றான். 'நீ என்னதான் கூறினாலும் என் மனம் ஆறுதல் அடையாது. இந்தப் பக்கத்தில் நமது சாதியாரிலே உன்னைப் போல் இவ்வளவு சிறு வயதில் எம்.ஏ. பரீட்சையில் தேறி பி.எல். படித்தவர்கள் வெகு அருமை. நீ மட்டும் தொடர்ந்து படித்திருந்தால், நம்முடைய சாதியார்களெல்லாம் தங்கள் வழக்குகளுக்கு உன்னையே நாடி வருவார்களல்லவா? அது எவ்வளவு பெருமையா யிருக்கும்' என்று சீனிவாசம் பிள்ளை கூறினார். 'அப்பா! தாங்கள் சொல்கிறபடி நமது சாதியார் அனைவரும் என்னை நாடி வருவார்களென்று நான் நம்பவில்லை. அசூயை காரணமாக வேறு வக்கீல்களைத் தேடிப் போதலும் கூடும். தங்கள் கூற்றை உண்மையென ஒப்புக் கொண்டாலும், நான் நமது மரபினருக்கு நன்மை செய்பவனாவேனா. கோர்ட் விவகாரத்தினால் ஏற்படும் தீங்குக்கு நமது குடும்பமே சிறந்த உதாரணமாக விளங்க வில்லையா? மகாத்மா காந்தியின்

கொள்கைகளைப் பற்றி எனக்கு சிறிதளவிருந்த ஐயமும் இவ்வழக்கினால் நீங்கிவிட்டது. ஒன்பது ரூபாய் பெறக் கூடிய ஒன்பது குழி நிலத்திற்காக நாம் பதினாறாயிரம் ரூபாய் தொலைத்தோம். அவர்களும் அவ்வளவு தொகை செலவழித்திருப்பார்கள். பார்க்கப் போனால் நாமும் அவர் களும் உறவினர்களே. இந்த ஒன்பது குழி நிலத்தை யார் வைத்துக் கொண்டால் தான் என்ன மோசம். பண நஷ்டத்தோடன்றி இந்த வழக்கு நமக்கும் அவர்களுக்கும் தீராப் பகையையும் உண்டாக்கி விட்டது. கோர்ட்டுகளும் வக்கீல்களும் அதிகமாவதற்குத் தகுந்தாற் போல் தேசத்தில் வழக்குகளும் அதிகமாகிக் கொண்டே வருகின்றன. பெருந் தீங்குகளுக்குக் காரணமாயிருக்கும் இத்தொழில் செய்து சம்பாதிக்கும் பணத்திலோ, பெரும் பாகம் மோட்டாருக்கும், பெட்ரோல் எண்ணைக்கும், பீங்கான் சாமான்களுக்கும், மருந்துகளுக்குமாக அன்னிய நாடுகளுக்குச் சென்று விடுகிறது. அன்னிய அரசாங்கம் இந்நாட்டில் நிலைத்து பலம் பெறுவதற்குக் கோர்ட்டுகளும் வக்கீல்களும் காரணமாயிருக் கின்றனர். இத்தகைய தொழிலை செய்வதை விட எனக்குத் தெரிந்த சட்ட ஞானத்தைக் கொண்டு இப்பக்கத்தில் ஏற்படும் வழக்குகளை கோர்ட்டுக்குப் போகவிடாமல் தடுத்து தீர்த்து வைப்பது சிறந்த வேலையென்று தங்களுக்குத் தோன்ற வில்லையா?' என்று சுப்பிரமணியன் பலவாறாக எடுத்துக் கூறி தந்தையை சமாதானம் செய்ய முயன்றான்.

5

நாட்டாற்றில் புதுவெள்ளம் பெருக்கெடுத் தோடியது. இரு கரையிலும் மரங்களடர்ந்ததனால், நீரின் மேல் இருண்ட நிழல் படிந்திருந்தது. ஆங்காங்கு ஒவ்வோர் ஒளிக்கிரணம், இலைகளினூடே நுழைந்து தண்ணீரை எட்டிப் பார்த்தது. சீனிவாசம் பிள்ளை ஒரு கரையில் உட்கார்ந்து பல் துலக்கிக் கொண்டிருந்தார். திடீரென்று அவர் முன்னால் எதிர்க்கரை ஓரத்தில் நீரில் ஒரு சேலையின் தலைப்பு மிதப்பதைக் கண்டார் - ஒரு பெண்ணுருவம்! சீனிவாசம் பிள்ளை நன்றாக உற்றுப் பார்த்தார். நீலவானத்தில் மெல்லிய மேகத்

திரையால் மறைக்கப்பட்ட களங்கமற்ற முழுமதியை போன்று அந்நீல நீர்ப்பெருக்கில் அலைகளால் சிறிதளவே மறைந்து திகழ்ந்த அவ்வழகிய வதனம் யாருடையது? நுனியில் சிறிது வளைந்துள்ள அந்த மூக்கு, அவ்வழகிய செவ்விதழ்கள், திருத்தமாக அமைந்த அந்த முகவாய்க் கட்டை, நீண்டு வளர்ந்து அலையில் புரளும் கரிய கூந்தல் - ஆ! அவருடைய உறவினர் - இல்லை - பகைவர் சோமசுந்தரம் பிள்ளையின் அருமை புதல்வி நீலாம்பிகையே அவள். ஒரு வினாடிக்குள் சீனிவாசம் பிள்ளையின் மனதில் ஆயிரம் எண்ணங்கள் சுழன்றன. உயிரினும் அருமையாக வைத்துப் போற்றி வளர்த்து வரும் ஒரே பெண் இறந்தொழிந்தால் சோமசுந்தரம் பிள்ளையின் கர்வம் அடங்கி விடுமல்லவா? தாம் பேசாமல் போய் விட்டாலென்ன? ஆனால், அடுத்த கணத்தில், அவர் சோமசுந்தரம் பிள்ளையையும், அவரிடம் தமக்குள்ள பகையையும், ஒன்பது குழி நிலத்தையும், ஒன்பதாயிரம் ரூபாய் நஷ்டத்தையும் முற்றிலும் மறந்தார். குழந்தை நீலாம்பிகை ஆற்றில் போகிறாளென்னும் ஒரு நினைவே அவர் உள்ளத்தில் எஞ்சி நின்றது. அவரையும் அக்குழந்தையையும் பிணைத்த இரத்த பாசத்தினால் இழுக்கப்பட்டவராய், அவர் திடீரெனத் தண்ணீரில் குதித்து நீந்திச் சென்று நீலாம்பிகையைக் கொண்டு வந்து கரை சேர்த்தார்.

ஆனால், அதன் பின்னர் என்ன செய்வதென்று அவருக்குத் தோன்றவில்லை. உணர்ச்சியற்றுக் கிடந்த உடலில் உயிர் தளிர்க்கச் செய்வதெப்படி? அப்படியே தூக்கிக் கொண்டு தமது வீடு சேர்ந்தார். அவர் புதல்வன் சுப்பிரமணியன், உள்ள நிலைமையை ஒரு கணத்தில் குறிப்பாக உணர்ந்தான். சாரணர் படையில் சேர்ந்து பயிற்சி பெற்றவனாதலால், இவ்வித அபாய காலங்களில் செய்ய வேண்டிய ஆரம்ப சிகிட்சைகளைச் செவ்வையாகக் கற்றிருந்தான். நீலாம்பிகை மீண்டும் உணர்வு பெற்றபோது தான் வேறொருவர் வீட்டில் கட்டிலின் மீது விரிக்கப்பட்ட மெத்தையின் மேல் கிடத்தப் பட்டிருப்பதைக் கண்டாள். அவளுடைய கண்கள், குனிந்த வண்ணம் அவளுக்கு எப்பொழுது உணர்வு வரும் என்று

எதிர்பார்த்துக் கொண்டிருந்த சுப்பிரமணியனுடைய கண்களைச் சந்தித்தன.

நீலாம்பிகையுடன் ஆற்றில் குளித்துக் கொண்டிருந்த சிறுமிகள் ஓட்டமாக ஓடி, சோமசுந்தரம் பிள்ளை வீட்டுக்குச் சென்று அவர்கள் வீட்டுப் பெண் சுழலில் அகப்பட்டு ஆற்றோடு போய் விட்டதாக தெரிவித்தார்கள். சோமசுந்தரம் பிள்ளையும் அவர் மனைவியும் மற்றுமுள்ளவர்களும் அடித்துப் புடைத்துக் கொண்டு ஓடி வந்தார்கள். ஆனால் அவர்கள் சிறிது தூரம் வருவதற்குள் சீனிவாசம் பிள்ளை அனுப்பிய ஆள் அவர்களைச் சந்தித்து, நீலாம்பிகை சீனிவாசம் பிள்ளையினால் காப்பாற்றப்பட்டு அவருடைய வீட்டில் சுகமாக இருப்பதாகத் தெரிவித்தான். அதன்மேல் சோமசுந்தரம் பிள்ளை முதலியவர்கள் சிறிது மன ஆறுதல் பெற்றுச் சீனிவாசம் பிள்ளையின் வீட்டுக்கு வந்து சேர்ந்தார்கள். குழந்தை நீலாம்பிகையை பார்த்துச் சிறிது துக்கம் தணிந்த பின்னர், சீனிவாசம் பிள்ளையும் சோமசுந்தரம் பிள்ளையும் முகமன் கூறிக் கொண்டார்கள். எல்லோரும் அன்று சீனிவாசம் பிள்ளை வீட்டிலேயே உணவருந்தினார்கள்.

பழைய உறவினரும் இடையில் பகைவர்களாயிருந்து பின்னர் சேர்ந்தவர்களுமான அவ்விரு குடும்பத்தாருக்கும் விரைவிலேயே புதிய நெருங்கிய உறவு என்ன ஏற்பட்டதென்று வாசகர்களுக்கு நாம் சொல்லவும் வேண்டுமோ?

புன்னைவனத்துப் புலி

முகவுரை

திருவாளர் செல்வன் சந்திரசூடனுக்குத் திருமணம் நடக்கப் போகிறது என்று அறிந்த போது, அவனுடைய நண்பர்கள் பலரும் அடைந்த வியப்புக்கு அளவில்லை. ஏனெனில், சந்திரசூடன் நெடுங்காலமாக, 'கலியாணம் என்ற பேச்சை என் காதில் போட வேண்டாம்' என்று சொல்லிக் கொண்டிருந்தான். அவ்வளவு எளிதில் அவனுடைய நண்பர்கள் அவனை விட்டுவிடுகிறதாக இல்லை. அவன் கேட்க விரும்பவில்லை என்று சொன்ன வார்த்தையையே ஓயாமல் அவன் காது செவிடுபடும்படி டமாரம் அடித்துச் சொல்லிக் கொண்டிருந்தார்கள். 'இப்படி எத்தனையோ விசுவாமித்திரர்களைப் பார்த்து விட்டோம்!' என்று அவனைக் கேலி செய்து கொண்டிருந்தார்கள். இத்தகைய நண்பர் கூட்டத்தில் சந்திரசூடன் அகப்பட்டுக் கொள்ளும் போது, 'ஒருவேளை நான் புத்தி தடுமாறிக் கலியாணம் செய்து கொண்டாலும் இந்திய தேசத்தின் ஜனத் தொகையை மட்டும் பெருக்க மாட்டேன்' என்று சில சமயம் சொல்வதுண்டு, சொல்வதுடன் நின்று விடாமல் அவன் கர்ப்பத்தடை முறைகளைப் பற்றிய விஞ்ஞான ரீதியான இலக்கியங்கள், அதே விஷயத்தைச் சுற்றி வளைக்காமல் அப்பட்டமாகச் சொல்லும் நூல்கள், இவற்றையெல்லாம் வாங்கிப் படித்தும் வந்தான்.

அத்தகைய சந்திரசூடன் இப்போது திருமணம் செய்து கொள்ளப் போகிறான், அதிலும் ஏற்கெனவே குழந்தை உள்ள ஒரு பெண்மணியைக் கலியாணம் செய்து கொள்ளப் போகிறான் என்றால் அவனை அறிந்தவர்கள் ஆச்சரியக் கடலில் மூழ்கித் தத்தளிப்பது இயல்பேயல்லவா?

அத்தகைய பரிகாசத்துக்கிடமான காரியத்தை அவன் செய்ய முன் வந்ததன் காரணத்தை அறிந்து கொள்ள அவனுடைய நண்பர்கள் ஆசைப்பட்டதிலும் அவ்வளவு வியப்பில்லை அல்லவா?

திருமணக் கடிதத்தைப் பார்த்ததிலிருந்து அவனைக் கண்டு பிடித்து நேருக்கு நேர் கேட்டுவிடுவதென்று பலரும் துடியாயிருந் தார்கள். அவர்களில் நானும் ஒருவன். கடைசியாக அவனை ஒரு நாள் கையும் மெய்யுமாகப் பிடித்து, 'அப்பனே! இந்த விபத்தில் எப்படி அகப்பட்டுக் கொண்டாய்? உண்மையைச் சொல்லிவிடு!' என்றேன். 'செ ால்லாவிட்டால் நீர் விடப் போகிறீரா? ஏதாவது கதையும் கற்பனையுமாக சேர்த்து எழுதித் தள்ளிவிடுவீர், அதைக் காட்டிலும் நானே சொல்லிவிடுவது நல்லது' என்றான்.

'அப்படியானால், கதை எழுதுவதற்குத் தகுதியானது என்று ஒப்புக்கொள்கிறாயா?' என்று கேட்டேன்.

'எல்லாம் கதையினால் வந்த விபத்துதான்! முழுக் கதை கூட அல்ல; பாதிக் கதையினால் வந்த ஆபத்து. 'தீபம்' என்னும் மாதப் பத்திரிகையில் பாதிக் கதைப் போட்டி ஒன்று நடத்தினார்களே? ஞாபகம் இருக்கிறதா?' என்றான் சந்திரசூடன்.

ஆம்; அது என் ஞாபகத்தில் இருந்தது.

'தீபம்' பத்திரிகையில் அத்தகையப் போட்டி ஒன்று சில காலத்துக்கு முன்பு நடத்தினார்கள். ஓர் இதழில் 'விமான விபத்து' என்ற தலைப்புடன் ஒரு பாதிக் கதையை வெளியிட் டார்கள். அதைப் பூர்த்தி செய்யும்படி வாசக நேயர்களைக் கேட்டு கொண்டிருந்தார்கள். இந்தப் போட்டிக்கு வரும் பிற்பகுதிக் கதைகளில் சிறந்ததைப் பத்திரிகையில் வெளி யிடுவதுடன்அதற்குநூறுரூபாய்சன்மானம்கொடுப்பதாகவும் அறிவித்திருந்தார்கள்.

இந்த அறிவிப்பு வெளியான இரண்டு மாதங்களுக்குப் பிறகு, பரிசு பெற்ற பிற்பகுதிக் கதையும் மேற்படி பத்திரி கையில் வெளியாகியிருந்தது.

கதையை அச்சமயம் மேலெழுந்தவாரியாகப் படித் திருந்தேன். ஓர் ஆகாச விமானம் பிரயாணப்பட்டுச் சென்றது; ஆனால் குறித்த இடத்துக்குப் போய்ச் சேர வில்லை. பிரயாணிகளுடன் மாயமாய் மறைந்துவிட்டது. எங்கேயோ

மேற்குமலைத் தொடரில் மனித சஞ்சாரத்துக்கு அப்பாற்பட்ட இடத்தில் விழுந்து எரிந்து போயிருக்க வேண்டும் என்று அனுமானிக்கப்பட்டது. இதுதான் கதையின் முக்கிய சம்பவம். இம்மாதிரி ஒரு துர்ச்சம்பவம் உண்மையாகவே சில காலத்துக்கு முன்பு நிகழ்ந்திருக்கிறது.

இதையெல்லாம் ஞாபகப்படுத்திக் கொண்டு, 'ஆமாம்; அந்தப் பாதிக் கதைப் போட்டிக்கும் உன் கலியாணத்துக்கும் என்ன சம்பந்தம்?' என்று கேட்டேன்.

சந்திரசூடன் அந்தச் சம்பவம் இன்னதென்பதை விவரமாகச் சொல்லித் தீர்த்தான். சொல்லாமற் போனால் யார் விடுகிறார்கள்?

1

பாண்டிய நாட்டையும் மலையாள தேசத்தையும் பிரித்து நிற்கும் நீண்ட மேற்கு மலைத் தொடர் ஒவ்வோரிடத்தில் ஒவ்வொரு பெயருடன் விளங்குகிறது. இந்த மலைத்தொடரை எந்த இடத்திலே பார்த்தாலும் அதன் இயற்கை வனப்பு அற்புதமாக இருக்கும். எனினும், நாகலாபுரம் மலைச் சாரலின் சௌந்தரியத்துக்கு ஒப்புவமை இல்லை என்று அந்தப் பகுதியைப் பார்த்தவர்கள் சொல்வார்கள். அங்கே இயற்கை அரசி பசும் பொன் சிங்காதனத்தில், நீலப் பட்டாடை உடுத்தி, நவரத்தின மாலைகளை அணிந்து, மணிமகுடம் தரித்து, செம்பவள இதழ்களின் வழியாக முத்து நகை புரிந்து, கருங்குவளைக் கண்களில் கருணை ஒளி வீசியவாறு வீற்றிருக்கிறாள் என்று கவிதா ரஸிகர்கள் வர்ணனை செய்வார்கள். மலையும், காடும், அருவியும், பொய்கையும், பல நிற மலர்களும் அப்படி ஒரே வர்ண ஜாலமாகக் காட்சி அளிக்கும்.

அத்தகைய நாகலாபுரம் மலைச் சாரலையொட்டி எத்தனையோ கிராமங்கள் உண்டு. அவற்றில் புன்னைவனம் என்னும் கிராமம் பிரசித்தமானது. அது கிராமம்தான் என்றாலும், பட்டணவாசத்தின் வசதிகள் எல்லாம் அங்கு உண்டு. புன்னைவனத்துக்கும் கொஞ்ச தூரத்தில் பெரிய

நீர்த்தேக்கம் ஒன்று இருக்கிறது. அதிலிருந்து விழும் அருவியைக் கொண்டு மின்சார சக்தி உற்பத்தி செய்கிறார்கள். எப்போது மின்சார வசதி இருக்கிறதோ, அப்போது பட்டண வாசத்தின் சகல சௌகரியங்களையும் ஏற்படுத்திக் கொள்ளலாம் அல்லவா?

வருஷத்தில் ஒன்பது மாதம் புன்னை வனம் கிராமமாகத் தோற்றமளிக்கும். சாரல் காலத்தில் அதாவது ஜூன் மாதம் முதல் ஆகஸ்டு மாதம் வரையில் அது நகரமாக மாறி விடும். (ஜன நெருக்கத்தை அவ்வளவாக விரும்பாத 'நாஸுக்குக் காரர்கள்' அந்த மூன்று மாதமும் அது 'நரக'மாக மாறிவிடும் என்பார்கள்.) அந்த மூன்று மாதங்களிலும் தென்னிந்தியாவில் பல பகுதிகளில் இருந்தும் ஜனங்கள் தேக சுகத்தையும் மன உல்லாசத்தையும் தேடிப் புன்னைவனத்துக்கு வருவார்கள்.

சென்ற வருஷத்தில் சந்திரசூடனுக்கு அம்மாதிரி தேக சுகத்தையும் மன அமைதியையும் தேடி எங்கேனும் போக வேண்டிய அவசியம் ஏற்பட்டது. உதகமண்டலம், கோடைக்கானல், குற்றாலம் முதலிய இடங்களைப் பற்றி யோசித்து, பல காரணங்களினால் அவற்றை ஒதுக்கி விட்டு, புன்னை வனம் போவதென்று முடிவு செய்தான். அம்மாதிரி அவன் முடிவு செய்ததற்குச் சிற்சில முக்கிய காரணங்கள் இருந்தன. ஒன்று புன்னைவனத்தின் இயற்கை எழிலைப் பற்றி ஒரு சிநேகிதன் மூலமாக அவன் கேள்விப்பட்டிருந்தது. இரண்டாவது காரணம், அங்குள்ள ஓட்டல்களில் நல்ல சாப்பாடும் கிடைக்கும் என்பது. மூன்றாவது காரணம் சில நாளைக்கு முன்னால் 'புன்னைவனத்துப் புலி' என்ற தலைப்புடன் தினப்பத்திரிகைகளில் வெளியான செய்திகள்.

நாகலாபுரம் மலையின் உட்பகுதிகளில் துஷ்ட மிருகங்கள் எப்போதுமே உண்டு. ஆனால் மலையையொட்டி கீழே யுள்ள கிராமங்களுக்கு அவை வருவது அபூர்வம். அப்படி அபூர்வமாக ஒரு புலி புன்னைவனத்தில் ஒரு நாள் காணப்பட்டதாகவும், பின்னர் அடிக்கடி அங்குமிங்கும் தோன்றி ஆடுமாடுகளைக் கொன்று வருவதாகவும், அதைச் சுட்டுக் கொல்லுவதற்குச் செய்யப்பட்ட முயற்சிகள் இதுவரை

பலிக்கவில்லையென்று தினப் பத்திரிகைகளில் செய்திகள் வெளியாகியிருந்தன. சந்திரசூடன் கலாசாலை மாணாக்கனாயிருந்த போது இராணுவப் பயிற்சிப் படையில் சேர்ந்து துப்பாக்கியை உபயோகிக்க கற்றுக் கொண்டிருந்தான். அப்படிப் பயின்ற வித்தையைக் காரியத்தில் பயன்படுத்துவதற்கு இப்போது ஒரு சந்தர்ப்பம் கிடைத்திருப்பதாக எண்ணினான். புன்னைவனத்துப் புலி தன் துப்பாக்கிக்கு இரையாவதற்காகவே மலை மேலிருந்து கீழே இறங்கி வந்திருக்கிறது என்று முடிவு செய்து கொண்டு கிளம்பினான்.

'நாகலாபுரம் சாலை' என்னும் ரயில் நிலையத்தில் இறங்கி முப்பது மைல் தூரம் பஸ்ஸில் பிரயாணம் செய்து புன்னைவனத்தை அடைந்தான். அந்த ஊர் அவனுக்கு நிரம்பப் பிடித்திருந்தது. அதைப் பற்றி அவன் கேள்விப்பட்டிருந்ததையெல்லாம் விட அமைதியும் அழகும் இனிமையும் எழிலும் பொருந்தியிருந்தது. இனிய புனல் அருவி அங்கே தவழ்ந்து விளையாடியது. இன்ப மலைச்சாரல்களில் தென்றல் உலாவியது. கனி குலவும் சோலைகளில் கரு வண்டு பண் இசைத்தது. புன்னை மரங்களின் கீழ்ப் பூப் படுக்கை விரித்திருந்தது. அமுத நீர்ப் பொய்கைகளில் குமுதமலர் செழித்திருந்தது. அவன் தங்கியிருந்த ஹோட்டலில் சாப்பாடும் முதல் தரமாயிருந்தது. சென்னையிலுள்ள பாங்கிகாரர்கள் மட்டும் கொஞ்சம் தாராள புத்தியுடன் தான் கேட்கும் போதெல்லாம் பணம் அனுப்பிக் கொண்டிருந்தால், புன்னை வனத்திலேயே தன் வாழ்நாளைக் கழித்து விடலாம் என்று சந்திரசூடன் எண்ணமிட்டான்.

இரண்டு தினங்கள் இவ்விதமாக ஊரைச் சுற்றிப் பார்ப்பதிலும் கற்பனைக் கனவுகள் காண்பதிலும் கழிந்தன. மூன்றாம் நாள் புன்னைவனம் தபால் ஆபீஸுக்குச் சென்றான். கையில் கொண்டு வந்திருந்த பணம் துரிதமாகக் குறைந்து கொண்டு வந்தது. மேலும் பணம் தருவித்துக் கொள்ளச் சென்னைக்குக் கடிதம் எழுத வேண்டும். அதோடு, தனக்கு ஏதேனும் தபால் வந்திருக்கிறதா என்றும் விசாரிக்க வேண்டும். தபால்களைக் காட்டிலும் அதிக ஆவலுடன் 'தீபம்'

பத்திரிகையின் அந்த மாதத்து இதழை அவன் எதிர்பார்த்தான். 'விமான விபத்து' என்னும் பாதிக் கதையின் முடிவு என்ன என்று தெரிந்து கொள்வதில் அவனுக்கு அவ்வளவு ஆர்வம் இருந்தது. உண்மை என்னவென்றால், அந்தப் பாதிக் கதைப் போட்டியில் அவனும் கலந்து கொண்டிருந்தான், தான் எழுதிய பாதிக் கதையை ஒரு வேளை பத்திரிகைக்காரர்கள் ஏற்றுக் கொண்டிருக்கலாம் அல்லவா? அப்படியானால் பணத்துக்கு பணம் ஆயிற்று, புகழுக்குப் புகழ் ஆயிற்று. இல்லையென்றால், தன்னைவிட நன்றாக அந்தக் கதையைப் பூர்த்தி செய்தவர் யார்? எப்படி பூர்த்தி செய்திருக்கிறார்?' - இதையெல்லாம் அறிந்து கொள்வதற்கு அவன் மிக்க ஆர்வம் கொண்டிருந்தான்.

தபால் ஆபீஸுக்குச் சந்திரசூடன் போய்ச் சேர்வதற்கும் தபால் கட்டு வந்து சேர்வதற்கும் சரியாயிருந்தது. அவனைப் போல் இன்னும் இரண்டொரு புது மனிதர்களும் அங்கே வந்து காத்திருந்தார்கள். சந்திரசூடன் போஸ்டு மாஸ்டரிடம் தன் பெயரைச் சொல்லி, 'ஏதாவது தபால் இருக்கிறதா?' என்று கேட்டான். போஸ்ட் மாஸ்டர் தேடிப் பார்த்து ஒரு தபாலையும், ஒரு சஞ்சிகையையும் எடுத்துக் கொடுத்தார். சஞ்சிகை 'தீபம்' பத்திரிகையின் அந்த மாத இதழ் தான். சந்திரசூடன் இருந்த பரபரப்பில், தபாலைக் கூடக் கவனியாமல் சஞ்சிகையைப் பிரித்துப் புரட்டினான். அவன் எதிர்பார்த்தபடியே 'விமான விபத்து' கதையின் இரண்டாம் பகுதி அதில் வெளியாகியிருந்தது. அவன் எழுதியது அல்ல என்று பார்த்தவுடன் தெரிந்து போய் விட்டது. பரிசு பெற்ற கதைப் பகுதி அவ்வளவு என்ன பிரமாதமாக அமைந்திருக்க முடியும் என்ற எண்ணத்துடன், நின்றபடியே அதைப் படிக்கத் தொடங்கினான்.

ஏறக்குறையப் படித்து முடிக்கும் சமயத்தில் ஒரு பெண்மணி அங்கே வந்தாள். தனக்கு ஏதாவது தபால் உண்டா என்று விசாரித்தாள். இல்லை என்று அறிந்ததும் அவள் பெரிதும் ஏமாற்றமடைந்ததாகத் தோன்றியது.

'தயவு செய்து நன்றாகப் பாருங்கள், ஸார்! 'தீபம்' பத்திரிகை என் பெயருக்கு ஒன்று வந்திருக்க வேண்டுமே?' என்று கெஞ்சும் குரலில் கூறினாள்.

'இல்லை, அம்மா! ஒரே ஒரு 'தீபம்' தான் வந்திருந்தது. அதில் இவருடைய விலாசம் எழுதியிருந்தது. கொடுத்து விட்டேன்!' என்று போஸ்டு மாஸ்டர் சந்திரசூடனைச் சுட்டிக் காட்டினார்.

உடனே அந்தப் பெண்ணின் பார்வை சந்திரசூடன் மீது சென்றது. அவன் கையில் விரித்து வைத்திருந்த பத்திரிகையை அசூயை கலந்த ஆர்வத்துடன் நோக்கினாள்.

சந்திரசூடனுடைய கவனத்தில் ஒரு பகுதி, பத்திரிகைக் கதையில் சென்றிருந்தது. மற்றொரு பகுதி அந்தப் பெண்மணி தபாலா பீஸுக்குள் வந்ததிலிருந்து நிகழ்ந்தவைகளை மனத்தில் வாங்கிக் கொண்டிருந்தது. அவள் தன் கையிலிருந்த பத்திரிகையை ஆசையுடன் பார்க்கிறாள் என்று அறிந்ததும், உடனே படிப்பதை நிறுத்தி விட்டு, 'தங்களுக்குத் 'தீபம்' வேண்டுமானால் இதையே எடுத்துக் கொள்ளலாமே?' என்று கூறிப் புன்னகை புரிந்தான்.

அந்தப் பெண், 'ஒரு சில வினாடி பார்க்கவேணும். கொடுத்தால் இங்கேயே பார்த்து விட்டுத் தந்து விடுகிறேன்' என்றாள்.

'அவ்வளவு அவசரம் ஒன்றுமில்லை. தாங்கள் வீட்டுக்கு எடுத்துப் போய்ச் சாவகாசமாய்ப் படிக்கலாம். தங்கள் ஜாகை எங்கே என்று சொன்னால் நானே வந்து திரும்ப வாங்கிக் கொள்கிறேன்' என்றான் சந்திரசூடன்.

அந்தப் பெண் தபால் ஆபீஸின் பலகணி வழியாகச் சுட்டிக் காட்டி, 'அதோ, அங்கே தான் என் வீடு! போஸ்டு மாஸ்டரின் வீட்டுக்கு அடுத்த வீடு!...அல்லது தங்கள் இருப்பிடத்தைச் சொன்னால் பத்திரிகையை அனுப்பி விடுகிறேன்' என்றாள்.

'வேண்டாம், வேண்டாம்! அவ்வளவு சிரமம் தங்களுக்கு வேண்டாம். நானே வந்து வாங்கிக் கொள்கிறேன்' என்றான் சந்திரசூடன்.

'மிக்க வந்தனம். காலை பத்து மணி வரையில் வீட்டில் இருப்பேன். பிறகு பள்ளிக்கூடம் போய் விட்டு மாலை ஐந்து மணிக்குத் திரும்பி வருவேன்' என்று சொல்லிவிட்டு அந்தப் பெண் பத்திரிகையை எடுத்துக் கொண்டு சென்றாள்.

2

சந்திரசூடன் அவள் போவதைப் பலகணி வழியாகப் பார்த்துக் கொண்டிருந்தான். நடக்கும் போதே அவள் பத்திரிகை படித்துக் கொண்டு போனதைக் கவனித்தான். ஒரு தடவை கூட அவள் திரும்பிப் பார்க்கவில்லை. அந்தப் பெண்ணின் கவனத்தை அவ்வளவு தூரம் கவரக் கூடிய விஷயம் 'தீபம்' பத்திரிகையில் என்ன தான் இருக்கும் என்று அதிசயித்தான்.

இதற்குள் தபால் வாங்குவதற்காக அங்கு வந்திருந்த மற்ற இரண்டொருவரும் போய் விட்டார்கள்.

சந்திரசூடன் தொண்டையைக் கனைத்துக் கொண்டு போஸ்டு மாஸ்டரைப் பார்த்து, 'பெண்களுக்குப் படிப்பில் ருசி உண்டாகி விட்டால் ஒரே பைத்தியமாகப் பிடித்துக் கொள்கிறது. இந்தப் பெண்ணுக்குத் 'தீபம்' பத்திரிகையின் மீது எவ்வளவு ஆர்வம்? அப்படியொன்றும் அதில் பிரமாதமான விஷயமும் இல்லை' என்றான்.

'மிஸ். மனோன்மணிக்குப் படிப்பில் ஆர்வம் அதிகந்தான்! அதிலும் இந்த மாதத்துத் 'தீப'த்தில் அவள் அதிக ஆர்வம் கொள்வதற்கு முக்கிய காரணம் இருக்கிறது' என்றார் போஸ்டு மாஸ்டர்.

'அப்படியா? அந்தக் காரணம் என்னவோ?'

'அதில் ஒரு பாதிக் கதைப் போட்டி வைத்திருந்தார்கள் அல்லவா? அதற்கு இந்தப் பெண்ணும் எழுதியிருந்தாள் போலிருக்கிறது.'

'ஓஹோ! அதுதானே நானும் பார்த்தேன்...! மிஸ். மனோன்மணி பிரசித்தமான எழுத்தாளியோ? இங்கே என்ன

செய்து கொண்டிருக்கிறாள்? ஏதோ பள்ளிக் கூடம் போவ தாகச் சொன்னாளே!'

'இந்த ஊரில் உள்ள பெண் பள்ளிக் கூடத்தில் உபாத்தி யாயினி யாயிருக்கிறாள். சம்பளம் சொற்பம். வீட்டிலே கிழவர்கள் இருவர். ஒரு நொண்டிக் குழந்தை. இவளுடைய சம்பாத்தியத்திலேதான் காலட்சேபம் நடக்க வேணும். தபால் இலாகா, கல்வி இலாகா - இரண்டுந்தான் தெரிந்த விஷயம் ஆயிற்றே? ஊருக்கு இளைத்தவர்கள் நாங்கள். ஒழிந்த வேளையில் பத்திரிகைகளுக்கு எழுதினால் ஏதாவது கிடைக்காதா என்று இந்தப் பெண்ணுக்கு எண்ணம். 'தீபம்' பாதிக் கதைப் போட்டியில் மனோன்மணிக்குப் பரிசு வந்திருக்கிறதோ என்னமோ தெரியவில்லை. இதிலாவது அவள் ஏமாற்றமடையாமலிருந்தால் சரி. அந்தப் பெண் சிரித்துச் சந்தோஷமாயிருந்ததை நான் பார்த்ததேயில்லை. ஆறு மாதமாகப் பக்கத்து வீட்டில் தான் இருக்கிறேன்.'

'ஐயோ பாவம்! வாழ்க்கையில் துன்பப்பட்டவள் போலிருக் கிறது. என்ன கஷ்டமோ, என்னமோ?'

'அதுதான் பெரிய மர்மமாயிருக்கிறது. 'மிஸ்' என்று சொல்லிக் கொள்கிறாள். வீட்டில் நாலு வயது நொண்டிக் குழந்தை ஒன்று வளர்கிறது. இவளை 'அம்மா' என்று அழைக்கிறது. புருஷனால் நிராகரிக்கப்பட்டவள் என்று ஒரு வதந்தி. 'விதவை' என்றும் சிலர் சொல்கிறார்கள். வேறு ஏதாவது கண்றாவியாயிருந்தாலும் இருக்கலாம். யார் கண்டது? உலகம் வரவரக் கெட்டுப் போய் வருகிறது. நாகரிகம் முற்றிக் கொண்டு வருகிறது. பண்ணையார் சங்கர சேதுராயருடைய சுவீகாரப் பையன் ஒருவன் இந்தப் பெண்ணை இப்போது சுற்றத் தொடங்கியிருக்கிறான். அவனைப் பார்த்தாலே 'கில்லாடி' என்று தெரியும். இந்த ஊருக்கு நீங்கள் புதியவர் தானே!'

'ஆம் ஐயா!'

'புன்னைவனத்தின் அழகு வேரு எந்த ஊருக்கும் வராது. ஆனால் கொஞ்சம் பொல்லாத ஊர். ஜாக்கிரதையாக

இருக்க வேணும். போததற்குப் புலி ஒன்று வந்து கழுத்தை அறுக்கிறது!'

'நான் கூட பத்திரிகையில் படித்தேன். அந்தப் புலியை யாரும் இன்னும் சுட்டுக் கொல்லவில்லையா?'

'அது ரொம்பக் கெட்டிக்காரப் புலியாயிருக்கிறது. துப்பாக்கியை எடுத்துக் கொண்டு வேட்டையாடுகிறேன் என்று வருகிறவர்களின் கண்ணில் மட்டும் அது அகப்படுவதேயில்லை!'

'அப்படி ரொம்பப் பேர் வந்திருக்கிறார்களோ?'

'அதோ பாருங்கள் ஒரு வேட்டைக்காரர் போகிறார்! பண்ணையாரின் சுவீகாரப் புத்திரன் என்று சொன்னேனே, அவர் தான் இவர்! வெறுமனே புத்திரன் என்று சொன்னால் போதாது, 'புத்திர சிகாமணி' என்று சொல்ல வேண்டும்!' என்றார் போஸ்டு மாஸ்டர்.

பலகணியின் வழியாகச் சந்திரசூடன் பார்த்தான். பட்டை பட்டையாகச் சிவப்புக் கோடு போட்ட பனியன் ஒன்றை உடம்பையொட்டி அணிந்திருந்த வாலிபன் ஒருவன் சாலை யோரம் போய்க் கொண்டிருந்தான். அவனைப் பார்த்தாலே புலிவேஷக் காரன் மாதிரி இருந்தது. அவன் கையில் வெள்ளிப் பூண் போட்ட குட்டையான பிரம்பு ஒன்று இருந்தது. அதை அவன் சுழற்றிக் கொண்டே நடந்தான். அவனுக்குப் பின்னால், துப்பாக்கியும், மற்றும் வேட்டைச் சாமான்கள் அடங்கிய நீண்ட பை ஒன்றும் எடுத்துக் கொண்டு இன்னொருவன் பின் தொடர்ந்தான்.

'நீங்கள் சொன்ன புத்திரசிகாமணி முன்னால் போகிறவன் தானே?' என்று சந்திரசூடன் கேட்டான்.

'ஆமாம்; பின்னால் போகிறவன் யாரோ முஸ்லிம் வாலிபன் என்று தோன்றுகிறது. அவன் கொஞ்ச நாளாகத்தான் இவனோட போகிறான். புலி வேட்டையாடுவதற்கு இவனுக்கு ஒத்தாசையாக வந்திருக்கிறான் போலிருக்கிறது. இரண்டு பேரும் தினம் இந்த நேரத்துக்குத் துப்பாக்கி

சகிதமாக மலைக்குப் போகிறார்கள். சாயங்காலம் திரும்பி வருகிறார்கள். வரும்போது ஒரு முயல்குட்டி, அல்லது நரிக் குட்டி, அல்லது ஒரு பெருச்சாளியைப் பிடித்துக் கொண்டு வருகிறார்கள். புலி மட்டும் இவர்களிடம் அகப்படாமல் 'டிமிக்கி' கொடுத்துக் கொண்டிருக்கிறது!'

'இவனுடைய சுவீகாரத் தகப்பனார், யாரோ பண்ணையார் என்று சொன்னீர்களே, அவர் யார் ஸார்?'

'இந்தப் பக்கத்திலேயே பெரிய முதலாளி, பண்ணையார் சங்கர சேதுராயர்தான். அவருக்கு இரண்டாயிரம் ஏக்ரா நிலம் இருக்கிறது. அதில் ஐந்நூறு ஏக்ராவில் பயிரிட்டுப் பணத்தை அள்ளிக் குவிக்கிறார். ஆனால் பணம் மட்டும் இருந்து என்ன பிரயோஜனம்?'

'பாவம்! புத்திர பாக்கியம் இல்லையாக்கும்!'

'இது ஒரு கண்றாவிக் கதை. மகன் ஒருவன் இருந்தானாம். வெகு புத்திசாலியாம். சாதி விட்டுச் சாதியில் யாரோ ஒரு பெண்ணைக் காதலித்துக் கலியாணம் செய்து கொண் டானாம். 'இனிமேல் எனக்கு நீ மகன் இல்லை; என் முகத்தில் விழிக்காதே' என்று பண்ணையார் அவனை வீட்டை விட்டுத் துரத்தி விட்டாராம்...'

'அப்புறம்...?'

'அப்புறம், பையன் திரும்பி வரவேயில்லை. கொஞ்ச காலத்துக்கு முன்னால் அவன் ஏதோவிமான விபத்தில் செத்தே போய் விட்டதாகக் கேள்வி வேண்டு மென்றே உயிரை மாய்த்துக் கொண்டதாகவும் வதந்தி. அவனுக்குப் பதிலாகத்தான் இந்த 'சுப்ரதீப'மான புத்திரனைப் பண்ணை யார் சுவீகாரம் எடுத்துக் கொண்டிருக்கிறார்.

'சில பேருக்கு அப்படி அதிர்ஷ்டம் அடிக்கிறது!'

'அதிர்ஷ்டமாவது, மண்ணாங்கட்டியாவது! எல்லாம் நமது கையாலாகாத அரசாங்கத்தினால் ஏற்படுவதுதான். என்னைக் கேட்டால், சுவீகாரம் எடுத்துக் கொள்ளுவதையே சட்ட விரோதமாக்க வேண்டும் என்று சொல்லுவேன். பிள்ளை

இல்லாதவர்களின் சொத்துக்களையெல்லாம் சர்க்கார் எடுத்துக் கொள்ள வேண்டும்!'

'ஆமாம்; எடுத்துக்கொண்டு தபாலாபீஸ்சிப்பந்திகளுக்குப் பிரித்துக் கொடுத்தாலும் பிரயோஜனம் உண்டு!'

இவ்விதம் போஸ்டு மாஸ்டர் மனம் குளிர ஒரு வார்த்தை சொல்லிவிட்டுச் சந்திரசூடன் வெளியேறினான்.

3

மறுநாள் மாலை சந்திரசூடன் மிஸ். மனோன்மணியின் வீட்டுக்குப் போனான். சிறிது தயக்கத்துடனேதான் சென்றான். ஏனெனில், அதற்குள் பண்ணையார் சங்கரசேதுராயரின் சுவீகாரப் புதல்வன் மனோகரனை பற்றிச் சிறிது அவன் தெரிந்துகொண்டான். மனோகரனும் பெரிய குடும்பத்தில் பிறந்தவன் தானாம். ஆனால் அந்தப் பெரிய குடும்பத்தின் சொத்துக்கள் எல்லாம் எப்படியோ காலியாகி விட்டது. இவன் பிறந்த வேளைதான் என்று சிலர் சொன்னார்கள். பங்களூரில் இவனுடைய தந்தை பெரிய அளவில் வியாபாரம் நடத்தி வந்தார். தடபுடலான நாகரிக வாழ்க்கையும் நடத்தி வந்தார். பையன் இளம் பிராயத்தில் பல வருஷம் பெங்களூரில் கழித்தான். அங்கே தான் படித்தான். நவநாகரிகத்துக் குரிய நடை உடைகள் எல்லாம் பயின்றான். வியாபாரத்தில் திடீரென்று நஷ்டம் ஏற்பட்டுத் தந்தை 'இன்ஸால்வெண்ட்' ஆனார். இந்த இக்கட்டான நிலைமையில் தான் புன்னை வனத்துப் பண்ணையாரிடமிருந்து இவனுக்கு அழைப்பு வந்தது. இரண்டு வருஷங்களாக இங்கே தான் இருந்து வருகிறான். சுவீகாரத் தந்தைக்கு நல்ல பிள்ளையாக நடந்து வருகிறான். ஆனால் ஊரில் உள்ளவர்களிடையே இவனைப் பற்றி நல்ல அபிப்பிராயம் சொல்லுவார் இல்லை.

'அப்பேர்ப்பட்ட உத்தமமான பிள்ளையைப் பறி கொடுத்து விட்டு, இந்த ஒண்ணாம் நம்பர் கில்லாடியைப் பிள்ளையென்று தாலாட்டிச் சீராட்டுகிறாரே, பண்ணையார்! அவர் தலையில் எழுத்து அப்படி! இவனுக்கு அடித்த யோகம் இப்படி!' என்று சொன்னார்கள்.

இவ்விதம் பெயர் வாங்கிய மனோகரன் மிஸ். மனோன் மணியின் வீட்டுக்கு அடிக்கடி போவதுண்டு என்று அறிந்த பிறகு, சந்திரசூடனுக்கு அங்கே போவதில் தயக்கம் ஏற்பட்டது இயல்பு தானே? ஆயினும் பத்திரிகையைத் திருப்பி வாங்கிக் கொள்ள வேண்டும்; வருகிறதாக அவளிடம் சொல்லியும் ஆகிவிட்டது! ஆகையால், போய் விட்டு உடனே திரும்பி விட வேண்டும் என்ற உறுதியுடன் சென்றான்.

சுற்றிலும் மதில் சூழ்ந்த ஒரு விசாலமான தோட்டத்தின் முன் பகுதியில் நாலு சின்னஞ்சிறு வீடுகள் ஒரே மாதிரியாகக் கட்டப்பட்டிருந்தன. யாரோ முதலாளி அந்த வீடுகளை வாடகைக்கு விடுவதற்காகவே கட்டியிருக்க வேண்டும் என்று பார்த்தவுடனே தெரிந்தது. அவற்றில், நேற்று மனோன் மணி சுட்டிக் காட்டிய வீட்டை நினைவுப்படுத்திக் கொண்டு சந்திரசூடன் அங்கே சென்றான்.

அந்த வீட்டின் வாசலில், கைவண்டி ஒன்றில், ஒரு குழந்தை உட்கார்ந்திருந்தது. கையில் ஒரு பொம்மையை வைத்துக் கொண்டு அதனுடன் பேசி விளையாடிக் கொண்டிருந்தது. இலட்சணமான குழந்தை; பிராயம் நாலு இருக்கும். சந்திர சூடனுக்குக் குழந்தைகள் என்றால் அவ்வளவாகப் பிரேமை இல்லைதான். குழந்தை குலத்தின் எதிரி என்று கூட அவனைச் சொல்லலாம். ஆயினும் இந்தக் குழந்தையிடம் ஏதோ ஒரு தனிக் கவர்ச்சி அவனை இழுத்தது. போகும் வழியில் ஒரு கணம் நின்று, 'என்ன, பாப்பா! என்ன சேதி?' என்றான்.

குழந்தை அவனை நிமிர்ந்து பார்த்து, 'என்ன மாமா! என்ன சேதி?' என்று சொல்லிப் புன்னை புரிந்தது.

'நீ ரொம்ப சமர்த்துப் பாப்பாவாயிருக்கியே?' என்றான் சந்திரசூடன்.

'நீங்க ரொம்ப சமர்த்து மாமாவாயிருக்கேளே?' என்றது குழந்தை.

'பலே! பலே!' என்றான் சந்திரசூடன்.

'சபாஷ்! சபாஷ்!' என்றது குழந்தை.

இதையெல்லாம் உள்ளேயிருந்து கேட்டுக் கொண்டே மனோன்மணி வெளியே வந்தாள். அவள் முகமலர்ச்சி, உள்ளத்தின் உவகையைக் காட்டியது.

'வாருங்கள், வாருங்கள்! ராஜ்மோகனுக்கு உங்களைப் பிடித்துப் போயிருக்கிறது. அதென்னமோ, சில பேருக்குத்தான் குழந்தைகளுடன் சிநேகமாயிருக்கும் வழி தெரிகிறது. வேறு சிலரைக் கண்டாலே குழந்தைகள் அலறத் தொடங்கி விடுகின்றன!' என்றாள் மனோன்மணி.

'ஆமாம்; குழந்தைகளுடன் சிநேகம் பிடிப்பது ஒரு தனி வித்தைதான்!' என்றான் சந்திரசூடன்.

வீட்டின் முன்புறத்தில் இருந்த சிறிய தாழ்வாரத்தில் இரண்டு பிரம்பு நாற்காலிகள் இருந்தன. அவற்றில் ஒன்றைக் காட்டி, 'உட்காருங்கள், இதோ நீங்க்ள் கொடுத்த பத்திரிகையைக் கொண்டு வருகிறேன்' என்று சொல்லி விட்டு மனோன்மணி உள்ளே சென்றாள்.

ஐந்து நிமிஷத்துக்கெல்லாம் ஒரு கப் காபியும் 'தீபம்' சஞ்சி கையும் எடுத்துக் கொண்டு வந்தாள்.

சந்திரசூடன் காப்பியைச் சாப்பிட்டுவிட்டு, 'பாதிக் கதைப் போட்டியில் பரிசு உங்களுக்குத்தானா? நீங்கள் எழுதியது தான் வந்திருக்கிறதா?' என்று கேட்டான்.

'இல்லை; இல்லை! நான் எழுதியது வரவில்லை, பரிசு எனக்குக் கிடைக்காவிட்டால் போகட்டும். ஆனால் கதையை இவ்வளவு சோகமாக முடித்திருக்க வேண்டாம்.'

'அடடா! சோகமாகவா முடிந்திருக்கிறது? நான் நன்றாகப் படிக்கவில்லை!'

'ஆமாம்; நேற்று நீங்கள் கொஞ்சம் படிப்பதற்குள் நான் வாங்கிக் கொண்டு வந்துவிட்டேன். நான் பரிசுப் போட்டிக்கு எழுதியிருக்கிறேன் என்று உங்களுக்கு யார் சொன்னது?'

'போஸ்டு மாஸ்டர் சொன்னார்.'

'ஓகோ! என்னைப் பற்றி இன்னும் ஏதாவது வம்பு வளர்த்தாரா?'

'இல்லை, இல்லை! தங்களைப் பற்றி ரொம்ப நல்ல மாதிரி பேசினார்.'

'போகட்டும்; இந்த மட்டும் விட்டாரே! இந்த ஊரிலேயே வம்புப் பேச்சு அதிகம்!'

'அதைப் பற்றி நமக்கு என்ன? நம்முடைய மனச் சாட்சிக் கேற்ப நாம் நேர்மையாக நடந்து கொண்டால், ஊரில் உள்ளவர்கள் என்ன பேசினால் நமக்கு என்ன கவலை?'

'நம் காதில் விழாமல் என்ன பேசிக் கொண்டாலும் பரவாயில்லை. நம்மிடமே வந்து ஏதாவது வேண்டாத கேள்வி கேட்கத் தொடங்கி விடுகிறார்கள். பாருங்கள் இதோ இந்தக் குழந்தை இருக்கிறானே, இவன் என் சொந்தக் குழந்தையா, இல்லையா என்று ஊராருக்கு என்ன கவலை? எத்தனை பேர் என்னைக் கேட்டிருப்பார்கள் என்று நினைக்கிறீர்கள்?'

'சில பேருக்கு இப்படிப் பிறத்தியாரைக் குறித்து வம்பு வளர்ப்பதிலேயே ஆனந்தம். அவர்களுடைய சுபாவமே அப்படி! அது போனால் போகட்டும். எப்படி முடித்திருக்க வேண்டுமென்று உங்களுக்குத் தோன்றுகிறது? நீங்கள் என்ன மாதிரி கதையை முடித்திருந்தீர்கள்?' என்று கேட்டான் சந்திரசூடன்.

'அதைப்பற்றிப் பேசுவதற்கே எனக்குச் சங்கடமாயிருக்கிறது' என்றாள் மனோன்மணி.

'அடடா! அவ்வளவு சகிக்க முடியாமல் எழுதியிருப்பதற்கா பரிசு கொடுத்திருக்கிறார்கள்?'

'சகிக்க முடியாமல் எழுதியிருப்பதாக நான் சொல்ல மாட்டேன். ஒரு விதத்தில் நன்றாகத்தானிருக்கிறது. ஆனால் என்னுடைய சொந்த அனுபவமும் இந்தக் கதையில் சேர்ந்திருப்பதால் வருத்தம் உண்டாக்குகிறது.'

'சொந்த அனுபவமா? ஆச்சரியமாயிருக்கிறதே!'

'சொந்த அனுபவம் என்றால், எனக்கு நேர்ந்தது அல்ல. இந்தக் கதையில் உள்ளது போன்ற ஒரு சம்பவம் என் சிநேகிதி ஒருத்தியின் வாழ்க்கையில் நடந்தது...'

'அப்படியா?'

'இப்போது என் மனம் சரியாயில்லை. இன்னொரு நாள் வந்தீர்களானால் சொல்லுகிறேன். யாரிடமாவது சொன்னால் என் மனத்தில் உள்ள பாரம் குறையலாம். ஆனால் அனுதா பத்துடன் கேட்பவர்களாயிருக்க வேண்டும். தங்களைப் பார்த்தால் அவ்விதம் கேட்பீர்கள் என்று என் மனத்தில் ஏனோ தோன்றுகிறது.'

'அது என்னுடைய அதிர்ஷ்டந்தான்! இன்னொரு நாள் அவசியம் வருகிறேன்.'

இந்தச் சமயத்தில் வாசலில் காலடிச் சத்தம் கேட்டு சந்திரசூடன் திரும்பிப் பார்த்தான். நேற்று போஸ்ட் மாஸ்டர் சுட்டிக் காட்டிய புலி வேட்டை மனோகரன் வந்து கொண் டிருந்தான். அவனைத் தொடர்ந்து சென்ற சாயபு எதிரேயிருந்த போஸ்டாபீஸ் தாழ்வாரத்தில் நின்றான்.

வரும் போது மனோகரன், கைவண்டியிலிருந்த ராஜ் மோகனைப் பார்த்து, 'ஏண்டா நொண்டிப் பயலே! என்னடா சேதி?' என்றான். அது சந்திரசூடன் காதில் நாராசமாக விழுந்தது. மனோன்மணி முகம் சுருங்குவதையும் கவனித்தான்.

'என்னடா நான் கேட்கிறேன், பேசாமலிருக்கிறாயே?' என்று சொல்லிக் கொண்டே மனோகரன் குழந்தையின் காதைப் பிடித்துத் திருகினான். குழந்தை 'வீல்' என்று அலறத் தொடங்கியது.

மனோன்மணி முகத்தில் கோபம் கொதித்தது. அவள் எழுந்தாள். அதற்குள் மனோகரன் குழந்தையின் காதை விட்டு விட்டுத் தாழ்வாரத்துக்கு வந்தான். சந்திரசூடனை ஒரு தடவை முறைத்துப் பார்த்து விட்டு, இன்னொரு நாற்காலியில் உட்கார்ந்து கால் மேல் காலைப் போட்டுக் கொண்டான்.

'பேச்சின் நடுவில் 'டிஸ்டர்ப்' பண்ணுகிறேன் போலிருக் கிறது! மன்னிக்க வேணும்!' என்றான்.

'அதெல்லாம் ஒன்றுமில்லை. இவர் புறப்பட்டுக் கொண் டிருந்தார்' என்றாள் மனோன்மணி.

'ஆம்; புறப்பட்டுக் கொண்டிருந்தேன். தாங்கள் வருவதைப் பார்த்து விட்டுத் தான் தங்கினேன். 'புன்னைவனத்துப் புலி'யைப் பற்றிப் பத்திரிகையில் அமர்க்களப்படுகிறது! தாங்கள் துப்பாக்கி சகிதமாக மலை மேல் போய் விட்டு வருவதை தினம் பார்க்கிறேன். அதைப் பற்றித் தங்களிடம் விசாரிக்க விரும்பினேன்.'

'ஓ! தங்களுக்கு வேட்டையில் பிரியம் உண்டா? ரொம்ப சந்தோஷம்! அந்தப் புலி ஒரு மாதமாய் எனக்கு 'டிமிக்கி' கொடுத்துக் கொண்டு வருகிறது. நீங்களும் வருவதா யிருந்தால்...'

'அழைத்துப் போனால் வரலாம் என்று தான் உத்தேசம். நான் இந்த ஊருக்குப் புதிது!'

'அப்படித் தான் நினைத்தேன் மனோன்மணி! இவரை எனக்கு நீ அறிமுகம் செய்து வைக்கவில்லையே?'

'அவருக்கு அந்தச் சிரமம் வேண்டியதில்லை. நானே என்னை அறிமுகப்படுத்திக் கொள்கிறேன். எனக்கு மதராஸ். பெயர் சந்திரசுடன். வயது இருபத்து நாலு. போன வருஷம் பி.எல். பாஸ் செய்தேன். இன்னும் தொழில் ஆரம்பிக்கவில்லை. கலியாணம் ஆகவில்லை. செய்து கொள்வதாகவும் உத்தேச மில்லை. இன்னும் ஏதாவது தகவல் வேணுமானால் கேளுங்கள்...'

மனோகரன் இடி இடியென்று சிரித்து விட்டு, 'ரொம்ப வந்தனம். நாளை மலை மேல் ஒரு வேளை புலியைச் சந்தித்தால் தங்களைத் தக்கபடி அதற்கு 'இண்டரட்யூஸ்' பண்ணி வைக்கலாம். நாளை வருகிறீர்கள் அல்லவா?' என்றான்.

'கட்டாயம் வருகிறேன், எங்கே சந்திக்கலாம்?'

'பண்ணையார் வீடு என்றால், எல்லோருக்கும் தெரியும். அல்லது நீங்கள் இருக்குமிடத்தைச் சொன்னால்...'

'ஸ்ரீதர் ஹோட்டலில் இருக்கிறேன். நாளை தங்கள் வீட்டுக்கே வந்து விடுகிறேன். போய் வரட்டுமா?'

இவ்விதம் இரண்டு பேருக்கும் சேர்த்துச் சொல்லிக் கொண்டு சந்சூடன் புறப்பட்டுச் சென்றான்.

தற்செயலாக அவன் பார்வை எதிரே தபால் ஆபீஸ் தாழ்வாரத்தில் நின்ற சாயபுவின் பேரில் விழுந்தது. அந்த சாயபு கையில் 'தீபம்' பத்திரிகையை வைத்துக் கொண்டு வாசிப்பதாகத் தோன்றியது.

'அடே அப்பா! 'தீபம்' பத்திரிகைக்கு எத்தனை கிராக்கி?' என்று எண்ணி வியந்து கொண்டே போனான்.

4

மறுநாள் சந்திரசூடன் பண்ணையாரின் வீட்டுக்குப் போனான். மனோகரன் அவனை உற்சாகமாக வரவேற்றுப் பண்ணை யாருக்கும் அவர் மனைவிக்கும் அறிமுகப்படுத்தி வைத்தான். சந்திரசூடன் பி.எல். பாஸ் செய்தவன் என்று அறிந்ததும் பண்ணையாருக்கு அவன் மீது தனிப்பட்ட சிரத்தை ஏற்பட்டது. மறுபடியும் அவனை வரும்படியாகச் செ ான்னார்.

சந்திரசூடன் மனோகரனுடன் சில நாள் மலை மேல் வேட்டையாடுவதற்காகச் சென்று வந்தான். முயல், நரி, பெருச்சாளி முதலிய பிராணிகள் சில அற்பாயுளில் மாண்டன. புலி மட்டும் அகப்படவில்லை.

பண்ணையார் தனிப்படச் சந்திரசூடனைச் சந்திக்க நேர்ந்த ஒருநாள் 'உயில்' எழுதும் முறைகளைப் பற்றி அவனிடம் விசாரித்தார். தம்முடைய சொத்துக்கள் பெரும்பாலும் சுயார்ஜிதம் என்றும் அவற்றைத் தம் இஷ்டப்படி யாருக்காவது எழுதி வைக்கலாமா என்றும் கேட்டார். சுயார்ஜித சொத்தில் சொந்தப் பிள்ளையின் உரிமை என்ன, பேரனின் உரிமை என்ன, சுவீகார புத்திரனுடைய பாத்தியதைகள் என்ன - என்றெல்லாம் விவரமாகக் கேட்டார்.

மனோகரனும் அதே விஷயத்தைப் பற்றித் தன்னிடம் விசாரித்தது சந்திரசூடனுக்கு வியப்பாயிருந்தது. ஒரு மாதிரி அவர்களுடைய பேச்சிலிருந்து ஊகம் செய்து நிலைமையை

அறிந்து கொண்டான். மனோகரன் பண்ணையாரின் சொத்துக்களைத் தன்பெயருக்கு உயில் எழுதி வைத்து விடும்படி வற்புறுத்தி வருவதாகத் தெரிந்தது. பண்ணையாரின் மனத்தில் இது நியாயமா என்ற கேள்வி எழுந்து உறுத்திக் கொண்டிருந்தது. அத்துடன் சட்டப்படி செல்லுமா என்ற சந்தேகமும் ஏற்பட்டிருந்தது.

சந்திரசூடன் பண்ணையாரிடம் கொஞ்சம் நெருங்கிப் பழகி அவருடைய அபிமானத்தை, ஓரளவு சம்பாதித்துக் கொண்ட பிறகு, 'நீங்கள் இப்படியெல்லாம் மர்மமாய்க் கேட்டால் ஒன்றும் தெளிவாகாது. மனத்தில் உள்ளதை மனம் விட்டுச் சொன்னால், நான் சட்டங்களைப் பார்த்துத் திட்டமாகச் சொல்ல முடியும்' என்றான்.

அதன் பேரில் பண்ணையாரும் மனம் விட்டுப் பேசினார். தம் ஒரே பிள்ளையாகிய தர்மராஜன், தம் பேச்சைக் கேட்காமல் ஒரு கீழ் சாதிப் பெண்ணை மணந்து கொண்டதைப் பற்றியும், அவனைத் தாம் நிராகரித்து விட்டதைப் பற்றியும் கூறினார். அவன் சில காலத்துக்கு முன் ஒரு விமான விபத்தில் மாண்டு போனதாக வதந்தி என்றும், ஆனால் நிச்சயம் தெரியவில்லையென்றும், அந்தச் செய்தி வருவதற்கு முன்பே மனோகரனைத் தாம் அழைத்துக் கொண்டது பற்றியும் தெரிவித்தார். மகன் வீட்டை விட்டுப் போனதற்குப் பிறகு அவனைப் பற்றியோ, அவன் குடும்பத்தைப் பற்றியோ தாம் ஒன்றும் விசாரிக்கவில்லையென்று கூறினார். ஒரு வேளை அவனுடைய மனைவி இருந்தால், சொத்தில் அவர்களுக்குப் பாத்தியதை உண்டா என்று கேட்டார்.

நிராகரித்த மகனைப் பற்றிப் பண்ணையார் இன்னமும் தாட்சண்யமின்றிக் கடுமையாகவே பேசினார். ஆனாலும், அவனுக்கு நேர்ந்ததாகக் கேள்விப்பட்ட கதியைப் பற்றிப் பேசும்போது அவர் நெஞ்சு சிறிது இளகியிருந்ததாகத் தோன்றியது.

சந்திரசூடன் அவருடைய நெஞ்சு இளக்கத்தை அதிகமாக்குவதற்கு முயன்றான்.

'பையனுடைய தலைவிதி அப்படியிருந்தது. அதற்காக மற்றவர்களை ஏன் கோபிக்க வேண்டும்? அவனுக்குக் குழந்தைகள் உண்டா என்பது பற்றி விசாரிப்பது அவசியம். இந்த உலகத்தில் கடவுளை நேரில் தரிசிப்பது என்றால் குழந்தைகளிடந்தான் தரிசிக்கலாம். உலகப் பற்றுக்களை ஒழித்த பெரிய மகான்கள் கூடக் குழந்தைகளிடம் ஆசை காட்டினார்கள் என்று அறிந்திருக்கிறோம் அல்லவா?' என்றான் சந்திரசூடன்.

'இந்தப் பெரிய வீட்டில் தவழ்ந்து விளையாட ஒரு குழந்தை இல்லையே என்று நானுந்தான் ஏங்குகிறேன். அந்தப் பாவி இப்படி எங்களை விட்டு விட்டுப் போய் விட்டானே?' என்றார் பண்ணையார்.

பின்னர் இந்த விஷயத்தைப் பற்றி அடிக்கடி பேச்சு நடந்தது. பண்ணையாரின் மனைவியும் அதில் சேர்ந்து கொண்டாள். 'எங்கள் வயிற்றெரிச்சலைக்கொட்டிக்கொண்டு அவன் தான் போய் விட்டான். அவனுக்கு ஏதாவது குஞ்சு குழந்தை இருக்கிறதா என்று விசாரிக்க வேண்டுமென்று நான் சொல்லிக் கொண்டுதானிருக்கிறேன். இவர் ஒரே பிடிவாதமாயிருக்கிறார். ரொம்ப கல் நெஞ்சுக்காரர்!' என்றாள் பண்ணையாரின் மனைவி.

'எப்படியடி விசாரிக்கிறது? எப்படி விசாரிக்கிறது என்று கேட்கிறேன். பத்திரிகையில் விளம்பரம் போடச் சொல் கிறாயா? அல்லது ஊர் ஊராகப் போய் டமாரம் அடிக்கச் சொல் கிறாயா?' என்றார் பண்ணையார்.

இந்த மாதிரிப் பேச்சு நடந்து கொண்டிருந்தபோது ஒரு நாள் மனோகர் திடீரென்று உள்ளே வந்து விட்டான். அவன் முகத்தின் சுளிப்பைச் சந்திரசூடன் கவனித்து, உடனே அந்தப் பேச்சை நிறுத்திக் கொண்டான்.

5

முதல் சந்திப்புக்கு நாலு நாளைக்குப் பிறகு ஒரு நாள் சந்திரசூடன் மிஸ். மனோன்மணியைப் பார்க்கச் சென்றான்.

'இந்தப் பக்கம் அப்புறம் நீங்கள் வரவேயில்லையே! ராஜ்மோகன் கூட 'சமத்து மாமா'வைப் பற்றி இரண்டு மூன்று தடவை கேட்டு விட்டான்!' என்றாள் மனோன்மணி.

'மிஸ்டர் மனோகர் ஏதாவது தப்பாக எண்ணிக் கொள்ளப் போகிறாரே என்று நான் வரவில்லை. அன்றைக்கே நான் இங்கே வந்திருப்பது அவருக்குப் பிடிக்கவில்லை என்று தெரிந்தது.'

'மனோகருக்குப்பிடிக்கவில்லையென்பதுஒருகாரணமா?... இருக்கலாம்; நான் என்ன கண்டேன்? அவருடன் ரொம்ப சிநேகமாகிவிட்டீர்கள் போலிருக்கிறது. அவர் வீட்டுக்கு அடிக்கடி போகிறீர்களாமே!'

'ஆமாம், தினமும் நாங்கள் மலைமேல் வேட்டையாடப் போகிறோம். போகும் போதும் திரும்பும் போதும் அவர் வீட்டுக்குப் போகிறேன்.'

'அவருடைய அப்பா அம்மாவைப் பார்த்தீர்களா?'

'ஓ! பார்த்தேன். தினமும் பார்க்கிறேன்; பேசுகிறேன். ரொம்ப நல்ல மனிதர்கள். மகன் விஷயத்திலே மட்டும் பண்ணையார் மோசமாக நடந்து விட்டார். அதற்காக இப்போது கிழவரின் மனத்தில் கொஞ்சம் பச்சாதாபம் ஏற்பட்டிருப்பதாகத் தோன்றுகிறது..'

'அப்படியா? சொன்னாரா, என்ன?'

'வாய் விட்டுச் சொல்லவில்லை. பேச்சுப் போக்கில் தெரி கிறது. அவருடைய சொத்துக்களை உயில் எழுதி வைப்பது பற்றி இப்போது ஆலோசித்துக் கொண்டிருக்கிறார்.'

'பண்ணையாரை நான் ஒரு தடவை பார்க்க வேண்டும். நான் வேலை பார்க்கும் பள்ளிக் கூடத்துக்கு அவர் ஒரு டிரஸ்டி. பள்ளிக்கூடத்தின் அபிவிருத்தி பற்றி அவரிடம் சில விஷயங்கள் சொல்ல வேண்டும். இந்த வீட்டில் சில 'ரிப்பேர்'கள் அவசியமாயிருக்கின்றன. தாங்கள் ஒரு தடவை என்னை அவர்கள் வீட்டுக்கு அழைத்துப் போய் அறிமுகம் செய்து வைக்க முடியுமா?' என்று மனோன்மணி ஆவலுடன் கேட்டாள்.

'புதிய மனிதனாகிய என்னிடம் கேட்கிறீர்களே; மனோகரிடம் சொன்னால் உடனே காரியம் ஆகிவிடுமே?' என்றான் சந்திரசூடன்.

'அவரிடம் பல தடவை சொல்லியாகிவிட்டது. 'ஆகட்டும்' 'ஆகட்டும்' என்று சொல்லிக் கொண்டிருக்கிறாரே தவிர, அழைத்துப் போகவில்லை.'

'இப்படி இரண்டுங் கெட்டானாக உங்களை அழைத்துப் போகாமல் பண்ணையார் வீட்டு எஜமானியாக்கி அழைத்துப் போக விரும்புகிறார் போலிருக்கிறது.'

'ஆமாம்; அத்தகைய விருப்பம் அவருக்கு இருக்கிற தென்று என்னிடமும் தெரிவித்தார். ஆனால் இந்தக் குழந்தை தான் அவர் விருப்பத்துக்குக் குறுக்கே நிற்கிறான். அவனை எங்கேயாவது ஓர் அநாதை ஆசிரமத்தைப் பார்த்து தொலைத்துவிட வேண்டும் என்கிறார்.'

'அது இயற்கைதானே?'

'எது இயற்கை! புருஷர்கள் எல்லோரும் ஒரே மாதிரிதான் கல்நெஞ்சர்களாயிருப்பார்கள் போலிருக்கிறது.'

'இல்லை, இல்லை! 'மிஸ்டர் மனோகர் அப்படிச் சொல்வது இயற்கைதானே' என்றேன். எல்லா புருஷர்களும் அப்படி யிருக்க மாட்டார்கள்.'

'அது உண்மைதான்; சிலருக்குக் குழந்தைகள் என்றாலே பிடிப்பதில்லை. அன்றைக்கு மனோகர் இந்தக் குழந்தை விஷயத்தில் எப்படி நடந்து கொண்டார் பாருங்கள்! அதிலும் 'நொண்டிப் பயலே!' என்று அவர் அழைத்தபோது எனக்கு அசாத்திய கோபம் வந்தது. அடக்கிக் கொண்டேன். பச்சைக் குழந்தையின் இளம் உள்ளத்தைப் புண்படுத்தக் கூடாது என்று கூடச் சிலருக்குத் தெரிவதில்லை. அடுத்தாற்போல, நீங்களும் ராஜ்மோகனும் பார்த்தவுடனேயே சிநேகமாகி விட்டீர்கள்.'

'குழந்தைகள் என்றாலே எனக்கு ஒரு தனி உற்சாகம். மனோகரின் நிலைமையில் நான் இருந்தால், தங்களை இந்த

ஒரு குழந்தையோடு மட்டுமல்ல, தாங்கள் பள்ளிக்கூடத்தில் பாடம் சொல்லிக் கொடுக்கும் அத்தனை குழந்தைகளையும் சேர்த்துக் கல்யாணம் செய்து கொள்ள வேண்டுமென்றாலும் செய்து கொள்ளத் தயாராயிருப்பேன்!'

மனோன்மணி கலகலவென்று சிரித்துவிட்டு, 'பள்ளிக் கூடத்தில் குழந்தைகள் அடிக்கும் கொட்டத்தை நீங்கள் ஒரு நாளைக்குப் பார்த்தால் அப்புறம் இம்மாதிரி சொல்ல மாட்டீர்கள்' என்றாள்.

பின்னர், 'நான் தங்களுக்கு அவ்வளவு தொந்தரவு கொடுக்க மாட்டேன். ஒரு உதவி செய்தால் போதும். தயவு செய்து பண்ணையார் வீட்டுக்கு என்னை ஒரு தடவை அழைத்துப் போய் அவருக்கு அறிமுகப்படுத்தி வைக்க முடியுமா?' என்று கேட்டாள்.

'பரஸ்பரம் நம்பிக்கை உள்ளவர்கள் தான் ஒருவருக்கொருவர் உதவி செய்து கொள்ள முடியும்' என்றான் சந்திரசூடன்.

'அதில் என்ன சந்தேகம்?' என்றாள் மனோன்மணி.

'என்னிடம் உங்களுக்கு அத்தகைய நம்பிக்கை இருக்கிறதா என்பது தான் சந்தேகம்.'

'நிச்சயமாயிருக்கிறது. இல்லாவிடில் உங்களிடம் இந்த உதவி கேட்டிருப்பேனா?'

'நம்பிக்கையிருந்தால் என்னிடம் உண்மையைச் சொல்ல வேணும். பண்ணையாரைச் சந்திப்பதற்கு இவ்வளவு ஆவல் ஏன்?'

'நானே அதைச் சொல்லிவிட வேண்டும் என்றிருந்தேன். தாங்கள் கேட்டு விட்டீர்கள். முக்கியமான விஷயத்தை முதலில் சொல்லுகிறேன். ராஜ்மோகன் என் சொந்தக் குழந்தையல்ல' என்றாள் மனோன்மணி.

'அப்படியா? இதை மனோகரிடம் சொன்னீர்களா?' என்று சந்திரசூடன் கேட்டான்.

'இரண்டு மூன்று தடவை சொல்ல நினைத்தேன். ஏதோ தயக்கம் வந்து சொல்லவில்லை. சொந்தக் குழந்தையென்று சொல்லும் போதே இப்படி அதனிடம் முரட்டுத்தனமாய் நடந்து கொள்கிறாரே...?'

'ஆம், ஆம்! அவரிடம் சொல்லாமலிருப்பதே நல்லது. மற்ற விவரங்களைக் கூறுங்கள்!'

ராஜ்மோகன் என் அருமைச் சிநேகிதியின் குழந்தை. அவள் பெயர் ஸுசேதா. அவளும் நானும் குழந்தைப் பருவம் முதல் ஒன்றாய் வளர்ந்தோம். ஒன்றாய்ப் படித்தோம். இரண்டு பேரும் கலியாணம் செய்து கொள்வதில்லை யென்றும், உத்தியோகம் பார்த்துச் சுதந்திரமாக வாழ்க்கை நடத்துவது என்றும் தீர்மானித்திருந்தோம். துரதிர்ஷ்டவசமாக, சில வருஷங்களுக்கு முன்பு ஸுசேதாவின் புத்தி தடுமாறி விட்டது. காதல் என்ற மூடத்தனத்தில் விழுந்து, யாரோ ஒருவரைக் கல்யாணம் செய்து கொண்டாள். அதானால் அவருக்கும் கேடு விளைவித்துத் தனக்கும் கேடு தேடிக் கொண்டாள். கேடு பின்னால் வந்தது. கலியாணமான புதிதில் அவர்கள் சந்தோஷமாய்த் தானிருந்தார்கள். மூன்று உலகத்திலும் தங்களுக்கு நிகரில்லை என்று இருந்தார்கள். பிறகு இந்தக் குழந்தை பிறந்தது. அதனால் அவர்களுடைய கொண்டாட்டம் இன்னும் அதிகமேயாயிற்று. கொஞ்ச நாளைக்குப் பிறகு குழந்தைக்கு ஒரு கால் ஊனம் என்று தெரிந்தது. இதனால் அவர்கள் அடைந்த வேதனைக்கு அளவேயில்லை. கால் ஊனத்தைக் குழந்தைப் பருவத்திலேயே சரிப்படுத்திவிடலாம் என்று கேள்விப்பட்டு அதற்குப் பிரயத்தனம் செய்தார்கள். குழந்தையை டாக்டர்களிடம் எடுத்துப் போவதே அவர்கள் வேலையாயிருந்தது.

'ஒரு சமயம் ஸுசேதாவின் கணவன் பம்பாய்க்குப் போக வேண்டியதாயிற்று. அங்கே குழந்தையின் கால் சிகிச்சையைப் பற்றியும் தெரிந்து கொண்டு வருவதாகச் சொல்லி விட்டுப் போனார். அந்தச் சமயத்தில் என் சினேகிதிக்கு 'டைபாய்டு' சுரம் வந்துவிட்டது. நான் தான் ஒத்தாசை செய்து கொண் டிருந்தேன். அவளுடைய விருப்பத்தின்படி பம்பாய்க்குத்

தந்தி அடித்தேன். அவரும் மறுநாள் புறப்பட்டு ஆகாய விமானத்தில் வருவதாகப் பதில் தந்தி அடித்தார். துரதிர்ஷ்டத்தைக் கேளுங்கள். அவர் மறுநாள் வருவதற்குத் தான் விமானத்தில் 'ஸீட்' ரிஸர்வ் செய்திருந்தார். இதற்குள் அன்றைக்கே பம்பாயிலிருந்து சென்னைக்குப் புறப்படுவதாக இருந்த ஒரு சிநேகிதனைப் பார்த்தாராம். அவன், 'நான் இன்றைக்குப் போக முடியவில்லை; நீ போகிறாயா?' என்று கேட்டானாம். இவரும் 'சரி' என்றாராம். இதையெல்லாம் டிரங்க் டெலிபோன் மூலம் என்னிடம் தெரிவித்து, அன்று, சாயங்காலம் வந்து விடுவேன் என்றார். நானும் ஸுசேதாவிடம் சொன்னேன். அவள் சந்தோஷத்துக்கு அளவே கிடையாது. பேதைப் பெண்! அன்று பம்பாயிலிருந்து புறப்பட்ட விமானம் சென்னைக்கு வந்து சேரவில்லை. புயல் மழை காரணமாக விமானம் தறிகெட்டு எங்கேயோ விழுந்து எல்லோரும் இறந்திருக்க வேண்டும் என்று செய்தி வந்தது. இதை அறிந்த பிறகு ஸுசேதாவின் உடம்பு அதிகமாகிவிட்டது. பிழைத்து எழுந்திருக்கவேயில்லை. கண்ணை மூடுவதற்கு முன்னால் இந்த அநாதைக் குழந்தையைக் காப்பாற்றும்படி என்னிடம் வேண்டிக் கொண்டாள்...'

இச் சமயத்தில் மனோன்மணி விம்மினாள். அவள் கண்களிலிருந்து கண்ணீர்த் துளிகள் சிந்தின. கண்களை துடைத்து கொண்டு சில நிமிஷம் சும்மா இருந்து விட்டு, 'அவ்வளவுதான் கதை! அது முதல் இக் குழந்தையை வளர்ப்பது எனது கடமையென்று கருதி வளர்த்து வருகிறேன்' என்றாள்.

''தீபம்' பத்திரிகையின் பாதிக் கதையில் உங்களுக்கு ஏன் அவ்வளவு சிரத்தை என்பது இப்போது தெரிய வருகிறது'என்றேன்.

'ஆம்; கதையில் உள்ளது போலவே என் சிநேகிதியின் கதை ஆகிவிட்டது.'

'அப்புறம் மிச்சத்தைச் சொல்லுங்கள்.'

'மிச்சம் ஒன்றுமில்லையே!'

'பண்ணையாரைத் தாங்கள் பார்க்க விரும்புவது எதற்காக என்று சொல்லவில்லையே?'

'இந்தக் குழந்தையின் கால் ஊனத்துக்குச் சிகிச்சை செய்து சரியாக்க வேண்டுமென்று ஸுசேதாவுக்கு ரொம்ப ஆசை. அதை நிறைவேற்ற வேண்டுமென்று பார்க்கிறேன். சிகிட்சைக்குப் பணம் அதிகமாக வேண்டியிருக்கிறது. பண்ணையார் தம் மகன் விஷயத்தில் கொடுமையாக நடந்து கொண்டாலும், தர்மவான் என்று கேள்வி...'

'போயும் போயும் இதற்காகவா, தெரியாத மனிதரிடம் போய் நிற்பார்கள்? ராஜ்மோகன் சிகிச்சைக்கு நானே ஏற்பாடு செய்வேனே?' என்றான் சந்திரசூடன்.

மனோன்மணி சற்று நேரம் சும்மா இருந்தாள்.

சந்திரசூடன், 'நான் வரட்டுமா' என்றான்.

'ஆம்; நீங்கள் சொன்னது ரொம்பச் சரி. பரஸ்பர நம்பிக்கை இல்லாமல் எந்தக் காரியமும் செய்ய முடியாது. யாராவது ஒருவரை நம்பித்தான் ஆக வேண்டும். தங்களை நம்பிச் சொல்கிறேன். அப்புறம் ஆண்டவனுடைய சித்தம் போல் நடக்கட்டும்! பண்ணையார், மகனுக்குச் செய்த அநீதிக்குப் பரிகாரமாக, பேரனுக்கும் ஏதேனும் நல்லது செய்யட்டும் என்று பார்க்கிறேன். இந்த ஊர்ப் பண்ணையாரின் பேரன் தான் ராஜ்மோகன். என்னுடைய சிநேகிதி ஸுசேதா பண்ணையாரின் மகன் தர்மராஜனைத் தான் மணந்து கொண்டாள். இருவரும் இப்போது போய்விட்டார்கள். அவர்கள் மேல் பண்ணையாருக்கு இருந்த கோபத்தை இந்தப் பச்சைக் குழந்தையின் மேல் காட்டுவார் என்று நினைக்கிறீர்களா?'

'இந்த விஷயத்தை தங்களிடம் கிரஹிப்பதற்குள், புன்னை வனத்துப் புலியைக் கூடப் பிடித்துவிடலாம் என்று ஆகி விட்டது. இந்த ஊருக்குத் தாங்கள் வந்ததே அந்த உத்வேகத்துடன் தான் என்று சொல்லுங்கள்!'

'ஆம், ஐயா! எனக்கு உதவி செய்ய முடியுமா?'

'ஒரு சிநேகிதியின் குழந்தைக்காகத் தாங்கள் செய்துவரும் தியாகத்தை நினைக்கும் போது எனக்கு இது 'கலியுகம்'

என்றே தோன்றவில்லை. 'சத்திய யுகம்' பிறந்துவிட்டதோ என்று நினைக்கிறேன். ஆனால் சிறிது அவகாசம் கொடுக்க வேண்டும். பண்ணையாரின் மனத்தைக் கொஞ்சம் கொஞ்சமாகத்தான் கரைக்க வேண்டும். மனோஹரிடம் நீங்கள் இந்த விஷயத்தைச் சொல்லவில்லையென்பது நிச்சயம்தானே?'

'நிச்சயந்தான். இரண்டு மூன்று தடவை சொல்லலாமா என்று எண்ணிப் பிறகு தயங்கி நிறுத்திக் கொண்டு விட்டேன்.'

'இனியும் சொல்ல வேண்டாம், பண்ணையாரைப் பார்ப்ப தற்கும் அவசரப்பட வேண்டாம். என்னிடம் இவ்வளவு நம்பிக்கை வைத்தவர்கள் இன்னும் கொஞ்சம் நம்பிக்கை வையுங்கள்.'

'பண்ணையார் உயில் எழுதுவது பற்றி யோசிக்கிறார் என்கிறீர்களே? அதை நினைத்தால் கவலையாயிருக்கிறது...'

'அதே காரணத்துக்காகத்தான் நானும் சொல்கிறேன். உயில் விஷயமாகப் பண்ணையார் என்னிடந்தான் யோசனை கேட்கிறார். இந்தக் குழந்தையின் உரிமையைப் பாதுகாப்பது என் பொறுப்பு!' என்றான் சந்திரசூடன்.

6

மற்றும் சில தினங்கள் சென்றன. இந்த நாட்களில் சந்திரசூடன் அடிக்கடி பண்ணையார் வீட்டுக்குச் சென்று அவருடன் பேசுவதில் அதிக நேரம் செலவிட்டு வந்தான்.

இடையிடையே வேட்டையாடுவதற்கு மலை மேலும் போய்க் கொண்டிருந்தான். ஆனால் சீக்கிரத்தில் சலிப்பு அடைந்து விட்டான். புலியோ அவர்கள் கண்ணில் சிக்காமலே இருந்துவந்தது. மற்ற சிறிய பிராணிகளைச் சுட்டு கொல்லுவதில் சந்திரசூடனுக்குச் சிரத்தையிருக்கவில்லை.

மனோகரனுடன் தினந்தோறும் வந்த சாயபுவுடன் சந்திரசூடன் பேச்சுக் கொடுக்கப் பார்த்தான். அப்துல் ஹமீது வாயைத் திறக்கிற வழியாக இல்லை. ஏதாவது கேள்வி கேட்

டால், ஒரு வார்த்தையில் பதில் சொல்லி விட்டு வாயை மூடிக் கொள்வான்.

சாயபு வேட்டையில் ரொம்பக் கெட்டிக்காரனா என்று மனோ கரனைச் சந்திரசூடன் ஒரு நாள் கேட்டான். 'அவன் முகத்திலே கட்டுப் போட்டுக் கொண்டிருக்கிறானே, தெரிய வில்லையா? ஒரு தடவை ஒரு சிறுத்தைப் புலி அவன் பாய்ந்து விட்டது. அதனுடன் மல்யுத்தம் செய்து ஜயித்தான். அந்தப் போரில் புலி அவனுடைய இரண்டு கன்னங்களையும் பிறாண்டி விட்டது. அப்படியும் வேட்டையாடுவதை நிறுத்த வில்லை. இந்த ஊர் புலியைக் கண்டு பிடித்துச் சுட்டுக் கொல்ல வேண்டும் என்பதில் அவன் என்னைவிடத் துடியாயிருக்கிறான். ஆனால் புலி தென்பட்டால் என்னிடம் தான் சொல்லவேண்டும் என்றும் அவன் துப்பாக்கியில் கையை வைக்கக்கூடாது என்றும் கட்டளையிட்டிருக் கிறேன். இத்தனை நாள் மலைமேல் அலைந்துவிட்டு, புலியை இன்னொருவன் சுடுவதற்கு விடுவேனா?' என்றான் மனோகரன்.

'அதை நான் ஒப்புக் கொள்ள முடியாது. புன்னைவனத்துப் புலி தங்களுக்குச் சொந்தமா, என்ன? அதுவும் பண்ணையார் சங்கரசேதுராயரின் சொத்தா? என் கண்ணில் அகப்பட்டால் நான் சுடுவேன்' என்றான் சந்திரசூடன்.

அன்று மலைமேல் அவன் மற்ற இருவரையும் விட்டுப் பிரிந்து, 'நான் வேறு பக்கம் போய்ப் பார்க்கிறேன்' என்று சொல்லிவிட்டுப் போனான். மலைமேல் ஓரிடத்தில் புதர்கள் மனிதனை மறைக்கும் அளவுக்கு உயர்ந்து வளர்ந்திருந்தன. அங்கே ஒரு வேளை புலி மறைந்திருக்கலாம் என்று கருதப்பட் டது. ஆகையால் சந்திரசூடன் வெகு ஜாக்கிரதையாகப் பார்த்துக் கொண்டு போனான். எதிரிலும் இரண்டு பக்கமும் பார்த்தானே தவிர, பின்புறத்தில் பார்க்கவில்லை. திடீரென்று அந்த நிசப்தமான மலைப் பிரதேசத்தில் சாயபுவின் குரல் 'புலி! புலி' என்று கூச்சலிட்டது. அதே சமயத்தில் பின்னால் புதர்களில் சலசலப்புக் கேட்டது. சந்திரசூடன் திடுக்கிட்டுத் திரும்பிப் பார்த்தான். ஆம்; புதர்களுக்கு மத்தியில் புலி மறைந்து வந்து

கொண்டிருந்தது. புலியின் முகம் தெரியவில்லை. ஆனால் உடம்பின் கோடுகல் தெரிந்தன. சந்திரசூடன் எவ்வளவோ துணிச்சல் உள்ளவனாயினும் அச்சமயம் வெலவெலத்துப் போனான். எவ்வளவு அஜாக்கிரதையாக இருந்துவிட்டோ ம் என்ற எண்ணம் அவனுக்கு அத்தகைய வெலவெலப்பை உண்டாக்கிற்று. அன்றைக்கென்று அவன் இன்னொரு காரியத்தையும் அலட்சியம் செய்து விட்டான். துப்பாக்கியில் குண்டு போட்டுக் கெட்டித்து தயாராக வைத்திருக்கவில்லை. புலியோ வெகு சமீபத்தில் வந்திருந்தது. ஆகையால் ஓடித் தப்புவதைத் தவிர வேறு வழியில்லை என்று அவன் முடிவு செய்த அதே சமயத்தில் ஓர் அதிசய சம்பவம் நிகழ்ந்தது. புதருக்குள் மறைந்து வந்து கொண்டிருந்த புலி திடீரென்று இரண்டு கைகளை நீட்டி அக்கைகளில் வைத்திருந்த துப்பாக்கியினால் அவனை நோக்கிக் குறி பார்த்தது. இது என்ன கனவா, மனப்பிரமையா, ஜால வித்தையா என்பது ஒன்றும் அவனுக்குத் தெரியவில்லை. யோசிப்பதற்கு நேரமும் இருக்க வில்லை. ஓட்டம் பிடிப்பது ஒன்றுதான் அவன் செய்யக் கூடியதாயிருந்தது, அவ்வளவுதான் 'ஓ!' என்று அலறிக் கொண்டு வழி கண்ட இடத்தில் விழுந்தடித்து ஓடினான். துப்பாக்கிக் குண்டு அவனுக்குச் சமீபமாகப் பாய்ந்து சென்று ஒரு மரத்தைத் தாக்கியதைக் கண்டான். அவனுடைய ஓட்டத்தின் வேகம் இன்னும் அதிகமாயிற்று. குடல் தெறிக்க ஓடி மலையிலிருந்து கீழே இறங்கினான். மனோன்மணியின் வீட்டை அடைந்த பின்னர் தான் நின்றான்.

மனோன்மணி வீட்டில் இருந்தாள். 'என்ன? என்ன?' என்று ஆவலுடன் கேட்டாள். மூச்சு வாங்கல் நின்ற பிறகு, இனிமேல் நான் வேட்டையாடப் போக மாட்டேன்! போகமாட்டேன்!' என்றான்.

மனோன்மணி ஒன்றும் புரியாதவளாய், 'ஒரு வேளை இன்று புலியைப் பார்த்தீங்களோ?' என்று கேட்டாள்.

'ஆமா, பார்த்தேன்! அது ரொம்பப் பொல்லாத புலி' என்றான் சந்திரசூடன்.

'அது பொல்லாத புலி என்று தான் தெரியுமே? எத்தனை ஆடு மாடுகளை அடித்துக் கொன்றிருக்கிறது? இவ்வளவு பயந்த சுபாவம் உள்ளவர்கள் வேட்டைக்கு போயிருக்கக் கூடாது!' என்றாள் மனோன்மணி.

'ஆடு மாடுகளை அடித்துக் கொல்வதோடு அந்தப் புலி நின்றால் பாதகமில்லை. மனிதர்களையும் தாக்க வருகிறது!' என்றான் சந்திரசூடன்.

'மனிதர்களைக் கண்டால், அதுவும் வேட்டையாட போகும் மனிதர்களைக் கண்டால், புலி பிரதட்சணம் செய்து நமஸ்காரம் பண்ணுமா?'

'அப்படிப் பண்ண வேணும் என்று நான் சொல்லவில்லை. எல்லாப் புலிகளையும் போல் மனிதன் மேல் பாய்ந்தால் பரவாயில்லை. இந்தப் புலி கையில் துப்பாக்கி எடுத்துச் சுட வருகிறது!'

புலியைக் கண்ட கிலியினால் இவருக்கு ஏதாவது மூளைக் கோளாறு வந்து விட்டதோ என்ற பாவத்தோடு சந்திரசூடனை மனோன்மணி பார்த்தாள். அப்புறம் வேறு பேச்சு எடுத்தாள். சந்திரசூடனும் பின்னர் மூளைத் தெளிவுடன் பேசினான்.

'நான் இன்றைக்கு மதராஸ் புறப்பட்டுப் போகிறேன். பண்ணையாரின் உயில் எழுதும் காரியமாகத்தான் போகிறேன். திரும்பி வர ஒரு வாரம் ஆகலாம். அதுவரை நீ ங்கள் ஜாக்கிரதையா யிருக்க வேணும்?' என்றாள்.

'எந்த விஷயத்தில் நான் ஜாக்கிரதையாயிருக்க வேணும்?' என்று கேட்டாள் மனோன்மணி.

'பொதுவாக ஜாக்கிரதையாயிருக்க வேண்டும். குழந்தை ராஜ்மோகன் விஷயத்தில் அதிக ஜாக்கிரதையாயிருக்க வேண்டும்' என்றாள்.

'உண்மைதான், வரவர, மனோகரின் நடத்தையில் முரட்டுத் தனம் அதிகமாகி வருகிறது. அது மட்டும் அல்ல, அவருடன் வரும் சாயபு ஒருநாள் குழந்தையின் அருகில் நின்று உற்றுப்

பார்த்துக் கொண்டிருந்தான். என்னைக் கண்டதும் நகர்ந்து விட்டான். அது வேற எனக்கு கவலையாயிருக்கிறது.'

'நானும் ஒரு நாள் அதைக் கவனித்தேன், சாயபுவிடம் கேட்டு விட்டேன். 'இந்தக் குழந்தையின் காலில் ஏதோ ஊனம் என்றார்கள். எனக்குக் கொஞ்சம் மலையாள வைத்தியம் வரும். அதனால், காலைக் குணப்படுத்த முடியுமா என்று பார்த்தேன்' என்றான். அவனுடைய பதில் எனக்குத் திருப்தி அளிக்கவில்லை.'

'மொத்தத்தில் இந்த ஊரில் இருக்கவே எனக்குப் பயமாயிருக்கிறது. பண்ணையாரைப் பார்க்க முடியாது என்றோ, பார்த்துப் புண்ணியமில்லை என்றோ ஏற்பட்டால், இந்த ஊரைவிட்டுச் சீக்கிரத்தில் போய் விட விரும்புகிறேன்' என்றாள் மனோன்மணி.

'அவ்வளவு அவசரப்பட வேண்டாம். கொஞ்சம் பொறுங்கள், நான் திரும்பி வந்ததும் ஒரு முடிவுக்கு வரலாம்' என்றான் சந்திரசூடன்.

இந்தச் சமயத்தில் மனோகரும் வந்து சேர்ந்தான். சந்திர சூடனைப் பார்த்து இடி இடி என்று சிரித்தான். 'இத்தனை நாளைக்குப் பிறகு புலி கண்ணுக்குத் தென்பட்டது. அதை அப்படிக் கூச்சல் போட்டு விரட்டி விட்டீரே? அப்பப்பா! என்ன ஓட்டம்! என்ன ஓட்டம்! புலி வேட்டைக்குச் சரியான ஆள் நீர் தான்!' என்று சொல்லி விட்டு மனோகரன் விழுந்து விழுந்து சிரித்தான்.

7

சந்திரசூடன் மதராஸுக்குப் போய்விட்டு ஒரு வாரம் கழித்துப் புன்னைவனத்துக்குத் திரும்பி வந்தான். அதற்கு முதல் நாள் புன்னைவனத்தில் ஒரு விசேஷம் நடந்தது என்று அறிந்தான். மலைமேலுள்ள கோயிலில் இரண்டு நாள் உற்சவம் நடந்தது. அதற்காகத் திரளான ஜனங்கள் மலை மேல் ஏறிச் சென்றார்கள். அக்கம் பக்கத்து ஊர்களிலிருந் தெல்லாம் வந்திருந்தார்கள். புலியைப் பற்றிக் கேள்விப்

பட்டிருந்தபடியால் அனேகர் தடிகள், ஈட்டிகள் முதலிய ஆயுதங்களை எடுத்துக் கொண்டும் சென்றார்கள். இந்தத் தடபுடலினால் பயந்துதானோ என்னமோ, புலி பட்டப் பகலில் கீழே இறங்கி வந்து விட்டது. நடுச் சாலையில் ஒரு மாட்டின் மீது பாய்ந்து கொன்றது. இந்த விஷயம் பரவி விடவே உற்சவத்துக்கு வந்திருந்த ஜனங்களில் பலர் கூச்சலிட்டுக் கொண்டு அங்கு மிங்கும் ஓடினார்கள். தைரியசாலிகள் தடிக் கம்புகளையும் ஈட்டிகளையும் வேல்களையும் எடுத்துக் கொண்டு புலியைத் தாக்க ஓடி வந்தனர். மனோகரும் துப்பாக்கியை எடுத்து வந்தான். அதற்குள் புலி 'காபரா' அடைந்து ஓடிவிட்டது. புலியைப் பார்த்தவர்கள் அதற்கு ஒரு கால் ஊனம் என்றும், நொண்டி நொண்டி நடந்தது என்றும் சொன்னார்கள்.

'புலி அடித்த மாட்டை அங்கேயே விட்டு வைத்திருந்தால் திரும்பவும் புலி வரும்' என்று அனுபவசாலிகள் சொன்னதன் பேரில் அப்படியே செய்தார்கள். நாலாபுறத்திலும் காவலும் போட்டிருந்தார்கள்.

இந்த நிலையிலேதான் சந்திரசூடன் திரும்பி வந்தான். ஹோட்டலில் மேற்கூறிய விவரங்களையெல்லாம் தெரிந்து கொண்டான். துப்பாக்கியைக் குண்டு போட்டுக் கெட்டித்துக் கையில் எடுத்துக் கொண்டான். முதலில் மனோன்மணி வீட்டுக்குப் போனான். அவள் பள்ளிக்கூடத்துக்குப் போய் விட்டாள் என்று தெரிந்தது. குழந்தை ராஜ்மோகன் 'சமர்த்து மாமா'வைப் பார்த்ததில் மகிழ்ச்சி கொண்டான். மழலை மொழிகளில் முதல் நாள் ஊருக்குள் புலி வந்ததைப் பற்றியும் கூறினான்.

'மாமா! எனக்குப் புலி பார்க்க வேணுமென்று ஆசையாயிருக்கிறது. அம்மாவோ வீட்டை விட்டு வெளியில் வரக்கூடாது என்கிறாள். நீங்கள் என்னை அழைத்துக் கொண்டு போய்ப் புலி காட்டறேளா, மாமா!' என்றான்.

'ஆகட்டும், ஆகட்டும்! அந்தப் பொல்லாத புலியைப் பிடித்து இழுத்துக் கொண்டு வந்து உங்கள் வீட்டு

வாசலிலேயே கட்டிப் போட்டு விடுகிறேன்' என்று சொன்னான் சந்திரசூடன்.

பிறகு அவன் பண்ணையாரின் வீட்டுக்குப் போனான். அவரிடம் தனியாகச் சிறிது நேரம் பேசிக் கொண்டிருந்தான். சென்னையில் பெரிய அனுபவசாலியான வக்கீல்களுடன் கலந்தாலோசித்து எழுதிக் கொண்டு வந்திருந்த உயில் நகலைப் படித்துக் காட்டினான். அவருக்கும் அது திருப்தி அளித்தது. ரிஜிஸ்ட்ரார் ஆபீஸுக்குச் சீக்கிரம் சென்று ரிஜிஸ்டர் பண்ணிவிட்டு வந்துவிட வேண்டு மென்றும் அது வரையில் யாருக்கும் விஷயம் தெரிய வேண்டாம் என்றும் பண்ணையார் கூறினார்.

இதற்குள் ஊரில் ஏதோ அல்லோலகல்லோலம் நடக்கிறது என்பதற்கு அறிகுறியான கோஷங்கள் எழுந்தன. 'புலி திரும்பி வந்திருக்கிறதாம்!' என்று வீட்டு வேலைக்காரர்கள் சொன்னார்கள். சின்ன எஜமானர் முன்னமே துப்பாக்கி சகிதமாகப் போயிருப்பதாகவும் தெரிவித்தார்கள். சந்திரசூடனும் துப்பாக்கியை எடுத்துக் கொண்டு கிளம்பினான். 'ஜாக்கிரதை, ஐயா ஜாக்கிரதை! நம்ம முரட்டுப் பிள்ளையையும் கொஞ்சம் கவனித்துக் கொள்ளுங்கள்!' என்று பண்ணையார் சொல்லி அனுப்பினார்.

சந்திரசூடன் பண்ணையார் வீட்டை விட்டு வெளியேறிக் கூச்சல் அதிகமாகக் கேட்ட திசையை நோக்கி விரைந்து சென்றான். கிட்டத்தட்ட தபாலாபீசை நெருங்கிய போது ஒரு விந்தையான காட்சியைக் கண்டான். அது விந்தையான காட்சி தான்; அதே சமயத்தில் மிகப் பயங்கரமான காட்சியும்தான்.

பிரசித்தி பெற்ற 'புன்னைவனத்துப் புலி' கடைசியாக அவன் முன்னால் தரிசனம் அளித்தது. புலி மரம் ஏறும் என்று அவன் கேள்விப்பட்டதில்லை. ஆயினும் இந்தப் புலி வளைந்திருந்த ஒரு தென்னை மரத்தின் பாதி உயரம் ஏறி அதைக் கட்டிப் பிடித்துக் கொண்டிருந்தது. ஜனங்கள் கூச்சல் போட்டுக் கொண்டு நாலாபுறமும் துரத்தவே அந்தக் காயம்பட்ட கிழப்புலி வேறு வழி இன்றித் தென்னை மரத்தின்

மேல் பாய்ந்து ஏறிக் கொண்டது போலும்! புலி ஏறிய தென்னை மரத்தின் ஒரு பக்கம் மனோகரனும், அவனுடைய உதவியாளனாகிய ஹமீதும் நிற்பதைச் சந்திரசூடன் கண்டான். மனோகரன் துப்பாக்கியைக் கையில் எடுத்துக் குறி பார்த்துக் கொண்டிருந்தான். தென்னை மரத்தின் இன்னொரு பக்கத்தில் - பயங்கரம்! பயங்கரம்! மனோன்மணியின் வீட்டு வாசற்புற மதில்மேல் குழந்தை ராஜ்மோகன் உட்கார்ந்து கொண்டிருந்தான். குழந்தை எப்பேர்ப்பட்ட ஆபத்தான நிலையில் இருக்கிறது என்பது, பார்த்த அதே க்ஷணத்திலேயே சந்திர சூடனுக்குத் தெரிந்து விட்டது. மனோகரின் துப்பாக்கிக் குண்டு புலியின் மேல் பட்டாலும் சரி, அல்லது படாவிட் டாலும் சரி, புலி மறுபக்கமாகப் பாய்ந்தால் குழந்தையின் கதி அதோகதிதான்! இவ்வளவு விஷயங்களையும் சில விநாடி நேரங்களில் மனத்தில் கிரகித்துக் கொண்ட சந்திரசூடன் ஒரே பாய்ச்சலாகப் பாய்ந்து சென்று குழந்தையை அணுகினான். குழந்தை, 'மாமா! மாமா! புலி புலி!' என்று உற்சாகமாகக் கூவியதைப் பொருட்படுத்தாமல் குழந்தையை அப்படியே தூக்கி எடுத்துக் கொண்டு மதில் சுவருக்கு அந்தப்புறத் தில் குதித்தான். அவன் குதித்த அதே சமயத்தில் குண்டு ஒன்று அவர்களுக்குச் சமீபமாகத் தலைக்கு மேலே சென்று மனோன்மணியின் வீட்டுச் சுவரில் பாய்ந்தது.

சந்திரசூடன் குழந்தையை அப்படியே கீழே விட்டு விட்டு பக்கத்திலிருந்த மதில் வாசல் வழியாக வெளிவந்தான். புலி இன்னமும் தென்னை மரத்தின் மேல் தான் இருந்தது. சுவர் ஓரமாகக் கிடந்த தன் துப்பாக்கியை எடுத்துக் குறி பார்த்துச் சுட்டான். அவன் சுட்ட குண்டு புலியின் மீது பாய்ந்தது என்று தெரிந்து கொண்டான். உடனடியாக இன்னும் இரண்டு மூன்று துப்பாக்கி வேட்டுச் சத்தமும் கேட்டது. புலி கீழே தடால் என்று விழுந்தது. ஒரு துள்ளுத் துள்ளி எழுந்திருக்கப் பார்த்து மறுபடியும் தள்ளாடி விழுந்தது. பயங்கரமான ஓர் உறுமல் உருமி விட்டுப் பிராணனை விட்டது.

மறுநிமிடம் ஜனக் கூட்டம் புலியைச் சூழ்ந்து கொண்டது. சந்திரசூடனும் புலிக்கு அருகில் சென்றான். அதற்குள் அங்கே

வந்திருந்த மனோகரன் இவனைக் கண் பார்வையினாலேயே சுட்டு விடுகிறவனைப் போல் பார்த்து, ‘செத்த பாம்பை அடிக்கிற சூரர் உம்மைப் போல் கண்டதில்லை. நான் மூன்று குண்டு போட்டுப் புலியைக் கொன்ற பிறகு, நீ எதற்காக அதைச் சுட்டீர்?’ என்று கோபமாகக் கேட்டான்.

‘அதனால் என்ன! மூன்றோடு, நாலு! செத்த புலியில் பங்கு கேட்க நான் வரவில்லை; புலியைக் கொன்ற பெருமை முழுவதும் தங்களுக்கே இருக்கட்டும்!’ என்றான் சந்திரசூடன்.

‘ஒருவர் குறி வைத்த வேட்டையின் பேரில் இன்னொருவர் சுடுவது சட்ட விரோதம் தெரியுமா?’

‘வேட்டை சம்பந்தமான சட்டம் ஒன்றும் எனக்குத் தெரியாது, ஸார்! தயவு செய்து மன்னிக்கவும்.’

‘மன்னிக்கவாவது மண்ணாங்கட்டியாவது? குறி பார்த்துச் சுடவாவது உமக்குத் தெரிகிறதா? மயிரிழை தவறியிருந்தால், குண்டு என் பேரில் அல்லவா பாய்ந்திருக்கும்?’

‘அடடா! அப்படியா! ரொம்ப ரொம்ப வருந்துகிறேன். போனது போயிற்று. இனிமேல் நடக்க வேண்டியதைப் பாருங்கள்!’ என்று சொல்லிவிட்டுச் சந்திரசூடன் அங்கிருந்து மெள்ள நகர்ந்தான்.

செத்த புலியை ஜனங்கள் ஊர்வலமாக எடுத்துக் கொண்டு போனார்கள். புலியைச் சுட்டுக் கொன்ற வீரன் மனோகரனுக்கு மாலை சூட்டி அவனையும் ஊர்வலத்தின் முன்னணியில் அழைத்துச் சென்றார்கள். தமுக்கு தம்பட்ட முழக்கங்களும், ‘மனோகரனுக்கு ஜே!’ என்ற கோஷமும் வானை அளாவின.

8

புலி ஊர்வலம் அந்த இடத்தை விட்டு நகர்ந்த பிறகு சாயபு மட்டும் தனியாக நிற்பதைச் சந்திரசூடன் பார்த்தான். அவனை அணுகிச் சென்று, ‘நல்ல வேலை செய்தாய், சாயபு!‘ என்றான்.

‘நல்ல சமயத்திலே வந்து அந்தக் குழந்தையைக் காப்பாற்றினீங்க!’ என்றான் சாயபு.

'நானா காப்பாற்றினேன்? நீயல்லவா உன் எஜமானை நல்ல சமயத்தில் அசக்கிவிட்டு குறி தவறச் செய்து காப்பாற்றினாய்?'

அப்துல் ஹமீது அசட்டுச் சிரிப்புச் சிரித்தான்.

'அன்றைக்கு மலைமேல் 'புலி புலி' என்று கத்தினாயே? அது எனக்கு எச்சரிக்கை செய்வதறகாகத்தானே? உண்மையைச் சொல்?' என்று சந்திரசூடன் கேட்டான்.

'நம்ம சின்ன எஜமானும் ஒரு சிறு குழந்தைங்க. சில சமயம் விளையாட்டுப் புத்தி வந்திடுங்க! எஜமான் கிட்டச் சொல்லாதேங்க, ஸாமி! நம்ப பிளைப்புப் போயிடப் போவுது!'

'இதோ பார், சாயபு! வெறுமனே வேஷம் போடாதே! நீ பிழைப்புக்காக இவரிடம் வரவில்லை. வேறு காரியார்த்தமாக வந்திருக்கிறாய்? உள்ளதைச் சொல்லு' என்றான் சந்திரசூடன்.

அப்துல் ஹமீது திருதிருவென்று விழித்தான்.

சந்திரசூடன் அவன் காதோடு, 'நீ ஸி.ஐ.டி.யைச் சேர்ந்தவன், இல்லையா?' என்றான்.

ஹமீது கண்களை ஒரு சிமிட்டுச் சிமிட்டி, 'நீங்க என்னைவிடப் பெரிய ஸி.ஐ.டி.யாக இருக்கீங்களே!' என்றான்.

'உன் பேரில் இன்னொரு குற்றம் இருக்கிறது. 'தீபம்' பத்திரிகையில் கதை எழுதிப் பரிசு வாங்கியது நீதானே?'

சாயபு ஆச்சரியக் கடலில் முழுகியவனாய், 'உங்களுக்கு எப்படி அதெல்லாம் தெரிந்தது?' என்று கேட்டான்.

'சென்ற வாரம் மதராசுக்குப் போயிருந்தபோது 'தீபம்' காரியாலயத்துக்குச் சென்று கொஞ்சம் ரகளை செய்தேன். பத்திரிகாசிரியரைப் பார்த்து, 'பரிசு பெற்றவரின் புனைப் பெயர் மட்டும் கொடுத்திருக்கிறீர்கள். விலாசம் கொடுக்க வில்லை. உங்கள் பரிசுத்திட்டமே வெறும் மோசடி!' என்றேன். மனுஷர் பயந்து போய்ப் பரிசு பெற்றவன் பெயர், விலாசத்தைக் கொடுத்ததுடன், உம்முடைய கடிதத்தையும் காட்டினார்.'

'அடே! நம் குட்டு வெளியாயிட்டே? யாரிடமும் சொல்லாதீங்க! நம்ம தமிழ் நடை எப்படி இருந்ததுங்க?'

'தமிழ் நடை நன்றாய்த்தானிருந்தது. ஆனால் கதை முடிவுதான் மோசம். கலியாணத்தில் கொண்டு போய் முடித் திருக்கக்கூடாதா?'

இச்சமயத்தில் சாயபு, 'அதோ!' என்றான். அவன் சுட்டிக் காட்டிய இடத்தில் பண்ணையார் வந்து கொண்டிருந்தார். சந்திரசூடன், 'சரி! இன்னொரு தடவை நாம் சந்திக்க வேண்டும், தெரிகிறதா?' என்றான்.

இருவரும் உடனே பிரிந்து போனார்கள்.

9

சந்திரசூடன் நேரே மனோன்மணியின் வீட்டுக்குப் போனான். அதற்குள் மனோமணியும் அங்கே வந்திருந்தாள். அவள் பள்ளிக் கூடத்தின் பலகணி வழியாகப் புலி தென்னை மரத்தில் ஏறியதையும் பிறகு நடந்தவற்றையும் பார்த்துக் கொண்டிருந்தாள். அப்போது அவளுக்கு ஏற்பட்ட திகிலின் படபடப்பு இன்னும் முழுவதும் போகவில்லை. குழந்தையைக் கட்டி அணைத்து ஏதேதோ கேட்டுக் கொண்டிருந்தாள். குழந்தையும் மழலைச் சொல்லில் பதில் சொல்லிக் கொண்டிருந்தது.

சந்திரசூடனைப் பார்த்ததும் மனோன்மணியின் கண்ணில் கண்ணீர் ததும்பியது.

'எல்லாவற்றையும் பார்த்துக் கொண்டுதான் இருந்தேன். குழந்தையைக் காப்பாற்றினீர்கள். தங்களுக்கு எந்த விதத் தில் நன்றி செலுத்துவது என்று தெரியவில்லை' என்று தட்டுத் தடுமாறிக் கூறினாள்.

'நன்றி சொல்வதற்குக் காலம் வரும்; அப்போது சொல்லுகிறேன்' என்றான் சந்திரசூடன்.

'குழந்தை இப்போது என்ன சொல்லிக் கொண்டிருந்தான், தெரியுமா? நீங்கள் புலியை இவன் வீட்டுக்குக் கொண்டு

வருகிறேன் என்றீர்களாம். அப்படியே செய்து விட்டீர்களாம். அந்த முரட்டு மாமா அநியாயமாய்ச் சுட்டுக் கொன்று விட்டா ராம்!'

இதற்குள் ராஜ்மோகன், 'மாமா! எனக்கு ஒரு புலியும் துப்பாக்கியும் வாங்கி தரேளா?' என்று கேட்டான்.

'ஆகட்டும் பாப்பா! உனக்குப் புலியைக் கண்டால் பயமாயில்லையா?' என்றான் சந்திரசூடன்.

'எனக்குப் புலிகிட்டப் பயமில்லை. பூனை கிட்டத்தான் பயம்!' என்றான் ராஜ்மோகன்.

'மலைமேல் உங்களைத் துப்பாக்கியால் சுடப் பார்த்தது என்கிறீர்களே? அதன் பொருள் இன்று தான் விளங்குற்று! என்னை ஜாக்கிரதையாயிருக்கும்படி சொன்னதன் காரணமும் இப்போதுதான் புரிகிறது!' என்றாள் மனோன்மணி.

'ஆமாம்; இன்னும் இரண்டு மூன்று நாள் ஜாக்கிரதை யாயிருக்க வேண்டும். உயில் தயாராகி விட்டது. ரிஜிஸ்டராவது தான் பாக்கி. உயில் ரிஜிஸ்ராகி இந்தப் பையனை அவனுடைய தாத்தாவிடம் சேர்ப்பித்து விட் டால்...'

'அது முடியும் என்று நினைக்கிறீர்களா?'

'தாங்களும் கொஞ்சம் ஒத்துழைத்தால் முடியும்?'

'ஐயோ! அப்புறம் நான் என்ன செய்வேன்?'

'செய்வது என்ன? யாராவது மனசுக்குப் பிடித்தவனைக் கலியாணம் செய்து கொண்டு பிறகு எப்போதும் ஆனந்தமாக வாழ்ந்திருப்பது!'

மனோன்மணி தயங்கித் தயங்கி, 'தாங்கள் இவ்வளவு ஒத்தாசை செய்திருக்கிறீர்கள். ஆனால் தங்களிடம் நான் முழு உண்மையையும் சொல்லவில்லை!' என்றாள்.

'ஓஹோ! உண்மையில் இன்னும் கொஞ்சம் பாக்கி வைத் திருக்கிறீர்களா?'

இச்சமயம் வாசலில் ஏதோ சத்தம் கேட்டது. இருவரும் திரும்பிப் பார்த்தார்கள். அதிசயத்திலெல்லாம் அதிசயம்! பண்ணையார் சங்கரசேதுராயர் வந்து கொண்டிருந்தார்.

மனோன்மணி பதறிக் கொண்டு எழுந்திருக்க முயன்றாள். குழந்தை ராஜ்மோகன் அவளைக் கட்டிக் கொண்டு எழுந்திருப் பதைத் தடை செய்ய முயன்றான்.

'உட்காரு, அம்மா, உட்காரு! இந்தக் குழந்தை இன்று பிழைத்தது புனர்ஜன்மம்!' என்றார் பண்ணையார்.

'பல விதத்தில் அதற்கு இன்றைக்குப் புனர்ஜன்மந்தான்! உட்காருங்கள்!' என்று சந்திரசூடன் நாற்காலியைக் காட்டி உபசரித்தான்.

பண்ணையார் உட்கார்ந்து, 'வீதி முனையில் நின்று நானும் பார்த்துக் கொண்டிருந்தேன்! கரணம் தப்பினால் மரணம் என்று இருந்தது. புலி இந்த வீட்டுப் பக்கம் பாய்ந்திருந்தால்! அல்லது துப்பாக்கிக் குண்டு தவறிப் பட்டிருந்தால்...? ஓய்! உம்மை என்னவோ என்று நினைத்தேன். வெகு தைரிய சாலி! நீர் அப்படிப் பாய்ந்து ஓடிக் குழந்தையை எடுத்திராவிட்டால்...?' என்றான்.

'எல்லாம் கடவுளுடைய செயல்! நம்மால் என்ன இருக்கிறது?' என்றான் சந்திரசூடன்.

'கடவுளும் மனித ரூபத்தில்தானே காரியம் செய்ய வேண்டியிருக்கிறது? நானும் என் மனையாளும் இந்தச் சாலையில் உலாவவரும் போதெல்லாம் இந்தக் குழந்தையைப் பார்ப்போம். 'இம்மாதிரி ஒரு குழந்தை நம் வீட்டில் வளரக் கூடாதா?' என்று என் மனையாள் ஜபம் செய்வாள்.'

சந்திரசூடன், 'இந்தக் குழந்தையையே வளர்த்தால் போகிறது' என்று முணுமுணுத்தான்.

'என்ன சொன்னீர்?' என்று கேட்டார் பண்ணையார்.

'ஒன்றுமில்லை. உலகத்தில் வேறு எந்தப் பாக்கியம் இருந்தாலும் குழந்தைப் பாக்கியத்துக்கு இணையாகாது என்றேன்.'

'நூற்றில் ஒரு வார்த்தை! பாப்பா! இங்கே வா! என்னிடம் வா! தாத்தாவைக் கண்டால் உனக்குப் பயமாயிருக்கிறதா' என்றார் பண்ணையார்.

'அவன் புலியைக் கண்டே பயப்படவில்லையே?' என்று சொன்னான் சந்திரசூடன்.

'எனக்குப் பூனைகிட்டத்தான் பயம். புலி கிட்டப் பயமில்லை' என்று சொன்னான் ராஜ்மோகன்.

'உனக்குப் புலி மொம்மை வாங்கித் தருகிறேன். என்னிடத்தில் வா' என்றார் பண்ணையார்.

ராஜ்மோகன் எழுந்து நடக்கப் பார்த்தான். மனோன்மணி அவனைத் தூக்கிக் கொண்டு வந்து பண்ணையார் அருகில் விட்டாள்.

'குழந்தை ஒரு கால் சற்றுக் குட்டை; நடப்பதற்குக் கொஞ்சம் கஷ்டப்படும்' என்றான் சந்திரசூடன்.

'அடடா! அப்படியா! நானும் என் மனையாளும் இந்தப் பக்கம் வரும்போதெல்லாம் இந்தக் குழந்தை எப்போதும் கை வண்டியிலேயே உட்கார்ந்திருக்கும். அதன் காரணம் இப்போதுதான் புரிகிறது' என்றார் பண்ணையார்.

'கைவண்டியில் உட்கார வைத்து பெல்ட்டினால் கட்டிப் போட்டு விட்டு இந்த அம்மாள் காரியத்தைப் பார்ப்பாள். இல்லாவிட்டால் ஒரு நிமிஷம் சும்மா இருக்க மாட்டான். பாருங்கள்! இன்றைக்குக் கொஞ்சம் கவனிக்காமற் போகவே, எப்படியோ மதில் மேல் ஏறி உட்கார்ந்து விட்டான்.' பண்ணையார் குழந்தையைத் தட்டிக் கொடுத்து, 'ஜாக்கிரதையாய்க் குழந்தையைப் பார்த்துக் கொள், அம்மா. திருஷ்டி கழித்துப் போடு' என்றார்.

மனோன்மணி பண்ணையாரிடமிருந்து குழந்தையை வாங்கிக் கொண்டாள்.

பண்ணையார் சந்திரசூடனைப் பார்த்து, 'நான் போய் விட்டு நாளைக்கு என் மனையாளையும் அழைத்துக்

கொண்டு வருகிறேன். அவளும் குழந்தையைப் பார்க்க ஆசைப்படுவாள், நீங்கள் ஏதோ முக்கியமான காரியத்தைப் பற்றிப் பேசிக் கொண்டிருந்தீர்கள் போலிருக்கிறது!' என்று சொல்லி விட்டு எழுந்தார்.

'அப்படி முக்கியமான விஷயம் ஒன்றுமில்லை, கலியாண விஷயந்தான்!' என்றான் சந்திரசூடன்.

'கலியாணமா? யாருக்குக் கல்யாணம்?'

'இன்னும் நிச்சயமாகவில்லை. பேச்சுத்தான் நடந்து கொண்டிருக்கிறது. எனக்குக் கலியாணம் ஆகவில்லையா என்று நீங்கள் கேட்டீர்கள் அல்லவா? 'தகுந்த மணப்பெண் கிடைக்க வில்லை' என்று பதில் சொன்னேன். மிஸ் மனோன்மணியைப் பார்த்த பிறகு அந்த அபிப்பிராயம் மாறி விட்டது.'

'மிஸ் மனோன்மணியா?' என்று பண்ணையார் சிறிது வியப்புடனே கேட்டு விட்டுக் குழந்தையைப் பார்த்தார். நல்ல வேளையாக, குழந்தை அதற்குள் மனோன்மணியின் மடியில் படுத்துத் தூங்கிப் போய் விட்டது.

'அப்படித்தான் நானும் முதலில் நினைத்தேன். ஆனால் குழந்தை இந்த அம்மாளுடைய சொந்தக் குழந்தை அல்ல. அநாதைக் குழந்தை. அதாவது ஒரு சிநேகிதியின் குழந்தை...' பண்ணையார் மேலும் ஆச்சரியப்பட்டு, 'அப்படியா? இந்தக் குழந்தைக்குத் தாய் தகப்பன் இரண்டு பேரும் இல்லையா?' என்று கேட்டார்.

'இல்லையென்று சொல்ல முடியாது. இந்த அம்மாளே தாயாராகவும், தகப்பனாராகவும் இருந்து குழந்தையை வளர்த்து வருகிறாள்...' என்றான் சந்திரசூடன்.

பண்ணையார் திடீரென்று ஒரு முடிவுக்கு வந்தவரைப் போல், 'நான் சொல்கிறதைக் கேளுங்கள். இந்தக் குழந்தையை என்னிடம் ஒப்புவித்துவிடுங்கள்' என்றார்.

'அதற்கென்ன நாட்டில் எத்தனையோ அநாதைக் குழந்தைகள் இருக்கின்றன. தங்களுக்கு முன்னமே சொன்

னேன், தங்கள் சொத்தில் ஒரு பாதியையாவது அநாதை ஆசிரமங்களுக்கு எழுதிவைக்கும்படி. நூறு குழந்தைகள் வேணுமானாலும்..'

'நூறு குழந்தைகள் இருக்கட்டுங்காணும்! இந்தக் குழந்தையைக் கொடுப்பதாயிருந்தால் சொல்லுங்கள். எனக்கும் என் மனையாளுக்கும் ரொம்பச் சந்தோஷ மாயிருக்கும்! கால் ஊனத்துக்குச் சிகிச்சை செய்து, எத்தனை பணம் வேணுமானாலும் செலவழித்துச் சரிப்படுத்துகிறோம். உங்கள் கலியாணத்துக்கும் ஒரு தடை இல்லாமற் போகும்.''

'எங்கள் கலியாணத்துக்கு இந்தக் குழந்தையினால் தடை ஒன்றுமில்லை. வேறு தடைகள் இருக்கின்றன. இந்த அம்மாள் ஒரு கிறிஸ்துவப் பெண்.'

'இருந்தால் என்ன? சாதியாவது மதமாவது? குணந்தான் பிரதானம். இந்த அனாதைக் குழந்தையை இவ்வளவு அருமையாக இந்தப் பெண் வளர்ந்து வருகிறாளே? வேறு யாருக்கு இப்பேர்ப்பட்ட தயாள குணம் இருக்கும்? இவள் மாதிரி ஒரு பெண்ணை மனைவியாகப் பெறுவதற்கு நீர் ஏழு ஜன்மத்தில் தவம் செய்திருக்க வேண்டும். தெரிகிறதா? எல்லாவற்றுக்கும் சாயங்காலம் நம் வீட்டுக்கு வாரும். அப்போது பேசிக் கொள்ளலாம்!' என்று கூறிவிட்டுப் பண்ணையார் நடையைக் கட்டினார்.

அவர் போன பிறகு சந்திரசூடன், 'தெய்வ சங்கற்பம் எப்படி இருக்கிறது, பார்த்தீங்களா? பண்ணையாரை நேரே இங்கு கொண்டு வந்து சேர்த்து விட்டது!' என்றான்.

மனோன்மணியின் கண்களிலிருந்து கண்ணீர் பெருகிக் கொண்டிருந்தது. 'எனக்குச் சந்தோஷப்படுவதா, துக்கப் படுவதா என்று தெரியவில்லை' என்று விம்மினாள்.

'பெண்கள் சமாசாரமே இப்படித்தான்! எதற்காகத் துக்கப்பட வேண்டும்? துக்கப்படும்படி என்ன நேர்ந்து விட்டது? பேரனைப் பாட்டனிடம் சேர்க்க வேண்டும் என்கிறீர்கள். அதற்கு இதோ வழி பிறந்து விட்டது. தாங்கள் இஷ்டப்பட்டால், பண்ணையார் சொன்னது போல், 'மிஸ்

பட்டத்தை நீக்கிக் கொண்டு 'மிஸ்ஸஸ்' ஆகிவிடலாம். கையில் விண்ணப்பத்துடன் காத்திருக்கிறேன்..!' என்றான் சந்திரசூடன்.

'ஐயா! தயவு செய்து அந்தப் பேச்சுப் பேசாதீர்கள். தாங்கள் எவ்வளவோ எனக்கு உதவி செய்திருக்கிறீர்கள். இனியும் தங்களை ஏமாற்றினால், பெரும் பாவியாவேன். நான் இந்தக் குழந்தையின் வளர்ப்புத் தாயார் அல்ல; பத்துமாதம் வயிற்றில் சுமந்து பெற்ற சொந்தத் தாயார்தான்!'

'அடகடவுளே! அப்படியானால் குழந்தை பண்ணையாரின் பேரன் அல்லவா? அது பொய்யா..?'

'பண்ணையாரின் பேரன் தான் இவன்! பண்ணையார் மகனைக் கலியாணம் செய்து கொண்ட பாவி நானே தான். அரண்மனையில் வாழ வேண்டியவரை ஆண்டியாக்கி, கடைசியில் அவருக்கு யமனாக முடிந்தவளும் இந்த மகா பாவி தான்!' என்று கூறிவிட்டு மனோன்மணி விம்மி அழுதாள்.

மனோன்மணியின் விம்மல் நிற்கும் வரையில் சந்திரசூடன் காத்துக் கொண்டிருந்தான்.

பிறகு, 'தாங்கள் உண்மையை முழுவதும் இப்போதாவது சொன்னது பற்றிச் சந்தோஷம், மொத்தத்தில் பார்த்தால், வருத்தப்படுவதற்கு எதுவும் இல்லை. பழம் நழுவிப் பாலில் விழுந்தது போல் ஆயிற்று. பண்ணையாருக்குத் தங்களை மருமகளாக ஏற்றுக் கொள்வதிலே கூட இப்போது ஆட்சேபம் அதிகமாயிராது...' என்றான்.

'கூடவே கூடாது! தங்கள் தலையின் மேல் ஆணை! அதை மட்டும் அவரிடம் சொல்ல வேண்டாம்; இந்தக் குழந்தையைச் சேர்ப்பித்தால் போதும்!' என்றாள்.

'சரி, சரி! தங்கள் இஷ்டம் எப்படியோ அப்படியே செய்வோம். முதலில் உயில் ரிஜிஸ்டர் ஆகட்டும். ஆனால் ஒன்று மட்டும் சொல்லி வைக்கிறேன். எனக்குச் சாதி விட்டுச் சாதி கலியாணம் செய்வதிலும் ஆட்சேபம் இல்லை,

விதவா விவாகத்திலும் ஆட்சேபம் கிடையாது!' என்று சொல்லி விட்டுப் பதிலுக்குக் காத்திராமல் சந்திரசூடன் வெளியேறினான்.

10

பிறகு காரியங்கள் துரிதமாக நடைபெற்றன. சந்திரசூடன் மறுநாள் பண்ணையார் வீட்டுக்குப் போயிருந்த போது மனோகரன் அவனோடு வேண்டுமென்றே சண்டை பிடித்தான்.

'ஏதோ உயில் தயாராகிறதாமே! அது என்ன சமாசாரம்?' என்று கேட்டான்.

'என்னைக் கேட்கிறாயே! உன் தகப்பனாரைக் கேட்டுத் தெரிந்து கொள்' என்றான் சந்திரசூடன்.

அதன் பேரில் மனோகரன் சந்திரசூடனைக் கன்னாபின்னா வென்று திட்டி விட்டு, 'ஜாக்கிரதை! நான் வலுச்சண்டைக்குப் போக மாட்டேன்; வந்த சண்டையையும் விடமாட்டேன். என் வழியில் குறுக்கே வருகிறவர்களை இலேசில் விடமாட்டேன். உண்டு இல்லை என்று பார்த்து விடுவேன்' என்று பயமுறுத்தினான்.

இவ்வளவையும் சந்திரசூடன் பொறுத்துக் கொண்டு காரியத் திலேயே கண்ணாயிருந்தான். பண்ணையாரின் சொத்துக்களை அவருடைய மகனின் சந்ததிகளுக்கு உயில் எழுதுவிக்கச் செய்வது, பேரனைப் பண்ணையாரிடம் சேர்ப்பித்து விடுவது ஆகிய இரு நோக்கங்களுடன் அவன் வேலை செய்தான்.

பண்ணையார் தமது பாரியாளையும் அழைத்துக் கொண்டு இன்னொரு தடவை மனோன்மணியின் வீட்டுக்கு வந்தார். அநாதைக் குழந்தையைத் தங்களிடம் ஒப்புவித்துவிடும்படி மனோன்மணியைக் கேட்டுக் கொண்டார். யோசித்துப் பதில் சொல்லும்படி கூறி விட்டுப் போய்விட்டார்.

மனோன்மணிக்கு அவளுடைய நோக்கம் நிறைவேறும் காலம் நெருங்க நெருங்கப் பீதியும் அதிகரித்து வந்தது; 'குழந்தையைப் பிரிந்திருக்கவும் என்னால் முடியாது;

என்னை அவர்களுடைய மருமகள் என்று தெரிவித்துக் கொள்ளவும் முடியாது' என்று பிடிவாதமாகச் சொன்னாள். சந்திரசூடனிடம், 'உங்களுக்குக் கோடி புண்ணியம் உண்டு. உங்களுடைய முயற்சியை நிறுத்தி விடுங்கள். இல்லாவிடில் நான் இந்த ஊரை விட்டே போய் விடுவேன்!' என்று வற்புறுத்தினாள்.

'இன்னும் ஒரு நாள், இருபத்து நாலு மணி நேரம் பொறுத்துக் கொள்ளுங்கள். நாளைக்கு உயில் ரிஜிஸ்டர் ஆகிவிடும். அப்புறம் தீர யோசித்து உசிதப் படி முடிவு செய்து கொள்ளலாம்' என்றான் சந்திரசூடன்.

அந்த ஒரு நாள் - இருபத்து நாலு மணி நேரத்திற்குள் - மிகப் பயங்கர சம்பவங்கள் நிகழ்ந்து விட்டன.

அன்றிரவு மனோன்மணி குடியிருந்த வீட்டுக் கொல்லைப் பக்கம் தீப்பிடித்துக் கொண்டது. தீ வேகமாக பரவி முன் பக்கம் வந்தது. தூங்கிக் கொண்டிருந்த மனோன்மணி திடுக்கிட்டு விழித் தெழுந்தாள். விஷயம் இன்னதென்று தெரிந்து கொள்வதற்கே சிறிது நேரமாகி விட்டது. பிறகு கிழவனையும், கிழவியையும் தட்டி எழுப்பி விட்டாள். அவர்களை முடிந்தவரையில் சாமான்களைக் கொண்டு வந்து சேர்க்கும்படி சொல்லி விட்டுக் குழந்தையைக் கையில் எடுத்துக் கொண்டு வாசற்பக்கம் ஓடினாள். நடுங்கிய கையினால் வாசற் கதவின் உள் தாளைக் கஷ்டப்பட்டுத் திறந்தாள். பிறகு கதவைத் திறக்க முயன்றாள்; ஆனால் கதவு திறக்கவில்லை. இடித்தாள்; உதைத்தாள்; பிறாண்டினாள்! அப்படியும் கதவு திறக்கவில்லை, வெளியில் யாரோ கதவைப் பூட்டியிருக்க வேண்டும் என்ற எண்ணம் தோன்றியது. அவளுடைய பீதி அதிகமாயிற்று. கொல்லைப் புறமாக ஓடினாள். அங்கே நன்றாய்த் தீப்பிடித்துக் குப்குப் என்று எரிந்து கொண்டிருந்தது. பின்னர், மனோன்மணி பித்துப் பிடித்தவள் போல கையில் குழந்தையைத் தூக்கிக் கொண்டு தலைவிரி கோலமாய் அலறிக் கொண்டு முன்னும் பின்னும் ஓடிக் கொண்டிருந்தாள். அந்த நிலையில் திடீரென்று வேட்டைக்கார சாயபு அவள் முன் தோன்றி, 'குழந்தையை

இப்படிக் கொடு!' என்றான். மனோன்மணி மேலும் வெறி கொண்டவளாய், 'மாட்டேன்! மாட்டேன்!' என்றாள், சாயபு குழந்தையைப் பலாத்காரமாய்ப் பிடுங்கிக் கொண்டு ஓடினான். மனோன்மணி ஜன்னல் பக்கம் வந்து 'ஓ' என்று அலறினாள்.

சற்று நேரத்துக்கெல்லாம் வாசற் கதவை யாரோ தடால் தடால் என்று மோதும் சத்தம் கேட்டது. பிறகு ஏதோ பிளந்தது, கதவு திறந்தது. 'ஐயோ! குழந்தை!' என்று அலறிக் கொண்டு மனோன் மணி வெளியே ஓடிவந்தாள். சாயபுவையும் சந்திரசூடனையும் ஏக காலத்தில் பார்த்தாள். 'சாயபு கொன்று விட்டான்!' என்று கத்தினாள். 'அதோ குழந்தை பத்திரமாயிருக்கிறது!' என்றான் சாயபு. மனோன் மணி அந்தத் திசையை நோக்கி ஓடினாள். ஆம், குழந்தை பத்திரமாயிருந்தது. குழந்தையை வாரி எடுத்து மடியில் போட்டுக் கொண்டு அழுவதும் சிரிப்பதுமாயிருந்தாள். குழந்தை சிறிது அழுதுவிட்டு அப்படியே தூங்கிப் போய் விட்டது.

இதற்குள் பக்கத்திலிருந்த வீடுகளுக்கும் தீ பரவி விட்டது. ஊர் ஜனங்கள் எல்லாரும் வந்து கூடி விட்டார்கள். சிலர் தீயை அணைக்க முயன்றார்கள்; சிலர் வெறுங் கூச்சல் போட் டார்கள்.

சிறிது நேரத்துக்கெல்லாம் சந்திரசூடன் மனோன்மணி இருந்த இடத்துக்கு வந்து சேர்ந்தான்.

மனோன்மணி 'நான் சந்தேகப்பட்டது சரியாய்ப் போய் விட்டது. சாயபு வீட்டுக்குத் தீ வைத்தான். சாயபு என் குழந்தையைக் கொல்லப் பார்த்தான்!' என்றான்.

'இல்லை அம்மா, இல்லை - சாயபுதான் உன் குழந்தை யையும் உன்னையும் காப்பாற்றினவன். நாங்கள் எல்லோரும் கடைசியில் தான் வந்து சேர்ந்தோம்' என்றான் சந்திரசூடன்.

எவ்வளவு சொல்லியும் மனோன்மணி இதை நம்பவில்லை.

'எது எப்படியிருந்தாலும் சரி, நான் உடனே இந்த ஊரை விட்டுப் போய் விட வேண்டும்' என்றாள்.

சந்திரசூடன் அவளுக்கு எவ்வளவோ சமாதானம் சொல்லிப் பார்த்தான்; மனோன்மணி கேட்கவில்லை.

பண்ணையாரே தம் வீடுகளில் தீப்பிடித்த செய்தி அறிந்து வந்து பார்த்தார். மனோன்மணியையும் குழந்தையையும் தம் சொந்த வீட்டில் வந்து தங்கியிருக்கும்படி சொன்னார்.

அதையும் அவள் கேட்கவில்லை.

வெறி பிடித்தவள் போல், 'ஊரை விட்டுக் கிளம்பி விட வேண்டும்' என்று சொல்லிக் கொண்டிருந்தாள்.

மறுநாள் பொழுது விடிந்ததும் அவ்விதமே முதல் பஸ்ஸில் ஏறிச் சென்னைப் பட்டணத்துக்குப் போய்விட்டாள்.

11

சந்திரசூடன் பிறகு இரண்டு மூன்று நாள் புன்னைவனத்தில் இருந்தான். உயிலும் ரிஜிஸ்டர் ஆயிற்று.

இடையில் மனோகரனுக்கும் சந்திரசூடனுக்கும் ஒரு நாள் அடிதடி சண்டை நடந்தது. அப்துல் ஹமீது குறுக்கிட்டு அங்கே கொலை நிகழாமல் தடுத்தான்.

ஆனால் மனோகரனைக் கொலை வழக்கிலிருந்து தப்புவிக்க முடியவில்லை. பெங்களூரில் நடந்த ஒரு கொலை சம்பந்தமாக இரகசியப் போலீஸ் விசாரணை நடந்து கொண்டிருந்தது. கடைசியில் பெங்களூர் போலீஸாருக்குத் தடயம் கிடைத்தது. அவர்கள் வந்து மனோகரனைக் கைது செய்து கொண்டு போனார்கள்.

அன்றிரவு வீட்டுக்குத் தீ வைத்தவன் மனோகரனாய்த் தானிருக்க வேண்டும் என்று பண்ணையாருக்கு நிச்சயமாயிருந்தது. அவன் இரவில் திருட்டுத்தனமாக எழுந்து போனதையும், பிறகு திரும்பி வந்து படுத்ததையும் அவர் கவனித்திருந்தார்.

ஆகையினால் அவன் போனதே நல்லதாய்ப் போயிற்று என்று முடிவு செய்து கொண்டார்.

தம்மகனுடைய மனைவியைப் பற்றியும், அவர்களுக்குச் சந்ததி உண்டா என்பது பற்றியும் கூடிய சீக்கிரம் விசாரித்துத் தெரிவிக்கும்படி சந்திரசூடனிடம் கேட்டுக் கொண்டார்.

சந்திரசூடன் இது விஷயமாக ஸி.ஐ.டி. சாயபுவின் உதவியைக் கோரினான். 'அதற்கென்ன பார்க்கலாம். சென்னையில் பின்னர் சந்திப்போம்' என்று சொல்லிவிட்டு அப்துல் ஹமீது சாயபு விடை பெற்றுச் சென்றான்.

பிறகு சந்திரசூடனும் சென்னைக்கு வந்து சேர்ந்தான். சில நாளைக்குப் பிறகு மனோன்மணியிடம் கலியாணப் பேச்சை எடுத்தான். பெண்கள் தனிமையாக வாழ்வது இந்த பொல்லாத உலகத்தில் எவ்வளவு கஷ்டம் என்பதை உணர்ந்திருந்த மனோன்மணியும் ஒரு மாதிரி மனதைத் திடப்படுத்திக் கொண்டு கலியாணத்துக்குச் சம்மதித்தாள்.

12

சந்திரசூடன் மேற்கூறிய விவரங்களையெல்லாம், கூறினான். 'திருமணத்துக்கு அவசியம் வந்து சேர வேண்டும்' என்று வற்புறுத்தி என்னை அழைத்து விட்டுப் போனான். நானும் கலியாணத்துக்குப் போவதாகத்தான் இருந்தேன்.

இந்த நிலைமையில் ஒரு நாள், திருமணம் வைத்திருந்த தேதிக்கு இரண்டு நாளைக்கு முன்னால், 'எதிர்பாராத காரணங் களினால் அழைப்பில் குறிப்பிட்டபடி என் திருமணம் நடைபெறாது, சிரமத்துக்கு மன்னிக்கவும்' என்று சந்திரசூடன் கையொப்பமிட்ட கடிதம் வந்தது. எனக்கு எப்படி இருந் திருக்குமென்று நேயர்களே ஊகித்துக் கொள்ளலாம்.

மறுபடியும் சந்திரசூடனைக் கண்டு பிடித்து, 'எனப்பா இப்படி ஏமாற்றி விட்டாயே! ஏன் கலியாணம் நின்று போயிற்று!' என்று கேட்டேன்.

'எல்லாம் அந்த சி.ஐ.டி சாயபுவினால் வந்த வினை!' என்றான் சந்திரசூடன்.

'முன்னால் அந்தப் பாதிக் கதையின் பேரில் பழியைப் போட்டாய். இப்போது சாயபுவின் பேரில் பழிபோடுகிறாயே!' என்று கேட்டேன்.

முத்தான முப்பது கதைகள்

சந்திரசூடன் பின்வருமாறு கதை முடிவைக் கூறினான்:

சென்னைக்கு வந்த பிறகு சந்திரசூடன் பல முறை அந்த ஸி.ஐ.டி. சாயபுவைச் சந்திப்பதற்கு முயற்சி செய்தான்; அவன் அகப்படவே யில்லை. பின்னர் கலியாணத்துக்கு வேண்டிய ஏற்பாடுகளைச் செய்ய தொடங்கினான்.

கலியாணத் தேதிக்கு நாலு நாளைக்கு முன்பு ஹமீது அவனைத் தேடிக் கொண்டு வந்தான்.

'அந்தப் பெண்ணுக்கும் அவள் குழந்தைக்கும் நீர் உதவி செய்ததெல்லாம் சரிதான். ஆனால் இப்போது செய்ய உத்தேசிக்கும் காரியம் சரியில்லை' என்றான்.

'ஏன்! என்ன தவறு? விதவா விவாகத்தை இப்போது எங்கள் ஹிந்து சமூகம் கூட ஒப்புக் கொள்கிறதே! உமக்கு என்ன ஆட்சேபணை!' என்றான் சந்திரசூடன்.

'அவள் விதவை என்பதற்கு என்ன ருசு! புருஷன் ஒரு வேளை உயிரோடிருந்தால்...!'

'அது யோசிக்க வேண்டிய விஷயந்தான். புருஷன் உயிரோடிருந்தால் மறு கலியாணங்கூடச் சட்டப்படி செல்லாது! ஆனால் விமான விபத்தைப் பற்றித்தான் அப்போதே எல்லாப் பத்திரிகையிலும் விவரமாக வெளியாகி இருக்கிறதே!'

'விமான விபத்தில் எல்லோரும் இறந்துதான் போனார்கள் என்பதற்கு என்ன ஆதாரம்? இவள் புருஷன் எங்கேயாவது திண்டாடி விட்டு வந்து சேர்ந்தால்...'

'ஆமாம்! எனக்குக் கூட அதைப் பற்றிச் சிறிது கவலையாகத் தானிருக்கிறது. முன்யோசனை இல்லாமல் ஏற்பாடு செய்து விட்டேன்.'

'இப்போது என்ன மோசம்? ஏற்பாட்டை ரத்துசெய்து விட்டால் போகிறது! அல்லது தள்ளியாவது வைக்கலாமே? புருஷன் நிச்சயமாய் செத்து தொலைந்து போனான் என்று தெரிந்த பிறகு கலியாணத்தை வைத்துக் கொண்டால் போகிறது!'

'நானே போய் அவளிடம் சொல்ல வெட்கமாயிருக்கிறது. எனக்காக நீர் போய் இந்த விஷயத்தைச் சொன்னால் நல்லது. நானும் அச்சமயம் வந்து சேர்ந்து கொள்கிறேன்.'

'அந்தப் பெண்பிள்ளை நான் அவள் குழந்தையைக் கொல்லப் பார்த்ததாகவல்லவா எண்ணிக் கொண்டிருக் கிறாள்! என்னைப் பார்த்ததும் எரிந்து விழுவாளே!'

'அதையெல்லாம் நான் சரிப்படுத்தி விட்டேன். நீர் தான் அவளுடைய குழந்தையைக் காப்பாற்றியவர் என்று காரண காரியத்துடன் எடுத்துச் சொல்லி அவளும் ஒப்புக் கொண்டாள். உமக்கு நன்றி செலுத்துவதற்காகக் காத் திருக்கிறாள். நீர்தான் எனக்காகப் போய் கலியாணத்தைத் தள்ளிப் போடும்படி சொல்ல வேண்டும். காரணத்தையும் குறிப்பிட்டுச் சொல்ல வேண்டும்.'

'அப்படியானால், பார்க்கிறேன்' என்று சொல்லி விட்டு அப்துல் ஹமீது மனோன்மணியின் வீட்டுக்குப் போனான். சற்று பின்னால் சந்திரசூடனும் சென்றான்.

சாயபுவைப் பார்த்ததும் மனோன்மணி மகிழ்ச்சி அடைந்து குழந்தையை இரு முறையும் காப்பாற்றியதற்காகப் பலமுறை அவனுக்கு நன்றி கூறினாள்.

பிறகு அப்துல் ஹமீது ஒருவாறு அவளுடைய கலியாணத்தைப் பற்றி பிரஸ்தாபித்தான்.

'தனியாக வாழ்க்கை நடத்துவது இந்த உலகில் மிகவும் கஷ்ட மென்று தெரிந்து கொண்டேன். அதற்காகத்தான் மறுமணத்துக்குச் சம்மதித்தேன். இந்தக் குழந்தையின் பேரிலும் அவர் ரொம்ப ஆசையாயிருக்கிறார்!' என்றாள் மனோன்மணி.

'மறுமணம் என்பது நிச்சயமாயிருந்தால் சரிதான், ஆனால் உங்கள் முதல் புருஷன் ஒரு வேளை உயிரோடிருந்தால்...?' என்று ஹமீது கூறியதும், மனோன்மணிக்குத் தாங்க முடியாத துக்கம் மீறிக் கொண்டு வந்து விட்டது. கண்ணீர் பெருகியது.

உடனே அவள் தேம்பித் தேம்பி அழத் தொடங்கி விட்டாள்.

அந்தச் சமயத்தில் சந்திரசூடன் வந்து சேர்ந்தான்.

'சாயபு! இது என்ன?' என்று கோபமாகக் கேட்டான்.

மனோன்மணி விம்மலை அடக்கிக் கொண்டு, 'அவர் மீது குற்றம் ஒன்றுமில்லை, ராஜ்மோகனுடைய தகப்பனாரை ஞாபகப்படுத்தினார். எனக்குத் தாங்க முடியாமல் அழுகை வந்துவிட்டது' என்று சொன்னாள்.

'இப்போது எதற்காக அதை ஞாபகப்படுத்தினீர்?' என்று சந்திரசூடன் கேட்டான்.

'அவர் செத்துப் போனார் என்பது நிச்சயந்தானா என்று கேட்டேன். அதற்கு இந்த அம்மாள் இவ்வளவு அதிகமாய் அழுது விட்டாள்' என்றான் ஹமீது.

'நீர்தான் ஸி.ஐ.டி.காரராயிற்றே! தர்மராஜன் உயிரோடு இருக்கிறானா, இல்லையா என்று கண்டுபிடித்துச் சொல்லுமே?' என்றான் சந்திரசூடன்.

'அதற்கென்ன? ஒரு வருஷம் அவகாசம் கொடுத்தால், கண்டுபிடித்துச் சொல்கிறேன்.' என்றான் ஹமீது.

'நல்ல வேளை! ஒரு வருஷம் என்னத்திற்கு ஒரு நிமிஷம் போதாதா வேஷத்தைக் கலைப்பதற்கு?' என்று சொல்லிக் கொண்டே, சந்திரசூடன் அப்துல் ஹமீதின் தலைத் தொப்பியையும் முகத்தின் துணிக் கட்டையும் எடுத்து எறிந்தான்.

மனோன்மணி, 'ஓ!' என்று அலறிக் கொண்டு போய்த் தர்மராஜனுடைய காலின் கீழ் விழுந்தாள்!

முடிவுரை

மலை உச்சியில் நடுக்காட்டில் விழுந்து எரிந்து போன விமனத்திலிருந்து தர்மராஜன் ஒருவன் மட்டும் எப்படி உயிர் பிழைத்து வந்தான், அவன் முகமெல்லாம் எப்படி எரிந்து தீய்ந்து கோரமாகப் போயிருந்தது, வெகுநாள்

காட்டில் கஷ்டப்பட்டுப் பிரயாணம் செய்து எப்படிப் புன்னை வனத்தை வந்து அடைந்தான் என்பதையெல்லாம் சந்திரசூடன் விவரமாக எனக்குக் கூறினான். இந்தக் கதைக் குச் சம்பந்தமில்லாத படியால் அவற்றை இங்கே நான் விவரிக்கவில்லை.

'இவ்வளவு விவரம் சொன்னவன், ஒரு விஷயம் மட்டும் கூறாமல் விட்டு விட்டாயே? அந்தக் குடும்பத்தாரின் விஷயத் தில் உனக்கு இவ்வளவு அக்கறை ஏற்படக் காரணம் என்ன? மனோன்மணியின் பேரில் கொண்ட பரிதாபமா? அல்லது அவளுடைய குழந்தையின் மேல் ஏற்பட்ட மோகமா? அல்லது மனோகரின் பேரில் உண்டான கோபமா?' என்று சந்திரசூடனைக் கேட்டேன்.

'அதெல்லாம் ஒன்றுமில்லை. தர்மராஜன் பம்பாயிலிருந்து ஆகாய விமானத்தில் புறப்பட்டான் அல்லவா? அன்றைக்குக் கிளம்பியிருக்க வேண்டியவன் நான்! என் டிக்கட்டைத்தான் அவனுக்கு மாற்றிக் கொடுத்தேன். அன்று விமானத்தில் நான் கிளம்பியிருந்தால் என் உயிர் அல்லவா போயிருக்கும்? எனக்காக உயிரைக் கொடுத்தவனுக்கு நான் இந்த உதவி யாவது செய்ய வேண்டாமா?' என்றான் சந்திரசூடன்.

'அவன் தான் பிழைத்து வந்து விட்டானே? உனக்காக உயிரைக் கொடுத்து விடவில்லையே?' என்றேன்.

'அவன் உயிர் அவ்வளவு கெட்டியாயிருந்தது. இருபது பேரில் அவன் ஒருவன் மட்டும் பிழைத்துவந்தான். நானா யிருந்தால் விமானம் விழுகிற போதே செத்துப் போயிருப்பேன்!'

'உன் உயிர் அவன் உயிரை விடக் கெட்டி அப்பனே! அதனால்தான் நீ அன்று புறப்படவே இல்லை?' என்று கேட்டேன் நான்.

சில நாளைக்குப் பிறகு சந்திரசூடன் மறுபடியும் புன்னைவனத் துக்குப் போய், பண்ணையாரிடம் எல்லா விவரங்களையும் சொல்லித் தந்தையையும் மகனையும்,

மருமகளையும் பேரனையும் சேர்த்து வைத்து விட்டு வந்தான். பண்ணையார் இப்போது ஒரேயடியாகப் பேரப் பிள்ளையின் மோகத்தில் முழுகிப் போயிருக்கிறாராம்! 'சாதியாவது மதமாவது? குணமல்லவா வேண்டும்? என் மருமகளைப் போல் குணசாலி தவம் செய்தாலும் கிடைக்குமா?' என்று அடிக்கடி சொல்லிப்பெருமைப்பட்டுக்கொண்டிருக்கிறாராம்.

பழைய உயிலை ரத்து செய்து விட்டுத், தம்முடைய சொத்திலிருந்து ஒரு பெரும் பகுதியை அநாதைக் குழந்தை களின் பராமரிப்புக்கென்று எழுதி வைத்திருக்கிறாராம்.

கடைசியாக,இவ்வளவுநல்லமுடிவுக்குக்காரணமாயிருந்த புன்னைவனத்துப் புலியின் ஞாபகார்த்தமாக ஒரு சமாதி எழுப்பியிருக்கிறார் என்று அறிகிறேன்.

வாழ்க புன்னைவனத்துப் புலி!

ஜமீன்தார் மகன்

1. முன்னுரை

சிலர் பிறக்கும் போதே கையில் பேனாவைப் பிடித்துக் கொண்டு எழுத்தாளராய்ப் பிறக்கிறார்கள். சிலர் முயற்சி செய்து எழுத்தாளராகிறார்கள். இன்னும் சிலர் எழுத்தாளர் உலகிற்குள் கழுத்தைப் பிடித்துத் தள்ளப்படுகிறார்கள்.

மூன்றாவது கூறிய எழுத்தாளர் வர்க்கத்தைச் சேர்ந்தவன் நான். கொஞ்சங்கூட எதிர்பாராத விதத்தில் எழுத்தாளன் ஆனவன். இன்றைய தினம் நான் 'வாடா மலர்' பிரசுராலயத்தின் தலைவனாக இருந்து, தமிழ் நாட்டுக்கு இணையில்லாத் தொண்டு செய்து, தமிழைக் கொன்று வருவதற்குப் பொறுப்பாளி யார் என்று கேட்டால், நிச்சயமாக நான் இல்லை. என் கைக்குள் அகப்படாத சந்தர்ப்பங்களின் மேலேயே அந்தப் பொறுப்பைச் சுமத்த வேண்டியவனாயிருக்கிறேன். இல்லையென்றால், முதன் முதலாக நான் பேனாவைக் கையில் பிடித்துக் கதை எழுதத் தொடங்கிய வேளையின் கூறு என்று சொல்ல வேண்டும்.

அப்படி எழுத்தாளர் உலகத்தில் என்னைக் கழுத்தைப் பிடித்துத் தள்ளக் காரணமாயிருந்த எனது முதல் கதை என்ன என்று தெரிய வேண்டாமா? அது என்னுடைய சொந்தக் கதையே தான். பர்மா நாட்டிலே, ஒரு அகாதமான காட்டு மலைப் பாதையிலே, மாலை நேரத்தின் மங்கிய வெளிச்சத்திலே அதை எழுதினேன். நான் அவ்விதம் எழுதிக் கொண்டிருந்தபோது, பக்கத்து மரத்தடியிலேயிருந்து இரண்டு அழகிய, விசாலமான, கருநீல வண்டுகளை யொத்தகண்கள், இமை கொட்டாமல் என்னைப் பார்த்துக் கொண்டிருந்தன! சற்று எழுதுவதை நிறுத்தி, நான் சுற்றுமுற்றும் பார்ப்பதுபோல் பார்த்துவிட்டு, அந்த மரத்தடியை நோக்குவேன். அப்போது அந்தக் கண்கள் ஒரு குறுநகை புரிந்து விட்டு, வேறு பக்கம் நோக்கும். மறுபடி நான் எழுதத் தொடங்கியதும், அந்தக் கண்கள் இரண்டும் என்னை நோக்குகின்றன என்பதை என்

உள்ளுணர்ச்சி மட்டுமல்ல - என் உடம்பின் உணர்ச்சியே எனக்குத் தெரியப்படுத்தும்.

மலர்ந்து விழித்த அந்த நயனங்களிலேதான் என்ன மாய் சக்தி இருந்ததோ, எனக்குத் தெரியாது. அந்த நயனங்களுக்குரியவளான நங்கையிடம் வேறு என்ன மந்திரம் இருந்ததோ, அதுவும் எனக்குத் தெரியாது. அவள் தன் கண்களின் தீட்சண்யமான பார்வையினால், என் உடைமை, உள்ளம், ஆவி எல்லாம் ஒருங்கே கவர்ந்து, என்னை அடிமை கொண்டு, சுய புத்தியுடன் இருந்த காலத்தில் நான் ஒரு நாளும் செய்யத் துணியாத காரியங்களையெல்லாம் செய்யப் பண்ணினாள் என்பது மட்டுந்தான் தெரியும்.

ஆம்; ஒருவிதக் கஷ்டமும் இன்றிச் சுயபுத்தியுடனே தாய் நாட்டுக்குத் திரும்பி வருவதற்கு எனக்குச் சந்தர்ப்பம் இருக்கத்தான் இருந்தது. அதை நான் வேண்டுமென்று தவற விட்டதை நினைத்தால், விதியைத் தவிர வேறு காரணம் எதுவும் சொல்வதற்கு முடியாமலிருக்கிறது.

2. ரங்கூன்

1941 ஆம் வருஷம் டிசம்பர் *23* உங்களுக்கு ஞாபகமிருக்கிறதா? அந்தத் தேதியை உங்களில் அநேகர் ஞாபகம் வைத்துக் கொள்வதற்குக் காரணம் இல்லாமலிருக்கலாம். ஆனால், நான் அந்தத் தேதியை ஒரு நாளும் மறக்க முடியாது. அன்றைய தினம் ரங்கூன் நகரில் இருக்க நேர்ந்த எவரும் அதைத் தங்கள் வாழ்நாள் உள்ள வரையில் மறக்க முடியாது.

அன்று தான் முதன் முதலாக ரங்கூனில் ஜப்பான் விமானங்கள் குண்டு போட்டன.

குண்டு விழுந்தபோது நான் என் காரியாலயத்துக்குள் வேலை பார்த்துக் கொண்டிருந்தேன். அபாயச் சங்கு ஊதிச் சற்று நேரத்துக் கெல்லாம் 'விர்' என்று விமானங்கள் பறக்கும் சத்தம், 'ஒய்' என்று குண்டுகள் விழும் சத்தம், 'படார்' என்று அவை வெடிக்கும் சத்தம், கட்டிடங்கள் அதிரும் சத்தம், கண்ணாடிகள் உடையும் சத்தம் எல்லாம் கேட்டன.

ஆனாலும், கட்டிடத்துக்குள் பத்திரமாயிருந்த நாங்கள் அவற்றையெல்லாம் அவ்வளவு பிரமாதமாக எண்ண வில்லை.

அபாய நீக்கச் சங்கு ஒலித்து வெளியிலே வேடிக்கை பார்க்க வந்த பிறகு தான், விஷயம் எவ்வளவு பிரமாதமானது என்று தெரிந்தது. ரங்கூன் நகரில் பல இடங்களில் தீப்பற்றி எரிந்து கொண்டிருந்தது. ஜனங்கள் அங்குமிங்கும் பைத்தியம் பிடித்தவர்களைப் போல் ஓடிக் கொண்டிருந்தார்கள். விளைந்த சேதத்தை ஒன்றுக்குப் பத்தாக மிகைப்படுத்திச் சொன்னார்கள். எல்லாம் ஒரே அல்லோலகல்லோலமா யிருந்தது.

டல்ஹௌஸி தெருவில் வீடுகள் பற்றி எரிகிறதென்று கேள்விப் பட்டதும் எனக்கு வயிற்றிலேயே நெருப்புப் பிடித்துவிட்டது போலிருந்தது. ஏனெனில், அந்தத் தெருவும், கர்ஸான் தெருவும் சேரும் முனையில் ஒரு வீட்டு மச்சு அறையிலேதான் நான் வாசம் செய்தேன். என்னுடைய துணிமணிகள், கையிருப்புப் பணம் முதலிய சகல ஆஸ்தி களும் அந்த அறையிலேதான் இருந்தன. மானேஜரிடம் உத்தரவு பெற்றுக் கொண்டு, கம்பெனியின் காரை எடுத்துக் கொண்டு வீட்டுக்குப் பறந்து விழுந்து கொண்டு சென்றேன். ஆனால் என்னுடைய வீடு எரியவில்லை. அதற்கு மாறாக, நான் சற்றும் எதிர்பாராத ஒரு காட்சி அங்கே தென்பட்டது.

நான் குடியிருந்த வீட்டைச் சுற்றிலும் ஒரு சிறு காம் பவுண்டு உண்டு. அந்தக் காம்பவுண்டில் ஓரிடத்தில் இருபது முப்பது ஸோல்ஜர்கள் கும்பலாக நின்று கொண்டிருந்தார்கள். வாசல் கேட்டுக்கு அருகில் இரண்டு ஸோல்ஜர்கள் காவலுக்கு நின்றார்கள்.

மோட்டாரைச் சற்று தூரத்தில் நிறுத்திவிட்டு, வீட்டின் 'கேட்' அருகில் சென்றேன். காவல் ஸோல்ஜர்கள் வழி மறித்தார்கள். அது நான் குடியிருந்த வீடு என்றும், என் சாமான்களை எடுத்துக் கொள்ள வேண்டுமென்றும் சொன் னேன். நான் சொன்னதை அவர்கள் நம்பவில்லை. வீட்டுக்

முத்தான முப்பது கதைகள்

காரர்கள் வீட்டைக் காலி செய்து விட்டுப் போய் விட்டார்கள் என்றும், என்னை உள்ளே விட முடியாது என்றும் சொன்னார்கள். அப்புறம் அங்கே எதற்காக ஸோல்ஜர்கள் நிற்கிறார்கள் என்று விசாரித்தேன். மத்தியானம் அங்கே ஒரு குண்டு விழுந்தது என்றும், அது பூமிக்குள்ளே வளை தோண்டிக் கொண்டு போய் புதைந்து கிடக்கிறதென்றும், அதை அபாயமில்லாமல் எடுத்து அப்புறப் படுத்துவதற்கு முயற்சி செய்கிறார்கள் என்றும் அறிந்தேன். அவர்களுடன் விவகாரம் செய்வதில் பயனில்லை என்று திரும்பிப் போனேன்.

திரும்பி எங்கே போனேன். அது எனக்கே தெரியாது. கை போனபடி காரை விட்டுக் கொண்டு, ரங்கூன் நகரமெல்லாம் சுற்றினேன். அன்று ரங்கூன் நகரம் அளித்த கோரக் காட்சியை என் வாழ் நாள் உள்ள அளவும் என்னால் மறக்க முடியாது.

வீதிகளிலெல்லாம் செத்த பிணங்கள், சாகப் போகிற பிணங்கள், அங்கங்கே தீப்பற்றி எரியும் காட்சி, நெருப் பணைக்கும் இயந்திரங்கள் அங்குமிங்கும் பறந்து விழுந்து ஓடுதல், ஜனங்களின் புலம்பல், ஸ்திரீகளின் ஓலம், குழந்தைகளின் அலறல்.

இத்தகைய கோரக் காட்சியைப் பார்த்து விட்டு சூரியாஸ்தமனம் ஆகி நன்றாய் இருட்டிய பிறகு மறுபடியும் என்னுடைய வீட்டுக்கே திரும்பிச் சென்றேன். வாசற் புறத்தில் மோட்டாரை ஒரு மூலையில் நிறுத்தி விட்டு, காம்பவுண்டு சுவரின் பின்பக்கமாகச் சென்றேன். நான் குடியிருந்த வீட்டிலிருந்து என்னுடைய சொந்த சாமான்களை எடுத்து வருவதற்குத் திருடனைப் போல் சுவர் ஏறிக் குதித்து இருட்டில் பதுங்கிப் பதுங்கிச் சென்று வீட்டின் பின்புறத்தை அடைந்தேன். சத்தம் செய்யாமல் உள்ளே புகுந்து மாடிப்படி வழியாக மேலே ஏறினேன். சாதாரணமாக மாடி அறையை நான் பூட்டிக் கொண்டு போகும் வழக்கம் கிடையாது. அன்றைக்கும் கதவைப் பூட்டவில்லை. 'நல்லதாய்ப் போயிற்று' என்று எண்ணிக் கொண்டு கதவைத் திறந்தேன்.

திறந்ததும் மாடி அறைக்குள்ளே நான் கண்ட காட்சி விழித்துக் கொண்டிருக்கிறேனா, கனவு காண்கிறேனா என்ற

சந்தேகத்தை எனக்கு உண்டாக்கி விட்டது. வியப்பினாலும் திகைப்பினாலும் என் தலை 'கிறுகிறு' வென்று சுற்ற ஆரம்பித்தது.

அந்தக் காட்சி என்னவென்றால், அந்த மச்சு அறையின் பலகணியின் அருகில் ஓர் இளம்பெண் நின்று ஜன்னல் வழியாக வெளியே பார்த்துக் கொண்டிருந்தாள். காம்பவுண்டில் ஸோல்ஜர்கள் வைத்துக் கொண்டிருந்த டார்ச் லைட்டிலிருந்து வந்த மங்கிய வெளிச்சத்தில், அந்தப் பெண்ணின் முதுகுப் பக்கம் 'ஸில் ஹவுட்' படம் மாதிரி தெரிந்தது. அவள் யாராயிருக்கும்? ஜன சூன்யமான வீட்டில், இந்த நேரத்தில் தன்னந்தனியாக அவள் என்னுடைய அறையில் இருப்பது எப்படி?

மனத்தில் துணிச்சலை வருவித்துக் கொண்டு, 'யார் அங்கே?' என்று கேட்டேன். வெளியிலிருந்த ஸோல்ஜர்களுக்குக் கேட்கக் கூடாதென்று மெல்லிய கள்ளக் குரலில் பேசினேன். அந்த இடத்தில் அந்த வேளையில் என்னுடைய குரல் எனக்கே பயங்கரத்தை அளித்தது என்றால், அந்தப் பெண் அப்படியே பேயடித்தவள் போல் துள்ளித் திரும்பி என்னைப் பீதி நிறைந்த கண்ணால் பார்த்ததில் வியப்பு இல்லை அல்லவா?

ஆனால் திரும்பிப் பார்த்த மறுகணத்தில் எங்கள் இருவருடைய பயமும் சந்தேகமும் நீங்கி, வியப்பு மட்டும் தான் பாக்கி நின்றது. என்னைப் பொருத்த வரையில் மனத்திற்குள்ளே ஒருவகையான ஆனந்த உணர்ச்சி உண்டாகவில்லையென்று சொல்ல முடியாது.

'நீயா?'

'நீங்களா?'

நான் சாப்பிட்டுக் கொண்டிருந்த கல்பாத்தி ஹோட்டலுக்குப் பக்கத்து வீட்டு வாசலில் சில சமயம் அந்தப் பெண்ணை நான் பார்த்திருக்கிறேன். அப்போதெல்லாம் அவளையும், தாய் நாட்டிலே எனக்கு மாலையிடுவதற்காகக் காத்துக் கொண்டிருந்த என் அத்தைப் பெண்ணையும் மனம்

ஒப்பிட்டுப் பார்ப்பதுண்டு. (நான் பர்மா நாட்டுக்கு வந்ததின் காரணங்களில் ஒன்று அத்தை மகளுடன் என் கலியாணத்தை ஒத்திப் போடுவதற்கு என்னும் இரகசியத்தை இந்த இடத்தில் சொல்லி வைக்கிறேன்). மற்றபடி வேறுவிதமான எண்ணம் அந்தப் பெண்ணைப் பற்றி என் மனத்தில் உண்டானதில்லை. ஏனெனில் அந்த வீட்டிலேயே குடியிருந்த ராவ் சாகிப் ஏ.வி. சுந்தர் என்பவர், ரங்கூனில் உள்ள தென்னிந்தியர்களுக்குள்ளே ஒரு பிரமுகர் என்றும் மாதம் இரண்டாயிரம் மூவாயிரம் வருமானம் உள்ளவரென்றும் எனக்குத் தெரியும். அப்பேர்ப்பட்டவருடைய புதல்வியைக் குறித்துக் கனவு காண்பதிலே என்ன பிரயோஜனம்?

அந்தப் பெண் இப்போது என் அறையில் இருட்டில் தன்னந்தனியாய் நிற்பதைக் கண்டதும், எனக்கு எப்படி இருந்திருக்கும் என்று நீங்களே ஊகித்துக் கொள்ளலாம்.

3. கிழக்கு ரங்கூன்

என் வியப்பை ஒருவாறு அடக்கிக் கொண்டு 'இங்கே எப்படி வந்தாய்? எப்போது வந்தாய்?' என்று கேட்டேன்.

'நீங்கள்?' என்று அவள் திருப்பிக் கேட்டதில் பல கேள்விகள் தொனித்தன.

சற்றுக் கோபத்துடன், 'அப்படியா? உனக்கு அவசியம் தெரிய வேண்டுமா? இது என்னுடைய அறை! என் அறையிலிருந்து என் சாமான்களைத் திருடிக் கொண்டு போவதற்காக வந்தேன். கொல்லைப் புறச் சுவர் ஏறிக் குதித்து வந்தேன். வந்த வழியாகத்தான் திரும்பிப் போகப் போகிறேன்! உனக்கு இங்கு ஏதோ முக்கியமான வேலை இருப்பதாகத் தெரிகிறது. கவலைப்படாதே! இதோ போய் விடுகிறேன்' என்று சொல்லி, என் கைப்பெட்டியைத் தூக்கிக் கொண்டேன்.

'ஐயோ! என்னையும் அழைத்துக் கொண்டு போங்கள். உங்களுக்குப் புண்ணியம் உண்டு!' என்று அவள் கூறிய போது, அவளுடைய நெஞ்சு 'பட் பட்' என்று அடித்துக் கொள்ளும் சத்தமே நான் கேட்கக் கூடியதாயிருந்தது.

அவளிடம் நான் உடனே இரக்கம் கொண்டாலும், இன்னும் கொஞ்சம் அவளைக் கெஞ்சப் பண்ண வேண்டுமென்ற அசட்டு எண்ணத்தினால், 'அதெல்லாம் முடியாது. புண்ணியமும் ஆச்சு, பாவமும் ஆச்சு! எனக்கு வேறே வேலை இல்லையா?' என்றேன்.

உடனே அந்தப் பெண், 'அப்படியா சமாசாரம் இதோ நான் 'திருடன், திருடன்' என்று கூச்சல் போடுகிறேன்!' என்று சொல்லிக் கொண்டே, ஜன்னல் பக்கம் போனாள். நான் அவசரமாய்ச் சென்று அவளைக் குறுக்கே மறித்து, 'வேண்டாம்! வேண்டாம்!' என்று சொல்லிக் கொண்டே, அவளுடைய கரங்களைப் பற்றினேன். மேலே போகாமல் அவளைத் தடுப்பதற்காகவே அவ்விதம் செய்தேன். அவளோ திருப்பி என் கரங்களைக் கெட்டியாகப் பிடித்துக் கொண்டு, 'என்னை அழைத்துக் கொண்டு போவதாகச் சத்தியம் செய்து கொடுங்கள்; இல்லாவிட்டால் கூச்சல் போடுவேன்' என்றாள்.

அவளுடைய கைகளைத் தொட்ட அதே நிமிஷத்தில் நான் என் சுதந்திரத்தை அடியோடு இழந்து அவளுக்கு அடிமையாகி விட்டேன் என்பதையும், அவளுடைய சுண்டு விரலால் ஏவிய காரியங்களை எல்லாம் சிரசினால் செய்யக் கூடிய நிலையில் இருந்தேன் என்பதையும், நல்ல வேளையாக அவள் அறிந்து கொள்ளவில்லை. நானும் அவளுக்கு அச்சமயம் தெரியப்படுத்த விரும்பவில்லை.

'ஆகட்டும் பயப்படாதே! உன் அப்பா, அம்மா?' என்று கேட்டேன்.

'அப்பா, அம்மாவா?' என்று அந்தப் பெண் பெருமூச்சு எறிந்தாள். மறுபடியும் 'நல்ல அப்பா! நல்ல அம்மா!' என்று பல்லைக் கடித்துக் கொண்டாள்.

அழுகையும் ஆத்திரமுமாக அவள் கூறியதிலிருந்து பின்வரும் விவரங்கள் வெளிவந்தன.

அன்று மத்தியானம் அந்தப் பெண் ஸ்நான அறையில் குளித்துக் கொண்டிருந்த போது, திடீரென்று 'ஸைரன்' ஊதிற்றாம். அவசர அவசரமாக அவள் குளித்து முடிப்ப

தற்குள் ‘டுடும்’ ‘டுடும்’ என்று காது செவிடுபடும் சத்தம் கேட்டதுடன், வீடே அதிர்ந்ததாம். அந்த அதிர்ச்சியில் அவள் தடாலென்று தரையில் விழுந்தாளாம்! தலையில் அடிபட்டு மூர்ச்சையாகி விட்டாளாம். மூர்ச்சை தெளிந்து எழுந்து, உடை உடுத்திக் கொண்டு ஸ்நான அறையி லிருந்து வெளியே வந்து பார்த்தால், வீட்டிலே ஒருவரும் இல்லையாம்; கொஞ்ச தூரத்தில் தீப்பிடித்து எரியும் காட்சி தென்பட்டதாம். அவள் வீட்ட்டுக்கு வெளியே ஓடி வந்து அக்கம் பக்கத்து வீடுகளில் அப்பா அம்மாவைப் பற்றி விசாரிக்கலாமென்று ஓடி ஓடிப் பார்த்தாளாம். சில வீடு களில் ஒருவருமில்லையாம். சில வீடுகளில் சாமான்களை அவசரமாக அப்புறப்படுத்திக் கொண்டிருந்தார்களாம். இவளை கவனிப்பாரோ, இவளுடைய கேள்விக்குப் பதில் சொல்வாரோ யாரும் இல்லையாம்! கடைசியில் இந்த வீடு திறந்து கிடப்பதைக் கண்டு உள்ளே வந்தாளாம். வீட்டில் ஒருவரும் இல்லாமலிருக்கவே, மச்சு அறையில் யாராவது இருக்கலாமென்று மேலே ஏறினாளாம். அவள் மச்சு அறையில் இருக்கும் போது ஸோல்ஜர்கள் வந்து வீட்டைச் சூழ்ந்து கொண்டார்களாம். பிறகு வெளியே வர பயப்பட்டுக் கொண்டு மச்சு அறையிலேயே ஒளிந்து கொண்டிருந்தாளாம்.

இதையெல்லாம் கேட்டபின் ‘உன் அப்பா அம்மாவுக்குத் தெரிந்தவர்கள், சிநேகிதர்கள் இந்த ஊரில் பலர் இருப் பார்களே? அவர்களுடைய விலாசங்கள் ஏதாவது உனக்குத் தெரியுமா? ஒரு வேளை எந்தச் சிநேகிதர் வீட்டுக்காவது போயிருக்கலாமல்லவா?’ என்று விசாரித்தேன்.

‘போயிருக்கலாம்’ என்று சொல்லி, கிழக்கு ரங்கூனில் இரண்டு மூன்று வீடுகளையும் அவள் சொன்னாள்.

உடனே, ஒரு முடிவுக்கு வந்தேன். என் கைப் பெட்டியை ஒரு கையில் எடுத்துக் கொண்டு அவளை இன்னொரு கையினால் பிடித்துக் கொண்டு கிளம்பினேன். மச்சிலிருந்து கீழே இறங்கி, வீட்டின் கொல்லைப் புறமாகச் சென்று, காம்பவுண்டுச் சுவரின் மேல் முதலில் அவளை ஏற்றி விட்டுப் பெட்டியை எடுத்துக் கொடுத்தேன். பிறகு நான் ஏறிக் குதித்து

அவளையும் இறக்கி விட்டுப் பெட்டியை எடுத்துக் கொண்டு போய்க் காரில் வைத்தேன்.

டிரைவர் ஆசனத்தில் நான் உட்கார்ந்ததும், அவள் காரின் பின் கதவைத் திறந்து கொண்டு பின் ஸீட்டில் உட்கார்ந்தாள். இது எனக்கு மிகவும் மகிழ்ச்சி தந்தது. அரைப் படிப்புப் படித்து நாணம் மடம் முதலிய ஸ்திரீகளுக்குரிய குணங்களைத் துறந்த பெண் அவள் அல்ல என்பதற்கும் அது அறிகுறியாயிருந்தது.

அதிர்ஷ்டவசமாக, முதல் முதல் நான் காரைக் கொண்டு போய் நிறுத்திய வீட்டிலேயே அந்தப் பெண்ணின் அப்பா, அம்மா இருந்தார்கள். ராவ்சாகிப் வீட்டு வாசலிலேயே நின்று கொண்டிருந்தார். அவருடைய பெண் காரிலிருந்து இறங்கியதும், அவர் வரவேற்புக் கூறிய விதம் எனக்குத் திகைப்பை அளித்தது.

'வந்துவிட்டாயா, வஸந்தி! வா!' என்றார். உடனே வீட்டுக்கு உட்புறம் பார்த்து 'அடியே! தவித்துக் கொண்டிருந்தாயே, இதோ வஸந்தி வந்து விட்டாள்' என்றார். ஓர் அம்மாள் உள்ளிருந்து வாசற்படியண்டை வந்து, 'வந்து சேர்ந்தாயாடி, அம்மா. ஏதோ பகவான் இருக்கிறார்!' என்றார்.

அந்தப் பெண் வீட்டுக்குள்ளே போனதும் அவளுடைய அப்பாவும் உள்ளே போய்க் கதவைப் படீரென்று சாத்தினார்.

பெண்ணை அழைத்துக் கொண்டு வந்தவனுக்கு ஒரு வார்த்தை வந்தனம் கூடச் சொல்லவில்லை!

4. மாந்தலே

ரங்கூனிலிருந்து இந்தியாவுக்கு வந்தவர் யாரை வேணுமானாலும் விசாரித்துப் பாருங்கள்.

'ரங்கூனுக்குச் சமானமான நகரம் உலகத்திலேயே உண்டா?' என்று தான் கேட்பார்கள்.

அப்படிக் குதூகலத்துக்கும் கோலாகலத்துக்கும் பெயர் போனதாயிருந்த ரங்கூன் நகரம், மேற்படி டிசம்பர் 23

சம்பவத்துக்குப் பிறகு, சில தினங்களில் அடைந்த நிலைமையை எண்ணிப் பார்த்தால், இப்போது கூட எனக்கு என்னமோ செய்கிறது.

கோலாகலம் குதூகலம் எல்லாம் போய்ச் சாவு விழுந்த வீட்டின் நிலைமையை ரங்கூன் அடைந்து விட்டது. ஜனங்கள் அதி விரைவாக நகரைக் காலி செய்து போய்க் கொண்டிருந்தார்கள். மனுஷ்யர்களை நம்பி உயிர் வாழ்ந்த நாய்கள், பூனைகள், காக்கைகள் முதலிய பிராணிகளும் பட்சிகளும் உணவு கிடைக் காமையால் எலும்புக் கூடுகளாகி தீனக் குரலில் ஊளையிட்டுக் கொண்டும் முனகிக் கொண்டும் அங்குமிங்கும் அலைந்த காட்சி பரிதாபகரமாயிருந்தது.

ரங்கூனில் வசித்த இந்தியர்கள் எத்தனையோ பேர் தென்னிந்தியாவுக்குத்திரும்பிப்போய்க்கொண்டிருந்தார்கள். கப்பல்களில் இடத்துக்கு ஏற்பட்டிருந்த கிராக்கியைச் சொல்ல முடியாது. எனினும் நான் முயன்றிருந்தால் டிக்கெட் வாங்கிக் கொண்டு கிளம்பியிருக்கலாம். பல காரணங்களினால் நான் கிளம்பவில்லை. முக்கியமான காரணம், நான் வேலை பார்த்த கம்பெனியின் இங்கிலீஷ் மானேஜர் அடிக்கடி, 'இந்தியர் எல்லாரும் பயந்தவர்கள்!' 'அபாயம் வந்ததும் ஓடிப் போய் விடுவார்கள்!' என்று சொல்லிக் கொண்டிருந்ததுதான். நான் ஒருவனாவது இந்தியாவின் மானத்தைக் காப்பாற்றியே தீர்வது என்று உறுதி கொண்டிருந்தேன்.

1942-ஆம் வருஷம் பிறந்தது. ஜனவரி முடிந்து பிப்ரவரியில் பாதிக்கு மேல் ஆயிற்று. பர்மாவின் தென் முனையில் ஜப்பானியர் இறங்கி விட்டார்கள் என்றும் முன்னேறி வருகிறார்கள் என்றும் செய்திகள் வந்தன. சிட்டாங் பாலத்துக்காக சண்டை தொடங்கிவிட்டதென்றும் தெரிகிறது.

என் மனமும் சலனமடைந்தது. எவ்வளவுதான் நான் தைரியமா யிருந்தாலும் என் விருப்பத்துக்கு விரோதமாக இந்தியாவுக்குப் போக வேண்டி நேரலாமென்று தோன்றிற்று. இந்த நிலைமையில் கையில் எவ்வளவு பணம் சேகரித்துக் கொள்ளலாமோ, அவ்வளவும் சேகரித்துக் கொள்ள விரும்பினேன்.

சில மாதங்களுக்கு முன்னாலிருந்து பர்மாவில் மோட்டார் வண்டிக்கு அளவில்லாத கிராக்கி ஏற்பட்டிருந்தது. சைனாக் காரர்கள் வந்து பர்மாவில் மோட்டார் வாங்கிக் கொண்டிருந்தது தான் காரணம். பழைய வண்டிகளை வாங்கி விற்பதில் நல்ல லாபம் கிடைத்தது. நான் மோட்டார் கம்பெனியில் வேலையிலிருந்த படியால், என் சொந்த ஹோதாவில் அந்த வியாபாரம் கொஞ்சம் செய்து கொண்டிருந்தேன்.

கடைசியாக, ரங்கூனில் குண்டு விழுந்த போது நான் வாங்கி வைத்திருந்த வண்டி விற்பனையாகாமல் என்னிடமே இருந்தது. அதை எப்படியாவது பணம் ஆக்கி விட வேண்டும் என்று தீர்மானித்தேன். ரங்கூனில் அதை விற்பதற்கு வழியில்லையாகை யால் மாந்தலேக்குக் கொண்டு போய் விற்று விட எண்ணினேன். எனவே, கம்பெனி மானேஜரிடம் உத்தரவு பெற்றுக் கொண்டு, பிப்ரவரி 18ந் தேதி மோட்டாரை நானே ஓட்டிக் கொண்டு பிரயாணமானேன்.

பெகு வழியாகச் சுமார் 360 மைல் பிரயாணம் செய்து மறுநாள் 18 தேதி மத்தியானம் மாந்தலேயை அடைந்தேன். மாந்தலேயின் பிரசித்தி பெற்ற கோட்டைச் சமீபத்தில் வந்ததும், வண்டியை நிறுத்தி விட்டு வேடிக்கை பார்த்துக் கொண்டிருந்தேன்.

திடீரென்று அபாயச் சங்கு ஒலித்தது. 'இதென்ன கூத்து' என்று ஆகாயத்தைப் பார்த்துக் கொண்டிருக்கையிலே, 'விர்' என்று சத்தம் வரவரப் பெரிதாகக் கேட்டது. விமானங்கள் என் தலைக்கு மேலே வெகு சமீபத்தில் பறந்து போயின. அடுத்த கணத்தில் 'டுடும்' 'டுடும்' என்ற பயங்கர வெடிச் சப்தங்கள் கேட்டன. சொல்ல முடியாத பீதியும், உயிரைக் காப்பாற்றிக் கொள்ளும் ஆவலும் என்னைப் பற்றிக் கொண்டன. காரிலேயே பாய்ந்து ஏறி, திக்குத் திசை பாராமல் அதிவேகமாக வண்டியை விட்டுக் கொண்டு சென்றேன். அந்தச் சமயத்தில் அந்தப் பாழும் மோட்டார் எஞ்சினில் ஏதோ கோளாறு ஏற்பட்டு, டடடட டடடட என்று அடித்துக் கொண்டு நின்று போய் விட்டது. வண்டி நின்று போய்

விட்ட இடத்துக்குப் பக்கத்திலே ஒரு தபால் ஆபீஸைப் பார்த்தேன். அதற்குள் புகுந்து கொள்ளலாமென்று ஓடினேன். உள்ளேயிருந்த பர்மியப் போஸ்டு மாஸ்டர் படாரென்று கதவைச் சாத்தித் தாளிட்டார். ஜன்னல் வழியாக அவரைத் திட்டினேன். அவர் பர்மியப் பாஷையில் திருப்பித் திட்டினார். வேறு வழியின்றிப் போஸ்டாபீஸ் வாசல் முகப்பிலேயே பீதியுடன் நின்று கொண்டிருந்தேன்.

அந்த பிப்ரவரி மாதம் 19 இந்த யுத்தத்திலேயே ஒரு விசேஷமான தினம் என்று பிற்பாடு எனக்குத் தெரிந்தது. இந்தியாவுக்கு வந்திருந்த சீனத் தலைவர் சியாங் - காய் ஷேக் திரும்பிச் சீனா போகையில், அன்று மாந்தலேயில் இறங்கினார். கோட்டையில் பிரிட்டிஷ் அதிகாரிகள் அவருக்கு விருந்து அளித்தார்கள். அதைத் தெரிந்து கொண்டுதான், ஜப்பான் விமானங்கள் அன்றைக்கு வந்து கோட்டையில் குண்டு போட்டன. ஆனால் அதிர்ஷ்டம் சீனாவின் பக்கம் இருந்தபடியால், ஜப்பான் விமானங்கள் ஒரு மணி நேரம் பிந்தி விட்டன!

இந்தவிவரம்ஒன்றும்அப்போதுநான்அறிந்திருக்கவில்லை. அறிந்து கொள்ள விரும்பவும் இல்லை. அப்போது ஒரே ஓர் எண்ணம், ஒரே ஓர் ஆசை, என் உள்ளம், உடம்பு எல்லாவற்றிலும் புகுந்து கவிந்து கொண்டிருந்தது! அது தாய் நாட்டுக்குச் சென்று, என் வயது முதிர்ந்த தாயாரைப் பார்க்க வேண்டும் என்பதுதான்.

அபாய நீக்கச் சங்கு ஊதியதும், வண்டியை ரிப்பேர் செய்து கிளம்பிக் கொண்டு எந்தச் சிநேகிதர் மூலமாக வண்டியை விற்க நினைத்தேனோ, அவர் வீட்டை அடைந்தேன். வீட்டில் நண்பர் இல்லை. அவர் மனைவியிடம் வண்டியை ஒப்படைத்து, நண்பர் திரும்பி வந்ததும் கிடைத்த விலைக்கு விற்றுப் பணத்தை இந்தியாவுக்கு அனுப்பச் சொல்லிவிட்டு, அன்று மாலை மாந்தலேயிலிருந்து ரங்கூனுக்குக் கிளம்பும் ரயிலில் கிளம்பினேன்.

சாதாரணமாக, மாலையில் மாந்தலேயில் கிளம்பும் ரயில், மறுநாள் காலையில் ரங்கூன் போய்ச் சேருவது வழக்கம்.

வழியிலே 'பின்மானா' என்னும் ரயில்வே ஸ்டேஷன் தீப்பிடித்து எரிந்து கொண்டிருந்ததையும், அந்தத் தீயின் கோரமான வெளிச்சத்தில் ஸ்டேஷன் மாஸ்டர் ஒரு தனி மனித ராக நின்று கொண்டிருந்ததையும் இப்போது நினைத்தாலும் எனக்கு மயிர்க் கூச்சல் உண்டாகிறது.

கடைசியாக 20 சாயங்காலம் ரயில் ரங்கூன் ஸ்டேஷனை அடைந்தது.

ஸ்டேஷனை ரயில் நெருங்கும்போதே, அங்கு ஏதோ அல்லோலகல்லோலமாயிருக்கிறதென்று தெரிந்து விட்டது. ரங்கூன் ஸ்டேஷனில் எத்தனை ரயில் பாதைகள் உண்டோ அவ்வளவு பாதைகளிலும் ரயில்கள் புறப்படத் தயாராய் நின்றன. எல்லா ரயில் என்ஜின்களும் மாந்தலேயே நோக்கி யிருந்தன. ரயில்களில் கூட்டத்தைச் சொல்ல முடியாது. பிளாட்பாரத்திலோ இறங்குவதே அசாத்தியமாயிருந்தது.

எப்படியோ இறங்கியவுடன், எனக்குத் தெரிந்த ஆசாமி யாராவது உண்டா என்று பார்த்தேன், என் கம்பெனியைச் சேர்ந்த ராமபத்திர ஐயர் தென்பட்டார். அவரைப் பிடித்து 'இது என்ன கோலாகலம்?' என்றேன். அவர் சொன்னார்.

'ரங்கூனை, 'எவாகுவேட்' பண்ணும்படி சர்க்கார் உத்திரவு பிறந்து விட்டது! சிறைச்சாலைகளையும், பைத்தியக்கார ஆஸ்பத்திரிகளையும் திறந்து விட்டு விட்டார்கள். மிருகக் காட்சிச் சாலையில் துஷ்ட மிருகங்களைக் கொன்று விட் டார்கள். குரங்குகளை அவிழ்த்து விட்டு விட்டார்கள். இப்படிப்பட்ட சமயம் பார்த்து நீ திரும்பி வந்திருக்கிறாயே?' என் மனம் என்ன பாடுபட்டிருக்கும் என்று நீங்களே யோசி த்துப் பாருங்கள்!

5. பக்கோக்

அன்றிரவே சென்று கப்பலுக்கு டிக்கெட் வாங்கிக் கொடுக்கும்படி உத்தியோகஸ்தரைச் சந்தித்தேன். அவர் 'அப்பனே! டிக்கெட் என்னமோ வாங்கித் தருகிறேன். ஆனால், டிக்கெட் வைத்துக் கொண்டு என்ன செய்வாய்? உனக்கு

முன்னால் கப்பலுக்கு டிக்கெட் வாங்கிய எத்தனையோ பேர் இடம் கிடைக்காமல் திண்டாடுகிறார்களே?' என்றார்.

பிறகு அவர், 'நாளைக்கு நானே காரில் மாந்தலேக்குப் புறப்படுகிறேன். நாலு பேர் போகிறோம். நீயும் வந்தாயானால், உன்னையும் அழைத்துப் போகிறேன்' என்றார்.

என் பேரில் உள்ள கருணையால் அவர் அவ்விதம் சொல்ல வில்லை. எனக்கு மோட்டார் விடவும் ரிப்பேர் செய்யவும் தெரியு மாதலால் வழியில் உபயோகப்படுவேன் என்று எண்ணித்தான் சொன்னார். தாம் மட்டும் மாந்தலேயில் தங்கப் போவதாகவும், மற்ற மூவரும் அங்கிருந்து 'கலாவா' மார்க்கமாக இந்தியாவுக்குப் புறப்படுவதாகவும் கூறினார். அவர்களுடன் நானும் சேர்ந்து போகலாம் என்ற எண்ணத் துடன் 'சரி' என்று சம்மதித்தேன்.

'பெகு' மார்க்கம் அபாயமாகி விட்டபடியால் 'புரோமி' வழியாகப் பிரயாணஞ் செய்தோம்! இந்தப் பிரயாணத்தால் நேர்ந்த எத்தனையோ அனுபவங்களைப் பற்றி நான் இங்கே விஸ்தரிக்கப் போவதில்லை. 21ல் ரங்கூனில் கிளம்பியவர்கள் 24ல் மாந்தலே போய்ச் சேர்ந்தோம் என்று மட்டும் குறிப்பிடுகிறேன்.

இவ்வளவு சிரமப்பட்டு மீண்டும் மாந்தலேயே அடைந்த பிறகு, அங்கே மற்றோர் ஏமாற்றம் எனக்குக் காத்துக் கொண்டிருந்தது.

மாந்தலேயிலிருந்து 'கலாவா' போகும் ரயிலுக்கு டிக்கெட் கொடுப்பதை நிறுத்தி விட்டார்கள். மறுபடியும் எப்போது கொடுக்க ஆரம்பிப்பார்கள் என்று தெரியவில்லை.

டிக்கெட் கிடைக்காமற் போனதில் எனக்கு ஏற்பட்ட ஆத்தி ரத்தையும், துக்கத்தையும் சொல்லவே முடியாது. ஆனால், இப்போது நினைத்துக் கொண்டால் பகவானுடைய கருணை எப்படியெல்லாம் இயங்குகிறது என்று ஆச்சரியக் கடலில் மூழ்கிவிடுகிறேன்.

முன் தடவை மோட்டாரை ஒப்புவித்து விட்டு வந்த நண்பரைச் சந்தித்தேன். நல்லவேளையாக அவர் வண்டியை

விற்றிருந்தார். ஆயிரத்து நூறு ரூபாயும் கொடுத்தார். இந்தப் பணத்தைக் கடவுளே கொடுத்ததாகப் பின்னால் நான் கருதும்படியான சந்தர்ப்பம் ஏற்பட்டது.

அதே நண்பர்தான் இன்னொரு யோசனையும் சொன்னார். மாந்தலேயில் ரயிலுக்காகக் காத்திருப்பதைக் காட்டிலும், 'பக்கோக்கூ'வுக்குப் போய் அங்கிருந்து 'டம்மு' வரையில் போகும் மோட்டார் லாரிகளில் போகலாம் என்றார்.

'பக்கோக்கூ' என்னும் ஊர் மாந்தலேக்குக் கிழக்கே கொஞ்ச தூரத்தில் ஐராவதிக்கு அக்கரையில் இருக்கிறது. அங்கே போய்ச் சேர்ந்து விசாரித்தேன். என்னுடைய துரதிர்ஷ்டம் அங்கும் என்னைத் தொடர்ந்து வந்ததாகத் தோன்றியது. ஏனெனில், மறுநாள் காலையில் அங்கிருந்து நாலு லாரிகள் 'டம்மு'வுக்குக் கிளம்புவ தாகவும், ஆனால் அவற்றில் ஒன்றிலும் கூட இடம் இல்லை என்றும் தெரிந்தது. லாரிகளின் சொந்தக்காரனான பஞ்சாபியிடம் நேரில் போய் எனக்கு மோட்டார் வேலை தெரியும் என்றும் வழியில் உபயோகமாயிருப்பேன் என்றும் சொல்லிப் பார்த்தேன். 'இடமில்லை' என்ற ஒரே பதில் தான் வந்தது.

அன்றிரவு நடுநிசிக்கு அதே பஞ்சாபிக்காரன் என்னைத் தேடிக் கொண்டு நான் தங்கியிருந்த ஹோட்டலுக்கு வந்தான். எனக்கு மோட்டார் வண்டி நன்றாய் ஓட்டத் தெரியுமா என்று கேட்டான். தெரியும் என்றேன். அவன் ஏற்படுத்தியிருந்த டிரைவர்களில் ஒருவன் வராமல் ஏமாற்றி விட்டபடியால் அவன் என்னைத் தேடி வந்தான் என்று தெரிந்தது.

'டம்மு வரையில் லாரி ஓட்டிக் கொண்டு போய் சேர்த்தால் 200 ரூபாய் தருகிறேன்' என்றான் அந்தப் பஞ்சாபி.

சற்று முன்னால் தான் அவனிடம் நான் மேற்படி பிரயாணத்துக்கு 200 ரூபாய் தருவதாகச் சொன்னேன். இப்போது அதே பிரயாணத்துக்கு அந்த ரூபாய் எனக்குக் கிடைப்பதாயிருந்தது. ஆனால், மோட்டார் லாரி ஓட்டு வதிலும் எனக்குக் கௌரவம் இருக்க வேண்டும் என்று எண்ணி, 'எனக்கு உன் ரூபாய் வேண்டாம்; பிரயாணத்தின்

போது எனக்குச் சாப்பாட்டுக்கு ஏற்பாடு செய்தால் போதும்' என்றேன்.

மறுநாள் காலையில் லாரிகள் நின்ற இடம் போனேன். பிரமாண்டமான லாரிகள் நாலு நின்று கொண்டிருந்தன. ரொம்ப ரொம்ப அடிபட்டுப் பழசாய்ப் போன லாரிகள். அவற்றில் நான் ஓட்ட வேண்டிய வண்டியைச் சுற்றுமுற்றும் வந்து பார்த்தேன். இந்த லாரிப் பூதத்தைக் காட்டு மலைப் பாதையில் 300 மைல் ஓட்ட வேண்டும் என்று நினைத்த போது பகீர் என்றது.

பிறகு, லாரிகளில் ஏறுவதற்காக நின்று கொண்டிருந்தவர்களைப் பார்த்தேன். வங்காளிகள், பஞ்சாபிகள், ஆந்திரர்கள், தமிழர்கள் முதலிய பல மாகாணத்தவர்களும் இருந்தார்கள். அப்படி நின்றவர்களுக்கு மத்தியில், சென்ற இரண்டு மாதமாக நான் கனவிலும் நனவிலும் தியானித்துக் கொண்டிருந்த பெண் தெய்வமும் நின்று கொண்டிருந்தது.

அவளுடைய பெற்றோரும் பக்கத்தில் நின்று கொண்டிருந்தார்கள்.

அப்புறம் வண்டி கிளம்புகிற வரையில் லாரியின் என்ஜினுக்குப் போட்டியாக என் நெஞ்சம் அடித்துக் கொண்டிருந்தது. அவர்கள் என்னுடைய வண்டியில் ஏறுவார்களா, வேறு வண்டியில் ஏறுவார்களா என்று தெரிந்து கொள்ள என் உள்ளம் துடிதுடித்தது. ஒரு வேளை ராவ்சாகிப் என்னைத் தெரிந்து கொண்டால் வேண்டுமென்றே வேறு வண்டியில் ஏறினாலும் ஏறுவார் என்று, கூடிய வரையில் அவர்கள் பக்கம் பார்க்காமலே இருந்தேன். ஆயினும் இரண்டொரு தடவை பார்த்த போது அவளும் என்னைத் தெரிந்து கொண்டாள் என்றும் அவளுடைய நெஞ்சும் ஆவலினால் துடிதுடித்துக் கொண்டிருந்தது என்றும் அறிந்தேன்.

கடவுள் என் பக்கத்திலே இருக்கிறார் என்றும் விரைவிலேயே தெரிந்து விட்டது.

அவர்கள் என்னுடைய லாரியில் தான் ஏறினார்கள்!

வண்டிகள் கிளம்ப வேண்டிய சமயம் வந்ததும், நான் டிரைவர் பீடத்திலிருந்து இறங்கிச் சென்று, வண்டிக்குள்ளே பார்த்து, 'எல்லோரும் ஏறியாயிற்றா?' என்றேன். பிறகு அந்த மனுஷிரின் முகத்தை உற்றுப் பார்த்து, 'குட்மார்னிங் ஸார்! சௌக்கியமா?' என்று கேட்டுவிட்டுச் சட்டென்று திரும்பிப் போய் என் பீடத்தில் உட்கார்ந்தேன். அப்போது வஸந்தியின் முகத்தில் நாணங்கலந்த புன்னகை மலர்ந்ததையும், கீழே நோக்கியபடி கடைக்கண் பாணம் ஒன்றை என்மீது எறிந்ததையும் சொல்லாமல் விட முடியவில்லை.

6. கங்கோ

பர்மா தேசப் படத்தைப் பார்த்தால் ரங்கூனிலிருந்து ஏறக்குறைய நேர் வடக்கே, பர்மாவின் நடுமத்தியில் ஐராவதி நதிக்கரையில் பக்கோக்கூ என்னும் ஊர் இருப்பதைக் காணலாம். பக்கோக்கூவிலிருந்து மீண்டும் ஏறக்குறைய நேர் வடக்கே 360 மைல் அடர்ந்த காடுகள், உயர்ந்த மலைகளின் வழியாகச் சென்றால் அஸ்ஸாமிலுள்ள மணிப்பூர் எல்லையை அடையலாம். வழியில் உள்ள முக்கியமான ஊர்கள் 'கங்கோ', 'கலன்மியோ', 'டம்மு' 'மீந்தா' என்பவை.

பக்கோக்கூவிலிருந்து நாங்கள் புறப்பட்ட பத்தாவது நாள் 210 மைல் பிரயாணம் செய்து கலன்மியோ என்னும் இடத்தை அடைந்தோம். சாதாரண சாலையில் எவ்வளவு மெதுவாகவும் ஜாக்கிரதையாகவும் லாரி ஓட்டினாலும் பத்து மணி நேரத்தில் அவ்வளவு தூரம் போயிருக்கலாம். எங்களுக்குப் பத்து நாள் ஆயிற்று என்பதிலிருந்து நாங்கள் பிரயாணம் செய்த பாதை எவ்வளவு லட்சணமாயிருந்திருக்கும் என்று தெரிந்து கொள்ளலாம். உண்மையில் அதைப் பாதை என்றே சொல்வதற்கில்லை. காட்டிலும் மலையிலும் எங்கே இடம் கிடைத்ததோ அந்த வழியாகவெல்லாம் லாரியைச் செலுத்திக் கொண்டு போனோம். எங்களுக்கு முன்னால் போயிருந்த லாரிகளின் சுவடுதான் எங்களுக்குப் பாதையாயிற்று. முன்னால் போனவர்கள் ஆங்காங்கே மரக்கிளைகளை வெட்டிக் கொஞ்சம் இடைவெளியும் உண்டு பண்ணியிருந்தார்கள். அது தான் பாதையென்று

முத்தான முப்பது கதைகள்

மரியாதைக்குச் சொல்லப்பட்டது. செங்குத்தான மேட்டிலும் கிடுகிடு பள்ளத்திலும் லாரி ஏறி இறங்கும் போதெல்லாம் உயிர் போய் விட்டுத் திரும்பி வருவது போலத் தோன்றும்.

இப்படியாகக் காட்டு மலைப் பாதையில் முட்டி மோதிக் கொண்டு, இடித்துப் புடைத்துக் கொண்டு, எலும்பெல்லாம் நொறுக்கும்படியாக அலைப்புண்டு, அடியுண்டு, உயிருக்கு மன்றாடிக் கொண்டு, பிரயாணம் செய்த பத்து தினங்கள் தான் என் வாழ்க்கையில் மிக முக்கியமான நாட்கள் ஆயின. அவையே என் வாழ்க்கையின் ஆனந்தம் மிகுந்த நாட்களாகவும் ஆயின.

அந்த வண்டியில் வஸந்தியும் வருகிறாள் என்ற எண்ணமே, பிரயாணத்தின் அசௌகரியங்களையெல்லாம் மறக்கச் செய்யும்படியான அளவற்ற உற்சாகத்தை எனக்கு அளித்தது.

அந்தப் பத்து தினங்களிலும் எங்களுக்குள் ஓயாமல் சம்பாஷணை நடந்து கொண்டேயிருந்தது. எங்களுடைய கண்கள் அடிக்கடி பேசிக் கொண்டன. வாய் வார்த்தையினாலும் சில சமயம் நாங்கள் பேசிக் கொண்டோம்.

அந்தப் புதுமை உணர்ச்சியினாலும், இருதயக் கிளர்ச்சியினாலும் ஏற்பட்ட உற்சாகத்தில், நான் ஓர் எழுத்தாளனாகக் கூட ஆகிவிட்டேன் என்பதை இந்தக் கதையின் ஆரம்பத்திலேயே குறிப்பிட்டேன். அந்த அற்புத சம்பவங்கள் நிகழ்ந்த வரலாறு இதுதான்:

பக்கோக்கூவிலிருந்து கிளம்பிய நாலாம் நாள் மலைப் பாதையில் அதலபாதாளமான ஒரு பள்ளத்தை நாங்கள் கடக்க வேண்டியிருந்தது. அந்தப் பள்ளத்தின் அடியில் கொஞ்சம் ஜலமும் போய்க் கொண்டிருந்தது. இதைத் தாண்டுவதற்கு தண்ணீரின் மேல் பெரிய பெரிய மரக்கட்டைகளை வெட்டிப் போட்டிருந்தார்கள். மேற்படி மரங்களின் மேலே எப்படியோ முதல் லாரி போய் விட்டது. இரண்டாவது லாரி வந்த போது ஒரு மரம் விலகிச் சக்கரம் அதில் மாட்டிக் கொண்டது. மேலே போகவும் முடியவில்லை; பின்னால்

தள்ளவும் முடியவில்லை; எனவே எல்லா லாரிகளும் அங்கே வெகு நேரம் நிற்க வேண்டியதாயிற்று.

அச்சமயம் காட்டு மரங்களின் அடியில் சும்மா உட்கார்ந்திருந்த போதுதான், எங்களுக்குள் ஒவ்வொரு வரும் தத்தம் கதையைச் சொல்ல வேண்டும் என்ற ஒப்பந்தம் ஏற்பட்டது. 'எங்களுக்குள்' என்னும் போது அந்த நாலு மோட்டார் லாரிகளிலும் வந்த தமிழ் நாட்டார்களைத்தான் சொல்கிறேன். அப்படித் தமிழர்களாக நாங்கள் மொத்தம் 15 பேர் இருந்தோம். தினந்தோறும் சாப்பிடுவதற்காகவோ இளைப்பாறுவதற்காகவோ, இரவில் தூங்குவ்தற்காகவோ எங்கே தங்கினாலும், நாங்கள் ஓரிடத்தில் சேர்வது வழக்கமாயிருந்தது. எனக்கு உணவளிக்கும் பொறுப்பை லாரி சொந்தக்காரன் ஏற்றுக் கொண்டிருந்தபடியால், இது விஷயத்தில் மற்றவர்களை விட எனக்குக் கிடைத்த ரொட்டி, பிஸ்கோத்து முதலியவைகளை மற்றவர்களுடன் சில சமயம் நான் பகிர்ந்து கொண்டேன்.

பொழுது போவதற்காக ஒவ்வொருவரும் தத்தம் வரலாற்றைச் சொல்ல வேண்டுமென்று நான் தான் யோசனை கூறினேன். அவர்களும் கதை சொல்லிக் கொண்டிருக்கையில், நானும் வஸந்தியும் எங்களுடைய அந்தரங்க நினைவு களையும் எதிர்கால கனவுகளையும் வார்த்தை தேவை யில்லாத இருதய பாஷையில் ஒருவருக்கொருவர் சொல்லிக் கொண்டிருக்கலாமல்லவா?

என்னுடைய யோசனையை உற்சாகத்துடன் ஏற்றுக் கொண்டு முதன் முதலில் சுயசரிதையைச் சொல்ல ஆரம் பித்தவர் ராவ்சாகிப் தான். அப்பப்பா! அந்த மனுஷர் பீற்றிக் கொண்ட பீற்றலையும், அடித்துக் கொண்ட பெருமையையும் சொல்லி முடியாது. அவ்வளவு சொத்துக்களை வாங்கினாராம்! அவ்வளவு ஸோபாக்களும் பீரோக்களும் அவர் வீட்டில் இருந்தனவாம். அவ்வளவு டின்னர் பார்ட்டிகள் கொடுத் திருக்கிறாராம். கவர்னருடன் அவ்வளவு தடவை கை குலுக்கியிருக்கிறாராம்.

என்ன பீற்றிக் கொண்டு என்ன? என்ன பெருமை அடித்துக் கொண்டு என்ன? ஆசாமி இப்போது பாப்பர்! அவருடைய அவ்வளவு சொத்துக்களும் பர்மாவிலேயே இருந்தபடியால், சர்வமும் கயா! பழைய கதையைச் சொல்லி விட்டு, வருங்காலத்தில் அவருடைய உத்தேசங்களையும் ஒருவாறு வெளியிட்டார். இந்தியாவுக்குப் போனதும், அவர் இன்ஷியூரன்ஸ் வேலையை மேற்கொள்ளப் போகிறாராம். அவருடைய பெண்ணை ஒரு பெரிய பணக்காரனாகப் பார்த்துக் கல்யாணம் பண்ணிக் கொடுக்கப் போகிறாராம். சாதி வேற்றுமை கூட அவர் பார்க்கப் போவதில்லையாம்! எவனொருவன் கலியாணத்தன்று லட்ச ரூபாய்க்கு இன்ஷ்யூர் செய்கிறானோ, அவனுக்குக் கொடுத்து விடுவாராம்!

இந்தப் பேராசை பிடித்த தற்பெருமைக்கார மனிதர், ஒரு வேளை எங்களுடன் வந்த சி.த.ப.பழனிச் சுப்பாஞ் செட்டியாரை மனத்தில் வைத்துக் கொண்டு தான் மேற்க ண்டபடி சொல்கிறாரோ என்று எனக்குத் தோன்றியது.

ராவ்சாகிப்புக்கு அடுத்தபடியாக இந்த உலகத்தில் அப்போது நான் வெறுத்த மனுஷர் ஒருவர் உண்டு என்றால், அவர் இந்த சி.த.ப.பழனிச் சுப்பாஞ் செட்டியார் தான். உலகத்திலே பல விஷயங்களைப் பற்றியும் என்னுடைய கொள்கைகளையும் அபிப்ராயங்களையும் தெரிந்து கொள் வதில் இந்த மனுஷர் கொண்டிருந்த பெருந் தாகம் சமுத்திரத் துக்குச் சமமாக இருந்தது. இந்த தாகத்தைத் தணித்துக் கொள்ள அவர் சமயா சமயம் தெரியாமல், சந்தர்ப்பா சந்தர்ப்பம் பார்க்காமல், எனக்கு அளித்த தொந்தரவை நினைத்தால், அதற்குப் பிறகு எவ்வளவோ நடந்திருந்தும் கூட இன்னமும் என் கோபம் தணிந்தபாடில்லை.

நானும் வஸந்தியும் மரத்தடியில் தனியா உட்கார்ந்து இரண்டு நிமிஷம் அந்தரங்கமாகப் பேச நினைத்தோமானால், இந்த மனுஷருக்கு மூக்கிலே வியர்த்துவிடும்! எங்கள் இரண்டு பேருக்கும் நடுவிலே சம்பாஷிக்க வந்து உட்கார்ந்து கொண்டு, 'ஏன் ஸார்! இன்ஷியூரன்ஸைப் பற்றி உங்களுடைய கொள்கை என்ன?' என்று கேட்டார்.

'இன்ஷியூரன்ஸ் என்பது மகா முட்டாள்தனம். இன்ஷியூரன்ஸ் செய்து கொள்கிறவர்களுக்கு ஈரேழு பிறவியிலும் நரகம் தான் கிடைக்கும்' என்று நான் சொன்னேன்.

'அதனால் தான் கேட்டேன்! இருக்கட்டும், பாரதியாரைப் பற்றி உங்களுடைய அபிப்ராயம் என்ன?' என்று கேட்டார்.

'கூடியவரையில் நல்ல அபிப்ராயம் தான்' என்றேன்.

'பாரதியார் தேசிய கவியா? மகா கவியா?' என்று வினவினார்.

'அவரைத் தான் கேட்க வேண்டும்!' என்றேன்.

'ரொம்ப சரி. காதல் மணத்தைப் பற்றி உங்கள் கொள்கை என்ன?' என்று கேட்டார் செட்டியார்.

காதல் மணம் ரொம்ப ரொம்ப அவசியமானது. அதைப் போல அவசியமானது ஒன்றுங் கிடையாது. காதல் மணத்துக்குத் தடை செய்கிறவர்களைப் போன்ற மகாபாவிகள் வேறு யாரும் இல்லை' என்றேன்.

'என் அபிப்ராயமும் அதுதான்' என்று சொல்லி விட்டு செட்டியார் எழுந்திருப்பதற்குள், ராவ்சாகிப்பும் வந்து தொலைந்து விட்டார்.

இந்த சி.த.ப.வுக்கும் பர்மாவில் இருந்த திரண்ட சொத்தெல்லாம் போய் விட்டது. அதைக் கொஞ்சமும் இலட்சியம் செய்யவில்லை. 'இந்தியாவிலே எனக்கு வேண்டிய சொத்து இருக்கிறது' என்று அடிக்கடி சொல்லிக் கொண்டிருந்தார். இந்தியாவிலுள்ள சொத்தும் இவர் அங்கே போவதற்குள் தொலைந்து போய்விடக் கூடாதா என்று நான் வேண்டிக் கொண்டேன்.

நாங்கள் புறப்பட்டு எட்டு நாளைக்குள், எங்களில் பத்துப் பேர் தங்கள் வரலாற்றைச் சொல்லியாகி விட்டது. நானும், வேல் முருகதாஸரென்னும் சுமார் அறுபது வயதுள்ள கிழவருந்தான் பாக்கி. இந்த தாஸர் ரங்கூனில் ரொட்டிக் கடை வைத்திருந்தாராம். அதிகமாக வாய் திறந்து

முத்தான முப்பது கதைகள்

இவர் பேசுவதில்லை. ஆனால், மற்றவர்களுடைய பேச்சைக் காது கொடுத்துக் கவனமாகக் கேட்பார்.

என்னுடைய கதை மிகவும் சோகமான கதையாதலால் என்னால் அதைச் சொல்ல முடியாதென்றும், எழுதி வேணு மானால் படிக்கிறேன் என்றும் சொன்னேன். அவ்விதமே கதையை எழுதி அதைக் 'கங்கோ' என்னும் ஊரில், அதே பெயருடைய சிற்றாற்றங் கரையில் நாங்கள் தங்கியிருந்த போது படித்தேன். அளவில்லாத உணர்ச்சியும் வேகமும் வாய்ந்த நடையிலேதான் எழுதியிருந்தேன். என்னுடைய வருங்கால வாழ்க்கையே அந்த வரலாற்றைப் பொருத்தது என்ற உணர்ச்சியுடனே எழுதினேன். துரதிருஷ்ட வசமாக அதைப் படித்துக் காட்டிய பிறகு, கிழித்துக் காங்கோ ஆற்றில் போட்டு விட்டேன். எனவே, நான் எழுதியிருந்ததன் சாராம் சத்தை மட்டும் இங்கே தருகிறேன்.

தமிழ்நாட்டில் ராமநாதபுரம் ஜில்லாவில் வேங்கைப்பட்டி ஜமீன் ரொம்பவும் பிரசித்தமானது. பதினைந்து வருஷத் துக்கு முன்னால், அந்த ஜமீனுக்குக் கடன் முண்டிப் போய் சர்க்கார் கோர்ட் ஆப் வார்ட்ஸில் எடுத்துக் கொண்டு விட் டார்கள். இதனால் மிக்க அவமானம் அடைந்த ஜமீன்தார் தம் மனைவிக்கு ஒரு கடிதம் எழுதி வைத்து விட்டுத் தேசாந்திரம் போய்விட்டார். அப்போது அவருக்கு எட்டு வயதுள்ள மகன் ஒருவன் இருந்தான். அந்த மகன் பெரியவ னாகித் தகப்பனை அவன் மன்னித்து விட்டதாகவும் கோர்ட் ஆப் வார்ட்ஸிலிருந்து ஜமீன் திரும்பி வந்துவிட்டதாகவும் தெரிந்த பிறகுதான், தாம் மீண்டும் ஊருக்கு வரப் போவ தாகவும் கடிதத்தில் எழுதியிருந்தது.

மகனுக்குப் பதினெட்டு வயதானதும், தகப்பனாரின் கடிதத்தைப் பற்றித் தாயாரிடம் தெரிந்து கொண்டான். அவர் பர்மாவிலே ஜீவிய வந்தராக இருப்பதாகப் பராபரியாகக் கேள்விப்பட்டான். அவரை எப்படியாவது தேடி அழைத்து வருவதாக அம்மாவிடம் சொல்லி விட்டுப் பர்மாவுக்கு ஒரு வருஷத்துக்கு முன்னால் வந்தான். அவன் கலாசாலையில் படித்த பையன். தன் தகப்பனார் காலத்து அவமானத்துக்குப்

பிறகு, பிதிரார்ஜித ஜமீன் சொத்தைக் கொண்டு ஜீவனம் நடத்த அவன் விரும்பவில்லை. எனவே, பர்மாவுக்கு வந்த இடத்திலே ஒரு கைத் தொழில் கற்றுக் கொண்டு போய் இந்தியாவில் பெரியதொரு தொழில் நடத்த விரும்பினான். ஏற்கெனவே அவனுக்கு மோட்டார் ஓட்டத் தெரியுமாதலால், இரங்கூனில் ஒரு மோட்டார் தொழிற்சாலையில் வேலைக்கு அமர்ந்தான். அதே சமயத்தில் அவனுடைய தகப்பனாரையும் தேடிக் கொண்டிருந்தான். ஆனால் தகப்பனாரைப் பற்றி யாதொரு தகவலும் கிடைக்கவில்லை. அந்த ஜமீன்தார் மகனுடைய பெயர் சிவகுமாரன், அந்த சிவகுமாரன் தான் நான்!'

இதை நான் படிக்கக் கேட்டு வந்தவர்கள் எல்லாரும் ஒரேயடியாக ஆச்சரியக் கடலில் மூழ்கித்தான் போனார்கள். ஆனால் இதுவரை வாய் திறவாத மௌனியாக இருந்து வந்த ரொட்டிக் கிடங்கு வேல்முருகதாஸருடைய நடத்தை தான் எனக்கு மிகுந்த வியப்பை அளித்து வந்தது. அவர் நான் கதையைப் படித்து வருகையிலேயே சில சமயம் விம்மிய துடன், கண்களை அடிக்கடி துடைத்துக் கொண்டு வந்தார். நான் கதையை வாசித்து முடித்ததும், அவர் எழுந்து ஓடி வந்து, 'என் மகனே!' என்று என்னைக் கட்டிக் கொண்டு தரையிலே விழுந்து மூர்ச்சையானார்.

7. டம்மு

நான் என் அருமைத் தந்தையைக் கண்டுபிடித்த, அதாவது என் அருமைத் தந்தை என்னைக் கண்டுபிடித்த - மேற்படி அற்புத சம்பவம், பக்கோக்கூவிலிருந்து நாங்கள் கிளம்பிய எட்டாவது நாள் நடந்தது.

அதற்கடுத்த எட்டாவது நாள் 'டம்மு' என்னும் ஊரில் எங்கள் லாரிப் பிரயாணம் முடிவடைந்தது.

இந்த எட்டு நாளும் என்னுடைய வாழ்க்கையில் சுப தினங்களாகும். இந்த தினங்களில் என் தந்தைக்கு நான் செய்த பணிவிடைக்கு ஈடாகச் சொல்வதற்குக் கதைகளிலும் காவியங்களிலும் கூட உதாரணம் இல்லையென்று சொல்ல வேண்டும்.

பல வருஷ காலத்தில் மகன் தந்தைக்குச் செய்ய வேண்டிய பணிவிடைகளையெல்லாம் அந்த ஏழு நாளில் நான் செய்து விட்டேன். இந்தத் தினங்களில் வஸந்தியைக் கூட நான் அவ்வளவாகக் கவனிக்கவில்லை.

அவளுடைய மனோபாவத்திலும் அவளுடைய தந்தையின் மனோபாவத்திலும் ஏற்பட்ட மாறுதல்களை மட்டும் கவனித்து வந்தேன். அன்று முதல் ராவ்சாகிப்புக்கு என்னிடம் அபாரமான அபிமானமும் மரியாதையும் ஏற்பட்டு விட்டன. என் தந்தையிடம் நான் காட்டிய பக்தியை அவர் பெரிதும் பாராட்டினார். வஸந்தி முதலில் இரண்டு மூன்று நாள் ஒரு மாதிரியாக முகத்தை வைத்துக் கொண்டிருந்தாள். அப்புறம் அவளும் பழையபடி ஆகி வந்தாள்.

டம்முவில் சர்க்கார் ‘எவாக்குவேஷன்’ விடுதிகள் இரண்டு இருந்தன; ஒன்று இந்தியர்களுக்கு, மற்றொன்று வெள்ளைக் காரர்களுக்கு.

அது போலவே டம்முவிலிருந்து இந்தியா போவதற்கு இரண்டு வழிகள் இருந்தன. ஒன்று இந்தியர்களுக்கு, இன்னொன்று வெள்ளைக்காரர்களுக்கு.

கடவுள் வெள்ளைக்காரர்களையும் கறுப்பு மனிதர் களையும் தனித்தனி நிறத்தோடு படைத்ததுமல்லாமல், அவர்கள் பர்மாவிலிருந்து இந்தியா போவதற்குத் தனித்தனிப் பாதைகளையும் படைத்திருந்த அதிசயத்தை எண்ணி எண்ணி வியந்தேன்.

இரண்டு பாதைகளையும் பற்றிய விவரங்களைக் கேட்ட பிறகு, மேலெல்லாம் சுண்ணாம்பைப் பூசிக் கொண்டு நானும் வெள்ளைக்காரனாக மாறி விடலாமா என்று யோசித் தேன். ஆனால், அதற்கு இரண்டு தடைகள் இருந்தன. ஒன்று பன்னிரண்டு வருஷப் பிரிவுக்குப் பிறகு கடவுளின் அற்புதத் தினால் எனக்குக் கிடைத்த என் தந்தை; இன்னொரு தடை வஸந்தி.

இவர்களை விட்டுப் பிரிய மனமில்லாமல் நானும் இந்தியப் பாதையிலேயே கிளம்பினேன்.

டம்முவிலிருந்து இந்தியாவுக்குக் கிளம்புகிறவர்களுக்கு, குடும்பஸ்தர்களாயிருந்தால் அரிசி, பருப்பும், என்னைப் போன்ற தனி ஆள்களாயிருந்தால், அவலும் வழியில் சாப்பாட்டுக்காகக் கொடுக்கும்படி, சர்க்காரிலேயே ஏற்பாடு செய்திருந்தார்கள். அந்தப்படியே நாங்களும் வாங்கிக் கொண்டு கிளம்பினோம்.

டம்முவிலிருந்து பதினெட்டு மைலிலுள்ள 'மீந்தா' வரையில் சமவெளிப் பாதையாகையால் சுலபமாகப் போய் விடலாம். அதற்குப் பிறகு, 56 மைல் மலைப் பாதையில் சென்று, மணிப்புரி சமஸ்தானத்து எல்லையிலுள்ள லம்டி பஜார் அடைய வேண்டும்.

இந்த வழியில் சாமான் தூக்கிக் கொண்டு போவதற்கு ஆளுக்குப் பத்து ரூபாய் கூலி என்று சர்க்கார் விகிதம் ஏற்படுத்தியிருந்தார்கள். ஆனால், உண்மையில் இருபது ரூபாய்க்குக் கூடக் கூலி ஆள் கிடைப்பது துர்லபமாயிருந்தது. ராவ்சாகிப் சந்தாகூலி விகிதத்தில் பேரம் பேச முயன்றதினால், ஆள் கிடைப்பது இன்னும் கஷ்டமாய் போயிற்று.

கடைசியில், நாங்கள் டம்முவை அடைந்த மூன்றாம் நாள் காலை, தென்னிந்தியர்கள் சுமார் இருபத்தைந்து பேர் அடங்கிய கோஷ்டியார், ஜன்மதேசம் போவதற்காகக் கால்நடையாகக் கிளம்பினோம்.

ராவ்சாகிப் கையிலே ஒரு நீண்ட பட்டாக் கத்தியை வைத்துக் கொண்டும், அவ்வப்போது அதைச் சுழற்றி வீசிக் கொண்டும், எல்லோருக்கும் பின்னால் நடந்துவந்த காட்சியை, இப்போது நினைத்தாலும் எனக்குச் சிரிப்பாக வருகிறது.

வழியில் சில இடங்களில் பர்மியர்கள் பிரயாணிகளை கொள்ளை அடிக்க வருவதுண்டு என்று கேள்விப்பட்டிருந்த படியால், ராவ்சாகிப் அப்படிக் கையில் கத்தி எடுத்துக் கொண்டு வந்திருந்தார். 'கத்தியை வைத்துக் கொண்டு ஏன் எல்லோருக்கும் பின்னால் வருகிறீர்கள்?' என்று நான் கேட்டதற்கு, 'அப்பனே! உனக்குத் தெரியாது, பர்மியர்கள் ஒருவேளை தாக்க வந்தால், பின்பக்கமாக வந்து தான்

தாக்குவார்கள்' என்று ராவ்சாகிப் சாதுர்யமாகப் பதில் கூறினார்.

8. லம்டி பஜார்

டம்முவிலிருந்து கிளம்பிய ஏழாவது தினம் பர்மாவில் என்னுடைய கடைசியான கால்நடை யாத்திரை மணிப்பூர் சமஸ்தானத்தில் லம்டி பஜார் என்னும் இடத்தில் முடிவுற்றது.

டம்முவில் கிளம்பும் போது இருபத்தைந்து பேரில் ஒருவனாகக் கிளம்பிய நான், லம்டி பஜாருக்கு வந்து போது மூன்று பேரில் ஒருவனாக இருந்தேன்.

எங்கள் கோஷ்டியில் பலர் முன்னால் போய்விட்டார்கள். சிலர் பின்னாலும் தங்கி விட்டார்கள்.

நாங்கள் மூன்று பேர் மிஞ்சியவர்கள் யார் யார் என்றால், நானும்வஸந்தியும்சி.த.ப.பழனிச்சுப்பாஞ்செட்டியாருந்தான். அந்த மனுஷர் எங்களை விட்டு நகர்வதில்லை என்று ஒரே பிடிவாதமாயிருந்தார்.

என்னுடைய தந்தை என்ன ஆனார் என்று கேட்கிறீர்களா? ஆஹா! டம்முவிலிருந்து கிளம்பிய முதல் நாளே அவர் என்னைக் கைவிட்டுப் போய்விட்டார்.

இந்தக் கடைசிப் பிரயாணம், அவருடைய வாழ்க்கையி லேயே கடைசிப் பிரயாணமாய் முடிந்து விட்டது.

மீந்தாவைத் தாண்டியபிறகு மேலே மேலே ஏற வேண்டிய தாயிருந்த மலை வழியில், முதல் மலை ஏறியவுடனேயே, அவர் 'அப்பா! குழந்தாய் எனக்கு என்னவோ செய்கிறதே!' என்றார். நான் உடனே உட்கார்ந்து, அவர் தலையை என் மடி மீது வைத்துக் கொண்டேன்.

'குழந்தாய்! நான் உனக்குச் செய்த துரோகத்தையெல்லாம் மன்னித்து விடுவாயா?' என்றார்.

'அப்பா! நீங்கள் நிம்மதியடையுங்கள். என் வாழ்க்கையி லேயே மிகவும் அபூர்வமான அனுபவத்தை அளித்தீர்கள். மன்னிப்பதற்கு ஒன்றுமில்லை' என்றேன்.

மோட்டார் என்ஜின் கெட்டுப் போய் நிற்கும் சமயத்தில் வண்டியைக் குலுக்கிப் போட்டு விட்டு நிற்பது போல், அவருடைய ஆவியும் மூன்று தடவை உடம்பை ஆட்டி விட்டுப் பிரிந்து சென்றது.

அழுது புலம்புவதற்கு எனக்கு நேரமில்லை; மனமும் இல்லை. ஆனாலும் தந்தையின் உடலைக் குழி தோண்டிப் புதைத்து விட்டுத்தான் வருவேன் என்று சொல்லி, மற்ற வர்களை முன்னால் போகச் சொன்னேன்; நாங்கள் வந்த வழியில் ஏற்கனவே பாதை ஓரமாக அனாதைப் பிரேதங்கள் கிடந்த கண்றாவிக் காட்சியைப் பார்த்துக் கொண்டு வந்திருந்தேனாதலால், அந்த மாதிரி என் தந்தையை விட்டுப் போக முடியாது என்று பிடிவாதமாயிருந்தேன். செட்டியாரும் எனக்கு உதவி செய்வதாகச் சொல்லிப் பின் தங்கினார்.

மலையிலே குழி தோண்டுவதென்றால் இலேசான காரியமா? எப்படியோ ஒரு பள்ளத்தைக் கண்டுபிடித்து மேலே தழையும் மண்ணும் போட்டு மூடிவிட்டு, எங்கள் பிரயாணத்தைத் தொடங்கினோம்.

சி.த.ப. கேட்டார்: 'பிரேதஸம்ஸ்காரத்தைப் பற்றி உங்கள் அபிப்ராயம் என்ன? புதைப்பது நல்ல வழக்கமா? தகனம் செய்வது நல்லதா?' என்று.

'உங்களுடைய விருப்பத்தைச் சொன்னால் அதன்படியே உங்களுக்கும் செய்துவிடுகிறேன்!' என்று பதில் சொன்னேன்.

'நல்ல பதில்!' என்று கூறிச் சிரித்தார்.

நாங்கள் வேகமாக நடந்து மற்றவர்களை அன்று சாயங் காலமே பிடித்து விட்டோம்.

ஆனால், மறுபடியும் நாங்கள் மூன்று பேராகப் பின் தங்கும்படி நேர்ந்த காரணம் என்ன? அதைத்தான் இப்போது சொல்லப் போகிறேன்.

இரண்டாம் நாள் மத்தியானம் ஒரு செங்குத்தான மலை உச்சியில் நாங்கள் ஏறிக் கொண்டிருந்தபோது, வஸந்தி திடீரென்று, 'ஐயோ! என்னமோ செய்கிறதே!' என்று சொல்லி

விட்டு உட்கார்ந்தாள். அவள் உடம்பெல்லாம் வெடவெட வென்று நடுங்கியது.

தாயார் பெண்ணின் உடம்பைத் தொட்டுப் பார்த்து, 'ஐயோ! கொதிக்கிறதே' என்றாள்.

தகப்பனார் 'அடி பாவி! சண்டாளி! கெடுத்தாயா காரியத்தை!' என்று திட்டத் தொடங்கினார்.

மனைவியைப் பார்த்து 'இவளை வைத்துக் கொள்ள வேண்டாம். எல்லாருடனும் கப்பலில் ஏற்றி அனுப்பி விடலாம் என்று சொன்னேனே கேட்டாயா? இப்போது வாயிலே மண்ணைப் போடப் பார்க்கிறாளே?' என்று கத்தினார். அப்போது வஸந்தி நடுங்கிய குரலில் 'அப்பா! நீங்கள் ஏன் மனத்தை வருத்தப்படுத்திக் கொள்கிறீர்கள்? என்னை இங்கேயே விட்டு விட்டு நீங்கள் போங்கள். நான் உங்கள் மகள் இல்லையென்று நினைத்துக் கொள்ளுங்கள்' என்றாள்.

'அடி சண்டாளி! உன்னை உயிரோடு எப்படி விட்டு விட்டுப் போகிறது? செத்துத் தொலைத்தாலும் நிம்மதியாகப் போகலாம்' என்றார் ராவ்சாகிப்.

என் காதில் இது எவ்வளவு நாராசமாக விழுந்திருக்கும் என்று சொல்ல வேண்டியதில்லை. ஆனாலும் சண்டை போட அது சமயமில்லையென்று எண்ணி, 'ராவ்சாகிப்! ஒரு யோசனை சொல்கிறேன். நீங்களும் உங்கள் மனைவியும் வயதானவர்கள். கூட்டத்தோடு நீங்களும் போய் விடுவது தான் சரி. என்னிடம் உங்கள் பெண்ணை ஒப்புவித்து விட்டுப் போங்கள். உயிர் கெட்டியாயிருந்து பிழைத்தால் அழைத்து வருகிறேன். இல்லாவிட்டால், என் தந்தைக்குச் செய்ததை இவளுக்கும் செய்துவிட்டு வருகிறேன்' என்றேன்.

'அதெப்படி ஐயா, நியாயம்? அன்னிய மனுஷனாகிய உம்மிடம் எப்படி இந்த இளம் பெண்ணை ஒப்புவித்து விட்டுப் போவது?' என்றார் ராவ்சாகிப்.

'ராவ்சாகிப்! நான் அன்னிய மனுஷன் அல்ல! வஸந்தியை நான் கலியாணம் செய்து கொள்வதாகத்

தீர்மானித்து விட்டேன். அவளுக்கும் அது சம்மதம். உங்கள் முன்னிலையிலே, ஆகாசவாணி பூமிதேவி சாட்சியாக, இப்போதே இவளை நான் பாணிக்கிரகணம் செய்து கொள்கிறேன்' என்று கூறி வஸந்தியின் பக்கத்தில் உட்கார்ந்து, அவளை என் மடி மீது படுக்க வைத்தேன். ஜ்வரதாபத்தினால் தகித்துக் கொண்டிருந்த அவளுடைய கையின் விரல்களை என்னுடைய கை விரல்களுடன் கோத்துக் கொண்டேன்.

9. முடிவுரை

என்னையும் வஸந்தியையும் தவிர மற்றவர்கள் எல்லாம் வெகு தூரம் போன பிறகு, வஸந்தி தேம்பித் தேம்பி அழ ஆரம்பித்தாள். 'ஏன் கண்ணே! ஏன் அழுகிறாய்? நம்முடைய கலியாணம் உனக்குப் பிடிக்கவில்லையா?' என்றேன்.

வஸந்தி சட்டென்று அழுகையை நிறுத்திவிட்டுப் புன்னகை புரிந்தாள். கண்ணீரையும் துடைத்துக் கொண்டாள்.

'உங்களை மணந்து கொள்ளும் பாக்கியத்துக்கு இந்த ஜன்மத்தில் நான் ஒரு புண்ணியமும் செய்யவில்லை. பூர்வ ஜன்மத்திலே செய்திருக்க வேண்டும்' என்றாள்.

பிறகு, 'உங்களுக்கு ஒரு பெரிய துரோகம் செய்து விட்டேன். என்னை மன்னிப்பீர்களா?' என்று கேட்டாள்.

'ஒரு நாளும் மன்னிக்க மாட்டேன்!' என்றேன்.

'விளையாட்டு இல்லை. நிஜமாகவே உங்களை மோசம் செய்து விட்டேன். நான் ராவ்சாகிப் சுந்தரின் மகள் இல்லை. அவர் வீட்டுச் சமையற்காரியின் மகள். அம்மாவை அவர்கள் வீட்டுக் குழந்தைகளுடன் கப்பலில் அனுப்பி விட்டார்கள். மாமிக்குத் துணையாக என்னை மட்டும் வைத்துக் கொண்டார்கள்.'

இது மாதிரி ஏதோ இருக்கும் என்று நானும் சந்தேகித் திருந்தேன். எனவே, சிறிதும் வியப்படையாதவனாய், 'என் கண்ணே! அந்த மூர்க்கத் தற்பெருமைக்காரருடைய மகள் நீ இல்லை என்பதில் எனக்குப் பரம சந்தோஷம்' என்றேன்.

அப்போது எங்களுக்குப் பின்னாலிருந்து 'மிஸ்டர் சிவகுமார்! நீங்களும் நிஜத்தைச் சொல்லி விடுவதுதானே!' என்று ஒரு குரல் கேட்டது. அது சி.த.ப.பழனிச் சுப்பாஞ் செட்டியாரின் குரல் தான். போனவர்களுடன் சேர்ந்து போவது போல் செட்டியார் ஜாடை காட்டிவிட்டு, எங்களுக்குத் தெரியாமல் திரும்பி வந்து மரத்தின் பின்னால் நின்று கொண்டிருந்தார். பழனி மலையில் வீற்றிருக்கும் பழனியாண்டவரே வந்தது போல், அச்சமயம் செட்டியார் வந்தார் என்று சொல்ல வேண்டும். அவர் தான் வஸந்தி உயிர் பிழைப் பதற்கும், நாங்கள் பத்திரமாய் இந்தியா போய்ச் சேருவதற்கும் காரணமாயிருந்தார்.

அல்லது அவருடைய காந்தி குல்லா காரணமாயிருந்தது என்றும் சொல்லலாம். தலையில் காந்தி குல்லாவுடன் அவர் அந்தமலைப் பிரதேசத்திலுள்ள பர்மிய கிராமம் ஒன்றுக்குச் சென்று மனிதர்களை ஒத்தாசைக்கு அழைத்து வந்தபடியால் தான் வஸந்தி பிழைத்தாள். ஆனால் இதெல்லாம் பின்னால் நடந்த சம்பவங்கள், அச்சமயம் செட்டியாரைப் பார்த்ததும் எனக்கு அசாத்தியமான கோபம் வந்தது.

'நீர் ஏன் போகவில்லை? இங்கே எதற்காக ஒளிந்து கொண்டு நிற்கிறீர்?' என்று நான் கேட்டதும், செட்டியார் சாவதானமாக, 'உமது குட்டை உடைத்து விடத்தான்; நீர் ஜமீன்தார் மகன் இல்லை என்று வஸந்திக்குச் சொல்வதற்குத்தான்!' என்றார்.

அப்போது எனக்கு ஏற்பட்ட ஆச்சரியத்துக்கு அளவே யில்லை. ஒரு விதத்தில் சந்தோஷமாகவும் இருந்தது. எப்படியும் அந்த உண்மையை வஸந்தியிடம் சொல்லியாக வேண்டும் அல்லவா?

சிறிது வெட்கத்துடன் வஸந்தியின் முகத்தைப் பார்த்தேன். அவள் சொல்ல முடியாத ஆவலுடன் 'செட்டியார் சொல்வது நிஜமா?' என்றாள்.

'நிஜந்தான் வஸந்தி? நான் ஜமீன்தார் மகன் இல்லை. ராவ் சாகிப் உன் தந்தை என்று எண்ணிக் கொண்டிருந்தபோது, அவருடைய மதிப்பைப் பெறுவதற்காக அந்தக் கதையைக் கட்டினேன்' என்றேன்.

வஸந்தி பலஹீனமடைந்த தன் மெல்லிய கரங்களினால் என் கழுத்தைக் கட்டிக் கொண்டு, 'ரொம்ப சந்தோஷம்! நீங்களே அந்தக் கதையைச் சொன்னவுடன் எனக்கு எவ்வளவோ வருத்தமாயிருந்தது' என்றாள்.

'ஏன்?' என்று கேட்டேன்.

'சமையற்காரி மகளுக்கும் ஜமீன்தார் மகனுக்கும் பொருந்துமா?' என்றாள் வஸந்தி.

அப்போது செட்டியார் குறுக்கிட்டு, 'ஆமாம்; சிவகுமார்! கல்யாணச் சடங்கைப் பற்றி உங்கள் அபிப்ராயம் என்ன? தாலி கட்டுவது நல்லதா, மோதிரம் மாற்றிக் கொள்வது நல்லதா, மனம் ஒத்துப் போனாலே போதுமா?' என்று கேட்டார்.

'அதைப் பற்றி பிறகு சொல்கிறேன். நான் எழுதி வாசித்தது பொய்க் கதை என்று உங்களுக்கு எப்படித் தெரிந்தது?' என்று கேட்டேன்.

'பேஷான கதை; அதைக் கேட்டவுடனே இந்தியா போனதும் உங்களை வைத்துக் கொண்டு ஒரு புத்தகப் பிரசுராலயம் நடத்துவது என்று தீர்மானித்து விட்டேன். அதிலும் அந்த வேல்முருகதாஸரைப் பத்து நாள் நீர் கட்டிக் கொண்டு அழுததை நினைத்தால், எனக்குச் சிரிப்பாய் வருகிறது. வேங்கைப்பட்டி ஜமீன்தார் ஆகிவிடலா மென்று நினைத்த அந்த மோசக்காரன் பேரில் கை நிறைய மண்ணை வாரிப் போட்டதில் எனக்கு ரொம்ப சந்தோஷம்!' என்றார்.

'செட்டியாரே உங்களுக்கு எப்படி இதெல்லாம் தெரிந்தது?' என்று மறுபடியும் கேட்டேன்.

'எனக்கு ராமநாதபுரம் ஜில்லாதானே? வேங்கைப்பட்டி ஜமீன்தாரை எனக்குத் தெரியும்.'

'அப்படியா?'

'ஆமாம்; பழைய ஜமீன்தாரையும் தெரியும்; புதிய ஜமீன்தாரையும் தெரியும். பத்து வருஷத்துக்கு முன்னால் கடன்

முண்டிப் போய் ஏலம் போட்டதில் ஜமீன் கை மாறிற்று' என்றார்.

'ஓஹோ' என்றேன்.

'பழைய ஜமீன்தார் பெயர் ராஜாதி ராஜ வீர சேதுராமலிங்க முத்து ரத்தினத் தேவர்; அவர் காலமாகி விட்டார்!'

'இப்போதைய ஜமீன்தாரின் பெயர் என்ன?' என்று கேட்டேன்.

'சி.த.ப.பழனிச் சுப்பாஞ் செட்டியார்' என்று பதில் வந்தது.

ஆஹா! வேங்கைப்பட்டி ஜமீன்தார் சி.த.ப. பழனி சுப்பாஞ் செட்டியார் நன்றாயிருக்கட்டும்! அவர் மகாராஜனாக வேண்டு மானாலும் இருக்கட்டும். அவர் அன்று செய்த உதவியினாலே அல்லவோ, இன்று வசந்தியும் நானும் இந்த உலகத்திலேயே சொர்க்க இன்பத்தை அனுபவித்துக் கொண்டிருக்கிறோம்!

மயிலைக் காளை

1

கிருஷ்ணக் கோனான் இருபது வயதுக் காளைப் பிராயத்தை அடைந்திருந்தான். ஒரு தவறு செய்தால், பின்னால் அதிலிருந்து பல தவறுகள் நேரிடுகின்றன என்பதற்கு இது ஓர் உதாரணமல்லவா? இருபது வருஷத் திற்கு முன்னால் கிருஷ்ணன் இந்தப் பூமியில் பிறந்தான். அதன் பிறகு அவனுடைய அனுமதியைக் கேளாமலே வயது ஆகிக் கொண்டு வந்தது. இருபது பிராயம் நிரம்பும் காலம் சமீபித்தது.

நேற்று அவனுடைய மயிலைக்காளை கெட்டுப் போய் இன்று அதை அவன் தேடி அலையும்படி நேரிட்டதற்குக் காரணம் என்னவென்று நினைக்கிறீர்கள்? என்னுடைய அபிப்பிராயம், அவனுடைய பிராயந்தான் அதற்குக் காரணம் என்பது. ஒரு வேளை நீங்கள் வித்தியாசமாய் நினைக் கக்கூடும். அவன் மாட்டை கவனிக்க வேண்டிய நேரத்தில் பூங்கொடியைப் பற்றி நினைத்துக் கொண்டிருந்தது தான் அதற்குக் காரணம் என்று சொல்லக்கூடும். உண்மைதான். ஆனால் அதற்கு காரணம் அவனுடைய பிராயந்தான் என்று நான் கருதுகிறேன்.

மாசி மாதம்; அறுவடை, போரடியெல்லாம் ஆகிவிட்டது. இந்நாட்களில் கிருஷ்ணன் மத்தியானம் சாப்பிட்ட பிறகு மாடுகளை ஓட்டிக் கொண்டு அவற்றை மேயவிடுவதற்காக போவது வழக்கம். சாதாரணமாய் அறுவடையான வயல்களிலே மாடுகள் மேயும், லயன்கரை மேஸ்திரி எவனும் வரமாட்டனென்று தோன்றுகிற சமயத்தில், கிருஷ்ணன், மாடுகளை இராஜன் வாய்க்காலுக்கு அப்பால் ஓட்டுவான். கொள்ளிடத்துக்கும் இராஜன் வாய்க்காலுக்கும் மத்தியிலுள்ள அடர்ந்த காட்டில் மாடுகள் மேயும், பொழுது சாய்வதற்குள் திரும்பி ஓட்டிக் கொண்டு வந்துவிடுவான். நன்றாக இருட்டு வதற்கு முன் வீட்டுக்கு வராவிட்டால் அவனுடைய தாயார் ரொம்பவும் கவலைப்படுவாள்.

நேற்று வழக்கம்போல் அவன் மாடுகளை வயல்களில் மேயவிட்டு இராஜன் வாய்க்காலின் கரையில் உட்கார்ந்திருந்தான். பூங்கொடியின் மேல் ஞாபகம் போயிற்று. அவளைப் பார்த்தே ஒரு மாதம் இருக்கும். நெருங்கிப் பேசி எத்தனையோ நாளாகி விட்டது. இப்போதெல்லாம் அவள் வெளியிலேயே வருவது இல்லை. பாவம் நோயாளி மாமனுக்குப் பணிவிடை செய்துகொண்டு வீட்டுக் குள்ளேயே அடைந்து இருக்கிறாள்.

பெருமாள் கோனான் இன்னும் எத்தனை நாளைக்கு இப்படி செத்தும் சாகாமலும் கிடப்பான்? அவன் செத்துப் போனால் அப்புறம் பூங்கொடியின் கதி என்ன? அவள் பிறகு அந்த வீட்டில் இருக்க முடியுமா? பெருமாள் கோனான் பெண்டாட்டி பெரிய பிசாசு அல்லவா? அவளிடம் பூங்கொடி என்ன பாடுபடுவாள்? இப்போது-மாமன் இருக்கும் போதே இந்தப் பாடுபடுத்துகிறாளே?

என்னவெல்லாமோ யோசித்த பின்னர் கடைசியாக அவன் மனம் கல்யாணத்தில் வந்து நின்றது. ஏழைப் பெண் தான்; மாமன் செத்துவிட்டால் நாதியற்றவளாகி விடுவாள்.

இக்காரணத்தினால் தன் தாயார் ஒரு வேளை தடை சொன்னாலும் சொல்லலாம். ஆனால் இந்த ஒரு விஷயத்தில் மட்டும் தாயார் மறுத்துச் சொன்னால் கூடக் கேட்க முடியாது என்று அவனுக்குத் தோன்றிற்று...

இப்படி அவன் எண்ணமிட்டுக் கொண்டிருக்கையில் மயிலைக் காளை இராஜன் வாய்க்காலில் இறங்கி அக்கரை போவதை அவன் கண்கள் பார்த்தன; மூளைக்குச் செய்தியும் அனுப்பின. ஆனால், அந்தச் சமயம் அவன் மூளை வேறு முக்கிய விஷயத்தில் ஈடுபட்டிருந்தபடியால் அச் செய்தியை ஏற்றுக் கொள்ளவில்லை. வேறொரு சமயமாயிருந்தால் 'பொழுது போகிற சமயம்; இப்போது மயிலைக் காளையை அக்கரை போகவிடக்கூடாது; காட்டில் புகுந்துவிட்டால் தேடுவது கஷ்டம்' என்று சொல்லி உடனே ஓடிச்சென்று மறித்து ஓட்டியிருப்பான். 'த்தா! த்தா! ஏ மயிலை!' என்று

இரண்டு அதட்டல் போட்டால் கூட அநேகமாய் அது திரும்பியிருக்கும். இப்போதோ பார்த்துக் கொண்டே சும்மா இருந்துவிட்டான்.

கடைசியில், மயிலைக்காளை இல்லாமலே இரவு வீடு திரும்ப வேண்டியதாயிற்று. அதன் பலனாகத்தான் கிருஷ்ணன் இன்று ஊரெல்லாம் மாசிமகத்துக்காக ஓமாம்புலியூருக்குப் போயிருக்க, தான் மாத்திரம் காட்டிலே அலைந்து கொண்டிருக்க நேர்ந்தது.

அன்று காலையில் எழுந்ததும்; அவன் பச்சை மிளகாயும், உப்பும் கடித்துக் கொண்டு பழைய சோறு சாப்பிட்டுவிட்டுக் கையில் புல்லாங்குழலுடன் கிளம்பினான். கிருஷ்ணன் புல்லாங்குழல் வாசித்தால் வெகு அபூர்வமாயிருக்கும். நல்ல சங்கீதம் கேட்டுப் பண்பட்ட காதுகளையுடையோரை அவனுடைய வேணுகானம் துரத்தி துரத்தி அடிக்கும் வல்லமையுடையது. ஆனால், அவனுடைய மாடுகளை அழைப்பதற்கு அந்த அபூர்வ கானமே போதுமாயிருந்தது. ங்இதை உத்தேசிக்கும் போது தான், பழைய பிருந்தாவன கிருஷ்ணனுடைய வேணுகான மகிமையிலும் எனக்குக் கொஞ்சம் சந்தேகம் உண்டாகிறது.

இராஜன் வாய்க்காலைக் கடந்து அப்பாலுள்ள காட்டில் புகுந்தான். காடு என்றதும் வானமளாவிய விருக்ஷங்களையும், புலிகளையும், கரடிகளையும் எண்ணிக் கொள்ள வேண் டாம். நான் சொல்லும் கொள்ளிடக்கரைக் காட்டில் மூன்று ஆள் உயரத்துக்கு மேற்பட்ட மரம் ஒன்றுகூடக் கிடையாது. ஆனாலும் காடு காடுதான். முட்புதர்களும், மற்றச் செடி கொடிகளும் அடர்ந்து மனிதன் பிரவேசிப்பது அசாத்தியமாயிருக்கும். அபூர்வமாய் அங்குமிங்குமுள்ள ஒற்றையடிப்பாதை வழியாய் ஒருவன் உள் புகுந்துவிட்டால் அவனைத் தேடிக் கண்டுபிடிப்பது பிரம்மப்பிரயத்தனம் தான். பாம்புகள், கீரிகள், நரிகள் ஆகியவைதான் இந்தக் காட்டில் உள்ள துஷ்டப் பிராணிகள்.

இப்படிப்பட்ட காட்டில் கிருஷ்ணன் காலை நேரமெல்லாம் சுற்றி அலைந்தான். மத்தியானம் வரையில் தேடியும்

பயனில்லை. கடைசியாக மாடு போனதுதான் என்று தீர்மானித்துக் கொண்டு வீட்டுக்குத் திரும்பினான். தண்ணீர் குடிப்பதற்காகக் கொள்ளிடத்தின் கரையோர மடுவில் இறங்கி முதலைக்கு இரையானாலும் ஆகியிருக்கலாம். அவனுடைய நெஞ்சில் பாறாங்கல்லை வைத்தது போல் பாரமாயிருந்தது.

இவ்வளவும் பூங்கொடியினால் ஏற்பட்டது என்பதை நினைக்க அவனுக்கு அவள் மேல் கோபம் வந்தது. எதற்காக அவளைப் பற்றித் தான் நினைக்க வேண்டும்? இவ்வளவுக்கும் அவள் தன்னைப்பற்றி நினைப்பதாகவே தெரியவில்லை. என்ன தான் வீட்டிலே வேலையென்றாலும், மனத்திலே மட்டும் பிரியம் இருந்தால் இப்படி இருப்பாளா? அவள் வீட்டுப்பக்கம் தான் போகும்போது கூட வெளியில் வந்து தலைகாட்டுவதில்லை. சே! அப்படிப்பட்ட வளிடம் தான் ஏன் மனத்தை செலுத்த வேண்டும்? அருமையான மயிலைக் காளை நஷ்டமானதுதான் லாபம்! ('ஓய் கிருஷ்ணக் கோனாரே! உம்முடைய மூளைக் குழப்பத்தில் எதை வேண்டு மானாலும் சொல்வீர் போலிருக்கிறது! நஷ்டம் எப்படி ஐயா லாபம் ஆகும்?')

இருக்கட்டும்; ஆயாளையாவது திருப்தி செய்யலாம் நல்ல பணக்கார வீட்டுப் பெண்ணாகப் பார்த்துக் கட்டிக் கொள்ளலாம். இந்த அநாதைப் பெண் யாருக்கு வேண்டும். இவளை நினைக்காமல் விட்டுவிட வேண்டியதுதான். தள்ளு!

2

சலசலவென்று சப்தம் கேட்டது. கிருஷ்ணன் சப்தம் வந்த இடத்தை நோக்கினான். யாருடைய நினைவை ஒழிக்க வேண்டு மென்று தீவிரமாகத் தீர்மானம் செய்து கொண்டிருந்தானோ அந்தப் பெண்ணின் உருவம் புதர்களை நீக்கிக் கொண்டு வெளிவந்தது. கிருஷ்ணனைப் பார்த்ததும், திருதிருவென்று விழித்தது.

கிருஷ்ணன் - வேகமாய் நடந்துகொண்டிருந்த கிருஷ்ணன் - நின்று விட்டான்.

இரண்டு பேரும் ஒருவரையொருவர் பார்த்துக் கொண்டு கொஞ்ச நேரம் நின்றார்கள். பிறகு சமீபத்தில் வந்தார்கள்.

அவர்களுடைய சம்பாஷணை சாதாரணமாய் இத்தகைய சந்தர்ப்பங்களில் காதலர்களின் சம்பாஷணை எப்படி யிருக்குமோ அப்படியில்லையென்பதை வெட்கத்துடன் தெரிவித்துக் கொள்கிறேன்.

கொஞ்ச நேரம் சும்மா நின்றபின், கிருஷ்ணன், 'நீ மகத் துக்குப் போகலையா?' என்று கேட்டான்.

'நீ போகலையா?'

'நான் தான் இங்கே இருக்கேனே; எப்படிப் போயிருப்பேன்?'

'நானுந்தான் இங்கே இருக்கேனே, எப்படிப் போயிருப்பேன்?'

'நீ என்ன, சொன்னதைச் சொல்லும் கிளிப் பிள்ளையா?' என்று சிரித்துக் கொண்டே கிருஷ்ணன் கேட்டான்.

பூங்கொடி பெருமூச்செறிந்தாள். 'கிளியாயிருந்தால் எவ்வளவோ நல்லாயிருக்குமே? ஒரு கஷ்டமுமில்லாமல் காட்டிலே சுகமாய் பறந்து திரிந்து கொண்டிருக்கலாமே?' என்றாள்.

கிருஷ்ணனுக்கு அவனையறியாமல் அசட்டுத்தனமாய்ப் பேச வந்தது. 'நாம் இரண்டு பேரும் கிளியாய்ப் போய் விடலாம்' என்றான். பிறகு, ஏதோ நினைத்துக் கொண்டவன் போல், 'ஆமாம்! பூங்கொடி! நீ ஏன் முன்னைப் போலெல்லாம் வெளியிலேயே வருவதில்லை? உன்னைக் காணவே முடிகிறதில்லையே?' என்று கேட்டான்.

'உனக்குத் தெரியாதா? சொல்ல வேணுமா? ஒரு வருஷமாய்த் தான் என்னுடைய மாமன் பக்க வாயு வந்து படுத்த படுக்கையாய்க் கிடக்காரே. மாமி ஒன்றும் அவரைச் சரியாய்க் கவனிக்கிறதில்லை. நான் தான் எப்போதும் அவர் பக்கத்தில் இருக்க வேண்டியிருக்கிறது. கொஞ்சம் அக்கம்

பக்கம் போனால் கூட மாமன் கூப்பிட்டு விடுகிறார். எப்படி வெளியே வருகிறது?'

'நிஜந்தான். ஆனால் இரண்டொரு தடவை என்னைப் பார்த்தபோது கூடப் பாராதது போல போய் விட்டாயே! அது ஏன்?' என்றான் கிருஷ்ணன்.

வெட்கத்துடன் கூடிய புன்னகை அவள் முகத்தில் ஒரு கணம் தோன்றியது. 'நாம் இன்னும் சின்னப்பிள்ளைகளா, என்ன? ஆண்பிள்ளைகளுடன் பேசக் கூடாதென்று மாமி ஒரு நாள் கண்டித்தாள். அவள் சொல்கிறது நியாயந்தானே? யாராவது ஏதாவது சொல்ல மாட்டார்களா?' என்றாள்.

இப்போது கிருஷ்ணன் உள்ளத்தில் ஒரு முக்கியமான கேள்வி எழுந்தது. இன்றைய தினம் பூங்கொடி எதற்காக இக் காட்டுக்கு வந்தாள்? - இந்தக் கேள்வி முன்னமே தனக்கு தோன்றாதது அவனுக்கே ஆச்சரியமாயிருந்தது. ஒருகணம், 'ஒரு வேளை நம்மைப் பார்க்கத்தான் வந்திருப்பாளோ?' என்று எண்ணினான். அந்த எண்ணமே அவன் உடம்பை ஓர் அங்குலம் பூரிக்கச் செய்தது. உடனே அப்படி இருக்க முடியாதென்று தெரிந்தது. தான் காட்டில் மயிலைக் காளையைத் தேடுவது அவளுக்குத் தெரிந்திருக்க இட மில்லை. மேலும் தன்னைப் பார்த்ததும் அப்படித் திடுக்கிட்டு நின்றாளே? ஏதோ மர்மம் இருக்க வேண்டும்.

'ஆமாம், இன்று எதற்காக காட்டுக்கு வந்தாய்?' என்று கேட்டான்.

'அதைச் சொல்லக் கூடாது' என்று கூறி பூங்கொடி பக்கத்தி லிருந்த புதரிலிருந்து இலைகளைக் கிள்ளிப் போடத் தொடங்கினாள்.

கிருஷ்ணனுடைய மனத்தில் இப்போது பயங்கரமான ஒரு சந்தேகம் உண்டாயிற்று. வேறு யாரேனும் ஓர் ஆண் பிள்ளையைச் சந்திப்பதற்காக ஒரு வேளை வந்திருப்பாளோ? கண்ணால் கண்டிராத - வாஸ்தவத்தில் இல்லாத - ஒரு மனிதனின் பேரில் கிருஷ்ணனுக்கு அளவிலாத அசூயை உண்டாயிற்று; சொல்ல முடியாத கோபம் வந்தது.

பூங்கொடி சற்று நேரம் தரையில் கால் கட்டை விரலால் கோடு கிழித்துக் கொண்ட முகத்துடன் கூறினாள்.

'நான் ஒன்று சொல்கிறேன். கேள்; நான் தப்புக் காரியம் எதுவும் செய்யவில்லை. சத்தியமாகச் சொல்கிறேன்; தப்பு ஒன்றும் நடக்கவில்லை. ஆனால், நான் இன்று இந்தக் காட்டுக்கு வந்தது ஒருவருக்கும் தெரியக் கூடாது. ஒருவரிடமும் சொல்லாமல் இருப்பாயா?'

'ஒருவரிடமும் நான் சொல்லவில்லை. ஆனால் எதற்காக வந்தாய் என்று என்னிடம் மட்டும் சொல்லிவிடு,' என்றான் கிருஷ்ணன்.

'அதுவும் இப்போது சொல்லமுடியாது. சமயம் வரும் போது நானே சொல்கிறேன். அதுவரையில் நீ என்னைக் கேட்கக்கூடாது. இது ஒரு முக்கியமான காரியம். என்னிடம் உனக்கு நம்பிக்கை இல்லையா? நான் தப்பான காரியம் செய்வேனென்று உனக்குத் தோன்றுகிறதா?'

இப்படிச் சற்று நேரம் வாக்குவாதம் நடந்தது. கடைசியில் பெண்மைதான் வெற்றி பெற்றது. 'இதோ பார், பூங்கொடி! உன்னை நான் நம்புகிறேன். ஆனால், எனக்குத் துரோகம் செய்தாயென்று மட்டும் எப்போதாவது தெரிந்ததோ, அப்புறம் என்ன செய்வேனென்று தெரியாது' என்றான் கிருஷ்ணன்.

'துரோகமா? அப்படியென்றால் என்ன?' என்றாள், பூங்கொடி.

இருவரும் இராஜன் வாய்க்கால் வரையில் சேர்ந்து போனார்கள். அங்கே கிருஷ்ணன் பின் தங்கினான். பூங்கொடி போய்க் கொஞ்ச நேரத்துக்கு பிறகு வீடு சென்றான். வீட்டுக் கொல்லையிலே மயிலைக்காளை சாவதானமாய் அசை போட்டுக் கொண்டு நின்றது.

வேறு சமயமாயிருந்தால், கிருஷ்ணன் அதை நாலு அடி அடித்திருப்பான். மகத்துக்கு ஓமாம் புலியூர் போக முடியாமல் செய்துவிட்டதல்லவா? ஆனால், அச்சமயம் அவன் உள்ளம் மிகவும் குதூகலம் அடைந்திருந்தது. எனவே, மயிலைக் காளையின் கழுத்தைக் கட்டிக் கொண்டு அதன் கன்னங்களை தடவிக் கொடுத்தான்.

3

பெருமாள் கோனாரை நேயர்களுக்கு நான் அறிமுகப் படுத்தி வைக்க முடியாமல் இருப்பதற்காக வருந்துகிறேன். ஏனெனில், கதையில் அந்தக் கட்டத்திற்கு நான் வருவதற்கு முன்னால் அவர் காலமாகி விட்டார்.

அதற்காக வருத்தப்பட வேண்டாம். அவருக்குப் பதிலாக அவருடைய மனைவியைத் தெரிந்து கொள்ளுங்கள். அந்த அம்மாளுடைய உண்மைப் பெயர் என்னமோ நமக்குத் தெரியாது. ஊரிலே எல்லாரும் பிடாரி என்று அவளை அழைத்தார்கள். அந்தப் பெயரே நமக்குப் போதுமானது.

பிடாரி, பெருமாள் கோனாருக்கு இரண்டாந்தாரமாக வாழ்க்கைப்பட்டாள். முதல் மனைவியிடம் கோனார் ரொம்ப ஆசை வைத்திருந்தார். அவளுக்குக் குழந்தை பிறக்காதது ஒன்று தான் கோனாருக்குக் குறையாயிருந்தது. அவள் இறந்த பிறகு, நம்முடைய சொத்துக்கு வாரிசு இல்லாமல் போகிறதே என்பதற்காக இன்னொரு தாரத்தை மணந்து கொண்டார். இரண்டாவது மனைவி அவருடைய விருப்பத்தை என்னவோ நிறைவேற்றி வைத்தாள். மூன்று குழந்தைகள் பிறந்தன. ஆனாலும், இந்தப் பிடாரியை ஏன் கல்யாணம் செய்து கொண்டோ மென்று அவர் பலமுறை வருத்தப்பட்டதுண்டு. கோனார் இறந்ததும், பிடாரி தன் தலையிலிருந்த பெரிய பாரம் இறங்கியது போல் பெருமூச்சு விட்டாள். இனிமேல் வீடு வாசல் நில புலன் எல்லாவற்றிற்கும் தானே எஜமானி. ஐந்து வயதுப் பிள்ளை மேஜராகும் வரையில் தன் இஷ்டப்படி எல்லாம் நடக்கும். ஊரையே ஓர் ஆட்டு ஆட்டி வைக்கலாம்.

ஸ்ரீமதி பிடாரிதேவியிடம் நீங்கள் அனுதாபம் காட்ட வேண்டுமென்று கேட்டுக் கொள்கிறேன். அவள் கட்சியிலும் கொஞ்சம் நியாயம் உண்டென்பதைக் கவனிக்க வேண்டும். கோனார் ரொம்பக் கண்டிப்புக்காரர். அவரிருந்த வரையில் அவளுடைய பிடாரித் தனத்தின் முழுச் சக்தியையும் வெளிக் காட்ட முடியாமலிருந்தது. அதிலும் அவர் நோயாய்க் கிடந்த காலத்தில் படுத்தி வைத்த பாடு சொல்லத் தரமல்ல. பூங்கொடி

தான் அவர் பக்கத்தில் இருக்கலாம். வேறு யாராவது பக்கத்தில் போனாலும் 'வள்வள்' என்று விழுகிறது. இதனால் இந்தப் பெண்ணுக்குத்தான் எவ்வளவு கர்வம்! அந்தக் கொட்டத்தையெல்லாம் இப்போது பார்க்கலாம்.

கோனார் காலஞ்சென்று நான்கு நாள் ஆயிற்று. வர வேண்டிய உறவு முறையினர் எல்லாரும் வந்து போய் விட்டார்கள். பிடாரி அம்மாள், வீட்டில் ஒருவரும் இல்லாத சமயம் வாசல் கதவைத் தாழிட்டு விட்டு வந்தாள். கூடத்தின் மத்தியிலிருந்த களஞ்சியத்தண்டை சென்றாள். அதன் ஓர் ஓரத்தில் பெயர்த்திருந்த இரண்டு கல்லைப் பிடுங்கி அகற்றினாள். அவ்வாறு ஏற்பட்ட துவாரத்தில் கையை விட்டாள். அச்சமயம் அவளுடைய முகத்தைப் பார்த்தவர்களுக்கு ஆட்டுப் பட்டிக்குள் நுழையும் நரியின் முகம் ஞாபகத்துக்கு வந்திருக்கக் கூடும்.

ஆனால், அடுத்த நிமிஷம் அந்த முகத்திலேயே ஏமாற்றமும் திகிலும் கலந்து காணப்பட்டன. மறுபடியும் மறுபடியும் கையை விட்டுத் துழாவினாள். கந்தல் துணி ஒன்றுதான் அகப்பட்டது.

அந்தப் பணம் எங்கே போயிருக்கும்?

பத்து நாளைக்கு முன் நரசிம்மலு நாயக்கர் வந்திருந்தார். கோனார் பெட்டியிலிருந்து அவருடைய பிராமிஸர் நோட்டை எடுத்து வரும்படி சொல்லவே, பிடாரி கொண்டு போய்க் கொடுத்தாள். நாயக்கர் அதை வாங்கிக் கொண்டு ரூ.150 நோட்டுகளாக எண்ணி வைத்தார். கோனார் அதை வாங்கி ஒரு கடுதாசியில் சுற்றித் தலையணைக்குள் செருகி வைத்துக் கொண்டார். கொஞ்ச நேரம் கழித்துப் பிடாரி அவரிடம் வந்து, 'பணத்தைப் பெட்டியில் வைக்கட்டுமா?' என்று கேட்டபோது 'சீ! போ! உன் காரியத்தைப் பார்!' என்று எரிந்து விழுந்தார்.

அன்றிரவு பிடாரி சமையலறைக் கதவைத் திறந்து வைத்துக் கொண்டு படுத்தாள். தூங்குவது போல் பாசாங்கு செய்தாலேயொழிய கண் கொட்டவேயில்லை. இரவு

ஜாமத்துக்குக் கோனார் படுக்கையில் எழுந்து உட்கார்ந்து சுற்று முற்றும் பார்த்தார். எல்லாரும் தூங்குகிறார்களா என்று பார்த்துவிடுத் தலையணைக் குள்ளிருந்து ரூபாய் நோட்டு களை எடுத்துக் கொண்டார். பிறகு மெள்ள மெள்ள நகர்ந்து சென்று களஞ்சியத்தை அடைந்தார். அந்தக் கல்லுகளைப் பெயர்த்தெடுத்த பின்னர் உள்ளே கையை விட்டு ஒரு சின்னஞ்சிரு தகரப் பெட்டியை எடுத்தார். அதற்குள் நோட் டுகளை வைத்த பிறகு மறுபடியும் முன்போல் அதைத் துவாரத்துக்குள் வைத்து மூடி விட்டுத் திரும்பப் படுக்கைக்கு வந்து படுத்துக் கொண்டார்.

இவ்வாறு கோனார் ரொக்கம் வைத்திருந்த இடத்தைப் பிடாரி கண்டு கொண்டாள். கோனார் இருக்கும் வரை அதை எடுப்பதற்கு வழியில்லை. சீக்காளி மனிதன்; களஞ்சியத்துக்கு எதிரிலேயே படுத்திருந்தார். நன்றாய்த் தூங்குவதும் கிடையாது. ஆனாலும் பணம் எங்கே போய் விடப் போகிறதென்று பிடாரி தைரியமாயிருந்தாள். அவர் இறந்த பிறகு பிடாரி விட்டை விட்டு நகரவில்லையாதலால் யாரும் எடுத்திருக்க முடியாது. பின் எப்படி அந்தப் பெட்டி மாயமாய்ப் போயிருக்கும்?

வீட்டிலுள்ள சந்துபொந்து எல்லாவற்றையும் பிடாரி சோதனை செய்து பார்த்தாள். ஒன்றும் பயன்படவில்லை. போனது போனதுதான்.

சட்டென்று பூங்கொடியின் மேல் அவளது சந்தேகம் வந்து நின்றது. 'அவள் தான் எடுத்திருக்க வேண்டும். திருடி; சாகஸக்காரி. அவளை ஒரு கை பார்க்கிறேன்' என்று பிடாரி மனதுக்குள் எண்ணினாள்.

மறுநாள் பூங்கொடியைக் கூப்பிட்டு, 'இதோ பார்! நிஜத்தைச் சொன்னாயானால் பேசாமல் விட்டு விடுகிறேன். நீ ஏதாவது பணம் எடுத்தாயா?' என்று கேட்டாள். பூங்கொடி அதற்கு, 'நான் ஒருத்தர் பணத்தையும் எடுக்கவில்லை. பிறத்தியார் பணம் எனக்கு எதற்கு?' என்றாள். எவ்வளவோ நயத்திலும் பயத்திலும் கேட்டும் வேறு பதில் அவளிடமிருந்து வரவில்லை.

கோனாருக்குப் பதினாறாம் நாள் சடங்கு முடிந்தது. அதற்கு மறுதினம் பிடாரி பூங்கொடியைக் கூப்பிட்டு, 'அடியே, இங்கே பார்! நீதான் பணத்தை எடுத்திருக்க வேண்டும். வேறு யாரும் திருடன் வந்து விடவில்லை. பணத்தைக் கொடுத்தாயோ இந்த வீட்டில் இருக்கலாம். இல்லாவிட்டால் வீட்டை விட்டு வெளியேறிவிடு!' என்றாள்.

'அப்படியே ஆகட்டும். நீ இப்படிச் சொல்ல வேண்டுமென்று தான் காத்துக் கொண்டிருந்தேன். என் மாமன் இருந்த வீட்டில் அவர் இல்லாமல் கொஞ்ச நேரமும் இருக்கச் சகிக்கவில்லை. இப்பொழுதே போய் விடுகிறேன்' என்றாள் பூங்கொடி.

4

அன்று காட்டில் பூங்கொடியைச் சந்தித்துப் பேசியதிலிருந்து கிருஷ்ணக் கோனாருடைய மனம் ரொம்பக் குழம்பியிருந்தது. காரியமெல்லாம் தாறுமாறாகச் செய்து வந்தான். பிண்ணாக்கைக் கொண்டு போய்த் தொட்டியில் போடுவதற்குப் பதிலாகக் கிணற்றில் போட்டான். எருமைக் கன்றுக் குட்டியை பசுமாட்டில் ஊட்டவிட்டான். கறவை மாட்டுக்கு வைக்க வேண்டிய பருத்திக் கொட்டையைக் கடாமாட்டுக்கு வைத்தான்.

தனக்குத்தானே பேசிக்கொள்ளத் தொடங்கினான்.

'நாம் இரண்டு பேரும் கிளியாய்ப் பறந்து போய்விடுவோமா?' என்று இறைந்து சொல்லிவிட்டுக் கலகலவென்று சிரிப்பான். 'எனக்கு மட்டும் துரோகம் செய்தாயோ?' என்று கூறிப் பல்லை நறநறவென்று கடிப்பான். அன்று இராஜன் வாய்க்கால் கரையில் பூங்கொடியைப் பிரிந்த சமயத்தில் ஒரு கையினால் அவளுடைய மோவாய்க்கட்டையை நிமிர்த்திப் பிடித்துக் கொண்டு தன்னுடைய முகத்தை அருகில் கொண்டு போனதும், அவள், 'சீச்சீ! நாம் இன்னும் சின்னப் பிள்ளைகளா?' என்று உதறிக் கொண்டு ஓடிப்போனதும் எப்போதும் அவன் மனக்கண்முன் நின்றது. சில சமயம் அவளுடைய உருவம் அதே நிலையில் எதிரில் நிற்பதுபோல் தோன்றும். அப்போது அவனுடைய கைகளும் முகமும்

கோரணிகள் செய்யும் 'தெரியுமா? என்னை மறக்கக்கூடாது!' என்பான்.

இவற்றையெல்லாம் கவனித்த அவனுடைய தாயார் 'ஐயோ! என் மகனுக்கு மோகினி பிடித்து விட்டதே!' என்று தவித்தாள். அவளுடைய உறவு முறையாருக்குள் கலியாணத்துக்குத் தகுதியாயிருந்த பெண்களைப் பற்றியெல்லாம் விசாரிக்கத் தொடங்கினாள்.

இலையிலே சோற்றை வைத்துக் கொண்டு சாப்பிடாமல் மகன் என்னவோ யோசனை செய்து கொண்டிருப்பதைக் காணும்போது, 'அடே அப்பா! உனக்கென்னடா இப்படி வந்தது?' என்பாள். கிருஷ்ணன், 'சீ! போ! உன்னை யார் கேட்டது?' என்று வள்ளென்று விழுவான். 'ஐயோ! என் மகன் இப்படி ஒரு நாளும் இருந்த தில்லையே, மாரியாத்தா என் மகனைக் காப்பாற்றடி! உனக்குப் படையல் வைக்கிறேன்,' என்று வேண்டிக் கொள்வாள்.

பெருமாள் கோனார் செத்துப் போனதிலிருந்து கிருஷ்ணனுடைய மனக்குழப்பம் இன்னும் அதிகமாயிற்று. பூங்கொடி தாய் தந்தையற்ற அநாதையென்பதும் அவளுக்கு மாமன் வீட்டைத் தவிர வேறு போக்கிடம் கிடையாதென்பது ஊரில் எல்லாருக்கும் தெரியும். பெருமாள் கோனார் உயிரோடிருக்கும் வரை அபிமானமாய் வைத்துக் கொண்டிருந்தார். இனிமேல் அவளை யார் கவனிப்பார்கள்? பிடாரி அவளை வதைத்து விடுவாளே?

ஒரு நாள் கிருஷ்ணன் தாயாரிடம் 'ஏன், ஆயா பெருமாள் கோனார் செத்துப் போனாரே? இனி மேல் அந்தப் பெண் என்ன செய்யும்?' என்று கேட்டான்.

'எந்தப் பெண்ணடா?'

'அதுதானம்மா, பூங்கொடி!'

'அவளை அந்தப் பிடாரி துரத்தி விடுவாள் சீக்கிரம். இப்போதே திருட்டுப்பட்டம் கட்டி விட்டாளே, தெரியாதா உனக்கு?'

'அது என்ன, அம்மா?' என்று கிருஷ்ணன் பரபரப்புடன் கேட்டான்.

'கோனார் ரொக்கப் பணம் வைத்திருந்தாராம். அதைக் காணுமாம். பிடாரி அந்த அநாதைப் பெண் மேலே பழியைப் போடுகிறாள். அவள் தான் எடுத்து விட்டாள் என்கிறாள். அந்தப் பெண் அப்படிச் செய்திருக்கவே செய்திருக்காது. ஏதாவது பழிவைத்துத்தானே வீட்டை விட்டுத் துரத்த வேண்டும்?'

கிருஷ்ணனுடைய நெஞ்சில் முள் தைத்தது போல் சுருக்கென்றது. அன்றைய தினம் காட்டிற்கு அவள் தனியாக வந்திருந்ததும், தன்னைக் கண்டு திகைத்து நின்றதும், எதற்காக வந்தாய் என்று கேட்டதற்குப் பதில் சொல்லாமல் மூடு மந்திரம் செய்ததும் ஞாபகத்திற்கு வந்தன. உண்மையில் அந்தப் பெண் திருடிதானோ? இந்த எண்ணம் அவனுடைய நெஞ்சில் அளவிலாத வேதனையை உண்டாக்கிற்று.

எவ்வளவுதான் யோசித்தாலும், அவன் ஒரு முடிவுக்கே வர வேண்டியிருந்தது. பிடாரி சொல்வது நிஜந்தான். பூங்கொடி தான் பணத்தை எடுத்திருக்க வேண்டும்! அதை எங்கேயோ ஒளிப்பதற்குத்தான் அன்று காட்டிற்கு வந்திருக்கிறாள். இந்தச் சந்தேகம் தோன்றவே, அன்றைய தினத்திலிருந்து கிருஷ்ணன் மாடுகளை ஓட்டிக் கொண்டு காட்டிற்குப் போன போதெல்லாம் சுற்று முற்றும் பார்த்த வண்ணம் இருந்தான். பூங்கொடி பணம் ஒளித்து வைத்திருக்குமிடம் தன் கண்ணில் ஒரு வேளை பட்டுவிடுமோ என்று அவனுடைய நெஞ்சில் திக்குத்திக்கென்று அடித்துக் கொண்டேயிருந்தது.

5

பெருமாள் கோனாரின் கருமாதிக்கு மறுநாள் காலை கிருஷ்ணன் பழையசோறு சாப்பிட்டுக் கொண்டிருந்தான். அப்போது அடுத்த வீட்டுக்காரி, 'அமிர்தம்! சங்கதி கேட்டாயா?' என்று சொல்லிக் கொண்டு வந்தாள்.

'என்ன சமாசாரம்?' என்று அமிர்தம் கேட்டாள்.

‘பிடாரி, பூங்கொடியை வீட்டை விட்டுப் போகச் சொல்லி விட்டாள். அந்தப் பெண் அழுதுகொண்டே கிளம்பிப் போகிறது.’

‘ஐயோ பாவம்! அது எங்கே போகும்?’ என்றாள் அமிர்தம்.

‘அது என்ன கர்மமோ? போக்கிடம் ஏது அதற்கு? எங்கே யாவது ஆத்திலே குளத்திலே விழுந்து செத்து வைத்தாலும் வைக்கும்...‘

கிருஷ்ணன் அதற்குமேல் கேட்கவில்லை. சட்டென்று எழுந்திருந்து கையலம்பிவிட்டு வாசலில் வந்து பார்த்தான். பூங்கொடி தெருவைத் தாண்டி அப்பாலுள்ள பாதையில் போவதைக் கண்டான். இவன் குறுக்கு வழியாக வயல்களில் விழுந்து சென்று அந்தப் பாதையில் அவளுக்கு முன்னால் சென்று ஏறினான்.

பூங்கொடியின் எதிரில் சென்று வழிமறித்து நின்று கொண்டு, ‘எங்கே போறே?‘ என்று கேட்டான்.

‘நான் எங்கே போனால் யாருக்கென்ன?’ என்று பூங்கொடி சொல்லிக் கண்ணீரைத் துடைத்துக் கொண்டாள்.

‘சொல்லாது போனால் நான் விடமாட்டேன்,’ என்றான் கிருஷ்ணன்.

‘சீர்காழிக்குப் போறேன்; அங்கே மில்லிலே வேலை செய்து பிழைக்கலாமென்று’

‘ஏன் இத்தனை நாள் இருந்த ஊரை விட்டுப் போக வேணும்?’

‘போகாதே பின்னே எங்கேயிருக்கிறது? மாமி வீட்டை விட்டுப் போகச் சொல்லிவிட்டாள்.‘

‘ஏன் அப்படிச் சொன்னாள்? அவளுக்கு உன் மேலே என்ன கோபம்?’

பூங்கொடி சற்று நேரம் சும்மா இருந்தாள். பிறகு, ‘உனக்கென்ன அதைப்பற்றி? எனக்கும் அந்த வீட்டிலே இருக்கப் பிடிக்கலை; நான் போகிறேன்,’ என்றாள்.

'நான் சொல்கிறேன் கேள் பூங்கொடி! அந்த நாயின் பணம் உனக்கு வேண்டாம். ஒருத்தருக்கும் தெரியாமல் எடுத்துக் கொண்டு வந்து அந்த வீட்டிலேயே எறிந்துவிடு...நாம்'

'நீ கூட என்னைத் திருடி என்று தானே நினைக்கிறாய்? நான் எதற்காக உயிரோடு இருக்கவேணும்? விடு நான் போகிறேன்' என்று சொல்லிப் பூங்கொடி அழத் தொடங்கினாள்.

கிருஷ்ணன் சிறிது நேரம் சும்மா இருந்தான். பிறகு, 'சரி, வா! போகலாம்!' என்றான்.

'எங்கே?'

'வீட்டுக்கு.'

'எந்த வீட்டுக்கு?'

'எந்த வீட்டுக்கா? என் வீட்டுக்குத்தான். சீர்காழிக்கு நீ போகவும் வேண்டாம்; மில்லில் வேலை செய்யவும் வேண்டாம். நானிருக்கிற வரையில் அது நடக்காது.'

'உன் வீட்டுக்கு வந்தால்...அப்புறம்?'

'புரோகிதரைக் கூப்பிட்டுக் கல்யாணத்துக்கு நாள் வைக்கச் சொல்றது!'

'திருடியைக் கட்டிக் கொண்டாய் என்று ஊரிலே சொல்ல மாட்டார்களா? உனக்கு வெட்கமாயிராதா?'

'யாராவது உன்னை அப்படிச் சொன்னால் அவர்கள் நாக்கை அறுத்துவிடுவேன். அவர்களுக்கு என்ன கொம்பா முளைத்திருக்கிறது.'

'உன் ஆயா சம்மதிப்பாளா? அங்கே போய் மறுபடியும் வீட்டை விட்டுப் போகச் சொன்னால்?'

'ஆயா அப்படிச் சொன்னால் உன்னோடு நானும் வீட்டை விட்டுக் கிளம்பி வந்துவிடுகிறேன். அப்பொழுது இரண்டு பேருமாய்ப் போவோம்.'

'சத்தியமாய்ச் சொன்னால் தான் வருவேன்.'

'சத்தியமாய்ச் சொல்றேன். வா, போகலாம்!'

சுபதின, சுபலக்னத்தில் கிருஷ்ணக் கோனானுக்கும் பூங்கொடிக்கும் விவாக மகோற்சவம் நடந்தேறியது. ஸ்ரீமதி பிடாரி அம்மாளைத் தவிர மற்றபடி ஊராரெல்லாம் விஜயம் செய்து தம்பதிகளை ஆசீர்வதித்தார்கள். இவ்வளவு நல்ல பெண்ணின் பேரில் திருட்டுப் பழியைச் சுமத்தி வீட்டை விட்டுத் துரத்திய பிடாரியைத் தூற்றாதவர்கள் இல்லை. அவ்வாறே கிருஷ்ணனைப் புகழ்ந்து போற்றாதவர்களும் அந்த ஊரில் கிடையாது. எல்லாரிலும் அதிக குதூகலத்துடன் விளங்கியவள் கிருஷ்ணனுடைய தாயார் அமிர்தம்தான். தனக்குப் பேச்சுத் துணைக்கும், ஏவின வேலை செய்வதற்கும் மருமகள் ஆச்சு; பிள்ளைக்கும் புத்தி தெளிந்து முன்னைப் போல் நன்றாயிருப்பான்.

கலியாணச் சந்தடி அடங்கிய அடியோடு ஒரு நாள் காலையில் பூங்கொடி கிருஷ்ணனிடம் 'காட்டுக்குப் போய் விட்டு வரலாம், வா!' என்று சொன்னாள்.

'இப்போது எதற்குக் காட்டுக்கு?'

'ஒரு காரியம் இருக்கிறது. 'நீ ஒன்றும் என்னைக் கேட்காதே; நானாகச் சொல்கிறேன்' என்று அப்போது சொல்லவில்லையா? அந்தச் சமாசாரத்தை இன்று தெரிவிக்கிறேன், வா!'

கிருஷ்ணனுக்கு விஷயம் தெரிந்துகொள்ள வேண்டு மென்று ஆவலாயிருந்தது; ஆனால் காரியம் என்னவோ சுத்தமாய்ப் பிடிக்கவில்லை. வேண்டா வெறுப்பாய் வருவ தாக ஒத்துக் கொண்டான்.

பூங்கொடி இராஜன் வாய்க்காலில் குளிக்கச் செல்வது போல் முதலில் போனாள். கிருஷ்ணன் பின்னோடு மாடு களை ஓட்டிக் கொண்டு சென்றான்.

அக்கரைச் சேர்ந்ததும், பூங்கொடி துள்ளிக் குதித்துக் கொண்டு ஓடத் தொடங்கினாள். மெதுவாகத் தயக்கத்து டன் நடந்த கிருஷ்ணனைச் சில சமயம் கையைப் பிடித்து இழுத்துச் சென்றாள். கிருஷ்ணனுடைய நெஞ்சு மேலும்

மேலும் படபடவென்று அடித்துக் கொண்டது. கடைசியாக ஓர் ஆலமரத்தடியில் போய்ச் சேர்ந்ததும், பூங்கொடி கிருஷ்ணன் கையை விட்டுவிட்டு அந்த மரத்தின் மேல் தாவி ஏறினாள். இரண்டு கிளைகளுக்கு மத்தியில் புல்லுருவிகளால் மூடப்பட்டிருந்த ஒரு பொந்தினுள் கையைவிட்டு, அதற்குள் ளிருந்து ஒரு சிறு தகரப்பெட்டியை எடுத்தாள். 'இந்தா!' என்று கிருஷ்ணனிடம் நீட்டினாள்.

'என்ன அது?'

'வாங்கிப் பாரேன்'

கிருஷ்ணன் பெட்டியை வாங்கித் திறந்து பார்த்தான். உள்ளே ரூபாய் நோட்டுகளும் பவுன்களும் இருந்தன.

'கடைசியில், இவள் திருடிதானா?' என்று கிருஷ்ணன் எண்ணினான். அந்த நினைப்பை அவனால் சகிக்கவே முடியவில்லை. அதிலும் 'பிடாரி சொன்னதும் நிஜம். அவள் இவளை வீட்டைவிட்டுத் துரத்தியதும் நியாயம்' என்று எண்ணியபோது அவனுடைய தலையை யாரோ பிளப்பது போலிருந்தது.

'இதை எதற்காக என்னிடம் கொடுத்தாய்?' என்று கிருஷ்ணன் கோபமாய்க் கேட்டான்.

'சொத்தைச் சொத்துக்குரியவர்களிடம் கொடுத்து விட வேண்டுமென்று நீ அப்போதே சொல்லவில்லையா?'

'ஆமாம்; என்னைக் கொண்டு போய்ப் பிடாரியிடம் கொடுக்கச் சொல்கிறாயா?'

'நீ என்ன வேண்டுமானாலும் செய்; யாரிடம் வேண்டு மானாலும் கொடு. உன்னுடைய சொத்தை உன்னிடம் நான் சேர்ப்பித்து விட்டேன்,' என்றாள்.

கிருஷ்ணனுக்கு ஒன்றும் புரியவில்லை. என்னவோ புதிர் போடுவது போலிருந்தது. 'என்ன உளறுகிறாய்?' என்று கேட் டான்.

'நான் ஒன்றும் உளறவில்லை. அதற்குள் ஒரு கடுதாசி இருக்கிறது; எடுத்து வாசித்துப் பார்!' என்றாள் பூங்கொடி.

கிருஷ்ணன் ஆவலோடு கடுதாசை எடுத்து வாசித்தான். அதில் பின் வருமாறு எழுதியிருந்தது;

'முத்துக் கோனான் மகன் பெருமாள் கோனான் சுயப் பிரக்ஞையுடன் மனப்பூர்வமாய் எழுதி வைப்பது என்ன வென்றால் இந்தப் பெட்டியில் நானூற்றிருபது ரூபாய் பணமும், பன்னிரண்டு முழுப்பவுனும் இருக்கின்றன. இந்தப் பணம், பவுன் எல்லாம் என்னுடைய சுயார்ஜிதம். இந்தத் தொகை முழுவதையும் என்னுடைய கண்ணான மருமகள் பூங்கொடிக்குக் கலியாணப் பரிசத்துக்காக எழுதி வைக் கிறேன். அவளைக் கலியாணம் பண்ணிக் கொள்கிறவன் இது எல்லாவற்றையும் அடைய வேண்டியது. பணத்தை வீண் செலவு செய்யாமல் நிலம் வாங்குவதற்காவது வீடு கட்டிக் கொள்ளவாவது உபயோகிக்க வேண்டியது.

இந்த விஷயம் வெளியில் தெரிந்தால், பூங்கொடியை என்னுடைய பெண்சாதி கஷ்டப்படுத்தி ஒருவேளை உயிருக்கே அபாயம் செய்வாளென்று பயந்தும், இன்னும் பணத்துக்கு ஆசைப்பட்டு யாராவது உபயோகமற்றவன் அவளைக் கலியாணம் செய்து கொள்ள முயற்சிக்கலாமென்று நினைத்தும் பூங்கொடிக்குக் கலியாணம் ஆகும்வரை இந்த விஷயத்தை வெளிப்படுத்தாமல் இரகசியமாய் வைத்திருக்க வேணுமென்று சத்தியம் வாங்கியிருக்கிறேன். பெட்டியை எங்காவது பத்திரமாய் ஒளித்து வைத்திருக்கும்படி பூங்கொடி யிடம் ஒப்புவித்திருக்கிறேன்.

'இந்தச்சொத்தை அடைகிறவன் என்னுடைய மருமகளுக்கு ஒருவித மனக்குறையுமின்றி எப்போதும் சந்தோஷமாய் வைத்திருக்க வேண்டியது.'

மேற்படி கடிதத்தைப் படித்துவிட்டுச் சற்றுநேரம் யோசித் ததில், கிருஷ்ணனுக்கு எல்லாம் விளங்கிவிட்டது. மாசி மகத்தன்று வீட்டில் ஒருவரும் இல்லாத சமயத்தில் பெருமாள் கோனார் பூங்கொடியிடம் அந்தப் பெட்டியைக் கொடுத்துப் பத்திரப்படுத்தும்படி சொல்லியிருக்க வேண்டும். மயிலைக் காளை கெட்டுப் போன அன்று, தான் காட்டில் அவளைச் சந்தித்ததன் இரகசியம் அதுதான்.

பூங்கொடியும், அவளுடைய சீதனமும் தனக்குக் கிடைத்த அதிர்ஷ்டத்துக்கெல்லாம் மூலகாரணம் மயிலைக் காளை தான் என்பது கிருஷ்ணனுடைய நம்பிக்கை. யாராரோ வந்து நல்ல விலைக்கு அதை வாங்கிக் கொள்வதாகச் சொன்னார்கள். கிருஷ்ணன் அதை விற்க மறுத்து விட்டான். ஒரு சின்ன வண்டி வாங்கி அதில் மயிலைக் காளையை ஓட்டிப் பழக்கினான். தன்னையும் பூங்கொடியையும் தவிர அந்த வண்டியில் வேறு யாரும் உட்காருவதற்கு அவன் அனுமதிப்பதில்லை.

காந்திமதியின் காதலன்

'ஸ்வாமி! இந்தக் கட்டை கேட்கிறதேயென்று வித்தியாசமாய் நினைக்க வேண்டாம்; ஸ்வாமியின் மனத்தில் சாந்தி ஏற்படவில்லையென்று இந்த ஜடத்துக்குத் தோன்றுகிறது. ஒரு வேளை இது தவறாயிருந்தாலும் இருக்கலாம். அப்படி ஏதாவது ஸ்வாமி மனத்தில் இருந்தால் இந்தக் கட்டையிடம் சொல்ல யோசிக்க வேண்டாம்' என்று பெரிய ஸ்வாமியார் சின்ன ஸ்வாமியாரிடம் சொன்னார். 'ஸ்வாமி சொல்வது நிஜம்; இந்தக் கட்டைக்கு இன்னும் மனச் சாந்தி ஏற்படவில்லை. இதன் மனத்திலே ஒரு பந்தம் இருக்கிறது; ஒரு தாபம் இருக்கிறது. அது இந்தக் கட்டையுடனேதான் தீருமோ, என்னவோ தெரியாது' என்றார் சின்ன ஸ்வாமியார்.

தன்னுடைய எல்லைக்குள்ளே உயிரை விடுவோர் அவ்வளவு பேரையும் மோக்ஷத்துக்கு அனுப்பக்கூடிய மகிமை வாய்ந்த ஸ்ரீகாசி க்ஷேத்திரத்தில் தமிழ்நாட்டுப் பெரிய மடங்களுக்குச் சொந்தமான கிளை மடங்கள் பல இருக்கின்றன. அந்த மடங்களில் ஒன்றிலேதான், மேலே கூறியவாறு இரு ஸ்வாமியார்களுக்குள் சம்பாஷணை ஆரம்பித்தது. அவர்களில் ஒருவர் கொஞ்சம் வயதானவர்; ஐம்பது ஐம்பத்தைந்து இருக்கலாம். அவருடைய திரு மார்பை நீண்டு வளர்ந்த தாடி மறைத்திருந்தது. முகத்தில் ரோமத்தினால் மறைக்கப்படாதிருந்த பாகமெல்லாம் அம்மைத் தழும்பு நிறைந்து கோரமாய்க் காணப்பட்டது. ஆனாலும் அவர் முகம் பார்ப்பதற்கு அருவருப்பு அளிக்கவில்லை. அந்த கோரத்திலும் ஒரு திவ்ய களை இருந்தது. அவரது ஆழ்ந்த கண்களில் சாந்தி குடிகொண்டு விளங்கிற்று. இந்தப் பெரிய ஸ்வாமியார் பல வருஷ காலமாக மேற்படி கிளை மடத்தில் தலைவராயிருந்து வருபவர். தென்னாட்டிலிருந்து காசிக்கு வரும் தமிழர்களில் அநேகர் இந்த மடத்தில் வந்து தங்குவதுண்டு. அவர்களுக்கெல்லாம் வேண்டிய சௌகரியங்கள் செய்து கொடுப்பார். இதனாலெல்லாம், ஸ்வாமி பிரணவானந்தரின் புகழ் விஸ்தாரமாய்ப் பரவியிருந்தது.

இந்த மடத்துக்குக் கொஞ்ச நாளைக்கு முன் ஸ்ரீகுமாரானந்தர் என்னும் மற்றொரு தமிழ் ஸ்வாமி வந்து சேர்ந்தார். இவருக்குப் பிராயம் சுமார் 35க்கு மேல் 40க்குள் இருக்கலாம். இவர் ஜடை, தாடி முதலியவை வளர்க்காமல் நன்றாய்த்தலையை மொட்டையடித்து முகக்ஷவரமும் செய்து கொண்டிருந்தார். பெரிய ஸ்வாமியார் இவரை அன்புடன் வரவேற்று, வேண்டிய சௌகரியங்கள் செய்து கொடுத்தார். குமாரானந்தரிடம் ஒரு விசேஷத்தைப் பெரிய ஸ்வாமியார் கண்டார். குடும்பஸ்தன் ஒருவனைவிட அதிகமாக அவருக்கு உலக விவகாரங்களில் சம்பந்தம் இருந்தது. கடிதப் போக்கு வரவு அவருக்கு அசாத்தியம். முக்கியமாய், தமிழ்நாட்டுப் பத்திரிகைகளுடன் அவருக்கு அதிக உறவு இருந்தது. ஓயாமல், ஏதாவது கட்டுரைகள் எழுதிப் பத்திரிகைகளுக்கு அனுப்புவார். பத்திரிகைக்காரர்களிடமிருந்து அவருக்கு ஐந்து ரூபாய், மூன்று ரூபாய், ஒன்றேகால் ரூபாய் இப்படிச் சின்னத் தொகைகளாக மணியார்டர்கள் வரும். அத்தொகைகளை அவர் வாங்கிக் கொண்டு தாம் ஒரு விலாசத்துக்கு 15 அல்லது 20 ரூபாய் மணியார்டர் செய்வார். ஒரு மாதத்தில் சரியானபடி மணியார்டர்கள் வராவிட்டால், கோபம் வந்துவிடும். தமிழ்ப் பத்திரிகை நடத்துவோர்களைக் கண்டபடி திட்டுவார்.

இவற்றையெல்லாம் கவனித்துத்தான் பெரிய ஸ்வாமியார், தலைப்பில் கண்டவாறு சம்பாஷணை துவக்கினார். அவர் மேலும் கூறியதாவது:

‘எத்தனையோ பேர் தங்களுடைய மனக் கவலைகளை இந்த ஜடத்திடம் சொல்லியிருக்கிறார்கள். இந்தக் கட்டை அவர் களுக்குத் தக்க உபதேசம் செய்து, மனச் சாந்தி உண் டாக்கியிருக் கிறது. ஸ்வாமியும் மனத்திலிருப்பதைச் சொன் னால், அதை நிவர்த்திக்க முடியுமா என்று பார்க்கலாம்.’

குமரானந்தர் மோன வெளியில் கலந்திருந்தார். எனவே பிரணவானந்தர் மறுபடியும் கூறியதாவது:

‘ஒரு வேளை ஸ்வாமிக்குப் பூர்வாசிரமத்திலே குழந்தைகள் இருந்து எங்கேயாவது விட்டு வந்திருக்கிறதோ? அப்படி

யிருக்கும் பட்சத்தில் அதற்குத் தக்க ஏற்பாடு செய்து விடலாமே!'

குமாரானந்தர் இப்போது வாய் திறந்தார். அவர் சொன்ன தாவது: 'ஸ்வாமி ஊகித்தது பாதி வாஸ்தவம். ஒரு குழந்தை இருக்கிறது. ஆனால் அது இந்த ஜடத்தின் குழந்தையல்ல. வேறொருவரின் குழந்தை. இந்த ஜடத்தின் கழுத்தில் அதை கட்டியிருக்கிறது. அதனால் தான் துளிக்கூட இந்தக் கட்டைக்கு மனச் சாந்தி இல்லாமல் போகிறது. தலைவிதி! தலைவிதி!' என்று படீர் படீரென்று மொட்டைத் தலையில் போட்டுக் கொண்டார்.

பெரிய ஸ்வாமியார் அவரைச் சாந்தப்படுத்தி ஆதியோடந்தமாய் அவருடைய வரலாற்றை விவரமாகச் சொல்லும்படி கேட்கவே குமாரானந்தர் அவ்வாறே கூறத் தொடங்கினார். அவர் கூறியபடியே ஸ்வாமியார்களின் பரிபாஷையை மட்டும் நீக்கிவிட்டு, இங்கே எழுதுகிறேன்:

1

பூர்வாசிரமத்தில் எனக்கு விருத்தாசலம் என்று பெயர். என் பெற்றோர்களுக்கு நான் ஒரே பிள்ளை. என் தகப்பனார் சர்க்கார் உத்தியோகஸ்தர். அவர் இருந்த வரையில் பணக் கஷ்டம் என்றால் இன்னதென்று தெரியாதவனாயிருந்தேன். திடீரென்று ஒருநாள் அவர் இறந்துபோனபோது நானும் என் தாயாரும் தரித்திரத்தின் கொடுமையை உணரத் தொடங்கினோம். அப்போது நான் பட்டணத்தில் காலேஜில் படித்துக் கொண்டிருந்தபடியால், என் தாயார், என் அம்மான் ஊரில் அவர் வீட்டிலேயே வசித்து வந்தாள். நல்ல வேளையாய் என் தகப்பனார் இன்ஷியூர் செய்திருந்தார். இன்ஷியூரன்ஸ் கம்பெனியார் கொடுத்த பணந்தான் என் படிப்புச் செலவுக்கு உதவிற்று. மற்றபடி எங்களுக்கு வீடு, வாசல், சொத்து, சுதந்திரம் ஒன்றுமேயில்லை. விடுமுறை நாட்களில் என் அம்மான் ஊருக்கு நான் போவதுண்டு. அந்தப் பட்டிக்காட்டில் யாருடனும் அதிகமாய்ப் பேசுவதற்கு எனக்குப் பிடிக்காது. சாயங்கால வேளைகளில்

குளத்தங்கரை அல்லது ஆற்றங்கரையில் தனிமையான இடத்தைத் தேடிச் சென்று ஏதாவது புத்தகம் படித்துக் கொண்டிருப்பேன். அப்போதெல்லாம் வருங்காலத்தைப் பற்றி எனக்குச் சிந்தனையே கிடையாது. பி.ஏ. பாஸ் செய்து விட்டு ஏதேனும் உத்தியோகத்துக்குப் போக வேண்டுமென்று தான் எண்ணியிருந்தேன்.

ஒருநாள் வழக்கம் போல் சாயங்காலம் ஐந்து மணி சுமாருக்கு நான் குளக்கரைக்குச் சென்றேன். அங்கே புதிதாய்த் தளிர்விட்டு மாலைச் சூரிய கிரணங்களால் தகதகவென்று பொன்மயமாய்த் திகழ்ந்து கொண்டிருந்த அரச மரத்தடியில் உட்கார்ந்து, நான் சாவகாசமாய்ப் புத்தகம் படிப்பது வழக்கம். அன்றும் அந்த அரசமரத்தடிக்குச் சென்றேன். அங்கே உட்கார்ந்து படிக்கத் தொடங்கியதும் 'களுக்' என்ற சிரிப்பின் ஒலி கேட்டு, குளத்தின் பக்கம் திரும்பிப் பார்த்தேன். குளத்தில் ஒரு விநோதமான காட்சி புலப்பட்டது. இளம் பெண் ஒருத்தி குளித்துக் கொண்டிருந்தாள். அவளுடைய தேக மெல்லாம் நீரில் மூழ்கி இருந்தது. முகம்மட்டும் ஆகாயத்தை நோக்கி அண்ணாந்து பார்த்த வண்ணம் வெளியில் தெரிந்தது. பெண்களின் முகங்களைத் தாமரை மலருக்கு ஒப்பிடுகிறார்களே, அதன் பொருத்தம் அப்போதுதான் எனக்கு நன்றாய்த் தெரியவந்தது.

அந்தப் பெண் ஒருவித விளையாட்டு விளையாடிக் கொண்டிருந்தாள். அவள் வாயிலிருந்து ஜலத்தை ஆகாயத்தை நோக்கிக் கொப்புளிப்பாள். அது திரும்பி வருவதற்குள் சடக்கென்று தண்ணீரில் முழுகிவிடுவாள். சில சமயம் கொப்புளித்த ஜலம் அவள் முழுகுவதற்குள் அவள் முகத்திலே விழுந்துவிடும். அப்படி விழும் போதெல்லாம் அவள் 'களுக்' என்று சிரிப்பாள்.

இந்த அசட்டு விளையாட்டு அப்போது என் மனத்தை ஏன் அவ்வளவு தூரம் கவர்ந்தது என்பதைச் சொல்ல முடியாது. குளத்தில் இறங்கி அம்மாதிரி நானும் விளையாட வேண்டுமென்று ஆசையுண்டாயிற்று. ஆனால் இதற்குள் அவ்வளவு தூரம் நான் புத்தி இழந்துவிடவில்லை. அந்தப்

பெண் விளையாடும் காட்சியைச் சற்றுநேரம் பார்த்துக் கொண்டிருந்தேன். ஒருமுறை தற்செயலாய் அவள் கரைப் பக்கம் திரும்பியபோது என்னைப் பார்த்து விட்டாள். நான் அவள் விளையாட்டைக் கவனித்துக் கொண்டிருந்ததையும் அவள் அறிந்திருக்க வேண்டும். வெட்கம் தாங்க முடியாமல் தண்ணீரில் முழுகியவள் வெகுநேரம் எழுந்திருக்க வேயில்லை. 'இதென்ன? இந்தப் பெண்ணுக்கு மூச்சுப் போய்விடப் போகிறதே?' என்றுகூட எனக்குக் கவலையாய்ப் போயிற்று. அவள் வெளியே தலையை எடுத்ததும், இனிமேல் அங்கு நிற்பது உசிதமாயிராதென்று நினைத்து விரைந்து சென்றேன்.

இதற்குப் பிறகு, அந்தப் பெண்ணை வீதியிலும் குளக்கரையிலும் இரண்டு மூன்று தடவை சந்தித்தேன். என்னைப் பார்த்த போதெல்லாம் அவள் வெட்கத்தினால் தலை குனிந்து கொள்வாள். அவள் முகத்தில் புன்சிரிப்பு உண்டாகும். உடனே யாராவது பார்த்துவிடப் போகிறார் களே என்ற பயத்தினால் நாலு புறமும் மிரண்டு நோக்குவாள். ஐயோ! இந்தப் பெண் ஏன் இப்படி அவஸ்தைப்படுகிறாள்! நல்லவேளை நாம் சீக்கிரமாக இந்த ஊரைவிட்டுப் போகிறோம்' என்று எண்ணிக் கொண்டேன்.

காலேஜ் திறக்கும் நாள் சமீபித்துவிட்டபடியால் சீக்கிரத்தில் கிளம்பிச் சென்னைக்குச் சென்றேன். ஆனால் என்ன பிரயோ சனம்? அவளுடைய முகமும் என்னைப் பின் தொடர்ந்து வந்தது. ஏதாவது புத்தகம் படித்துக் கொண்டிருக்கும்போது திடீரென்று அந்த முகம் - தண்ணீரில் அண்ணாந்து பார்த்துக் கொண்டிருந்த அவ்வழகிய முகம் - என் மனக்கண்ணில் தோன்றும். மாலை வேளையில் கடற்கரைக்குச் சென்று நீலக்கடலைப் பார்த்தேனாயின், திடீரென்று அங்கே அலைகளுக்கு மத்தியில் அந்த முகம் மிதப்பது போல் பிரமையுண்டாகும். வானத்தில் கருமேகம் சூழ்ந்திருக்கும்போது ஆகாயத்தை நோக்கினால் அங்கேயும் அந்த முகந்தான் தோன்றும். பளிச்சென்று நிலவு வீசிக் கொண்டிருக்கும் இரவில் சந்திரனைத் தற்செயலாக

நோக்கினால், நீலவானமே குளம் என்றும், சந்திரனே அவளுடைய வதனம் என்றும் பிரமை உண்டாகும். வீதியில் என்னைக் கண்டதும் வெட்கத்தினால் குனிந்து புன்சிரிப்புத் தவழ்ந்து கொண்டிருக்கும் அவள் முகமும் சில சமயம் இடையிடையே என் மனக்கண்முன் தோன்றும்.

எப்படியோ ஒரு வருஷம் சென்றது. அவ்வருஷ முடிவில் நான் பி.ஏ. பரீட்சை எழுதினேன். பின்னர் கிராமத்திற்குச் சென்றேன்.

கிராமத்தைச் சேர்ந்த அன்றைய சாயங்காலம் வழக்கம் போல் கையில் புத்தகத்துடன் குளத்தங்கரைக்குப் போனேன். ஆனால் என் மனம் என்னவோ, புத்தகத்தில் இல்லை. அந்தப் பெண்ணைச் சந்திப்போமா என்னும் எண்ணமே மேலோங்கியிருந்தது. அவ்வெண்ணத்திலே மகிழ்ச்சியும் வேதனையும் பிரிக்க முடியாதபடி கலந்திருந்தன.

நான் குளத்தங்கரை சென்றபோது அவள் ஸ்நானம் செய்து விட்டு இடுப்பில் குடத்துடன் கரையேறி வந்து கொண் டிருந்தாள். என்னைப் பார்த்தாள். ஆனால் இம்முறை அவள் தலைகுனியவு மில்லை; புன்சிரிப்புக் கொள்ளவுமில்லை. இரண்டாவது தடவை என்னைத் திரும்பிப் பார்க்கவுமில்லை. விர்ரென்று போய் விட்டாள். ஆனால் அவளுடைய அந்த ஒரு பார்வையே என் இருதயத்தில் ஊடுருவிப் பாய்ந்து விட்டது. அதன் பொருள் முழுதும் நான் அப்போது அறிந்து கொள்ளவில்லையானாலும், அதில் நிந்தையும் கோபமும் நிறைந்திருந்தது மட்டும் என் உணர்வுக்குத் தெரிந்தது. சொல்ல முடியாத மனவேதனை கொண்டேன்.

அப்போதுதான் 'கலியாணம்' என்னும் யோசனை, முதல் முதலில் என் உள்ளத்தில் உதித்தது. ஆனால் என்ன பைத் தியக்காரத்தனம்! எனக்கு வீடு இல்லை, வாசலில்லை. சொத்து நிலம் ஒன்றும் கிடையாது. பரீட்சை பாஸ் ஆனால், ஏதாவது உத்தியோகம் தேடிச் சம்பாதித்துக் காலட்சேபம் நடத்தலாம். அதற்குள்ளாக இப்போது கலியாணம் எப்படிச் செய்து கொள்வது?

முத்தான முப்பது கதைகள்

இவ்வாறு குழம்பிய உள்ளத்துடன் வீடு திரும்பினேன். அந்தப் பெண்ணைப் பற்றி - என்னுடைய மனோநிலையைக் காட்டிக் கொள்ளாமல் - மெதுவாக விசாரித்தேன். கிராமாந் தரத்தில் இத்தகைய விஷயங்கள் சுலபமாய்த் தெரிந்து கொள்ளலாமல்லவா? அவள் பெயர் காந்திமதி என்றும், ஏழைப் பெண் என்றும், அவளுடைய தாயார் வாயு ரோகத் தினால் கஷ்டப்படுகிறவள் என்றும், எப்படியாவது தான் கண் மூடுவதற்குள் தன் பெண்ணுக்குக் கலியாணம் செய்து வைத்துவிட வேண்டுமென்று அவள் பெரிதும் கவலைப்படுகிறாள் என்றும் தெரிந்து கொண்டேன்.

இவ்வளவு அழகும் புத்திசாலித்தனமும் வாய்ந்த பெண்ணைக் கலியாணம் பண்ணிக்கொள்ள நான் முந்தி, நீ முந்தி என்று போட்டியிட்டுக் கொண்டு வாலிபர்கள் முன் வரவில்லையென்னும் விஷயம் எனக்கு மிகவும் வியப்பளித்தது. இது நம்முடைய அதிர்ஷ்டத்தினால்தான் என்று எண்ணிக் கொண்டேன்.

ஆனாலும் இப்போது கலியாணத்தைப் பற்றிப் பிரஸ்தா பிக்க எனக்கு மிகவும் வெட்கமாயிருந்தது. கலியாணம் செய்து கொண்டால் பெண்ணை உடனே அழைத்துப் போக வேண்டுமல்லவா? எங்கே அழைத்துப் போவது? இவ்வருஷம் பரீட்சையில் தேறாவிட்டால், இன்னும் ஒரு வருஷம் படிக்க வேண்டிவரும். அப்போது அவளை எங்கே விடுவது? என் தாயாரையே வைத்துக் காப்பாற்ற முடியாமல், மாமன் வீட்டில் விட்டு வைத்திருக்கும் நான், கலியாணம் பண்ணிக் கொள்கிறேன் என்றால் கேட்டவர்கள் எல்லாரும் சிரிக்க மாட்டார்களா?

என்னவெல்லாமோ யோசித்து, கடைசியில் உடனே பட்டணத்துக்குத் திரும்புவதென்றும், பரீட்சை தேறியிருந் தாலும் தேறியிராவிட்டாலும் ஏதாவது உத்தியோகத்துக்கு முயற்சி செய்வதென்றும், உத்தியோகம் கிடைத்ததும் ஊருக்குத் திரும்பி வந்து காந்திமதியைக் கலியாணம் செய்து கொள்வதென்றும் முடிவுக்கு வந்தேன். அவ்வாறே சென்னைக்குப் புறப்பட்டுச் சென்றேன்.

2

என்னுடைய தகப்பனாருடைய சிநேகிதர் ஒருவர் அப்போது சைதாப்பேட்டையில் டிபுடி கலெக்டராயிருந்தார். தம்முடைய ஆபீஸில் ஓர் ஆக்டிங் குமாஸ்தா வேலை காலியிருப்பதாகவும், இப்போதைக்கு அந்த வேலையில் என்னை நியமிப்பதாகவும், பிறகு சென்னை ஸெக்ரடேரியட் ஆபீஸில் உத்தியோகத்துக்குச் சிபாரிசு செய்வதாகவும் சொன்னார். சாதாரணமாய் உத்தியோகம் கிடைப்பதனால் ஏற்படக்கூடிய சந்தோஷத்தைக் காட்டிலும் எனக்குப் பத்து மடங்கு அதிக சந்தோஷம் உண்டாயிற்று. இதற்குள் பரீட்சையில் நான் முதல் வகுப்பில் தேறிய செய்தியும் கிடைத்தது. மறுபடியும் ஊருக்குத் திரும்பிப் போனேன்.

தாயாரிடம் மேற்கூரிய விவரங்களைச் சொல்லிவிட்டுக் காந்தி மதியைப் பற்றிப் பிரஸ்தாபித்தேன். அவள் 'ஐயோ பைத்தியக் காரா! முன்னமே சொல்லியிருக்கக் கூடாதா? அந்தப் பெண்ணின் தாயார் கூட 'உன் பிள்ளைக்குக் காந்திமதியைக் கலியாணம் செய்து கொள்கிறாயா?' என்று கேட்டாளே? நான் தானே 'இவனெல்லாம் இங்கிலீஷ் படித்து விட்டானல்லவா? பட்டிக்காட்டுப் பெண்ணைக் கலியாணம் செய்து கொள்ளமாட்டான்' என்று சொல்லிவிட்டேன். இப்போது காரியம் மிஞ்சி விட்டதே. யாரோ பெரிய உத்தி யோகஸ்தன் வந்து பெண்ணைக் கொண்டுபோய் விட் டானே! நகைகளாகச் செய்து இழைத்திருக்கிறான். காந்தி மதியின் அதிர்ஷ்டத்தைப் பற்றி ஊரெல்லாம் பேசு கிறார்களே!' என்றாள்.

இதைக் கேட்டதும் என்னுடைய ஆகாசக் கோட்டை அப்படியே பொலபொலவென்று உதிர்ந்து விழுந்து விட்டது. வாழ்க்கையிலேயே ருசியின்றிப் போயிற்று. இந்தச் சோக சாகரத்திலிருந்து தப்புவதற்கு ஒரே ஒரு வழிதான் உண்டென்று நினைத்தேன். அது, ஏதாவது தீவிரமான வேலையில் மனத்தை ஈடுபடுத்துதல்தான். எனவே, சீக்கிர மாகவே சைதாப்பேட்டைக்குத் திரும்பிச் சென்று உத்தியோ கத்தை ஒப்புக் கொண்டேன்.

இவ்வாறு இரண்டு வருஷங்கள் சென்றன. ஸெக்ரடேரியட் ஆபீஸில் எனக்கு உத்தியோகமும் கிடைத்தது. இதற்குள் ஒருவாறு காந்திமதியை மறந்திருந்தேன். வேறொரு பெண்ணைக் கல்யாணம் செய்து கொள்வதைப் பற்றிக்கூட யோசிக்கலானேன்.

ஸெக்ரடேரியட்டில் என்னுடைய ஸெக்ஷனுக்கு ஒரு தலைமை உத்தியோகஸ்தர் இருந்தார். அவர் பெயர் காமாட்சிநாதன். அவருக்குச் சுமார் 40 வயதிருக்கலாம். ஆரம்ப முதலே எங்களுக்கு ஒருவரையொருவர் பிடித்துப் போயிற்று. பரம யோக்கியர். வேதாந்தத்தில் அதிகப் பற்றுள்ளவர். அவரைப் பார்த்தவுடன், ‘சம்சாரத்தில் தாமரை இலையில் தண்ணீர் போல் வாழவேண்டும்‘ என்பார்களே, அதற்கு உதாரண புருஷர் இவர்தான் என்று தோன்றும்.

எனக்கும் இளம் பிராயம் முதலே வேதாந்த விஷயங்களில் பற்று உண்டு; அடிக்கடி நாங்கள் பாரமார்த்திக தத்துவங்களைப் பற்றிப் பேசுவோம். ஒரு சமயம் அவர், ‘என் வீட்டில் அருமையான வேதாந்த புத்தகங்கள் பல வைத்திருக்கிறேன். நீ ஒரு நாள் வந்தால் பார்க்கலாம்‘ என்றார்.

அவ்வாறே அடுத்த ஞாயிற்றுக்கிழமை அவர் வீட்டுக்குச் சென்றேன். நானும் அவரும் பேசிக் கொண்டிருக்கையில், அவருடைய மனைவி எங்களுக்குச் சிற்றுண்டி கொண்டு வந்தாள். அவளும் நானும் ஏக காலத்தில் ஒருவர் முகத்தை ஒருவர் பார்த்தோம். என்னுடைய நெஞ்சு ஒரு கணம் ஸ்தம்பித்துவிட்டது. உடம்பிலிருந்த ரோமங்களெல்லாம் குத்திட நின்றன. தேக மெல்லாம் வியர்வை துளித்தது. அவளுக்கும் அப்படித்தான் இருந்திருக்க வேண்டும். உடனே முகத்தை வேறு பக்கம் திருப்பிக் கொண்டாள். அன்றியும் கொண்டு வந்த தட்டுக்களை வைத்து விட்டு விரைந்து உள்ளே சென்றாள். டம்ளர்களில் ஜலம் எடுத்துக் கொண்டு அவள் திரும்பி வருவதற்கு ஐந்து நிமிஷம் பிடித்தது.

அதற்குள் என் மனத்தை ஒருவாறு சாந்தப்படுத்திக் கொண்டேன். மறுபடி அவள் வந்ததும், ‘இவள்தான் என்

மனைவி' என்று காமாட்சிநாதன் தெரிவித்து என்னையும் அவளுக்கு அறிமுகப்படுத்தி வைத்தார். அவள் விஷயத்தில் இவருக்கு ரொம்பவும் பெருமை என்பது நன்றாக வெளியாயிற்று.

எனக்கு அவர் மனைவியை முன்னமேயே தெரியும் என்று நான் சொல்லவில்லை. எப்படிச் சொல்வது? என்ன சொல்வது? உண்மையிலேயே நாங்கள் பேசிப் பழகியிருந்தோமானால் சொல்லலாம். 'குளக்கரையிலும், வீதியிலும் நாங்கள் ஒருவரையொருவர் சந்தித்திருக்கிறோம்; கண்களினால் பேசிக் கொண்டிருக்கிறோம்' என்று சொல்லமுடியுமா? ஆகையாலேயே அதைப்பற்றி நான் பிரஸ்தாபிக்கவில்லை. ஒருவேளை அப்போதே அதைச் சொல்லியிருந்தால், பின்னால் அவ்வளவு துன்பங்களுக்காளாகியிருக்க வேண்டாமோ, என்னவோ?

'உள்ள நிறைவிலோர் கள்ளம் புகுந்திடில்
உள்ள நிறைவாமோ?'

என்ற கவியின் வாக்கு என் விஷயத்தில் உண்மையாயிற்று.

அதன் பிறகு அவருடைய வீட்டுக்கு நான் அடிக்கடி போகத் தொடங்கினேன். என் மனத்திலோ ஒரு பெரிய போராட்டம் நடந்து கொண்டிருந்தது. 'அவர் வீட்டுக்குப் போகாதே; போவதனால் கஷ்டந்தான் ஏற்படும்' என்று ஒரு புத்தி சொல்லிற்று. ஆனால் அதை மீறிக்கொண்டு, 'அங்கே போகவேண்டும்; போக வேண்டும்' என்ற ஆவல் கட்டுக் கடங்காமல் பொங்கி எழுந்து கொண்டிருந்தது.

'போகவேண்டாம்' என்ற கட்சி நாளடைவில் மங்கி மறைந்தது. அடிக்கடி போகத் தொடங்கினேன். அதனால் காமாட்சிநாதனும் அதிக சந்தோஷமடைந்ததாகத் தெரிந்தது. முதன்முதலில் நானும் அவர் மனைவியும் சந்தித்தபோது, எங்களுக்கு ஏற்பட்ட மனக்கலக்கத்தை அவர் கவனித்தாரா என்றாவது, பின்னால் என்னை அவர் வீட்டுக்கு அடிக்கடி கவர்ந்திழுத்த காரணம் இன்னதென்று அவர் ஊகித்தாரா என்றாவது இன்றுவரை நான் அறியேன். இதெல்லாம் தெரிந்தவராக அவர் சிறிதும் காட்டிக் கொள்ளவில்லை.

ஒரு நாள் அவர் வீட்டுக்குப் போனபோது, இவர் வெளியில் போயிருந்தார். 'உட்காருங்கள், வந்துவிடுவார்' என்று காந்திமதி சொன்னாள். சற்று நேரம் இருவரும் சும்மா இருந்தோம். ஏதாவது பேசாவிட்டால் எனக்குப் பைத்தியம் பிடித்துவிடும் போல் தோன்றிற்று. 'என்னைப் போல் துர்ப்பாக்கியசாலி இந்த உலகத்திலே கிடையாது' என்றேன். நான் யோசித்துப் பேசினேன் என்று சொல்ல முடியாது. அந்த வார்த்தைகள் தாமே வெளிவந்தன என்றே சொல்லலாம்.

'நீங்கள் இங்கே வரவேண்டாமென்று சொல்வதற் கிருந்தேன். பாழும் மனம் கேட்கமாட்டேனென்கிறது' என்றாள் காந்திமதி.

அப்போது எனக்கு மயிர் சிலிர்த்தது. உடம்பு முழுதும் படபடவென்று அடித்துக் கொண்டது.

இவ்வாறு நாங்கள் தனிமையில் பேசத் தொடங்கினோம். குளக்கரையில் என்னைச் சந்தித்ததிலிருந்து அவளுக்கு என்னுடைய ஞாபகமாகவே இருந்ததாகவும், சீக்கிரம் வந்து தன்னைக் கலியாணம் செய்துகொள்வேனென்று ஆசை வைத்திருந்ததாகவும் ஒரு வருஷம் வரையில் பேச்சுமூச்சு இல்லாமலிருக்கவே மனம் வெறுத்துப் போனதாகவும், அந்த நிலைமையில் காமாட்சிநாதன் வந்து கலியாணம் பண்ணிக் கொள்வதாகச் சொல்லவே அவருடைய நல்ல குணத்தைக் கண்டு, வயதாகியிருந்தாலும் பரவாயில்லையென்று சம்மதித்ததாகவும் கூறினாள்.

ஒரு மாதம் அவள் பொறுத்திருந்தால் நான் வந்து கலியாணம் செய்து கொண்டிருப்பேனே என்று தெரிவித்தேன். 'ஒரு வார்த்தை என்னிடம் சொல்லியிருந்தால் ஒரு மாதமல்ல, ஒரு யுகம் வேண்டுமானாலும் காத்திருந்திருப்பேனே' என்று அவள் கூறினாள்.

'தலைவிதி இப்படிப் பண்ணிவிட்டது' என்று இரண்டு பேரும் சேர்ந்து முடிவுக்கு வந்தோம்.

அதன் பிறகு, எப்போது காந்திமதியிடம் பேசலாம் என்றே சிந்தனை செய்யலானேன். காமாட்சிநாதன் வீட்டில் இல்லாத

சமயங்களை ஆராய்ந்து பார்த்துப் போகத் தொடங்கினேன். இது பிசகு என்று நன்கு தெரிந்திருந்தது. ஆயினும் என்ன பயன்? ஒருவனுக்குச் செங்குத்தான மலைப் பாறையில் கால் நழுவிவிடுகிறது. கீழே விழத் தொடங்குகிறான். அப்படியே போனால் இன்னும் சில நிமிஷத்தில் கீழே அதலபாதாளத்தைச் சேரவேண்டியதுதான் என்று அவனுக்கு நன்றாகத் தெரியும். ஆனாலும் அவன் தன்னைத் தடுத்து நிறுத்திக் கொள்ள முடிவதில்லை. மலைச்சரிவில் விழுந்து கொண்டேயிருக்கிறான் - என்னுடைய நிலையும் அதுபோல் தான் இருந்தது.

கடைசியாக, இத்தகைய வாழ்க்கையைச் சகித்துக் கொண்டிருக்க முடியாதென்ற தீர்மானத்துக்கு வந்தோம். நாங்கள் இருவரும் ஒருவருக்கொருவராகவே படைக்கப் பட்டவர்களென்றும், கடவுள் முன்னிலையில் கல்யாணம் செய்து கொண்ட சதிபதிகளேயென்றும் முடிவு செய்தோம். ஆனால் இந்த முட்டாள் உலகம் - கொடிய ஜன சமூகம் - அதை ஒத்துக் கொள்ளாது. ஆகவே, இந்தச் சமூகத்தை விட்டு எங்கேயாவது கண்காணாத இடத்துக்குப் போய்ச் சந்தோஷமாய் வாழ்க்கை நடத்துவதுதான் சரி; பணத்தைப் பற்றியாவது, மற்ற உலக சௌகரியங்களைப் பற்றியாவது நாங்கள் சிறிதும் கவலைப்படவில்லை. எங்களுடைய காதல் ஒன்றே எங்களுக்கு அரிய செல்வம். மற்றவையெல்லாம் யாருக்கு வேண்டும்?

காமாட்சிநாதன் சமீபத்தில் அவருடைய கிராமத்துக்கு ஒரு காரியமாகப் போக உத்தேசித்திருந்தார். அச்சமயம் காந்திமதி அவருக்கு ஒரு கடிதம் எழுதி வைத்துவிட்டு என்னுடன் கிளம்பி வந்துவிடுவதென்றும், நாங்கள் கல்கத்தா சென்று அங்கே கப்பலேறிப் பர்மாவுக்குப் போய்விடுவதென்றும் தீர்மானம் செய்து கொண்டோம்.

3

இடையில் குறுக்கிடாமல் பெரிய ஸ்வாமியார் கதையைக் கேட்டுக் கொண்டு வந்தார். அவருடைய கண்கள் பாதி

மூடியிருந்தன. ஆனால் அவர் தூங்கவுமில்லை; யோகத்தில் ஆழ்ந்து விடவுமில்லை சின்ன ஸ்வாமி நிறுத்தும் போதெல் லாம் அவர் கண்களைக் கொஞ்சம் அதிகம் திறந்து, 'அப்புறம்?' என்பார். குமாரானந்தர் மேலே சொல்கிறார்:

காமாட்சிநாதன் ஊருக்குப் போகவேண்டிய நாள் நெருங்கிற்று. ஒரு நாள் அவர் அதைப்பற்றிப் பேசுகையில், தமது மனைவியையும் அழைத்துக் கொண்டு போக உத்தேசித் திருப்பதாகச் சொன்னார். எனக்குத் தூக்கிவாரிப் போட்டது. அவர் அவ்வாறு செய்தால், நாங்கள் பேசித் தீர்மானித் திருந்தபடி செய்ய முடியாது.

என்னுடைய மனக்கலக்கத்தை வெளியில் காட்டிக் கொள்ளாமல், 'போனால் எப்போது திரும்பி வருவீர்களோ?' என்று கேட்டேன்.

'காரியம் ஆனதும் திரும்ப வேண்டியதுதான். மூன்று நாளைக்கு மேல் ஆகாது' என்றார்.

அதற்குள் காந்திமதி, 'இரண்டு மூன்று நாளைக்காக நான் ஏன் வரவேண்டும்? வீண் அலைச்சல் தானே? இங்கேயே இருந்து விடுகிறேனே?' என்றாள்.

'எனக்கு ஆட்சேபணையில்லை. உனக்குத் தனியா யிருக்கப் பயமில்லையென்றால் பேஷாக இரு' என்றார்.

இப்படி லவலேசமும் சந்தேகமில்லாத சாதுவை நாம் ஏமாற்றப் போகிறோமே என்று ஒரு நிமிஷம் எனக்குப் பச்சாத்தாபம் உண்டாயிற்று. ஆனால் அடுத்த நிமிஷத்தில், 'நான் என்ன இவரை ஏமாற்றுவது? இவரல்லவா என்னை மோசம் செய்தவர்? இவரை யார் வந்து காந்திமதியைக் கலியாணம் செய்துகொள்ளச் சொன்னது? தெய்வீகமான காதலினால் இருதய ஒற்றுமை பெற்ற எங்களுக்கு நடுவே இவரல்லவா சாபக்கேடாக வந்து சேர்ந்தார்?' என்று எண்ணி நெஞ்சை உறுதி செய்து கொண்டேன்.

குறிப்பிட்ட தினம் இரவு காமாட்சிநாதன் ஊருக்குப் போனார். மறுநாள் காலையில் நான் காந்திமதியின்

வீட்டுக்குச் சென்று அவளைச் சந்தித்தேன். எங்களுடைய பயணத்தைப் பற்றிப் பேசி முடிவு செய்தோம். அதன்படி அன்று சாயங்காலம் காந்திமதி வீட்டிலிருந்து புறப்பட்டு நான் வசித்த அறைக்கு வந்துவிட வேண்டியது. அங்கிருந்து சேர்ந்தாற்போல் நாங்கள் ரயில்வே ஸ்டேஷனுக்குப் போய்க் கல்கத்தாவுக்கு ரயில் ஏறவேண்டியது. காமாட்சிநாதன் செய்து போட்ட நகைகள் ஒன்றையும் அவள் எடுத்து வரக்கூடாது. அவற்றை இரும்புப் பெட்டியில் வைத்து, அத்துடன் ஒரு கடிதம் எழுதி வைக்க வேண்டியது. இரும்புப் பெட்டிச் சாவி ஒன்று காமாட்சிநாதனிடம் இருப்பதால் அவர் வந்ததும் திறந்து பார்த்துக் கொள்வார். வீட்டில் ஒரு சமையற்காரியும், ஒரு வேலைக்காரப் பையனும் இருந்தார்கள். அவர்களிடம் காந்திமதி புரசவாக்கத்தில் உள்ள ஒரு சிநேகிதியின் வீட்டுக்குப் போவதாகவும், திரும்புவதற்கு இரண்டு மூன்று நாள் ஆகலாம் என்றும் சொல்லிவிட்டு வரவேண்டியது.

இந்த ஏற்பாடுகள் பேசி முடிந்ததும், காந்திமதி ஒரு கடிதம் எழுதிக் காட்டினாள். அதில், அவள் தன்னிடம் காட்டிய விசுவாசத்திற்கும் தனக்குச் செய்த நன்மைகளுக்கும் மிகவும் நன்றியுடையவளாயிருப் பதாகவும், ஆனால் அதற்கெல்லாம் தான் பாத்திரமானவள் அல்ல வென்றும், கலியாணத்திற்கு முன்பே தன்னுடைய இருதயத்தை ஒருவருக்குப் பறி கொடுத்துவிட்டதாகவும், விதிவசத்தால் அவரை மறுபடி சந்தித்தாகவும், அவரைப் பிரிந்து தன்னால் உயிர் வாழ முடியாதென்று அறிந்து அவருடன் போவதாகவும், தன்னை மன்னித்து மறந்து விட வேண்டுமென்றும் எழுதியிருந்தாள்.

அன்று சாயங்காலம் நான் பிரயாணத்துக்கு எல்லா ஏற்பாடுகளும் செய்துவிட்டு, காந்திமதியின் வரவை ஆவலுடன் எதிர்பார்த்து உட்கார்ந்திருந்தேன். நேரம் ஆக ஆக என் நெஞ்சுத் துடிப்பு அதிகமாயிற்று. 'ஒருவேளை வராமல் இருந்துவிடுவாளோ?' என்று எண்ணிய போது இருதயத்தில் சம்மட்டியால் அடித்தது போன்ற வேதனை ஏற்பட்டது - ஸ்வாமி! தங்களிடம் உள்ளது உள்ளபடி சொல்வதாகச் சங்கல்பம் செய்துகொண்டேனல்லவா? அந்த

இருதய வேதனையில் ஒரு சந்தோஷம் இருந்ததென்பதையும் சொல்லி விடுகிறேன். உண்மையென்னவென்றால், நான் கோழையாகி விட்டேன். அபாயங்கள் நிறைந்த கரைகாணாத சமுத்திரத்தில் பிரயாணம் செய்வதற்காக ஒருவன் தயாரா கிறான். ஆனால் பிரயாணம் புறப்பட வேண்டிய சமயத்தில் ஏதாவது ஒரு தடை வந்து குறுக்கிடாதா, அதைச் சாக்காக வைத்துக் கொண்டு கிளம்பாமல் இருந்து விடலாமே என்று அவனுக்குத் தோன்றுகிறது. என்னுடைய மனோநிலை அப்படித்தான் இருந்தது. ஆனால் அதை நானே அப்போது தெளிவாக உணரவில்லை.

வாசலில் வண்டி வந்து நின்று, காந்திமதி மாடிப்படியேறி என்னுடைய அறைக்குள் வந்தபோது என்னுடைய இருதய நிலை எப்படியிருந்ததென்பதை என்னாலேயே விவரிக்க முடியாது. அதில் அதிகமாயிருந்தது இன்பமா துன்பமா என்று எனக்கே தெரியவில்லை.

அவள் வந்ததும், இன்னின்ன சொல்லி, இவ்விதமாக வரவேற்க வேண்டுமென்றெல்லாம் மனத்தில் எண்ணி யிருந்தேன். ஆனால் அதெல்லாம் இப்போது அடியோடு மறந்து போயிற்று. ஒரு வார்த்தை கூட வரவில்லை. அவளுடைய கரங்களைப் பிடித்து உட்கார வைத்தேன். அப்போது அவளுடைய தேகமெல்லாம் நடுங்குவதை அறிந்தேன். என் மனத்தில் மற்ற உணர்ச்சியெல்லாம் போய்ப் பரிதாப உணர்ச்சி பொங்கி எழுந்தது.

'இதோ பார், காந்தி! உன் உடம்பு நடுங்குகிறது. உன் மனத்தில் கொஞ்சமாவது தயக்கம் இருந்தால் நாம் இந்தக் காரியம் செய்ய வேண்டாம்' என்றேன்.

'தயக்கமிருந்தால் வருவேனா? நீங்கள் என்னைக் கட்டாயப் படுத்தினீர்களா? என் மனப்பூர்வமான விருப்பத் தினாலேயே வருகிறேன்' என்றாள் காந்தி.

'அது வாஸ்தவந்தான். ஆனாலும் என்னுடைய சுயநலத் துக்காக உன்னைத் துன்பத்துக்குள்ளாக்குகிறேனோ என்று தான் என் மனம் தவிக்கிறது. உனக்கு, வீடு, வாசல், செல்வம்,

சௌக்கியம் எல்லாம் அவர் அளித்திருக்கிறார். நானோ இவையொன்றும் உனக்குத் தர முடியாது...'

'அதனாலேயேதான் நான் அவரை விட்டுச் செல்வது அவசியம். அவர் எனக்கு எல்லாம் அளித்திருக்கிறர்; நானோ அவருக்கு என் வெறும் இருதயத்தைக் கூட அளிக்க முடியவில்லை. அதைத் தாங்கள் ஏற்கனவே கவர்ந்து விட்டீர்கள். நான் என்ன செய்யலாம்?'

'என் வாழ்க்கையில் இப்படிப்பட்ட பாக்கியம் எனக்குக் கிடைக்குமென்று நான் கனவிலும் எதிர்பார்க்கவில்லை. உன்னுடைய காதலுக்கும் நீ என்னிடம் வைக்கும் நம்பிக்கைக்கும் நான் தகுதியுள்ளவனா என்று தான் சந்தேகமாயிருக்கிறது.'

'இந்த யோசனையெல்லாம் அன்று அரசமரத்தடியிலேயே உங்களுக்குத் தோன்றியிருக்க வேண்டும்' என்றாள் காந்தி.

'சரி, சரி; நம்முடைய பேச்சிலே ரயிலை மறந்து விடப் போகிறோம். இனிமேல் தான் தினம் 24 மணி நேரமும் பேசப் போகிறோமே. இப்போது கிளம்பலாம்' என்றேன்.

'கிளம்புவதற்கு முன் இன்னும் ஒரு விஷயம் உங்களுக்குச் சொல்லி விட வேண்டும். அது அவருக்குக் கூடத் தெரியாது' என்றாள் காந்தி. அப்போது அவள் முகத்திலே சிறிது வெட்கத்தின் அறிகுறி காணப்பட்டது. இதழ்களில் சிறுநகை உண்டாயிற்று.

அவள் சொல்லப் போவது என்னவாயிருக்கலாமென்று சற்று யோசித்தேன். ஒன்றும் தெரியாமல் 'என்ன சொன்னாலும் கேட்கத் தயாராயிருக்கிறேன்' என்றேன். 'மூன்று மாதமாய் எனக்கு உடம்புக்கு ஒரு மாதிரியாயிருக்கிறது. மாதஸ்நானம் செய்ய வில்லை. நாம் போகுமிடத்தில் இது ஒரு சிரமம் இருக்கிறது' என்றாள்.

இதன் பொருள் எனக்கு நன்றாக விளங்க ஒரு நிமிஷம் பிடித்தது. அது விளங்கியதும் ஒரு பெரிய ஆறுதல் உண்டாயிற்று. அபாயம் நிறைந்த கடற்பிரயாணம்

தொடங்குவதற்கு அசட்டுத் தைரியத்துடன் தீர்மானித்து விட்டு அதற்கு ஏதாவது இடையூறு நேராதா என்று எதிர்பார்த்துக் கொண்டிருந்தவனுக்கு, உண்மையிலேயே ஓர் இடையூறு இப்போது தென்பட்டது.

சற்று நேரம் சிந்தித்துக் கொண்டிருந்தேன். 'என்ன இவ்வளவு ஆழ்ந்த யோசனை?' என்று காந்திமதி கேட்டாள்.

'காந்தி! இந்த ஜன்மத்தில் நம்முடைய காதல் நிறைவேறுவது பகவானுக்கு இஷ்டமில்லை. கடவுள் சித்தமிருந்தால் நீ இன்னும் ஒரு மாதம் கலியாணம் ஆகாமல் இருந்திருக்கமாட்டாயா?' என்றேன்.

'இதுதானா உங்கள் காதல்? இவ்வளவு தானா உங்கள் தைரியம்?' என்றாள் காந்தி.

'ஆமாம்; உன் வாழ்க்கையைப் பாழாக்குவதற்கு எனக்குத் தைரியமில்லைதான். அவர் உனக்களிக்கும் வாழ்க்கைச் சௌகரியங்களுக்குப் பதில் நீ அவருக்கு ஒன்றும் கொடுக்க முடியவில்லை யென்று கூறினாய். அது தவறு. அவற்றுக் கெல்லாம் மேலானதை - சந்தான பாக்கியத்தை - அவருக்கு நீ அளிக்க முடியும். இந்த ஜன்மத்தில் நீ அவரைச் சேர்ந்தவள். அடுத்த ஜன்மத்திலாவது நம்மை ஒன்று சேர்க்கும்படி பகவானைப் பிரார்த்திப்போம்' என்றேன்.

'அவர் தான் வேதாந்தி என்று நினைத்துக் கொண்டிருந்தேன்; நீங்களும் ஒரு குட்டி வேதாந்தி என்பது தெரியாமல் போயிற்று' என்றாள் காந்தி. அடுத்த நிமிஷம் வேறு வார்த்தை பேசாமல் எழுந்து சென்றாள்.

கீழே காத்திருந்த ஜட்கா வண்டி கடகடவென்று சென்றது. அந்த வண்டியின் சக்கரங்கள் என் இதயத்தின் மேல் ஓடுவது போல் இருந்தது.

காந்திமதி இறங்குவதற்கிருந்த பெரிய துன்பக் குழியிலிருந்து அவளைக் காப்பாற்றிக் கரை சேர்த்ததாக நினைத்தேன். ஆனால் என்னுடைய வாழ்க்கை என்னவோ பாழாயிற்று. இனிமேல் அது வெறும் பாலைவனந்தான்.

அன்றிரவு ஒரு கண நேரமும் நான் தூங்கவில்லை. இன்னும் சில நாள் அப்படியே இருந்தால் சித்தம் பேதலித்து விடும் என்று தோன்றிற்று. எனவே, மறுநாள் அதிகாலையில் திருக்கோவிலூரை நோக்கிப் பிரயாணமானேன்.

திருக்கோவிலூர் மடத்தைப் பற்றித் தாங்கள் அறிந் திருப்பீர்கள். அப்போது அம்மடத்தின் தலைவராயிருந்த ஸ்வாமியை எனக்கு ஏற்கனவே தெரியும். அவர் சிறந்த கல்விப் பயிற்சியும், ஒழுக்கமும் விசால புத்தியும், கருணையும் உள்ளவர். அவரிடம் சென்று நான் சந்நியாசியாக விரும்புவதாகவும், அவருடைய சீடனாக என்னை ஏற்றுக் கொள்ள வேண்டுமென்றும் தெரிவித்தேன். ஸ்வாமிகளும் அருள் புரிந்து என்னை ஏற்றுக் கொண்டார்.

4

ஐந்து வருஷங்களுக்குப் பிறகு, என்னுடைய குருநாதரைச் சென்னையிலிருந்த ஒரு பக்தர் அழைத்தார். அவருடன் நானும் சென்றேன். ஒரு நாள் கோவிலில் உபந்நியாசம் நடந்தது. ஸ்வாமிகள் வழக்கம் போல் அரிய பெரிய சமய தத்துவங்களைச் சரமாரியாகப் பொழிந்து கொண்டிருந்தார். ஆனால் என்னுடைய மனம் என்னவோ, அன்று உபந்நியா சத்தில் ஈடுபடவில்லை.

உண்மையில், சென்னைக்கு வந்ததிலிருந்தே என் உள்ளம் சரியான நிலைமையில் இல்லை. தியானத்தில் மனம் குவிதல் மிகவும் கடினமாயிற்று. அடிக்கடி காந்திமதியின் நினைவு வந்தது. 'புலன்களை அடக்கி வெற்றி பெற்ற நாம் இப்போது காந்திமதியைப் பார்த்தாலென்ன?' என்று தோன்றிற்று. 'அவளை நம் சிஷ்யையாய்க் கொள்ளலாம்' என்ற ஆசை கூட உண்டாயிற்று.

கோவிலில் ஸ்வாமிகள் உபந்நியாசம் செய்து கொண்டிருந்தபோது, மனம் அதில் ஈடுபடாமல் பெரிதும் சலித்துக் கொண்டிருக்கவே, நான் கோவிலைச் சுற்றி வரலாமென்று எண்ணி எழுந்து சென்றேன். ஸ்வாமி தரிசனம் செய்துவிட்டு அம்மன் சந்நிதிக்குச் சென்றேன். அங்கே

கர்ப்பக்கிருஹத்தில் அர்ச்சகர் பூஜைக்கு ஆயத்தம் செய்து கொண்டிருந்தார். வெளி மண்டபத்தில் ஒரு சிறு பெண் கை கூப்பிய வண்ணம் நின்று கொண்டிருந்தாள். அங்கு வேறு யாரும் இல்லை.

அந்தக் குழந்தைக்கு வயது ஐந்துக்குள் தான் இருக்கும். அவள் வாய்க்குள்ளே ஏதோ முணுமுணுத்துப் பிரார்த்தனை செய்து கொண்டிருந்தாள். அவள் என்ன பிரார்த்திக்கிறாள் என்று தெரிந்துகொள்ள ஆவள் உண்டாகவே அருகில் நெருங்கி உற்றுக் கேட்டேன்.

'அம்பிகே! தாயே! என் அம்மாவைக் காப்பாற்று. நாங்கள் திக்கற்றவர்கள்; உன்னைத் தவிர எங்களுக்குக் கதி கிடையாது...'

என் உடம்பெல்லாம் ஒரு குலுங்குக் குலுங்கிற்று. அந்தப் பரிதாபமான குரலையும், பிரார்த்தனையையும் என்னால் சகிக்க முடியவில்லை. இன்னும் அருகில் சென்று 'குழந்தாய்! நீ யாரம்மா? உன் தாயாருக்கு என்ன அம்மா?' என்று கேட்டேன்.

குழந்தை முதலில் கொஞ்சம் வெகுண்ட கண்களுடன் என்னைப் பார்த்தாள். அப்புறம் அவள் முகம் சற்று மலர்ந்தது.

'அம்மாவுக்கு உடம்பு சரியாயில்லை. வீட்டிலே அரிசி வாங்கப் பணம் கிடையாது...!' என்றாள்.

'உனக்கு அப்பா இல்லையா, அம்மா?'

'அப்பா நான் பிறப்பதற்கு முன்னமே போய் விட்டார். எங்களுக்கு வேறு திக்கில்லை. தெய்வந்தான் எங்களுக்குத் துணை.'

இந்தக் குழந்தையின் மழலைச் சொற்கள் எல்லாம் அவளுடைய தாயார் அடிக்கடி சொல்லிக் கேட்டவை என்று ஊகித்துக் கொண்டேன். என் உள்ளம் உருகிற்று.

'உன் பெயர் என்ன அம்மா?' என்று கேட்டேன்.

'என் பெயர் ஸௌபாக்கியம்.'

'உன் அம்மாவின் பெயர்?'

'காந்திமதி.'

என்னைத் தொடர்ந்து அவர்களுடைய வீட்டுக்கு வருவதற்கு அந்தக் குழந்தை ஓடவேண்டியிருந்தது. அவ்வளவு விரைவில் என் கால்கள் என்னை அங்கே கொண்டு சேர்த்தன.

ஒரு பழைய வீட்டின் சின்ன அறை ஒன்றில் வெறுந்தரையில் எலும்புந் தோலுமாய்ப் படுத்துக் கொண்டிருந்த காந்தி மதியைக் கண்டேன். அவள் முகத்திலே மட்டும் நான் முன்னே பார்த்தைவிட அதிகமான தேஜஸ் இருந்தது.

வெகு நேரம் நாங்கள் ஒன்றும் பேசவில்லை. ஒருவரை யொருவர் பார்த்துப் பார்த்துக் கண்ணீர் விட்டுக் கொண்டிருந்தோம்.

அவளுக்கு உடம்பு சரிப்படாததற்குக் காரணம் பட்டினிதான் என்று பார்த்த உடனேயே எனக்குத் தெரிந்து போயிற்று. பக்கத்துக் கடையிலிருந்து கொஞ்சம் பழங்கள் வாங்கிக் கொண்டு வந்து கொடுத்து இருவரையும் சாப்பிடச் செய்தேன்.

'நான் சாவதற்குள் உங்களை மறுபடி பார்ப்பேன் என்று மட்டும் ஒரு நம்பிக்கை எனக்கு இருந்தது. நேற்றிரவு ஒரு கனவு கண்டேன். ஒரு வாய்க்காலுக்கு அந்தக் கரையில் நீங்கள் நிற்கிறீர்கள். அங்கிருந்து கையை நீட்டி என்னையும் அந்தக் கரையில் சேர்க்க முயல்கிறீர்கள். அப்போது நான் வாய்க்காலில் விழுந்து விடுகிறேன். வெள்ளம் அடித்துக் கொண்டு போகிறது. அப்புறம் வெகு நேரம் நினைவே இல்லாமல் இருக்கிறது. பிறகு, சமுத்திரத்தில் ஒரு படகில் இருப்பதாகத் தோன்றுகிறது. நீங்கள் படகு ஓட்டுகிறீர்கள். 'இது நம்முடைய மறு ஜன்மம்' என்று சொல்லுகிறீர்கள்.

'விதியின் எழுத்தைக் கிழித்தாச்சு - முன்னே

விட்ட குறை வந்து தொட்டாச்சு'

என்ற நந்தன் சரித்திரக் கும்மி நான் பாடுகிறேன். அப்போது திடீரென்று ஒரு புயற் காற்று வந்து படகைக் கவிழ்த்து விடுகிறது. இப்படியெல்லாம் ஏதேதோ சொப்பனம் கண்டு கொண்டிருந்தேன்' என்று காந்திமதி கூறினாள்.

எங்களுடைய சம்பாஷணை ஒரு தொடர்ச்சியில்லாமல் ஒரே குழப்பமாயிருந்தபடியால், அதை அப்படியே என்னால் இப்போது சொல்ல முடியாது. என்னை விட்டுப் பிரிந்த பின் அவளுக்கு நேர்ந்ததைப் பற்றி நான் கேட்டுத் தெரிந்து கொண்டதை மட்டும் சொல்கிறேன்.

காந்திமதி வீடு சேர்ந்ததும், அங்கே வேலைக்காரப் பையன் மட்டும் பெரிதும் மனக் குழப்பத்துடன் உட்கார்ந்திருப்பதைக் கண்டாள். அன்று சாயங்காலம் அவள் வீட்டை விட்டுச் சென்றபின் ஊருக்குப் போயிருந்ததாக நினைத்த எஜமான் வந்ததாகவும், அம்மாள் வெளியில் போயிருக்கிறாள் என்று அறிந்ததும் அவர் ஒன்றும் சொல்லாமல் திரும்பிப் போய் விட்டதாகவும் அவன் தெரிவித்தான். அன்றியும் எஜமான் வந்து சென்றபின் சமையற்காரி இரும்புப் பெட்டி இருந்த அறைக்குள் சென்று கதவைத் தாழிட்டுக் கொண்டு ஏதோ குடைந்து கொண்டிருந்ததாகவும், பிறகு அவளும் ஒன்றும் சொல்லாமல் வெளியே போய்விட்டதாகவும் கூறினான். காந்திமதி பதைபதைப்புடன் இரும்புப்பெட்டியைப் போய்ப் பார்த்தாள். பெட்டி திறந்திருந்தது. சாவிக் கொத்து கீழே கிடந்தது. பெட்டிக்குள் நகைகள் இல்லை. தான் எழுதி வைத் திருந்த கடிதம் மட்டும் இருந்தது. அதை எடுத்துக் கிழித்துத் தீயில் போட்டு எரித்தாள்.

நகைகளைச் சமையற்காரி எடுத்துப் போயிருக்க வேண்டு மென்று அவளுக்குத் தோன்றிற்று. காமாட்சிநாதன் அவ்வளவு சீக்கிரம் திரும்பி வந்து மறுபடி போனதைப் பற்றி நினைக்க நினைக்க அவளுக்குக் கவலையாயிருந்தது. அவர் இரும்புப் பெட்டி இருந்த அறைக்குள் போகவில்லையென்பதைப் பையனை நன்றாய் விசாரித்துத் தெரிந்து கொண்டாள். ஆகையால் கடிதத்தைப் பார்த்திருக்கமாட்டார். எனவே, எப்படியும் அவர் சீக்கிரம் வருவாரென்று எதிர்பார்த்தாள்.

நகைகள் எல்லாவற்றையும் கழற்றிப் பெட்டியில் வைத்ததைப்பற்றி அவருக்கு என்ன காரணம் சொல்வதென்று கலக்கத்துடன் யோசித்துக் கொண்டிருந்தாள்.

ஆனால் அத்தகைய காரணம் சொல்வதற்கு வேண்டிய பிரமேயம் அவளுக்கு ஏற்படவேயில்லை. ஏனென்றால், காமாட்சி நாதன் திரும்பி வரவேயில்லை! ஒரு வாரம், இரண்டு வாரம் ஆகியும் அவர் வரவில்லை. அவருக்கு சமையற்காரிக்கும் வெகு நாளாக காதல் உண்டென்றும், அவளை அழைத்துக் கொண்டு அவர் ஓடி விட்டாரென்றும் அக்கம் பக்கத்திலுள்ளவர்கள் சொன்னார்கள். காந்திமதியிடம் வந்து துக்கம் விசாரித்தார்கள். ஆனால் ஒருவராவது எவ்வித ஒத்தாசையும் செய்ய முன்வரவில்லை.

காந்திமதியின் தாயார் முன்னமே காலஞ்சென்று விட்டாள். வேறு உற்றார் உறவினர் யாருமில்லை. சொந்தக் கிராமத்துக்குப் போக அவளுக்கு இஷ்டமும் இல்லை. நல்ல வேளையாய்ப் பாங்கியில் கொஞ்சம் பணம் இருந்தது. அதை வைத்துக் கொண்டு பட்டணத்திலேயே வசிக்கத் தீர்மானித்தாள். அதே தெருவில் சமீபத்திலிருந்த ஒரு வீட்டில் இரண்டு அறைகள் மட்டும் வாடகைக்கு வாங்கிக் கொண்டு வசிக்கலானாள். அந்த வீட்டில் மற்றொரு குடித்தனம் இருந்த தம்பதிகள் மிகவும் நல்ல மாதிரி. குழந்தைகளைப் படிக்க வைப்பதற்காகவே அவர்கள் பட்டணத்துக்கு வந்தவர்கள்.

எப்படியும் காமாட்சிநாதன் ஒரு நாள் திரும்பி வருவார் என்ற நம்பிக்கையுடன் காந்திமதி காலங் கழிக்கலானாள். உரிய காலத்தில் இந்தப் பெண் குழந்தை பிறந்தது. குழந்தையை வளர்ப்பதில் அவள் பொழுதில் பெரும் பகுதி போயிற்று. செட்டாகக் குடித்தனம் செய்து எப்படியோ இத்தனை நாள் கழித்தாள். கடைசியாக, பாங்கியிலிருந்த பணம் முழுதும் தீர்ந்து பரம தரித்திரம் நேரிட்டது. உணவுப் பொருள் வாங்கவும் பணம் இல்லாத நிலைமை ஏற்பட்டது.

***

இதையெல்லாம் அவள் சொல்லக் கேட்கக் கேட்க எனக்கு என் மீதிலேயே வந்த கோபத்துக்கு அளவில்லாமல் போயிற்று.

'பாவி என்னாலல்லவா உனக்கு இந்தத் துயரமெல்லாம் நேரிட்டது? சமயத்தில் நான் கோழையாகி உன்னைத் திரும்பிப் போகச் சொன்னேனே?' என்று கதறினேன்.

'நான் திரும்பிப் போனதற்குக் காரணம் நீங்கள் மட்டுந்தான் என்று நினைக்கிறீர்களா? இல்லை. இல்லை. உண்மையில் என்னுடைய தைரியக் குறைவுதான் உங்களையும் பாதித்தது. என் தேகம் நடுங்கியதை அப்போது நீங்கள் அறியவில்லையா? நான் போய் விட்டேனென்று தெரிந்ததும் அவருடைய மனம் என்ன பாடுபடுமென்று எண்ணிப் பார்த்த போது என்னுடைய உறுதியெல்லாம் போய்விட்டது. அதனால் தான் நீங்கள் கொஞ்சம் தயக்கம் காட்டியதும் நான் திரும்பி விட்டேன்' என்றாள்.

'அதை நினைத்தால்தான் வயிற்றெரிச்சல் அதிகமாகிறது. பிரமாதமான வேதாந்தம் விசாரம் செய்து விட்டுக் கடைசியில் ஒரு சமையற்காரியை இழுத்துக் கொண்டு போன மனுஷ்யனுக்காக நம்முடைய வாழ்க்கை இன்பத் தையெல்லாம் தியாகம் செய்தோமே! நீ இப்படிப் பட்டினி கிடந்து எலும்புந் தோலுமாகும்படி ஆயிற்றே! இந்தக் கண்கள் என்ன பாவம் செய்தன?' என்று சொல்லி முகத்தில் அடித்துக் கொண்டேன்.

'தாங்கள் அந்த அவதூறை நம்புகிறீர்களா, என்ன? ஊரார் சொன்னார்களென்றால், அது நிஜமா? அவரிடம் நான் காதல் கொள்ள முடியவில்லை என்பது உண்மையே; ஆனால் அவருடைய குணத்தை நான் நன்றாய் அறிவேன். ஒரு நாளும் அப்படி நேர்ந்திராது' என்றாள் காந்திமதி.

'பின் ஏன் அந்த மனுஷர் திரும்பி வரவில்லை? உன்னை இந்தக் கதிக்கு ஆளாக்கிவிட்டு அவர் ஏன் போக வேண்டும்?'

'அதென்னவோ, நான் அறியேன். சந்தர்ப்பங்கள் எல்லாம் ஊரார் சொல்வதற்குப் பொருத்தமாய்த்தான் இருந்தன. ஆனால் என் அந்தரங்கத்தில் நான் அதை நம்ப முடியவில்லை; இனியும் நம்பமாட்டேன்' என்றாள்.

அவளுடைய உத்தம குணத்தை நினைக்க நினைக்க எனக்கு என் பேரிலும், அவள் புருஷன் பேரிலும் பதின் மடங்கு கோபம் பொங்கிற்று. இன்னொரு ஸ்திரீக்கு இத்தகைய கஷ்டம் நேர்ந்திருந்தால், எவ்வளவு மனம் கசந்து போயிருப்பாள்? எப்படி எல்லாரையும் துவேஷிக்கத் தொடங்கியிருப்பாள்?

மறுபடியும் நாளைக்கு வருவதாகச் சொல்லிவிட்டு என் குருநாதர் தங்கியிருந்த வீட்டுக்குத் திரும்பினேன். ‘எங்கே போயிருந்தாய்?’ என்று அவர் கேட்டதற்கு, ‘பழைய சிநேகிதர் ஒருவரைச் சந்தித்தேன்; அவர் வீட்டுக்குப் போயிருந்தேன்’ என்றேன். இனி என்ன செய்வதென்பதைப்பற்றித் திடமான முடிவு செய்து கொண்டு அவரிடம் முழு விவரத்தையும் தெரிவிக்க வேண்டு மென்று நினைத்தேன். உண்மையில், சந்நியாஸாசிரமத்திலிருந்து விடுதலை கோரும்படியாகவே நேருமோ என்று கூட என் உள்ளம் நினைத்தது.

ஆனால் அத்தகைய தர்ம சங்கடத்துக்கு என்னைக் காந்திமதி ஆளாக்கவில்லை. மறுநாள் காலையில் நான் அவள் வீடு சென்றபோது காந்திமதி குழந்தையை அணைத்துக் கொண்டு, ’ஸௌபா! உன்னை நான் பிரியுங்காலம் வந்து விட்டது. ஆனால் நீ வருத்தப் படாதே. பகவான் என்னை அடியோடு கைவிட்டு விடவில்லை. நேற்று உன்னோடு வந்த ஸ்வாமியார் உன்னைக் காப்பாற்றுவார்’ என்று மெலிந்த குரலில் சொல்லிக் கொண்டிருந்தாள்.

சற்று நேரத்துக்கெல்லாம் என்னையும் அந்தக் குழந்தை யையும் கோவென்று கதற விட்டுவிட்டுக் காந்திமதி பரலோகம் சென்றாள்.

முடிவுரை

இப்படிச் செல்லி வந்த குமாரானந்தரின் கண்களில் கண்ணீர் ததும்பிற்று. ஆனால் பெரிய ஸ்வாமியாரோ சாந்தஸ்வரூபியாய் உட்கார்ந்திருந்தார். கடைசியில், குழந்தையைப் பற்றிச் சொன்னபோது மட்டும் அவருடைய மூச்சு வழக்கத்தைவிடச் சிறிது பெரிதாக வந்தது.

'இப்போது ஸ்வாமி அடிக்கடி பணம் அனுப்பி வருவதெல்லாம் அந்தக் குழந்தைக்குத்தானோ?' என்று கேட்டார்.

'ஆமாம்; அன்றைய தினமே நான் என் குருநாதரிடம் சென்று, உண்மை முழுவதையும் சொல்லி, இனிக் கொஞ்ச காலம் என் மனத்தில் சாந்தி இராதென்றும், ஒரே இடத்தில் இருக்க முடியாதென்றும் தெரிவித்து க்ஷேத்திர யாத்திரை செய்ய அநுமதி பெற்றேன். சில நாள் வரை நான் போகுமிடமெல்லாம் ஸௌபாவையும் அழைத்துக் கொண்டு போனேன். கொஞ்சம் அவளுக்கு வயதானதும் சென்னையில் இளம் பெண்களுக்கு உணவு வசதியுடன் கல்வியும் அளிக்கும் ஒரு ஸ்தாபனத்தில் சேர்த்தேன். இப்போது அவளுக்கு பதினைந்து வயதாகிறது. அவளிடம் எனக்கு இருப்பது துவேஷமா வாத்ஸல்யமா என்றே சில சமயம் தெரிவதில்லை. 'இந்தப் பெண்ணால் அல்லவா இன்னும் நான் விடுதலை பெறாமல் உலக பந்தத்தில் ஆழ்ந்திருக்கிறேன்?' என்று நினைக்கும்போது அவளிடம் கோபம் உண்டாகிறது. அடுத்த நிமிஷம், 'அந்தக் குழந்தையின் நல்வாழ்வுக்காக மோட்சத்தை இழந்து நகரத்துக்கும் போகலாம்' என்று தோன்றுகிறது...'

'ஸ்வாமிக்குப் பந்தத்திலிருந்து விடுதலை வேண்டுமானால் இப்போது அடையலாம். ஸௌபாக்கியத்தைக் காப்பாற்றும் பொறுப்பை இந்தக் கட்டை ஏற்றுக் கொள்ளும்' என்றார் பிராணவானந்தர்.

'ஓ! அதெப்படி முடியும்? காந்திமதி அளித்த பொறுப்பை நான் எப்படி இன்னொருவரிடம் கொடுப்பேன்? ஸ்வாமி! சொல்லுங்கள்! இந்த உலகத்தில் துன்பமும் தீமையும் ஏன் இருக்கின்றன? சமையற்காரியை இழுத்துச் சென்ற ஒரு தூர்த்தனுக்காக எங்கள் வாழ்க்கை பாழானது ஏன்? காந்திமதி பட்டினியால் உயிர் துறக்கும்படி நேர்ந்தது ஏன்? இதையெல்லாம் நினைக்கும் போது எனக்குக் கடவுளிடத்திலேயே அவநம்பிக்கை உண்டாகிவிடுகிறது. அப்போதெல்லாம் என் சந்நியாசக் கோலத்தைப் பார்த்து நானே சிரித்துக் கொள்கிறேன்.'

'ஸ்வாமி! பகவானுடைய சிருஷ்டியில் ஏன் தீமையும் துன்பமும் இருக்கின்றன என்று ஆதிகாலத்திலிருந்து நம் பெரியோர்கள் ஆராய்ச்சி செய்தார்கள்...'

'அந்த ஆராய்ச்சியில் அவர்கள் கண்டுபிடித்தது என்ன?'

'அதுதான் நமக்குத் தெரியாது. ஏனெனில், அந்த இரகசியத்தைக் கண்டு பிடித்தவர்கள் யாரும் அதை வெளியிடவில்லை. கடவுளின் சாந்நித்யத்தைப் போலவே அவருடைய திருவிளையாடலின் இரகசியமும் விவரிக்க முடியாதது என்றார்கள். அதனால் தான் 'கண்டவர் விண்டிலர்; விண்டவர் கண்டிலர்' என்னும் வாக்கியம் எழுந்தது.'

'பின், மனிதன் சாந்தி பெறுவதுதான் எப்படி?'

'மனச்சாட்சிக்குச் சரியென்று தோன்றுவதைச் செய்வதும், பலன்களைப் பகவானுக்கு அர்ப்பணம் செய்வதுந்தான் சாந்தி அடையும் உபாயம். உதாரணமாக காந்திமதியின் கணவன், அவள் வேறொருவனைக் காதலித்திருக்கையில் தான் அவளை மணம் புரிந்தது பிசகு என்று அறிந்தபோது, அவளை விட்டுச் செல்வதே சரியென்று எண்ணி அவ்வாறு செய்தான். கடமையென்று கருதியதைச் செய்தபடியால், அதன் விளைவுகள் விபரீதமாய்ப் போய்விட்டதை இப்போது அறிந்து கொண்ட போதிலும் அவன் சற்றும் மனங் கலங்கவில்லை.'

சின்ன ஸ்வாமியாருக்குத் துணுக்கென்றது. 'ஸ்வாமி! என்ன சொல்கிறீர்கள்? காமாட்சிநாதனைப் பற்றி உங்களுக்கு என்ன தெரியும்?' என்றார்.

'ஆமாம்; அவனைப்பற்றி இந்தக் கட்டைக்கு நன்றாய்த் தெரியும். ஸ்வாமி கருதியதுபோல் அவன் சமையற்காரியுடன் போகவில்லை. காந்திமதியும் அவள் காதலனும் சந்தோஷ மாயிருக்கட்டும் என்றுதான் போனான். அதைப் பற்றி நிச்சயமாய்த் தெரிந்து கொள்வதற்காகவே அவன் ஊரிலிருந்து மறுநாளே திரும்பி வந்தது. காந்திமதி வீட்டில் இல்லாமல், அவளுடைய காதலன் அறையில் இருக்கக் கண்டதும் நிச்சயம் பெற்றுச் சந்நியாசியாகி வடநாட்டுக்குச் சென்றான்.

அவன் வீட்டிலே விட்டுச் சென்ற சாவிக்கொத்தைக் கொண்டு சமையற்காரி பெட்டியைத் திறந்து நகைகளைத் திருடிச் சென்றிருக்க வேண்டும்.'

'ஸ்வாமி! ஸ்வாமி! இதெல்லாம் தங்களுக்கு எப்படித் தெரியும்? தாங்கள் யார்?'

'பூர்வாசிரமத்தில் இந்தக் கட்டையைக் காமாட்சிநாதன் என்று சொல்வார்கள்!'

அமரர் கல்கி

பாழடைந்த பங்களா

1

ரொம்பவும் தெரிந்த சிநேகிதர்கள் யாராவது என்னிடம் ஒரு கையெழுத்துப் பிரதியைக் கொடுத்து 'இதைக் கட்டாயம் விகடனில் போடச் சொல்லுங்கள்' என்று கூறும்போதெல்லாம் நான் மனத்திற்குள், 'நாளைக்குப் பல்லாவரத்திற்குப் போக வேண்டியது தான்' என்று சொல்லிக்கொள்வது வழக்கம்.

இது ஏன் என்றால், ஒரு முறை ரொம்பவும் பிராண சிநேகிதர் ஒருவர் ஒரு நகைச்சுவைக் கட்டுரையை என்னிடம் கொடுத்து, அதை விகடனில் வெளியிடும்படி சொன்னார். அதில் நகைச்சுவையைவிட அழுகைச் சுவைதான் அதிகமாயிருந்தது. ஏனென்றால், சென்னை நகரின் வீதிகளில் ஒன்றுக்கு 'ராடன் பஜார்' (Rattan Bazaar) என்று பெயர் அமைந்த பொருத்தத்தைப் பற்றி அவர் அதில் எழுதியிருந்தார். 'ராடன்' என்றால், பிரம்பு. அச்சமயம் அந்த வீதியில் மறியல் செய்த தொண்டர்களுக்குப் பிரம்படி வைபவம் நடந்துகொண்டிருந்தது. அக்கட்டுரையை விகடனில் அப்போது போட்டிருந்தால், இன்று எனக்கு இதை எழுதும் சிரமமும், உங்களுக்கு இதைப் படிக்கும் சிரமமும் இல்லாமற் போயிருக்கும்.

அவ்வளவு முன்யோசனை அப்போது இல்லாமற் போகவே, அந்தக் கட்டுரையைப் பற்றி ரொம்பவும் தொல்லையடைந்தேன். ஆனால் அந்த நண்பரே அதைத் தீர்த்து வைத்தார். அன்று மத்தியானம் கொஞ்சம் பல்லாவரத்திற்குப் போய் வரவேண்டு மென்று நான் சொல்ல, நண்பர் தமது மோட்டார் சைக்கிளில் என்னை ஏற்றிக் கொண்டு போவதாகச் சொன்னார். அவ்வாறே சைக்கிளின் பின் பீடத்தில் நான் உட்கார்ந்து கொள்ள, அவர் சைக்கிளை விட்டுச் சென்றார். கிளம்பும்போது அவருடைய நகைச் சுவைக் கட்டுரை என்னிடம் இருந்தது. பல்லாவரம் போய்ச் சேர்ந்த போது பார்க்கையில் கட்டுரையைக் காணவில்லை!

உடனே இதை அவரிடம் தெரிவித்தால், போன காரியம் ஆவதற்குள் திரும்பிவிடுவார் என்று பயந்து, காரியம் ஆன பிறகுதான் தெரிவித்தேன். அதுவும், அவருடைய மோட்டார் சைக்கிளின் குலுக்கிப் போடும் சக்தியைப் பற்றி ஓர் அத்தியாயம் புகழ்ந்துவிட்டு விஷயத்தைச் சொன்னேன். மனுஷ்யரின் முகத்தில் ஓர் ஈ கொசு கூட ஆடவில்லை. 'போகிறது. உம்மை நீரே கெட்டுப் போக்கிப் கொள்ளாமல் இருக்கிறேரே; அதுவே பெரிய காரியந்தான்' என்றார். திரும்பி வரும் வழியில் ஏதாவது வெள்ளையாய்த் தெரிந்த இடத்தில் எல்லாம் சைக்கிளை நிறுத்தி நிறுத்திப் பார்த்துக் கொண்டு வந்தார். அப்படி நிறுத்திய இடத்திலெல்லாம், அது எங்கே அகப்பட்டு விடுகிறதோ என்று எனக்கும் திக்குத் திக்கு என்று அடித்துக் கொண்டிருந்தது. நல்ல வேளையாய் அகப்படவில்லை.

ஆனால், இப்போது நான் உங்களுக்குச் சொல்ல வந்த விஷயம் அதுவன்று. பல்லாவரத்துக்கு ஒரு காரியமாகப் போனேன் என்று கூறினேனல்லவா' அந்தக் காரியத்தைப் பற்றிச் சொல்ல வேண்டுமென்று தான் இதை எழுத ஆரம்பித்தேன்.

தஞ்சாவூர் ஜில்லாவிலுள்ள என் சிநேகிதர் ஒருவர் தேக சுகத்துக்காகப் பல்லாவரத்தில் வந்து சில காலம் வசிக்க விரும்பினார். அவ்வூரில் ஒரு வீடு வாடகைக்கு அமர்த்திக் கொடுக்கும்படி எழுதியிருந்தார். நான் பல்லாவரம் போனது இதற்காகத்தான்.

அங்கே விஸ்தாரமான சாலையின் இரு புறங்களிலும் உள்ள பங்களாக்களை ஒவ்வொன்றாய்ப் பார்வையிட்டு வந்தோம். அவற்றில் ஒரு பங்களா என் கவனத்தைப் பெரிதும் கவர்ந்தது.

அது விசாலமான ஒரு தோட்டத்திற்கு நடுவில் அமைந்திருந்தது. பழைய காலத்து பங்களா. கட்டிடத்தின் அமைப்பும், சுவர்களின் நிலைமையும் அதனுடைய பழமையை நினைவூட்டின. எங்கே பார்த்தாலும் ஒட்ட

டையும், தூசியும் படிந்திருந்தபடியால் வெகு காலமாக அதில் யாரும் குடியிருக்கவில்லையென்று தெரிய வந்தது. பளிச்சென்று பிரகாசமாயிருந்த இடமோ, வஸ்துவோ அந்தப் பங்களாவில் கிடையாது. அறைகளில் பூஞ்சக்காளம் பூத்திருந்தன. எப்படிப்பட்ட குதூகல புருஷனையும் அந்தப் பங்களாவிற்குள் கொண்டு விட்டால், அவன் உற்சாகம் குன்றிப் போய் மயான காண்டம் நடிப்பதற்குச் சித்தமாகி விடுவான். அவனை நல்லதங்காளாக நடிப்பதற்குத் தயார் செய்துவிடுவது கூடப் பிரமாதமாகாது.

இவ்விஷயத்தில் தோட்டமும் பங்களாவுடன் ஒற்றுமை யுணர்ச்சி கொண்டிருந்தது. பூ என்ற நாமதேயம் அந்தத் தோட் டத்தில் கிடையாது. விசாலமாகப் படர்ந்த மாமரங்களும், உயரமாய் வளர்ந்த தென்னை, கமுகு மரங்களும் நிறைய இருந்தன. மாமரங்களின் அடியில் வெகுகாலமாக உதிர்ந்த இலைகள் அப்படியே கிடந்து மடிந்து நல்ல உரமாகி யிருந்தன. தென்னை மரங்களிலும், கமுகு மரங்களிலும் பழைய காலத்துக் காய்ந்த கட்டைகள் தொங்கிக் கொண் டிருந்தன. ஒரு தென்னை மரத்தில் இடி விழுந்து மட்டைகள் எல்லாம் எரிந்து போய்விட, மரம் மட்டும் மொட்டையாய் நின்றது.

அடர்த்தியான மரநிழலில் ஒரு பெரிய கிணறு இருந்தது. அதில் ஜலம் இழுப்பதற்கு வசதி எதுவும் காணோம். பக்கத்தி லிருந்த ஒரு தொட்டியில் கன்னங்கறேலென்று கொஞ்சம் ஜலம் தேங்கியிருந்தது. அது வெகு காலத்துத் தண்ணீரா யிருக்க வேண்டுமென்பதில் சந்தேகமில்லை. எனவே, அதைப் புண்ணிய தீர்த்தம் என்று கூடச் சொல்லலாம்.

பொதுவாக, அந்தப் பங்களா நமது ஹிந்து சமூகத்துக்கும், ஸநாதன தர்மத்துக்கும் சிறந்த உதாரணமாயிருப்பதாக எனக்குத் தோன்றிற்று. பலமான அஸ்திவாரத்தின் மேல் கட்டப்பட்டது; விசாலமானது; பழமையானது; அழகு பொருந்தியது. கொஞ்சம் பெருக்கிச் சுத்தம் செய்ய வேண்டும்; தரைக்குப் புதிய தளவரிசை போட வேண்டும். சுவர்களின் உளுத்துப் போன மேற்பூச்சைச் சுரண்டிவிட்டு

சிமிண்டு பூசி வெள்ளை அடிக்கவேண்டும்; தோட்டத்தையும் சுத்தம் செய்து சில புதிய புஷ்பச் செடிகளை வைத்து விட வேண்டும். இதெல்லாம் செய்துவிட்டால் வீடு எவ்வளவு நன்றாய் ஆகிவிடும்!

இப்படி எண்ணிக் கொண்டிருக்கையில் அங்கே தோட்டக் காரன் வந்தான். அவனும் அந்த பங்களாவுக்குப் பொருத்த மானவன் தான். ரோமம் நரைத்து, முகம் சுருங்கி, உடம்பு தளர்ந்தவன்.

'இந்த வீட்டுக்கு என்னப்பா வாடகை?' என்று கேட்டேன்.

'அறுபது ரூபாயுங்க' என்றான்.

இவ்வளவு பெரிய மாளிகைக்கு 60 ரூபாய்தானா வாடகை என்று ஆச்சரியப்பட்டேன்.

'நீங்க குடித்தனம் வரப்போகிறீர்களா?' என்று கேட்டான்.

'ஆமாம்; வரலாமென்றுதான் பார்க்கிறேன்.'

'இப்படித்தான் ரொம்பப் பேர் சொல்லிவிட்டுப் போறாங்க' என்றான் கிழவன்.

அவன் சொன்னது வாஸ்தவம் என்பதற்குப் பங்களாவே சாட்சி சொல்லிற்று.

'ஏன் ஒருவரும் வருவதில்லை?' என்று கேட்டேன்.

'அதென்னவோ எனக்குத் தெரியாது. குடித்தனம் வருகிறதா யிருந்தால் சொல்லுங்க. இன்னும் அஞ்சு ரூபாய் குறைச்சுக் கூடக் கொடுப்பாங்க' என்றான்.

அந்த வீட்டைப் பற்றிய மர்மம் ஏதோ இருக்க வேண்டுமென்று உடனே எனக்குத் தோன்றிப் போயிற்று. பக்கத்தில் சாலை ஓரத்தில் ஒரு சோடா, வெற்றிலை பாக்குக் கடை இருந்தது. அங்கே சென்று நானும் என் கட்டுரை நண்பரும் இரண்டு சோடா சாப்பிட்டோம். கடைக் காரனுக்குச் சுமார் 30-35 வயதிருக்கலாம். நாங்கள் போன போது அவன் ஆரணி குப்புசாமி முதலியாரின் ரெயினால்ட்ஸ் நாவல் மொழிபெயர்ப்பு ஒன்றைப் படித்துக் கொண்டிருந்

தான். எங்களிடம் சில்லறை வாங்கிக் கொண்டதும் மறுபடியும் புத்தகத்தை எடுத்துப் படிக்கத் தொடங்கினான்.

கொஞ்சம் விஷயம் தெரிந்த மனிதன் இவன் என்று, எண்ணி, வீட்டைப் பற்றி விசாரிக்கலாமென நினைத்தேன். 'பக்கத்துப் பங்களாவுக்கு ஏன் ஒருவரும் குடித்தனம் வருவதில்லை. உனக்குத் தெரியுமா?' என்று கொஞ்சம் தயக்கத்துடன் கேட்டேன்.

கடைக்காரன் ஒரு நிமிஷம் யோசனை செய்வதுபோல் இருந்தான். பிறகு, 'நமக்கென்னத்துக்குங்க அந்த வம்பெல் லாம்? இரண்டு பீடா வாங்கிக் கொள்ளுங்க, ஸார்!' என்றான். அப்படியே நாங்கள் வாங்கிப் போட்டுக் கொண்டோம். பின்னர், 'இல்லையப்பா! இந்த வீட்டுக்குக் குடி வரலாமா என்று யோசிக்கிறோம். ஆனால் ரொம்ப நாளாய்ப் பூட்டிக் கிடக்கிறதே, ஏதாவது விசேஷமிருக்குமோ வென்று சந்தேக மாயிருக்கிறது. அதுதான் உனக்கு ஏதாவது தெரியுமா என்று கேட்டது' என்றேன்.

'விசேஷமில்லாமல் நாற்பது வருஷமாய் ஒரு வீடு பூட்டிக் கிடக்குமா?' என்றான் கடைக்காரன்.

'அந்த விசேஷத்தைத் தெரிந்து கொள்ள வேண்டு மென்றுதான் உன்னைக் கேட்கிறது.'

'அப்படியானால் இந்த பெஞ்சில் உட்காருங்கள், சொல் கிறேன். பெரிய கதை' என்றான் கடைக்காரன்.

நாங்கள் உட்கார்ந்தோம். கடைக்காரன் கதை சொல்லி முடிப்பதற்குள் இரண்டு கலர், இரண்டணா பெப்பர்மிண்டு, முக்காலணா வெற்றிலை பாக்கு இவ்வளவும் தீர்த்துவிட் டோம். அவன் சொன்னதில் வீண் வளர்த்தல்களை விட்டு விட்டு விஷயத்தை மட்டும் இங்கே சொல்கிறேன்:

2

துபாஷ் வரதராஜ முதலியார் என்று ஒருவர் இருந்தார். அவருக்குப் பிதிரார்ஜிதச் சொத்தோடு சுயார்ஜிதச் சொத்தும்

ஏராள மாயிருந்தது. வெகுகாலம் அவருக்குச் சந்தானம் இல்லாமலிருந்து கடைசியாக ஒரு பெண் குழந்தை பிறந்தது.

அவருடைய மனைவிக்கு க்ஷயரோகத்தின் அறிகுறிகள் இருப்பதாகவும், பல்லாவரத்தில் குடியிருந்தால் நல்ல தென்றும் வைத்தியர்கள் சொன்னதன்மேல் முதலியார் இங்கே குடி வந்தார். அச்சமயந்தான் இங்கேயே நிரந்தரமாய் வசிக்கலாமென்ற எண்ணத்துடன் இந்தப் பங்களாவை எண்பதினாயிரம் ரூபாய் செலவு செய்து கட்டினார். ஆனால் பங்களா கட்டி முடிவதற்குள் அவருடைய மனைவி காலமானார்.

பாவி மனிதர் அதற்குப் பிறகு இளைய தாரமாக ஒருத்தியை மணந்தார். அவளுடனும், மூத்த தாரத்தின் பெண் செங்கமலத்துடனும் புது வீட்டில் குடித்தனம் செய்யலானார். ஆனால் ஆரம்பத் திலிருந்தே அவருடைய இளைய தாரத் துக்குச் செங்கமலத்தின் மேல் அசூயையும் துவேஷமும் வளர்ந்து வரத் தொடங்கின. தான் இந்தக் கிழவனைக் கட்டிக் கொள்ள வேண்டி வந்ததில் ஏற்பட்ட கோபம், ஆத்திரம் எல்லாவற்றையும் அந்த ஏழைப் பெண்ணின் மேல் காட்ட லானாள்.

முதலியாரோ, ஒரு பக்கத்தில் தம் இளம் மனைவியின் மோகாந்த காரத்தில் மூழ்கியிருந்தார்; மற்றொரு பக்கம் செங்கமலத்தின் மீது தம்முடைய உயிரையே வைத்திருந் தார். இவர்கள் இரண்டு பேருக்கும் பரஸ்பர நேசம் உண் டுபண்ண அவர் செய்த முயற்சியெல்லாம் வீணாயிற்று.

கடைசியாக, செங்கமலத்துக்கு வயது பன்னிரண் டானபோது முதலியார் ஒருநாள் அவளுடன் கொஞ்சி விளையாடிக் கொண்டிருந்தார். அச்சமயம் அவள் தன் சிற்றன்னையின் மேல் ஏதோ புகார் சொன்னாள். அதைக் கேட்டுக் கொண்டிருந்த கற்பகம் தன்னை மீறிக் கோபங் கொண்டவளாய் அச்சமயம் கறிகாய் நறுக்கிக் கொண்டிருந்த கத்தியை எடுத்துக் கொண்டு ஓடி வந்து செங்கமலத்தை ஒரே குத்தாய்க் குத்திவிட்டாள். பாவம்! அந்தப் பெண் உடனே செத்து விழுந்து விட்டது.

முதலியார் தவியாய்த் தவித்தார். கொல்லப்பட்டவளோ தம் அருமைப் பெண்; கொலைகாரியோ தம் ஆசை மனைவி. என்ன செய்வார், பாவம்! வெளியில் தெரிந்தால் கற்பகம் தூக்கு மேடைக்குப் போக நேரிடும். பயங்கரமும், துக்கமும் கொஞ்சம் ஆறினபிறகு, அவரும் அவர் மனைவியுமாகச் சேர்ந்து கொல்லையில் ஒரு பள்ளம் தோண்டி அதில் பிரேதத்தைப் புதைத்தார்கள்.

செங்கமலம் அவளுடைய மாமா வீட்டுக்குப் போயிருப்பதாக முதலியார் அக்கம் பக்கத்தாருக்குச் சொல்லிவிட்டார். ஏதோ சந்தேகப்பட்டு விசாரித்த போலீஸ்காரர்களுக்கு ஏராளமான பணங்கொடுத்து அமுக்கிவிட்டார். அப்புறம் முதலியார் அதிக காலம் உயிர் வாழவில்லை. 'செங்கமலம்! செங்கமலம்!' என்று புலம்பிக் கொண்டேயிருந்து பிராணனை விட்டார். அவருடைய ஆவி அந்தப் பங்களாவின் தோட்டத்தில் உலாவிக் கொண்டே யிருக்கிறது. இரவு நேரங்களில், 'செங்கமலம்! செங்கமலம்!' என்று பரிதாபமான குரலில் கூப்பிடும் சத்தம் அந்தத் தோட்டத்தில் அடிக்கடி கேட்பதுண்டு.

கடைக்காரன் கதையை முடித்ததும், 'ஆமாம்! இதெல்லாம் உனக்கு எப்படித் தெரியும்?' என்று கேட்டேன்.

கடைக்காரன் புன்னகை புரிந்தான். 'உங்களுக்கு நம்பிக்கையில்லையல்லவா? அதனால்தான் நான் ஒருவருக்கும் சொல்வதில்லை. நீங்கள் கேட்டபடியால் சொன்னேன். போகட்டும்; இன்னும் ஒரு கலர் சாப்பிடுகிறீர்களா?' என்றான்.

அவனைத் தூண்டித் துரு எடுத்து மறுபடியும் கேட்டதில், 'நீங்கள் ஒரு தோட்டக்காரக் கிழவனைப் பார்த்தீர்கள் அல்லவா? அவன் தான் செங்கமலத்தின் பிரேதத்தை உடனிருந்து புதைத்தவன். அவன் சொல்லித்தான் எனக்குத் தெரிந்தது. இப்படியே அவன் இன்னும் இரண்டொருவரிடம் சொல்லியிருக்கிறான் போல் இருக்கிறது. எப்படியோ விஷயம் ஒருவாறு பரவிவிட்டது. அதனால் தான் ஒருவரும் அந்தப் பங்களாவுக்குக் குடிவருவதில்லை' என்றான்.

இது போன்ற கதைகள் இதற்கு முன் நான் எத்தனையோ கேட்டிருக்கிறேன். பட்டணங்களில் 'கொலை நடந்த வீடு' என்றும், 'பேய் வாழும் வீடு' என்றும் பல வீடுகளுக்கு எப்படியோ பெயர் வந்து விடுகிறது. அந்த வீடுகள் மலிவான வாடகைக்குக் கிடைப்பது வழக்கம். நான் கூட ஒரு முறை *50* ரூபாய் வாடகை வரக்கூடிய அத்தகைய வீடு ஒன்றில் *16* ரூபாய் வாடகை கொடுத்துவிட்டு இருந்திருக்கிறேன். அந்த வீட்டில் பேய் இருந்திருந்தால் அது சுத்தப் பயங்கொள்ளிப் பேயாயிருந்திருக்க வேண்டும்; என்னிடம் அது பேச்சு மூச்சுக் காட்டவில்லை.

ஆனால் இந்தச் சோடாக் கடைக்காரனின் கதை என்னவோ ஒரு மாதிரி என் மனதில் பதிந்து விட்டது. அது முழுதும் பொய் என்று நினைக்க முடியவில்லை. அந்தப் பங்களாவின் தோற்றம், கதை ஒரு வேளை நிஜமாயிருக்கலாமோ என்று கருதுவதற்கு இடங் கொடுத்தது.

அந்த வீட்டை என் சிநேகிதருக்குப் பார்ப்பதில் பயனில்லையென்று தீர்மானித்து வேறு ஒரு சின்ன வீடு நாற்பது ரூபாய் வாடகையில் அமர்த்திவிட்டுத் திரும்பிச் சென்றோம்.

எனினும், அந்தப் பாழடைந்த பங்களாவின் ஞாபகம் மட்டும் என் மனத்திலிருந்து போகவில்லை. சுருங்கச் சொன்னால், அந்தப் பங்களாவில் நான் குடியேறுவதற்குப் பதில், பங்களா என் உள்ளத்தில் குடியேறிவிட்டது. ஏதாவது தீவிரமாக வேலை செய்து கொண்டிருக்கையில், திடீரென்று கற்பகம் கையில் சூரிக்கத்தி யுடன் ஓடி வந்து தந்தையுடன் கொஞ்சிக் கொண்டிருக்கும் செங்கமலத்தைக் குத்தப்போகும் காட்சி என் மனக்கண் முன் தோன்றும். அப்புறம் வேலை ஒன்றும் கொஞ்ச நேரத்துக்கு ஓடாது.

இதனுடைய நிஜம், பொய்யைக் கண்டுபிடித்து நிச்சயம் பெறாவிட்டால்,என்வாழ்க்கையேதுன்பமயமாகிவிடுமென்று பயப்படலானேன்.

3

பல்லாவரத்தில் நான் அமர்த்தியிருந்த ஜாகைக்கு என் நண்பர் குடி வந்து சில தினங்களுக்குப் பிறகு அவரை ஒரு முறை பார்த்து வருவதற்குச் சென்றேன். க்ஷயரோகம், கொசுக்கடி, தமிழ் நாடகமேடை, முதல் நாள் நடந்த கோர பஸ் விபத்து முதலிய உற்சாகமான விஷயங்களைப் பற்றிப் பேசியான பிறகு, என் நண்பர், ‘அதெல்லாம் இருக்கட்டும்; பேய்களைப் பற்றி உங்கள் அபிப்பிராயம் என்ன?‘ என்று பரபரப்புடன் கேட்டார்.

‘பேய்களைப் பற்றியா?’ என்று, என் காதுகளை நம்ப முடியாமல் திரும்பக் கேட்டேன்.

‘ஆமாம்; பேய்களைப் பற்றித்தான்.’

‘பேய்களைப் பற்றி என் அபிப்பிராயம், அவை சுத்தப் பேய்கள் என்பதே. இருக்கட்டும்; என்னைப் பற்றிப் பேய்களின் அபிப்பிராயம் என்ன என்று நீங்கள் சொல்ல முடியுமா?’ என்று கேட்டேன்.

‘ஹா ஹா ஹா! நீங்கள் இப்படித்தான் ஏதாவது சொல் வீர்களென்று தெரியும்; பேய்களுக்கு உங்களைப் பற்றி என்ன அபிப்பிராயம் என்று தெரிய வேண்டுமானால் இந்தச் சாலையில் உள்ள பத்தாம் நம்பர் பங்களாவுக்குப் பாதி ராத்திரியில் போய் நேரில் கேட்டுத் தெரிந்து கொள்ளலாம்’ என்றார்.

உடனே எனக்குத் துணுக்கென்றது; மாற்றாந் தாயால் குத்திக் கொல்லப்பட்டுக் கோர மரணம் அடைந்த செங்கமலம் என் மனக்கண்முன் வந்தாள். அந்தப் பங்களாவைத்தான் இவர் குறிப்பிடுகிறார் என்று அறிந்து, விவரமாகச் சொல்லும்படி கேட்டேன்.

துபாஷ் வரதராஜ முதலியாரின் கதையை நான் கேட்டிருந்த படியே அவர் சொல்லி வந்தார். ஆனால் முடிவு மட்டும் வித்தியாசமாயிருந்தது. அந்த வித்தியாசமான முடிவு என் நெஞ்சு பதைபதைக்கும்படி செய்தது. அவ்விவரம் பின் வருமாறு:

பிஞ்சிலே பழுத்தது என்பார்களே, அந்த மாதிரியான பெண் செங்கமலம். தன்னுடைய தாயார் எஜமானியாயிருக்க வேண்டிய வீட்டில் வேறோர் அயலாள் வந்து அதிகாரம் வகிப்பது அவளுக்குப் பிடிக்க வில்லை. நாளுக்கு நாள் அவளுடைய குரோதம் வளர்ந்து வந்தது. முதலியாரின் இளைய மனைவி, செங்கமலத்தின் மீது எவ்வளவோ பிரியம் வைத்து ஆசையுடன் நடத்தியும் பிரயோஜனமில்லாமல் போயிற்று. ஓயாமல் அழுவாள்; எரிந்து விழுவாள்; சண்டை பிடிப்பாள். 'என் அம்மாவைக் கொன்றவள் நீ தானே?' என்பாள்; 'என்னையும் விஷங் கொடுத்துக் கொன்றுவிடு; உன் மனம் குளிர்ந்து விடும்' என்பாள். கற்பகம் ஒருநாள் இதையெல்லாம் சகிக்க முடியாமல், முதலியாரிடம் சொல்லித் துக்கப்பட்டுக் கொண்டிருந்தாள். முதலியார், 'அதற்கென்ன செய்யலாம்? அவள் தாயாரைக் கொண்டிருக்கிறாள்; இன்னும் கொஞ்ச நாளில் கலியாணம் பண்ணி அனுப்பிவிடலாம். அதுவரையில் பொறுத்துக் கொண்டிரு' என்று ஆறுதல் கூறினார். இதையெல்லாம் ஒட்டுக் கேட்டுக் கொண்டிருந்த செங்கமலம் திடீரென்று அவர்கள் முன் வந்து, 'நான் இருப்பதுதானே உங்களுக்குக் கஷ்டமாயிருக்கிறது? இதோ என் தாயார் என்னைக் கூப்பிடுகிறாள், போகிறேன்' என்று கூறி முதலியாரும் கற்பகமும் பிரமித்து நின்று கொண்டிருக்க இடுப்பில் மறைத்து வைத்திருந்த கத்தியை சட்டென்று எடுத்து மார்பில் குத்திக் கொண்டு உயிரற்ற பிணமாய்க் கீழே விழுந்தாள்.

முதலியார் தோட்டக்காரனுடைய உதவியுடன் பிரேதத்தை ஒரு பெட்டியில் போட்டு மூடி, கொல்லையில் குழி தோண்டிப் புதைத்தார். பிறகு, அந்த வீட்டைக் காலி செய்துவிட்டுப் பட்டணத்துக்குக் குடிபோய்விட்டார்.

அதுமுதல் தினந்தோரும் இராத்திரியில் முதலியாருடைய மூத்த சம்சாரத்தின் ஆவி பங்களா வாசல் முகப்பில் வந்து நின்று 'செங்கமலம்! செங்கமலம்!' என்று கூப்பிடுகிறதாம். 'இதோ வந்துவிட்டேன். அம்மா!' என்று சொல்லிக் கொண்டு செங்கமலத்தின் ஆவி வெளியே வருகிறதாம். இரண்டு

ஆவிகளும் இராத்திரியெல்லாம் பங்களாவின் தோட்டத்தைச் சுற்றுகின்றனவாம்.

இந்த வரலாற்றைக் கேட்டதும் எனக்கு என்ன நினைப்ப தென்று தெரியவில்லை. அந்தக் குழந்தை செங்கமலத்தின் பரிதாப கதிக்காக நான் காட்டிய அநுதாபம், பட்ட துயரம் எல்லாம் வீண்போல் இருக்கிறதே! உண்மையில் கற்பகம் அல்லவோ நமது அநுதாபத்துக்கெல்லாம் உரியவளாகிறாள்? எது உண்மை? எது பொய்?

என் நண்பரைப் பார்த்து, 'ஆமாம், நீங்கள் இவ்வூருக்கு வந்து பத்து நாள் தானே ஆயிற்று? அதற்குள் இந்த விவரமெல்லாம் எப்படித் தெரிந்தது?' என்று கேட்டேன்.

'அந்தப் பங்களாவுக்குப் பக்கத்தில் ஒரு சோடாக்கடை இருக்கிறது. அந்தக் கடைக்காரன் சொன்னான்' என்று என் சிநேகிதர் கூறியதும், எனக்கு ஏற்பட்ட எரிச்சலுக்கு அளவேயில்லை. 'அடே! என்னவெல்லாம் கயிறு திரிக்கிறான் அவன்! மறுபடியும் அவனைக் கண்டு இதன் உண்மையைத் தெரிந்து கொள்ளாமல் விடுவதில்லை' என்று தீர்மானித்தேன்.

4

'என்ன, அப்பா! சௌக்கியமா?' என்று கேட்டதும், கடைக் காரன் முன் போலவே கையிலிருந்த நாவலை மூடிவிட்டு, 'வாருங்க, ஸ்வாமி! ரொம்ப நாளாச்சே பார்த்து, நம்ம மேலே தயவே இல்லையே!' என்றான். பிறகு, 'உட்காருங்க; பேஷான ரஸ்தாளி வாழைப்பழம் வந்திருக்குங்க; ரெண்டு பழம் சாப்பிடுங்க' என்று கூறினான்.

நானும் என் சிநேகிதரும் பெஞ்சியில் உட்கார்ந்து ரஸ்தாளிப் பழங்களைக் கையில் வாங்கிக் கொண்டோம். பிறகு நான் 'ஏன், அப்பா! நீ எங்களுக்குச் சொன்ன கதையெல்லாம் நீயே கற்பனை செய்ததா, அல்லது கையில் உள்ள நாவலில் இருக்கிறதா?' என்று கேட்டேன்.

'அதென்ன ஸார் அப்படிச் சொல்கிறீர்கள்? பார்த்தீர்களா, இதற்குத்தான் நான் சொல்லமாட்டேன் என்கிறது' என்று

கூறி தனக்கு ஏதோ பெரிய அநீதி நாங்கள் செய்து விட்ட தோரணையில் பரிதாபமாய்ப் பார்த்தான்.

‘போகட்டும்; செங்கமலம் கொல்லப்பட்டாளா, தற்கொலை செய்து கொண்டாளா? அதை மட்டும் நிஜமாய்ச் சொல்லிவிடு’ என்றேன்.

‘ஸார்! நீங்கள் ஏன் என் பேரில் அவநம்பிக்கைப் படுகிறீர் களென்று எனக்குத் தெரியும். உங்களிடம் ஒரு விதமாயும், இவரிடம் வேறு விதமாயும் நான் சொன்னேன்; வாஸ்தவந்தான். நான் சொன்ன இரண்டும் நிஜமில்லை தான்; ஆனால் ஏன் அப்படி சொன்னேன் தெரியுமா? நிஜமாக நடந்ததைச் சொன்னால் நீங்கள் ஒருநாளும் நம்ப மாட்டீர்கள். அப்படி ஒருவரும் நம்பமுடியாத விஷயத்தைச் சொல்லி என்ன பிரயோஜனம்? வீண்வாய்ச் சேதந்தானே?’ என்றான்.

‘அந்த அசல் நிஜத்தையுந்தான் சொல்லிவிடேன்; கேட்டு வைக்கலாம்’ என்றேன்.

‘ஆஹா! கேட்பதாயிருந்தால், பேஷாய்ச் சொல்கிறேன்; எனக்கென்ன நஷ்டம்? - அடே பையா, வீராசாமி! இரண்டு கிளாஸில் ஐஸ் போடடா!’ என்று அதிகாரமாய்க் கூவினான் கடைக்காரன்.

கடையிலே பையன் யாரையும் காணாதிருக்கவே, ‘யாரை இவன் உத்தரவிடுகிறான்?‘ என்று ஆச்சரியப்பட்டேன். கடைக் காரன் தானே ஐஸை அலம்பிப் போட்டான். என்னைப் புன்னகையுடன் பார்த்து, ‘இந்தக் கடையில் நான் தான் எஜமான்; பையனும் நான் தான்!’ என்றான். இவன் பெரிய நாவலாசிரியன் மட்டுமல்ல, நகைச்சுவை ஆசிரியனுங்கூட என்று எண்ணிக் கொண்டேன். அவன் இம்முறை சொன்ன விவரம் வருமாறு:

வரதராஜ முதலியார் இரண்டாந்தாரம் கல்யாணம் செய்து கொண்டவரையில் முன் சொன்னதெல்லாம் வாஸ்தவந்தான். அதற்குப் பிறகுதான் சம்பவங்கள் மாறுபடுகின்றன.

வீட்டிற்கு மாற்றாந்தாய் வந்ததிலிருந்து செங்கமலத்தின் சுபாவம் மாறுதலடைந்து வந்தது. விளையாட்டு, குதூகலம்

எல்லாம் போய், ஓயாமல் எதைப்பற்றியோ சிந்தித்துக் கவலைப்பட்டுக் கொண்டிருந்தாள். தோட்டக்காரனிடம் ஒரு நாள் அவள் பேசியதிலிருந்து உண்மை தெரிய வந்தது. தினந்தோறும் இரவில் தூங்கும்போது இறந்து போன அவளுடைய தாயார் பங்களா வாசலில் வந்து, 'செங்கமலம்! செங்கமலம்!' என்று கூப்பிடுவது போலவும், தான் அவளைக் காண்பதற்குச் சென்றதும் தன்னைக் கட்டி அணைத்துக் கொண்டு, 'என் கண்ணே! பழிவாங்கு! பழிவாங்கு!' என்று சொல்லி விட்டு மறைந்து விடுவது போலவும் கனவு கண்டு கொண்டிருந் தாள். கடைசியாக ஒருநாள் இரவு கனவில் செங்கமலத்தின் தாய் அவளை அழைத்துக் கொண்டு உள்ளே சென்று வெகு நாளாய்ப் பூட்டிக் கிடந்த ஓர் அலமாரியைத் திறந்து, அதற்குள்ளிருந்த சூரிக் கத்தியைச் சுட்டிக் காட்டிவிட்டு மறைந்தாளாம். மறுநாள் செங்கமலம் அந்த அலமாரியைத் திறந்து பார்த்தபோது அதற்குள் ஒரு சூரிக் கத்தி வாஸ்தவமாகவே இருந்ததாம்.

சில தினங்களுக்குப் பிறகு ஒரு நாள் முதலியாரிடம் கற்பகம் தன்னுடைய குறைகளைச் சொல்லிக் கொண் டிருந்தாள். செங்கமலத்தை ஏதோ பிசாசு பிடித்திருக்க வேண்டு மென்றும், இல்லாவிட்டால் இப்படி அவள் படுத்த மாட்டா ளென்றும் சொல்ல, முதலியார், 'என்ன செய்யலாம்? அவள் தாயார் உயிரோடிருக்கும்போதே பிசாசாய்த்தான் இருந்தாள். இப்போது அசல் பிசாசாய் வந்து பெண்ணைப் பிடித் திருக்கிறாள் போல் இருக்கிறது' என்றாராம். இதை ஒட்டுக் கேட்டுக் கொண்டிருந்த செங்கமலம் ஓட்டமாய் ஓடி, அலமாரியில் இருந்த சூரிக் கத்தியை மறைத்து எடுத்துக் கொண்டு வந்து, 'ஆமாம், நானும் பிசாசுதான்! என் அம்மாவும் பிசாசுதான்!' என்று கூவிக் கொண்டே சட்டென்று சூரியை எடுத்து கற்பகத்தின் மார்பில் குத்தி விட்டாள்.

'அடி பாவி! சண்டாளி! என்ன செய்துவிட்டாய்?' என்று முதலியார் கதறிக் கொண்டு எழுந்திருப்பதற்குள் செங்கமலம் அதே சூரிக் கத்தியை தன்னுடைய மார்பிலும் குத்திக் கொண்டு பிணமாய் விழுந்தாள். தோட்டக்காரனுடைய

ஒத்தாசையினால் அவர்கள் இரண்டு பேருடைய உடல் களையும் தோட்டத்தில் புதைத்த முதலியார் தாமும் சில தினங்களுக்கெல்லாம் சித்தப் பிரமை பிடித்தவராய்த் தூக்குப் போட்டுக் கொண்டு இறந்தார்.

அதுமுதல் இரவு நேரங்களில் அந்த நாலு பேருடைய ஆவிகளும் அந்தப் பங்களாத் தோட்டத்தில் அலைந்து கொண்டிருக்கின்றன. தினந்தோறும் இருட்டிக் கொஞ்ச நேரத்திற்கெல்லாம், முதலியாருடைய மூத்த மனைவியின் ஆவி பங்களா வாசலில் வந்து நின்று, 'செங்கமலம்! செங்கமலம்!' என்று கூப்பிடுகிறது; உடனே செங்கமலத்தின் ஆவி, 'அம்மா! இதோ வந்து விட்டேன்!' என்று கூவிக் கொண்டு ஓடி வருகிறது. பிறகு இரண்டு ஆவிகளும், 'பழி வாங்கு! பழி வாங்கு!' என்று அலறிக் கொண்டு தோட்டத்தில் பாய்கின்றன; அங்கே முதலியாருடைய ஆவியும் அவருடைய இளைய மனைவியின் ஆவியும், 'அடி பாவி! சண்டாளி! பிசாசே!' என்று கதறிக் கொண்டு கூத்தாடு கின்றன. இவ்வாறு நாலு ஆவிகளும் இரவு முழுதும் அந்த தோட்டத்தில் சுற்றிச் சுற்றி அலைந்து கொண்டிருக்கின்றன.

சோடாக் கடைக்காரன் மேற்படி கதையைச் சொல்லி முடித்த போது எங்கள் தேகத்தில் இருந்த ரோமங்களெல்லாம் குத்திட்டு நின்றன. சூரியன் அஸ்தமித்து இருள் சூழ்ந்து விட்ட படியால் பயங்கரம் அதிகமாயிருந்தது. 'இவன் சொல்வது பெரும் புளுகு; இப்படியெல்லாம் நிஜமாக நடந்திருக்க முடியாது' என்று என்னுடைய அறிவு அடிக்கடி இடித்துக் கூறி வந்தும், பிரயோஜனமில்லை. அதிலும், அந்தப் பங்களாவின் தோற்றம் மனத்தின் முன் வந்தபோது, 'ஒரு வேளை நிஜமாய்க் கூட இருக்கலாமோ?' என்று தோன்றிற்று. ஆனால், அவன் கூறிய மூன்று விவரங்களில் எது நிஜம்? எது பொய்? கற்பகம் செங்கமலத்தைக் கொன்றாளா? அல்லது செங்கமலந்தான் கற்பகத்தைக் கொன்றாளா? செங்கமலமும் முதலியாரும் தற்கொலை செய்து கொண்டது உண்மையா? - இப்படியாக என்னுடைய மனத்தைக் குழப்பிவிடும் சக்தி ஒரு மனிதனுக்கு இருக்கும் என்று நான் நினைத்ததேயில்லை.

பல்லாவரவாசிகளில் இன்னும் சிலரை மறுநாள் விசாரித்தேன். அவர்கள் எல்லாரும், ‘வெகு காலமாய் அந்தப் பங்களா பூட்டிக்கிடக்கிறது. ஒருவரும் குடி வருவதில்லை. அதில் ஏதோ கொலை நடந்ததென்றும், பேய் குடி கொண்டிருப்பதாகவும் சொல்கிறார்கள்’ என்று பொதுப் படையாகக் கூறினார்களே தவிர, ஒருவராவது திட்டமான விவரம் தெரிவிக்கவில்லை.

என் மனம் அமைதி இழந்தது. அபாரமாய்க் கோபம் பொங்கிக் கொண்டு வந்தது. இதனுடைய நிஜம், பொய்யைக் கண்டுபிடிக்க முடியவில்லையென்று எண்ணிய போதெல்லாம் பற்களை நறநறவென்ரு கடிக்கத் தொடங்கினேன். தூக்கத்தில்என்னவெல்லாமோபயங்கரமானகனவுகள்கண்டு விழித்துக் கொள்வேன். உடம்பெல்லாம் வியர்வையினால் நனைந்திருக்கும். எனக்குத்தான் ஏதோ பேய்களின் சேஷ்டை ஏற்பட்டு விட்டதென்பதாக என்னுடைய வீட்டார் பயப்படலாயினர்.

5

இரண்டு மாதத்திற்குப் பிறகு ஒரு நாள் மாலை ஏழு மணிக்கு என் நண்பர் வீட்டுக்கு மறுபடியும் போனேன். அச்சமயம் வீடு பூட்டியிருந்தது. அவர் பட்டணத்துக்குப் போயிருக்கிறாரென்றும் சீக்கிரம் வந்து விடுவாரென்றும் வேலைக்காரன் சொன்னான்.

சற்று நேரம் வாசலிலேயே நின்று கொண்டிருந்தேன். பிறகு பாழடைந்த பங்களாவின் ஞாபகம் வந்தது. இரவு நேரத்தில் அதைப் பார்த்துவிட வேண்டுமென்னும் அவா ஏற்பட்டது. ஒரு பக்கம் பயமாயிருந்தாலும், மற்றொரு பக்கம் அந்த அவாவை அடக்க முடியவில்லை. ஆகவே, அங்கிருந்து கிளம்பிச் சாலையோடு போனேன்.

பாழடைந்த பங்களாவை அடைந்ததும் சாலையில் நின்றபடி எட்டிப் பார்த்தேன். பங்களாவின் வெளித் தாழ்வாரத்தில் மின்சார விளக்கு பளிச்சென்று எரிந்து கொண்டிருந்ததைக் கண்டதும் எனக்கு உண்டான வியப்பைச்

சொல்லி முடியாது. வீட்டினுள்ளிருந்தும் மின்சார விளக்கு வெளிச்சம் வந்து கொண்டிருந்தது. கடைசியில் யாரோ துணிந்து குடித்தனம் வந்துவிட்டார்கள் போல் இருக்கிறது! அத்தகைய தீரர்கள் யார் என்று தெரிந்து கொள்ள எனக்குப் பேராவல் உண்டாயிற்று. ஒரு வேளை அவர்கள் மூலமாய் இந்தப் பங்களாவைப் பற்றிய உண்மை வெளிப் பட்டாலும் வெளிப்படலாமல்லவா?

எனவே, திறந்திருந்த மதில் கேட்டின் வழியாக நுழைந் தேன். தோட்டம் நன்றாய்ச் சுத்தம் செய்யப் பட்டிருந்தது. புதிய பூந்தொட்டிகள் கூடக் கொண்டு வைத்திருந்தார்கள். நலசம் பங்கியின் வாசனை கம்மென்று வந்து கொண்டிருந்தது. பங்களாவின் வாசற்புறத்தை உற்று நோக்கினேன். புதிதாக வெள்ளையடித்துப் பளிச்சென்று இருந்தது.

சாலைக்கும் பங்களா வாசலுக்கும் நடு மத்தியில் சென்று கொண்டிருந்தபோது, சாலை கேட்டில் ஒரு மோட்டார் வந்து நின்றது போல் சப்தம் கேட்டது. அதே நிமிஷத்தில் பங்களாவின் முகப்புத் தாழ்வாரத்தில் ஒரு ஸ்திரீயின் உருவம் தென்பட்டது. அவள், ‘செங்கமலம்! செங்கமலம்!’ என்று கூவினாள். என் உடம்பு நடுங்கிற்று. அடுத்த கணத்தில் ஒரு சிறு பெண் பங்களாவின் உள்ளிருந்து, ‘ஏன் அம்மா!’ என்று கேட்டுக் கொண்டு வெளியே வந்தாள். அச்சமயம் மூர்ச்சை போய் விழாமல் நான் எப்படித் தைரியமாய் நின்றேனோ, பகவானுக்குத்தான் தெரியும்.

நான் நின்ற இடத்திலேயே சற்று நேரம் திகைத்து நின்றிருக்க வேண்டும். பின்னால் காலடிச் சத்தம் கேட்கவே திரும்பிப் பார்த்தேன். அங்கே, தனலக்ஷ்மி பாங்கி ஏஜெண்ட் முருகேச முதலியாரைக் கண்டதும் எனக்கு எப்படி இருந்திருக்குமென நினைக்கிறீர்கள்?

‘ஹலோ! நீங்களா! யாராவது திருடனோ என்றல்லவா பயந்து போனேன்?’ என்றார் முருகேச முதலியார்.

இவரை எனக்கு மூன்று நான்கு வருஷத்துப் பழக்கம். சங்கீதக் கச்சேரி ஒவ்வொன்றிலும் இவர் என் பக்கத்தில்

வந்து உட்கார்ந்து கொள்வார். 'அது என்ன ராகம்? இது என்ன கீர்த்தனை?' என்று நச்சரித்துப் பிராணனை எடுத்து விடுவார். ஆனாலும் ரொம்ப நல்ல மனுஷர்; ரஸிகர். ஆகையால் அவரிடம் ஒரு மாதிரி எனக்குச் சிநேகம் என்றே சொல்லலாம்.

முதலியார் என் கையை விளையாட்டாகப் பிடித்ததும், என் கை நடுங்குவதை அறிந்திருக்க வேண்டும். 'என்ன ஸார், உங்களுக்கு உடம்பு? எங்கே வந்தீர்கள் ஸார் இந்த நேரத்தில்?' என்று மளமளவென்று கேட்க ஆரம்பித்து விட்டார்.

'போய் உட்காருவோம்; எல்லாம் சொல்கிறேன்' என்றேன். நாங்கள் பங்களா வாசலை அடைந்ததும் அங்கே நின்றிருந்த ஸ்திரீ உள்ளே போய்விட்டாள். சிறு பெண் மட்டும் முதலியாரைக் கட்டிக் கொண்டு, 'அப்பா! ஏன் இவ்வளவு நேரம் இன்று?' என்று கேட்டாள்.

நாங்கள் உட்கார்ந்து சிறிது ஆசுவாசப்படுத்திக் கொண்ட பின்னர், அந்தப் பெண்ணும் ஸ்திரீயும் நான் ஊகித்தபடியே முதலியாரின் பெண்ணும் மனைவியுந்தான் என்று தெரிந்து கொண்டேன்.

பிறகு, அந்தப் பங்களாவைப் பற்றி நான் கேள்விப்பட்ட வரலாறுகளையெல்லாம் கூறி, அன்று பங்களாவில் நுழைய நேர்ந்த காரணத்தையும் தெரிவித்தேன்.

முதலியார் சிரித்த சிரிப்பில் அந்தப் பழைய பங்களா இடிந்து விழுந்து விடுமோ என்று தோன்றிற்று. சிரிப்பு அடங்கிய பிறகு கூறியதாவது:

'நீங்கள் கேட்ட கதையில் உள்ள கதாபாத்திரங்கள் எல்லாம் நிஜமானவர்கள்தான்; ஆனால் சம்பவங்கள் தான் உண்மையல்ல. வரதராஜ முதலியார் என்பவர் என்னுடைய பாட்டனார். என்னுடைய தாயார் பெயர் செங்கமலம், அவளுடைய பெயரைத் தான் என் பெண்ணுக்கு இட்டிருக்கிறேன். என் தாயாருக்கு மூன்று வயதிருக்கும் போதே என்னுடைய பாட்டி இறந்து விட்டாள். அவள்

சாகும் போது, முதலியார் தனியாயிருந்தால் தம் பெண்ணைச் சரியாய் வளர்க்க முடியாதென்றும், ஆகையால் தன்னுடைய தங்கையையே மறுமணம் செய்து கொள்ள வேண்டுமென்றும் வற்புறுத்திவிட்டுச் சென்றாள். முதலியார் அப்படியே செய்தார். என் தாயார் தன் சிற்றன்னையைச் சொந்தத் தாய் என்றே நினைத்து வந்தாள். அவ்வளவு அருமையாக அந்த அம்மணியும் அவளை வளர்த்து வந்தாள். ஆனால் துரதிஷ்டவசமாகக் கொஞ்ச காலத்துக் கெல்லாம் அவளும் டைபாய்டு சுரம் வந்து இறந்து போனாள். அதற்கு மேல் தான் என் பாட்டனார் இந்த வீட்டில் இருக்க மனம் கொள்ளாமல் புரசவாக்கத்துக் குக் குடிபோனது. என் தாயாரைக் கலியாணம் பண்ணிக் கொடுத்தவுடனே, அதாவது நான் பிறப்பதற்கு முன்னமேயே அவர் இறந்து போனாராம். அவரும் சரி, சென்ற வருஷத்தில் காலமான என் தாயாரும் சரி, எல்லாரையும் போல் சாதாரணமாய்த்தான் இறந்தார்கள். கொலை, குத்து ஒன்றும் இல்லை. இந்தச் சென்னைப் பட்டணத்திலே தான் மனுஷ்யர்களுடைய பிராணனைக் கொண்டு போவதற்கு எவ்வளவோ வியாதிகள் காத்திருக்கின்றனவே; கொலை, தற்கொலைகூட வேண்டுமா?'

இதைக் கேட்டதும், என் இருதயத்தில் ஏற்றி வைத்திருந்த ஒரு பெரிய பாறாங்கல்லை எடுத்துவிட்டது போல் இருந்தது. அந்தச் சோடாக் கடைக்காரனுடைய விஷம புத்தியை ஒரு புறத்தில் நான் வெறுத்த போதிலும் அவனுடைய கற்பனைத் திறனை வியக்காமல் இருக்கக் கூடவில்லை.

'எல்லாம் சரிதான்; ஆனால் சென்ற நாற்பது வருஷ காலமாய் இந்தப் பங்களா பூட்டப்பட்டிருந்தது எதனால்?' என்று மிஞ்சியிருந்த என்னுடைய சந்தேகத்தையும் கேட்டேன்.

'ஓஹோ? அதுவா? என் பாட்டனார் இருந்தவரையில், தம் இரண்டு மனைவிகளைப் பறிகொடுத்த இந்த ஊருக்குத் திரும்பி வருவதில்லையென்று தீர்மானித் திருந்தார். பங்களாவை வாடகைக்கு விடவும் மனமில்லை. அவர் இறந்தவுடன் அவருடைய சொத்துக்களின் மேல்

வியாஜ்யம் ஏற்பட்டது. தாயாதிக்காரர்கள் தங்களுக்குச் சேர வேண்டுமென்றார்கள். என் தாயாருக்குத்தான் எல்லாச் சொத்தும் என்று என் தகப்பனார் வழக்காடினார். உயில், பந்தகம், அடமானம், முன் பாத்தியம், பின் பாத்தியம் - இப்படி என்னவெல்லாமோ 'கொளறுபடிபிகேஷன்'கள் கிளம்பின; கேஸ், ஜில்லா கோர்ட்டில் ஏழு வருஷமும், ஹைகோர்ட்டில் ஆறு வருஷமும், பிரிவி கௌன்ஸிலில் மூன்று வருஷமும், மறுபடி ஹைகோர்ட்டில் எட்டு வருஷமும் நடந்து கடைசியாக ஆறு மாதத்துக்கு முன்பு தான் தீர்ப்பு ஆயிற்று. சொத்துக்கள் எல்லாம் என்னைச் சேர்ந்தன. வழக்கு நடந்த வரையில் இந்தப் பங்களாவும் மற்ற சொத்துக்களும் ரிஸீவர் வசம் இருந்தன. வீட்டு வாடகை நஷ்டமாகிறதேயென்று ரிஸீவருக்கு என்ன கவலை? போதாதற்கு, அதற்கு முன்னாலேயே ஊரில் பேய் வதந்தி வேறு கிளம்பிவிட்டது போலிருக்கிறது!' என்று முதலியார் முடித்தார்.

இவ்வாறு, அந்தப் பங்களாவில் இத்தனை நாளும் குடியிருந்த பேய், 'வியாஜ்யம்' என்னும் பேய்தான் என்று அறிந்து கொண்டவனாய், மனநிம்மதியுடன் முதலியாரிடம் உத்தரவு பெற்றுச் சென்றேன்.

போலீஸ் விருந்து

'சீச்சீ! இது என்ன உலகம்? வரவர எல்லாம் தலை கீழாய்ப் போய்விட்டது' என்று கந்தசாமி தனக்குத் தானே சொல்லிக் கொண்டான்.

'பின்னே என்ன, ஐயா! இரண்டு பூரிக்கும் ஒரு கப் காப்பிக்கும் வழியில்லை என்றால் இது என்ன உலகத்தோடு சேர்த்தி?' என்று அவன் ஒரு கேள்வியைப் போட்டுக் கொண்டு, அதற்குப் பதில் சொல்வது போல் 'தூ!' என்று காறி உமிழ்ந்தான்.

கந்தசாமியின் பொக்கிஷ நிலைமை அப்போது மிகவும் கேவலமாய்த்தான் இருந்தது. பணப் பையைத் திறந்து பார்த்தான். மூன்று காலணாக்கள் இருந்தன. ஒரு வேளை அவற்றில் ஒன்று அரை ரூபாயாய் இருந்துவிடக் கூடாதா என்ற ஆசையுடன் கையில் ஒவ்வொன்றாய் எடுத்து உற்றுப் பார்த்தான். 'காலணா, அரையணா, முக்காலணா...' என்று மூன்று ஸ்தாயிகளில் சொல்லி அவற்றைச் சாலையில் விட்டெறிந்தான். கொஞ்ச தூரம் போனவன் மறுபடி ஏதோ நினைத்துக் கொண்டவன் போல் திரும்பி அவற்றைப் பொறுக்கி எடுத்துக் கொண்டான்.

சாதாரணமாய்க் கந்தசாமிக்கு இத்தகைய நெருக்கடி ஏற்படுவதில்லை. பணம் சம்பாதிப்பதற்கு ஒரு வழி இல்லாவிட்டால் இன்னொரு வழி அவனுடைய தீவிர மூளை கண்டு பிடித்துக் கொண்டேயிருக்கும். நம்முடைய பொக்கிஷ மந்திரிகள் என்னவோ தவியாய்த் தவிக்கிறார்களே, வரிகளை எடுத்து விட்டால் சர்க்கார் வரவு செலவுக் கணக்கில் துண்டு விழுந்து விடுமென்று? அவர்கள் கந்தசாமியைக் கூப்பிட்டு, இரண்டு பூரியும் ஒரு கப் காப்பியும் மட்டும் வாங்கிக் கொடுத்து, யோசனை கேட்கட்டும்.

அது தான் ஒரு தொல்லை; கந்தசாமியின் மூளைக்கும் அவனுடைய வயிற்றுக்கும் நெருங்கிய சம்பந்தம் ஏதோ இருந்தது. வயிற்றில் ஒரு கப் காப்பியைப் போட்டுவிட்டு யோசனை கேட்டால், உடனே எவ்வளவு சிக்கலான பொரு

ளாதாரப் பிரச்சனைகளையும் அவனுடைய மூளை தீர்த்து வைத்துவிடும். அந்த ஒரு கப் காப்பி இல்லையென்றால், அவனுடைய மூளையும் வேலை நிறுத்தம் செய்துவிடும்.

அன்று காலை கந்தசாமி தன்னுடைய பொருளாதார நிலைமையைச் சரியாகக் கவனிக்காமல் ஸலூனில் புகுந்து விட்டான். கிராப் செய்து கொண்ட பிறகு பணப்பையை எடுத்துப் பார்த்தால் சரியாக 6¾ அணாத்தான் இருந்தது. கேவலம் க்ஷவரக் கடையில் கடன் சொல்ல அவனுக்கு விருப்பமில்லை, அதெல்லாம் மரியாதைக் குறைவு. மேலும் தினசரி அங்கே போய்த் தலையை வாரி விட்டுக் கொண்டு வரவேண்டுமல்லவா? ஆகவே ஆறு அணாவைக் கொடுத்து விட்டு வெளியில் வந்தான். கையிருப்பு மூன்று காலணா.

கந்தசாமி தன்னுடைய வரவு செலவுக் கணக்கைச் சரிக் கட்டுவதற்குக் கடைசியாகக் கையாண்ட முறை கைரேகை பார்த்துச் சொல்லுதல். யாரோ ஒரு வடக்கத்தியான், தான் கைரேகை சாஸ்திரத்தில் நிபுணன் என்பதாகச் சில பெரிய மனிதர்களிடம் வாங்கி வைத்திருந்த ஸர்ட்டிபிகேட் புஸ்த கத்தைக் கந்தசாமி 'தஸ்கரம்' செய்தான். அதை வைத்துக் கொண்டு அவன் ஆறுமாதம் வெகு மாமூலாக வாழ்க்கை நடத்தினான். அப்போதெல்லாம் அவனுக்கு நல்ல வரும்படி. அவனுக்கு விருப்பம் இருந்தால் பணம் மீத்துக் கூட இருக்கலாம். ஆனால் பணம் சேர்த்து வைப்பதில் அவனுக்கு நம்பிக்கை கிடையாது. மரம் வைத்தவன் தண்ணீர் ஊற்றுகிறான்; எதற்காகச் சேர்த்து வைக்க வேண்டும்? இன்று கையில் பணம் இருக்கும் போது, மறு நாளைப் பற்றிய கவலை ஏன்?

நல்ல வருமானம் அளித்து வந்த ரேகை சாஸ்திரத்தைக் கந்தசாமி ஏன் கைவிட்டான் என்று கேட்பீர்கள். முதலாவது, எந்தத் தொழிலையும் நெடுநாள் கடைப்பிடிக்கும் வழக்கம் அவனிடம் கிடையாது. இரண்டாவது, அந்தத் தொழிலில் கடைசியாக நிகழ்ந்த ஒரு சம்பவமாகும். அந்தச் சம்பவத் தினால் அவனுக்கு ஏற்பட்ட வைராக்கியத்தில் சந்நியாசியாகி விடுவதாகக் கூடத் தீர்மானித்து விட்டான். நேரே அவன்

முத்தான முப்பது கதைகள்

பேரானந்த மடத்துப் பெரிய சாமியாரிடம் சென்று தன்னுடைய கருத்தை வெளியிட்ட போது சாமியார் தற்சமயம் தமக்குப் போதிய சிஷ்யர்கள் இருப்பதாகவும், புதிதாய் வரும் சிஷ்யர்களுக்குக் காவி வஸ்திரம் வாங்கிக் கொடுக்க மடத்தின் பொருளாதார நிலைமை இடங் கொடுக்கவில்லை யென்றும் தெரிவிக்கவே, 'சீ! எங்கே போனாலும் தரித்திரம் பிடித்தப் பொருளாதார நெருக்கடிதானா?' என்று எண்ணி அந்த எண்ணத்தை விட்டொழித்தான்.

கந்தசாமிக்கு மேற் சொன்னவாறு வைராக்கியம் உண்டு பண்ணிய சம்பவம் பின் வருமாறு:

அவனுடைய ரேகை சாஸ்திர அநுபவத்தில் எப்படிப்பட்ட மனுஷ்யரானாலும் சரி, களத்ர பாக்கியத்தைப் பற்றிச் சிலாக்கியமாய்ச் சொன்னால் உச்சி குளிர்ந்து விடுவதைக் கண்டிருக்கிறான். ஆளின் வயதையும், மற்றபடி வீடு வாசல்களின் நேர்மையையும் பார்த்துக் கொண்டு அவன் சரடு விடுவான். 'ஸார்! உங்களுக்குக் கலியாணம், ஆகியிருக்க வேணும். அல்லது கூடிய சீக்கிரம் ஆகவேணும்' என்று சொன்னால், எப்படிப்பட்ட ஆசாமியின் முகமும் சற்று மலர்ந்தே தீரும். இன்னொருவரிடம் கொஞ்சம் தயக்கத் துடன், 'நான் சொல்கிறேனே என்று நீங்கள் ஒன்றும் நினைத்துக் கொள்ளக்கூடாது. உங்களுக்கு இரண்டு சம்சாரம் உண்டு' என்பான். உடனே அவருடைய முகத்திலே புன்னகை ஏற்படும். வேறொருவரிடம், அவருடைய நடை உடை பாவனைகளைக் கவனித்துக் கொண்டு, 'ஸார்! உங்களுக்குக் கலியாணமான சம்சாரம் ஒன்று; மற்றபடி 'பிரைவேட்'டாக இரண்டொருவர் இருக்கவேணும். என் மேல் கோபித்துக் கொண்டு உபயோகமில்லை, ரேகை அப்படிச் சொல்கிறது' என்பான். உடனே மேற்படி ஆசாமியின் வாயெல்லாம் பல்லாகத் தெரியும். முழு ரூபாய்க்குக் குறைந்து அவரிடம் வாங்கிக் கொள்ள மாட்டான்.

மற்றொருவரிடம், 'உங்களுடைய சம்சாரம் ரொம்ப பாக்கியசாலி; அந்த அம்மாள் கால் வைத்த இடம் எல்லாம் விளங்கும்' என்றும், இன்னொருவரிடம், 'உங்கள் சம்சாரம்

உங்களிடம் உயிராயிருப்பாள்; ஆனால் நீங்கள் தான் அந்த அம்மாவிடம் அவ்வளவு ஆசையாயிருக்கமாட்டீர்கள்' என்றும், இந்த மாதிரியெல்லாம் சொல்லி, எப்படிப்பட்ட கஞ்சனாயிருந்தாலும் வெள்ளிப்பணத்துக்குக் குறையாமல் கழட்டிவிடுவான்.

கடைசியாக, ஒரு தடவை மட்டும் இந்த யுக்தி பயன் படாமல் போயிற்று. அதாவது, யுக்தியின்மேல் தவறு ஒன்று மில்லை; உபயோகித்த இடந்தான் தவறாய்ப் போயிற்று. ஒரு மனுஷ்யன் தன்னுடைய கையைக் காட்டி எல்லாம் தெரிந்து கொண்ட பிறகு தன்னுடைய சம்சாரத்தின் கையையும் பார்க்கும்படி சொன்னான். கந்தசாமி தான் சொல்வது இன்னதென்பதை நன்கு உணராமலே, 'அம்மா! உங்களுக்கு கலியாணமான புருஷன் ஒன்று, மற்றபடி 'பிரைவேட்'டாக இரண்டொருவர்...' என்று உளறிவிட்டான். அவ்வளவுதான், அந்த அம்மாள் பத்ரகாளி வடிவெடுத்து, 'உன்னைக் கட்டையிலே வைக்க, பாம்பு பிடுங்க!' என்று பிரமாதமாகச் சபிக்கத் தொடங்கினாள். மற்றும், 'உன்னிடம் கையைக் காட்டச் சொல்லித்தே, இந்த ஜடம்!' என்று அவள் தன் புருஷனுக்குக் கொடுத்த கொடுப்பில், அந்த மனுஷ்யன் கந்தசாமியின் மேல் கைகூட வைத்து விட்டான்!

கந்தசாமி அன்று எக்கச்சக்கமாக மாட்டிக் கொண்டான். முதுகெல்லாம் வீங்கும்படி அடிபட்டதுமல்லாமல், மேற் படியாரின் வீட்டில் தான் வெள்ளிச் செம்பைத் திருட முயற்சி த்ததாக ஒப்புக் கொண்டு அதற்காகத் தன்னை மன்னிக்க வேண்டுமென்று எழுதியும் கொடுத்துவிட்டு அவன் விடுதலை பெற வேண்டியதாயிற்று.

இதெல்லாம் பழைய கதை. மேற்படி சம்பவத்துக்குப் பிறகு கந்தசாமி ரேகை சாஸ்திரத்தின் முஞ்சியில் கூட விழிப்பதில்லை யென்று சபதம் செய்து கொண்டான். அதன் பயனாகத்தான் இன்று அவன் பையில் மூன்றே மூன்று காலணாக்களுடன் நடந்து போக வேண்டியிருந்தது.

வழியில் சாலை ஓரத்தில் ஒரு குருட்டுப் பிச்சைக்காரன் உட்கார்ந்திருந்தான். அவனுக்கு முன்னால் ஒரு பழந்துணி

விரித்திருந்தது. அதில் ஓரணா நாணயம் ஒன்றும், இரண்டு காலணாக்களும் கிடந்தன. அந்த ஓரணாவை எடுத்துக் கொள்ள வேண்டுமென்று கந்தசாமியின் கை ஊறிற்று. எனவே, தன் பையிலிருந்த காலணாவை எடுத்தான் (அதைப் போடுவதாகப் பாசாங்கு செய்துவிட்டு ஓரணாவை எடுத்துக் கொள்ளலாமென்று) ஏதோ சந்தேகம் தோன்றிற்று. சுற்றுமுற்றும் பார்த்தான். பக்கத்தில் முச்சந்தியில் நின்ற போலீஸ்காரன் தன்னை உற்றுப் பார்ப்பதைக் கவனித்தான். கையிலெடுத்த காலணாவைப் பிச்சைக்காரன் துணியில் போட்டுவிட்டு மேலே நடந்தான். கொஞ்ச தூரம் போனதும் தன்னுடைய கோபத்தையெல்லாம் சேர்த்து வைத்துத் 'தூ!' என்று காறி உமிழ்ந்தான்.

ஒரு குருட்டுப் பிச்சைக்காரப் பயலிடங்கூட ஒன்றே முக்காலணா இருக்கிறது. தன்னிடமோ இரண்டு காலணாத் தான் இருக்கிறது என்பதை எண்ண எண்ண அவனுடைய ஆத்திரம் அதிகரித்தது. கையிலுள்ள அரையணாவுக்கு ஏதாவது ஆபத்து வரப்போகிறதே என்று பயம் உண்டாகிச் சட்டென்று அருகிலிருந்த சாயபுவின் 'சா'க் கடைக்குச் சென் றான். ஒரு கப் 'சா' வாங்கிச் சாப்பிட்டான். அரை கப் டீ உள்ளே போனவுடனேயே மூளை வேலை செய்ய ஆரம் பித்து விட்டது. குடித்து முடித்ததும், 'சபாஷ்! அதுதான் வேலைத்தனம்!' என்று தீர்மானித்தான். தெரியாமலா தேயிலைப் பானத்தைப் பற்றி இவ்வளவு பிரசாரம் செய்கிறார்கள்?

நெல்லிப்பாக்கத்தில் பெரும்பாலும் மத்திய வகுப்பினரே குடியிருந்தார்கள். சின்னச்சின்னத் தோட்டங்களுக்குமத்தியில் சின்னச் சின்ன பங்களாக்கள். அவற்றில் வசித்தவர்கள் அறுபது எழுபது ரூபாய் முதல் முந்நூறு நானூறு ரூபாய் வரையில் மாதச் சம்பளம் வாங்கும் உத்தியோகஸ்தர்கள், குமாஸ்தாக்கள் ஆகியோர். இடையிடையே மாஜி உத்தி யோகஸ்தர்கள், வியாபாரிகள் முதலியோரும் உண்டு.

காலை எட்டு மணிக்கு ஸ்ரீமான் கே. ராமகிருஷ்ணய்யர், காமரா உள்ளில் கையில் பத்திரிகையுடன் உட்கார்ந்திருந்தார்.

வாசல் ஜன்னல் ஓரமாய் ஒரு மனிதன் வந்து நின்று, 'ஸார்!' என்று கூப்பிடவே, 'யாரடா அது?' என்று அதட்டிய குரலில் எரிச்சலாகக் கேட்டார். 'போலீஸ், ஸார்' என்று பதில் வரவும், கொஞ்சம் அடங்கி, 'என்ன?' என்றார்.

'ரோந்து டியூட்டி, ஸார்!'

'சரி அதற்கென்ன?'

'எல்லாரும் சேர்ந்து பொங்கல் வைக்கிறோம், ஸார்!'

'சரிதான், அதற்கென்ன செய்யவேணும்?'

'ஏதோ உங்களுக்கு இஷ்டமானதைக் கொடுக்கலாம், ஸார்!'

ராமகிருஷ்ணய்யர் ஒரு நிமிஷம் யோசித்தார். முதலில் 'போலீஸ்' என்றதும், அவர் நெஞ்சில் ஏற்பட்ட துணுக்கம் இப்போது நிவர்த்தியாகி, அவன் யாசகத்துக்கு வந்திருக்கிறா னென்னும் விஷயம் கொஞ்சம் சந்தோஷம் அளித்தது. 'ஆமாம்; ஊரெல்லாம் திருட்டுப் பயமாயிருக்கிறது. போலீஸ் காரர்களுடைய ஒத்தாசை எவ்வளவு அவசியமானது?' என்று எண்ணினார். என்ன கொடுக்கலாமென்று சற்றுச் சிந்தித்து விட்டு, பணப்பையைத் திறந்து நாலு அணா எடுத்தார். 'நாங்கள் ஆறு பேர் ரோந்து சுத்தறோம், ஸார்!' என்றான். இன்னும் இரண்டணா சேர்த்துக் கொடுத்து அனுப்பினார்.

அன்று பத்தரை மணிக்குள்ளாக, கந்தசாமி ரூ.24 சொச்சம் சம்பாதித்து விட்டான். வெயில் ஆகிவிட்டது. இன்றைக்கு நிறுத்த வேண்டியது தான். ஆனாலும், முழுசாகக் கால் நூறு ஆக்கிவிட்டு நிறுத்தலாம் என்று எண்ணினான். இன்றைக்கு விழித்த முகத்தில் இன்னும் பத்து நாள் விழித்தால் போதும்; அப்புறம் கௌரவமாய் ஒரு சோடாக் கடை வைத்துக் கொண்டு காலட்சேபம் செய்யலாம்; ஏன், கலியாணம் கூடப் பண்ணிக்கலாம்!

'மிஸ்டர் கே.சேனாபதி, ஜி.டி.ஏ.' என்ற போர்டு தொங்கிய வீட்டிற்குள் நுழைந்தான். முன் ஹாலில் ஒருவர் உட்கார்ந்திருந்தார். அவர் சேனாபதி அல்ல. அவருடைய

தமையன் தீர்த்தபதி என்று கந்தசாமிக்குத் தெரியாமல் போனது ஒரு துரதிர்ஷ்டம் தான்.

'யார்? என்ன வேணும்?' என்று சாவதானமாய்க் கேட்டார் தீர்த்தபதி.

'போலீஸ், ஸார்!' என்றதும், தீர்த்தபதியின் முகத்தில் ஒரு பிரகாசம் உண்டாயிற்று. அதன் கருத்து கந்தசாமிக்கு விளங்கவில்லை.

'எந்தப் போலீஸ்?'

'டவுன் போலீஸ்தான்.'

'என்ன வேணும்?'

கந்தசாமி வழக்கமான பாடத்தை ஒப்புவித்து, 'உங்களுக்கு இஷ்டமானதைக் கொடுக்கலாம்' என்றான்.

'சரி, கொஞ்சம் இரு' என்று தீர்த்தபதி சொல்லிவிட்டு, வேலைக்காரப் பையனை அழைத்து அவனிடம் ஒரு கடிதம் எழுதிக் கொடுத்து அனுப்பினார். பிறகு இன்னும் ஏதோ எழுதிக் கொண்டிருந்தார். கந்தசாமியும் நின்று கொண்டேயிருந்தான்.

சற்று நேரத்துக்கெல்லாம் உடுப்புத் தரித்த ஒரு போலீஸ்காரன் வந்தான். தீர்த்தபதியின் முன் வந்து ஸலாம் வைத்து நின்றான்.

தீர்த்தபதி அவனைப் பார்த்து, 'என்ன வேலையடா பார்க்கிறீர்கள், நீங்கள்? சுத்த சோம்பேறிக் கழுதைகள்!' என்று திட்டிவிட்டு, 'வாசலில் போய் நில்லு!' என்றார். வாசற் படிக்கு அருகில் நின்ற கந்தசாமி அந்த போலீஸ்காரனை இரகசியமாய், 'எஜமான் யார்?' என்று கேட்டான். 'தெரியாதா? சப்-இன்ஸ்பெக்டர் ஐயா' என்றான் போலீஸ்காரன்.

இம்மாதிரி நெருக்கடிகளில் தான் கந்தசாமி எவ்வளவு தீர புருஷன் என்பது வெளியாகும். எத்தகைய ஆபத்திலும் அவன் பதற்றம் அடைவது கிடையாது. இப்போது அவன் மளமளவென்று இன்ஸ்பெக்டர் அருகில் சென்று சட்டைப் பைகளில் இருந்த பணம், சில்லறை எல்லாவற்றையும் எடுத்து மேஜை மீது வைத்தான். 'எஜமான் மன்னிக்க வேணும்' என்றான்.

'இவ்வளவு தானாடா? இன்னும் பாக்கி ஏதாவது வைத்துக் கொண்டிருக்கிறாயோ?'

'தம்பிடி கூட இல்லை, எஜமான்!'

'சரி, ஓடிப் போ! இனி இம்மாதிரி செய்தாயோ தொலைத்து விடுவேன்!'

'எஜமான்!'

'என்னடா?'

'வயிறு பசிக்கிறது. நாஸ்தாவுக்கு ஏதாவது...'

'சரி; தொலைத்துக் கொண்டு போ!' என்று ஸப்-இன்ஸ்பெக்டர் இரண்டணாவை எடுத்தெறிந்தார். கந்தசாமி அதை எடுத்துக் கொண்டு வெளியேறினான். வாசலில் நின்ற போலீஸ்காரனைப் பார்த்து, 'எஜமான் உன்னைப் போகச் சொல்கிறார். அண்ணே! இனி உனக்கு வேலையில்லையாம்' என்று கூறிவிட்டுப் போனான்.

ஸப்-இன்ஸ்பெக்டர் தீர்த்தபதி, கையோடு கையாக சர்க்கிள் இன்ஸ்பெக்டர் மலையப்பெருமாளுக்கு ஒரு கடிதம் எழுதினார்:

'....மாற்றலாகிப் போகும் டிபுடி சூபரின்டென்டன்ட் துரைக்கு நாம் கொடுக்க எண்ணியிருக்கும் விருந்துக்காக, என்னுடைய சந்தா ரூ.24 இத்துடன் அனுப்பியிருக்கிறேன்.

இப்படிக்குக்

கீழ்ப்படிந்துள்ள ஊழியன்

தீர்த்தபதி.'

கந்தசாமி கையில் இரண்டணாக் காசுடன் வீதியில் நடந்து சென்ற போது, 'உலகம் ரொம்ப சரியாய்த்தான் நடந்து வருகிறது; எல்லாம் அதது, அப்படியப்படி சேர வேண்டிய இடத்தில் தான் கணக்காய்ப் போய்ச் சேர்கிறது' என்று சொல்லிக் கொண்டு போனான்.

கைதியின் பிரார்த்தனை

1

கைலாஸம் மணிக்கு முப்பத்தைந்து மைல் வேகத்தில் போய்க் கொண்டிருந்தான். ('போய்க் கொண்டிருந்தது' என்று முடித்து, உங்களைத் திகைக்கச் செய்யவேண்டுமென்று எனக்கு ஆசைதான். ஆனால் மலையைக் கதாபாத்திர மாக வைத்து எழுதும் திறமை இன்னும் எனக்கு வர வில்லை. மனிதர்களைத்தான் கட்டிக் கொண்டு அழ வேண்டி யிருக்கிறது.)

அந்தப் பட்டிக்காட்டுச் சாலையில் அவ்வளவு துரிதப் பிரயாணத்தைச் சாத்தியமாகச் செய்தது கைலாஸம் ஏறி யிருந்த புதுமாடல் மோட்டார் வண்டிதான். வழியிலே அவன் கடக்கும் படியாக நேர்ந்த கிராமங்களில் வாழ்ந்த தெரு நாய்கள் மோட்டாரைத் தொடர்ந்து துரத்திக் கிராமத்துக்கு வெளிப்புறம் வரையில் கொண்டு விட்டு விட்டுத் திரும்பின. தாங்கள் துரத்தியதால் தான் அந்தப் பயங்கர பூதம் பயந்து ஓடிப்போனதாக அவற்றின் மனத்திற்குள் எண்ணம்.

ஆனால் கைலாஸம் இது ஒன்றையும் கவனித்ததாகத் தெரியவில்லை. அவனுடைய முகத்தைப் பார்த்தால், மோட்டார் எவ்வளவு வேகமாய் ஓடிற்றோ அதை விடப் பதின்மடங்கு வேகமாக அவனுடைய உள்ளம் ஓடிக் கொண்டிருந்ததென்று தெரியவந்தது.

சட்டென்று வண்டி நின்றது. கைலாஸம் வண்டியிலிருந்து கீழே இறங்கி நாற்புறமும் நோக்கினான். கிழக்கே கொஞ்ச தூரத்தில் ஒரு கிராமத்தின் கோவில் ஸ்தூபி தெரிந்தது. அதைப் பார்த்துக்கைலாஸம்பெருமூச்சுவிட்டான். மேற்கே பார்த்தான். சுமார் பத்து மைல் தூரத்தில் திருச்சி மலைக்கோவிலும், அதற்குச் சமீபத்தில் பொன்மலையும் தெரிந்தன. தெற்கே யெல்லாம் பசுமையான வயல்கள், வடக்கே மரம் அடர்ந்த ஒரு தோப்பு. அந்தத் தோப்புக்கு அப்புறத்தில் காவேரி ஆறு.

கைலாஸம் வண்டியைச் சாலையில் நிறுத்திவிட்டு அந்தத் தோப்பைக் கடந்து ஆற்றங்கரையை அடைந்தான். அங்கே மேல் துணியை விரித்து உட்கார்ந்து கொண்டான்.

அவன் உள்ளத்தில் பெரிய கொந்தளிப்பு ஏற்பட்டிருந்தது. கிழக்கே கொஞ்ச தூரத்திலிருந்த கிராமத்துக்குப் பெருமாள்புதூர் என்று பெயர். அவ்வூருக்குப் போகலாமென்ற எண்ணத்துடனே தான் கைலாஸம் அந்தப் பக்கம் வந்தான். ஆனால் ஊர் கிட்டத்தட்ட நெருங்கிய போது சந்தேகம் தோன்றிவிட்டது; போகலாமா, அல்லது வந்த வழியே திரும்பிவிடலாமா?

பன்னிரண்டு வருஷத்துக்கு முன்னால் ஒரு முறை அதே சாலை வழியாக அதே ஊருக்குக் கைலாஸம் போனதுண்டு. அப்போது அவன் இருபது வயது வாலிபன். அந்தத் தடவை இரட்டை மாடு பூட்டிய பெட்டி வண்டியில் அவன் சென்றான். இன்னும் ஸ்திரீ புருஷர்கள் பலரும் வெவ்வேறு வண்டிகளில் வந்தார்கள். எல்லாரும் மறுநாள் பெருமாள் புதூரில் நடக்க இருந்த கைலாஸத்தின் திருக்கலியாண மகோத்ஸவத்துக்காகவே வந்தார்கள். அவர்களுடைய மாட்டு வண்டிகள் எல்லாம் இப்போது கைலாஸத்தின் மோட்டார் நின்ற அதே இடத்தில் தான் வந்து நின்றன. எல்லாரும் இறங்கிக் காவேரிக் கரைக்கு வந்தனர். பெண் வீட்டார் அனுப்பியிருந்த சிற்றுண்டிகளை அருந்தினர். சிரிப்பும் விளையாட்டும் பரிகாஸப் பேச்சுக்களும் ஏகக் குதூகலமாயிருந்தன.

சூரியாஸ்தமன சமயத்தில் கிராமத்தை அடைந்தார்கள். அதோ தெரிகிறதே, அந்தக் கோவிலில்தான் முதன் முதலில் இறங்கினார்கள். ஊராரெல்லாரும் வந்து சர்க்கரை, கற்கண்டு, வெற்றிலை பாக்கு வழங்கிய பிறகு, 'ஜானவாஸ' ஊர்வலம் ஆரம்பமாயிற்று. ஊர்வலத்தின் போது, அதற்கு ஐந்தாம் நாள் இரவு அதே குதிரை ஸாரட்டில் தன்னுடைய பிரியநாயகி சகிதமாக ஊர்வலம் போவோம் என்று எண்ணி உடல் பூரித்ததெல்லாம் கைலாஸத்துக்கு ஞாபகம் வந்தது. அடடா! என்னென்ன ஆகாசக்கோட்டைகள்!

ஊர்வலம், சம்பந்திகளுக்காக ஏற்படுத்தியிருந்த ஜாகையில் வந்து முடிந்தது. கைலாஸம் வீட்டினுள் சென்று ஊர்வல உடுப்புகளை விரைவாகக் களையத் தொடங் கினான். அவற்றை அவன் அணிந்திருந்த வரையில், 'அப்பாடா! கலியாணம் என்றால் இலேசு இல்லை; ரொம்பக் கனமாய்த்தான் இருக்கிறது' என்று அடிக்கடி எண்ணம் உண்டாயிற்று. அவன் காலர், நெக் டை இவற்றை அவிழ்த்து விட்டுக் கோட்டைக் கழற்றிக் கொண்டிருந்தபோது, விஷமத் தனமான பார்வையுடன் கூடிய ஒரு பெண் அங்கே வந்தாள். அவள் வேறு யாருமில்லை என்பதை அவள் தெரிந்து கொண்டு, 'மாப்பிள்ளை! உமா உங்களிடம் இந்தக் கடுதாசை இரகசியமாய்க் கொடுக்கச் சொன்னாள்' என்று கூறி ஒரு கடிதத்தை அவன் சட்டைப் பையில் திணித்துவிட்டு ஓடினாள்.

கைலாஸத்துக்கு ஏற்பட்ட வியப்பும், ஆவலும், பரபரப்பும் சொல்ல முடியாது. மயிர்க்கூச்சல் எறிந்தது. நெஞ்சை என்னவோ செய்தது. விளக்கண்டை சென்று பார்த்தான். மேல் உறையில் 'எம்.ஆர்.ஆர்.ஓய். டி.பி.கைலாஸம்' என்று பெண் கையெழுத்தில் இங்கிலீஷில் எழுதியிருந்தது. உள்ளே இருந்த கடிதத்தை எடுத்து படித்தான்:

'ஐயா,

தங்களை விவாகம் செய்து கொள்ள எனக்கு இஷ்டம் இல்லை. என்னுடைய மனம் இன்னொருவர் மேல் சென்று விட்டது. என்னை நீங்கள் மணந்து கொண்டால், நம் இருவருடைய வாழ்க்கையிலும் துன்பந்தான் குடி கொண் டிருக்கும்! காதல் இல்லாத கல்யாணத்தினால் என்ன பயன்!

இப்படிக்கு,
உமா.'

படித்துக் கொண்டிருக்கும் போதே விளக்கு, வீடு எல்லாம் சுழல ஆரம்பித்தன. இரண்டு, மூன்று நிமிஷம் பிரமை கொண்டவன் போல் இருந்தான் கைலாஸம். அப்புறம் பல்லைக் கடித்துக் கொண்டு ஏதோ ஒரு முடிவுக்கு வந்தவன்

போல் விரைவாகச் சென்றான். கைலாஸத்துக்குத் தகப்பனார் இல்லை. இந்த கல்யாணத்துக்கு ஏற்பாடு செய்தவரும், நடத்தி வைக்க வேண்டியவரும் அவனுடைய தாய் மாமன் தான். அவரிடம் சென்று, 'மாமா! பெண்ணின் தகப்பனாரிடம் ஒரு முக்கியமான காரியம் பேச வேண்டும். அதற்குப் பிறகு தான் இந்தக் கலியாணம் நிச்சயம்' என்று சொல்லி அழைத்துச் சென்றான். பெண்ணின் தகப்பனாரிடம் போனதும், 'ஐயா! தங்கள் மகளிடம் ஒரு நிமிஷம் நான் தனிமையில் பேச வேண்டும். அவளிடம் ஒரு வார்த்தை கேட்டுவிட்டுத் தான் நான் கலியாணத்துக்குச் சம்மதிப்பேன்' என்று கூறினான். அவர், 'முன்னாலேயே இதைச் செய்திருக்க வேண்டியது. இன்று பெண்ணைப் பார்ப்பது சம்பிரதாய விரோதம். ஆனாலும் பாதகமில்லை. உங்கள் இஷ்டப்படியே ஆகட்டும்' என்று கூறி அவ்வாறே ஏற்பாடும் செய்தார். கைலாஸம் இருந்த அறைக்கு உமா வந்ததும் அவன் அவளை அப்படியே எடுத்து விழுங்கிவிடுபவன் போல் ஒரு பார்வை பார்த்தான். பிறகு கடிதத்தை நீட்டி, 'இந்தக் கடிதம் நீ எழுதியதுதானா?' என்று கேட்டான். 'ஆமாம்' என்று தழுதழுத்த குரலில் பதில் வந்தது.

'ரொம்ப சந்தோஷம். நீ உன் மனத்திற்கிசைந்த புருஷனையே மணந்து கொள், அம்மா! அதற்குக் குறுக்கே நிற்கும் பாவத்தை நான் கட்டிக் கொள்ளத் தயாராயில்லை' என்று கூறிவிட்டு மணப்பெண்ணை மறுமுறை பார்க்கவும் செய்யாமல் வெளியே வந்தான்.

நேரே பெண்ணின் தகப்பனாரிடம் போய், 'ஐயா! தங்களுடைய பெண்ணை மணக்க எனக்கு விருப்பமில்லை. தயவு செய்து மன்னிக்க வேண்டும்' என்று கூறிவிட்டு உடனே வெளியே வந்து வண்டியைப் பூட்டச் சொன்னான். ஏக அல்லோல கல்லோலம். யாரோ என்னவெல்லாமோ சொல்லிப் பார்த்தும் பயன்பட வில்லை. கைலாஸம் ஒரே பிடிவாதமாயிருந்தான். தன்னுடைய பிடிவாதத்துக்குச் சமாதானம், காரணம் எதுவும் சொல்ல உறுதியாக மறுத்து விட்டான். 'இஷ்டமில்லையென்றால் விட்டு விடுங்கள்! அவ்வளவுதான்!'

இவ்விஷயத்தில் பெண் வீட்டாருக்கு ஏற்பட்ட அசௌகரியத்துக்குத் தான் சிறிதும் பொறுப்பாளியல்லவென்பதில் அவனுக்குச் சந்தேகம் இருக்கவில்லை. கைலாஸம் திருச்சியில் படித்துக் கொண்டிருக்கையில் பெருமாள் புதூரிலிருந்த தன்னுடைய தாய்மாமன் வீட்டுக்கு அடிக்கடி வருவதுண்டு. அந்தக் காலங்களில் சில சமயம் எதிர் வீட்டிலிருந்த உமாவைப் பார்த்திருந்தான். ஆகவே, கலியாண பேச்சு வந்தபோது பெண் பிடித்திருப்பதாகச் சொல்லிவிட்டான். பெண்ணின் தகப்பனார் படித்த மனிதர். ரிடயர் ஆன உத்தியோகஸ்தர். அத்துடன் தியாஸாபிகல் ஸொஸைடியைச் சேர்ந்தவர். ஆகவே, அவர் கட்டாயம் தம்முடைய பெண்ணின் சம்மதத்தைக் கேட்டிருப்பா ரென்று எதிர்பார்த்தான். அவர் அப்படிச் செய்யவில்லையென்றால், இவனா அதற்கு ஜவாப்தாரி?

இரவுக்கிரவே திரும்பி ஊருக்குப் போன கைலாஸம் அங்கே ஒரு நாள் கூடத் தங்கவில்லை. ஒருவரிடமும் விவரம் தெரிவிக்காமல் பம்பாய்க்குப் புறப்பட்டுச் சென்றான். அங்கே ஒரு கம்பெனியில் வேலைக்கு அமர்ந்து, தன்னுடைய திறமை காரணமாக, கூடிய சீக்கிரம் மானேஜர் பதவிக்கு வந்தான். ஏராளமாகப் பணம் சம்பாதித்தான். இடையில் சத்தியாக்கிரஹ இயக்கத்தில் ஈடுபட்டுச் சிறை புகுந்து காங்கிரஸ் கூட்டங்களில் புகழடைந்தான். எல்லா வகையிலும் அவனுடைய வாழ்க்கை திருப்திகரமாயிருந்ததென்றே சொல்லவேண்டும். ஆயினும் மனச்சாந்தி மட்டும் ஏற்படவில்லை. மாப்பிள்ளை அழைத்த அன்று இரவில் நடந்த எதிர்பாராத நாடகம் மனத்தை விட்டு அகலவேயில்லை. தன்னுடைய கேள்விக்குப் பதிலாக, 'ஆமாம்' என்று தழுதழுத்த குரலில் கூறிய உமாவின் உருவம் அவன் மனக் கண்முன் அடிக்கடி தோன்றி வந்தது. வேறு விஷயங்களில் கவனத்தைச் செலுத்தி, இதை மறக்க எவ்வளவோ முயற்சி செய்தும் கைகூடவில்லை. ஞாபகம் வந்த போதெல்லாம், 'ஐயோ! இதென்ன ஜன்மம்?' என்று வாழ்க்கையிலேயே வெறுப்புண்டாகும்.

பம்பாய் சென்று பன்னிரண்டு வருஷங்களுக்குப் பிறகு, சொந்த நாட்டைப் போய்ப் பார்க்கவேண்டுமென்று ஆவல்

உண்டாயிற்று. ஆறு மாதம் லீவு வாங்கிக் கொண்டு அங்கிருந்தே மோட்டாரில் யாத்திரை கிளம்பினான். திருச்சிக்கு வந்த போது, ஏனோ பெருமாள்புதூருக்குப் போகவேண்டுமென்ற ஆசை ஏற்பட்டது. எவ்வளவுதான் முயன்றும் அந்த ஆவலை அடக்குவதற்கு முடியவேயில்லை.

ஆனால் பெருமாள்புதூருக்குக் கிட்டத்தட்ட வந்த விட்ட போது மனக்குழப்பம் உண்டாயிற்று. அவள் இந்த ஊரில் இருக்கப் போவதில்லை. இருந்தாலும், யாரோ ஒருவனைக் கல்யாணம் செய்து கொண்டிருப்பாள். நாலைந்து குழந்தைகள் பிறப்பதற்குக் காலமாயிற்று. சீ! இந்த நினைவே சகிக்க முடியவில்லை! நேரில் பார்த்து எப்படி சகிப்பது?

மேலும், அங்கே போய் யாரையாவது விசாரிக்க வேண்டும்! தான் இன்னான் என்று சொல்ல வேண்டியிருக்குமல்லவா? பழைய கதையை உடனே எல்லாரும் சொல்ல ஆரம்பிப் பார்கள். காரணம் கேட்பார்கள். வேண்டாம், வேண்டாம்! பேசாமல் திரும்பிப் போவதுதான் சரி.

இவ்வாறு தீர்மானித்து மேல் துணியை உதறி எடுத்துக் கொண்டு எழுந்திருந்தான். தலையிலே 'படார்!' என்று ஓர் அடி; கழுத்தில் 'கும்' என்று ஒரு குத்து. கைலாஸம் தலைக்குப்புறக் கீழே விழுந்தான்.

2

'தெரியுமா? பேசாமல் உன்னுடைய உடுப்பைக் கழற்றிக் கொடுத்துவிடு. கொடுத்துவிட்டால் உன்னை ஒன்றும் செய்ய வில்லை. ஏதாவது தகராறு பண்ணினாயோ, அப்படியே மென்னியைத் திருகி ஆற்றில் போட்டு விடுவேன்!' என்னும் சொற்கள் கைலாஸத்தின் செவியில் விழுந்தன. தலையில் விழுந்த அடியினால் கலக்கம் அடைந்திருந்த அவனது மூளை சிறிது சிறிதாக தெளிவு பெற்றது.

முன்னொரு தடவை இதேவிதமாக மண்டையில் அடி பட்டு அவன் புத்தி கலங்கியதுண்டு, அது சட்டம் மீறி உப்பு எடுக்கச் சென்றபோது போலீஸ் தடியினால் பட்ட

அடி. அச்சமயம் அவனுக்கு ஸ்மரணை வந்தபோது, காதிலே, ‘வந்தே மாதரம்!’ ‘மகாத்மா காந்திக்கு ஜே!’ என்னும் கோஷங்கள் ஒலித்தன. இப்போது அதெல்லாம் ஒன்றுமில்லையென்றும், இது வேறு சங்கதியென்றும் உணர்ந் தான். கண்ணைத் திறந்து பார்த்தான். சிறை உடை தரித்த ஒருவன் தன் மார்பின் மேல் ஒரு காலை வைத்து அமுக்கிக் கொண்டிருப்பது தெரிந்தது. அடுத்த நிமிஷம் கைலாஸமும் கைதியும் காவேரிக் கரையில் கட்டிப் புரண்டு கொண்டிருந்தார்கள்.

இப்படி எவ்வளவு நேரம் சென்றது என்பது கைலாஸத் துக்குத் தெரியாது. திடீரென்று போலீஸ் ஊதுகுழலின் சத்தம் கேட்டது. பிறகு பூட்ஸ் அணிந்த காலடிச் சத்தம். அடுத்த கணம், தன் மேல் உட்கார்ந்து அமுக்கிக் கொண்டிருந்த பூதம் எழுந்திருந்து விட்டதென்பதைக் கைலாஸம் உணர்ந்தான். அவனும் எழுந்து நின்று சுற்றுமுற்றும் பார்த்தான். போலீஸ் காரர்கள் இருவர் கைதிக்கு விலங்கு பூட்டத் தயாரா யிருந்தார்கள். அதைவிட அவனுக்கு ஆச்சரியம் அளித்த மற்றொரு காட்சியையும் கண்டான். ‘மென்னியைத் திருகிக் காவேரியில் போடுவேன்!’ என்று அவனைப் பயமுறுத்திய முரட்டுப் பூதம் இப்போது கண்ணிலே நீர் பெருக்கிக் கொண்டிருந்தது.

கைதி திடீரென்று கீழே விழுந்து கைலாஸத்தின் கால்களைப் பிடித்துக் கொண்டான். ‘ஸ்வாமி, நீங்கள் தான் எனக்கு ஒரு ஒத்தாசை செய்யவேணும்’ என்று கூறி விம்மி விம்மி அழத் தொடங்கினான். அதைக் கண்டு போலீஸ்காரர்கள் கூடச் சிறிது தயங்கி நின்றார்கள்.

அந்த முரட்டுப் பேயினிடம் பட்ட அடிகளினால் கைலாஸத்துக்கு உடம்பு முழுவதும் இன்னும் வலித்துக் கொண்டிருந்தது. ஆயினும், அவன் இப்போது காட்டிய துக்கமானது கைலாஸத்தின் உள்ளத்தை இளக்கிவிட்டது கடைசியில் அவன், ‘என்ன ஒத்தாசை வேண்டும் என்று சொல்லு; முடியுமானால் செய்கிறேன்’ என்றான்.

'ஸ்வாமி! உங்களுக்குக் கோடி புண்யம் உண்டாகும். உங்கள் குழந்தை குட்டிகளைப் பகவான் காப்பாற்றுவார். அதோ தெரிகிறதே கோவில், அதுதான் பெருமாள்புதூர். அங்கே கைக்கோளர் தெருவில் மருதமுத்து வீடு என்று கேட்டால் சொல்வார்கள். அந்த வீட்டில் தாயில்லாக் குழந்தைகள் மூன்று பேர் இருக்கிறார்கள். என் பெண்டாட்டி சாகும்போது, பாவி என்னிடம் குழந்தைகளை ஒப்படைத்து, அவற்றைக் காப்பாற்றுவதாகச் சத்தியம் வாங்கிக் கொண்டு போனாள்...' (இங்கே மருதமுத்து அழத் தொடங்கினான். பிறகு சமாதானம் அடைந்து மேலே சொன்னான்.) 'ஐயோ! பாழும் குடியினால் கெட்டுப் போனேன் நான். போன வருஷம் தீபாவளியன்று ஊர்க் குழந்தைகள் எல்லாம் புதுத் துணி உடுத்தி, பட்டாஸ் கொளுத்திச் சந்தோஷமாயிருந் தார்கள். என் குழந்தைகள் மட்டும் அழுது கொண்டிருந்தன. 'அடுத்த தீபாவளிக்கு உங்களை நான் இப்படி வைப்பதில்லை' என்று சத்தியம் செய்து கொடுத்தேன். நாளைக்குத் தீபாவளி, அவர்களை நான் பார்க்கவே மாட்டேன்!' என்று மறுபடியும் விம்மினான்.

கைலாஸத்துக்கு இப்போது ஒருவாறு விஷயம் புரிந்தது. 'அழாதே, நான் என்ன செய்ய வேண்டும் சொல்லு. பெருமாள் புதூருக்குப் போய் உன் குழந்தைகளைப் பார்க்க வேண்டுமா?' என்று கேட்டான்.

மருதமுத்து போலீஸ்காரர்களைத் திரும்பிப் பார்த்து ஒரு கும்பிடு போட்டுவிட்டுத் தன்னுடைய மோவாய்க் கட்டையையும், கன்னத்தையும் இரண்டு தடவை தட்டினான். அவனுடைய வாயிலிருந்து மூன்று கால் ரூபாய்கள் கையில் விழுந்தன. அவற்றைக் கைலாஸத்தினிடம் கொடுத்து விட்டுச் சொன்னான்: 'ஸ்வாமி! இந்தப் பணத்திற்குப் பட்டாஸ் கட்டும் மத்தாப்பும் வாங்கிக் குழந்தைகளிடம் கொடுங்கள். 'உங்கள் அப்பன் அனுப்பினான்' என்று சொல்லுங்கள். இன்னும் இரண்டு மாதத்திலே வந்துவிடுவான் என்று சொல்லுங்கள். சொல்வீர்களா ஸ்வாமி?'

கைலாஸத்தின் கண்களில் ஜலம் துளித்தது; அவனுக்குச் சிறையநுபவம் உண்டாதலால், சிறைச்சாலையில் மேற்படி

மூன்று கால் ரூபாய்களைச் சேர்க்க மருதமுத்து எவ்வளவு சிரமப்பட்டிருக்க வேண்டுமென்பதை அறிந்திருந்தான். சிறைக்குள்ளே ஒவ்வொரு கால் ரூபாயும் ஒரு பவுனுக்குச் சமானம். அவற்றை அவன் வாங்கிக் கொண்டு, 'அப்பா கட்டாயம் அப்படியே செய்கிறேன். நீ கவலைப்படாதே' என்று உறுதி கூறினான்.

'ஸ்வாமி! ஞாபகம் வைத்துக் கொள்ளுங்கள்; நினைவாக ஒரு ஊசிக் கட்டு வாங்கிக் கொண்டு போங்கள்' என்றான் கைதி.

இதுவரை பொறுத்திருந்த போலீஸ்காரர்கள் இப்போது பொறுமையிழந்தவர்களாய், 'போதும் நாடகம்; கிளம்பு!' என்று சொல்லிக் கையில் விலங்கைப் பூட்டி இழுத்துச் சென்றார்கள்.

3

போலீஸ்காரர்களும் கைதியும் மறைந்ததும், கைலாஸத்துக்கு இதெல்லாம் உண்மையா, கனவா என்று சந்தேகம் வந்துவிட்டது. கையிலிருந்த மூன்று கால் ரூபாய் நாணயங்கள், 'கனவு அன்று; உண்மை!' என்பதை வற்புறுத்தின. பெருமாள்புதூரைத் தேடித் தான் வந்த நோக்கம் என்ன, இப்போது போகும் காரியம் என்ன என்பதை எண்ணியபோது அவனை அறியாமல் சிரிப்பு வந்தது. ஆயினும் வாக்குறுதி கொடுத்தாய்விட்டது. போகத்தான் வேண்டும்.

பத்து நிமிஷத்துக்கெல்லாம் பெருமாள்புதூர்வாசிகள், தங்கள் ஊர்ச் சாலைப்புறத்தில் தீபாவளிக்கென்று வைத்திருந்த பட்டாஸ் கடையில் ஒரு மோட்டார் வண்டி வந்து நிற்கிறதென்பதை அறிந்து அதிசயம் அடைந்தார்கள். மோட்டாரில் வந்த பெரிய மனிதர் கேவலம் முக்கால் ரூபாய்க்கு மட்டும் பட்டாஸ்களும், மத்தாப்புகளும் வாங்குவதைப் பார்த்து அவர்களுடைய ஆச்சரியம் அதிகமாயிற்று. முதலிலே தன்னுடைய சொந்தப் பணத்தைக் கொண்டு இன்னும் அதிகம் வாங்கலாமென்று கைலாஸம் நினைத்தான். ஆனால் அப்படிச் செய்வது ஏதோ தெய்வத்துக்கு அபகாரம் செய்வது

போலாகுமென்று அவனுக்குத் தோன்றியது. தகப்பனுக்கும் மக்களுக்கும் இடையே தான் பிரவேசிப்பது பாவமென்று எண்ணினான். எனவே, அந்த முக்கால் ரூபாய்க்கும் வெடி வகையராக்கள் வாங்கிக் கொண்டு கைக்கோளர் தெருவுக்கு வழி விசாரித்துச் சென்றான். அங்கே மருதமுத்து வீட்டைக் கண்டுபிடிப்பது மிகவும் கஷ்டமாயிருந்தது. ஏனெனில் மோட்டாரில் வந்திருக்கும் பிரபு, கேவலம் 'கேடி' மருதமுத்துவின் வீட்டைத் தேடி வந்திருப்பாரென்று யாரும் எதிர்பார்க்கவில்லை. எவரெவர் வீட்டையோ காட்டினார்கள். கடைசியில் அந்தக் 'கேடி' மருதமுத்துவின் வீட்டை அடைந்தபோது, வீட்டுக்குள்ளே கைலாஸம் பார்த்த காட்சி வாசற்படியிலேயே அவனைத் திகைத்து நிற்கும்படி செய்தது.

ஏழ்மை நிலையிலிருந்த குழந்தைகள் நால்வர் உயர் குலத்து மங்கை ஒருத்தியைச் சுற்றி நின்றார்கள். அவள் ஒரு மூட்டையிலிருந்து துணிமணிகளை எடுத்து அக் குழந்தைகளுக்கு ஒவ்வொன்றாய்க் கொடுத்துக் கொண் டிருந்தாள். அந்த மங்கை யார்? பன்னிரண்டு வருஷத் திற்கு முன் பார்த்த உமாவின் உருவம் கைலாஸத்தின் மனக்கண்முன் நின்றது. இவள் அவள் தமக்கையா என்ன? இல்லை, இல்லை, அவளே தான்!

சில நிமிஷத்துக்கெல்லாம் உமா திரும்பிப் பார்த்தாள். ஒரு கணம் அவளுடைய கண்களில் ஆச்சரியம் தோன்றிற்று. பின்னர் அக்கண்களில் இயற்கை அமைதி குடிகொண்டது.

சற்று நேரம் இருவரும் சும்மா இருந்தார்கள். பிறகு உமாவின் முகத்தில் தோன்றிய கேள்விக்குப் பதில் கூறுவான் போல் கைலாஸம், 'இந்தக் குழந்தைகளின் தகப்பன் இவர்களுக்குப் பரிசு அனுப்பினான். அவற்றைக் கொண்டு வந்தேன்' என்றான்.

தகப்பன் என்றதும் குழந்தைகள் கைலாஸத்தை வந்து சுற்றிக் கொண்டன. ஆச்சரியமும் பயமும் ததும்பிய கண்களுடன் அவனைக் கண் கொட்டாமல் பார்த்தன. கைலாஸம் திரும்ப மோட்டாருக்குச் சென்று, அங்கிருந்த

சிறு மூட்டையை எடுத்து வந்து, பட்டாஸ் கட்டுகளையும், மத்தாப்புப் பெட்டிகளையும் அவர்களிடம் கொடுத்தான். உமா கொடுத்த துணிமணிகளை வாங்கிக் கொண்ட போதெல்லாம் சாதாரணமாயிருந்த குழந்தைகளின் முகத்தில் இப்பொழுது குதூகலம் ததும்பிற்று.

'ஐயா! நீங்க எங்க அப்பாவைப் பாத்தீங்களா?' என்று மூத்த பெண் தயக்கத்துடன் கேட்டாள்.

'ஆமாம், அம்மா! இதெல்லாம் அவர் தான் கொடுக்கச் சொன்னார்' என்றான் கைலாஸம்.

'அப்பா எப்ப வருவாங்க?' என்று மறுபடி அவள் கேட்ட போது, கண்களில் ஜலம் ததும்பிற்று.

'இன்னும் இரண்டு மாதத்தில் கட்டாயம் வந்துவிடுவார், அம்மா!'

அதற்குப் பின் அந்தப் பெண் ஒன்றும் கேட்கவில்லை. எல்லாக் குழந்தைகளும் பட்டாஸ், மத்தாப்புகளில் கவனம் செலுத்தின.

'நான் போய்வருகிறேன்!' என்று கைலாஸம் உமாவைப் பார்த்துச் சொன்னான்.

அவள் ஒரு நிமிஷம் தயங்கிப் பிறகு, 'இந்தக் குழந்தைகள் விஷயத்தில் இவ்வளவு சிரத்தை எடுத்துக் கொண்டீர்களே! இவர்களுடைய தகப்பன் வரும் வரையில் இவர்களைக் காப்பாற்ற ஏதாவது வழி செய்துவிட்டுப் போங்கள்' என்றாள்.

'அவர்களை ரக்ஷிக்கத் தேவியேதான் இங்கே இருக் கிறாளே! அவர்களுக்கென்ன குறை?'

'அந்தத் தேவியின் ரக்ஷணை இனிமேல் அவர்களுக்கு இல்லை.'

'ஏன் அப்படி?'

'பன்னிரண்டு வருஷ காலமாக அவள் யாரைக் குறித்துத் தவம் செய்தாளோ, அந்தத் தேவன் இன்றுதான்

பிரசந்நமாயிருக்கிறார். அவருக்கு மனமிருந்து அழைத்துப் போனால், அவருடன் போவேன். அவர் மறுபடியும் என்னை விட்டுச் சென்றால், மனிதர்கள் யாரும் முடிவாகச் செல்லுமிடம் செல்வேன்.'

கைலாஸத்துக்கு மயிர்க்கூச்சல் எடுத்தது. இவள் என்ன சொல்கிறாள்? யாரைக் குறித்துச் சொல்கிறாள்?

'கொஞ்சம் விளங்கும்படி சொன்னால் நன்றாயிருக்கும்' என்றான்.

'வீட்டுக்கு வந்தால் சொல்கிறேன். இந்தக் குழந்தைகள் இங்கே சந்தோஷமாயிருக்கட்டும்.'

'வீட்டிற்கா?' என்று கைலாஸம் இழுத்தான்.

'வீட்டில் என்னைத் தவிர என் தாயார்தான் இருக்கிறாள்! வேறு யாரும் இல்லை.'

4

பன்னிரண்டரை வருஷத்துக்கு முன்னால், தட்டிப் போன கலியாணத்துக்கு முதல் நாளிரவு, ஊர்வல உடையைக் கூட முழுதும் களையாமல் எந்த வீட்டிற்குள் கைலாஸம் பிரவேசித்தானோ, அதே வீட்டிற்குள் இன்று மாலை மறுபடியும் நுழைந்தான்.

'அம்மா! விருந்தாளி வந்திருக்கிறார்!' என்று உமா வாசற்படி நுழைந்ததும் கூறினாள். கொஞ்சம் வயதான ஸ்திரீ ஒருத்தி வந்து கைலாஸத்தை உற்றுப் பார்த்தாள். 'பார்த்த ஞாபகமிருக்கிறது. நன்றாய் ஞாபகமில்லை...' என்று கூறி, அப்புறம் ஏதோ சொல்ல ஆரம்பித்து நிறுத்தி விட்டாள்.

'என் பெயர் கைலாஸம்!' என்றான்.

உடனே அந்த அம்மாளின் கண்களில் நீர் வழிய ஆரம்பித்தது. 'என் பெண்ணின் தவம் வீண் போகவில்லை. பகவானே! நீர் தான் துணை' என்று தழுதழுத்த குரலில் கூறினாள். பிறகு உமாவைப் பார்த்து, 'சற்று நேரம் பேசிக்

கொண்டிரு, அம்மா! ஒரு நிமிஷம் சமையல் செய்து விடுகிறேன்' என்று சொல்லிவிட்டுச் சென்றாள்.

கைலாஸத்தின் நெஞ்சு வெடித்து விடும்போல் இருந்தது. மனக்குழப்பமோ சொல்ல முடியாது.

'வீட்டுக்கு வந்தால் ஏதோ சொல்லுவதாகக் கூறியபடியால் வந்தேன்' என்றான்.

'ஞாபகம் இருக்கிறது, எப்படிச் சொல்வதென்று தான் தெரியவில்லை; கதை மாதிரிச் சொல்லலாமல்லவா?'

'எப்படி வேண்டுமானாலும் சொல்லலாம்!'

'இந்த ஊரிலே துர்ப்பாக்கியசாலியான ஒரு பெண் இருந்தாள். அவளுக்கு அவள் பெற்றோர் தக்க வரனைத் தேடிக் கலியாணம் நிச்சயம் செய்திருந்தார்கள். கலியாணத் துக்கு முதல் நாள் இரவு மாப்பிள்ளையும் அவரைச் சேர்ந்தவர்களும் வந்து சேர்ந்தனர். அந்தப் பெண், தனக்குப் புருஷனாக வரப்போகிறவருக்கு ஒரு கடிதம் எழுதித் தன் தோழியிடம் கொடுத்தனுப்பினாள். அப்படி அவள் செய்தது தவறுதான்; ஆனால் அது அவ்வளவு பெரிய தவறு என்று அவள் அப்போது நினைக்கவில்லை. மாப்பிள்ளை அந்தக் கடிதத்தைப் பார்த்துக் கோபித்துக் கொண்டு அன்றிரவே புறப்பட்டுப் போய்விட்டார்.'

'அந்தப் பெண் தன்னுடைய செயலால் நேர்ந்த விபரீதத்தை அறிந்தபோது துயரக் கடலில் ஆழ்ந்தாள். தன்னைத் தானே நொந்து கொண்ட போதிலும், தான் செய்த தவறை வெளியே சொல்ல வெட்கிப் பேசாமல் இருந்தாள். ஆனால் வேறு கலியாணத்தைப் பற்றிப் பேச்சு வந்தபோது தகப்பனாரிடம் உண்மையை ஒப்புக் கொள்ள நேர்ந்தது. தன் மனத்திலே வரித்து ஒருமுறை நிச்சயமானவரைத் தவிர வேறு யாரையும் மணக்க மாட்டேன் என்று கண்டிப்பாய்ச் சொல்லிவிட்டாள். அவள் தகப்பனார் அதே மாப் பிள்ளையைப் பற்றி மறுபடியும் விசாரித்தார். ஆனால் அவர் உடனே ஊரை விட்டுப் போய்விட்டாரென்றும், அவரைப்

பற்றி யாருக்கும் ஒரு தகவலும் தெரியாதென்றும் செய்தி கிடைத்தது.'

'ஆனால் அந்தப் பெண் மட்டும் நம்பிக்கை இழக்க வில்லை. தன்னுடைய ஹிருதயத்தில் உண்மை அன்பு இருந்தபடியால், என்றைக்காவது ஒரு நாள் அவர் திரும்பி வருவார் என்று நம்பியிருந்தாள். ஒரு வருஷமல்ல, இரண்டு வருஷமல்ல, பன்னிரண்டு வருஷங்கள் அந்த நம்பிக்கையுடன் கழித்தாள்...'

'அவள் அனுப்பிய கடிதத்தில் என்ன எழுதியிருந்தது என்று சொல்லவில்லையே?' என்று கைலாஸம் கேட்டான்.

'அந்தக் கடிதமே இருக்கிறது. இதோ கொண்டு வருகிறேன்!' என்று உமா எழுந்திருந்து சென்று ஒரு மிகப் பழைய பழுப்படைந்த காகிதத்தைக் கொண்டு வந்து தந்தாள். அதில் பின் வருமாறு எழுதியிருந்தது.

'என் உயிருக்குயிரான பிராணநாதருக்கு,

நான் இதை எழுதுவது தவறாயிருந்தால் தயவு செய்து மன்னிக்கும்படி பிரார்த்திக்கிறேன். தாங்கள் கலியாணத்திற் குக் கதர் வேஷ்டிதான் வேண்டுமென்று சொல்லி அப்படியே வாங்கியிருப்பதாகத் தெரிகிறது. இதைப்பற்றி என் தோழிகள் எல்லாம் என்னைப் பரிகாசம் செய்கிறார்கள். 'கோணிச்சாக்கு மாப்பிள்ளை' என்று சொல்லுகிறார்கள். ஆகையால் தாங்கள் என் மேல் கருணை கூர்ந்து பட்டு வேஷ்டியே வாங்கிக் கொள்ளும்படி வணக்கமாய்க் கேட்டுக் கொள்கிறேன்.

இப்படிக்கு,
அடியாள்
உமா'

கைலாஸம், அதை இரண்டு தடவை, மூன்று தடவை படித்துவிட்டு, முகத்திலே திகைப்புடன், 'இது என்ன? நான் படித்த கடிதம் இது அல்லவே?' என்றான்.

'நான் எழுதிய கடிதம் இதுதான். ஆனால் நீங்கள் படித்த கடிதம் வேறு. அதை நீங்கள் மேல் கவருடன் காட்டிக் கேட்ட

தால், மேல் விலாசத்தின் எழுத்தைப் பார்த்து விட்டு 'நான் எழுதியது தான்' என்று சொல்லி விட்டேன். நீங்கள் அப்பால் போனதும், உறையைப் பிரித்துப் பார்த்தபோது தான் விஷயம் தெரிந்தது. என் தோழி விஷமத்துக்காக ஒரு நாவலிலிருந்து அந்த மாதிரி எடுத்து எழுதி உங்களிடம் கொடுத்து விட்டாள். அதைப் படித்ததும் அப்போது எனக்கு ஏற்பட்ட திகைப்பில் இன்னது செய்வதென்று தோன்றவில்லை. நீங்களோ உடனே போய் விட்டீர்கள். பகவானே! அந்த நாட்களில் நான் அநுபவித்த வேதனையை நினைத்தால் இப்போதும் உடல் நடுங்குகிறது'

'அடடா! என்ன அநியாயம்! அந்த விஷமக்காரப் பெண் அப்படிப்பட்ட காரியம் ஏன் செய்தாள்?'

'பாவம்! அவள் பட்ட துன்பமும் கொஞ்சமில்லை. தன்னுடைய குற்றத்தை ஒப்புக் கொண்டு அழு அழு என்று அழுதாள். என்னுடைய அசல் கடிதத்தைத் திருப்பிக் கொடுத்தாள். ஆனால், அப்போதும் சரி, இப்போதும் சரி, அவள் பேரில் எனக்குக் கோபமே கிடையாது. நான் உங்களைக் 'கதர் கட்டிக் கொள்ள வேண்டாம்' என்று எழுதியதற்குத் தண்டனையாக ஏற்பட்டதுதான் என்னுடைய துன்பம் என்றே கருதி வந்தேன். அதற்குப் பிராயச்சித்தமாக, அந்த வருஷம் முதல் ஒவ்வொரு தீபாவளிக்கும் ஏழை களுக்குக் கதர் வேஷ்டி இனாம் அளித்து வருகிறேன். இந்த வருஷம் வாங்கிய கதர் வேஷ்டியில் தற்செயலாக ஒரு ஜோடி மிகுந்திருக்கிறது...'

'மருதமுத்து மகாராஜனாயிருக்கவேண்டும். அவன் சிறை யிலிருந்து தப்பி ஓடி வந்திராவிடில் இன்று உன்னை நான் சந்தித்திருக்க மாட்டேனல்லவா?' என்றான் கைலாஸம்.

'அவன் ஏழேழு ஜன்மத்துக்கும் மஹாராஜனாயிருக்கட்டும். அவன் போன வருஷத்தில் எங்கள் வீட்டில் கன்னம் வைத்துத் திருடிவிட்டு ஜெயிலுக்கும் போயிராவிட்டால், இன்று அவன் குழந்தைகளுக்குத் துணி வாங்கிக் கொண்டு நான் அங்கே வந்திருக்கமாட்டேன்' என்றாள் உமா.

பன்னிரண்டு வருஷகாலமாகத் தீபாவளிக் கொண்டாட்டம் இல்லாதிருந்த பெரிய வீட்டில் இந்த வருஷம் தடபுடலாகத் தீபாவளி உத்ஸவம் நடப்பதைப் பார்த்துப் பெருமாள்புதூர் வாசிகள் அளவிலாத ஆச்சரியம் அடைந்தார்கள்.

கைலாஸத்துக்கும் உமாவுக்கும் அந்தத் தீபாவளி எவ்வளவு சந்தோஷமாயிருந்திருக்கும் என்று சொல்லவும் வேண்டுமோ? ஆனால் அவ்வளவு நெடுங்காலம் பிரிந்திருந்து எதிர்பாராத முறையில் ஒன்று சேர்ந்த அந்தக் காதலர்களின் ஆனந்தங்கூட அதே சமயத்தில் மருதமுத்துவின் மக்கள் ஒரு சீனவெடி சுட்டதில் அடைந்த இன்பத்துக்கு ஈடாகுமா என்பது சந்தேகம் தான்.

தந்தையும் மகனும்

1

தேச சரித்திரம் படித்தவர்கள் 'சிவாஜி' என்னும் பெயரைக் கேள்விப்பட்டிருப்பார்கள். சிவாஜி என்றால் ஓர் எலியா அல்லது புலியா என்பதைப் பற்றிச் சரித்திரக்காரர்களிடையே அபிப்பிராய பேதம் உண்டு. 'புலி நகம் படைத்த ஓர் எலி' என்பதாகவும் சிலர் சமரசமான தீர்ப்புக் கூறியிருக்கின்றனர். நம்மைப் பொறுத்த வரையில், ஓர் எலியாவது புலியாவது எந்தக் காலத்திலும் ஒரு மகா சாம்ராஜ்யத்தை ஸ்தாபித்ததாக நாம் கேள்விப்பட்டிராதபடியால், சிவாஜியை ஒரு வீர சிம்மமென்றே கொள்கின்றோம் கடைசியில் நாமும் அவரை ஒரு வனசரமாகவே குறிப்பிட வேண்டியிருக்கிறது.

அந்த மகாராஷ்டிர சிம்மம் பூனாவில் கர்ஜனை புரியத் தொடங்கியிருந்த காலத்தில் - அதாவது, சுமார் இருநூற்றைம்பது வருஷங்களுக்கு முன்னால் - செந்தமிழ் நாட்டைச் சேர்ந்த தொண்டை மண்டலத்தில் திருவண்ணா மலைக்குச் சமீபமான ஒரு கிராமத்தில் கேசவன் என்ற பெயருடைய ஒரு குடியானவன் வாழ்ந்து வந்தான். அவனுக்கு ஆடு மாடுகளும், வயல் காடுகளும் வேண்டிய அளவு இருந்தன. அழகிற் சிறந்த மனைவியும் வாய்த் திருந்தாள். அவர்களுக்குப் பிறந்த ஆண் குழந்தைக்குத் திருவேங்கடம் என்று பெயர் வைத்துச் சீராட்டித் தாலாட்டிப் பாராட்டி வளர்த்து வந்தனர்.

'ஒரு மனிதனுக்கு ஏற்படக்கூடிய துரதிர்ஷ்டங்களில், மனைவி அழகியாய் வாய்ப்பதைப் போல் வேறொன்று மில்லை' என்று யாரோ அநுபவ ஞானி ஒருவர் கூறியிருக்கிறார். கேசவன் விஷயத்தில் அது உண்மையாயிற்று. அறுவடைக் காலத்தில் ஒரு நாள், அப்போது பன்னிரண்டு வயதுப் பையனாயிருந்த தன் பிள்ளையுடன் கேசவன் வயல் வெளிக்குச் சென்றிருந்தான். அவன் சாயங்காலம் திரும்பி வந்தபோது வீடு அல்லோல கல்லோலமாய்க் கிடப்பதைக் கண்டு திடுக்கிட்டான். தன் வாழ்க்கைத் துணைவியைக்

காணாமல் பதறினான். அக்கம் பக்கத்தில் விசாரித்ததில், அன்று ஆற்காட்டு நவாப் அந்தக் கிராமத்தின் வழியாகச் செஞ்சிக் கோட்டைக்குப் போனதாகவும், அந்தக் காட்சியைக் காண ஊர் ஸ்திரீகள் எல்லாம் வந்து சாலையின் இரு புறமும் நிற்க, அவர்களில் கேசவன் மனைவி மேல் நவாபின் 'தயவு' விழுந்துவிட்டதாகவும், அவளை உடனே பல்லக்கில் ஏற்றிக் கொண்டு போனதாகவும், தகவல் தெரிய வந்தது.

அன்றிரவு கேசவன், பித்துப் பிடித்தவன் போல் ஊரெல்லாம் சுற்றி அலைந்து கொண்டிருந்தான். மறுநாள் காலையில், தன் மனைவியைப் பற்றி நல்ல செய்தி வந்த பிறகு தான் அவன் மனம் ஒருவாறு ஆறுதல் அடைந்தது. செஞ்சிக் கோட்டையின் மேல் செங்குத்தான ஓரிடத்தில் பல்லக்கு ஏறிக் கொண்டிருந்தபோது கேசவன் மனைவி திடீரென்று பல்லக்கிலிருந்து கீழேயுள்ள அகழியில் குதித்துப் பிராணத்தியாகம் செய்து நவாபின் 'தயவி'லிருந்து தன்னைப் பாதுகாத்துக் கொண்டாள். ஊரார் சென்று அவள் உடலை எடுத்துக் கொண்டு வந்தனர்.

கேசவன், சிதையில் வைத்திருந்த தன் மனைவியின் உயிரற்ற உடல் முன்னிலையில் ஒரு பிரக்ஞை செய்து கொண்டான்: 'ஸ்திரீகளின் கற்புக்குக் காவலில்லாத நாட்டில் என்னுடைய சந்ததிகளை விட்டுச் செல்லேன். இனி நான் மறுமணம் புரியமாட்டேன். என் மகனுக்கும் கலியாணம் செய்து வைக்க மாட்டேன்' என்று அவன் சபதம் செய்தான்.

2

மேற்கண்ட சம்பவம் நடந்து எழெட்டு வருஷங்களுக்கு அப்பால், வடக்கே பண்டரிபுரத்திலிருந்து ஒரு பெரியவர் திருப்பதி மலைக்கு வந்திருந்தார். அவருக்குச் 'சமர்த்த ராமதாஸ்' என்ற பெயர் வழங்கிற்று. அவர் ஆஞ்சநேயருடைய அவதாரம் என்றும், பகவானை நேருக்கு நேர் தரிசித்தவர் என்றும் ஜனங்கள் பேசிக் கொண்டார்கள். ஆறு மாத காலம் அவர் மரக்கிளைகளிலேயே 'ராம், ராம்' என்று ஜபித்துக் கொண்டு காலம் கழித்தாராம்.

அந்த மகானிடம் உபதேசம் பெறுவதற்காகத் தமிழ் நாட்டின் பல பாகங்களிலிருந்தும் ஜனங்கள் வந்தார்கள். ஆனால் அவர்களில் அநேகர் இவருடைய உபதேசம் பிடிக்காமல் திரும்பிப் போய்விட்டனர்.

அப்படிப்பட்டவரிடம் ஒரு நாள் கேசவனும், அவனுடைய மகன் திருவேங்கடமும் வந்து சேர்ந்தனர். திருவேங்கடம் இப்போது இருபது வயதைக் கடந்த திடகாத்திர வாலிபனாக இருந்தான்.

கேசவன், ராமதாஸரின் பாதங்களில் விழுந்து, 'ஸ்வாமி! இந்த ஏழைகள் இருவரையும் தேவரீரின் சிஷ்யர்களாக ஏற்றுக் கொண்டு அருள் புரியவேண்டும்' என்று இறைஞ்சி வேண்டினான்.

அப்போது திருவேங்கடத்தின் கண்களில் கண்ணீர் துளிப்பதை ராமதாஸர் பார்த்தார். அவனுடைய மார்பில் கையை வைத்துச் சற்று நேரம் அவன் முகத்தை உற்று நோக்கினார். பிறகு, கேசவனைப் பார்த்து, 'அப்பா! இந்தப் பிள்ளையாண்டான் உலகத்தைத் துறப்பதற்கு இன்னும் பக்குவம் அடையவில்லையே; இவனை ஏன் அழைத்து வந்தாய்?' என்று கேட்டார்.

அப்போது கேசவன் கண்ணீர்விட்டுக் கதறி அழ ஆரம்பித்தான். அம்மகானுடைய தேர்தல் மொழியால் கொஞ்சம் ஆறுதல் பெற்றதும், தன் மனைவியின் கதியையும், தான் செய்த பிரதிக்ஞையையும் விவரித்தான். பிறகு, 'ஸ்வாமி! அந்த விரதத்தை இந்தப் பையன் கெடுத்து விடுவான் போல் இருக்கிறது. எங்கள் ஊருக்கு அடுத்த ஊரில் ரங்கம் என்று ஒரு பெண் இருக்கிறாள். அவள் எப்படியோ சொக்குப் பொடி போட்டு இவனை மயக்கி விட்டாள். 'ரங்கத்தைக் கலியாணம் செய்து கொள்வேன்; இல்லாவிட்டால் உயிரை விடுவேன்' என்று பிடிவாதம் பிடிக்கிறான். ஸ்வாமிகள் இவன் மனத்தை மாற்றி அருள் புரிய வேண்டும்' என்றான்.

சமர்த்த ராமதாஸர் சிறிது யோசனை செய்துவிட்டுக் கூறினார்: 'அப்பா! உன் மகன் மனத்தை மாற்ற ஒரே ஒரு

வழிதான் இருக்கிறது. இவனை அழைத்துக் கொண்டு மகாராஷ்டிரத்துக்குப் போ. அங்கே சிவாஜி மகாராஜா தர்ம ராஜ்யத்தை ஸ்தாபனம் செய்து கொண்டிருக்கிறார். அவருடைய சைன்யத்தில் நீயும் இவனும் சேர்ந்து விடுங்கள். அப்போது இந்தப் பையனுடைய மனம் மாறும். மேலும் உங்களைப் போன்ற திடகாத்திர சரீரங்களுக்கு இந்த நாளில் சந்நியாசம் ஏற்றதல்ல. உங்களுடைய ஜன்மதேசத்தின் விடுதலைக்காகவும், ஹிந்து தர்மத்தைக் காப்பதற்காகவும் நீங்கள் யுத்த களம் சென்று போர் புரியவேண்டும்' என்று சொல்லி, இன்னும் பல நல்லுபதேசங்களும் செய்தார். (அவருடைய உபதேசம் பலருக்குப் பிடிக்காமல் போனதன் இரகசியம் இப்போது தெரிகிறதல்லவா?)

ஆனால் கேசவனும் திருவேங்கடமும் அவ்வுபதேசத்தைச் சிரமேற்கொண்டனர். அவர்கள் உடனே புறப்பட்டு இரவு பகலாகப் பிரயாணம் செய்து, பிரதாபக் கோட்டையை அடைந்து, ராமதாஸர் கொடுத்த அடையாளத்தைக் காட்டி, ஸம்ராட் சிவாஜியின் வீர சைன்யத்தில் சேர்ந்தார்கள்.

3

இந்தப் பொல்லாத உலகத்தின் இயல்பை நாம் அறிந்திருக்கிறோம். அது ஒரு கணங்கூடச் சும்மா இராமல் சுற்றிச் சுற்றிச் சுழன்று வருவது. இதன் காரணமாக நாட்கள் அதி வேகமாக மாதங்களாகி, மாதங்கள் வருஷங்களாகி வந்தன. ஆறு வருஷங்கள் இவ்வாறு அதி சீக்கிரத்தில் சென்று விட்டன. இதற்குள் கேசவனும் திருவேங்கடமும் அநேக சண்டைகளில் ஈடுபட்டு, தீரச்செயல்கள் பல புரிந்து, உடம்பெல்லாம் காயங்களடைந்து, பெயரும் புகழும் பெற்றுவிட்டனர்.

ஒரு நாள் சிவாஜி கேசவனைக் கூப்பிட்டு, திராவிட தேசத்தில் அவன் பிறந்து வளர்ந்தது எந்த இடம் என்று கேட்டார். கேசவன், 'திருவண்ணாமலைக்கு அருகில்' என்று சொன்னான். 'செஞ்சிக்கோட்டை பார்த்திருக்கிறாயா?' என்று அவர் வினவ, 'செஞ்சிக்கோட்டையில் ஒவ்வொரு கல்லும்

புல்லும், ஒவ்வொரு மூலையும் முடுக்கும் எனக்குத் தெரியும்' என்று பெருமையுடன் கூறினான் கேசவன்.

'சரி, அப்படியானால் நீயும் உன் மகனும் என்னுடன் வாருங்கள்' என்றார் சத்ரபதி. பொறுக்கி எடுத்த சில போர் வீரர்களுடன் அவர் மறுநாளே தென் திசை நோக்கிப் புறப் பட்டார்.

அடுத்த மாதத்தில் ஒரு நாள் சிவாஜியின் வீரர்கள் செஞ்சிக் கோட்டையின் மேல் எதிர்பாராத சமயத்தில் இடி விழுவது போல் விழுந்தார்கள். நவாபின் வீரர்களைச் சின்னாபின்னமாக ஓடச் செய்து கோட்டையைக் கைப்பற்றினார்கள்.

கோட்டை வசப்பட்ட அன்று சிவாஜி, கேசவனை அழைத்து அவனுடைய உதவியினால் தான் அவ்வளவு சுலபமாக அந்தப் பிரசித்தி பெற்ற கோட்டையைப் பிடிக்க முடிந்தது என்று சொல்லித் தமது நன்றியைத் தெரிவித்தார். பிறகு, 'ஆனால் நமது ஜயம் இன்னும் நிலைப்பட்டு விடவில்லை. கோட்டையைக் கைவிட்ட நவாபின் வீரர்கள் இப்போது கோட்டைக்கு வெளியே பலம் திரட்டிக் கொண்டிருக்கிறார்கள். ஆற்காட்டிலிருந்து புது சைன்யங் களும் வந்து நம்மை முற்றுகையிடக்கூடும். ஆகையால் வெகு ஜாக்கிரதையாயிருக்க வேண்டும். இங்கே நம்முடைய பலம் இவ்வளவுதான் என்று நம் எதிரிகளுக்குத் தெரியக்கூடாது. ஆகவே கோட்டையிலிருந்து யாரும் வெளியே போகாமல் பார்த்துக் கொள்ள வேண்டும். இந்தக் கோட்டையின் இரகசிய வழிகள் நம் வீரர்களுக்குள்ளே உனக்கு மட்டுந்தான் தெரியும். ஆகையால், நீதான் கோட்டையைச் சுற்றிப் பார்த்துக் கொள்ள வேண்டும். யாராவது வெளியில் போக எத்தனித்தால் தாட்சிண்யம் பாராமல் உடனே சுட்டுக் கொன்றுவிடு' என்று கட்டளை யிட்டார். கேசவன் தன் வாழ்நாளில் எக்காலத்திலும் இல்லாத இறும்பூதுடன், 'மகாராஜ்! அப்படியே!' என்று கூறிச் சென்றான்.

கோட்டைமதிலுக்கு மேற்புறத்தில் சூரியன் அஸ்தமித்தான். அதிவிரைவாக நாலாபக்கங்களிலும் இருள் கவிந்து

கொண்டு வந்தது. கேசவனுடைய கவலை அதிகமாயிற்று. பகலை விட இரவில் மூன்று மடங்கு அதிக ஜாக்கிரதை யாயிருக்க வேண்டிய அவசியத்தை அவன் உணர்ந் திருந்தான். சுற்றும் முற்றும் கூர்ந்து பார்த்துக் கொண்டே யிருந்தான்.

ஆ! அதென்ன அந்தப் பாறைகளினிடையே! ஒரு மனித உருவமல்லவா ஒளிந்து கொள்வது போல் தோன்றுகிறது? அந்த உடை - அது நவாப் சைன்யத்தின் உடையல்லவா? ஓஹோ! எதிரியின் ஒற்றன் உளவறிந்து கொண்டு செல்கிறான்!

4

ஒரு மின்னல் தோன்றி மறையும் நேரத்தில் கேசவன் மனத்தில் மேற்படி எண்ணங்கள் தோன்றி மறைந்தன. இரண்டே பாய்ச்சலில் அந்த உருவம் ஒளிந்து கொண்ட இடத்தை அடைந்தான். அவன் கழுத்தைப் பற்றி ஒரு குலுக்குக் குலுக்கி, 'அடே! நீ யார்?' என்று கர்ஜித்தான். பதில் வராமல் போகவே, முகத்தை திருப்பிப் பிடித்து உற்று நோக்கினான்; நோக்கியது நோக்கியபடியே அசையாமல் நின்றான். அவன் கண்களிலிருந்து விழிகள் வெளியே வந்து விடும் போல் இருந்தன. ஆனால் வார்த்தை ஒன்றும் வாயிலிருந்து வரவில்லை.

அந்த முகம், அவனுடைய மகன் திருவேங்கடத்தின் முகந்தான்! திருவேங்கடத்தின் முகத்தை யாரும் திருடியிருக்க முடியாததலால், அவன் தான் ஒரு முஸ்லிம் வீரனின் உடையைத் திருடி அணிந்து கொண்டு கிளம்பியிருக்கிறான். அவன் எங்கே கிளம்பியிருக்கக்கூடும்? பகைவர்களுக்கு உளவு சொல்லத்தான். 'அட பாவி! துரோகி! சண்டாளா! என் பிள்ளைதானா நீ? இதற்காகவா உன்னைப் பெற்றெடுத்து இத்தனை காலமும் வளர்த்தேன்? இதெல்லாம் நிஜந்தானா? அல்லது ஒரு வேளை சொப்பனம் காண்கிறேனா?'

'அப்பா! என்னை விடுங்கள். ரொம்ப அவசர காரியமாய்ப் போகிறேன். தயவு செய்யுங்கள்' என்று திருவேங்கடம்

சொன்னபோது, கேசவன் தான் கனவு காணவில்லையென் பதை உணர்ந்தான். 'என்ன, அவசரமாய்ப் போகிறாயா? ஆமான்டா! அவசரமாய் யமலோகத்துக்குப் போகப் போகிறாய்' என்று கூறிக் கொண்டே கேசவன் கோபச் சிரிப்புச் சிரித்தான்.

'இல்லை, அப்பா! யமலோகத்துக்கு இல்லை. நான் யமலோகத்துக்குப் போய்விட்டால் தங்களுக்கு யார் கர்மம் செய்வார்கள்?'

'அட பாவி! நிஜத்தைச் சொல்லிவிடு. எங்கே கிளம்பினாய்? 'என்ன துரோகம் செய்வதற்காக இந்த வேஷத்தில் புறப்பட் டாய்? கோட்டையை விட்டு யாரும் வெளிக் கிளம்பக் கூடாது என்று சத்ரபதி உத்தரவிட்டிருப்பது தெரியாதா?'

'அப்பா என்னை நம்பமாட்டீர்களா? பிசகான காரியம் ஒன்றுக்காகவும் நான் போகவில்லை. மிகவும் முக்கியமான அவசரமான வேலைக்காகவே போகிறேன். தயவு பண்ணி என்னை நம்புங்கள்.'

'முடியாது, முடியாது. நிஜத்தைச் சொல்லிவிடு. மகா ராஜாவிடம் உன்னை அழைத்துச் சென்று காலில் விழுந்து மன்னிக்கும்படி வேண்டுகிறேன். இல்லாவிட்டால் உன்னை எடுத்து வளர்த்த இதே கையினால், இந்த இடத்திலேயே உன்னைக் கொன்று விடுவேன்.'

திருவேங்கடம் சற்று யோசித்தான். 'அப்பா! நிஜத்தைச் சொல்லிவிடுகிறேன். மன்னியுங்கள் - என்னுடைய ரங்கத்தைப் பார்க்கத்தான் போகிறேன். பொழுதுவிடி வதற்குள்திரும்பி வந்துவிடுகிறேன்...'என்பதற்குள், கேசவன், 'பொய், பொய், பொய்! ரங்கத்தைப் பார்க்கப் போவதற்கு இவ்வளவு அவசரம் என்ன? ராத்திரியில் கிளம்புவானேன்?' என்றான்.

'அப்பா! ரங்கத்துக்கு உடம்பு சரிப்படவில்லையாம். சாகக் கிடக்கிறாளாம். நாளை வரையில் உயிரோடிருப்பாளோ, என்னவோ தெரியாது.'

'அடே! நேற்றுப் பையன் நீ, என்னையா ஏமாற்றப் பார்க்கிறாய்? ரங்கம் சாகக் கிடப்பதெல்லாம் உனக்கு எவ்வாறடா தெரியும்? யார் வந்து சொன்னார்கள்? - வேண்டாம்; நிஜத்தைச் சொல்லிவிடு, திருவேங்கடம்! - உன்னைப் பிடிப்பதற்குச் சற்று முன்னால் என்ன நினைத்துக் கொண்டேன் தெரியுமா? 'என்னுடைய சபதம் தீர்ந்து விட்டது; அதற்கு இனிமேல் அவசியமுமில்லை; தர்ம ராஜ்யம் ஸ்தாபனமாகிவிட்டபடியால் நம் குழந்தை இனி மேல் கலியாணம் செய்து கொள்ளலாம். நாமே மகாராஜாவிடம் உத்தரவு பெற்றுப் போய் அந்தப் பெண்ணை பார்த்துவிட்டு வரவேணும்' என்றெல்லாம் நினைத்தேன். ஆனால், நீயோ... அட பாதகா! துரோகிப் பயலே! எங்கேடா ஓடுகிறாய்!...'

விஷயம் என்னவென்றால், கேசவன் அப்படிப் பேசிக் கொண்டிருக்கும் போது, திருவேங்கடம் திடீரென்று அவன் கையிலிருந்த துப்பாக்கியைத் தட்டிவிட்டு ஒரு துள்ளுத் துள்ளி ஓட்டம் பிடித்தான். அடுத்த க்ஷணத்தில் புதர்கள், பாறைகளிடையில் அவன் மறைந்து விட்டான்.

கேசவன் முதலில் ஓடித் துப்பாக்கியை எடுத்துக் கொண் டான். பிறகு திருவேங்கடத்தைத் தேடினான். எவ்வளவு தேடியும் பயனில்லை. இதற்குள் நன்றாய் இருட்டியும் போய்விட்டது.

இவ்விருவருடைய சம்பாஷணையையும் அதன் முடிவையும் மூன்றாவது மனிதர் ஒருவர் மறைவாக இருந்து கவனித்து விட்டுச் சென்றது அவர்கள் இருவருக்கும் தெரியாது.

5

மறுநாள் பொழுது விடிந்து கொஞ்ச நேரம் ஆனதும் கேசவன் மகாராஜாவிடம் வந்தான். இரவெல்லாம் கண் விழித்ததனால் அவனுடைய கண்கள் கோவைப் பழம் போல் சிவந்திருந்தன. அவன் பேயடித்தவன் போல் காணப் பட்டான். கீழே சாஷ்டாங்கமாய் விழுந்து தண்டனிட்டு, 'மகாராஜ்! கடமையில் தவறிவிட்ட பாதகன் நான், என்னைத்

தண்டியுங்கள்' என்று கதறினான். சிவாஜி அவனைத் தூக்கி நிறுத்தி, 'என்ன சமாசாரம்?' என்று கேட்டார். கேசவன் முதல் நாள் நடந்ததையெல்லாம் விவரமாகக் கூறினான். அவன் கூறி முடிக்கும் சமயத்தில், அங்கே வந்தது யார் என்று நினைக்கிறீர்கள்? ஆம்; அவன் பிள்ளை திருவேங்கடந்தான்!

கேசவன் அவனைப் பார்த்ததும் பரபரப்புடன் தன் பிச்சுவாவை உருவிக் கொண்டு, 'அடே! துரோகி' என்று கூறியவண்ணம் குத்தப் போனான். சிவாஜி அவனுடைய கையைப் பிடித்துத் தடுத்தார். 'கொஞ்சம் பொறு; முதலில் அவன் போன சங்கதி காயா, பழமா என்று சொல்லட்டும்' என்றார்.

'பழந்தான் மகாராஜ்!' என்றான் திருவேங்கடம். தன்னுடைய இடுப்பில் பத்திரமாய் முடிந்து வைத்திருந்த மகாராஜாவின் முத்திரை மோதிரத்தை அவிழ்த்து அவரிடம் கொடுத்தான்.

கேசவனுக்கு ஒன்றுமே புரியவில்லை. 'மகாராஜா அதென்ன? தாங்கள் தான் இவனை அனுப்பினீர்களா?' என்று கேட்டான்.

'ஆமாம்; செங்கற்பட்டு ஏரியில் நம்முடைய சேனாதிபதி சில சைன்யங்களுடன் காத்திருக்கிறார். அவரை அங்கிருந்து நேரே வேலூருக்குச் சென்று தாக்கச் சொல்லிச் செய்தி அனுப்ப வேண்டியிருந்தது. அதற்காகத் தான் இவனை அனுப்பினேன். வேறு யாருக்கும் தெரியக் கூடாது என்று கட்டளையிட்டிருந்தேன். இந்த முக்கியமான வேலையைச் செய்து முடித்ததற்காகத் திருவேங்கடத்துக்கு ஜமேதார் பட்டம் அளிக்கிறேன்' என்றார் சத்ரபதி.

அதைக் கேட்டுக் கேசவன் வெறுப்புடன் 'ஹும்' என்னவும், சிவாஜி நிமிர்ந்து பார்த்தார்.

'மகாராஜ்! தாங்கள் இவனுக்குப் பட்டம் அளிக்கிறீர்கள். நானாயிருந்தால் நாலு அறை கொடுத்துப் புத்தி கற்பித் திருப்பேன். இந்த முட்டாளிடம் அவ்வளவு முக்கியமான

வேலையைக் கொடுத்தீர்களே! எப்போது மகாராஜாவின் காரியமாகப் போகிறானோ, அப்போது யாராயிருந்தாலென்ன? கையிலே கத்தி இல்லையா? அப்படியா பேசிக் கொண்டு, பொய்ச் சாக்குச் சொல்லிக் கொண்டு நிற்பார்கள்? நான் அவனைச் சுட்டுக் கொன்றிருந்தால் என்ன ஆகியிருக்கும்? காரியம் கெட்டுப் போயிருக்குமே?' என்றான் கேசவன்.

'ஆமாம், அந்தக் குற்றத்திற்காக இவனைத் தண்டிக்கவும் போகிறேன்! ஆறு மாதத்திற்கு இவனை நமது வீர சைன்யத்திலிருந்து தள்ளியிருக்கிறேன்' என்றார் சிவாஜி.

'ஐயோ! மகாராஜா; நிஜமாகவா?' என்று திருவேங்கடம் கதறினான்.

'ஆமாம் நிஜமாகத்தான், கேசவா! சீக்கிரம் அந்த ரங்கம் மாளை அழைத்துக் கொண்டு வா! நமது முன்னிலையிலேயே கலியாணம் நடக்க வேண்டும். அவன் ஆறு மாதம் இல்லறம் நடத்திவிட்டு அப்புறம் நம்முடன் வந்து சேரட்டும்' என்றார் சிவாஜி.

கடிதமும் கண்ணீரும்

1

பிரசித்தி பெற்ற தேவி வித்யாலயத்தின் ஸ்தாபகரும் தலைவியுமான சகோதரி அன்னபூரணி தேவி ஒரு நாள் மாலை வழக்கம் போல் வித்யாலயத்தைச் சுற்றியிருந்த பெரிய தோட்டத்தில் உலாவிக் கொண்டிருந்தார். வித்யாலயத் துக்குக் கொஞ்ச தூரத்திலுள்ள ஒரு பங்களாவிலிருந்து வந்த நாதஸ்வரத்தின் கீதம் அவருக்கு ஏதேதோ பழைய நினைவுகளை உண்டாக்கின. எப்போதும் சாந்தம் குடி கொண்டிருக்கும் அவருடைய முகத்திலே ஒரு நிமிஷம் கிளர்ச்சியின் அறிகுறி தோன்றி அடுத்த கணம் மறைந்தது. அக்காட்சி, அமைதியான சமுத்திரத்தில் திடீரென்று ஒரு பேரலை கிளம்பிக் கரையோரமிருந்த பாறைமீது மோதி அதை ஒரு நிமிஷம் மூழ்க அடித்து விட்டு, மறு நிமிஷம் திரும்பிச் செல்ல, மீண்டும் அக் கடலில் அமைதி குடி கொள்வது போலிருந்தது. அலை அடித்தது என்பதற்கு ஞாபகார்த்தமாய் அந்தப் பாறையிலே உள்ள பள்ளங்களில் தண்ணீர் தங்கியிருப்பது போல, அன்னபூரணியின் கண்களிலும் ஜலம் ததும்பி நின்றது.

அப்போது அந்தத் தோட்டப் பாதையில் எதிர்ப்புறமாக வித்யாலயத்தின் உதவி ஆசிரியை ஸ்ரீமதி சாவித்ரி, எம்.ஏ., எல்.டி. வந்து கொண்டிருப்பதைப் பார்த்ததும், அன்னபூரணி தேவி கண்ணீரைச் சட்டென்று துடைத்துக் கொண்டு, புன்னகையுடன் சாவித்ரியை வரவேற்றார். இருவரும் சமீபத்தில் ஒரு வேப்ப மரத்தின் அடியில் இருந்த சிமெண்ட் மேடை மீது உட்கார்ந்தார்கள்.

பெண் குலத்தின் சேவையில் தலை நரைத்துப் போனவர் என்றால் அது சகோதரி அன்னபூரணிக்கு முற்றும் பொருத்தமாயிருக்கும். அவருடைய நெற்றியைக் கவிந்து கொண்டு அடர்த்தியாய் வளர்ந்திருந்த வெள்ளிய கேசத்தைப் பார்க்கும் போது, மலைச் சிகரங்களின் மேல் அடுக்கடுக்காகத் தங்கி நிற்கும் வெண்ணிற மேகங்களின்

காட்சி ஞாபகத்துக்கு வரும். இவ்வாறு தலை நரைத்துப் போயிருந்தாலும், அவர் முகத்தைப் பார்க்கும் போது, அவர் ஐம்பது வயதை தாண்டியவர் என்று யாராலும் சொல்ல முடியாது. மாறாத இளமையின் இரகசியத்தைக் கண்டு பிடித்தவரோ அவர் என்று கூடத் தோன்றும். வெள்ளைக் கலையுடனும், வெண்மயிர் அடர்ந்த தலையுடனும், சாந்தம் குடிகொண்ட முகத்துடனும் தோன்றிய சகோதரி அன்ன பூரணியைப் பார்ப்பவர்கள், அவரைச் சரஸ்வதி தேவியின் அவதாரமென்றே நினைப்பார்கள்.

அன்னபூரணியின் வாழ்க்கை வரலாறோ, எல்லாரும் பிரசித்தமாக அறிந்த விஷயம். ஒன்பதாவது வயதில் நினைவு தெரியுமுன்பே வைதவ்யக் கொடுமைக்கு ஆளாகும் துர்ப்பாக்கியத்தைப் பெற்றவர் அவர். அவருடைய அந்தத் துர்ப்பாக்கியமே பெண் குலத்தின் நற்பாக்கியம் ஆயிற்று. பிற்காலத்தில் அவர் பள்ளிக்கூடத்தில் சேர்ந்து, முயற்சியுடன் படித்து, கடைசியாக பி.ஏ.,எல்.டி. பட்டமும் பெற்றார். அதுமுதல், இளம்பிராயத்தில் கணவனை இழந்தவர்கள், கணவன்மார்களால் புறக்கணிக்கப்பட்டவர்கள், அநாதைப் பெண்கள் முதலியோருக்குத் தொண்டு செய்வதிலேயே தமது வாணாளைச் செலவிட்டு வந்தார். அவருடைய இலட்சியத்தை நிறைவேற்றுவதற்கு ஒரு சாதனமாக இந்தத் தேவி வித்யாலயத்தை ஸ்தாபித்துத் தமது உடல் பொருள் ஆவி எல்லாவற்றையும் அதற்கே அர்ப்பணம் செய்திருந்தார்.

உதவி ஆசிரியை ஸ்ரீமதி சாவித்ரி இளம் பிராயத்தவள். வயது சுமார் இருபத்தைந்து இருக்கும். இன்னும் கலியாணம் ஆகவில்லை. மூன்று வருஷத்துக்கு முன் அவள் எம்.ஏ.,எல்.டி. பரீக்ஷை தேறி, இந்த வித்யாலயத்தில் உதவி ஆசிரியையாக வந்தபோது, சம்பாத்யத்துக்காகவே வந்தாளென்றாலும், பின்னால் சகோதரி அன்னபூரணியின் சகவாசத்தினால் அவளுடைய மனோபாவமே மாறிப் போயிருந்தது. அன்ன பூரணியைப் போல் தானும் பெண் குலத்தின் தொண்டுக் காகவே வாணாளை அர்ப்பணம் செய்தாலென்ன என்று கூடச் சில சமயம் அவள் எண்ணமிடுவதுண்டு.

சிமெண்ட் மேடையின் மீது உட்கார்ந்ததும், சாவித்ரி, 'அம்மா! இன்று கவிதைப் பாடம் சொல்லிக் கொடுக்கும் போது எனக்கு ரொம்பக் கஷ்டமாய்ப் போய்விட்டது. 'அன்பினால் தான் உலகம் இயங்குகின்றது' என்பதாக அதில் ஒரு வரி வருகிறது. 'எந்த அன்பைச் சொல்கிறார் கவி?' என்று பத்மா கேட்டாள். ரொம்பப் பொல்லாத பெண் பத்மா!...அதோ அவள் சிரிக்கிற சப்தத்தைக் கேளுங்கள்!' என்றாள் சாவித்ரி.

தோட்டத்தின் இன்னொரு பகுதியில் சில பெண்கள் கையால் எறிந்து விளையாடும் பந்தாட்டம் ஆடிக் கொண்டிருந்தார்கள். அங்கிருந்து கிளம்பிய கலகலவென்ற சிரிப்பின் ஒலி தென்றல் காற்றில் தவழ்ந்து வந்து கொண்டிருந்தது.

'பத்மாவின் கேள்விக்குப் பதில் என்ன சொன்னாய்?' என்று அன்னபூரணி கேட்டாள்.

'பதில் சொல்லத் திணறிப் போய் விட்டேன். கவி இங்கே 'அன்பு' என்று சொல்லும்போது காதலைத்தான் குறிப்பிடுகிறார். ஆனால் இதை அந்தப் பெண்களுக்கு நான் எப்படிச் சொல்வது? சாதாரணப் பெண்களுக்கு முன்னால் சொல்வதே கஷ்டம். நான் 'குவீன் மேரீஸ்' காலேஜில் படித்தபோது, எங்கள் ஆசிரியைகள் பட்ட அவஸ்தை நன்றாய் ஞாபகமிருக்கிறது. இங்கே, விதவைப் பெண்கள், புருஷர்களால் தள்ளி வைக்கப்பட்டவர்கள் - இப்படிப் பட்டவர்கள் முன்னால் காதலைப் பற்றி என்னமாய்ப் பேசு வது?'

இப்படிச் சொல்லி வந்த சாவித்ரி சட்டென்று நிறுத் தினாள். சகோதரி அன்னபூரணியும் பால்யத்தில் கணவனை இழந்தவர் என்பது சாவித்ரிக்கு அச்சமயம் ஞாபகம் வரவே, தான் விரஸமாய்ப் பேசிவிட்டதாக அவளுக்குப் பயம் உண்டாயிற்று. அந்தத் தவறை நிவர்த்தி செய்யும் பொருட்டு அவள் மறுபடியும் கூறினாள்: 'உண்மையாகப் பார்த்தால், அம்மா, இதெல்லாம் சுத்தப் பைத்தியக்காரத்தனம் என்றுதான் தோன்றுகிறது. காதல், கீதல் என்று சொல்வதெல்லாம் வெறும்

பிரமையேயல்லவா? வேலையில்லாத கவிகளின் வீண் மனோராஜ்யத்தைத் தவிர வேறொன்று மில்லை...'

அப்போது, அன்னபூரணி, 'அப்படியா சமாசாரம்? எல்லாம் பிரமைதானா? ரொம்ப சரி, அந்தப்படி டாக்டர் சீனிவாசனுக்கு நான் கடிதம் எழுதுகிறேன்,' என்றார்.

சாவித்ரி டாக்டர் சீனிவாசனைக் கலியாணம் செய்து கொள்ளப் போகிற விஷயத்தையே அன்னபூரணி அவ்வாறு குறிப்பிட்டார். சாவித்ரி ஒரு மழுப்பல் சிரிப்புச் சிரித்து விட்டு, 'ஆமாம்; யார் கண்டார்கள்? இப்போது நிஜம் போல் இருக்கிறது, இரண்டு வருஷம் போனால் எப்படி இருக்குமோ? யாருக்குத் தெரியும்? அது போனால் போகட்டும் அம்மா! 'உலகத்தில் சிறந்த காரியங்கள் எல்லாம் காதலினால்தான் நடக்கிறது' என்று இந்தக் கவி சொல்வது அபத்தந்தானே? அது எப்படிச் சரியாகும்? இருபத்தைந்து வருஷ காலமாக நடந்து வரும் இந்தத் தேவி வித்யாலத்தையே எடுத்துக் கொள்ளலாம். கன்யாகுமரியிலிருந்து ஹிமாலயம் வரையில் இந்த ஸ்தாபனத்தைப் புகழாதவர்கள் இல்லை. தங்களுடைய சேவையைப் பாராட்டாதவர்களும் இல்லை. இந்த ஸேவாலயத்தின் விஷயத்தில் கவி சொல்வது எப்படிப் பொருந்தும்?' என்றாள்.

'சாவித்ரி! உலகத்திலே நடக்கும் மற்றச் சிறந்த காரியங்களைப் பற்றி எனக்குத் தெரியாது. கவி சொல்வது அவற்றுக்கெல்லாம் பொருந்துமோ, என்னவோ, அறியேன். ஆனால், என்னுடைய சேவையை ஒரு பெரிய காரியமாய்க் கருதும் பட்சத்தில், கவி சொல்வது அதற்கு முற்றிலும் பொருந்தும். என்னுடைய முயற்சிகளுக்கெல்லாம் மூல காரணம் அன்புதான்.'

'இல்லையென்று யார் சொன்னார்கள்? அநாதைகளிடத்திலும் தீனர்களிடத்திலும் தங்களுடைய அன்பு பிரசித்தமானதல்லவா?'

'அந்த அன்பைச் சொல்லவில்லை நான். கவி சொல்லும் காதலைத் தான் சொல்கிறேன். நான் ஏதாவது சேவை

செய்திருந்தால், அது அவ்வளவும் காதல் என்னும் விதையிலிருந்து முளைத்து எழுந்ததுதான்'

சாவித்ரி இதைக் கேட்டு அளவிலா வியப்பு அடைந்தாள். 'அம்மா! நிஜமாகவா, அம்மா? ஐயோ! எனக்கு எல்லாம் சொல்லுங்கள்!' என்று பரபரப்புடன் கேட்டாள்.

2

அன்னபூரணி சொல்கிறார்:

'அதோ அந்தக் கலியாண வீட்டிலிருந்து மேளச் சத்தம் காற்றில் மிதந்து வருகிறதே, கேட்கிறாயல்லவா? நாயனக்காரன் நாட்டைக்குறிஞ்சி ராகத்தை அற்புதமாய் வாசிக்கிறான். உன்னைப் பார்ப்பதற்கு ஒரு நிமிஷம் முன்னால் அது என் காதில் விழுந்தபோது பழைய காலத்து ஞாபகம் எனக்கு உண்டாயிற்று. ஒரு நாளும் இல்லாதபடி கண்ணில் ஜலம் கூட வந்துவிட்டது. பல வருஷங்களுக்கு முன்னால் ஒரு கல்யாணத்தின் போது இதே ராகத்தைச் செம்பொன்னார் கோவில் ராமசாமி வாசித்தான். அப்போதெல்லாம் நாயனக்காரர்களில் அவன் தான் பிரசித்தம்...'

'அதெல்லாம் உங்களுக்கு இன்னுமா ஞாபகம் இருக்கிறது, அம்மா! ரொம்பவும் பால்யத்தில் உங்களுக்குக் கலியாணம் ஆயிற்று என்று கேள்விப்பட்டிருக்கிறேனே?'

'என்னுடைய கலியாணத்தை நான் சொல்லவில்லை. ஆறு வயதிலே எனக்குக் கலியாணம் பண்ணினார்களாம். ஒன்பது வயதிலே கைம்பெண் ஆனேன். அதெல்லாம் எனக்குக் கனவு மாதிரி கூட ஞாபகத்தில் இல்லை. அவ்வளவு இளம் வயதில் விதவையானதில் ஒரு சௌகரியம் இருந்தது. உனக்குச் சிரிப்பு வருகிறதல்லவா? ஆனாலும் உண்மை அப்படித்தான். நாலைந்து வருஷத்துக்குப் பிறகு அப்படி நேர்ந்திருந்தால், எல்லாரையும் போல் என்னையும் அலங்கோலம் செய்திருப்பார்கள். ரொம்பச் சிறு வயதானபடியால் அப்படி ஒன்றும் செய்யாமல் விட்டிருந்தார்கள்.'

அன்னபூரணி சற்று நேரம் சிந்தையில் ஆழ்ந்த வண்ணம் சும்மா இருந்துவிட்டு, மறுபடியும் கதையைத் தொடர்ந்தார்:

'நான் குறிப்பிட்டது என்னுடைய சித்தி பெண்ணின் கலியாணத்தை. அம்புஜம் எனக்கு இரண்டு வயது சின்னவள். அவளுக்குக் கலியாணம் ஆனபோது எனக்குப் பதினாறு வயதிருக்கும் அம்புஜம் என்னிடம் உயிராயிருந்தாள். நான் கைம்பெண் ஆனதிலிருந்து என் சித்தியின் வீட்டிலேயே வளர்ந்து வந்தேன். என்னுடைய துர்க்கதியை எண்ணி அந்த வீட்டில் எல்லாரும் என்னிடம் மிகவும் பிரியமாயிருந்தார்கள். நான் வைத்ததே சட்டமாய் எல்லாம் நடந்து வந்தது.'

'அம்புஜத்துக்குக் கல்யாணம் நிச்சயமானபோது, என் இஷ்டப்படிதான் எல்லா ஏற்பாடுகளும் நடந்தன. மாப் பிள்ளைக்கு என்ன வேஷ்டி வாங்குவது, மேளக்காரன் யாரை அமர்த்துவது, நாலாம் நாள் விருந்துக்கு என்ன பட்சணம் போடுவது என்பது முதல் எல்லாம் நான் தான் தீர்மானித்தேன்.'

'கலியாணத்துக்கு முதல் நாள் இராத்திரி மாப்பிள்ளை அழைத்த பிறகு நிச்சயதார்த்தம் நடந்தது. பெண் வீட்டு ஸ்திரீகளுடன் நானும் கூடத்தில் நின்று கொண்டிருந்தேன். மணையில் உட்கார்ந்திருந்த அம்புஜத்தின் தலையிலிருந்து கல்லிழைத்த திருகுப்பூ கழன்று விழுந்து விடும்போல் இருந்தது. நான் அவளருகில் போய் அதைச் சரியாகத் திருகினேன். அப்படித் திருகிவிட்டுத் தலையை நிமிர்ந்த போது, மாப்பிள்ளைக்கு அருகில் உட்கார்ந்திருந்த ஓர் இளைஞர் என்னை உற்று நோக்குவதைக் கண்டேன். அந்தக் கணத்தில் என் தேகமெல்லாம் பதறிற்று. தலை சுழன்றது; ஸ்மரணையிழந்து கீழே விழுந்து விடுவேனோ என்று பயந்து போனேன். பகவான் அருளால் அப்படி ஒன்றும் நேரவில்லை.'

'அவருடைய முகத்தை மறுபடி பார்க்க வேண்டுமென்ற ஆவல் என் மனத்தில் பொங்கி எழுந்தது. அப்படி ஓர் ஆசை இருக்கக் கூடுமென்றே நான் கனவிலும் கருதியதில்லை. எவ்வளவோ மனத்தை அடக்கி அடக்கிப் பார்த்தேன். பல்லைக் கடித்துக் கொண்டு பார்த்தேன். ஒன்றும் சாத்தியமில்லை. கடைசியில் அவர் இருந்த பக்கம் திரும்பியபோது அவர் அப்போதுதான் என்னைப் பார்த்துக் கொண்டிருந்துவிட்டு முகத்தைத் திருப்புவதைக் கண்டேன்.'

'அன்றிரவு நான் தூங்கவேயில்லை.'

'மறுநாள் அம்புஜத்தின் கலியாணம் சிறப்பாக நடந்தேறியது. வெளித்தோற்றத்திற்கு நான் எப்போதும் போல் காரியங்களைக் கவனித்துக் கொண்டுதான் இருந்தேன். ஆனால் என் மனம் என்னவோ வேறு தனி உலகம் ஒன்றில் சஞ்சரிக்கத் தொடங்கியது.'

'கொஞ்சநஞ்சமிருந்த சந்தேகமும் கலியாணத்தன்று தீர்ந்து போயிற்று. அவர் என்னைப் பார்த்தது எல்லாம் தற்செயலாக அல்ல; வேண்டுமென்றுதான். என் மன நிலையும் எனக்கு நிச்சயமாயிற்று. ஏதோ ஒரு காந்த சக்தி அவர் பக்கம் என்னைக் கவர்ந்து இழுக்கிறது என்பதை அறிந்தேன்... அதோ பூரணச் சந்திரன் கிளம்புகிறதே, பார்த்தாயா?' என்று அன்னபூரணிதேவி கேட்க, சாவித்ரி அந்தப் பக்கம் நோக்கினாள்.

'பூரணச் சந்திரனை அதற்கு முன்னால் எவ்வளவோ தடவை நான் பார்த்துத்தானிருந்தேன். ஆனால் அம்புஜத்தின் கலியாணத்தன்று இரவு பூரணச் சந்திரனில் நான் கண்ட அழகை அதற்கு முன் கண்டதில்லை. நாதஸ்வரத்தின் இனிய நாதம் அதற்கு முன்னால் என்னை அப்படிப் பரவசப்படுத்தியது கிடையாது. சந்தனத்தின் வாசனையும், மல்லிகைப் பூவின் மணமும் எனக்கு அவ்வளவு இன்பத்தை அதற்கு முன் எப்போதும் அளித்ததில்லை.'

'என் உள்ளத்தில் என்றைக்கும் தோன்றாத ஆசைகள் எல்லாம் தோன்றின. 'எல்லாப் பெண்களையும் போல் நானும் ஏன் தலையை வாரிக்கொண்டு பூ வைத்துக் கொள்ளக் கூடாது? ஏன் குங்குமம் இட்டுக் கொள்ளக் கூடாது? ஏன் சந்தனம் பூசிக்கொள்ளக் கூடாது?' என்றெல்லாம் எண்ணம் உண்டாயிற்று.

'கலியாணம் மூன்றாம் நாளன்று மத்தியானம் நான் அம்புஜத்தை அழைத்துக் கொண்டு சம்பந்திகளின் ஜாகைக்குப் போனேன். அம்புஜத்துக்கு அவளுடைய நாத்தனார் தலைவாரிப் பின்னிக் கொண்டிருந்தாள். அவளுக்கு

என்னென்ன நகை இப்போதிருக்கிறது, இன்னும் என்னென்ன நகை பண்ணிப் போடப் போகிறார்கள் என்பது போன்ற அருமையான விஷயங்களைப் பற்றி அம்புஜத்தை அவளுடைய நாத்தனார் கேட்டுக் கொண்டிருந்தாள். எனக்கு ஞாபகம் அந்தப் பேச்சில் இல்லை. காமரா உள்ளில் யாரோ பேசிக் கொண்டிருந்தது இங்கொரு வார்த்தையும் அங்கொரு வார்த்தையுமாக என் காதில் விழுந்தது. இவருடைய குரல் போலத் தோன்றவே, கவனமாய்க் கேட்கத் தொடங்கினேன். அந்தக் குரலில்தான் என்ன இனிமை! என்ன உருக்கம்! பால்யத்தில் கைம்பெண் ஆகிறவர்களின் கதியைப் பற்றித்தான் அவர் பேசிக் கொண்டிருந்தார். அதன் கொடுமையைப் பற்றிச் சொல்லியிருக்கும் யாராரோ மகான்களுடைய வாக்கியங்களையெல்லாம் எடுத்துக் காட்டினார். பல புத்தகங்களின் பெயர்களையும் குறிப்பிட்டார். அவற்றில், 'மாதவய்யா எழுதியிருக்கும் முத்துமீனாட்சி கதையை வாசியுங்கள்' என்று அவன் சொன்னது மட்டும் இன்னும் என் ஞாபகத்தில் இருக்கிறது. 'சரிதானப்பா, பிரமாதமாகப் பேசுகிறாயே? அப்படியானால் நீதான் அன்னபூரணியைக் கலியாணம் செய்து கொள்ளேன்' என்று ஒருவன் சொன்னான். அதற்கு இவர், 'சீச்சீ! சுத்த முட்டாள்கள் நீங்கள்! உங்களுடன் பேசுவதைக் காட்டிலும் குட்டிச் சுவரோடு பேசலாம்' என்று பதில் சொன்னார். உடனே அந்த அறையினின்றும் ஒருவர் எழுந்து போனதுபோல் சப்தம் கேட்டது. அது இவராய்த்தான் இருக்கவேண்டும்.

'அந்த இரண்டு மூன்று நாளைக்குள் அவரைப் பற்றிய விவரங்கள் எல்லாம் சம்பந்திகளின் பேச்சிலிருந்து தெரிந்து கொண்டிருந்தேன். அந்த வருஷம் அவர் சென்னை இராஜதானியிலேயே பி.ஏ. பரீட்சையில் முதலாவதாகத் தேறியிருந்தாராம். ஐயாயிரம் ரூபாய் வரதட்சணையுடன் அவருக்கு வரன்கள் பல வந்து கொண்டிருந்ததாகவும் பேசிக் கொண்டார்கள். அப்படிப்பட்டவருடைய அன்புக்கா நான் பாத்திரமானேன். என்னுடைய பாக்கியத்தை என்னால் நம்ப முடியவில்லை.

3

'நாலாம் நாள் கலியாணத்தன்று காலையில் சம்பந்தி அம்மாளுக்கு உடம்பு சரியில்லையென்று தகவல் வந்தது. நான் பார்த்துவிட்டு வருகிறேனென்று சொல்லி, சம்பந்தி ஜாகைக்குப் போனேன். அங்கே ஒருவேளை இவர் இருப் பாரோ என்று எண்ணமிட்டுக் கொண்டே சென்றேன். வாசற்படி தாண்டியதும் ரேழி ஹாலில் தனிமையாக உலாவிக் கொண்டிருந்த இவர், என்னைப் பார்த்ததும், 'யார் வேண்டும்?' என்று கேட்டுக் கொண்டே வந்தார். நான் பதில் சொல்லத் தெரியாமல் திகைத்து நிற்கையிலேயே சட்டென்று என் கையில் ஒரு கடிதத்தை வைத்து அது வெளியில் தெரியாதபடி என் விரல்களால் மூடினார். உடனே திரும்பிச் சென்றார்.

'புயற் காற்றிலே இலைகள் ஆடுவது போல் என் உடம்பு நடுங்கிற்று. ஆனாலும் நான் மிகுந்த மனோதிடத்துடன் அந்தக் கடிதத்தை என் இருதயத்தின் அருகில் பத்திரமாய் வைத்துக் கொண்டேன். பிறகு உள்ளே போனேன். சம்பந்தியம்மாளுடன் பேசும்போதெல்லாம் என் புத்தி என் வசம் இல்லை. அந்த அம்மாள் என்னை உற்றுப் பார்த்து விட்டு, 'எனக்கு என்ன உடம்பு என்று கேட்கிறாயேடி? உனக்கு என்னடியம்மா உடம்பு? கண்ணும் முகமும் நன்றாயில்லையே?' என்று கேட்டாள். 'ஆமாம்; எனக் குக்கூடத் திடீரென்று தலையை வலிக்கிறது' என்று சொல்லிவிட்டு வீடு திரும்பினேன். உடனே உள் அறை ஒன்றில் பாயை விரித்துப் படுத்துக் கொண்டேன். கேட்பவர் களுக்கு உடம்பு சரியில்லையென்று சொல்லிவிட்டு, விம்மி, விம்மி அழுது கொண்டிருந்தேன். அதற்குப் பிறகு அவரை - என் உள்ளத்தைக் கவர்ந்த தெய்வத்தை - நான் பார்க்கவேயில்லை...'

'ஐயோ! ஏன் அம்மா அப்படி? அந்தக் கடிதத்தில் என்னதான் எழுதியிருந்தது?'

'கடிதத்திலா? என்னிடத்தில் அவருக்கிருந்த ஆசை அவ்வளவையும் அதில் கொட்டியிருந்தார். எனக்காக எந்த

விதத் தியாகமும் செய்யத் தயாராயிருப்பதாயும், உலகம் முழுவதையும் எதிர்த்து நிற்கத் துணிந்திருப்பதாயும், எழுதி யிருந்தார். ஆனால் என்னை வற்புறுத்தவோ கட்டாயப் படுத்தவோ விரும்பவில்லை யென்றும், அவரிடம் எனக்கும் அன்பிருந்து, சமூகத்தின் ஏளனத்துக்கெல்லாம் துணிவதற்குத் தைரியமிருந்தால், அன்று சாயங்காலம் நலங்கின் போதாவது ஊர்வலத்தின் போதாவது நான் கையில் ஒரு மல்லிகைப் பூவை வைத்துக் கொண்டிருக்க வேண்டுமென்றும், அந்த அடையாளத்தைக் கண்டதும் தாம் வேண்டிய ஏற்பாடு செய்வதாகவும் எழுதியிருந்தார்...'

'அப்படியானால் நீங்கள் ஏன் அழுது கொண்டிருந்தீர்கள், அம்மா? அவர் சொன்னபடி செய்தீர்கள் அல்லவா?'

'பாவி, நான் அப்படிச் செய்யவில்லை. போதாததற்கு, உள்ளே போய்ப் படுத்து அழுது கொண்டிருக்கவே, தம் பேரில் எனக்கு இஷ்டமில்லையென்றும், என்னுடைய மனத்தைத் தாம் புண்படுத்தி விட்டதாகவும் அவர் எண்ணியிருக்க வேண்டும். இவ்வாறு, என் வாழ்க்கையின் நாலு நாள் இன்பக் கனவு முடிவு பெற்றது...'

'ஆமாம், அம்மா! ஆனால் நீங்கள் ஏன் அவர் சொன்னபடி செய்யவில்லை? எனக்குப் புரியவில்லையே?'

அந்தக் காரணத்தை இப்போது சொல்லவும் எனக்கு வெட்கமாயிருக்கிறது, சாவித்ரி! அவருடைய கடிதத்தை அன்றைய தினம் நான் படிக்கவில்லை. ஒரு வருஷத்திற்குப் பிற்பாடுதான் அதை நான் படித்தேன். அப்படிப் படிப்பதற்குள் எத்தனையோ நாள் அதைக் கையில் வைத்துக் கொண்டு கண்ணீர் சிந்தினேன். கடைசியில், அதை நான் படித்தபோது அதில் பாதிக்கு மேல் கண்ணீரால் மறைந்து போயிருந்தது.

'அம்மா, என்ன சொல்கிறீர்கள்? தங்களுக்கு அப்போது...'

'ஆமாம், சாவித்ரி. அவர் கடிதத்தைப் பெற்ற அன்று எனக்கு ஏற்பட்ட அவமானமும் மனவேதனையுந்தான் என்னை மேலும் மேலும் படிக்கும்படி தூண்டி, பி.ஏ., எல்.டி., பட்டமும்

அளித்து, பெண் குலத்துக்கு நான் செய்யும் இவ்வளவு தொண்டுக்கும் காரணமாயிற்று. அவர் என் கரத்தைத் தொட்டுக் கடிதத்தைக் கொடுத்த அந்நாள், எனக்குப் படிக்கத் தெரிந்திருக்கவில்லை!'

சாவித்திரியின் கண்களிலிருந்து கலகலவென்று உதிர்ந்த கண்ணீர்த் துளிகள் வெண்ணிலவின் ஒளியில் முத்துக்கள் போல் பிரகாசித்தன.

அந்த நாதஸ்வரக்காரன் கேதாரகௌள ராகந்தான் வாசிக் கிறானா? அல்லது உலக மகா காவியங்களிலுள்ள சோக ரஸத்தையெல்லாம் பிழிந்து நாதஸ்வரக் குழாய் வழியாகப் பொழிகின்றானா?

வைர மோதிரம்

1

ராஜாராமன், பி.ஏ. (ஆனர்ஸ்) கடற்கரைச் சாலை ஓரமாய் நடந்து கொண்டிருந்தான். மாலை சுமார் நாலு மணியிருக்கும். ஹைக்கோர்ட்டிலிருந்து திரும்பும் மயிலாப்பூர் வக்கீல்களின் வண்டிகள் ஒன்றன்பின் ஒன்றாய்ச் சரசரவென்று போய்க் கொண்டிருந்தன. அந்த வண்டியில் அமர்ந்திருந்த கனதன வான்களுக்கு மட்டும், அப்போது ராஜாராமனுடைய மன நிலைமை தெரிந்திருந்தால், அப்படி அலட்சியமாய் போயிருப் பார்களா? அன்றிரவு அவர்களால் கவலையின்றித் தூங்கி யிருக்க முடியுமா?

சுருங்கச் சொன்னால், அப்போது ராஜாராமனுடைய உள்ளம் ஒரு லட்சம் செங்கல்லை வேகவைக்கக்கூடிய காளவாயைப் போல் எரிந்து கொண்டிருந்தது. அந்தத் தீயினால் அவன் அந்தக் கடற்கரைச் சாலையிலிருந்த கட்டிடங்களையெல்லாம் சுட்டெரித்துவிட விரும்பினான். முக்கியமாக, அந்த ஸெனட் மண்டபம், பிரஸிடென்சி கலாசாலை, புதிதாய்க் கட்டியிருக்கும் பரீட்சை மண்டபம் இவை அவன் கண்களை உறுத்தின. எதற்காக இந்தக் கட்டி டங்கள்? எதற்காக இவற்றில் ஒருவன் படிப்பதும் பரீட்சை தேறுவதும்? பி.ஏ. (ஆனர்ஸ்) பரீட்சையில் முதல் தரத்தில் தேறிய தன்னுடைய கதி இப்போது எவ்விதம் இருக்கிறது?

'பட்டினியினால் இறந்தான்' என்று கதைகளிலாவது, பத்திரிகைச் செய்திகளிலாவது படித்தபோதெல்லாம் ராஜா ராமன் ஆச்சரியப்படுவான். 'யாராவது பட்டினியினால் சாவார்களா? என்னதான் தரித்திரமானாலும், வயிற்றுக்குச் சோறு கிடைக்காமலா போய்விடும்? சுத்தப் பொய்யும் புளுகும்' என்று நினைப்பான்.

இப்போது அவனுக்கே அந்த கதி நேர இருந்தது. இராத்திரி சாப்பாட்டுக்கு வழியில்லை! தனக்கு மட்டுமல்ல; தன் தம்பி ரகுவுக்கும் அதே கதிதான்.

முத்தான முப்பது கதைகள்

ஆம்; தான் மட்டுமாயிருந்தால் கூடப் பாதகமில்லை. சமுத்திரத்தில் விழுந்து உயிரை விட்டாலும் விடலாம்; அல்லது போலீஸ்காரன் மேல் கல்லை விட்டெறிந்து சிறைக்குப் போகலாம். ஆனால் ரகுவை என்ன செய்வது? தனக்கு ஏதாவது நேர்ந்தால் அந்தக் குழந்தையினுடைய கதி என்னவாகும்?

ரகு சாயங்காலம் வழக்கம்போல விளையாடிவிட்டு ஆறரை மணிக்குத் திரும்பி வருவான். வரும்போதே, 'அண்ணா! பிஸ்கோத்து வாங்கி வந்திருக்கிறாயா?' என்று கேட்டுக் கொண்டு வருவான். அறையிலே தன்னைக் காணாவிடில் அவன் என்ன செய்வான்? தவித்துப் போக மாட்டானா?... சரிதான்; ஆனால் தான் அறையில் உயிரோடு இருந்துதான் என்ன பிரயோஜனம்? குழந்தைக்குப் பிஸ்கோத்து வாங்கிக் கொண்டு போகக் கையில் காசு எங்கே இருக்கிறது?

இரண்டு வருஷத்திற்கு முன்னால் ராஜாராமனுடைய தாயார் - கிராமத்திலிருந்தவள் - திடீரென்று இறந்து போனதாகத் தந்தி வந்து அவன் உடனே புறப்பட்டுச் சென்றான். அதற்கு முன்னாலேயே அந்த அம்மாள் விற்கக் கூடிய நகை, நட்டு எல்லாவற்றையும் விற்றுவிட்டிருந்தாள். அவ்வளவையும் ராஜாராமனுடைய படிப்பும், பட்டணவாசமும் விழுங்கி விட்டன. தாயாருடைய மரணத்தினால் அந்த வருஷம் அவனுடைய படிப்பு தடைபட்டது. சில மாதம் ஊரில் இருந்து, பாக்கி இருந்த வீட்டையும் நிலத்தையும் மிகவும் பிரயாசையின் பேரில் கிடைத்த விலைக்கு விற்றுவிட்டு, ரகுவையும் அழைத்துக் கொண்டு சென்னைப் பட்டணம் வந்து சேர்ந்தான்.

அந்த வருஷம் நன்றாய்ப் பரீட்சையிலும் தேறினான். அதற்குள் கையில் கொண்டு வந்திருந்த பணமெல்லாம் கரைந்துவிட்டது. சாமான்களை ஒவ்வொன்றாக விற்க ஆரம் பித்தான். கடைசியாக மிஞ்சியிருந்த கைக்கடிகாரத்தையும் விற்றாய்விட்டது.

இந்த மூன்று மாதமாக அவன் உத்தியோகந் தேடி அலையாத இடம் சென்னையில் கிடையாது; அவன் ஏறி இறங்காத ஆபீஸ் கிடையாது.

அன்று மாலை கடற்கரைச் சாலை ஓரத்தில் அவன் ஏன் அவ்வளவு உள்ளக் கொதிப்புடன் நடந்து கொண்டிருந்தான் என்று சொல்ல வேண்டியதில்லையல்லவா?

2

'ஹலோ! ராஜாராம்!' என்ற குரல் கேட்டுத் திரும்பிப் பார்த்தான். ஒரு பெரிய மோட்டார் வண்டி அவன் பின்னால் நின்றது. அதில் ஒரு பெரிய மனிதர் உட்கார்ந்திருந்தார்.

'நமஸ்காரம்' என்றான் ராஜாராமன்.

'ஏதாவது வேலையாய்ப் போகிறாயா?' என்று அப்பெரிய மனிதர் கேட்டார்.

'வேலையா? வேலையிருந்தால் தான் எவ்வளவோ தேவலையே?'

'அப்படியென்றால் என்னுடன் வா! உட்கார்!'

ராஜாராமன் வண்டியில் ஏறி அவர் அருகில் உட்கார்ந்தான். வண்டி கிளம்பியது.

அந்தப் பெரிய மனிதர் ஒரு மாஜி திவான். ஒரு தடவை, ராஜாராமன் கலாசாலைத் தமிழ்ச் சங்கத்தின் காரியதரிசியா யிருந்த போது, அவரை ஓர் உபந்நியாசத்துக்காக அழைத் திருந்தான். அச்சமயம் அந்த மாஜி திவானின் சில முக்கிய குணாதிசயங்களைப் பற்றி அவன் வெகுவாகப் புகழ்ந்து பேசினான். அவரிடம் அந்தக் குணங்கள் உண்டென்பதை அதற்கு முன் யாரும் கண்டு பிடிக்கவில்லை. உண்மையில், அவருக்கே கூட அது புதுமையாய்த்தான் இருந்தது. இன்னும் புகுந்து பார்த்தோமானால், அந்தப் புகழுரை ராஜாராமனுடைய சொந்த சரக்குமன்று. ஓர் ஆங்கில நூலாசிரியர் 'கனவான் யார்?' என்ற தலைப்புடன் எழுதியிருந்த கட்டுரையை அதற்கு முதல் நாள் அவன் படித்திருந்தான். அதில் குறிப்பிட்டிருந்த குணாதிசயங்களையெல்லாம் மாஜி திவான்மேல் அவன் ஏற்றிப் பேசினான்.

அது எப்படியானாலும், அன்றைய தினம் மாஜி திவான், ஜாம்பவந்தனால் புகழப்பட்ட அனுமாருடைய நிலையை அடைந்தார். அவருடைய இருதயம் குதூகலத்தினால் விரிந்தது. மேலும் ராஜாராமனிடம் அவருக்கு ஓர் அபிமானம் விழுந்து விட்டது.

இப்போது ராஜாராமன் தம் பக்கத்தில் உட்கார்ந்ததும் அவன் முதுகில் ஒரு பெரிய 'ஷொட்டு'க் கொடுத்துவிட்டு, 'என்ன செய்து கொண்டிருக்கிறாய் இப்போது?' என்று கேட்டார். தன் கஷ்டங்களுக்கு ஒரு வேளை முடிவு வந்து விட்டதோவென்று ராஜாராமனுக்குத் தோன்றியது. பி.ஏ. (ஆனர்ஸ்) பாஸ் செய்து விட்டு மூன்று மாதமாய் வேலைக்கு அலைந்து கொண்டிருப்பதைப் பற்றிச் சாங்கோபாங்கமாய் எடுத்துச் சொன்னான்.

அதைக் கேட்டதும் மாஜி திவான் தமது பிரசங்கத்தை ஆரம்பித்தார்: 'நமது தற்கால நாகரிகம் அவ்வளவு இலட்சணத்தில் இருக்கிறது. வேலையில்லாதவர்கள் 'வேலை, வேலை' என்று அலைகிறார்கள். வேலை இருப்பவர்களோ எப்படி வேலை செய்யாமல் தப்பித்துக் கொள்ளலாம் என்று பார்க்கிறார்கள். நம் பெரியோர்கள் எவ்வளவு நல்ல ஏற்பாடு செய்திருந்தார்கள் என்று இப்போது தெரிகிறதா? வர்ணாசிரமத்தை இகழ்கிறீர்களே. பிராமணன், க்ஷத்திரியன், வைசியன், சூத்திரன் என்று பிரித்து, அந்தந்தச் சாதிக்கு அந்தந்த வேலையென்று ஏற்படுத்தினார்களே அவர்கள் எவ்வளவு புத்திசாலிகள்!... தற்கால நாகரிகத்தைப் போய் நீங்கள் ஒசத்தியாய்ச் சொல்கிறீர்கள்!...'

'நான் சொல்லவில்லையே...' என்று ஆரம்பித்தான் ராஜாராமன்.

'நீ என்றால் நீயா? நீ சொல்லாவிட்டால், உன்னைப் போன்றவர்கள் சொல்கிறார்கள். என் பிள்ளையாண்டான் ஆக்ஸ்போர்டில் படிக்கிறான். அவன் என்ன எழுதுகிறான் தெரியுமா? ஜவஹர்லால் நேருவின் சரித்திரத்தைப் படித்தானாம். அவர் சொல்கிறதுதான் சரியாயிருக்காம். இந்தியாவுக்கு

'ஸோஷலிஸ'ந்தான் வேண்டுமாம். சுத்த முட்டாள்கள்! இவர்களுக்கெல்லாம் என்ன தெரியும்? இந்தியாவுக்கு வேண்டியது என்னவென்பதை எத்தனையோ ஆயிரம் வருஷங்களுக்கு முன்னால் நம் ரிஷிகள் எழுதி வைத்துவிட்டார்கள். தைத்திரீய உபநிஷத் என்ன சொல்கிறது. 'அன்னாத் பிராணா: பிராணபான:...'

உபநிஷத் பிரசங்கம் முடிவதற்குள் வண்டி லாயிட்ஸ் ரோட்டிலிருந்த ஒரு பெரிய பங்களாவின் கேட்டில் புகுந்து நின்றது. அப்போது ராஜாராமன் அவனைப் புளகாங்கிதமாகச் செய்த ஒரு காட்சியைக் கண்டான்; தன்னையும், தன் வேலையில்லாத் திண்டாட்டத்தையும், மாஜி திவானிடம் உத்தியோகம் கேட்க வேண்டுமென்ற நினைவையும் மறந்தான். வண்டியிலிருந்து இறங்குவதற்குக் கூட மறந்து போனான். அப்படி அவனை மெய் மறக்கச் செய்தவை. ஒரு பெண்மணியின் முகத்திலிருந்த இரண்டு கண்கள் தான்.

'கரியவாகிப் புடைபரந்து மிளிர்ந்து
செவ்வரியோடி நீண்டவப்
பெரியவாய கண்களென்னைப்
பேதைமை செய்தனவே!'

என்று ஆழ்வார் பகவானைப் பற்றிப் பாடியவாறு போல, தன்னைப் பேதைமை செய்த அந்தக் கண்களையும் அவற்றைப் படைத்த பெண்ணையும் இனித் தன் வாழ் நாளில் பார்க்கப் போகிறோமென்ற எண்ணமே அவனுக்கிருக்கவில்லை. அப்படியிருக்க, இங்கே, சற்றும் எதிர்பாராத இடத்தில், எதிர்பாராத நேரத்தில் அவளைப் பார்த்ததும் அவன் மெய்மறந்ததில் வியப்பென்ன?

'இறங்கு! ஒரு சின்ன டீ பார்ட்டி கொடுக்கப் போகிறேன். நீயும் இருந்துவிட்டுப் போகலாம். பாதகமில்லை, இறங்கு! வருகிறவர்கள் எல்லாரும் ரொம்ப வேண்டுமென்கிறவர்கள் தான்' என்று மாஜி திவான் வற்புறுத்திச் சொன்ன பிறகு, ராஜாராமன் கொஞ்சம் சுய ஞாபகம் வந்து வண்டியிலிருந்து இறங்கினான்.

3

போலீஸ் டிபுடி கமிஷனர் மிஸ்டர் கபாலி அவர்களுக்குச் சமீபத்தில் 'ராவ் சாகிப்' பட்டம் அளிக்கப் பெற்றதை முன்னிட்டு நம் மாஜி திவான் அந்தச் சிற்றுண்டி விருந்தை ஏற்பாடு செய்திருந்தார். ரொம்பவும் பொறுக்கி எடுத்த அத்தியந்த சிநேகிதர்கள் மட்டுந்தான் அந்த விருந்துக்கு அழைக்கப்பட்டிருந் தார்கள்.

அவர்களின் அண்ணனும் தங்கையுமாகிய ஓர் இளை ஞனும் யுவதியும் இருந்தனர். அவர்கள் முக்கிய விருந்தின ராகிய ராவ்சாகிப் கபாலியின் மருமகனும் மருமகளும். அவர்கள் பெயர்: பாலகோபால், வத்ஸலை. அவர்களுக்கு ராஜாராமனை மாஜி திவான் அறிமுகம் செய்து வைத்தார்.

'உங்களை நான் எங்கேயோ பார்த்திருக்கிறேன் போல் இருக்கிறதே? ஸெயிண்ட் ஜான் காலேஜில் படித்தீர்களா?' என்று பாலகோபால் கேட்டான்.

'ஆமாம்; கொஞ்ச நாள் தான் படித்தேன். நீங்களும் உங்கள் சகோதரியும் தினம் காரில் வருவீர்கள். உங்களை மட்டும், இறக்கிவிட்டு வண்டி உங்கள் சகோதரியுடன் போய் விடும் இல்லையா?'

அதற்குள் வத்ஸலை, 'நீங்கள் காலேஜ் மாடி வராண்டாவில் மூன்றாவது தூணில் சாய்ந்து கொண்டு நிற்பீர்கள், இல்லையா?' என்றான்.

ராஜாராமனுக்கு ரோமம் சிலிர்த்தது. இவள் தன்னைக் கவனித்திருப்பது மட்டுமல்ல; நன்றாய் ஞாபகம் வைத்துக் கொண்டும் இருக்கிறாள்! பழைய நினைவுகள் எல்லாம் அவன் உள்ளத்தில் குமுறிக் கொண்டு வந்தன.

சென்ற வருஷத்துக்கு முந்திய வருஷம் கலாசாலை திறந்து சில நாளைக்கெல்லாம் ஒரு நாள் சற்று முன்னதாகவே ராஜாராமன் கலாசாலைக்குச் சென்றுவிட்டான். எனவே, மணி அடிக்கும் வரையில் மாடித் தாழ்வாரத்தில் நின்று வேடிக்கை பார்த்துக் கொண்டிருந்தான். அப்போது ஒரு

மோட்டார் வண்டி வந்து கலாசாலை வாசலில் நின்றது. அதில் ஒரு யுவனும் யுவதியும் இருந்தார்கள். முக ஒற்றுமையி லிருந்து அவர்கள் அண்ணனும் தங்கையுமாய்த்தான் இருக்க வேண்டுமென்று தெரிந்தது. இளைஞன் வண்டியிலிருந்து இறங்கினான்; வண்டி அந்த யுவதியுடன் போய்விட்டது. அவள் பெண்கள் கலாசாலைக்குப் போகிறாள் போலும்!

வண்டி போன பிறகும், அந்தப் பெண்ணின் கண்கள் மட்டும் ராஜாராமனின் எதிரில் தோன்றிக் கொண்டிருந்தன. அம்மா! அந்தக் கண்கள் தான் எவ்வளவு விசாலமானவை! 'கடலினும் பெரிய கண்கள்' என்று கவி வர்ணித்திருப்பது இப்படிப்பட்ட கண்களைப் பற்றித் தான் இருக்க வேண்டும்!

அடுத்த நாளும் ராஜாராமன் சற்று முன்னதாகவே கலா சாலைக்குச் சென்றான். அதே இடத்தில் நின்றான். வண்டியும் அதே நேரத்துக்கு வந்தது. இளைஞன் வண்டியிலிருந்து இறங்கியதும் என்னவோ சொன்னான். ஏதோ வேடிக்கையாக அவன் சொல்லியிருக்க வேண்டும். அதைக் கேட்டு, அந்தப் பெண் புன்னகை புரிந்தாள்; பளீரென்று ஒரு மின்னல் மின்னுவது போல் இருந்தது.

பரந்த விழிகளுடன் கூடிய அந்தப் புன்னகை பூத்த முகம் ராஜாராமனுடைய உள்ளத்தில் பதிந்தது. 'இவள் ஒரு 'ஸினிமா ஸ்டார்' ஆக வேண்டும்; அப்படி ஆனால் மேனாட்டின் பிரசித்த நடிகைகளையெல்லாம் தோற்கடித்து உலகத்தையே விலைக்கு வாங்கிவிடுவாள்' என்று அவன் முதலில் நினைத்தான். 'சீ? இவ்வளவு சௌந்தரியமும் அப்படியா வீணாய்ப் போக வேண்டும்? இவள் மட்டும் தேச சேவையில் ஈடுபட்டால், எவ்வளவு நல்ல வேலை செய்ய லாம்? இவளுடைய தலைமையின் கீழ் யார் என்ன தியாகந் தான் செய்யப் பின் வாங்குவார்கள்?' என்று கருதினான். பிறகு, 'இதெல்லாம் நம் தேசத்தில் நினைத்து என்ன பிரயோஜனம்? எந்த அசடு இவளைக் கலியாணம் செய்து கொள்ளப் போகிறதோ? அல்லது ஒரு வேளை முன்னமே ஆகிவிட்டதோ என்னவோ? கலியாணம் ஆகிவிட்டால் பிறகு எல்லாரையும் போல் ஜனத்தொகையை அபிவிருத்தி

செய்து கொண்டு, வாழ்க்கையைத் தள்ளவேண்டியது தானே?' என்றெல்லாம் எண்ணமிட்டான்.

ராஜாராமன் மறுநாளும் அதே நேரத்தில் அதே இடத்தில் நின்றான். அன்று வண்டி அங்கே நின்றுவிட்டுக் கிளம்பிச் சென்றபோது, அந்தப் பெரிய கண்கள் ஒரு தடவை சுழன்று அவன் மேல் ஒரு வீச்சு வீசி, அவனைத் திகைக்கச் செய்து விட்டு, மறுவினாடி மறைந்தன.

பிறகு, இதே மாதிரி அநேக நாட்கள் நடந்தது. அந்தக் கண்கள் என்னதான் சொல்கின்றன? அந்தப் பார்வையின் அர்த்தந்தான் என்ன? பரிகாசமா? கோபமா? மமதையா? அல்லது...

மூன்று மாத காலம் ராஜராமன் ஒரு சொப்பன உலகத்தில் வாழ்ந்து வந்தான். திடீரென்று ஒரு நாள் அம்மா இறந்த செய்தி வர, ஊருக்குப் புறப்பட்டுச் சென்றான். அடுத்த வருஷம் அவன் மறுபடி அதே கலாசாலையில் வந்து சேர்ந்தபோது, அந்தப் பச்சை வர்ண மோட்டார் வண்டி இந்த வருஷம் அங்கு வருவதில்லையென்று தெரிந்தது.

4

நமது மாஜி திவானுடைய வாழ்க்கையில் பழைய நாகரிகமும் புது நாகரிகமும் அழகாகக் கலந்திருந்தன.

இந்தச் சிற்றுண்டி விருந்துக்கு மேஜைகள், விரிப்புகள், கிண்ணங்கள், கோப்பைகள் சகிதமாக மேனாட்டு முறையில் தான் ஏற்பாடு செய்யப்பட்டிருந்தது. ஆனால் புருஷர்களுக்குத் தனி மேஜையும் ஸ்திரீகளுக்குத் தனி மேஜையும் போடப்பட்டிருந்தன.

விருந்துக்கு வந்திருந்தவர்களுடைய பிரபாவங்களை இப்போது கொஞ்சம் தெரிந்து கொள்ளலாம்.

ஸ்ரீமான் கங்கோத்ரி அய்யர் ஒரு வக்கீல், அவருடைய காலத்திலே அநேகம் கட்சிக்காரர்களைத் தலை மொட்டையடித்தவர். இப்போது அவருடைய முக்கியமான வேலை

என்னவென்றால், உலகத்திலுள்ள பெரிய மனிதர்களுக் கெல்லாம் கடிதம் எழுதுவதுதான். அவரவர்களுக்கு எந்தெந்த விஷயத்தில் பிரமை உண்டென்று அவர் தெரிந்து கொண்டு அதைப் பற்றி எழுதுவார். மகாத்மாவுக்கு ஹரிஜன சேவையைப் பற்றியும், கிராம நிர்மாணத்தைப் பற்றியும் அவர் அநேக கடிதங்கள் எழுதியிருக்கிறார். மகாத்மா விடமிருந்து அவருக்கு ஒரு தடவை பதில் வந்தது. 'தங்களுடைய கடிதங்கள் மிகவும் ருசிகரமான விஷயங்களை உட்கொண்டவை என்று குறிப்பிட்டிருக்கிறீர்கள். அதை நான் நம்புகிறேன். ஆனால், நான் புலன்களை அடக்கும் விரதம் கொண்டிருக்கிறேனாதலால் அவற்றை அனுபவிக்க எனக்குக் கொடுத்து வைக்கவில்லை' என்று மகாத்மா எழுதியிருந்தார். அந்தக் கடிதத்தை நமது வக்கீல் கண்ணாடி போட்டு மாட்டியிருக்கிறார். அதே மாதிரி, பெர்னாட்ஷாவிடமிருந்து, 'தங்கள் கடிதத்தைப் படித்தேன்; இன்னும் உயிரோடு தான் இருக்கிறேன்' என்று வந்த கடிதத்தையும், ரொமேன் ரோலண்டிடமிருந்து, 'தங்கள் முப்பது பக்கங்கொண்ட கடிதம் கிடைத்தது; தங்கள் பாஷை எனக்குப் புரியாததற்காக மிகவும் சந்தோஷப்படுகிறேன்' என்று வந்த கடிதத்தையும் கண்ணாடி போட்டுச் சுவரில் மாட்டியிருக்கிறார்.

அவர் அப்படிக் கண்ணாடி போட்டு மாட்டியிருக்கும் கடிதங்களில் நடுநாயகமாக விளங்குவது சென்னை மாஜி கவர்னர் ஒருவருடைய கடிதந்தான். சீமைக்குப் போய் விட்ட அந்த மாஜி கவர்னருக்கு ஸ்ரீமான் கங்கோத்ரி அய்யர் எத்தனையோ கடிதங்கள் எழுதினார்; ஒன்றுக்கும் பதில் வரவில்லை. கடைசியாக, கடவுள் அருளால் அவருடைய மனோரதம் நிறைவேறும் காலம் வந்தது. ஐயருடைய அருமை மனைவி காலஞ்சென்றாள். அவள் கைலாசப் பிராப்தி அடைந்த வரலாற்றை மிகவும் உருக்கமாக ஒரு கடிதத்தில் எழுதி, 'தங்களிடமிருந்து ஓர் ஆறுதல் மொழி வந்தால் தான் உயிர் தரிப்பேன்' என்று முடித் திருந்தார். இம்மாதிரி விஷயங்களில் வெள்ளைக்காரர்கள் சம்பிரதாயத்தைக் கண்டிப்பாக அநுசரிப்பவர்கள். உடனே மாஜி கவர்னரிடமிருந்து பதில் வந்தது. 'தங்கள் மனைவி

தங்களைவிட்டுச் சென்று கைலாசத்தை அடைந்த விஷயம் தெரிந்து மிகவும் வருத்தப்படுகிறேன். அவளுக்கு நல்ல புத்தி ஏற்பட்டுத் திரும்பி வந்தால், மன்னித்து ஏற்றுக் கொள்ளுங்கள்' என்று அந்தக் கடிதம் சொல்லிற்று. அதன் பொருள் என்னவென்று ஸ்ரீமான் கங்கோத்ரி அய்யருக்கு இன்றுவரை நன்கு விளங்கவில்லையென்றாலும், கடிதம் என்னவோ கண்ணாடி போடப்பட்டு தொங்குகிறது.

விருந்தினரில் இன்னொருவர் ஒரு பத்திரிகாசிரியர், அவருடைய பெயர் ராவ் பகதூர் அச்சுதராயர், முப்பத்திரண்டு வருஷமாக நடந்து வரும் அவருடைய பத்திரிகையின் பெயர் 'குடும்பநேசன்'. அவருடைய குடும்பத்துக்கு அந்தப் பத்திரிகை நேசனாயிருப்பதில் சந்தேகமேயில்லை. அந்தப் பத்திரிகையை யார் படிக்கிறார்கள் என்பது மட்டும் ஒரு பரம ரகசியம்; மொத்தத்தில் அந்தப் பத்திரிகையில் எத்தனை விளம்பரங்கள் வருகின்றனவோ, அவ்வளவு பிரதிகளும் அதற்குமேல் பத்துப் பிரதிகளும் அச்சிடப்படுவதாக வதந்தி. ஒரு தடவை, 'குடும்பநேச'னில் விளம்பரம் கொடுப்பது பற்றி நகர சபையில் விவாதம் வந்த போது, 'குடும்பநேச'னில் விளம்பரம் செய்வதை விட நாமே தலைக்கு ஒரு பிரதி கையால் எழுதி விநியோகம் செய்துவிட்டு, விளம்பரப் பணத்தைப் பங்கு போட்டுக் கொள்ளலாமே!' என்று ஓர் அங்கத்தினர் யோசனை சொன்னாராம். ஆனாலும் மேற்படி பத்திரிகையும் ஒரு முக்கியமான பொதுஜன சேவை செய்து தான் வருகிறது. மற்றப் பத்திரிகைகளில் வராத நமது மாஜி திவான் போன்றவர்களின் உருவப் படங்களும், அவர்களுடைய உயர் குணாதிசயங்களும் 'குடும்பநேச'னில் அடிக்கடி வெளியாவதுண்டு.

இன்னொருவர் ஒரு பெரிய ரயில்வே உத்தியோகஸ்தர். மாதம் இரண்டாயிரம் ரூபாய் சம்பளம் வாங்குகிறவர். அந்த அந்தஸ்த்துக்குத் தகுந்தபடி தலையில் வழுக்கை விழுந்தவர். அவருக்குச் சங்கீதத்தில் ரொம்ப பிரமை. மாதம் ரூ.100 ஒரு வித்வானுக்குக் கொடுத்து அவரிடம் மூன்று வருஷம் சங்கீதம் கற்றுக் கொண்டார். முடிவில் அந்த வித்வான்,

'உமது மூளையில் சங்கீதம் ஏறாது' என்று ஸர்ட்டிபிகேட் கொடுக்கவே, இவர் கோபங்கொண்டு 'சங்கீத வித்தையையே சீர்திருத்துகிறேன்' என்று ஆரம்பித்துவிட்டார்! அவர் இது வரையில் புதிதாக ஒன்பதரை ராகங்களும், பதிமூன்றேகால் தாளங்களும், 356 ஸ்வரங்களும் கண்டுபிடித்திருக்கிறார். இவற்றைக் கேட்டு ஆனந்திப்பவர்களில் நம் மாஜி திவான் ஒருவராதலால், அவரிடம் ஸ்ரீமான் சி.ஆர்.சந்தர் அவர்களுக்கு அதிக மதிப்புண்டு.

அடுத்தவர் ஒரு மாஜி ஸப் ஜட்ஜ். அவர், 'இந்தியாவுக்கு வேண்டியதென்ன?' என்னும் பெயர் கொண்ட பிரசித்தி பெற்ற புத்தகத்தின் ஆசிரியர். அந் நூலில், கிராப்புத் தலை மோகத்தைக் கண்டித்துக் குடுமியின் அவசியத்தை வலியுறுத்தும் அத்தியாயம் மட்டும் 28 பக்கங்கள் அடங்கியது. இந்த அருமையான புத்தகத்தை அவர் இங்கிலாந்தின் பார்லிமெண்ட் சபை அங்கத்தினர் ஒவ்வொருவருக்கும் அனுப்பி, புத்தகம் பெற்றுக் கொண்டதற்கு அவர்களுடைய அத்தாட்சிக் கையெழுத்துக்களை வாங்கி வைத்திருக்கிறார். இந்த அரிய பெரிய நூலுக்கு முன்னுரை தந்திருக்கிறவர் நம் மாஜி திவான் தான் என்றால், இவர்களுடைய பரஸ்பர நன்மதிப்பைப் பற்றி ஒன்றும் சொல்ல வேண்டியதில்லை.

ஐந்தாவது பிரமுகர் அந்த டிவிஷனின் கார்ப்பரேஷன் கௌன்ஸிலர் என்பதை அவரிடமிருந்து கிளம்பிய கார்ப்பரேஷன் வாசனையே பிரசித்தப்படுத்திக் கொண்டிருந்தது. ஆகையால் நாம் அவரைப்பற்றி ஒன்றும் சொல்ல வேண்டியதில்லை.

இந்த ஐந்து பிரமுகர்களோடு மாஜி திவான், ராவ் சாகிப் கபாலி, பாலகோபால், ராஜாராம் இவர்கள் சேர்ந்து மொத்தம் ஒன்பதுபேர்புருஷர்களுடையமேஜையைஅலங்கரித்தார்கள். ஸ்திரீகளுடைய மேஜையில் இருந்தவர்களைப் பற்றி நாம் ஏதாவது சொன்னால், மாஜி திவான் கட்டாயம் ஆட்சேபிப்பாராதலால், மேலே கதையைத் தொடர்வோம்.

***

சிற்றுண்டி விருந்து நடந்து கொண்டிருந்தது. அதே சமயத்தில் மாஜி திவான் விருந்தினரின் செவிக்கும் விருந்து அளித்துக் கொண்டிருந்தார்.

'சோஷலிஸமாம்! இந்த ஜவஹர்லால் நேற்று பையன். இவன் பிறப்பதற்கு மூவாயிரம் வருஷங்களுக்கு முன்னால், மனு எழுதிவிட்டுப் போயிருக்கிறார். மனு எங்கே, இந்தக் காரல் மார்க்ஸ் எங்கே? தற்கால நாகரிகம் நமது பிள்ளை யாண்டான்களுடைய கண்களை மறைத்து வருகிறது...'

இடையிடையே பாலகோபால் அவருடைய வாயைக் கிளறி விட்டுக்கொண்டிருந்தான். 'தற்கால நாகரிகம் தற்கால நாகரிகம் என்று மண்ணை வாரி இறைக்கிறீர்களே! தற்கால நாகரீகத்தில் எந்த அம்சத்தை நீங்கள் ஆட்சேபிக்கிறீர்கள்? இங்கிலீஷ் படிப்பதில், உத்தியோகம் பார்ப்பதில், பென்ஷன் வாங்குவதில், பட்டம் பெறுவதில், பிள்ளையைச் சீமைப் படிப்புக்கு அனுப்புவதில், மோட்டார் வைத்துக் கொள்வதில் - இது ஒன்றிலும் உங்களுக்கு ஆட்சேபமில்லை; பின் எதைக் குறித்துத்தான் வாயைச் செலவழிக்கிறீர்கள்?'

'கேட்டீர்களல்லவா?...' என்று மாஜி ஸப் ஜட்ஜ் ஆரம்பித்தார்.

மாஜி திவான் அவரைப் பேச விடுவாரா? 'நீங்கள் இருங்கள். அவனுக்கு நானே சொல்கிறேன் பதில். பாலகோபால்! நீ கேட்டது சரியான கேள்வி. அந்தக் கேள்வியிலேயே பதிலும் இருக்கிறது. அந்தக் கேள்விக்கு அடிப்படையான மனப்பான்மை இருக்கிறதே, அதைத்தான் ஆட்சேபிக்கிறேன். உங்களுக்கெல்லாம் நமது புராதன நாகரிகத்தில் நம்பிக்கை போய்விட்டது. அதனால் தான் இந்தக் காலத்துப் பிள்ளைகள் இப்படிப் பேசுகிறீர்கள். ஒருவனுடைய வெளிநடத்தை எப்படியிருந்தாலும், மனப்பான்மை சரியாயிருந்தால் அவனுக்குக் கதி உண்டு. உங்களுக்கு நமது புராதன நாகரிகத்தில் பக்தி சிரத்தை கிடையாது. ஜவஹர்லால் நேருவினிடம் உள்ள தப்பு இது தான்...'

5

மாஜி திவானுடைய பேச்சில் ஒவ்வொரு வார்த்தைதான் ராஜாராமன் காதில் விழுந்தது. காரணம் வாசகர்களே யூகித்துக் கொள்ளலாம். அவனுடைய கவனமெல்லாம் ஸ்திரீகள் மேஜையிலிலேயே இருந்தது. அவர்களில் அதிகமாகப் பேசிய குரல் வத்ஸலையினுடையதுதான் என்பதை அவன் அறிந்தான். இந்த மாஜி திவானுடைய வாய் சற்று ஓயாதா என்று அவனுக்குத் தோன்றிற்று.

இரண்டொரு சமயம் மிகவும் தயக்கத்துடன் அவன் ஸ்திரீகள் இருக்கும் பக்கம் திரும்பிப் பார்த்தான். அதே சமயத்தில் அவளுடைய பரந்த கண்களின் கருவிழிகளும் சுழன்று தன்னை நோக்குவதைக் கண்டபோது அவனுக்கு இந்த உலக ஞாபகமே இல்லாமல் போயிற்று.

'நிலவு செய்யு முகமும் - காண்பார்
நினைவு அழிக்கும் விழியும்
கலகலென்ற மொழியும் - தெய்வக்
களிதுலங்கு நகையும்'

என்று கவி பாடியபோது, இத்தகைய ஒரு பெண்ணை நினைத்துதான் பாடியிருக்க வேண்டும்.

இப்படி அவன் எண்ணமிட்டுக் கொண்டிருக்கையில், அவன் தேனினும் இனியதென்று நினைத்த அந்தக் குரலிலே பின்வரும் சொற்கள் அமுதமும் நஞ்சும் தோய்ந்தனவாய் வெளிவந்தன:

'ஆமாம்! மனப்பான்மைதான் சரியாயிருக்க வேண்டும்! காரியம் என்ன பிரமாதம்? இந்த சென்னைப் பட்டணத்தில் இன்றைய தினம் இரவு உணவுக்கு என்ன செய்வோம் என்று கவலைப்பட்டுக் கொண்டிருக்கும் ஏழைகள் எத்தனையோ பேர் இருக்கிறார்கள். குடிப்பதற்குப் பாலில்லாமல் ஒட்டி உலரும் குழந்தைகள் எத்தனையோ இருக்கின்றன. நாமோ இங்கே ஒவ்வொன்று இரண்டு அணா விலையுள்ள சீமை பிஸ்கோத்துகளில் தலைக்கு நாலைந்து தின்கிறோம்.

அதனாலென்ன மோசம்? நம்முடைய மனப்பான்மை சரியாயிருக்கிறதல்லவா?'

மாஜி திவான் சொன்னதற்குப் பதிலாக வத்ஸலை மேற் கண்டவாறு கூறினாள். அதற்குள் திவான், 'நீ கூட உன் அண்ணனுடன் சேர்ந்து விட்டாயா? ரொம்ப பேஷ்! தேசம் உருப்பட்டால் போலத்தான்' என்று கூறி, மேலே ஏதோ பேசிக் கொண்டு போனார்.

ஆனால், வத்ஸலையின் வார்த்தைகள் ராஜாராமனுடைய மனத்தில் வேறோர் எதிர்பாராத பலனை உண்டாக்கின. 'இராத்திரிச் சாப்பாடு... குழந்தை... பிஸ்கோத்து...' இவ் வார்த்தைகள் செவியில் விழுந்ததும் ராஜாராமன் கனவு உலகத்திலிருந்து விழித்துக் கொண்டான். ரகுவின் நினைவு வந்தது. 'அந்தோ! குழந்தை ராத்திரி என்ன செய்வான்? இங்கே நாம் வயிறு புடைக்கச் சாப்பிட்டுக் கொண்டிருக்கிறோம். கடவுளே! ஸ்திரீ சௌந்தர்யத்தின் சக்திதான் என்ன? தன்னைத் தவிர வேறு கதியில்லாத அருமைத் தம்பியைக் கூடச் சற்று நேரம் மறக்கச் செய்துவிட்டதே! - ராஜாராமனுடைய உள்ளம் வெட்கத்திலும் வேதனையிலும் ஆழ்ந்தது. 'ரகு! நீ வழக்கம்போல் ஆறரை மணிக்கு 'அண்ணா!' என்று கூப்பிட்டுக் கொண்டு வருவாயே? உனக்கு என்ன கொடுப்பேன்? இராத்திரி நீ பட்டினி கிடக்கவா வேண்டும்?' என்று அவனுடைய இருதயம் அலறிற்று. கண்களில் துளித்த கண்ணீர்த் துளிகளை வெகு சிரமப்பட்டுப் பிறருக்குத் தெரியாமல் துடைத்துக் கொண்டான்.

***

மாஜி திவான், மேலே பிரசங்கம் செய்து கொண்டு போனார்: 'ஏற்கனவே உலகில் தர்மக் குழப்பம் அதிகமாயிருக்கிறது. எது சத்தியம், எது மித்தை என்பதை அறிய முடியாமல் ஜனங்கள் திண்டாடுகிறார்கள். ஸ்திரீகள் வேறு பொது விவகாரங்களில் புகுந்துவிட்டால் கேட்க வேண்டியதில்லை. உங்களுக்கெல்லாம் என்ன தெரியும்? உண்மை வைரம் ஒன்றையும், இமிடேஷன் வைரம் ஒன்றையும் கொடுத்தால்,

எது வைரம், எது இமிடேஷன் என்று கண்டு பிடிக்க முடியுமா? இதோ, பாருங்கள்; இந்த மோதிரத்தை இன்று வாங்கினேன். இதை நிஜ வைரமல்லவென்று யாராவது சொல்ல முடியுமா?' என்று கூறிப் பக்கத்திலிருந்த மாஜி ஸப் ஜட்ஜினிடம் மோதிரத்தைக் கொடுத்தார். அதில் பதித்திருந்த ஒரு பெரிய வைரமும் இரண்டு சிறு வைரங்களும் பளபளவென்று கண்களைப் பறித்தன. மாஜி ஸப்-ஜட்ஜ் அதைப் பார்த்துவிட்டு, 'ஆமாம்; அசல் வைரம் மாதிரிதான் இருக்கிறது. இருந்தாலும் கவனித்துப் பார்த்தால் தெரிந்து விடும்' என்றார். பிறகு, அதை அடுத்தாற் போலிருந்த ராவ் சாகிப் கபாலியிடம் கொடுத்தார். அவர் அதைப் பார்த்து விட்டு, 'ரொம்ப நன்றாயிருக்கிறது. இது நிஜ வைரமென்று யாராவது நம்புவார்களா, என்ன? பைத்தியந்தான்' என்றார். மோதிரம் கைமாறிப் போய்க்கொண்டேயிருந்தது. அடுத்த படி, வக்கீலும் அந்த மாதிரியே அபிப்பிராயப்பட்டார். பத்திரிகாசிரியர், 'எனக்கு வைரங்களில் அவ்வளவு அநுபவம் இல்லை. இருந்தாலும் இதைப் பார்த்தால் சந்தேகம் ஏற்படாமலிராது' என்றார்.

மாஜி திவான், 'ஹஹ்ஹஹ்ஹா!' என்று சிரித்தார். 'பார்த்தீர்களா? கேவலம் ஒரு வைரத்தை நிஜம், பொய் என்று கண்டுபிடிக்க முடியாதவர்கள், சத்தியத்தின் ஸ்வரூபத்தை எப்படிக் கண்டுபிடிக்கப் போகிறோம்? அது நிஜ வைரந்தான். ரூபாய் 750க்கு இப்போதுதான் வாங்கினேன் - லவனபுரம் ஜமீன்தாருக்காக' என்றார்.

6

ராஜாராமனுடைய செவிகளில் இதெல்லாம் ஏறவேயில்லை. 'வைரம்', 'வைர மோதிரம்' என்பது மட்டும் காதில் விழுந்தது. அவனுடைய ஞாபகத்தில் ரகு இன்னும் சற்று நேரத்தில் பள்ளிக்கூடத்திலிருந்து திரும்பி விடுவானே என்பதிலேயே ஈடுபட்டிருந்தது. மாஜி திவானுடைய பிரசங்கமோ முடிகிற வழியாய்க் காணவில்லை. அவரிடம் தன்னுடைய நிர்ப்பந்தமான நிலையைச் சொல்லி ஏதாவது அவசரமான உதவி வேண்டுமென்று கேட்க அவன் விரும்பினான்.

அவரிடம் அவனுடைய நம்பிக்கை இதற்குள் ரொம்பவும் குறைந்து விட்டது. தன்னில் தானே ஆழ்ந்து போயிருக்கும் அந்த மனிதருக்குப் பிறருடைய சுக துக்கங்களை உணரும் சக்தி இருக்குமா? எப்படியிருந்தாலும் இன்றைய தினம் அவரிடம் தனியாகப் பேசுவது சாத்தியமில்லை. நாளைக் காலையில் வந்து பார்க்க வேண்டியதுதான்.

'எனக்குக் கொஞ்சம் வேலை இருக்கிறது. போனால் தேவலை' என்று அருகிலிருந்த பாலகோபாலிடம் தெரி வித்தான். அவன், 'உங்களை அடிக்கடி பார்க்க விரும்பு கிறேன். எங்கே வசிக்கிறீர்கள்?' என்று கேட்டான்.

'திருவல்லிக்கேணி சுந்தரமுதலியார் தெருவில் 48ஆம் நம்பர் வீட்டு மாடி அறையில் இருக்கிறேன். ஆனால் அங்கே எத்தனை நாள் இருப்பேன் என்பது நிச்சயமில்லை' என்றான் ராஜாராம்.

'எங்கள் வீடு எழும்பூரில் இருக்கிறது. நீங்கள் ஒரு நாள் கட்டாயம் வரவேண்டும்' என்று பாலகோபால் சொல்லி, தன் விலாசம் எழுதிய சீட்டை அவன் கையில் கொடுத்தான்.

ராஜாராம் விடைபெற்றுக் கொள்வதற்காக எழுந்து நின்றான்.

அப்போது மாஜி திவான், ஏதோ பேசிக் கொண்டிருந்தவர், பேச்சை நிறுத்தி, 'மோதிரம் எங்கே?' என்று கேட்டார்.

எல்லாரும், 'எங்கே? எங்கே?' என்றார்கள். சுற்று முற்றும் பார்த்தார்கள். மோதிரத்தைக் காணோம்.

'எனக்குக் கொஞ்சம் காரியம் இருக்கிறது. நான் போய் வரட்டுமா?' என்றான் ராஜாராமன், மாஜி திவானைப் பார்த்து.

அவரும் இவனைப் பார்த்தார். ஆனால் பதில் ஒன்றும் சொல்லவில்லை. மற்றவர்களைப் பார்த்து, மோதிரம் எங்கே?' என்று கேட்டார்.

எல்லாரும் மேஜையைப் பார்த்தார்கள். பக்ஷணத் தட்டு களைப் பார்த்தார்கள். ஒருவர் முகத்தை ஒருவர் பார்த்தார்கள்.

பிறகு, ஆகாயத்தைப் பார்த்தார்கள். எங்கும் மோதிரத்தைக் காணவில்லை.

ராஜாராமன் நின்று கொண்டேயிருந்தான். 'நான் வரட்டுமா?' என்று மறுபடியும் கேட்டான்.

அப்போது டிபுடி கமிஷனர் கபாலி, இனிமேல் காரியங்களை நடத்தும் பொறுப்பு தம்முடையது என்பதை உணர்ந்தார். உடனே, எழுந்து நின்று, 'நண்பர்களே! ரூ.750க்கு வாங்கிய ஒரு வைர மோதிரத்தை ஐந்து நிமிஷத்துக்கு முன்னால் நாம் பார்த்துக் கொண்டிருந்தோம். இப்போது அந்த மோதிரத்தைக் காணோம் என்று நமக்கு விருந்தளித்த பெரிய மனிதர் கூறுகிறார். இது நம்மெல்லாருக்கும் அவமானம் தரக்கூடிய விஷயம். கண்யமுள்ளவர்கள் இத்தகைய சந்தர்ப்பத்தில் செய்யக் கூடியது ஒன்றுதான் இருக்கிறது. நம்மை நாமே சோதனைக்கு உட்படுத்திக் கொள்ளவேண்டியதுதான். முதலில் ஒவ்வொருவரும் சட்டைப் பைகளை உதறுங்கள்!' என்றார்.

'அது தான் சரி' என்றார் மாஜி ஸப் ஜட்ஜ்.

'எனக்கு ஆட்சேபமில்லை' என்றார் வக்கீல். மற்றவர்களும் சம்மதத்துக்கு அறிகுறியாக முணுமுணுத்தார்கள். கபாலி, ராஜாராமனுடைய முகத்தைப் பார்த்தார். அவன் முகத்தில் ஏற்பட்ட குழப்பத்தைக் கவனித்தார். திருடன் அகப்பட்டு விட்டான் என்று தீர்மானித்துக் கொண்டார். போலீஸ் இலாகாவில் முப்பது வருஷம் இருந்து தலை நரைத்துப் போன அவருக்கு இந்தத் திருட்டைக் கண்டுபிடிப்பது ஒரு பெரிதா?

அந்தச் சமயம் பாலகோபால் புன்னகையுடன், 'சட்டையை மட்டும் உதறினால் போதுமா? வேட்டி மடிப்பில் செருகிக் கொண்டிருந்தால்? குடுமியில் வைத்து முடிந்து கொண்டிருந் தால்?...' என்றான்.

கபாலி, 'பாலகோபால்! இந்த மாதிரி சந்தர்ப்பத்தில் கூடவா விளையாட்டு? துளிக்கூட நன்றாயில்லை. முதலில் சட்டைப் பைகளை உதறுவோம். அதில் அகப்படாவிட்டால்,

பிறகு எல்லாரும் தனி அறைக்குப் போய்ப் பூரண சோதனை செய்து கொள்வோம். நல்ல வேளையாக, ஸ்திரீகள் இதில் சம்பந்தப்பட வில்லை' என்றார்.

'ஏன் அப்படி எங்களை ஒதுக்குகிறீர்கள்? மற்ற எல்லா வற்றிலுந் தான் நாங்கள் மட்டமாயிருக்கிறோம்; திருட்டுப் பட்டம் கட்டிக் கொள்வதில் கூடவா மட்டமாயிருக்க வேண்டும்?' என்று வத்ஸலை கேட்டாள். அவளுடைய குரலில் ஏளனம் அதிகமாயிருந்ததா, கோபம் அதிகமாயிருந்ததா என்று சொல்வதற்கு முடியாமலிருந்தது.

கபாலி, 'திருட்டு என்று யார் சொன்னார்கள்? ஞாபக மறதியாய் யாராவது சட்டைப் பையில் போட்டுக் கொண்டிருக்கலாம். அப்படியின்றி, மோதிரம் மாயமாய்ப் போயிருந்தாலும், நம்முடைய பொறுப்பை நான் கழித்துக் கொள்ளலாமல்லவா?' என்று கூறி, தமது கோட்டை அவிழ்த்து உதறினார்.

'எனக்கு ஆட்சேபமில்லை, ஸ்வாமி!' என்று பாலகோபாலும் தன் கோட்டை எடுத்து உதறினான். மற்றவர்களும் அப்படியே செய்தார்கள்.

ராஜாராமன் மட்டும் நின்றபடியே இருந்தான்.

'மிஸ்டர் ராஜாராம்! ஏன் நிற்கிறீர்கள்? அவசரமாய்ப் போக வேண்டுமென்றீர்களே! சட்டையை உதறிவிட்டால், உடனே போகலாமே!' என்றார் கபாலி.

ராஜாராமனுக்கு என்ன நேர்ந்து விட்டது? அவன் ஏன் அப்படித் தேம்புகிறான்? அவனுடைய கண்களில் ஏன் நீர் ததும்புகிறது?

ஒரு நிமிஷம் அவ்வாறு நின்றுவிட்டுக் கோபமும் துக்கமும் பொங்கிய குரலில், 'நான் மாட்டேன்; என் சட்டையைக் கழற்ற மாட்டேன். எனக்குத் தெரியும் உங்கள் சமாசாரம்; என்னை அவமானப்படுத்துவதற்காகவே இப்படிச் செய்திருக்கிறீர்கள். அது வைர மோதிரமேயல்ல; அது கெட்டுப் போகவுமில்லை; சுத்தப் பொய். நீங்கள் எல்லாரும்

பெரிய மனிதர்கள். என்ன வேண்டுமானாலும் செய்யலாம். நான் ஏழை!...' என்று அலறினான்.

கபாலி, தொண்டையைக் கனைத்துக் கொண்டு, சாவதானமாக, 'தம்பி! பதறாதே!...' என்று ஆரம்பித்தார்.

அதற்குள், ராஜாராமன், 'ஆமாம்; பதறாதே! உங்களுக்கென்ன உபதேசம் செய்வதற்கு? முடியாது. நான் இந்த அவமானத்துக்கு உட்படமாட்டேன். சட்டையை உதற மாட்டேன். இதோ நான் போகிறேன். உங்களால் ஆனதைச் செய்து கொள்ளுங்கள்' என்று விம்மிய குரலில் சொல்லி விட்டு, விரைவாக நடந்து வெளியே சென்றான்.

ராவ்சாகிப் கபாலி, கடகடவென்று சிரித்தார். ஆனால் மற்றவர்கள் யாருக்கும் சிரிப்பு வரவில்லை. ராஜாராமனுடைய ஆத்திரமான பேச்சும், அவனுடைய குரலில் தொனித்த துக்கமும் அவர்களையெல்லாம் பிரமை பிடித்தவர்கள் போல் ஆக்கி விட்டன. கிணறு வெட்டப் போய்ப் பூதத்தைக் கண்டவனுடைய நிலையை அவர்கள் அடைந்திருந்தார்கள்.

கபாலி மட்டுந்தான் தம்முடைய நிதானத்தை இழக்கவில்லை. வெளியில் கொஞ்ச தூரத்தில் நின்று கொண்டிருந்த ஓர் ஆளை அவர் சமிக்ஞை செய்து கூப்பிட்டார். அருகில் வந்ததும் அவன் காதில் ஏதோ சொன்னார்.

அப்போது வத்ஸலை தான் இருந்த இடத்தில் எழுந்து நின்று, 'மாமா! நீங்கள் என்ன சொல்கிறீர்களென்று எனக்குத் தெரியும். மிஸ்டர் ராஜாராமைப் பின் தொடர்ந்து போகச் சொல்கிறீர்கள். ஆனால், அது தேவையில்லை...' என்றாள்.

எல்லாரும் அவள் முகத்தை வியப்புடன் நோக்கிக் கொண்டிருக்கையிலேயே, 'இதோ அந்த வைர மோதிரம், பத்திரமாயிருக்கிறது!' என்று எடுத்துக் காட்டினாள். 'பரிசாரகன் உங்கள் மேஜையிலிருந்த காராபூந்தித் தட்டை இங்கே எடுத்து வைத்தான். காராபூந்திக் குவியலுக்குள் இது இருந்தது. உங்களில் ஒருவர் பேச்சு ஸ்வாரஸ்யத்தில் ஞாபக மறதியாய்த் தட்டில் போட்டிருப்பீர்கள்...'

'அடடா! அந்தப் பையனைப் போய்ச் சந்தேகித்தோமே? என்ன அநியாயம்! நீ ஏன் முன்னமே சொல்லியிருக்கப்படாது?' என்று மாஜி திவான் கேட்டார்.

'ஏனா? உங்களுடைய புத்திசாலித்தனம் எவ்வளவு தூரம் போகிறதென்று பார்க்கத்தான்!' என்றாள்.

7

சற்று நேரத்துக்கெல்லாம், பாலகோபாலும் வதஸ்லையும் மாஜி திவானின் பங்களாவுக்கு வெளியே வந்து தங்களுடைய காரில் ஏறிக் கொண்டார்கள்.

'டிரைவர்! திருவல்லிக்கேணிக்குப் போ!' என்றாள் வத்ஸலை.

'திருவல்லிக்கேணிக்கா? எதற்காக?' என்றான் பாலகோபால்.

'அவரைப் பார்ப்பதற்குத்தான்.'

'ஐயோ! ஏதோ விலாசம் சொன்னான்; மறந்து விட்டேனே!'

'நீ மறந்து விட்டால் எனக்கு ஞாபகம் இருக்கிறது. சுந்தர முதலியார் தெரு, 48ஆம் நெம்பர்.'

'அவனுக்கு ஏன் அவ்வளவு கோபம் வந்தது? சட்டைப் பைகளை உதறமாட்டேனென்று அவ்வளவு பிடிவாதம் ஏன் பிடித்தான்? அதுதான் எனக்குத் தெரியவில்லை.'

'எனக்குந்தான் தெரியவில்லை. ஆனால் ஏதோ காரணம் இருக்கவேண்டும். அதை நான் கண்டுபிடிக்காவிட்டால், என் பெயர் வத்ஸலை அல்ல; நான் டிப்டி கமிஷனர் கபாலியின் மருமகளல்ல' என்றாள்.

பத்து நிமிஷத்துக்கெல்லாம் வண்டி மேற்படி வீட்டின் வாசலை அடைந்தது.

கீழ்க்கட்டில் குடியிருந்த ஒருவர் வாசலில் நின்று கொண்டிருந்தார்.

'ராஜாராமன் இங்கேதானே இருக்கிறார்?' என்று பாலகோபால் கேட்டான்.

'ஆமாம்; இப்போதுதான் வெளியிலிருந்து வந்து மாடிக்குப் போனார்' என்று பதில் வந்தது.

பாலகோபாலும், வத்ஸலையும் மெதுவாக அடிவைத்து மச்சுப் படிகளின் மீது ஏறினார்கள்.

மேலே சற்று விஸ்தாரமான திறந்த மாடி இருந்தது. அதன் ஒரு பக்கத்தில் ஒரு சின்ன அறை இருந்தது. இவர்கள் மெது வாக நடந்து சென்று அறையின் கதவண்டை நின்று எட்டிப் பார்த்தார்கள்.

***

ராஜாராமன் தன்னுடைய கோட்டைக் கழற்றித் தன் சட்டைப் பைகளிலிருந்து ஏதோ சாமான் எடுத்துக் கொண் டிருந்தான். அது என்ன? ஆ! மாஜி திவானுடைய விருந்தில் வைத்திருந்த பிஸ்கோத்து; அதை மேஜை மீது வைத்து விட்டு மறுபடியும் பையில் கையை விடுகிறான். இன்னொரு பிஸ்கோத்து. இம்மாதிரி ஆறு பிஸ்கோத்துகளை எடுத்து அடுக்கி வைக்கிறான். உஸ்! தனக்குத்தானே ஏதோ பேசிக் கொள்கிறானே!

'ரகு! ரகு! அவளைப் போன்ற ஆயிரம் தேவகன்னிகை களின் காதலைக் காட்டிலும் உன்னுடைய அன்புதான் எனக்குப் பெரிது!'

இது காதில் விழுந்தபோது, வத்ஸலையின் அழகிய கன்னங்கள் குழிந்தன. 'அவள்' என்று அவன் குறிப்பிடுவது யாரை என்பது வத்ஸலைக்குத் தெரியாதா, என்ன?

அதே சமயத்தில், 'அண்ணா! அண்ணா!' என்று குதூகல மாய்க் கூவிக்கொண்டு, யாரோ மாடிப்படி ஏறி வரும் சப்தம் கேட்டது.

'ரகு ஓடி வா!' என்றான் அறையிலிருந்தபடியே ராஜாராமன்.

அடுத்த நிமிஷத்தில், குருகுருவென்று கண்களும், சுருட்டை மயிரும், களை சொட்டிய முகமும் படைத்த ஒன்பது வயதுச் சிறுவன் ஒருவன் மாடிக்கு வந்தான்.

'அண்ணா! பிஸ்கோத்து வாங்கி வந்திருக்கிறாயா?...' என்று கேட்டவன் அறையின் வாசலில் இருவர் நிற்பதைக் கண்டு திகைத்துப் போனான். உள்ளே வந்து, அண்ணாவிடம் மெது வான குரலில், 'வெளியில் நிற்பவர்கள் யார்?' என்று கேட் டான்.

ராஜாராமன் ஆச்சரியத்துடன் வெளியே வந்து பார்த்தான். பாலகோபாலையும் வத்ஸலையையும் கண்டதும் முதலில் அவனுக்கு கோபம் வந்தது. ஆனால், வத்ஸலையின் புன்னகை பூத்த முகத்தையும், அந்தக் கண்களையும் கண்டதும் கோபம் பறந்தது. அதற்குப் பதில் வெட்கம் பிடுங்கித் தின்னத் தொடங்கியது.

'தங்களுடைய விலாசம் மறந்து போவதற்குள் வீட்டைக் கண்டுபிடித்து வைக்கலாம் என்று வந்தோம்' என்றான் பாலகோபால்.

'இவ்வளவுதானா? திருட்டுக் கண்டுபிடிக்க வந்தீர்களென் றல்லவா பார்த்தேன்?'

வத்ஸலை சொன்னாள்: 'ஆமாம்; திருட்டைக் கண்டு பிடிக்கத் தான் வந்தோம். ஆனால் மோதிரத் திருட்டையல்ல. மோதிரம் என்னிடந்தான் இருந்தது. காராபூந்தித் தட்டிலிருந்து எடுத்து வைத்துக் கொண்டிருந்தேன். அதை நான் காட்டியதும் அந்தக் கிழங்களின் முகத்தில் அசடு தட்டியதை நீங்கள் பார்க்காமல் வந்து விட்டீர்கள். ஆனால், நாங்கள் வந்தது வேறு திருட்டைக் கண்டுபிடிக்க. மேஜையில் இருந்த பிஸ்கோத்துகளில் ஐந்தாறு பிஸ்கோத்துகளைக் காணோம். ஒருவேளை இங்கே இருக்குமோ என்று வந்தோம். அடடா! இதோ இருக்கே!'

இவ்வாறு சொல்லி, ராஜாராமனுடைய பதிலுக்கு இடங் கொடாமல், வத்ஸலை மேஜையண்டைப் போய் அந்தப் பிஸ்கோத்துகளைக் கையில் எடுத்துக் கொண்டாள். திகைத்துப் போய் நின்ற ரகுவை பலவந்தமாகப் பிடித் திழுத்து அவன் வாயில் பிஸ்கோத்துகளைத் திணிக்கத் தொடங்கினாள்.

அப்போது, பாலகோபால், தனக்குள், 'சரி, சரி! இந்த ராஜாராமன் பிஸ்கோத்துகளை மட்டும் திருடவில்லை. ஒரு மகா அதிகப் பிரசங்கியான பெண்ணின் இருதயத்தைக் கூடத் திருடி விட்டான் போலிருக்கிறது?' என்று எண்ணமிடலானான்.

'இவள் எந்த முட்டாளைக் கலியாணம் செய்து கொள்ளப் போகிறாளோ?' என்று ராஜாராமன் முன்னொரு நாள் நினைத்தானல்லவா? ஆறு மாதத்திற்கெல்லாம் வத்ஸலைக் குக் கலியாணம் நடக்கத்தான் செய்தது. ஆனால், அவளைக் கலியாணம் செய்து கொண்டவனை முட்டாள் என்பதாக ராஜாராமன் இப்போது ஒப்புக்கொள்வதில்லை.

அவ்வளவு ஆத்ம நிந்தனை செய்து கொள்ள யாருக்குத்தான் மனம் வரும்?

தூக்கு தண்டனை

1

அமாவாசை இரவு. திவான் பகதூர் ஜட்ஜ் அஸ்டோத் தரமய்யங்கார் சுகமான பஞ்சு மெத்தைப் படுக்கையில் படுத்து புரண்டு கொண்டிருந்தார். என்ன புரண்டாலும் தூக்கம் வருகிற வழியாயில்லை. தலைப் பக்கத்துத் தலை காணியைக் கால் புறத்திலும், கால் புறத்துத் தலைகாணியைத் தலைப்புறத்திலும் வைத்துக் கொண்டு பார்த்தார். அப்படியும் தூக்கம் வரவில்லை

கடிகாரத்தில் மணி அடிக்கத் தொடங்கிற்று. 'ஒன்று, இரண்டு, மூன்று...' என்று எண்ணிக் கொண்டே வந்தார். பன்னிரண்டு மணி அடித்து ஓய்ந்தது. 'இனிமேல் கட்டாயம் தூங்க வேண்டியதுதான்' என்று ஜட்ஜ் அய்யங்கார் திட சங்கல்பம் செய்து கொண்டு கண்களை இறுக மூடினார். அப்போது அவருடைய மனக் கண்ணின் முன்பாக ஒரு பயங்கரக் கோரக் காட்சி தென்பட்டது.

முதலில் எங்கேயோ வெகு தூரத்தில் உள்ளது போல் அந்தக் காட்சி மங்கலாய்த் தெரிந்தது. தூக்கு மேடையில் தூக்கு மரத்தில் ஒரு உருவம் தொங்கி இலேசாகக் காற்றில் ஆடிக்கொண்டிருந்தது. சட்டென்று அந்தக் காட்சி, தூக்கு மரம், அதில் தொங்கிய உருவம் எல்லாம் வெகு சமீபத்தில் ஸ்பஷ்டமாகத் தெரிந்தது. பால் வடியும் அழகிய வாலிப னுடைய முகம். ஆனால், முகத்தில் உயிர்க்களை இல்லை. கண்கள் விழித்தது விழித்தபடியே இருந்தன. உயிரில்லாத அந்தக் கண்கள் திவான் பகதூரின் இருதயத்தை ஊடுருவிப் பார்ப்பது போல் அவருக்கு உணர்ச்சி உண்டாயிற்று

சட்டென்று அய்யங்கார் எழுந்து உட்கார்ந்தார். படுக்கையி லிருந்து கீழே குதித்தார். ஜன்னல் ஓரமாகச் சென்று ஜன்னல் கதவைத் திறந்தார். குளிர்ந்த காற்று உள்ளே 'விர்'ரென்று வந்தது. கொஞ்சம் ஆசுவாசம் ஏற்பட்டது. அய்யங்கார் ஜன்னல் ஓரமாக நின்று வெளியே தோட்டத்தில் பார்வையைச் செலுத்தினார்.

ஆஹா! அது என்ன! அதோ அந்த மரத்தின் கிளையில் ஏதோ தொங்குகிறாப் போல் இருக்கிறதே? ஐயோ?...படீரென்று ஜன்னல் கதவைச் சார்த்தினார் அய்யங்கார். இருட்டில் தடவிக் கொண்டே சென்று, 'ஸ்விட்ச்' இருக்குமிடம் கண்டுபிடித்து, மின்சார விளக்கை ஏற்றினார். அலமாரியைத் திறந்து கையிலகப்பட்ட புத்தகம் ஒன்றை எடுத்துக் கொண்டு வந்து சோபாவில் அமர்ந்தார். புத்தகத்தைப் பிரித்தார். ஆகா! புத்தகத்திற்குள் ஏதாவது தேள் ஒளிந்திருந்து அவர் கையில் கொட்டி விட்டதா என்ன? புத்தகத்தை அப்படித் திடீரென்று போட்டு விட்டுக் குதிக்கிறாரே?

தேளுமில்லை கீளுமில்லை; அந்தப் புத்தகம் நாலாயிரத் திவ்யப் பிரபந்தமாயிருந்தது தான் காரணம். திவ்யப் பிரபந்தத்தைப் பார்த்ததும் உபய வேதாந்தஸார உபந்நியாச சக்ரவர்த்தி சடகோபாச்சாரிய ஸ்வாமிகள் மதகுப்பட்டி கலக வழக்கில் கூறிய சாட்சியம் அய்யங்காருக்கு ஞாபகம் வந்தது. அவர் என்ன சாட்சி சொன்னார்? 'மதகுப்பட்டிக் கலகம் நடந்த அன்றைக்கு முதல் நாள் இரவு நானும் திருமலையும் திருச்சி ஜங்ஷன் வெயிட்டிங் ரூமில் திவ்யப் பிரபந்தத்தைப் பற்றிப் பேசிக் கொண்டிருந்தோம்!' என்றார். 'பெரியாழ்வார் பாத சாட்சியாகவும் திருமங்கையாழ்வார் திருவடி சாட்சியாகவும் சத்தியமாய்ச் சொல்கிறேன்' என்று ஆணையிட்டார். சட கோபாச்சாரிய ஸ்வாமியை அஷ்டோத் தரமய்யங்காருக்கு வெகு காலமாகத் தெரியும். பரம பக்தர்; சிறந்த அறிவாளி; உயர்ந்த ஒழுக்கமுள்ளவர். எத்தனையோ தடவை அவரிடம் அஷ்டோத்தரமய்யங்கார் திவ்யப் பிரபந்த பாசுரங் களைக் கேட்டு மனமுருகிக் கண்ணீர் வடித்திருக்கிறார். அப்பேர்ப்பட்டவருடைய சாட்சியைப் பொய்ச்சாட்சி என்று தள்ளிவிட்டு, போலீஸ் சாட்சியத்தையே உண்மையென்று ஏற்றுக் கொண்டு திருமலைக்குத் தூக்குத் தண்டனை விதிக்க வேண்டியதாயிற்று! சடகோபாச்சாரியின் சாட்சியம் உண்மை யாக இருக்குமோ? திருமலை நிரபராதிதானோ? குற்றமற்ற பையனையா நாளைப் பொழுது விடிந்ததும் தூக்கில் போடப் போகிறார்கள்? அந்தப் பாதகம் தம்முடைய தலையிலா

விடியப் போகிறது? ஐயோ! இந்த ஜட்ஜ் உத்தியோகத்தை என்னத்திற்காக ஏற்றுக் கொண்டோம்? வக்கீலாகவே இருந்து காலத்தை ஓட்டி இருக்கக் கூடாதா?... இப்படி அய்யங்காரின் மனம் எண்ணாததெல்லாம் எண்ணி அலைந்தது.

2

மதகுப்பட்டிக் கலகமும், அதன் பயனாக விளைந்த மதகுப்பட்டிக் கலக வழக்கும் நேயர்களுக்கு ஞாபகமிருக்கலாம்; ஆனால் தேசமெங்கிலும் அப்போது குழப்பமாய் இருந்தபடியால் நேயர்கள் சிலர் மறந்து போயிருக்கவும் கூடும். எனவே, வழக்கின் விவரங்களை இங்கே சுருக்கமாகக் கூறுகிறேன்.

சென்ற வருஷம் (1942) மகாத்மா காந்தி முதலியவர்கள் கைதியான புதிதில் மதகுப்பட்டி ரயில்வே ஸ்டேஷனுக்கு அரை மைல் தூரத்தில், யாரோ, ஒரு தண்டவாளத்தைக் கழற்றி நகர்த்தியிருந்தார்கள். நல்ல வேளையாக விபத்து ஒன்றும் நேரவில்லை. பொழுது விடியும் சமயத்தில் வந்த முதல் ரயில் வண்டியின் டிரைவர் ரயில் பாதையில் தண்டவாளம் நகர்த்தப்பட்டிருப்பதைப் பார்த்து வண்டியை நிறுத்திவிட்டான். அரைமணிக்குள் பாதை சரி செய்யப்பட்டு வண்டியும் போய்விட்டது.

பிறகு மதகுப்பட்டி போலீஸார் தங்கள் கைவரிசையைக் காட்டத் தொடங்கினார்கள். அநேக வீடுகள் சோதனை போடப்பட்டன. ஹைஸ்கூலுக்குப் போய் எல்லா வகுப்புகளும் நடந்து கொண்டிருந்த சமயத்தில் ஆறு மாணாக்கர்களைக் கைது செய்து போலீஸ் ஸ்டேஷனுக்குக் கொண்டு போனார்கள். அந்த ஆறு பேரைத் தொடர்ந்து பள்ளிக்கூடத்துப் பிள்ளைகள் அவ்வளவு பேரும் கோஷித்துக் கொண்டு வெளிக் கிளம்பினார்கள்.

அன்று மதகுப்பட்டி வீதிகளில் புரட்சி கோஷங்கள் வானளாவ எழுந்தன. கூச்சலின் பலத்தைக் கொண்டு மட்டும் சுயராஜ்யம் கிடைப்பதாயிருந்தால், அன்று மதகுப்பட்டிக்கு இரட்டிப்பு சுயராஜ்யம் கிடைத்திருக்க வேண்டும்.

பள்ளிப் பிள்ளைகளின் பெருங் கோஷத்தைக் கேட்டு வியாபாரிகள் பீதியடைந்து மளமளவென்று கடைகளை அடைத்தார்கள். வீதிகளில் கூட்டம் அதிகமாயிற்று.

போலீஸ் ஸ்டேஷனைச் சுற்றியும் கூட்டம் சேர ஆரம்பித்தது. ஸ்டேஷனுக்குள் அடைக்கப்பட்டிருந்த மாணாக்கர்கள் ஜன்னல் வழியாக வெளியில் நின்ற கும்பலைப் பார்த்துவிட்டு 'புரட்சி ஓங்குக!' என்று கோஷமிட்டார்கள். வெளியில் நின்ற கூட்டத்தார் பதில் கோஷம் செய்தார்கள். போலீஸ் ஸ்டேஷனுக்குள்ளே மாணாக்கர்களை அடிக்கிறார்கள் என்ற வதந்தி கிளம்பி அந்த ஜனக் கூட்டத்தில் அதி வேகமாகப் பரவிற்று. ஜனங்களின் கொதிப்பு அதிகமாயிற்று. சமீபத்தில் ரோடு ரிப்பேர் செய்வதற்காகக் கப்பிக் கற்கள் கொட்டப்பட்டிருந்தன. இதனால் ஜனங்களின் கொதிப்பு வெளியாவதற்கு சௌகரியம் ஏற்பட்டது. கப்பிக் கற்கள் போலீஸ் ஸ்டேஷனை நோக்கிப் பறந்தன.

போலீஸ்காரர்கள் கையில் துப்பாக்கியுடன் வெளி வந்து கூட்டத்தை நோக்கிக் குறிபார்த்தார்கள். இதன் பலனாகக் கூட்டத்தின் வெறி அதிகமாயிற்று. ஜனங்கள் ஸ்டேஷனை இன்னும் நெருங்கி வந்தார்கள். போலீஸ் துப்பாக்கியிலிருந்து வேட்டுக்கள் கிளம்பின. இரண்டொருவர் காயம்பட்டு விழுந்தனர். கூட்டம் ஒரே பாய்ச்சலாகப் போலீஸ் ஸ்டேஷனை நோக்கிப் பாய்ந்தது. துப்பாக்கியில் ரவைகள் தீர்ந்து விட்டபடியால் போலீஸ் சேவகர்கள் ஸ்டேஷனுக்குள் ஓடிப் புகுந்து கொண்டார்கள். கூட்டத்தில் ஒரே ஜயகோஷம் ஆரவாரம்.

இத்துடன் நின்றதா? இல்லை. போலீஸ் ஸ்டேஷனுக்குப் பக்கத்தில் ஒரு சில மண்ணெண்ணெய் டிப்போக்கள் இருந்தன. கூட்டத்தில் சிலர் டிப்போவின் கதவை உடைத்து உள்ளே புகுந்து மண்ணெண்ணெய் டின்களை எடுத்து வந்தார்கள். புகை புடிப்பவர்கள் சிலர் நெருப்புப் பெட்டி கொடுத்து உதவினார்கள். சிறிது நேரத்துக்கெல்லாம் போலீஸ் ஸ்டேஷனில் புகையும் நெருப்பும் எழுந்தது.

இதற்குள்ளாகத் தகவல் தெரிந்து ஜில்லா மாஜிஸ்ட்ரேட், போலீஸ் ஸுபரிண்டெண்ட் முதலியவர்கள் பெரிய போலீஸ் படையுடன் வந்து சேர்ந்தார்கள். இந்தத் தடவை நிஜமான துப்பாக்கிப் பிரயோகம் நடந்தது. சிலர் உடனே உயிர் துறந்து விட்டார்கள். பலருக்குக் காயம் ஏற்பட்டது. ஐந்து நிமிஷத்துக் கெல்லாம் கூட்டம் கலைந்து போயிற்று. தீயும் அணைக்கப்பட்டது. போலீஸ் ஸ்டேஷன் கட்டிடம் பாதிக்கு மேல் எரிந்து போயிற்று.

அன்று மதகுப்பட்டியே சுடுகாடு மாதிரி இருந்தது. ஜனங்கள் யாரும் வெளியில் தலைகாட்டவில்லை. பிரேதங் களை எடுத்துச் சென்று தகன சம்ஸ்காரம் செய்யக் கூட முதலில் யாரும் முன் வரவில்லை. உறவினர்களுக்குத் தெரிவிப்பதற்கு வெகு நேரம் ஆகி விட்டது. கடைசியில் தகவல் எப்படியோ தெரிந்து காரியங்கள் நடந்தேறின.

மறுநாள் மதகுப்பட்டியில் பிரிட்டிஷ் அதிகாரம் தன்னுடைய உண்மை ஸ்வரூபத்தைக் காட்டத் தொடங்கியது.

எங்கே பார்த்தாலும் போலீஸ் மயமாக இருந்தது. போலீஸார் வீடு வீடாகப் புகுந்து, முதல் நாள் கலகத்தில் சம்பந்தப்பட் டவர் களைக் கைதுசெய்து வந்தார்கள். மொத்தம் 186 பேர் கைது செய்யப்பட்டனர். பின்னால் இவர்களில் முப்பது பேர் தகுந்த சாட்சியமில்லையென்று விடுவிக்கப்பட்டனர். பாக்கி 156 பேர் மேல் கேஸ் தாக்கல் செய்யப்பட்டது.

இந்தியப் பாதுகாப்புச் சட்டத்திலும் பீனல் கோடிலும் உள்ள செக்ஷன்கள் இந்தக் கேஸில் பிரயோசனப்பட்ட மாதிரி இதுவரை வேறு எந்தக் கேஸிலும் உபயோகப்பட்டது கிடையாது என்று பிரசித்திப் பெற்ற 'கிரிமினல்' வக்கீல்கள் சொன்னார்கள்.

திவான் பகதூர் ஜட்ஜ் அஸ்டோத்தரமய்யங்காரின் கோர்ட்டில் உரிய காலத்தில் மேற்படி கலக வழக்கு விசார ணைக்கு வந்தது.

3

மதகுப்பட்டிக் கலக வழக்கில் முதலாவது எதிரி திருமலை என்னும் இளைஞன். இவன் பேரில் மொத்தம் ஒன்பது செக்ஷன்கள் பிரயோகிக்கப்பட்டன. தண்டவாளத்தை பெயர்த்தது முதற் கொண்டு போலீஸ் ஸ்டேஷனுக்குத் தீ வைத்த வரையில் பல குற்றங்கள் சுமத்தப்பட்டன. திருமலையின் சார்பாகப் பிரபல வக்கீல்கள் வைத்துப் பலமான எதிர் வழக்கும் ஆடப்பட்டது. திருமலை அவனுடைய பெற்றோர்களுக்கு ஒரே பிள்ளை. மதகுப்பட்டி க்கே அவன் செல்லப்பிள்ளை.

நல்ல அறிவாளி; முகவெட்டும் வாக்குச் சாதுர்யமும் உள்ளவன். சிறந்த ஒழுக்கம் படைத்தவன்; பொதுக் காரியங்களில் அளவற்ற ஊக்கமுடையவன். இத்தகைய குணங்களினால் அவன் மதகுப்பட்டி வாசிகளின் அன்பையும் மதிப்பையும் கவர்ந்திருந்தான்.

காங்கிரஸ் கமிட்டியானாலும் சரி, சங்கீதசபையானாலும் சரி, பழைய மாணவர் சங்கம் - கூட்டுறவு பண்டக சாலை - இலவச வாசக சாலை - எதுவானாலும் சரி, திருமலைக்கு ஒரு முக்கியமான நிர்வாகப் பொறுப்பு இருந்தே தீரும்.

எந்தப் பொதுக் காரியத்துக்கானாலும் பணம் வசூலிப்பதற்குத் திருமலை கிளம்பினால் ஒரே சுற்றில் வேண்டிய பணத்தைச் சேர்த்துக் கொண்டு கிளம்பி விடுவான். வேறு யார் போனாலும் மதகுப்பட்டி வாசிகளிடம் பணம் கிளம்புவது சிரமமான காரியமாயிருக்கும்.

இம்மாதிரியெல்லாம் பொதுக்காரியங்களில் திருமலை ஈடுபட்டிருந்தமையால் மதகுப்பட்டி அதிகாரிகளுக்கும் அவனுக்கும் எப்போதும் சஷ்டாஷ்டமாகவே இருந்தது.

அப்படிப்பட்ட திருமலைதான் மேற்படி கலக வழக்கில் முதலாவது எதிரி. திருமலையின் சார்பாக சொல்லப்பட்ட எதிர் வழக்கு என்னவென்றால், மதகுப்பட்டியில் கலகம் நடந்த தினம் அவன் ஊரிலேயே இல்லை. அன்று சாயங்காலந்தான் மதகுப் பட்டிக்கு வந்தான் என்பது.

இதற்குத் திருமலையின் சார்பாகச் சாட்சி கூறியவர் உபய வேதாந்தஸார உபந்நியாச சக்கரவர்த்தி சடகோபாச்சாரிய ஸ்வாமிகள் என்பவர். அன்று சாயங்காலம் அவர் ஸ்ரீரங்கத்தில் உபந்நியாசம் செய்துவிட்டு ரயிலுக்கு வந்ததாகவும், ரயில் தவறி அங்கே இருந்த திருமலையைப் பார்த்ததாகவும், அந்தப் பிள்ளை யாண்டானைத் தமக்கு ஏற்கனவே தெரியுமென்றும், இரண்டு பேரும் வெகு நேரம் வரையில் பேசிக் கொண்டிருந்ததாகவும் கூறினார். 'எதைப் பற்றிப் பேசினீர்கள்?' என்று கேட்டதற்கு 'முக்கியமாக திவ்யப் பிரபந்தப் பாசுரங்களில் உள்ள கவிதைச் சுவையையும் பக்திப் பெருக்கையும் பற்றிப் பேசினோம்' என்றார்.

'அதைத் தவிர வேறு எந்த விஷயத்தைப் பற்றியாவது பேசினீர்களா?' என்று திருமலையின் வக்கீல் கேட்டார்.

'தேசத்தில் அப்போது நடந்து கொண்டிருந்த விபரீதமான காரியங்களைப் பற்றியும் பேசினோம்.'

'விபரீத காரியங்கள் என்றால் என்ன?'

'ரயில் தண்டவாளத்தைப் பெயர்ப்பது முதலிய காரியங்கள்.'

'அதைப் பற்றி என்ன பேசினீர்கள்?'

'ரயில் பிரயாணம் ரொம்பவும் அபாயகரமாகப் போனது பற்றிப் பேசினோம். 'இதனாலெல்லாம் என்ன பிரயோஜனம் ஏற்படப் போகிறது? நம்முடைய ஜனங்கள் தானே கஷ்டப்படுவார்கள்? ஒரு ரயில் வண்டி கவிழ்ந்தால், எத்தனை உயிர்ச்சேதம் ஏற்படும்? எத்தனை குடும்பங்கள் துன்பமடையும்' என்று நான் சொன்னேன். திருமலை என்னுடைய அபிப்ராயத்தை முழுவதும் ஆமோதித்தான். தந்தியறுப்பது, தண்டவாளம் பெயர்ப்பது முதலியவை பலாத்காரக் காரியங்கள் தான் என்றும், மகாத்மா காந்தி அந்தக் காரியங்களை ஒருநாளும் அனுமதித்திருக்க மாட்டாரென்றும், ஐந்தாம் படைக்காரர்கள் அவருடைய பெயரைப் பொய்யாக உபயோகப்படுத்துகிறார்கள் என்றும் சொன்னான்.

இந்தச் சமயத்தில் கவர்ன்மெண்ட் தரப்பு வக்கீல் ஆட்சேபித்து, மேற்படி அபிப்ராயங்கள் எல்லாம் சாட்சியம் ஆகாதென்றும், அவைகளைப் பதிவு செய்யக் கூடாதென்றும் கூறினார். இத்துடன் சடகோபாச்சாரிய ஸ்வாமியின் சாட்சியம் முடிந்தது.

சடகோபாச்சாரி ஸ்வாமியின் சாட்சியத்துக்கு நேர் மாறாகப் போலீஸ் தரப்புச் சாட்சிகள் சொன்னார்கள். போலீஸ் ஸ்டேஷனைச் சேர்ந்த கூட்டத்தில் திருமலையும் இருந்தா னென்றும், அவன் போலீஸ் காம்பவுண்ட் சுவரில் ஏறி நின்று கொண்டு, மண்ணெண்ணெய் டின்னை வெளியிலிருந்து வாங்கி உள்ளே இருந்தவர்களிடன் கொடுத்ததைக் கண்ணால் பார்த்த தாகவும் சொன்னார்கள்.

கேஸ் விசாரணையெல்லாம் சாங்கோபாங்கமாக நடந்தது. நூற்றுக்கணக்கான சாட்சிகள் விசாரிக்கப்பட்டார்கள். கடைசியில் தீர்ப்புக் கூறும் நாள் வந்தது.

முதல் எதிரி திருமலை சம்பந்தமாகத் தீர்மானம் செய்வதில் தான் ஜட்ஜ் அஷ்டோ த்தரமய்யங்காருக்கு ரொம்பவும் கஷ்டம் ஏற்பட்டது. அவருக்கும் அவருடைய மனசாட்சிக்கும் பெரிய போராட்டம் நடந்தது. சடகோபாச் சாரிய ஸ்வாமிகளின் சாட்சியம் உண்மையாகவே தோன்றிற்று. அம்மாதிரி ஒரு சம்பவத்தை அவர் கற்பனை செய்திருக்க முடியாது. அவ்வளவு பச்சையான பொய் செ ால்லக் கூடியவரல்ல; சொல்ல வேண்டிய அவசியமும் அவருக்கில்லை. ஆனால் போலீஸ் தரப்பின் திட்டமான சாட்சியத்தை நிராகரிப்பது - ‘பெரிய இடத்து’ அதிருப் திக்கு ஆளாக நேரிடும். அடுத்த பட்டமளிப்பில் தமக்கு ஸி.ஐ.இ. பட்டம் வருமென்று அய்யங்கார் எதிர்பார்த்துக் கொண்டிருந்தார். கேவலம் இதற்காக வேண்டி ஒரு காரியம் செய்யப் போவதில்லை; ஆனால் என்ன முகாந்திரத்தைக் கொண்டு ஐந்து போலீஸ்காரர்களின் சாட்சியத்தை நிராகரித்து ஒரு வைஷ்ணவ உபந்நியாசகரின் சாட்சியத்தை ஒப்புக் கொள்வது? - இப்படிச் செய்தால் தம் பேரிலேயே ஒருவேளை சந்தேகம் ஏற்பட்டாலும் ஏற்படலா மல்லவா? ஏன் லஞ்சம்

வாங்கிக் கொண்டு, விடுதலை செய்ததாகச் சொன்னாலும் சொல்வார்கள்.

பார்க்கப் போனால், ஜட்ஜுனுடைய கடமை என்ன? கோர்ட்டில் தாக்கல் ஆகியிருக்கும் சாட்சியத்தைக் கொண்டு தானே, ஜட்ஜ் தீர்ப்புச் சொல்ல வேண்டும்? எல்லாம் வல்ல தெய்வத்தின் சாட்சியாகத்தான் போலீஸ்காரர்களும் சாட்சி சொல்லியிருக்கிறார்கள் - அவர்கள் எல்லாம் பொய் சொல்லி யிருக்கிறார்கள் - சடகோபாச்சாரியார் மட்டும் தான் நிஜம் சொன்னார் என்று தீர்மானிப்பதற்கு என்ன நியாயம் இருக்கிறது?

இவ்விதமெல்லாம் அஷ்டோத்தரமய்யங்காரின் மனதில் போராட்டம் நடந்து கொண்டிருந்தது. கடைசியில் போலீஸ் சாட்சிதான் ஜயமடைந்தது!

மூன்று பேருக்குத் தூக்குத் தண்டனையும், பன்னிரெண்டு பேருக்கு ஆயுள் தண்டனையும், மற்றவர்களுக்கு இரண்டு வருஷம் முதல் பத்து வருஷம் வரையில் சிறைவாசமும் அளிக்கப்பட்டது.

தூக்குத்தண்டனை விதிக்கப்பட்ட மூன்று பேரில் திருமலையும் ஒருவன்.

தீர்ப்புச் சொல்லப்பட்ட அன்றைக்குக் கோர்ட்டில் திருமலையின் தகப்பனாரும் தாயாரும் வந்திருந்தார்கள். சடகோபாச்சாரியாரின் சாட்சியத்தின் பேரில் திருமலைக்கு விடுதலை கிடைத்துவிடலாமென்று அவர்கள் எதிர்பார்த் தார்கள். அல்லது சிறைவாச தண்டனையோடாவது போகுமென்று நம்பினார்கள். இதற்கு மாறாக, தூக்குத் தண்டனை என்று கேட்டதும், திருமலையின் தாயார் அங்கேயே பிரக்ஞை தப்பி விட்டாள். திருமலையின் தகப்ப னார் ‘அடேய் திருமலை! அடேய் திருமலை! எங்கேடா போய்விட்டாய்?’ என்று கதறிக் கொண்டு சாலையோடு நெறிக் கெட்டு ஓடத் தொடங்கினார்.

திருமலையின் தங்கை கர்ப்பமாயிருந்தாள். தீர்ப்பைக் கேட்டதும், அவளுக்குக் குறைபிரசவம் ஆகி ஆஸ்பத்

திரியில் கொண்டு போட்டார்கள். ஐந்தாறு நாளைக்கெல்லாம் அவள் கண்ணை மூடினாள்.

4

மதகுப்பட்டிக் கலக வழக்கில் தீர்ப்புச் சொன்ன நாளிலிருந்து அஷ்டோத்தரமய்யங்காரின் மனம் சரியான நிலைமையில் இல்லை; திருமலை விஷயத்தில் அநியாயம் செய்து விட்டோமோ என்ற எண்ணம் அவர் மனத்தில் உறுத்திக் கொண்டே இருந்தது.

தூக்குத் தண்டனைக் கைதிகளின் சார்பாக கவர்னருக்குக் 'கருணை விண்ணப்பம்' செய்யப்பட்டிருக்கிறது என்று அறிந்தபோது, அய்யங்காருக்குச் சிறிது திருப்தி ஏற்பட்டது. கவர்னர் கருணை செய்து தூக்குத் தண்டனையை ரத்து செய்துவிட்டால் தம்முடைய பொறுப்பு நீங்கி விடும் என்று எண்ணினார்.

ஆனால் கவர்னர் அவ்விதம் கருணை செய்யவில்லை. அய்யங்காரின் மனத்திலிருந்த பாரமும் நீங்கவில்லை.

நாளுக்கு நாள் அந்தப் பாரம் அதிகமாயிற்று. தூக்குத் தண்டனை நிறைவேற்றும் தினம் நெருங்க நெருங்க இரவில் அவருக்குத் தூக்கம் வருவதே அரிதாயிற்று.

திருமலையின் குற்றமற்ற இளம் முகம் அவர் மனக் கண்ணின் முன் அடிக்கடி தோன்றியது. சர்க்கார் தரப்புச் சாட்சியங்களைக் கேட்டுக் கொண்டிருந்தபோது அவன் முகத்தில் தோன்றிய வியப்பும் திகைப்பும் அப்படியே அவருடைய நினைவுக்கு வந்தது. 'இதென்ன அபாண்டம்? அன்று நான் ஊரிலேயே இல்லையே?' என்று அவன் கதறியதும் ஞாபகத்துக்கு வந்தது. நினைத்துப் பார்க்க பார்க்க அந்தக் குரலில் உண்மை தொனித்ததாக அவருக்குத் தோன்றியது. 'ஐயோ! நாம் அநீதிதான் செய்து விட்டோமோ? அந்தப் பிள்ளையின் அகால மரணத்துக்கு நாம் தான் பொறுப்பாளியாவோமோ?' என்று எண்ணிய போதெல்லாம், அவருடைய நெஞ்சு திக், திக் என்று அடித்துக் கொண்டது.

இரவு ஒரு மணி. இரண்டு மணி, மூன்று மணியும் ஆயிற்று. அய்யங்கார் இப்பொது சாய்வான நாற்காலியில் சாய்ந்து கொண்டிருந்தார். அவருடைய கண்கள் சில சமயம் தாமே மூடிக் கொள்ளும். அடுத்த நிமிஷம் திடுக்கென்று தூக்கி வாரிப் போட்டுக் கண்ணைத் திறந்து பார்ப்பார். 'திருமலையைத் தூக்கில் போட இன்னும் நாலு மணி நேரந்தான் இருக்கிறது - இன்னும் மூன்றரை மணிதான் பாக்கி' என்று மனம் ஒரு புறத்தில் கணக்குப் போட்டுக் கொண்டேயிருக்கும்.

அதிகாலை ஆறு மணிக்குள் மரணதண்டனைக் கைதிகளைத் தூக்கில் போடுவது வழக்கமென்று அவருக்குத் தெரியும். ஆகையினால் தான் மணியை அவ்வளவு கவலையுடன் எண்ணினார்.

தூக்க மயக்கத்தில் அய்யங்காருக்கு ஒரு அதிசயமான யோசனை தோன்றிற்று. அந்த யோசனை எப்படி அவர் மனத்தில் உதித்ததென்பதை அவராலேயே சொல்ல முடியாது. திடீரென்று தோன்றியது.

சில சமயம் கைதிகள் சிறையிலிருந்து தப்பித்து ஓடி விடுகிறார்கள் அல்லவா? அதிலும் அரசியல் கைதிகள் - புரட்சிக் கைதிகள் சிறையிலிருந்து தப்புவது சகஜமல்லவா? சுபாஷ் போஸ் கூடப் போலீஸாரை ஏமாற்றி விட்டுக் கம்பி நீட்டி விடவில்லையா? அந்த மாதிரித் திருமலையும் ஏன் சிறையிலிருந்து தப்பி ஓடி விடக் கூடாது? அவ்வளவு துணிச்சலும் சாமர்த்தியமும் அந்த சாதுப் பையனுக்கு எங்கே வரப் போகிறது? - அவன் குற்றம் செய்யாதவனாயிருந்தால் கட்டாயம் ஓடி விடுவான். அதற்குப் பகவான் கூட உதவி செய்வார். ஏன் செய்ய மாட்டார்?

டிங், டிங், டிங், டிங் மணி நாலு அடித்தது. 'ஐயோ! நேரம் நெருங்கிவிட்டதே!' என்று, அய்யங்கார் மனம் திடுக் கிட்டது. அதே சமயத்தில் அவருடைய அறையின் கதவு சிறிது திறந்து, ஜில்லென்று காலைக் காற்று உள்ளே வந்தது.

கதவை மூடலாமென்று அய்யங்கார் எழுந்திருக்கப் பார்த்தார். ஆனால் எழுந்திருக்கவில்லை. அப்படியே திகைத்து உட்கார்ந்து விட்டார்.

ஏனெனில், திறந்த கதவு வழியாக ஒரு மனித உருவம் உள்ளே வந்தது. ஆ! இது யார்? இந்த இளம் முகம் யாருடையது! சந்தேகமென்ன? 'திருமலைதான்' - ஆகா! இவன் எப்படி இங்கே இந்த நேரத்தில் வந்தான்! நாம் எண்ணியது போல் உண்மையாகவே சிறையிலிருந்து தப்பித்துக் கொண்டு வந்து விட்டானா? - அப்படியானால் கெட்டிக்காரன் தான்.

திருமலை நிதானமாக நடந்து வந்து அய்யங்காருக்கு எதிரில் கிடந்த நாற்காலியில் உட்கார்ந்தான்.

சற்று நேரம் இருவரும் ஒருவரையொருவர் உற்று நோக்கிக் கொண்டிருந்தார்கள். திருமலையின் முகத்தில் சொல்ல முடியாத ஒரு இரக்க பாவம் காணப்பட்டது.

அய்யங்காரின் கண்களில் கண்ணீர் ததும்பிற்று. அவர் பேச ஆரம்பித்தபோது அவருடைய குரலை அவராலேயே அடையாளம் கண்டுபிடிக்க முடியவில்லை. அவ்வளவு கம்மிப் போயிருந்தது.

'யார்? திருமலைதானே' என்றார் அய்யங்கார்.

'ஆமாம்; அடியேன் திருமலைதான்'

'பொழுது விடிந்தால் ஆறு மணிக்குள்' என்று அய்யங்கார் தடுமாறினார்.

'ஆமாம்; ஆறு மணிக்குள் தண்டனை நிறைவேற வேண்டியது.'

'நல்ல வேளை நீ தப்பி வந்தது...'

'நல்ல வேளையா?'

'ஆமாம்; நல்ல வேளைதான். உன்னைத் தண்டித்தது பற்றி எனக்கு மனச் சமாதானமே ஏற்படவில்லை. நீ சிறையிலிருந்து ஏன் தப்பித்துக் கொள்ளக்கூடாது என்று நான் கூடச் சற்று முன்பு நினைத்தேன்.'

திருமலையின் முகத்தில் ஆச்சரியம் தாண்டவமாடிற்று!

'நீ தப்பித்து வந்தது பற்றிச் சந்தோஷந்தான் ஆனால்...'

'ஆனால் என்ன?'

'நீ இங்கு வந்ததுதான் பிடிக்கவில்லை. இங்கே என்னத் திற்காக வந்தாய்?'

'முக்கியமாக உங்களைப் பார்ப்பதற்குத்தான் நான் சிறையிலிருந்து தப்பினேன்.'

'என்ன? என்னைப் பார்ப்பதற்கா?'

'ஆமாம்; தூக்குத் தண்டனையைப் பற்றி நான் கவலைப்பட வில்லை. நீங்கள் பெரிய பக்தர் என்று கேள்விப்பட்டிருக்கிறேன். சடகோபாச்சாரியார் ரொம்பவும் சொல்லியிருக்கிறார். அப்படிப்பட்ட தாங்கள் என்னைப் பொய்யனென்று நினைத்தது தான் ரொம்பவும் வருத்த மளித்தது. சத்தியமாகச் சொல்கிறேன்; நான் அன்றைக்கு மதகுப்பட்டியில் இல்லை. திருச்சிஜங்ஷனில் தான் இருந்தேன். சடகோபாச்சாரி ஸ்வாமிகளிடம் பேசிக் கொண்டிருந்தேன்.'

'நீ சொல்வதை முழுதும் நம்புகிறேன். சடகோபாச் சாரியாரும் நிச்சயமாய்ப் பொய் சொல்லியிருக்க மாட்டார். தீர்ப்பு எப்படியோ பிசகாய்ப் போய்விட்டது. நீ தப்பி வந்ததே நல்லதாயிற்று. ஆனால் இங்கே நீ அதிக நேரம்...'

'இல்லை, இங்கே அதிக நேரம் தாமதிக்கவில்லை. உங்களிடம் சொல்லிவிட்டுப் போகத்தான் வந்தேன். என் வார்த்தையை இப்போதாவது நம்புகிறீர்களே, ரொம்ப சந்தோஷம் போய் வருகிறேன். நமஸ்காரம்'

திருமலை ஒரு கும்பிடு போட்டுவிட்டு எழுந்திருந்து போனான்.

மறுபடியும் அய்யங்காருக்குத் திடுக்கென்று தூக்கிவாரிப் போட்டது. இந்தத் தடவை நாற்காலியிலிருந்து அவர் எழுந்து திறந்திருந்த கதவண்டை போய், அப்பாலிருந்த தாழ் வாரத்தில் பார்த்தார். அங்கே ஒருவரையும் காணவில்லை. வாசற்கதவைப் போய்ப் பார்த்தார். கதவு உட்புறம் பந்தோபஸ்தாகத் தாளிடப் பட்டிருந்தது!

திருமலை எப்படி உள்ளே வந்தான். எப்படி வெளியே போனான்?

'சீ! வெறும் பிரமை! திருமலையாவது வரவாவது?' என்று எண்ணமிட்டவராய், அஷ்டோ த்தரமய்யங்கார் தமது அறைக்குத் திரும்பினார். மணி ஐந்தடித்தது.

இரண்டு நாளைக்குப் பிறகு ஜட்ஜ் அஷ்டோ த்தரமய்யங்கார் தினசரிப் பத்திரிகையைப் புரட்டிக் கொண்டிருந்த போது, ஒரு மூலையில் சின்ன எழுத்தில் அச்சிட்டிருந்த பின்வரும் செய்தி, அவருடைய கவனத்தைக் கவர்ந்தது.

தூக்குக் கைதியின் மரணம்

'மதகுப்பட்டிக் கலக வழக்கில் தூக்குத் தண்டனை விதிக்கப் பட்டிருந்த திருமலை. சிறைச்சாலையில் முந்தாநாள் காலை நாலு மணிக்கு இயற்கை மரணமடைந்தான். எனவே, கைதியைத் தூக்குப் போட வேண்டிய அவசியம் ஏற்படவில்லை.'

மேற்படி செய்தியைப் படித்ததும் அய்யங்காருக்குத் தலை சுற்றியது. அதே நேரத்தில்தான் திருமலை தம்முடைய அறையில் வந்து பேசினான் என்பது நினைவு வந்தது. அய்யங்கார் திடீரென்று கீழே விழுந்தார். டாக்டர்கள் வந்து பார்த்துவிட்டு, 'மாரடைப் பினால் மரணம்' என்று தெரிவித்தார்கள்!

இது என்ன சொர்க்கம்

1

ராவ்பகதூர் வியாக்ரபாத சாஸ்திரிகள் மிகுந்த வியாகூலத்துடன் போய்க் கொண்டிருந்தார். அவருடைய கண்கள் அங்குமிங்கும் ஆவலுடன் நோக்கின. 'தெரிந்த முகம் ஏதாவது கண்ணுக்குத் தென்படாதா' என்ற ஏக்கம் அவருடைய உள்ளத்தை அரித்துக் கொண்டிருந்தது. 'அம்மா! இங்கு வந்து வருஷம் பன்னிரண்டுக்கு மேலாகிறது. பன்னிரண்டு வருஷந்தானா பன்னிரண்டு யுகம் போல் அல்லவா தோன்றுகிறது? - இருக்கட்டும்; இந்தப் பன்னிரண்டு வருஷத்தில் பழக்கமான முகம் ஒன்றைக் கூட காணமுடியவில்லை. பழைய ஞாபகங்களைப் பற்றிக் குஷாலாகப் பேசிக் கொண்டிருக்க ஒரு ஆத்மா கூட அகப்படவில்லை. இது என்ன சொர்க்கம்?' என்று எண்ணிப் பெருமூச்சு விட்டார் வியாக்ரபாத சாஸ்திரிகள். விஷயம் என்னவென்றால், அவருக்குச் சொர்க்கம் கொஞ்சங்கூடப் பிடிக்கவில்லை. இந்தச் சொர்க்கத்தை அடைவதற்காகப் பூலோகத்தில் அவர் செய்த காரியங்களை நினைத்தால், அவருக்குச் சிரிப்புச் சிரிப்பாய் வந்தது. இந்தச் சொர்க்கத்தை அடைவதற்காக அவர் செய்யாத காரியங்களை நினைத்தால் அவருக்கு அழுகையாய் வந்தது. ஆனால், தரித்திரம் பிடித்த இந்த சொர்க்கத்தில் சிரிக்க முடியுமா? முடியாது! அழத்தான் முடியுமா? அதுவும் முடியாது! இதற்குப் பெயர் சொர்க்க மாம். சிவ!சிவ! ராம! ராம! இல்லை. பிசகு! வாபஸ் வாங்கிக் கொள்கிறேன். சிவனையும் ராமனையும் பிரார்த்தித்துத்தான் இந்தச் சொர்க்கத்துக்கு வந்து சேர்ந்தேனே! போதாதா? சொர்க்கத்திலிருந்து பூலோகத்துக்குப் போவதற்கு யாரைப் பிரார்த்திக்கலாம்? சனீசுவரனைப் பிரார்த்தித்துப் பார்க்கலாமா? 'சனிசுவர! சனீசுவர! சனீசுவர! சனீசுவர!'

'யார் சாஸ்திரிகள்வாளா?' என்று பழகிய குரல் காதில் விழுந்தது. சாஸ்திரிகள் மூன்று துள்ளி துள்ளி ஒரே குதியாய்க் குதித்தார். பார்த்தால் சாக்ஷாத் திவான்பகதூர் கச்சபேசுவர முதலியார் எதிரே வந்து கொண்டிருக்கிறார்.

‘அடாடா!, முதலியார்வாளா? வாருங்கோ வாருங்கோ வாருங்கோ! பார்த்துப் பதினைந்து வருஷத்துக்கு மேலாச்சே! எப்போது வந்தீர்கள்? என்ன சேதி? என்ன சமாச்சாரம்?’ என்று உற்சாகமாகக் கேட்டு சாஸ்திரிகள் முதலியாரின் கையைப் பிடித்துக் குலுக்க முயன்றார். ஆனால் கையில் ஒன்றும் அகப்படாமற் போகவே, முகத்தில் ஏமாற்றம் தோன்றியது.

‘என்ன சாஸ்திரிகள் வாள்! இது சொர்க்கம் என்கிறதே மறந்து போய்விட்டாற் போலிருக்கிறது! பூலோகத்தில் இருப்பதாகவே ஞாபகமோ?’ என்றார் கச்சபேசுவர முதலியார்.

‘அப்படித்தான்னா அப்படித்தான்! உங்களைப் பார்த்த சந்தோஷத்தில் ஒரு நிமிஷம் இது சொர்க்கம் என்கிறதே மறந்துதான் போச்சு! பூலோகமென்றே நினைச்சுட்டேன்!’ என்று சாஸ்திரிகள் கூறி ‘ஹிஹ்ஹிஹ்ஹி’ என்று சிரித்தார்.

அப்போது அந்தப் பக்கமாகப் போன தேவர்களும் தேவிகளும் அவரை நோக்கி ஏளனமாகப் பார்த்துக் கொண்டு போனார்கள்.

‘இந்த மாதிரி சிரிப்பைக் கேட்டுப் பத்து வருஷத்துக்கு மேலாகி விட்டது?’ என்றார் முதலியார்.

‘ஆமான்னா! அதை நினைத்தால் துக்கம் துக்கமாய் வருகிறது. ஊம் ஊம்!’ என்று சாஸ்திரிகள் பலமாக அழுதார்.

‘வேண்டான்னா, அழாதேங்கோ!’ என்று முதலியார் கூறி, ‘இப்படி அழுகைக் குரலைக் கேட்டு எத்தனை நாள் ஆச்சு தெரியுமா? ஊம் ஊம்’ என்று தாமும் அழத் தொடங்கினார்.

இரண்டு பேரும் ஒருவருடைய கண்ணை ஒருவர் துடைக்க முயன்று, அதில் பிரயோஜனமில்லையென்று கண்டபோது, அதனுடைய ஹாஸ்ய ரசத்தை அநுபவித்துப் பலமாகச் சிரித்தார்கள்.

‘அப்படின்னா, உங்களுக்கும் சொர்க்கம் பிடிக்க வில்லையென்று சொல்லுங்கோ?’ என்றார் முதலியார்.

‘பிடிக்கவில்லையா? அழகுதான். பிடிக்கவில்லையான்னா கேட்கிறீர்கள்? சொர்க்கம் என்கிறது இந்த மாதிரி இருக்கும்

என்று மட்டும் தெரிந்திருந்தால் அவ்வளவு தானம் தர்மம் தலையிலே குட்டிக்கிறது, மூக்கைப் பிடிக்கிறது, கோவிலுக்குப் போகிறது - ஒன்றுமே பண்ணியிருக்க மாட்டேனே? இந்த அழகான சொர்க்கத்துக்காகப் பூலோகத்தை நன்றாக அனுபவிக்காமல் போனது என்ன முட்டாள்தனம் என்பதை எண்ணும் போது...'

'என் மனத்திலிருக்கிறதை அப்படியே படம் பிடித்துக் காட்டுகிறீர்கள். சாஸ்திரிகள்வாள்! எங்கேயாவது ஓரிடத்தில் சாவகாசமாக உட்கார்ந்து பேச வேணும். இருக்கட்டும் இப்போ எங்கே கிளம்பிப் போய்க் கொண்டிருந்தீர்கள்' என்று முதலியார் கேட்டார்.

'எங்கே கிளம்பினேனா? ஓரிடத்துக்கும் இல்லை. இந்த அழகான சொர்க்கத்திலே எங்கே போனால் தான் என்ன? எல்லாம் ஒரே லட்சணந்தான்!' என்று சாஸ்திரிகள் அலுப்புடன் கூறினார்.

'அப்படியானால் வாருங்கள்! அதோ அந்த மந்தார மரத்தடியில் உட்கார்ந்து சாவகாசமாகப் பேசலாம்' என்றார் முதலியார்.

இரண்டு பேரும் சமீபத்தில் தென்பட்ட மந்தார மரத் தடிக்குப் போய் உட்கார்ந்தார்கள்.

2

மந்தார விருட்சம் பூத்துக் குலுங்கிக் கொண்டிருந்தது. அந்த மலர்களிலிருந்து கிளம்பிய திவ்ய பரிமள வாசனை நாலாபுறமும் சூழ்ந்திருந்தது. மரக்கிளையில் குயில்கள் உட்கார்ந்து 'குக்கூ' 'குக்கூ' என்று இனிய குரலில் பாடின.

மரத்தினடியில் பச்சை ஜமக்காளம் விரித்தாற் போல் பசும் புல் படர்ந்திருந்தது. ஒரு தூசி தும்பு கிடையாது.

சாஸ்திரிகள் ஒரு புல்லைப் பிடுங்கி வாயில் வைத்துக் கடித்தார்.

'என்ன, வியாக்ரபாத சாஸ்திரிகளே! புல்லைத் தின்கிறீர் களோ? புலி பசித்தாலும் புல்லைத் தின்னுமா என்னும்

பழமொழி என்ன கதி ஆயிற்று?' என்று முதலியார் சொல்லி, 'ஹிஹ்ஹிஹ்ஹி' என்று சிரித்தார்.

'அதெல்லாம் பூலோகத்துப் பழமொழி! இந்தத் தரித்திரம் பிடித்த சொர்க்கத்திலே புலிக்கு பசியே தான் கிடையாதே?' என்று சாஸ்திரிகள் சொல்லி, 'ஹஹ்ஹஹ்ஹா' என்று சிரித்தார்.

'பின்னே என்னத்திற்காகப் புல்லைத் தின்கிறீர்கள்?'

'என்ன இருக்கிறது இங்கே தின்கிறதுக்கு? அமிர்தத்தைத் தவிர - வேறு ஒரு மண்ணாங்கட்டி கூட இல்லை. அமிர்தம் சாப்பிட்டுச் சாப்பிட்டு அலுத்துப் போய் விட்டது!'

'அமிர்தம் அலுத்துப் போய்விட்டதா? அது தான் கேட்டேன், ஏன் சாஸ்திரிகள்வாள்! பூலோகத்தில் நீர் எதற்கெடுத்தாலும் 'அமிர்தமாயிருக்கு' என்று சொல்லி வந்தீரோ, இல்லையோ? இனிமேல் சொல்ல மாட்டீரே.'

'என் வயிற்றெரிச்சலைக் கிளப்பாதீர்! இட்லி, மிளகாய்ப் பொடி, நல்லெண்ணெய் இந்த சொர்க்கத்தில் கிடையாது என்று மட்டும் தெரிந்திருந்தால்...அமிர்தமாம்! அமிர்தம்!'

'பிச்சுவய்யர் ஹோட்டலிலே வெங்காய கொத்ஸு பண்ணுவார்களே, அதன் காலிலே கட்டி அடிக்கவேணும் இந்த அமிர்தத்தை!'

'அடடா! நாம் லாகாலேஜில் படித்துக் கொண்டிருந்தபோது, சங்கரய்யர் ஹோட்டலிலே ரவா தோசை சாப்பிடுவோமே, ஞாபகமிருக்கா?'

'அதை நினைச்சுண்டா நாக்கிலே ஜலம் சொட்டுகிறது?'

'வேறு எது வேணாலும் இல்லாமற் போகட்டும்! காப்பியைச் சொல்லும்! காப்பி இல்லாத சொர்க்கம் சொர்க்கமா என்று கேட்கிறேன்.'

இந்தச் சமயத்தில் மந்தார மரத்தின் கிளையிலிருந்து குயில் ஒன்று எட்டிப் பார்த்து 'குக்கூ' 'குக்கூ' என்று கத்திற்று.

'முதலியார்வாள்! இந்தக் குயிலைக் கொஞ்சம் பேசாமலிருக் கச் செய்கிறீரா? இல்லாவிட்டால், நான் எங்கேயாவது ஓடிப் போகட்டுமா? கேட்கச் சகிக்கவில்லை.'

'சாஸ்திரிகளே! பூலோகத்தில் நீர் எத்தனை தடவை நல்ல குரலைப் பற்றிப் பேசும் போது 'குயில்தான்' என்று சொல்லியிருக்கிறீர்? இப்போது ஏன் இப்படி அலுத்துக் கொள்கிறீர்?'

'அட சனியனே! அப்போதெல்லாம் நான் குயிலின் குரலையே கேட்டதில்லையே? அதனாலல்லவா அப்படிச் சொல்லித் தொலைத்தேன்.'

'இந்தச் சொர்க்கத்திலே சங்கீதம் எவ்வளவு கேவல மாயிருக்கிறது பாருங்களேன்! மகாமட்டம்!'

'அடடா, நாம் நடத்தினோமே பட்டணத்தில் கர்நாடக சங்கீத புனருத்தாரண சபை! எவ்வளவு ஜோராக நடத் தினோம்!'

'இங்கே பாடுகிறார்களே, தலைக்குத் தலை ஒரு வீணையை மீட்டிக் கொண்டு, இது ஒரு பாட்டா? நாலு மனைச் சவுக்கத்திலே முக்காலே அரைக்கால் இடத்தில் பல்லவியை எடுத்துக் கொண்டு நாலு ஆவர்தம் ஸ்வரம் பாடும் வித்வான் இங்கே யார் இருக்கிறார்? நம் ஊரில் சங்கீத கேஸரியின் கச்சேரி நடக்கும் போது மிருதங்கம், கஞ்சிரா, கடம், கொன்னக்கோல், டோ லக், இவ்வளவு பக்க வாத்தியங்களும் சேர்ந்து என்ன அமர்க்களமாயிருக்கும்? அது சங்கீதமா? இங்கே இவர்கள் அழுது வடிக்கிறார்களே, இது சங்கீதமா?'

'ஆமான்னா, ஆமாம்! இங்கே நான் எத்தனையோ பேரைக் கேட்டுட்டேன். ஹார்மோனியம் வாசிக்கத் தெரியுமா என்று அந்த மாதிரி வாக்கியத்தையே இங்கே ஒருவரும் கேட்ட தில்லையாம்.'

'சரியாய்ப் போச்சு, போங்கள்! அது ஒன்று தான் இந்த சொர்க்கத்திலே நல்ல அம்சம் என்று நான் நினைத்துக்

கொண்டிருக்கிறேன். என்னுடைய நாட்டுப் பெண் ஸுலோசனா தினம் ஹார்மோனியத்தை எடுத்து வச்சுண்டு அழறதைக் கேட்கச் சகிக்காமல் தான், சீக்கிரமாகச் சொர்க்கத்துக்கு வந்து விடணும் என்று ஆசைப்பட்டேன். அம்மம்மா! அவள் என்னைப் படுத்தி வச்சப்பாடு! நான் ரொம்பக் கர்நாடகமாம்! நான் பகவத் கீதைப் பிரசங்கம் பண்ணுகிறதை அவள் என்னவெல்லாம் கேலி செய்தாள் தெரியுமோ? அவள் பவுடரைப் பூசிக்கிறதும், மினுக்குகிறதும், குலுக்குகிறதும் மகாமோசம்! ஆனால் முதலியார் இதற்கு நேர் விரோதம், நம்ம பையன். உள்ளூரிலே பகவத் கீதை பிரசங்கம் நான் செய்தால் நம்ம பஞ்சாமிதான் கடைசிவரையில் உட்கார்ந்து சிரத்தையாய்க் கேட்டுக் கொண்டிருப்பான்.'

'சாஸ்திரிகளே! உம்முடைய மனத்தில் இருப்பதை நிஜமாகச் சொல்லி விடட்டுமா. உம்முடைய பகவத் கீதைப் பிரசங்கத்தைக் கேட்பதற்குச் சொர்க்கத்தில் ஒருவரும் இல்லையென்பது தானே உம்முடைய மனக்குறை?'

'வாஸ்தவந்தான்! இந்த சொர்க்கத்தில் இருப்பவர்கள் அந்த விஷயத்தில் மகா மோசம். பகவத் கீதை உபநிஷத், பெரிய புராணம் ஒன்றிலுமே இவர்களுக்குச் சிரத்தை கிடையாது. சுத்த நாஸ்திகர்கள். எல்லாரும் ஆடல் பாடல்களிலேயே முழுகியிருக்கிறார்கள். ஏதடா! நாளைக்குப் போகும் கதிக்கு வழி தேடிக் கொள்ள வேண்டுமே என்று ஒருவருக்கும் கவலை கிடையாது.'

'இருக்கட்டும், முதலியார்! இங்கே சாயங்கால வேளையில் உங்களுக்கு எப்படிப் பொழுது போகிறது! பீச்சா, கிளப்பா, சபா கச்சேரியா, ஒரு இழவுந்தான் கிடையாதே! தினம் சாயங்காலம் வந்தால், பகவத் கீதையிலே நாலு நாலு சுலோகமாய்ச் சொல்லிண்டு வரேன்...'

'சாஸ்திரிகளே! நிறுத்தும். பூலோகத்தில் உம்மிடம் பகவத் கீதை பிரசங்கம் கேட்டதெல்லாம் போதும். வேறு பேச்சு ஏதாவது பேசுவதாயிருந்தால் நான் இருக்கிறேன். இல்லாவிட்டால் இதோ நடையைக் கட்டுகிறேன்' என்று முதலியார்

எழுந்திருக்க, சாஸ்திரிகள் அவரைக் கையைப் பிடித்து உட்கார வைக்க முயன்று முடியாமற் போகவே, 'வேண்டாம், நான் பகவத் கீதையைப் பற்றிப் பேசவில்லை. வேறு ஏதாவது பேசுவோம். தயவு செய்து உட்காருங்கள்' என்றார்.

'வேறு எதைப் பற்றி பேசலாம்?' என்று சாஸ்திரிகள் கேட்டார்.

'எத்தனையோ விஷயங்கள் இருக்கின்றன. உதாரணமாக, இந்தச் சொர்க்கலோகத்திலுள்ள ஸ்திரீகளைப் பற்றி உம்முடைய நிஜமான அபிப்ராயம் என்ன?'

'சுத்த மோசம் என்பதுதான்.'

'எந்த விஷயத்தில் மோசம்?'

'எல்லா விஷயத்திலுந்தான். முக்கியமாக, சொர்க்கத்தில் எந்த ஸ்திரீயைப் பார்த்தாலும் ஒரே மாதிரி இருக்கிறாள். அதில் என்ன விசேஷம் இருக்கிறது? பூலோகத்தில் நம்முடைய காலத்திலே என்ன?'

'எப்படி?'

'எது?'

'யாரு?'

'அவள்தான்னா மிஸ்ஸஸ் லோசனா தத்...'

'அப்படிச் சொல்லுங்கோ சாஸ்திரிகளே.'

3

இதற்குப் பிறகு சாஸ்திரிகளும் முதலியாரும் பேசிய விஷயங்கள் கொஞ்சம் விரஸமாயும் அப்படியே பிரசுரிப்பதற்கு லாயக்கற்றவையாயும் இருந்தன. கடைசியாக அந்த 'லோசனா தத்தின் பெயர் பத்திரிகையிலே கூடக் கொஞ்ச நாள் அடிபட்டதில்லையா?' என்றார் முதலியார்.

'ஆமான்னா ஆமாம். பத்திரிகை என்ற உடனே ஞாபகம் வருகிறது. இந்தச் சொர்க்கத்திலே ஒரு நியூஸ் பேப்பர் கூடக்

கிடையாது. பார்த்தீரா? மற்றதெல்லாம் ஒரு புறம் இருக்க, நியூஸ் பேப்பர் இல்லை என்கிறதை நினைத்தால் தான், 'இது என்ன தரித்திரம் பிடித்த சொர்க்கம்' என்று தோன்றுகிறது.'

'வாஸ்தவந்தான். நியூஸ் பேப்பர் இல்லாததுதான் பெரிய குறை. சாஸ்திரிகளே! சமாசாரம் தெரியுமா? பூலோகத்திலே இப்போது பெரிய யுத்தம் நடக்கிறதாமே? நம்ம காலத்திலே நடந்த யுத்தத்தை இந்த யுத்தத்தின் காலில் கட்டி அடிக்க வேணுமாம்!'

'நிஜமாகவா? அடாடாடா! இப்பேர்ப்பட்ட சமயத்திலா நாம் பூலோகத்தில் இல்லாமல் இங்கே வந்து உட்கார்ந் திருக்கிறோம்? ஆனால் உங்களுக்கு எப்படித் தெரியும், முதலியார்!'

'நாலு நாளைக்கு முன்னால் ஒரு பிள்ளையாண்டான் பூலோகத்திலிருந்து வந்தான். அவனைப் பார்த்துப் பேசிக் கொண்டிருந்தேன்.'

'நீர் அதிர்ஷ்டசாலி ஓய்! பூலோகத்திலிருந்து வந்தவனைப் பார்த்தீரா? அவன் இன்னும் என்னென்ன சொன்னான்?'

'யுத்தம் என்றால் உங்க வீட்டு யுத்தம், எங்க வீட்டு யுத்தம் இல்லையாம். ஆகாசவிமானங்களிலே கொண்டுவந்து குண்டு போடுகிறார்களாம். ஊர் ஊராய்ப் பற்றி எரிகிறதாம். ஆமாம் சாஸ்திரிகளே! பூலோகத்திலே நாமெல்லாம் புராணங்களிலே வாசித்துக் கொண்டிருந்தோமே, தேவர்களும் அசுரர்களும் பிரமாத யுத்தம் செய்தார்கள் என்று, இங்கே ஒரு மண்ணாங் கட்டியையும் காணோமே.'

'அது தெரியாத உமக்கு? அசுரர்களையெல்லாம் கொன்றாகி விட்டதாம்! இனிமேல் இங்கே யுத்தம் என்பதே வராதாம்!'

'சட்சட்! இவ்வளவுதானா?'

'ஆமாம் முதலியார்வாள்! யாரோ பூலோகத்திலிருந்து புதிதாய் வந்தான் என்றீரே? அவனை எங்கே பார்த்தீர்? என் கண்ணிலே ஒருவனும் தட்டுப்படவில்லையே?'

'எங்கே பார்த்தேன் என்றா கேட்கிறீர்?'

'அதைத்தான் கேட்கிறேன்?'

'சொல்லப் பயமாயிருக்கிறது.'

'பயமா? என்னத்திற்குப் பயம்?'

'இந்த சொர்க்கம் எங்கே தான் போய் முடிகிறது என்று பார்ப்பதற்காக நான் பாட்டுக்குப் போய்க் கொண்டிருந்தேன். வெகு தூரம் போன பிறகு, பூலோகத்திலே நாம் கேள்விப்பட்டிருக்கிறோமே, மலைக் கணவாய் - அந்த மாதிரி ஒரு இடம் வந்தது. அந்தக் கணவாய் வழியாய்க் கொஞ்ச நேரத்துக்கு ஒரு தடவை ஒரு புது மனிதர்கள் வந்து கொண்டிருக்கிறார்கள்.'

'ஆமாம்; அந்தக் கணவாய்க்குள் புகுந்து அது எங்கே போகிறது என்று பார்த்தீரா?'

'இல்லை, பயமாயிருந்தது.'

'என்ன பயம்?'

'சில பேர் அதற்குள் புகுந்து போனதைப் பார்த்தேன். அவர்கள் திரும்பி வரவேயில்லை.'

'என்ன நிஜந்தானா?'

'ஆமாம்.'

'சபாஷ்!' என்றார் சாஸ்திரியார்.

'எதற்கு சபாஷ்!'

'அந்தக் கணவாய்தான் பூலோகத்துக்குப் போகும் வழியாயிருக்க வேண்டும். முதலியார்வாள்! சத்தியமாகச் சொல்லும். உமக்கு இந்தச் சொர்க்கம் பிடிக்கிறதா?'

'கட்டோடே பிடிக்கவில்லை.'

'பூலோகத்துக்குப் போக வேண்டுமென்றிருக்கிறதல்லவா?'

'இருக்கிறது!'

'சரி, அப்படியானால் கிளம்பும்' என்று சாஸ்திரிகள் எழுந்தார். இரண்டு பேரும் காற்று வெளியில் மிதந்து வெகுதூரம் போனார்கள்.

'அதோ!' என்றார் முதலியார்.

'ஒரு நீண்ட மேக மலைத் தொடர் தெரிந்தது. அதன் நடுவில் ஒரு பிளவு தென்பட்டது.

இருவரும் அந்தப் பிளவுக்குள் போனார்கள். கொஞ்ச தூரம் போனதும் சட்டென்று முடிந்து விட்டது. அப்புறம் ஒன்றுமே இல்லை. வெறும் வெளிதான். விளிம்பினருகில் போய்ப் பார்த்தால் கீழே அதல பாதாளம்.

'அம்மம்மா! எவ்வளவு பெரிய பள்ளம்! இதில் விழுந்தால்...'

'பூலோகத்துக்குப் போகலாமே' என்று முதலியாரின் குரல் கேட்டது.

அவ்வளவுதான்! சாஸ்திரியார் கீழே கீழே கீழே விழுந்து கொண்டிருந்தார். காலவரம்பென்பதே இல்லாமல் அனந்த காலம் கீழே போய்க் கொண்டிருந்ததாகத் தோன்றியது. அப்புறம் அவருடைய ஞாபகம் போய் விட்டது.

***

சாஸ்திரியாருக்கு மறுபடியும் சுயப் பிரக்ஞை வந்த போது படார், படார் என்று வெடிச் சத்தம் கேட்டுக் கொண்டிருந்தது. அவருக்குக் கீழேயும் பக்கங்களிலும் ஏதோ மிருதுவான வஸ்து இருப்பது போல் உணர்ச்சி உண்டா யிற்று. அடே! இதென்ன? சொர்க்கத்திலே ஸ்பரிச உணர்ச்சி தான் கிடையாதே! பார்க்கிறதோடு சரிதானே - ஜம்மென்று பூலோகத்தில் பஞ்சு மெத்தையில் படுத்துக் கொண்டிருப்பது போல் அல்லவா தோன்றுகிறது? - ஆமாம் கச்சபேசுவர முதலியார் எங்கே?

ஏதோ பேச்சுக்குரல் கேட்டது. ஆனால் முதலியாரின் குரல் இல்லை. ஸ்திரீகள் குரல். யாரோ குனிந்து பார்ப்பது போல் இருந்தது. ஓஹோ நமது பாரியாள் சீதாலக்ஷ்மி அம்மாள்

அல்லவா? ஆனால், இதென்ன மாறுதல்? முகத்தில் இவ்வளவு சுருக்கங்கள் - தலை மயிர் ஒரே வெள்ளை! சரிதான்; பன்னிரண்டு வருஷம் கழித்துப் பார்க்கிறோமல்லவா?

'தாத்தாவையே உரித்து வச்சிருக்கு!' என்றாள் சீதாலக்ஷ்மி அம்மாள்.

இன்னொரு குரல் பக்கத்திலிருந்து, 'அபசகுனம் மாதிரி அப்படியெல்லாம் சொல்லாதேங்கோ. தாத்தாவுக்கு என்னைக் கண்டாலே பிடிக்காது. அவர் என் வயிற்றிலே பிறந்திருக்க மாட்டார்' என்றது. அவருடைய மாட்டுப் பெண் ஸுலோசனாவின் குரல் அது என்று தெரிந்து கொண்டார்.

'அப்படிச் சொல்லாதேடி, மனத்துக்குள்ளே உன் மேலே அவருக்கு ரொம்ப வாஞ்சை. கடைசி வரையில் குழந்தை மாதிரி தீபாவளிக்குப் பட்டாசுச் சுட்டு விடுவாரோல்யோ? அதுதான் தீபாவளியன்றைக்குப் பிறந்திருக்கிறார்' என்றாள் சீதாலக்ஷ்மி அம்மாள்.

அப்போது சாஸ்திரியார் மனப்பூர்வமாக வெறுத்த அவருடைய மாட்டுப் பெண்ணின் முகம் - முன்னே பார்த்ததைக் காட்டிலும் பெருத்து உப்பியிருந்த முகம் - பவுடர் வாசனை மூக்கைத் துளைத்த முகம் - அவருடைய முகத்தின் மிக அருகில் வந்தது. அதைத் தடுத்துத் தள்ளு வதற்காகச் சாஸ்திரியார் கையைத் தூக்கினார். என்ன வேடிக்கை! கை துளியுண்டு இருக்கிறதே!

'என் கண்ணே! அதற்குள்ளே அம்மான்னு தெரிஞ்சு போச்சா!' என்றாள் ஸுலோசனா.

அப்போதுதான் சாஸ்திரியாருக்கு விஷயம் தெரிந்தது. விதி தன்னை எவ்விதம் கேலிக்கூத்துக்கு உள்ளாக்கி விட்டதென்று! தன்னுடைய சொந்த வீட்டில் தான் தொட்டிலில் படுத்திருப்பதையும், தன் மாட்டுப் பெண்ணுக்குக் குழந்தை யாய்ப் பிறந்திருப்பதையும் உணர்ந்தார். பிரமாதமான ஆத்திரமும், அழுகையும் வந்தது. கையையும் காலையும் உதைத்துக் கொண்டு 'வீல்' என்று அழுதார்.

'அம்மா நீங்கள் சொன்னது சரிதான். தொண்டையைப் பாருங்கோ! அசல் தாத்தாதான்' என்றாள் ஸுலோசனா.

வெளியிலிருந்து சாஸ்திரிகளுடைய குமாரன் பஞ்சாமியின் குரல் சொல்லிற்று: 'எத்தனை பகவத் கீதையைப் பிரசங்கம் பண்ணி, இருக்கிறவாள் பிராணனை எல்லாம் வாங்கப் போகிறாரோ.'

இதைக் கேட்டதும் சாஸ்திரியார் மூர்ச்சையடைந்தார்.

மறுபடியும் பிரக்ஞை வந்தது; ஆனால் நல்ல வேளையாய்ப் பூர்வ ஞாபகம் வரவில்லை.

கைலாசமய்யர் காபரா

1

எத்தனையோ பயந்த சுபாவமுடையவர்களை நீங்கள் பார்த்திருக்கலாம். ஆனால் கைலாசமய்யரைப் பார்க்காத வரையில் சரியான பயந்த சுபாவத்தை நீங்கள் பார்த்ததாகச் சொல்ல முடியாது. பயப்படுகிற விஷயத்தில் அவரை மிஞ்சக் கூடியவர் யாருமில்லை. ஒரு சமயம், அவர் வீட்டு வாசலில் தேசியத் தொண்டர்கள் 'அச்சமில்லை; அச்சமில்லை' என்று பாடிக் கொண்டு போனார்கள். அந்தப் பயங்கரமான சத்தத்தைக் கேட்டுக் கைலாசமய்யர் பயந்து கட்டிலிருந்து கீழே விழுந்து காலை ஒடித்துக் கொண்டார்!

மற்றொரு சமயம், அவர் தமது மேஜையில் உட்கார்ந்து எழுதப் போனவர், திடீரென்று 'பாம்பு' என்று அலறிப் புடைத்துக் கொண்டு எழுந்திருந்தார். எல்லாரும் கம்பும் கையுமாய் ஓடி வந்து 'எங்கே பாம்பு?' என்று கேட்டார்கள். 'அதோ! மேஜை மேலே!' என்றார். மேஜைமேல் பாம்பைக் காணோம். அப்புறம் கிட்ட நெருங்கிப் பார்த்த போது, மேஜை மேல் கிடந்த ஒரு துண்டுக் காகிதத்தில் 'பாம்பு' என்று எழுதி இருந்தது தெரிந்தது. இந்த வேலை செய்தது யார் என்று விசாரித்ததில் கைலாசமய்யருடைய ஏழு வயதுப் பையன் மணி விஷமத்துக்காக அப்படி எழுதி வைத்திருந் தான் என்று வெளியாயிற்று. பாம்பை அடிக்க வேலைக்காரன் கொண்டு வந்த தடியைக் கைலாசமய்யர் பிடுங்கிக் கொண்டு பையனை அடிக்கப் போனார். நல்ல வேளையாக, அந்தச் சமயம் ஜோஷனாரா பீகம் வந்து குறுக்கிட்டதால் பையன் பிழைத்தான்!

ஜோஷனாரா பீகம் என்றதும், சில பேருக்குச் சுவாரஸ்யம் தட்டலாம். ஏதோ இந்தக் கதையில் நவாபுகளும் அவர் களுடைய அந்தப்புரத்து அழகிகளும் வரப் போகிறார்கள் என்று நினைக்கலாம். அப்படியெல்லாம் ஒன்றுமில்லை. கைலாசமய்யருக்கு வடக்கத்தி ஹிந்துஸ்தானி சங்கீதத்

தில் அதிகப் பிரியம். 'பயமில்லாமல் கேட்கக் கூடியது ஹிந்துஸ்தானி சங்கீதந்தான்' என்பார். ரேடியோவில் அவர் அடிக்கடி லக்னௌ ஜோஷனாரா பீகத்தின் சங்கீதத்தைக் கேட்பதுண்டு. ஆனால், வீட்டிலே மற்றவர்களுக்கு - முக்கிய மாக அவருடைய மனைவிக்கு - ஜோஷனாரா பீகமும், அவளுடைய சங்கீதமும் கொஞ்சமும் பிடிப்பதில்லை. எனவே, அவர்கள் வீட்டில் வளர்த்த ஒரு கறுப்புப் பூனைக்கு 'ஜோஷனாரா பீகம்' என்று பெயரிட்டிருந்தார்கள். இந்த ஜோஷனாரா பீகத்தைக் கண்டால் கைலாசமய்யருக்குக் குலை நடுக்கம்! அச்சமயம் அந்தப் பூனை வந்ததினால் தான் அவருடைய பையன் மண்டை உடையாமல் தப்பிப் பிழைத்தான்.

பட்ட காலிலே படும் என்பது போல், அவ்வளவு பயந்தவரான கைலாசமய்யருக்கு, அந்த மகா பயங்கரமான அநுபவம் ஏற்பட்டது. ஏற்கனவே தும்பைப் பூவைப் போல் நரைத்திருந்த அவருடைய தலை மயிர், அந்த ஒரு நாள் இரவில் 'ஜாப்கோ' மசியைப் போல் கறுத்து விட்டதென்றால், அந்த அநுபவம் எவ்வளவு பயங்கரமாயிருந்திருக்குமென்று நீங்களே ஊகித்துக் கொள்ளலாம்!

அவருடைய தலைமயிரைச் சுட்டிக் காட்டி 'இது எப்படி நேர்ந்தது?' என்று நான் கேட்ட போது கைலாசமய்யர் முதலில் சிறிது நேரம் தலை முதல் கால் வரையில் நடுங்கினார். பிறகு கொஞ்ச நேரம் கால் முதல் தலை வரை நடுங்கினார்.

அவருக்கு நான் தைரியம் கூறிச் சமாதானப்படுத்தி ஒருவாறு விஷயத்தைத் தெரிந்து கொண்டேன். அந்த வரலாறு தான் இது.

2

கைலாசமய்யருடைய மனைவி, தம் தம்பியின் தலை தீபாவளிக்காக குடும்பத்துடன் ஊருக்குப் போக விரும்பி னாள். கைலாசமய்யர், 'உன் தம்பிக்கு தலை தீபாவளி என்றால் அவன் தலை எழுத்து; நமக்கு என்ன வந்தது?' என்று எவ்வளவோ சொல்லியும் அந்த அம்மாள் கேட்கவில்லை.

இப்போதெல்லாம் சொர்க்கத்தில் இடம் கிடைத்தாலும் ரயிலில் கிடைக்காது என்பதைக் கைலாசமய்யர் நன்கு அறிந்தவராதலால் ஐந்தாறு நாள் முன்னாலேயே டிக்கெட் வாங்கி இடம் ரிஸர்வ் செய்திருந்தார். கிளம்ப வேண்டிய அன்றைக்குக் கொட்டு கொட்டு என்று மழை கொட்டியது. கைலாசமய்யர் 'இன்றைக்குப் புறப்படுவது அவ்வளவு உசிதமல்ல, ரயில் பாதைகள் எப்படி இருக்குமோ, என்னமோ! மொத்தத்தில் கொஞ்ச காலமாகவே ரயில் பாதைகளுக்கு ஏழரை நாட்டுச் சனியன் பிடித்திருக்கிறது' என்றார். அவர் மனையாள், அதைக் கேட்காமல் 'கட்டாயம் போகத்தான் வேண்டும்' என்று பிடிவாதம் பிடித்தாள். கடைசியாகச் சாயங்காலம் அவர்கள் குழந்தை குட்டிகளுடன் காரில் ஏறிக் கொண்டு கிளம்பினார்கள். வழியில் மவுண்ட் ரோட்டில் கார் தண்ணீரில் நீந்த வேண்டியதாயிருந்தது. அப்போதெல்லாம் கைலாசமய்யர் 'போனால் உயிர் தானே போகும்! அதற்கு மேலே போவதற்கு ஒன்றுமில்லையே?' என்று சொல்லிக் கொண்டிருந்தார். 'அழகாயிருக்கிறது அபசகுனம் மாதிரிப் பேசறது' என்று முணுமுணுத்துக் கொண்டேயிருந்தாள் மிஸ்ஸஸ் கைலாசமய்யர். கடைசியில் எப்படியோ உயிரோடு எழும்பூர் போய்ச் சேர்ந்தார்கள்.

எழும்பூரிலே நல்ல சந்தோஷமான சமாசாரம் தெரிய வந்தது. அதாவது பல்லாவரத்து மலை, மழைக்குப் பயந்து இடம் பெயர்ந்து வந்து பல்லாவரம் ஸ்டேஷனுக்குள் தண்ட வாளத்தில் உட்கார்ந்து கொண்டதென்றும், டி.டி.எஸ். முதலிய பெரிய பெரிய உத்தியோகஸ்தர்கள் எல்லாம் வந்து எவ்வளவோ பிரார்த்தனை செய்தும் அது நகரவில்லை என்றும் தெரிய வந்தது. இன்னும் சிலர், மேற்படி தகவல் ஆதாரமற்றதென்றும் கோடம்பாக்கத்துக்கும் மாம்பலத் துக்கும் நடுவில் ஒரு ஐம்பதடி தண்டவாளத்தை மழை ஜலம் அடித்துக் கொண்டு போய் விட்டது என்றும் சொன்னார்கள். காரணம் எதுவானாலும் ரயில்கள் எழும்பூரிலிருந்து அன்று கிளம்பாதென்று நிச்சயம் தெரிந்தது. அதோடு எல்லா ரயில்களும் தாம்பரத்திலிருந்து கிளம்புகின்றன என்றும் தெரிய

வந்தது. அப்போதுதான் கைலாசமய்யரை அன்று தைரியப் பிசாசு பிடித்திருந்தது என்பது வெளியாயிற்று!

'விடு காரை தாம்பரத்துக்கு!' என்றார் கைலாசமய்யர். அவருடைய சம்சாரம். 'வேண்டாமே! பேசாமல் வீட்டுக்குப் போய்ச் சேர்வோமே' என்று ஆன மட்டும் முணுமுணுத்துப் பார்த்தாள். கைலாசமய்யரிடம் ஒன்றும் பயன்படவில்லை. அவர்'உயிர்தானேபோகும்?அதற்குமேல்ஒன்றுமில்லையே?' என்றும் 'அந்த ராஸ்கல் ஜப்பான்காரன் வந்து குண்டு போட மாட்டேன் என்கிறானே?' என்றும், 'குண்டு விழாவிட்டால் இடி விழுந்தாலும் போதும்' என்றும், 'விழுகிற இடி இந்தக் காரின் தலையில் நேரே விழ வேண்டும்; அப்போது தெரியும் தம்பி தலை தீபாவளிக்குப் போகிற இலட்சணம்!' என்றும் - இம்மாதிரியெல்லாம் உற்சாகமாகப் பேசிக் கொண்டே போனார். குழந்தைகள் 'இன்றைக்கு அப்பாவுக்கு ஆவேசம் வந்திருக்கிறது' என்று அறிந்து, வாயை மூடிக் கொண்டு வந்தார்கள். மழை ஜலத்தை கிழித்துக் கொண்டு கார் தாம்பரத்தை நோக்கிப் போயிற்று.

தாம்பரம் ஸ்டேஷனும் வந்தது. அதிக மழையினால் மின்சாரக் கோளாறு ஏற்பட்டிருந்தபடியால் ஸ்டேஷனில் விளக்குகள் இல்லை. ஒரே கும்மிருட்டு ஆனாலும் கைலாசமய்யர் பின் வாங்கவில்லை. அவருடைய கைநாடி மட்டும் நிமிஷத்துக்கு 350 தடவை வீதம் அடித்துக் கொண்டதே தவிர, மற்றபடி வெகு தைரியமாய்க் காரிலிருந்து இறங்கி மச்சுப்படி ஏறிப் போனார். பின்னால் மனைவி மக்கள் வருகிறார்களா, சாமான்கள் என்ன ஆகின்றன என்று கூடக் கவனிக்கவில்லை. எப்படியோ பிளாட்பாரத்தில் எல்லாரும் வந்து சேர்ந்தார்கள். ரயிலும் தயாராக நின்று கொண்டிருந்தது. இரண்டாம் வகுப்பு வண்டிகள் காலியாகத்தான் இருந்தன. ஒரு வண்டியில் கைலாசமய்யரும் அவருடைய குடும்பத்தாரும் ஏறிக் கொண்டார்கள். வண்டிக்குள் ஒரே மௌனம்; வண்டிக்கு வெளியே கும்மிருட்டு.

சற்று நேரத்துக்கெல்லாம் அவருடைய மனையாள் 'இன்றைக்கு ரயிலே காலி போலிருக்கே! கூட்டமே இல்லையே' என்று சொல்லி மௌனத்தைக் கலைத்தாள்.

கைலாசமய்யர் உடனே 'ஆமாம், ஆமாம்; அதனாலென்ன? வண்டியிலே தனியாய்ப் போனால் கொலைகாரனா வந்து விடப் போகிறான்! யாரையோ, எப்பவோ ஒரு நாளைக்கு ரயிலுக்குள்ளே கொலை செய்து விட்டால், அதற்காக எப்போதும் அதே ஞாபகமா?' என்று 'டோஸ்' கொடுக்க ஆரம்பித்தார்.

'போதுமே, பேசாம இருங்களேன். குழந்தைகள் பயப்படப் போகிறது!' என்றாள் மிஸ்ஸஸ் கைலாசமய்யர்.

அப்பாவுக்குக் கோபம் என்று தெரிந்த குழந்தைகள் ரயில் ஓரமாய்ப் போய் வாயைத் திறக்காமல் உட்கார்ந்து கொண்டிருந்தன.

3

வண்டி நகரத் தொடங்கியது. அதே சமயத்தில் அந்தத் தடுக்க முடியாத சம்பவம் நடந்து விட்டது. அலங்கோலமாக ஒரு மனிதர் அவர்களுடைய வண்டியருகில் வந்து, 'கதவைத் திறவுங்கள்! அவசரம்!' என்று கதறிக் கொண்டே ரயிலின் கைப்பிடியைப் பிடித்துக் கொண்டு தொங்கினார். ரயிலின் வேகமோ அதிகமாயிற்று. கைலாசமய்யருக்கு மனத்தில், 'நல்லவேளை. ஒரு துணை கிடைத்தது' என்ற எண்ணம் பளிச்சென்று எழுந்தது. தட்டுத் தடுமாறிக் கதவைத் திறந்தார். வந்த மனுஷர் ஒரே பாய்ச்சலாகப் பாய்ந்து உள்ளே வந்து கைலாசமய்யருக்கு எதிர் ஆசனத்தில் தொப்பென்று விழுந்தார். அதே பெஞ்சின் ஓரத்தில் இருந்த மிஸ்ஸஸ் கைலாசமய்யர், சற்று அவசரமாகவே எழுந்திருந்து இன்னொரு மூலையில் போய் உட்கார்ந்து கொண்டாள்.

ஆம்; அந்தப் புதிய மனிதரின் தோற்றம் யாரையும் அவசரமாக எழுந்திருக்கச் செய்வதாகத்தானிருந்தது. ரயில் அச்சமயம் மணிக்கு முப்பது மைல் வேகத்தில் போய்க் கொண்டிராவிட்டால், கைலாசமய்யர் மூட்டை முடிச்சுகள், மனைவி, மக்களுடன் அந்த வண்டியிலிருந்தே கிழே குதித் திருப்பார்.

அந்த மனிதரின் கிராப்புத் தலை எண்ணெய் கண்டு ஒரு யுகம் ஆகியிருக்கும். அந்த மாதிரி ரோமங்கள் குத்திட்டு நின்றன. கண்கள் செக்கச் செவேலென்று சிவந்து திறுதிறுவென்று விழித்தன. மேல் கோட்டு நனைந்திருந்தது. உள் ஷர்ட் கிழிந்திருந்தது. இரண்டிலும் பொத்தான்கள் கழன்று போயிருந்தன. மூக்குக் கண்ணாடி ஒரு காதில் மட்டும் மாட்டிக் கொண்டு தொங்கிற்று. இத்தனை அலங்கோலத்திலும் அந்த மனுஷருடைய வாய் மட்டும் வெற்றிலை பாக்குப் புகையிலையை விடாமல் அரைத்துக் கொண்டிருந்தது.

அந்த அவசரக்காரர் தம்முடைய நனைந்த கோட்டைக் கழற்றினார். கழற்றும் போது அதிலிருந்து சாமான்கள் பொலபொல வென்று விழுந்தன. அப்படி விழுந்த சாமான்களில் ஒரு பெரிய பேனா கத்தியும் கிடந்தது.

'அட சனியனே!' என்று அந்த மனிதர் கீழே குனிந்து அந்தச் சாமான்களைத் திரட்டி எடுத்தார். மணிப்பர்ஸ், பேனா முதலியவைகளைப் பெஞ்சில் வைத்து விடுக் கத்தியை மட்டும் கையில் வைத்துக் கொண்டார். கைலாசமய்யரைப் பார்த்துக் கேட்டார்.

'ஏன் ஸார்! இந்த மாதிரி சின்னப் பேனாக் கத்தியினாலேயே ஒரு மனுஷனைக் கொன்று விடலாம் என்று சொல்கிறார்களே? அது முடியுமா? உங்களுக்கு என்ன தோன்றுகிறது?' என்றார்.

கைலாசமய்யருக்கு அப்போது தாம் ஓர் ஆகாச விமானத்திலிருப்பது போலவும், அந்த விமானம் தலைகீழாகக் கீழே அதல பாதாளத்துக்குப் போய்க் கொண்டிருப்பதைப் போலவும் தோன்றிக் கொண்டிருந்தது. நல்ல வேளையாக, அவருடைய பத்தினி அந்தப் பிரமையைக் கலைத்தாள். 'ஏன்னா? அடுத்த ரயில்வே ஸ்டேஷன் எப்போது வரும்?' என்றாள். அதற்குக் கைலாசமய்யர், 'சற்று வாயை மூடிண்டு இருக்க மாட்டாயா?' என்று வள்ளென்று விழுந்தார். பிறகு எதிரில் உள்ள மனுஷரைப் பார்க்க இஷ்டமில்லாமல் தாம் கொண்டு வந்திருந்த தினசரிப் பத்திரிகையைப் பிரித்து முகத்

துக்கு நேராக வைத்துக் கொண்டு படிக்கத் தொடங்கினார். படிப்பதற்கு முயற்சி செய்தாரே தவிர, படிக்க முடியவில்லை. பத்திரிகை இங்கிலீஷ் பத்திரிகைதான். ஆனால் அச்சமயம் அதிலிருந்த எழுத்துக்கள் கிரீக் பாஷையோ லாடின் பாஷையோ என்று தெரியாதபடி கைலாசமய்யர் கண்ணுக்கு ஒரே குழப்பமாயிருந்தன.

ஆனால், எதிரிலிருந்த மனுஷரின் கண்கள் மட்டும் வெகு துல்லியமாயிருந்தது போல் தோன்றியது. ஏனெனில் அவர் எதிர் பெஞ்சியில் உட்கார்ந்திருந்தபடியே கைலாசமய்யர் கையிலிருந்த பத்திரிகையின் பின்புறத்தைப் படிக்கத் தொடங்கினார். ஒரு நிமிஷத்துக்கெல்லாம் 'ஹா!' என்று செ ால்லி பத்திரிகையைத்தாமும் ஒரு கையால் பிடித்துக் கொண்டு படித்தார். இலேசாகக் கைலாசமய்யர் கையிலிருந்து எடுத்துக் கொண்டு உற்றுப் பார்த்துப் படித்தார். 'ஹா!ஹா!ஹா!' என்றார். கைலாசமய்யரால் வாயைத் திறந்து ஒரு 'ஹா!' கூட சொல்ல முடியவில்லை.

வந்த மனுஷர், 'என்னைத் தெரியுமா?' என்று கேட்டார்.

'தெரியாது' என்று பளிச்சென்று கைலாசமய்யர் பதில் சொன்னார்.

'தெரியாதா? என் பெயரையாவது கேள்விப்பட்டிருப் பீர்கள்' என்றார் அந்த மனிதர்.

'சத்தியமாய் இல்லை' என்று கைலாசமய்யர் அழுத்தமாய்க் கூறினார்.

'ரொம்ப வந்தனம். இந்தச் செய்தியைப் பார்த்தீர்களா?' என்று வந்த மனிதர் பத்திரிகையில் ஓரிடத்தைச் சுட்டிக் காட்டினார்.

கைலாசமய்யர் அந்த இடத்தைப் பார்த்தார். அது மரணச் செய்திகள் போடும் இடம். பின்வரும் செய்தி அங்கே காணப்பட்டது.

'ஒரு நிருபர் எழுதுகிறார்: பிரசித்தி பெற்ற தமிழ் எழுத்தாளரும், 'பிரகஸ்பதி சுப்பன்' என்ற புனைபெயரால்

புகழ் பெற்றவருமான ஸ்ரீ பிரணதார்த்தி ஹரன் இன்று காலை மரணமடைந்த செய்தியை மிகுந்த வருத்தத்துடன் தெரிவித்துக் கொள்கிறேன். மயிலாப்பூரில் அவருடைய சொந்த ஜாகையில் திடீரென்று உயிர் போன காரணத்தினால் அவருடைய வருந்தத்தக்க மரணம் நேரிட்டது. அவருடைய அந்திம ஊர்வலத்துக்குக் கணக்கற்ற ஜனங்கள் - சுமார் ஒன்பது பேர் இருக்கலாம் - வந்து கௌரவித்ததிலிருந்து, இந்த எழுத்தாளர் தமிழ் வாசகர்களின் உள்ளத்தில் எவ்வளவு மகத்தான இடத்தைப் பெற்றிருந்தார் என்பதை ஊகிக்கலாம். அவருடைய அருமையான ஆத்மா சாந்தி அடைவதாக!'

கைலாசமய்யருக்குப் 'பிரகஸ்பதிச் சுப்பன்' என்று எங்கேயோ, எப்போதோ, கேட்டிருப்பதுபோல ஞாபகம் வந்தது. நல்ல வேளை யாகப் பேசுவதற்கு வாகாய் ஒரு விஷயம் அகப்பட்டதென்று உற்சாகமடைந்தவராய், 'அடடா! நம்ம பிரஹஸ்பதிச் சுப்பனா இறந்து போனார்? எனக்குத் தெரியாமல் போச்சே! தெரிந்திருந்தால் நான் கூட மழையைப் பார்க்காமல் அவருடைய ஊர்வலத்துக்குப் போயிருப்பேனே?' என்றார்.

அவசரக்காரர் இன்னும் சில தடவை 'ஹா, ஹா' காரம் செய்துவிட்டு, மேற்படி பத்திரிகைச் செய்தியை மீண்டும் சுட்டிக் காட்டி, 'இது சாதாரணச் சாவு இல்லை ஸார்! சாதாரணச் சாவில்லை. இது கொலை!' என்றார்.

'என்ன?' என்று கைலாசமய்யர் கத்திய போது ரயிலையே தூக்கி வாரிப் போட்டது போல் இருந்தது.

'ஆமாம்; நான் சொல்கிறதை நம்புங்கள், இது கொலை!'

கைலாசமய்யர் அப்போது தாம் பயப்படுவதாகக் காட்டிக் கொண்டால் காரியம் மிஞ்சிவிடும் என்பதை அறிந்தார். எனவே, தைரியத்தைக் கெட்டியாகப் பிடித்துக் கொண்டு 'கொலையாவது, கொத்தவரங்காயாவது? உமக்கு எப்படி ஐயா தெரியும்?' என்று கேட்டார்.

'ஆகா! அப்படிக் கேளுங்கள்; கேட்டால்தானே சொல்ல லாம்? இது கொலைதான். சாதாரண மரணமில்லை என்பதை

நிரூபிக்கிறேன். ரொம்ப ரொம்ப ஆச்சரியமான கதை. தூங்காமல் மட்டும் கேட்க வேண்டும்' என்றார்.

அந்தச் சமயம் கைலாசமய்யர் குழந்தைகள் இருவரும் அவரிடம் வந்து 'கதை சொல்லுங்கள் மாமா! நாங்கள் கேட்கிறோம்' என்றன. கைலாசமய்யர் கண்விழி பெயரும் படியாக அக்குழந்தைகளை உற்றுப் பார்த்தார். ஆனால் குழந்தைகள் அவரைப் பார்க்கவேயில்லை.

அவசரக்காரர் குழந்தைகளை விழித்துப் பார்த்து 'பயங்கரமான கதை; நீங்கள் பயப்படுவீர்கள்!' என்றார்.

'நாங்கள் பயப்பட மாட்டோம், மாமா! எங்களுக்குப் பயமே கிடையாது. அப்பாதான் பயப்படுவா!' என்றான் போக்கிரி மணி.

'அடே என் கண்மணிகளா! அப்படியானால் கேளுங்கள்' என்று சொல்லிவிட்டு, அந்த மனிதர் கதையை ஆரம்பித்தார்.

'ஆயிரம், பதினாயிரம், லட்சம், முந்நூறு லட்சம் வருஷங்களுக்கு முன்னால் போங்கள். அந்தக் காலத்தில் மனிதர்களே இல்லை. உலகமெல்லாம் காடும், மலையும், தண்ணீருமாய் இருந்தன. பெரிய பெரிய மிருகங்கள், விநோதமான மிருகங்கள் அக்காடுகளில் ஊர்ந்து திரிந்தன. அந்த மிருகங்களுக்கு நீண்ட வாலும், குட்டைச் சிறகுகளும் உண்டு. அவை வாலினால் பறக்கும்; சிறகுகளினால் நடக்கும். இந்த மிருகங்களில் ஒன்றுக்கு ரொமாண்ட மல்லன் என்று பெயர். இன்னொன்றுக்கு பிரமாண்டமல்லன் என்று பெயர். ஒரு நாளைக்கு ரொமாண்டமல்லன், பிரம்மாண்டமல்லனைப் பார்த்து, 'உன் வாலைக் காட்டிலும் என் வால் தான் நீளம்' என்றது. 'இல்லை உன் வால் தான் குட்டை!' என்றது பிரம்மாண்டமல்லன். உடனே இரண்டுக்கும் பயங்கரமான போர் மூண்டது. வாலினால் ஒன்றை ஒன்று அடித்துக் கொண்டு, முந்நூறு வருஷம் அவை சண்டை போட்டன. போட்டும் ஜயம் தோல்வி ஏற்பட வில்லை. அப்போது ரொமாண்டமல்லன், இனிமேல் என்னால் சாப்பிடாமல் சண்டை போட முடியாது;

'இதோ பிராணனை விடுகிறேன்' என்று சொல்லிவிட்டுப் பிராணனை விட்டது. பிரமாண்டமல்லன், 'நானும் இதோ பிராணனை விடுகிறேன்' என்று சொல்லிவிட்டு பிராணனை விடப் பார்த்த போது, தன்னுடைய பிராணன் ஏற்கனவே போய்விட்டதென்பதைப் பார்த்து அதிசயித்தது. தெரிந்ததா, குழந்தைகளே! அப்புறம் இரண்டு லட்சம் வருஷத்தைத் தள்ளுங்கள்!'

'தள்ளிவிட்டோம்!' என்றான் போக்கிரி மணி.

'எங்களுக்குப் பயமாகவே இல்லை!' என்றாள் ஸரோஜா.

அவசரக்காரர் மேலும் சொன்ன கதை விசித்திரமாயும் பயங்கரமாயும் இருந்தது. அந்த இரண்டு பழங்கால மிருகங்களும் வெகு காலத்துக்குப் பிறகு ஒன்று கிஷ்கிந்தா புரியில் வானரமாகவும், இன்னொன்று இலங்கையில் ராட்சதனாகவும் பிறந்தனவாம். இராவண சம்ஹாரம் ஆகி, சீதையை இராமன் சேர்த்துக் கொண்டு புஷ்பக விமானத்தில் எல்லாரும் கிளம்பும் வரையில் மேற்படி வானரமும் ராட்சதனும் மட்டும் சண்டை போட்டுக் கொண்டிருந்தார்களாம். இதைப் பார்த்த அனுமார் இரண்டு பேரையும் பிடித்துத் தலைக்கு நாலு குட்டுக் குட்ட வானரமும் ராட்சதனும் அவமானப்பட்டு ஓடி, அனுமான் கொண்டு வந்திருந்த சஞ்சீவி மலையில் தடுக்கி விழுந்து செத்துப் போனார்களாம்.

அப்புறம் பல்லாயிரம் வருஷங்களுக்குப் பிறகு அவர்கள் மீண்டும் மகாபாரதக் காலத்தில் பூமியிலே பிறந்தார்கள். குருக்ஷேத்திரத்தில் ஒருவன் பாண்டவர் சைன்னியத்தில் இருந்தான். இன்னொருவன் துரியோதனன் கட்சியில் இருந்தான். அவர்கள் அந்தப் பெரும் போரில் மாண்ட விதம் மகா விசித்திரமானது. தென்னாட்டிலிருந்து மதுரைப் பாண்டியன் சாப்பாடு கொண்டு வந்து குருக்ஷேத்திர யுத்த களத்தில் இரண்டு கட்சி வீரர்களுக்கும் சோறு போட்டானல்லவா? அந்தச் சாப்பாட்டைப் போட்டி போட்டுக் கொண்டு அளவுக்கு மீறிச் சாப்பிட்டு வயிறு வெடித்து அவர்கள் இறந்து போனார்களாம்!

பிறகு, அந்த மகாவீரர்கள் நாநூறு வருஷத்துக்கு முன்பு வீர இராஜபுத்திர நாட்டில் பிறந்தார்களாம். பிறந்து பேசத் தெரிந்ததும் முதல் காரியமாக அவர்கள் ஒருவரையொருவர் கொன்று விடுவதாகச் சபதம் செய்து கொண்டார்களாம்! சபதத்தை நிறை வேற்றுவதற்கு நல்ல சமயம் எதிர்பார்த்துக் கொண்டிருந்தவர்களுக்குச் சீக்கிரத்திலே சமயம் கிடைத்தது. ஓர் இராஜபுத்திரப் பெண் அவர்கள் இரண்டு பேருக்கும் ஒரே சமயத்தில் ஒரு செய்தி சொல்லியனுப்பினாள். தன்னை ஒரு பாதுஷா பலாத்காரமாய் அபகரித்துச் சென்று அந்தப்புரத்தில் அடைத்து வைத்திருப்ப தாகவும், தன்னை விடுதலை செய்து அழைத்துப் போக வேண்டுமென்றும் தெரிவித்திருந்தாள். உடனே மேற்படி இரண்டு ராஜகுமாரர்களும் அந்த இராஜகுமாரியை யார் காப்பாற்றுவது என்று தங்களுக்குள் சண்டையிடத் தொடங்கினார்கள். அந்தச் சண்டையில் ஒருவன் தன்னுடைய தலை முண்டாசில் கத்தி பாய்ந்த தின் பலனாக இறந்து போனான். இன்னொருவன் மேற்படி இராஜகுமாரியைப் பாதுஷாவின் அந்தப் புரத்திலிருந்து காப்பாற்றிக் கொண்டு வந்து, அன்றிரவே அவள் கொடுத்த விஷத்தைக் குடித்து விட்டு இறந்து போனான்.

இன்னும் மேற்கண்ட விதமாகப் பல ஜன்மங்களில் போராடிய பிறகு, அவர்கள் கடைசியாக இந்தக் காலத்தில் தமிழ் நாட்டில் அவதரித்தார்கள். இவர்கள் குழந்தைகளா யிருந்த போதே மசியைக் கொட்டி மெழுகுவதும், பேனாவை விழுங்குவதுமாயிருந்ததைப் பார்த்தவர்கள் எல்லாம், ‘வருங் காலத்தில் இவர்கள் சிறந்த எழுத்தாளர் ஆகி, உலகத்தையே ஒரு கலக்கு கலக்கப் போகிறார்கள்’ என்று சொல்லி விட்டுக் கண்ணீர் விடுவதுண்டு! அவர்கள் பயந்தபடியே வாஸ்த வத்தில் நடந்தது.

‘பிரகஸ்பதி சுப்பன்’, ‘அதிர்வெடிக் குப்பன்’ என்னும் புனைப் பெயர்கள் தமிழ் நாட்டின் மூலை முடுக்குகளில் எல்லாம் உலகப் பிரசித்தி அடைந்து வந்தன! இவர்கள் பத்திரிகை நடத்தாத போது புத்தகம் எழுதுவார்கள். புத்தகம் எழுதாதபோது பத்திரிகை நடத்துவார்கள்.

'பிரகஸ்பதி சுப்பன்' பத்திரிகை நடத்தும் போது 'அதிர்வெடிக் குப்பன்' எழுதிய புத்தகங்களையெல்லாம் எழுத்தெழுத்தாகப் பிய்த்து எறிந்து விடுவார். 'அதிர்வெடிக் குப்பன்' பத்திரிகை நடத்தும் சமயத்தில் 'பிரகஸ்பதி சுப்ப'னின் புத்தகங்களையெல்லாம் கடித்துத் தின்று உமிழ்ந்து விடுவார். இவ்விதமாக அவர்களுடைய ஆங்காரம் முற்றிக் கொண்டே வந்தது. கடைசியாக நேற்றைய தினம் 'பிரகஸ்பதி சுப்ப'னுக்கு 'அதிர்வெடிக் குப்ப'னிடமிருந்து ஒரு கடிதம் வந்தது. அதிலிருந்து 'ஜாக்கிரதை! நாளைய தினம் உன்னை நான் உன்னுடைய ஆயுதத்தினாலேயே கொல்லப் போகிறேன். ஓடித் தப்பித்துக் கொள்ளப் பார்த்தாலும் விடமாட்டேன்' என்று எழுதியிருந்தது.

4

அவசரக்கார மனிதர் மேற்படி கட்டத்திற்கு வருவதற்குள், அவர் கூறிய கதையின் பயங்கர சுவாரஸ்யத்தில் மதிமயங்கிக் கைலா சமய்யரின் குழந்தைகளும் மனைவியும் தூங்கிப் போய் விட்டார்கள். கைலாசமய்யர் மட்டும் தூங்காமல் அடங்காத ஆவலுடன் சொல்ல முடியாத பயத்துடனும் கதையைக் கேட்டு வந்தார்.

'அப்புறம் என்ன ஆச்சு? கடிதப்படி நடந்ததா!' என்று கேட் டார்.

'ஆமாம், நடந்தது. கடிதத்தைப் பெற்றவர் தப்பித்து ஓடிவிடலாமென்று பார்த்தார்; முடியவில்லை. கடைசியில், கடிதம் எழுதியவர் அவரைக் கொன்றே தீர்த்தார்.'

'ஐயோ, அப்படியானால்....?' என்று கைலாசமய்யர் பத்திரிகைச் செய்தியைச் சுட்டிக் காட்டினார்.

'ஆம்? 'பிரகஸ்பதி சுப்பன்' என்னும் பிரணதார்த்தி ஹரன் தான் கொல்லப்பட்டு இறந்தவர்.'

'ஆ!' என்றார் கைலாசமய்யர். அவருக்கு எல்லா விஷயமும் புரிந்து விட்டது. இந்த மனுஷன் தான் பிரணதார்த்தி ஹரனைக் கொன்று விட்டு வந்திருப்பவன். இவனுடைய அவசரத்

துக்கும் படபடப்புக்கும் காரணம் அதுதான். இவனுடைய மூளை குழம்பிப் போய் ஏதேதோ பயங்கரமான கதை சொல்வதின் காரணமும் அதுதான்.

கைலாசமய்யருக்குத் திடீரென்று ஒரு அசட்டுத் தைரியம் பிறந்தது. இந்தக் கொலைகாரனைப் பிடித்து ஏன் போலீஸாரிடம் ஒப்புவிக்கக் கூடாது? - நல்லவேளை; செங்கற்பட்டு ஸ்டேஷன் இதோ வரப் போகிறது. வண்டி நின்றதும் போலீஸ்காரனைக் கூப்பிட வேண்டியதுதான். அது வரையில் இவனுடன் ஏதாவது பேச்சுக் கொடுத்துக் கொண்டு வரவேண்டும்.

'இவ்வளவெல்லாம் சொல்கிறீரே! உமக்கு இதெல்லாம் எப்படித் தெரிந்தது?' என்று கைலாசமய்யர் கேட்டார்.

'எப்படித் தெரிந்ததா? ஹாஹாஹா எனக்குத் தெரியாமல் வேற யாருக்குத் தெரியும்? நான் தானே...!'

'நீர்தானே...?'

'நான் யார் என்று இன்னுமா தெரியவில்லை?'

'தெரியாமலென்ன? பேஷாத் தெரியும். நீதான் அதிர்வெடிக் குப்பன். நீதான் கொலைகாரன். உன்னை இதோ...'

'இல்லை ஐயா! இல்லை. நான் கொலைகாரன் இல்லை!' என்று அவன் கூறிக் கொண்டே மேற்படி பத்திரிகைச் செய்தியைச் சுட்டிக் காட்டினான். 'இதோ போட்டிருக்கிறதே, 'பிரகஸ்பதிச் சுப்பன்' என்னும் பிரணதார்த்தி ஹரன் காலமானார் என்று - அந்த சாக்ஷாத் பிரணதார்த்தி ஹரன் நான் தான்!' என்றான்.

கைலாசமய்யரைத் தூக்கிப் போட்ட போட்டில் மேலே எழும்பிய மனுஷர் கீழே வருவதற்குள் வண்டி செங்கற்பட்டு ஸ்டேஷனில் வந்து நின்றது. வண்டி நின்றதும் நிற்காததுமாய்க் கதவைத் திறந்து கொண்டு, அந்த மனுஷன் பளிச்சென்று கீழே குதித்தான். அடுத்த கணத்தில் அவன் மாயமாய் மறைந்து போனான்.

கைலாசமய்யர் படக்கென்று கதவைச் சாத்தி இறுக்கித் தாழ்ப்பாள் போட்டார். அந்தச் சத்தத்தில் அவர் மனையாள் விழித்தெழுந்து, 'என்ன? என்ன?' என்று கேட்டாள். 'ஒன்று மில்லை; பிரகஸ்பதி சுப்பன் என்ற பிரணதார்த்தி ஹரனின் பிசாசு!' என்றார் கைலாசமய்யர்.

5

மேற்கூறிய வரலாற்றையெல்லாம் சொல்லிவிட்டு கைலாச மய்யர், 'ஏற்கனவே நான் பயந்த மனுஷன் என்று தான் உமக்குத் தெரியுமே? இந்த மாதிரி ஒரு சம்பவம் நடந்த பிறகு கேட்க வேண்டுமா? அன்று முதல் எனக்கு இராத் தூக்கம் கிடையாது. கண்ணை மூடினால் ரயில் பிரயாணம் செய்வது போலும், பிசாசு வருவது போலும் கதை சொல்வது போலும் சொப்பணம், உங்களுக்கு என்ன தோன்றுகிறது?' என்று கேட்டார்.

'எதைப் பற்றி?' என்றேன்.

'பிரணதார்த்தி ஹரன் சாதாரண மரணமடைந்தாரா? கொலையுண்டு செத்தாரா?'

'நீர் அப்புறம் பத்திரிகை படிக்கவில்லையா, என்ன?'

'பத்திரிகையைக் கண்டாலே எனக்குப் பயமாயிருக்கிறது. தொடவே இல்லை' என்றார் கைலாசமய்யர்.

'மறுநாள் பத்திரிகையிலேயே 'பிரணதார்த்தி ஹரன் மரண மடையவில்லை; ஆகையால் பிரேத ஊர்வலமும் நடக்கவில்லை!' என்று திருத்தம் வெளியாகியிருந்ததே!'

'அப்படியா? ஓ ஹோ ஹோ! நானல்லவா ஏமாந்து போயிருக்கிறேன்? - அப்படியானால் அன்று என்னைக் காபராப்படுத்திய மனுஷன் தான் யார்?'

'சாஷாத் பிரணதார்த்தி ஹரன் தான்!'

'அடே அப்பா! ஒரே புளுகாய்ப் புளுகினானே? எழுத்தாளி என்றாலே எல்லாரும் இப்படித்தான் புளுகுவார்களோ?'

'அவர் சொன்னதில் கொஞ்சம் நிஜமும் உண்டு. அவருடைய எதிரி அவரைக் கொன்று விடுவதாகப் பயமுறுத்திக் கடிதம் எழுதியது உண்மை. அதை அவன் நிறைவேற்றியும் விட்டான்!'

'நிறைவேற்றி விட்டானா? அதெப்படி ஐயா! மூளை குழம்புகிறதே!'

'பிரணதார்த்தியின் ஆயுதத்தினாலேயே அவரைக் கொல்வதாக அவனுடைய எதிரி சொன்னானல்லவா? பிரணதார்த்தியின் ஆயுதம் என்ன? பேனா! அந்தப் பேனாவைக் கொண்டுதான் அவனைக் கொன்றான்!'

'கொன்றானா?'

'ஆமாம்; பிரணதார்த்தி ஹரன் காலமானதாகப் பத்திரிகைகளுக்கு எழுதி விட்டானல்லவா? இது பேனாவினால் கொன்றதுதானே?'

கைலாசமய்யருக்கு அவரையறியாமல் சிரிப்புப் பொத்துக் கொண்டு வந்தது. விழுந்து விழுந்து சிரித்தார். இடையிடையே 'அதிர்வேட்டுச் சுப்பன் நல்ல அதிர்வெடி போட்டானையா?' என்று சொல்லிக் கொண்டு சிரித்தார். 'அந்தப் பிரகஸ்பதிக்கு நன்றாய் வேண்டும்! என்னை காபராப் படுத்தினானோ, இல்லையோ?' என்றும் இடையிடையே சொல்லிக் கொண்டார்.

கைலாசமய்யர் அவ்விதம் சிரித்த போது, அவர் தலைக்கு மேலே ஓர் அதிசயம் நடந்து கொண்டிருந்தது.

பயங்கரப் பிரயாண இரவில், 'ஜாப்கே' மசியைப் போல் கறுத்த அவருடைய தலைமயிரானது என் கண்ணெதிரே மளமளவென்று 'ரோம வர்த்தினி' தடவிய கூந்தலைப் போல வெளுத்து வெள்ளை வெளேரென்று ஆகிவிட்டது!

'கைலாசமய்யர்வாள்! இந்த வருஷம் நடந்தது உங்கள் மைத்துனன் தலை தீபாவளி அல்ல; உங்களுடைய தலை தீபாவளிதான்!' என்றேன்.

லஞ்சம் வாங்காதவன்

1

நடுநிசி. டாண் டாண் என்று மணி அடித்தது. மிஸ்டர் பராங்குசம் ஐ.சி.எஸ். நிமிர்ந்து கடிகாரத்தைப் பார்த்தார். மணி பன்னிரண்டு. ஆனால் இன்னும் அவர் பைஸல் செய்ய வேண்டிய தஸ்தாவேஜிக் கட்டுகள் மேஜை மேல் மலைபோல் குவிந்து கிடந்தன!

உத்தியோக பதவியில் மேலேற ஏற, சம்பளம் அதிகமாக ஆக, வேலை குறைவு என்று சாதாரணமாய் ஓர் எண்ணம் இருந்து வருகிறது. சிற்சில இலாக்காக்கள் சிற்சில பதவிகள் விஷயத்தில் இது உண்மையாக இருக்கலாம். ஆனால், நிர்வாக இலாகா உத்தியோகங்களைப் பொறுத்தவரையில் மேற்கண்ட எண்ணம் எவ்வளவு பிசகானது என்பதற்கு மிஸ்டர்பராங்குசம்ஐ.சி.எஸ். பிரத்யட்சஉதாரணமாயிருந்தார்.

அதுவும் ஜில்லாக் கலெக்டர் ஆனதிலிருந்து அவர் பொழுது விடிந்தது முதல் இரவு பன்னிரண்டு மணி வரையில் உழைத்து உழைத்து ஓடாய்ப் போனதை யார் அறிவார்கள்? சர்வமும் அறிந்த ஆண்டவனுக்கும் டபேதார் சின்ன கேச வலுக்கும் தவிர, வேறு யாருக்குத்தான் தெரியும்?

கிராம வெட்டியான் மேல் கிராம முனிசீப் செய்யும் புகார் முதற்கொண்டு ரயில் கவிழ்க்கும் சதியாலோசனை வரையில் அவர் விசாரணை செய்து நியாயத் தீர்ப்பு சொல்ல வேண்டும். புறம்போக்கை ஆக்ரமித்த குடியானவனுக்கு இரண்டு ரூபாய் தண்டத் தீர்வை விதிப்பது முதல் கடற்கரையோ ரத்தில் ஜப்பான் உளவுப் படகு வருவதைத் தடுப்பது வரையில் பிரிட்டிஷ் சாம்ராஜ்யத்தின் பொறுப்பை அவர் தாங்கியாக வேண்டும்.

இதெல்லாம் ஒரு புறமிருக்க, இந்தச் சாமான் கட்டுப்பாடு விஷயம் வந்தாலும் வந்தது - ஐயையோ! சகிக்க முடியாத தொல்லையாய்ப் போயிற்று. மனுஷர் ஐம்பது வயது வாலிபராயிருந்தவர் ஆறே மாதத்தில் எழுபது வயதுக்

கிழவனாகி விட்டார். மூக்குக் கண்ணாடியை அந்த ஆறு மாதத்தில் மூன்று தடவை மாற்ற வேண்டியதாகிவிட்டது.

ஆறு மாதத்துக்கு முன்பு அவருடைய தலையில் ஆங்காங்கு இரண்டொரு வெள்ளி ரோமம் காணப்பட்டது. இப்போது தலையெல்லாம் ஒரே நரை. நல்ல வேளை! மிஸ்டர் பராங்குசத்தின் பத்தினி இரண்டு வருஷத்துக்கு முன்பே காலமாகி விட்டாள். இப்போது மட்டும் அந்த நாகரீகப் பெண்மணி உயிரோடிருந்தால், மிஸ்டர் பராங்குசம் எவ்வளவு அவதியடைய நேர்ந்திருக்கும்!

இப்போதும் மிஸ்டர் பராங்குசத்திற்கு அவதி அவ்வளவு ஒன்றும் குறைவாக இல்லை; மேஜை மீது குவிந்து கிடந்த தஸ்தாவேஜுக் கட்டுகளை அவர் வெறுப்புடனே ஒரு தடவை பார்த்தார். சிவா! ராமா! இன்னும் இரண்டு மணி நேர வேலை இருக்கிறது. இப்படி உத்தியோகம் பார்த்து அணு அணுவாய் உயிரை விடுவதைக் காட்டிலும் ஒரேயடியாய்ச் செத்துத் தொலைந்து போனால் தான் என்ன? இதற்குள் மிஸ்டர் பராங்குசத்தின் பார்வை தஸ்தாவேஜுக் கட்டுக்களுக்குப் பக்கத்திலே கிடந்த பண நோட்டுக் கட்டுகளின் மேல் விழுந்தது. உடனே அவர் முகம் பிரகாசம் அடைந்தது. அவர் வேண்டாமென்று சொல்லியும் கேட்காமல் ராம்ஜி ஸேட் மேஜை மேல் வைத்து விட்டுப் போன நோட்டுகள் அவை. ஸேட் அங்கு இருந்தவரையில் மிஸ்டர் பராங்குசம் அந்த நோட்டுக்களைத் திரும்பிப் பார்க்கவில்லை. இப்போது தான் பார்த்தார். பார்த்து விட்டுக் கட்டுக்களை எடுத்து ஒவ்வொன்றாய் எண்ணினார். ஒவ்வொன்றிலும் இருபது 100 ரூபாய் நோட்டு மொத்தம் பத்து கட்டு ஆக மொத்தம் இருபதினாயிரம் ரூபாய்.

எண்ணிப் பார்த்த கட்டுகளை மிஸ்டர் பராங்குசம் எடுத்து மேஜை டிராயர் ஒன்றுக்குள் திணித்தார்.

மேஜைக்கு மேலே பெரிய பவர்லைட் எரிந்து கொண்டிருந்தது. சுவர் ஓரமாய்த் தரையில் ஒரு ரெவினியூ இலாகா லாந்தர் எரிந்து கொண்டிருந்தது. அதிலிருந்து இப்போது புகை அசாத்தியமாய்க் கிளம்பியது.

'கேசவா! இந்த லாந்தர் புகைகிறது; எடுத்துக் கொண்டு போ' என்றார் பராங்குசம்.

வெளியிலிருந்து டபேதார் வந்து லாந்தரை எடுத்துக் கொண்டு போனான்.

2

கேசவன் போனதும் மிஸ்டர் பராங்குசம் ஒரு கொட்டாவி விட்டு நாற்காலியின் மேல் 'அம்மாடி' என்று சாய்ந்தார். பிறகு ஒரு காகிதமும் பென்ஸிலும் எடுத்து யோசித்து சில எண்களை வரிசையாக எழுதினார். எழுதிய எண்களைக் கூட்டிய போது ஒன்பதரை லட்சம் வந்தது.

'இன்னும் ஐம்பதினாயிரம் வந்து விட்டால், அப்புறம் எந்த ராஜா பட்டணம் போனாலும் சரி' என்று மிஸ்டர் பராங்குசம் முணுமுணுத்தார்.

பிறகு, பழையபடி தஸ்தாவேஜிக் கட்டுகளை எடுத்துப் பார்க்கத் தொடங்கினார்.

மிஸ்டர் பராங்குசம் தஸ்தாவேஜுக் கட்டுகளைப் பார்த்துக் கொண்டிருக்கையில், மேற்படி ஒன்பதரை லட்சத்தின் மர்மம் என்னவென்பதை நாம் பார்க்கலாம்.

சென்ற ஆறு மாத காலத்தில் மிஸ்டர் பராங்குசம் லஞ்சம் வாங்கிச் சேர்த்திருந்த பணம் தான் ஒன்பதரை லட்சம்.

வாசகர்களுக்கு இது ஒரு ஆச்சரியமாகத்தான் இருக்கும். சாதாரணமாக ஐ.சி.எஸ். காரர்கள் மீது லஞ்சக் குற்றம் ஏற்பட்டதாக நாம் கேள்விப்பட்டதில்லை. பெரிய அதிகாரங்களை வகிக்கும் அவர்களுக்கு லட்சம் வாங்கத் தூண்டுதலே ஏற்படக்கூடாதென்பதற்குத் தானே பெருவாரியான சம்பளம் கொடுக்கப்படுகிறது?

இதெல்லாம் உண்மைதான். ஆனால், மிஸ்டர் பராங்குசம் அன்று வரையில் ஒன்பதரை லட்சம் வாங்கிச் சேர்த்திருந்ததும் உண்மைதான். இது எப்படி நேர்ந்தது என்பதைச் சொல்லுகிறோம்.

மிஸ்டர் பராங்குசத்தின் காலஞ்சென்ற மனைவிதான் அதற்கு முதற் காரணம். இந்தப் பாழாய்ப் போன யுத்தம் இரண்டாவது காரணம்.

மிஸ்ஸஸ் பராங்குசம் நாகரிகத்தில் முதிர்ந்த சீமாட்டி. இந்த நாளில் நாகரிகமாய் வாழ வேண்டுமென்றால் பணத்தையல்லவா கண்களை மூடிக் கொண்டு செலவு செய்ய வேண்டியிருக்கிறது? மிஸ்டர் பராங்குசம் ஆபீஸுக்குப் போக ஒரு கார், மிஸ்ஸஸ் பராங்குசம் லேடீஸ் கிளப்புக்குப் போக ஒரு கார், குழந்தைகள் பள்ளிக்கூடம் போக ஒரு கார் - இப்படியெல்லாம் நாகரிக வாழ்க்கையாகிய பூதம் பணத்தை விழுங்கிக் கொண்டிருந்தது.

இதனுடைய பயனாக, மிஸ்ஸஸ் பராங்குசம் கண்ணை மூடியபோது, மிஸ்டர் பராங்குசத்துக்குத் திருடர் பயம் என்பதே அடியோடு இல்லாமலிருந்தது. மடியில் கனம் இருந்தால் அல்லவா வழியில் பயம்?

மிஸ்ஸஸ் பராங்குசம் பண விஷயத்தில் தாராள மாயிருந்தது போல் சந்ததிகள் விஷயத்திலும் வெகு தாராளாமாயிருந்தாள். ஐந்து பெண் குழந்தைகளையும் நாலு பிள்ளைக் குழந்தைகளையும் விட்டுச் சென்றாள். இவ்வளவு பேருக்கும் உயர்தரக் கல்வி அளித்து, கல்யாணம் பண்ணி வைக்கும் பொறுப்பு எல்லாம் மிஸ்டர் பராங்குசத்தின் தலையில் விழுந்தது. அவருக்கோ வயது ஆகிவிட்டது. உத்தியோகத்திலிருந்து ரிடையர் ஆக வேண்டிய காலம் சமீபித்திருந்தது.

இந்த நிலைமையில் பாழாய்ப் போன யுத்தம் வந்து தொலைந்ததா? யுத்தத்தினால் எத்தனையோ ஜனங்கள் எத்தனையோ கஷ்ட நஷ்டங்களை அனுபவித்தார்கள். ஆனால் ஒரு சிலர் ஏராளமாய்ப் பணத்தை வாரிக் குவித்துக் கொண்டிருப் பதை மிஸ்டர் பராங்குசம் கவனித்தார். யுத்த காண்டிராக்ட்டுகளில் சிலர் லட்சம் லட்சமாய்ப் பணம் பண்ணியிருந்தார்கள். பிண்ணாக்கு வியாபாரி ஒருவர் ஏழு லட்சம் பண்ணியிருந்தார். நூல் வியாபாரிகள் சிலர் இருபது

லட்சம் முப்பது லட்சம் சம்பாதித்திருந்தார்கள். செங்கள் சூளை போட்ட ஒருவர் ஏழு லட்சம் சேர்த்திருந்தார்.

இப்படி யுத்தத்தினாலே பலர் கொழுத்த பணக்காரர்களாகிக் கொண்டு வரும் போது, பிரிட்டிஷ் சாம்ராஜ்யத்துக்கு இவ்வளவு நீடித்த ஊழியம் செய்து வந்திருக்கும் தாம் மட்டும் ஏன் ஏழையாயிருக்க வேண்டும் என்று மிஸ்டர் பராங்குசம் வியந்தார்! இத்தனைக்கும் மேற்கண்ட விதமாகப் பணம் சம்பாதித்தவர்கள் பெரும்பாலும் தம்மிடம் லைசென்ஸோ, அனுமதியோ பெற்று வியாபாரம் செய்தவர்கள் என்பதை எண்ணும் போது அவருடைய வியப்பு பன்மடங்கு ஆயிற்று! அவ்விதம் தம்மிடம் லைசென்ஸுக்கோ, பர்மிட்டுக்கோ வருகிறவர்களிடம் தாம் சற்றே கையை நீட்டினால் போதும்; வீட்டில் தனலக்ஷ்மி தாண்டவமாடத் தொடங்குவாள்!

இன்னும் சில நாளைக்கெல்லாம் மிஸ்டர் பராங்குசம் இத்தனை காலமும் தாம் இவ்வளவு பரிசுத்தமாய் இருந்து கண்ட பலன் என்ன என்று வியக்கத் தொடங்கினார். தம் கண் முன்னால் லஞ்சம் வாங்கிப் பணம் சேர்த்திருக்கும் மனிதர்கள் எல்லாம் ஒவ்வொரு வராய் அவர் கண் முன்னால் வந்தார்கள். அவர்களுக்கெல்லாம் என்ன கௌரவம் குறைந்து விட்டது? இன்னும் யோசிக்க, யோசிக்க 'பிரிட்டிஷ் சாம்ராஜ்யத்தின் ஆதி ஸ்தாபகர்களான கிளைவும் வாரன் ஹேஸ்டிங்க்ஸுமே லஞ்சம் வாங்கியிருக்கும் போது, நமக்கென்ன வந்தது?' என்று அவருக்குத் தோன்றியது.

பட்டினி கிடந்தவர்களின் முன்னால் நல்ல சாப்பாட்டை வைத்தால், கணக்குத் தெரியாமல் சாப்பிட்டு விடுவது இயற்கையல்லவா? அஜீரணமாகி விடுமே - வயிற்றை வலிக்குமே என்றெல்லாம் அவர்கள் யோசித்துக் கொண் டிருக்க முடியுமா? - அதே மாதிரி உத்தியோகத்தில் வெகு காலம் நெறி தவறாமலிருந்த மிஸ்டர் பராங்குசம் லஞ்சம் வாங்க ஆரம்பித்த போது, அவருக்கு நூறு கை வந்து விட்டது போலிருந்தது. அப்படிப் பணத்தை வாரிக் குவித்தார். அவருடைய டபேதார் சின்னக்கேசவலு சுமார்

பதினையாயிரம் ரூபாய் சேர்த்து விட்டான் என்றால், அவர் ஒன்பதரை லட்சம் சேர்த்து விட்டதில் என்ன ஆச்சரியம்?'

இப்படி மளமளவென்று குவிந்த பணத்தை எப்படிப் பத்திரப்படுத்துவது என்பதிலேதான் கஷ்டம் அதிகமாயிருந்தது. ஆறே மாதத்தில் மனுஷருக்குத் தலை நரைத்துப் போனதற்கு இந்தக் கவலையும் ஒரு காரணம் என்று சொல்லலாம். வெள்ளிக் கட்டிகளும் தங்கக் கட்டிகளும் வாங்கினார். அப்புறம் ஷேர் மார்க்கெட்டில் பங்குகள் வாங்கினார்.

நாளாக ஆக, அவருக்குத் துணிச்சல் அதிகமாயிற்று. பகிரங்கமாக பாங்கிகளிலேயே பணத்தைப் போட ஆரம்பித்தார்.

நிலைமை இவ்வளவுக்கு முற்றிய பிறகு சர்க்கார் காதுக்கு எட்டாமலிருக்குமா? எட்டிய பிறகு சர்க்கார் தான் நடவடிக்கை எடுத்துக் கொள்ளாமலிருக்க முடியுமா?

ஆனால், பராங்குசத்துக்கு இப்போது ஏற்பட்டிருந்த துணிச்சல் கவர்ன்மெண்ட் நடவடிக்கையைக் கூட 'பூபூ' என்று தள்ளிற்று. 'என்ன பிரமாத நடவடிக்கை எடுத்து விடப் போகிறார்கள்? பிராஸிகியூட் செய்து வழக்கு நடத்த ஒரு நாளும் தைரியம் வரப் போவதில்லை. அதனால் கவர்ன்மெண்டின் மதிப்பேயல்லவா குறைந்து போய் விடும்? இன்றைக்கெல்லாம் செய்தால் உத்தியோகத்தை விட்டு நீக்கி வைப்பார்கள். போனால் போகட்டும் இந்த உத்தியோகம் யாருக்கு வேண்டும்? இன்னும் ஐந்து வருஷம் உழைத்துப் பிறகு காணப் போகும் லாபந்தான் என்ன? பத்து லட்சம் ரூபாயுடன் இப்போதே தான் விலகிக் கொள்ளலாமே! இன்னும் ஐம்பதாயிரம் தான் பாக்கி!' இப்படி எண்ணமிட்ட மிஸ்டர் பராங்குசத்துக்கு மறுபடி கொட்டாவி வந்தது.

3

'மிஸ்டர் பராங்குசம்! உடனே புறப்படும்!' என்ற பேச்சைக் கேட்டுத் திடுக்கிட்டவராய்ப் பராங்குசம் நிமிர்ந்து பார்த்தார்.

எதிரே சுவர் ஓரத்தில் ஓர் கறுத்த உருவம் நின்றது.

சொல்ல முடியாத பீதியினால் மிஸ்டர் பராங்குசத்தின் நாக்கு மேலண்ணத்தில் ஒட்டிக் கொண்டது.

தட்டுத் தடுமாறி, 'நீ யார்?' என்று கேட்டார்.

'மேலேயிருந்து உத்தரவு கொண்டு வந்திருக்கிறேன். உம்மைக் கையோடு அழைத்துக் கொண்டு வரும்படி கட்டளை.'

மேலே இருந்து உத்தரவு வரும் என்பது பராங்குசம் எதிர்பார்த்தது தான். ஆனால், இந்த வேளையில் இந்த விதத்தில் இப்படித் திடீரென்று உத்தரவு வரும் என்பதாக அவர் எதிர்பார்க்கவில்லை.

பராங்குசத்தின் மார்பு தட், தட் என்று அடித்துக் கொண்டது.

'ஏன் தாமதம்? கிளம்பும்!'

பராங்குசம் ஈனக் குரலில், 'எனக்கு இப்போது வர சௌகரியம் இல்லை' என்றார்.

'உம்முடைய சௌகரியத்தைப் பார்த்துக் கொண்டிருக்க முடியாது. உத்தரவு அப்படியில்லை.'

பராங்குசத்தின் ஆரம்ப பீதி குறைந்தது, வர வரத் துணிச்சல் ஏற்பட்டது.

'இந்தத் தஸ்தாவேஜிக் கட்டுகளில் எல்லாம் நான் கையெழுத்துப் போட்டு ஆக வேண்டும்.'

'நீர் போட வேண்டியதில்லை; உமக்குப் பதில் வருகிறவர் போட்டுக் கொள்வார்.'

'முக்கியமான சொந்த ஜோலிகள் இருக்கின்றன.'

'இனிமேல் உமக்கு ஒரு சொந்த ஜோலியும் இல்லை.'

பராங்குசம் அப்போது மேஜை டிராயரை இழுத்து ஒரு கத்தை நூறு ரூபாய் நோட்டுக்களைக் கையில் எடுத்தார்.

'இதோ பத்தாயிரம் ரூபாய்; திரும்பிப் போய் நான் வீட்டில் இல்லையென்று சொல்லிவிடும்.'

'முடியாது, லஞ்சமெல்லாம் உம்முடனே இருக்கட்டும்.'

'இருபதனாயிரம் தருகிறேன்.'

'பணப்பேச்சே வேண்டாம்.'

'இந்த டிராயரில் உள்ள ஐம்பதினாயிரம் ரூபாயையும் எடுத்துக் கொள்ளும்.'

'நான் லஞ்சம் வாங்குவது கிடையாது. கிளம்பும் உடனே.'

பராங்குசம் சற்று யோசித்து விட்டு, 'கொஞ்சம் பொறுத்துக் கொள்ளும்; என் பிள்ளையைப் பார்த்துப் பேசிவிட்டு வருகிறேன்' என்றார்.

'முடியாது; நேரம் இல்லை.'

'அரைமணி நேரம் கொடும். மேல் மாடிக்குப் போய் என் கடைக் குட்டிக் குழந்தையை ஒரு தடவை கண்ணால் பார்த்து விட்டு வருகிறேன்.'

'குழந்தையா? நீர் செய்த அக்கிரமங்களினாலே இன்று இந்த ஜில்லாவில் இருபதினாயிரம் குழந்தைகள் பட்டினி கிடக்கின்றன.'

'இந்த ஐம்பதினாயிரம் ரூபாயும் கொடுத்து இரண்டு லட்சம் ரூபாய்க்குச் செக்கும் தருகிறேன். பத்து நிமிஷமாவது கொடும்.'

'முடியாது. ஒரு நிமிஷம் கூடக் கொடுக்க முடியாது.'

'அப்படியானால் இந்தாரும்' என்று சொல்லி, மிஸ்டர் பராங்குசம் சடக்கென்று மேஜையின் இன்னொரு டிராயரைத் திறந்தார். அதிலிருந்து ஒரு கைத் துப்பாக்கியை எடுத்து எதிரே நீட்டினார்.

'இப்போது என்ன சொல்கிறீர்?' என்று கூறி மிஸ்டர் பராங்குசம் பயங்கரமாகச் சிரித்தார். அவருடைய சிரிப்பின் எதிரொலியே போல் அந்தக் கறுத்த உருவமும் சிரித்தது.

அடுத்த விநாடி 'படீர்' என்று கைத் துப்பாக்கி வெடித்தது. மிஸ்டர் பராங்குசம் மேஜை மேல் சாய்ந்தார். அவருடைய ஆத்மா தன் நீண்ட பிரயாணத்தைத் தொடங்கிற்று.

4

இரண்டு நாளைக்கெல்லாம் பத்திரிகைகளில் பின் வரும் செய்தி பிரசுரமாயிற்று.

'சென்ற செவ்வாய்க்கிழமையன்று இரவு ஜில்லா கலெக்டர் மிஸ்டர் பராங்குசம் ஐ.சி.எஸ். திடீரென்று மாரடைப்பால் காலம் சென்றார்.'

'மிஸ்டர் பராங்குசத்தின் மேல் லஞ்சப் புகார் அதிகமாக ஏற்பட்டு மாகாண கவர்ன்மெண்டார் அவர் மேல் நடவடிக்கை எடுக்கத் தீர்மானித்திருந்தார்கள் என்று தெரிகிறது. உத்தியோகத்திலிருந்து அவரைத் தற்காலிகமாய் நீக்கி உத்தரவில் கையெழுத்துக் கூட ஆகிவிட்டதாம். மிஸ்டர் பராங்குசத்தின் அகால மரணத்தை முன்னிட்டு மேற்படி நடவடிக்கைகள் வாபஸ் வாங்கப்படுமென்று அறிகிறோம்.'

மேற்படி சம்பவம் நடந்து ஒரு வாரத்திற்குப் பிறகு ஜில்லா கலெக்டர் பங்களாவைப் புதிய கலெக்டர் வரப் போவதை முன்னிட்டு சுண்ணாம்பு அடித்துச் சுத்தம் செய்து கொண்டிருந்தார்கள். டபேதார் சின்னக் கேசவலு இன்னொருவனுடன் கலெக்டரின் ஆபீஸ் அறையைச் சுத்தம் செய்ய வந்தான்.

'அதோ பார்த்தாயா, அண்ணே!' என்று முத்தப்பன் சுவரைச் சுட்டிக் காட்டினான். இருவரும் அருகாமையில் போய்ப் பார்த்தார்கள்.

ரவிவர்மா படத்தில் சத்தியவானுடைய உயிரைக் கொண்டு போவதற்காக ஒரு புகை உருவம் வருகிறதே, அந்த மாதிரியான ஒரு உருவம் சுவரில் காணப்பட்டது.

அதைப் பார்த்து டபேதார் சின்னக் கேசவலு சொன்னான்: 'தம்பி, ஒரு நாளைக்கு இங்கே ஹரிகேன் லாந்தர் வைத்திருந்தது. அதிலிருந்து ஒரே புகை அடித்தது. நான் தான் லாந்தரை எடுத்துக் கொண்டு போய் அணைத்தேன்.

அந்த லாந்தர் புகைதான் இப்படி யமனைப் போல் சுவரில் விழுந்திருக்கிறது.'

'அப்படியா?' என்றான் முத்தப்பன்.

'இதில் வேடிக்கையைக் கேளு. அன்றைக்கு இராத்திரி தான் ரூமிலேயே பழைய கலெக்டர் துரை மாரடைத்துச் செத்துப் போனார்!'

ஆமாம், ஆறே மாதத்தில் பதினையாயிரம் சம்பாதித்த டபேதார் சின்ன கேசவனுக்கு, உலகமே இப்போது ஒரு வேடிக்கையாய்த் தானிருந்தது!.

ரங்கூன் மாப்பிள்ளை

பர்மாவிலிருந்து பத்திரமாய் திரும்பி வந்த பெண்ணையும் மாப்பிள்ளையையும் வரவேற்பதற்காக என்னுடைய நண்பர் ஒருவர் விருந்து நடத்தினார். விருந்து சாப்பிட்டுக் கொண்டிருந்த போது, 'ஏன் ஸார்! இன்னும் உங்கள் பெண் - மாப்பிள்ளை யாராவது ஜோஹோரிலோ, ஸுரபயாவிலோ, கொச்சின் சைனாவிலோ, போனியாவிலோ இருந்து திரும்பி வரப் போகிறார் களா?' என்று கேட்டேன். சாப்பாடு அவ்வளவு ருசியாயிருந்தது. ஆனால், அதைக் காட்டிலும் விருந்துக்கு வந்திருந்தவர்களின் பேச்சு ஸ்வாரஸ்யமாயிருந்தது.

சாப்பாட்டுக்கு முன்னால் மாப்பிள்ளையைக் கொண்டு வந்து நடுவில் நிறுத்தி, அவரை நாங்கள் எல்லோரும் சுற்றிச் சுற்றி வந்து பார்த்தோம். எங்கேயாவது குண்டு பட்டுச் சேதம் ஏற்பட்டிருக் கிறதா என்று பரிசோதித்தோம். ஒரு சேதத்தையும் காணவில்லை. காது, மூக்கு, கைகால், விரல்கள் எல்லாம் அப்படி அப்படியே இருந்தன. வாயைத் திறக்கச் சொல்லிப் பார்த்தோம். பல்லெல்லாம் கூட அப்படியே இருந்தது.

'மாப்பிள்ளை! கொஞ்சங்கூடச் சுகமில்லை. இப்படித் தானா எங்களை ஏமாற்றுகிறது? இத்தனைக்கும் மோல் மீனிலிருந்து வந்ததாகச் சொல்கிறீர்! ஒரு வேளை அந்த ஊரில் ஜப்பான் குண்டு போடுவதற்கு முன்னால் கிளம்பி விட்டீரோ?' என்று கேட்டேன்.

மாப்பிள்ளை வரதராஜன், ரோசத்துடன் 'இல்லை; இல்லை! ஐந்து நாள் குண்டு விழுந்த பின் தான் கிளம்பினேன்' என்றார்.

அவரை விட மாமனாருக்கு அதிக ரோஸம் வந்து விட்டது. 'நீங்கள் என்னமோ சொல்கிறீர்கள்? முந்தா நாள் பாதி நிசிக்கு இங்கே என்ன நடந்தது தெரியுமோ, இல்லையோ? திடீரென்று 'ஏ பழனி ஆண்டவனே! என்னைக் காப்பாற்று! சுவாமி! என் குழந்தையைக் காப்பாற்று! ஐயையோ! நான் என்ன செய்வேன்?' என்று கூச்சல் கிளம்பவே, நாங்கள் எல்லாரும் பயந்து போய் விட்டோம்.'

'என்ன மாப்பிளை! இப்படியா பயமுறுத்தி விட்டீர்?' என்றேன்.

'இல்லை, இல்லை! அவர் பெண்ணின் பெருமையைச் சொல்கிறார்! அங்கே இருந்த வரையில் எப்படியோ தைரியமாய் இருந்து விட்டாள். இங்கே வந்த பிறகு இப்படி திடீர் திடீரென்று கூச்சல் போட்டு மூர்ச்சையாகி விடுகிறாள்' என்று வரதராஜன் சொன்னதும், எங்களுக்கெல்லாம் என்னமோ மாதிரி ஆகிவிட்டது. அப்புறம் கொஞ்ச நேரம் தமாஷாகப் பேச யாருக்கும் மனம் வரவில்லை.

'நீங்கள் சென்னையில் தான் இருக்கப் போகிறீர்களா? ஊருக்குக் கிளம்பும் உத்தேசம் உண்டா?' என்று ஒருவர் கேட்டார்.

'நன்றாயிருக்கிறது. இந்தச் சமயத்தில் யாராவது சென்னையை விட்டுக் கிளம்புவார்களோ? ராஜாஜி சொன்னது போலக் குண்டு விழுகிற வேடிக்கையைப் பார்ப்பதற்காகக் கிராமாந்திரங் களிலிருந்து பட்டணத்திற்கு வர வேண்டிய சமயமல்லவா இது. இந்தச் சமயத்தில் பட்டணத்தை விட்டுப் போகலாமா?' என்றார் ஒருவர்.

'ஆமாம்! ரங்கூனில் இப்படித்தான் அநேகர் குண்டு விழுகிற வேடிக்கையைப் பார்ப்பதற்காக வீதியில் நின்றார் களாம்! அவர்கள் பார்த்த கடைசி வேடிக்கை அதுதானாம்! ஏன் மாப்பிள்ளை! அப்படித்தானே?'

'ஆமாம்' என்றார் மாப்பிள்ளை சுருக்கமாக. அவருக்கு அந்தப் பயங்கரத்தைப் பற்றிப் பேசவே இஷ்டமில்லை யென்று தோன்றியது.

'வேடிக்கைப் பார்க்கிறதென்றால், வெளியில் போய் நிற்க வேண்டுமா என்ன? வீட்டிற்குள்ளேயே இருந்து பார்த்தால் போதாதா?' என்று இன்னொருவர் கேட்டார்.

'வீட்டுக்குள் இருந்தால் என்ன வேடிக்கை தெரியும்! வெளியில் இருந்தாலும் அண்ணாந்து பார்க்கலாம்.'

'வீட்டுக்குள் இருந்தால் வேடிக்கை ஒரு வேளைப் பார்க்க முடியாது. ஆனால் வேடிக்கையைக் கேட்கலாம்! குண்டு வெடிக்கும் சத்தம் கேட்டுச் சிலருக்குக் காது செவிடாகவே போய்விட்டதாம். சில குழந்தைகள் திறந்த வாய் திறந்தபடியே இருக்கின்றனவாம்!' என்றார் ஒருவர்.

'ஆனால் மாப்பிள்ளை மட்டும் வாயையே திறக்க மாட்டே னென்கிறாரே? ஒரு வேளை குண்டு சத்தத்தில் மாப்பிள்ளையின் வாய் மூடிவிட்டதோ?' என்றேன் நான்.

'சாப்பாட்டுக்கு மட்டும் வாய் திறக்கும் போலிருக்கிறது!' என்றார் ஒருவர்.

மாப்பிள்ளை கொஞ்சம் பல் தெரியும்படி சிரித்துவிட்டு, 'ஆமாம்; குண்டு விழும்போது வாயைக் கெட்டியாக மூடிக் கொள்ளத்தான் வேண்டும். பல்லைக் கடித்துக் கொள்ள வேண்டும். வெறுமனே கடித்துக் கொண்டால் போதாது; வாயில் கைக் குட்டையை அடைத்துக் கொண்டு பல்லைக் கடித்துக் கொண்டிருக்க வேண்டும். காதிலும் பஞ்சை அடைத்துக் கொள்ள வேண்டும். குண்டு விழும் சப்தம் அவ்வளவு பயங்கரம்!' என்றார்.

'ஒரு குண்டு விழுந்தால் அதைச் சுற்றிலும் எவ்வளவு தூரத்துக்கு அபாயம் உண்டாகும்?' என்று கேட்டேன்.

'குண்டு வெடித்ததும் கிளம்பும் இரும்புத்துண்டுகள் மூன்று நாலு பர்லாங்கு தூரம் வரையில் பரவும்' என்று வரதராஜன் சொன்னார்.

'குண்டு விழும்போது வீட்டுக்குள் இருந்தால் நல்லதா? குழியில் பதுங்கிக் கொண்டிருந்தால் நல்லதா?' என்று விவாதம் நடந்தது.

'வீடாவது? குழியாவது? இதனாலெல்லாம் ஒரு வேளை ஜப்பான் குண்டிலிருந்து தப்பிக்கலாம், யமனிடமிருந்து தப்பிக்க முடியுமா?' என்று வேதாந்தி கேட்டார்.

அப்போது மாப்பிள்ளை, 'ஆமாம், விதியும் முக்கியமானது தான், ரங்கூனில் என் பந்துக்கள் இருக்கும் வீட்டுக்கு அடுத்த

வீட்டிலிருந்து ஒரு தெருப் பூராவும் நாசமாகி விட்டது. என் பந்துக்கள் வீட்டில் ஒரு ஓடு செங்கல் பெயரவில்லை' என்றார்.

'ஆமாம், எல்லாம் விதிதான்' என்று சிலர் ஆமோதித்தார்கள்.

'நாளை, பொழுது விடிந்தால் யாருடைய விதி எப்படி இருக்குமோ? எல்லோருக்கும் இன்னும் ஒரு தொன்னை பாதாம் கீர் போட்டுவிடு!' என்றார் விருந்து கொடுத்த சிநேகிதர்.

சாப்பிட்டு எழுந்திருந்ததும், எல்லோரும் தாம்பூல தாரணத்துக்கு உட்கார்ந்தார்கள்.

'இனிமேலாவது ஏதாவது சந்தோஷமான விஷயத்தைப் பற்றிப் பேசலாம்' என்றார் சந்தோஷப் பிரியர்.

'ராயபுரம் கடற்கரையில் 'ஓடிப் போங்கள்' என்று துண்டுப் பிரசுரங்கள் கிடந்ததாமே!' என்று ஒரு சந்தோஷமான பேச்சை ஆரம்பித்தார்.

'அது நிஜந்தானா? யாராவது அந்தப் பிரசுரத்தைப் பார்த்தீர்களா?' ஒவ்வொருவரும் கேட்டார்கள்.

ஒருவரும் நேரில் பார்க்கவில்லையென்று தெரிந்தது. பத்திரிகை களில் வெளியான சர்க்கார் அறிக்கையைப் பார்த்துத்தான் எல்லாரும் தெரிந்து கொண்டிருந்தார்கள். மாப்பிள்ளை, 'பிரசுரத்தில் என்ன எழுதியிருந்தது' என்று கேட்டார்.

''ஓடிப்போங்கள்' என்று எழுதியிருந்தது?'

'நிச்சயந்தானே? 'ஜப்பானே! ஓடிப்போ?' என்று எழுத வில்லையே!'

'இல்லவே இல்லை.'

'அப்படியானால் இது யு.பி. ராகவாச்சாரியின் வேலை அல்ல' என்றார் மாப்பிள்ளை.

'அது என்ன சமாசாரம்? யு.பி. ராகவாச்சாரி என்பது யார்?' என்று கேட்டோம். ரொம்பவும் தூண்டிக் கேட்ட பிறகு மாப்பிள்ளை சொன்னதாவது:-

யு.பி. ராகவாச்சாரிக்கு ரங்கூன் போஸ்டு ஆபீஸில் வேலை. மாதம் இருநூறு ரூபாய் சம்பளம். எனக்கு அவன் அத்தான் முறை ஆக வேணும். நான் மோல்மீனுக்குப் போவதற்கு முன் இரண்டு பேரும் ரங்கூனில் ஒரே வீட்டில் குடியிருந்தோம்.

யுத்தம் ஆரம்பித்ததிலிருந்து ராகவாச்சாரியின் போக்கு ஒரு மாதிரி ஆகிக் கொண்டு வந்தது. ஆபீஸ் வேலையைக் கூட நன்றாய்க் கவனியாமல் யுத்தச் செய்திகளைப் படிப்பதில் ஈடுபட்டான். தினசரிப் பத்திரிகைகள் வந்ததும் முதலில் யுத்த 'மாப்பை' வெட்டி எடுத்து, அவனுடைய பெரிய நோட்டுப் புத்தகத்தில் ஒட்டி விடுவான்; பத்திரிகை எத்தனை பிரதி கிடைக்கிறதோ அவ்வளவு 'மாப்பு'களையும் வெட்டி எடுத்துக் கொள்வான். ஒரே படத்தை குறுக்கு நெடுக்காகவும், மேல் கீழாகவும் பல விதமாக ஒட்டியிருப்பான். அவைகளை நீலப் பென்ஸிலாலும், சிகப்புப் பென்ஸிலாலும் கோடுகள் இழுப்பான். எப்போது யாரைக் கண்டாலும் யுத்தச் செய்திகளைப் பற்றியே பேசுவான். இதனாலெல்லாம் யு.பி. ராகவாச்சாரியை 'யுத்தப் பித்து ராகவாச்சாரி' என்று எல்லோரும் அழைக்க ஆரம்பித்தார்கள்.

'ஆமாம்; நான் பித்துக்கொளிதான்! பைத்தியந்தான். நாளைக்கு ஜப்பான்காரன் வந்து படார், படார் என்று குண்டு போடுகிற போது யார் பைத்தியம் என்று தெரியும்' என்று ராகவாச்சாரி அடிக்கடி சொல்வான்.

இந்தோ-சைனா, ஸயாம், மலாய், பர்மா, டச்சு இந்தீஸ் ஆகிய தேசங்களின் 'மாப்பு'களை எடுத்து வைத்துக் கொண்டு அம்புக் குறிகள் போட்ட வண்ணம் இருப்பான். 'ஐயோ! பார் மோஸாவுக்கு வந்து விட்டானே? இந்தோசைனாவுக்கு வந்து விட்டானே? ஸயாமை எட்டிப் பார்க்கிறானே? இன்னும் இங்கிலீஷ்காரன் தூங்குகிறானே?' என்று பொலபொல என்று அடித்துக் கொள்வான்.

ஸர் ராபர்ட் புரூக் போப்ஹாம், 'மலாய் நாடு யுத்தத்துக்குத் தயார்' என்று சொன்ன போதெல்லாம், யு.பி. ராகவாச்சாரி தலையில் போட்டுக் கொள்வான். 'இந்தப் பொறுக்கி எடுத்த அசட்டைச் சேனாதிபதியாக அனுப்பியிருக்கிறார்களே!' என்பான். 'ஏன்?' என்று கேட்டால், 'யுத்தத்துக்குத் தயாராமே தயார்! ஆகாச விமானம் எத்தனை இவர்களிடம் இருக்கிறது? ஆயிரம் பதினாயிரம் ஐம்பதினாயிரம் என்று ஆகாச விமானங்கள் வந்து ஆகாசத்தை மறைக்கும் போதல்லவா யுத்தத்துக்கு நாம் தயார் என்று சொல்லலாம்' என்பான்.

'ஜப்பான் தான் சைனாவில் மாட்டிக் கொண்டு முழிக்கிறதே!' என்று சொல்லிவிட்டால் போதும், உடனே ராகவாச்சாரிக்கு பிரமாத கோபம் வந்துவிடும். 'அட பைத்தியக்காரப் பிள்ளை! யார் சொன்னது? சைனாவிலே ஜப்பான்காரன் யுத்தமா செய்கிறான்? பிரிட்டனுடனும் அமெரிக்காவுடனும் சண்டை போடுவதற்காகச் சீனாவை ராணுவப் பயிற்சிக் கூடமாகவல்லவா உபயோகிக் கிறான்?'

இன்னும் அவனுடைய நோட்டுப் புத்தகத்தில், யுத்த 'மாப்பு'களுடன் சண்டை விமானம் பாம்பர் விமானம் முதலிய படங்களை ஒட்டி அவற்றின் கீழ் 'ஜப்பானை முறிய டிக்க இம்மாதிரி 20,000 விமானம் வேண்டும்' என்று ஏதாவது எழுதி வைத்திருந்தான்.

கடைசியில் ஜப்பானுக்கும் பிரிட்டனுக்கும் உண்மையாகவே யுத்தம் ஆரம்பமானபோது யு.பி. ராகவாச்சாரியின் பைத்தியம் தலைக்கேறி விட்டது. யுத்தம் ஆரம்பித்தவுடன் நான் தமையன்மார்களுடன் ஆலோசனை செய்வதற்காக, மோல்மீனிலிருந்து ரங்கூனுக்குப் போயிருந்தேன். அப்போது யு.பி. ராகவாச்சாரி என்னை பிடித்துக் கொண்டான்.

'இதைக் கேள் வரதா! இனிமேல் பிறத்தியாரை நம்பி யிருப்ப தில்லையென்று தீர்மானித்து விட்டேன். ஆகாச விமானப் படை தயாரிக்க நானே ஆரம்பித்து விட்டேன்!' என்றான்.

நான் இதை அலட்சியம் செய்தது ராகவாச்சாரிக்குப் பொறுக்க வில்லை. என் கையைப் பிடித்து, அவனுடைய வீட்டுக்கு இழுத்துக் கொண்டு போனான். வீட்டில் ஜன்னல் எல்லாம் அடைத்து இருட்டாக வைத்திருந்த ஒரு அறையைத் திறந்து காட்டினான்.

'இதென்ன ஆகாசத் தாக்குதலுக்கு ஒளிந்து கொள்ளும் இடமா?' என்று கேட்டேன்.

'சீச்சீ நன்றாய்ப் பார்! அதோ என் ஆகாசப்படை!' என்றான் ராகவாச்சாரி. எவ்வளவோ உற்றுப் பார்த்தும் எனக்கு ஒன்றும் தெரியவில்லை. மேல் கூரையில் நாலைந்து வௌவால் தொங்கிக் கொண்டிருந்தது மட்டும் தெரிந்தது.

'அதோ பார்த்தாயா?' என்று ராகவாச்சாரி வௌவாலைச் சுட்டிக் காட்டினான்.

'ஆஹா! டைவ் பாம்பிங் (Dive Bombing) பார்த்தாயா!' என்று ராகவாச்சாரி கதறினான்.

இன்னொரு வௌவால் சிறகை அடித்துக் கொண்டு பறந்து, அறையை ஒரு சுற்றுச் சுற்றிவிட்டுப் போய் மறுபடியும் கூரையில் தொத்திக் கொண்டது.

அது பறந்த போது 'பார்த்தாயா, ரோந்து விமானத்தை! Reconnaissance Flight செய்துவிட்டுப் போகிறது! ஜப்பானை ஜாக்கிரதையாய் இருக்கச் சொல்!' என்றான்.

'பார்த்துக் கொண்டே இரு; அந்த ஜப்பான் குள்ளன் ரங்கூனுக்கு வருவதற்குள், இந்த மாதிரி இருபதினாயிரம் சண்டை விமானம் தயார் செய்து விடுகிறேன். அப்புறம் எதிரி விமானங்கள் எல்லாம் தவிடு பொடிதான்!' என்றான்.

ஒவ்வொரு வௌவாலின் கழுத்திலும் ஒரு சீட்டுக் கட்டித் தொங்குவதை அப்போதுதான் பார்த்தேன். 'அது என்ன சீட்டு?' என்று கேட்டேன். ராகவாச்சாரி சட்டைப் பையிலிருந்து ஒரு சீட்டை எடுத்தான். அதில் 'ஜப்பானே! ஓடிப்போ!' என்று எழுதியிருந்தது.

பைத்தியம் தலைக்கேறி விட்டது என்று நினைத்துக் கொண்டு நான் மோல்மீனுக்குப் போய்விட்டேன்.

அப்புறம் இரண்டு நாளைக்கொரு தடவை யு.பி. ராகவாச் சாரியிடமிருந்து எனக்குக் கடிதம் வந்து கொண்டிருந்தது. ஒவ்வொரு கடிதத்திலும் 'ஐம்பது விமானம் தயார்; நூறு தயாராகி விட்டது' என்று எழுதிக் கொண்டிருந்தான்.

ஒரு நாள் தபாலாபீஸில் எனக்கு வரும் கடிதங்களைப் பிரித்துப் பார்க்கிறார்களென்று தெரிய வந்தது. இன்னும் இரண்டு தினங்களுக் கெல்லாம் யு.பி. ராகவாச்சாரியை ஐந்தாம் படைக்காரன் என்று சந்தேகித்துக் கைது செய்து விட்டார்களென்று பத்திரிகைகளில் வெளியாயிற்று.

மோல்மீனில் ஜப்பான் தாக்குதல் ஆரம்பித்ததும் நான் என் மனைவியையும் குழந்தையையும் அழைத்துக் கொண்டு கிளம்பி விட்டேன். வரும் வழியில் ரங்கூனில் ஒரு நாள் தங்க வேண்டியிருந்தது. அங்கே யு.பி. ராகவாச்சாரியைப் பார்த்ததும் திகைத்துப் போனேன். விசாரித்ததில் அவனை அதிகாரிகள் 'அபாயமற்ற பைத்தியம்' என்று தீர்மானித்து, விடுதலை செய்து விட்டதாகத் தெரிந்தது. 'வரதா! இன்று இராத்திரி நடக்கப் போகும் வேடிக்கையைப் பார்!' என்று சொல்லி விட்டு ராகவாச்சாரி போய் விட்டான். அவன் கல்யாணம் பண்ணிக் கொள்ள மாட்டேனென்று பிடிவாத மாக இருந்தது எவ்வளவு நல்லதாய்ப் போயிற்று என்றெண்ணி நான் ஒருவாறு ஆறுதல் அடைந்தேன்.

அன்று இரவு ரங்கூனில் ஆகாச விமானத் தாக்குதல் நடந்தது. அதனால் நாசமான வீடுகளில் ஒன்று என் நண்பன் ராகவாச்சாரி இருந்த வீடு என்று மறுநாள் காலையில் அறிந்து மிகவும் துக்கப்பட்டேன். 'பாவம்! அவன் என்ன கதியானானோ? அவனுடைய இருட்டறையில் இருந்த ஆகாசப் படைதான் என்ன கதியடைந்ததோ?' என்று வருந்தினேன்.

இந்த விமானத் தாக்குதலில் ஒரு ஜப்பான் விமானம் கீழே விழுந்து நொறுங்கியதாகக் கேள்விப்பட்டேன். அங்கு

விழுந்த ஜப்பான் விமானத்தைப் பார்ப்பதற்காகப் போன தமையன் மார்களுடன் நானும் போனேன்.

விமானத்தைச் சுற்றி வந்த போது, அதன் என்ஜினில் சிக்கிக் கொண்டிருந்த ஒரு பொருளின் மீது தற்செயலாக என் பார்வை விழுந்தது. உற்றுப் பார்த்தபோது அது வௌவாலைப் போல் தோன்றியது. சொல்ல முடியாத ஆவலுடன் அதன் அருகில் சென்று பார்த்தேன். என்ன ஆச்சரியம்! என்ன அற்புதம்! அது வௌவால்தான். அதன் கழுத்தில் ஒரு சீட்டும் இருந்தது! அதில் 'ஜப்பானே ஓடிப்போ!' என்று எழுதி இருந்தது.

மேற்படி ஜப்பான் விமானம் என்ன காரணத்தினால் கீழே விழுந்தது என்பது சரியாகத் தெரியவில்லையென்று சொல்லிக் கொண்டு இருந்தார்கள். ஆனால், எனக்கு அது தெரிந்து விட்டது. யு.பி. ராகவாச்சாரியின் வீடு இடிந்த போது அதன் இருட்டறையில் அடைந்து கிடந்த வௌவால்கள் வெளிக் கிளம்பியிருக்க வேண்டும்! அவற்றில் ஒன்று இசைகேடாக விமானத்தின் என்ஜின் சக்கரத்தில் மாட்டிக் கொண்டிருக்க வேண்டும். அதன் காரணமாகவே அந்த ஜப்பான் விமானம் விழுந்திருக்க வேண்டும்.

இப்போது நீங்களே சொல்லுங்கள்! யு.பி. ராகவாச்சாரி பைத்தியமா? அவனைப் பைத்தியமென்று சொல்லிக் கொண் டிருந்தவர்கள் பைத்தியமா?

பால ஜோசியர்

1

பிரசித்தி பெற்ற பால ஜோசியம் பட்டாபிராமன் பி.ஏ.யைப் பற்றி அநேகர் கேள்விப்பட்டிருக்கலாம். அவனுடைய ஜோசிய விளம்பரங்களையும் பத்திரிகைகளில் பார்த்திருக்கலாம். பட்டாபிராமன் நல்ல புத்திசாலி; குணவான்; யோக்யன்; சுறுசுறுப்புள்ளவன்; யாருக்கும் கெடுதல் நினைக்காதவன்; எல்லாரும் ஒன்றாயிருக்க வேண்டுமென்று நினைக்கப் பட்டவன். இதெல்லாம் உனக்கெப்படித் தெரியும் என்று நீங்கள் கேட்கலாம். எனக்குத் தெரிவதற்குக் காரணம் இருக்கிறது. ஏனெனில் அந்தப் பிரசித்தி பெற்ற பாலஜோசியம் பட்டாபிராமன் என்பது அடியேன் தான்!

இந்தக் காலத்தில் சில பேர் 'ஜோசியர்' என்று பெயர் வைத்துக் கொண்டு ஊரை ஏமாற்றிப் பிழைக்கிறார்களே, அந்த மாதிரி மோசக்காரர் கூட்டத்தில் சேர்ந்தவன் நானல்ல. உண்மையாகவே ஜோதிட சாஸ்திரத்தில் அறிவைச் செலுத்தி வெகுவாக ஆராய்ச்சி செய்தேன். அந்த சாஸ்திரத்தில் உண்மைத் தத்துவம் இருக்கிறது என்பதை ஐயமின்றி உணர்ந்தேன். என்னுடைய ஆராய்ச்சி அறிவை நன்கு பயன்படுத்தி, ஜாதகம் முதலியவை நன்கு பார்த்துத்தான் மற்றவர்களுக்குப் பலன் சொல்லி வந்தேன். 'ஆமாம் இதெல்லாம் ஏன் இறந்த காலத்தில் சொல்கிறாய்?' என்று நீங்கள் கேட்கக்கூடும். வாஸ்தவம்; இறந்த காலத்தில் தான் சொல்கிறேன். ஏனெனில் ஜோசியத் தொழிலை நான் விட்டு விட்டேன். என் ஜோசிய விளம்பரங்களை நீங்கள் பத்திரிகைகளில் இனிமேல் பார்க்கமாட்டீர்கள். என் சொந்த விஷயத்தில் நான் நம்பிக்கை இழந்த ஒரு சாஸ்திரத்தை மற்றவர்கள் விஷயத்தில் உபயோகப்படுத்தவும், அதன் மூலம் பணம் சம்பாதிக்கவும் எனக்கு விருப்பமில்லை. என் மனச்சாட்சி அதற்கு இடங்கொடுக்கவில்லை.

ஜோசியத்தில் நான் நம்பிக்கை இழந்தது எப்படி? அதைச் சொல்வதற்குத்தான் முன் வந்திருக்கிறேன். ஆனால், ஜோசி

யத்தில் நான் ஏன் நம்பிக்கை இழந்தேன் என்று சொல்வதற்கு முன்னால், அதில் எனக்கு நம்பிக்கை வந்தது எப்படி என்பதைச் சொல்ல வேண்டும்.

பள்ளிக் கூடத்திலும் சரி கலாசாலையிலும் சரி, படிப்பில் நான் முதன்மையாகவே இருந்து வந்தேன். எல்லாப் பரீட்சை களிலும் நல்ல மார்க்குகள் வாங்கி வந்தேன். பி.ஏ. வகுப்பில் படித்த போது எனக்கு வாழ்க்கையில் மிகப் பெரிய துக்கம் நேர்ந்தது. என் தகப்பனார் திடீரென்று காலஞ் சென்றார். அவர் தாலுகா குமாஸ்தா உத்தியோகத்திலிருந்தவர். தமது சொற்ப சம்பளத்தில் பணம் மீத்து என்னைப் படிக்க வைத்து வந்தார். சிறு பிராயத்திலேயே தாயாரை இழந்த துரதிர்ஷ்டசாலி நான். ஆகவே, தகப்பனார் தான் எனக்கு தாயாகவுமிருந்து என்னைக் காப்பாற்றி வந்தார். அவருடைய மரணம் என்னைக் கலங்கச் செய்துவிட்டது. பரீட்சைக்கு ஒரு மாதம் இருக்கும் போது அவர் இறந்தபடியால், அந்த வருடம் நான் பரீட்சைக்குப் போக முடியவில்லை. அடுத்த செப்டம்பரில் பரீட்சைக்குப் போனேன். அது வரைக்கும் எல்லாப் பரீட்சைகளிலும் முதல் வகுப்பிலேயே தேறி வந்த நான், பி.ஏ. பரீட்சையில் மூன்றாம் வகுப்பில் தான் தேறினேன்.

அதற்குப் பிறகு என்ன செய்வதென்று கவலை உண்டா யிற்று. சட்ட கலாசாலையில் படிக்கலாமென்று முன்னால் எண்ண மிருந்தது. இப்போது அது முடியாத காரியமாயிற்று. பணத்துக்கு எங்கே போவது? ஏதாவது உத்தியோகம் தேடுவதைத் தவிர வேறு வழியில்லை. சென்னைப் பட்ட ணத்துக்கு வந்து உத்தியோகம் தேடத் தொடங்கினேன். எவ்வளவோ முயற்சிகள் செய்தும் எனக்கு வேலை கிடைக்க வில்லை. முப்பது ரூபாய் சம்பளந்தான் நான் தேடியது. அது கூடக் கிடைக்கவில்லை. என்னைவிடக் குறைந்த படிப்புள்ளவர்களுக்கெல்லாம் கிடைத்தது. எனக்கு மட்டும் கிடைக்கவில்லை. 'அவர்கள் அதிர்ஷ்டக்காரர்கள், நமக்கு அதிர்ஷ்டமில்லை' என்று எண்ணத் தொடங்கினேன்.

அப்போது நான் அறிந்த இன்னொரு செய்தி அதிர்ஷ் டத்தின் மேல் எனக்கு அதிக நம்பிக்கை உண்டாக்கிற்று.

என்னுடன் ஹைஹ ஸ்கூலில் நாலாவது பாரம் முதல் கோபாலகிருஷ்ணன் என்ற பையன் படித்து வந்தான். மார்க்கு வாங்குவதில் அவனுக்கும் எனக்குந்தான் முக்கியமான போட்டி. ஆனாலும், அநேகமாக நான் தான் அவனைவிட அதிக மார்க்கு வாங்குவேன். என் தகப்பனாரின் மரணத் தினால் நான் பரீட்சைக்குப் போக முடியாத வருஷத்தில் அவன் பி.ஏ. முதல் வகுப்பில் தேறினான். அவனுடைய கெட்டிக்காரத்தனத்தைக் கண்ட மயிலாப்பூர் வக்கீல் ஒருவர், தம் பெண்ணை அவன் கல்யாணம் செய்து கொள்ள வேண்டுமென்ற நிபந்தனையின் பேரில், அவனை ஐ.சி.எஸ். பரீட்சைக்குப் படிக்க அனுப்பியிருக்கிறார் என்று அறிந்தேன். இதைப் பற்றி அவனுடைய சிநேகிதர்கள் சிலர் பரிகாசம் செய்தார்கள். 'ஐ.சி.எஸ். உத்தியோகத் துக்காக அடிமை ஒப்பந்தம் எழுதிக் கொடுத்துவிட்டான்' என்று சொன்னார்கள். ஆனால், இது பொறாமையால் எழுந்த பேச்சு என்பதை நான் அறிவேன். இன்று இப்படி பரிகாசம் செய்கிறவர்கள், நாளைக்கு அவன் ஆயிரம் ரூபாய் சம்பளத்தில் ஸப் கலெக்டராக வந்ததும், அவனிடம் போய்க் கையைக் கட்டிக் கொண்டு நிற்பார்கள். அதுவரை எனக்கு வேலை கிடைக்கா விட்டால் நானும் அவனிடம் போனாலும் போவேன். ஒருவேளை, அவன், 'இப்போது பார்க்கமுடியாது' என்று டவாலிச் சேவகனிடம் சொல்லி அனுப்பிவிடுவான். என்னைப் பார்ப்பதற்கு அவன் மனமுவந்து சம்மதித்தாலும், உத்தியோகம் என்று சொன்னதும், 'உத்தியோகத்துக்கு நான் எங்கே அப்பா போவேன்? முன் காலத்திலே போல இப்போது கலெக்டர்களுக்கு அதிகாரம் ஏது? பப்ளிக் ஸர்விஸ் கமிஷன் அல்லவா நியமனம் செய்கிறது? 'கம்யூனல் ரொடேஷன்' வேறு இருக்கிறது' என்பான்.

இதை நினைக்க நினைக்க, வாழ்க்கையின் விசித்திரத்தைப் பற்றி எனக்கு மேலும் மேலும் வியப்புண்டாயிற்று. கோபாலகிருஷணன் என்னைவிட எந்த விதத்திலும் புத்தி சாலி அல்ல; ஆனாலும், அவன் ஏன் கலெக்டராக வேண்டும்? நான் ஏன் இப்படி வேலைக்குத் திண்டாட வேண்டும்? இதற்கு

அதிர்ஷ்டம் காரணமில்லாது வேறு என்ன இருக்க முடியும்? இன்னும், உலகத்தை நான் சுற்று முற்றும் பார்த்து, வாழ்க்கை விசித்திரங்களைக் கவனிக்கத் தொடங்கினேன். கொஞ்சமும் லாயக்கில்லாதவர்கள் எல்லாம் பெரிய பெரிய பதவிகளில் உட்கார்ந்து கொண்டு அதிகாரம் செலுத்தினார்கள். புத்தி சாலிகளும் குணசாலிகளும் ஜீவனோபாயத்துக்கே திண்டாடிக் கொண்டிருந்தார்கள். எதிர்பாராத விதத்தில் சிலர் திடீரென்று பணக்காரர்கள் ஆனார்கள்; அதே மாதிரி எதிர்பாராத விதங்களில் சிலர் திடீரென்று ஏழைகளானார்கள்.

நான் உத்தியோகம் தேடி அலைந்த போது, இம்மாதிரி விசித்திரங்கள் பலவற்றை அறிந்தேன். இவற்றையெல்லாம் பார்க்கப்பார்க்க, 'நம்முடைய சாமர்த்தியத்தினாலும் முயற்சியினாலும் மட்டும் ஒன்றும் நடப்பதில்லை. மனுஷ்யனுடைய காரியங்களை நடத்தும் வேறு சக்திகள் இருக்கின்றன' என்ற உறுதி பலப்பட்டு வந்தது. இந்த உலக வாழ்க்கையில் வெற்றியடைந்தவர்கள் எல்லாரும் தங்கள் சாமர்த்தியத்தினாலேயே வெற்றியடைந்து விடவில்லை; சந்தர்ப்பங்கள் அவர்களுக்கு உதவி செய்திருக்கின்றன. தோல்வியடைந்தவர்கள் எல்லாரும், தங்கள் முட்டாள்தனத்தினாலேயே தோல்வியடைந்து விடவில்லை. சந்தர்ப்பங்கள் உதவி செய்யாதபடியினாலேயே தோல்வியடைந்தார்கள்.

இவ்வாறு ஒரு மனுஷனுக்குச் சந்தர்ப்பங்கள் உதவி செய்வதும் செய்யாததும், குருட்டுத்தனமாக நடக்கும் காரியமா? அல்லது, ஏதாவது ஒரு நியதியின்படி நடக்கிறதா? அதாவது அதிர்ஷ்டம் என்பதெல்லாம் குருட்டு அதிர்ஷ்டந்தானா? அல்லது காரண காரியக்கிரமம் உண்டா?

ஒருவனுடைய வாழ்க்கையில் ஏற்படும் ஏற்றத் தாழ்வுகள் எல்லாம் அவ்வப்போது தற்செயலாகவே உண்டாகின்றனவா? அல்லது, பிறக்கும்போதே, இந்த ஜீவனுக்கு இந்திந்தக் காலத்தில் இன்னின்ன மாதிரி நடக்குமென்று ஏற்பட்டு விடுகின்றதா?

இத்தகைய சிந்தனைகளில் என் மனம் அடிக்கடி ஈடுபடத் தொடங்கியது. அதன் பயனாக, 'மனித வாழ்க்கையில்,

எல்லாம் முன்னால் நியமித்தபடிதான் நடக்கிறது' என்ற ஒரு நம்பிக்கை என் உள்ளத்தில் பலமாக வேரூன்றிவிட்டது. எல்லாம் முன்னால் நியமித்தபடியே நடக்கின்றனவென்றால், அப்படி நடக்கப் போவதை முன்னதாகவே அறிந்து கொள்வது சாத்தியமா? 'இது சாத்தியம்' என்பதாக ஜோதிட சாஸ்திரம் சொல்கின்றது. அதில் உண்மை இருக்குமோ?

ஒரு மனிதனுடைய பிறந்த வேளையை வைத்துக் கொண்டு அவனுடைய வருங்காலத்தையெல்லாம் நிர்ணயிப்பது சாத்தியமா யிருக்குமோ? கிரகசஞ்சாரத்தைக் கொண்டு மனிதனுடைய வாழ்வை நிர்ணயிக்க முடியுமோ? இவ்வாறு ஜோசியத்தில் என்னுடைய புத்தி பிரவர்த்தித்தது.

2

ஒரு நாள் மாலை ஐந்துமணி இருக்கும். என்னுடைய அறைக்குள் ஒரு சிறு பையன் வந்தான். அவனுக்குப் பத்து வயதிருக்கலாம். முகம் குறுகுறுவென்று களை வடிந்து கொண்டிருந்தது. அவன் வாழ்க்கையில் மிக மேலான நிலைக்கு வரப் போகிறான் என்று ஜோசியம் சொல்வதற்கு ஜாதகம் பார்க்க வேண்டியதில்லை; முகத்தைப் பார்த்தே சொல்லிவிடலாம்.

'ஸார்! ஜோசியர் நீங்கள் தானா, ஸார்?' என்று கேட்டான். அவன் குரலில் ஒரு கனிவு இருந்தது.

'ஆமாம், அப்பா! உனக்கு என்ன வேணும்?' என்றேன்.

'அம்மாவுக்கு உடம்பு சரியாயில்லை; உங்களைக் கூட்டிக் கொண்டு வரச்சொன்னாள்' என்றான்.

அவனுடைய முகத்தில் தோன்றிய சோகக் குறிக்கும், குரலில் தொனித்த கனிவுக்கும் எனக்குக் காரணம் தெரிந்தது. ஆனாலும், அவன் அம்மாவுக்கு உடம்பு சரியில்லாததற்காக நான் போய் என்ன பிரயோஜனம்?

'நான் வைத்தியனில்லையே, அப்பா!' என்றேன்.

'வைத்தியத்துக்காக இல்லை, ஸார்! ஏதோ ஜாதகம் பார்க்க வேணுமாம்; அதற்காகத்தான். உங்களை அவசியம் வந்து விட்டுப் போகச் சொன்னாள், ஸார்!' என்றான்.

உடனே நான் அங்கவஸ்திரத்தை எடுத்துப் போட்டுக் கொண்டு அந்தப் பையனுடன் கிளம்பினேன்.

'வீடு எங்கே இருக்கிறது, தம்பி!' என்றேன்.

'கிட்டத்தான் ஸார், இருக்கிறது. நான் அழைத்துக் கொண்டு போகிறேன்' என்றான் பையன்.

சாலையில் நடந்து கொண்டே 'வீட்டில் அப்பா இல்லையா, தம்பி?' என்று கேட்டேன்.

'எங்க அப்பா செத்துப் போய்ட்டார், ஸார்! ஆறு வருஷம் ஆச்சு' என்றான்.

சற்றுப் பொறுத்து, 'உனக்கு அண்ணா இருக்கிறாரா?' என்று கேட்டேன்.

'இரண்டு அண்ணா இருக்கா, ஸார்! ஒருத்தன் தான், ஆகாசப் படையிலே சேர்ந்திருக்கான். உங்களுக்குத் தெரியாதா, ஸார்?' என்றான். அவனுடைய குரலில் பயத்தோடு பெருமையும் கலந்திருந்தது.

எழும்பூரிலிருந்து ஒரு பையன் 'ஏர் பைலட்டாகச் சேர்ந்திருக்கிறான் என்று நான் முன்னமே கேள்விப்பட்டிருந்தேன். பிற்பாடு அவன் சீமைக்கு 'ராயல் ஏர் போர்ஸில்' சேர்வதற்குப் போயிருக்கிறானென்றும் சொன்னார்கள். அவனுடைய தம்பி தான் இவன். அவன் தாயாரைத்தான் பார்க்கப் போகிறோ மென்றதும் எனக்கு ஒருவிதப் பெருமை உண்டாயிற்று.

ஜன நடமாட்டம் அதிகமில்லாத ஒதுக்குப்புறமான சாலையில் அவர்கள் வீடு இருந்தது. வாசலில் மதிள் சுவர் தாண்டியதும் ஒரு சின்னஞ்சிறு தோட்டம், அதற்குப் பின்னால் வீடு. வீட்டு வாசலில் சின்னத் தாழ்வாரம் இருந்தது. நாங்கள் வீட்டை அடைந்ததும், பையன், 'இதோ நான் போய்

அம்மாவிடம் சொல்கிறேன், ஸார்!' என்று கூறிவிட்டு உள்ளே போனான். வெளித் தாழ்வாரத்தில் கிடந்த நாற்காலியில் நான் உட்கார்ந்தேன். அடுத்த நிமிஷம் உள்ளிருந்து யாரோ வந்த சத்தம் கேட்டுத் திரும்பிப் பார்த்தேன். ஓர் இளம் பெண் என் முன்னால் நின்றாள். முக ஜாடையிலிருந்து, அவள் பையனுடைய தங்கையென்று ஊகித்துக் கொண்டேன். ஆச்சரியம் நிறைந்த தன் பெரிய கண்களை அகல விரித்து அவள் என்னை நோக்கினாள். என்னுடைய நெஞ்சை என்னமோ செய்தது. இப்படி ஓர் இளம் பெண்ணுடன் நேருக்கு நேர் பார்த்துப் பேசி எனக்கு வழக்கம் கிடையாது. எனவே, கலக்கத்துடன் எழுந்து நின்றேன்.

'நீங்கள் தான் பால ஜோசியரா?' என்று அந்தப் பெண் கேட்டாள்.

உடனே, கொஞ்சம் தைரியம் வந்து, 'ஆமாம்' என்றேன்.

அவளுடைய இதழ்களில் ஒரு விஷமச் சிரிப்பின் ரேகை காணப்பட்டது.

'பால ஜோசியர் என்றால், பச்சைக் குழந்தையாயிருப்பீர்களாக்கும் என்று நினைத்தேன்!'

நான் கொல்லென்று சிரித்துவிட்டேன்.

அவள் சட்டென்று தன் வாயைப் பொத்திக் கொண்டதும் என் சிரிப்பு நின்றது. அவள் இரகசியம் பேசும் குரலில், 'எங்க அம்மாவுக்கு உடம்பு சரியாயில்லை. அவளுக்கு மன வருத்தம் உண்டாகும்படியாக நீங்கள் ஒன்றும் சொல்லக்கூடாது. உங்களை ரொம்பவும் கேட்டுக் கொள்கிறேன்' என்றாள்.

என்னைக் கூப்பிட்ட காரணம் ஒருவாறு எனக்குப் புலப்படத் தொடங்கியது.

மறுபடியும் அவள், 'எங்கள் அண்ணா ஆகாசப் படையில் சேர்ந்திருக்கிறான், தெரியுமோ, இல்லையோ? அவன் ஜாதகத்தைப் பார்க்கச் சொல்வாள். ஒன்றும் ஆபத்து இல்லை என்று நீங்கள் சொல்லிவிட வேணும் தெரிகிறதா?' என்று மன்றாடும் குரலில் சொல்லி, என்னை ஏறிட்டுப் பார்த்தாள்.

அவளுடைய கண்களில் நீர் துளித்திருப்பதைக் கண்டேன். அந்தக் கண்ணீர்த் துளிகள் என் நெஞ்சைப் பிளந்தன.

பையன் உள்ளேயிருந்து ஓடி வந்து, 'அம்மா வரச் சொல்கிறாள், ஸார்!' என்றான்.

உள்ளே போனேன். இதற்குள் மணி ஆறு ஆகிவிட்ட படியால் வெளிச்சம் வெகுவாக மங்கியிருந்தது. அது பழைய நாள் முறையில் கட்டி வீடு. முற்றம், தாழ்வாரம், கூடம் இப்படியிருந்தது. கூடத்தில், ஒரு நாடாக் கட்டில் போட்டிருந்தது. அதில் ஒரு அம்மாள், படுத்திருந்தவர், என்னைக் கண்டதும் எழுந்து உட்கார்ந்தார். அவருக்கு வயது சுமார் ஐம்பது இருக்கும். அவரைப் பார்த்ததும் எனக்கு ஒருவித பயபக்தி உண்டாயிற்று. (அடிக்கடி 'ஒருவித' என்று சொல்கிறேனில்லையா? இந்த உணர்ச்சிகளெல்லாம் எனக்கு முற்றும் புதியவையானபடியால் அப்படிச் சொல்ல வேண்டியிருக்கிறது.)

நான் அருகில் சென்றதும், 'நீங்கள் ஏன் அம்மா எழுந்திருக்கிறீர்கள்? படுத்துக் கொள்ளுங்கள்' என்றேன்.

'பாதகமில்லை; நீங்கள் உட்காருங்கள்' என்று அந்த அம்மாள் கூறினார்.

கீழே விரித்திருந்த பாயில் நான் உட்கார்ந்ததும், அந்த அம்மாள், 'ஒரு ஜாதகம் பார்ப்பதற்காக உங்களைக் கூப்பிட் டனுப்பினேன். எனக்கு உடம்பு சரியாயில்லை. இல்லாவிட் டால் நானே வந்திருப்பேன்' என்றார்.

'அதற்கென்ன, மாமி! எனக்கு வருவதற்கு ஒரு ஆட்சேபணையும் இல்லை' என்றேன்.

அந்த அம்மாள் தன் தலைமாட்டிலிருந்து ஒரு சிறு கைப் பெட்டியைத் திறந்து, அதற்குள்ளிருந்த ஒரு ஜாதகத்தை எடுத்தார்.

'பாலா! உள்ளே போய் ஹரிகேன் லாந்தர் ஏற்றி வாங்கிக் கொண்டு வா!' என்றார்.

அந்த வீட்டுக்கு மின்சார விளக்குப் போடவில்லை என்பதை அப்போதுதான் கவனித்தேன்.

‘வீட்டுக்காரனிடம் நாங்கள் எவ்வளவோ சண்டைபிடிக் கிறோம், இன்னமும் லைட் போட மாட்டேனென்கிறான்’ என்றார் அந்த அம்மாள்.

‘அதனாலென்ன, மாமி! ஹரிகேன் வெளிச்சமே போதும்’ என்றேன்.

லாந்தர் வந்ததும், ஜாதகத்தை வாங்கிப் பார்த்தேன். வாசலில் எனக்குக் கொடுக்கப்பட்ட எச்சரிக்கை நன்றாய் ஞாபகத்தி லிருந்தது. ஜாதகம் எப்படியிருந்தாலும் அதைப் பற்றி ஒன்றும் கெடுதலாய்ச் சொல்வதில்லையென்று தீர்மானித்துக் கொண்டேன். ஆனால், என்ன ஆச்சரியம்! அந்த ஜாதகத்தில் கெடுதலாக ஒன்றுமேயில்லை! எவ்வளவோ கவனமாக ஆராய்ந்து கணக்குப் போட்டுப் பார்த்தேன். அது ஒரு சாதாரண ஜாதகம். நன்மையோ, கெடுதலோ, பிரமாதமாக ஒன்றுமில்லை. முக்கியமாக, இந்த வருஷத்தில் விசேஷ சம்பவம் எதுவும் ஜாதக ரீதிப்படி நேர்வதற்கில்லை.

எனக்கு இன்னது சொல்வதென்று தெரியவில்லை. உள்ளது உள்ளபடி ‘ஒன்றுமேயில்லை’ என்றால், அந்த மாமிக்கு நம்பிக்கை உண்டாகாது. எனக்கு ஒன்றும் தெரியாது என்று தீர்மானித்துப் போகச் சொல்லி விடலாமல்லவா? அவர் என்னைப் பற்றி அம்மாதிரி அபிப்பிராயங் கொள்வதை நான் விரும்பவில்லை. ஆகவே, கொஞ்சம் யோசனை செய்து ‘ரொம்ப உயர்ந்த ஜாதகம் அம்மா! இந்த மாதிரி ஜாதகம் சாதாரணமாய்ப் பார்க்க முடியாது. இந்த வருஷத்திலே ஒரு கண்டம் இருக்கிறது. ஆனால் ஆபத்து ஒன்றும் வராது, நிச்சயம். சுபகிரஹங்களின் சக்தி பலமாய் இருக்கிறது’ என்றேன்.

என்னுடைய பேச்சின் பாதியிலேயே அந்த அம்மாளின் முகத்தில் புன்னகை ஏற்பட்டதைப் பார்த்தேன். நான் பேசி முடித்ததும் அது சிரிப்பாக மாறிற்று. பலவீனத்தினால், சிரிப்பு இருமலில் முடிந்தது.

எனக்கு ஒன்றுமே புரியவில்லை. ஏதோ தப்புப் பண்ணி விட்டோம் என்று மட்டும் உணர்ந்தேன்.

'இப்படித்தான் நீங்கள் எல்லாருடைய ஜாதகமும் பார்த்துச் சொல்கிறதா?' என்று அந்த மாமி கேட்டபோது, நான் பதில் சொல்லத் தெரியாமல் சிரித்து மழுப்பப் பார்த்தேன்.

அவர் விடவில்லை 'வாசலில் வந்து பத்மா உங்களிடம் என்ன சொன்னாள்? ஒன்றும் ஆபத்தில்லையென்று சொல்லச் சொன்னாளா? அவள் அங்கு அவசரமாய் ஓடி வந்தபோதே எனக்குத் தெரியும்' என்றார்.

நான் மௌனமாயிருந்தேன்.

'பத்மா! இங்கே வா!' என்று மாமி கூப்பிட்டாள். பத்மா, வெண்ணெய் திருடிய கிருஷ்ணன் முகத்தைப் போல முகத்தை வைத்துக் கொண்டு வந்தாள். 'ஏன் அம்மா' என்று பரிவாகக் கேட்டாள்.

'உனக்கு எத்தனை வயது இப்போது?'

'புருஷர்களிருக்கும் போது ஸ்திரீகள் வயதைச் சொல்ல லாமா அம்மா?' என்றாள் பத்மா குறும்புச் சிரிப்புடன்.

'பாதகமில்லை, சொல்லு!'

'பதினேழு வயது.'

'எனக்கெத்தனை வயது?'

'ஐம்பத்திரண்டு வயது.'

'உன்னை விட எனக்கு முப்பத்தைந்து வயது அதிக மாயிற்றே! என்னைக் காட்டிலும் சமத்து நீயென்று நினைத்துக் கொண்டு காரியம் செய்யலாமா?' என்றார்.

பத்மா என்னைக் கோபமாய்ப் பார்த்தாள்.

'அவர் பேரில் குற்றமில்லை, பத்மா! சாமர்த்தியமாய்த்தான் பொய் சொல்லப் பார்த்தார். ஆனால் ஜாதகமே வேறேயா யிருந்தால், அவர் என்ன செய்வார்? உன் அண்ணா ஜாதகத்தைப் பார்க்க இவரைக் கூப்பிடவில்லை, பத்மா!

அதைப் பார்த்து இப்போது என்ன ஆகப் போகிறது? உன் கல்யாணத்துக்காக வந்திருக்கும் வரன் ஜாதகம் இது' என்றார்.

எனக்குத் தூக்கி வாரிப் போட்டது. பத்மாவைப் பார்த்தேன். அவள் தலையைக் குனிந்து கொண்டிருந்தாள்.

மாமி மறுபடியும், 'நீ போ, பத்மா!' என்றார்.

பத்மா மாடிப் படிகளின் மேல் குதித்துக் கொண்டு ஏறினாள். அவள் போவதையே நான் பார்த்துக் கொண்டிருந்தேன். மாடித் திருப்பத்தில் சற்று நின்று திரும்பிப் பார்த்தாள். கண்களை ஒரு தடவை சிமிட்டு, தலையை நாலு தடவை இப்படியும் அப்படியும் அசைத்தாள். பிறகு ஓடிப் போனாள். அந்த தலையசைத்தலுக்கு என்ன அர்த்தம்? 'ஜாதகப் பொருத்தம் சரியாயில்லை' யென்று சொல்லச் சொல்கிறாளா?

பிறகு நான் பத்மாவின் அம்மாவைப் பார்த்து, 'நான் ஏமாந்துதான் போனேன். உங்களையும் ஏமாற்றப் பார்த்தேன். தயவு செய்து மன்னிக்க வேண்டும்' என்றேன்.

'இப்போது சரியாய்ப் பார்த்துச் சொல்லுங்கள்' என்றார் பத்மாவின் தாயார்.

இதில் ஒன்றும் எனக்குக் கஷ்டம் ஏற்படவில்லை. முன்னமே நான் சொன்னதுபோல, அந்த ஜாதகம் ரொம்ப சாதாரண ஜாதகம் விசேஷம் ஒன்றுமே கிடையாது. பத்மாவை நான் பார்த்து அரை மணிக்கு மேல் ஆகவில்லையெனாலும், 'அவளுக்குத் தகுந்த வரனில்லை' என்று மனதிற்குள் எண்ணிக் கொண்டேன். அப்படிப் பட்டவர்த்தனமாய் அவள் தாயாரிடம் சொல்லவில்லை. குறிப்பாகத் தெரியப்படுத் தினேன். மேலும், 'இந்த ஜாதகத்திற்கு இந்த வருஷம் கல்யாணம் ஆகுமென்று தோன்றவில்லையே' என்றும் சொல்லி வைத்தேன்.

இந்த ஆராய்ச்சியின் போது, பத்மாவின் தாயாருக்கு ஜோசியம், ஜாதகம் பார்த்தல் முதலியவைகளைப் பற்றி நல்ல பரிச்சயமுண்டென்று தெரிந்தது. இன்னும், அவர் உயர்ந்த படிப்பும், உலக ஞானமும் உள்ளவரென்றும் தெரிந்து கொண்டேன்.

'என் தலையில் இந்தப் பெரிய பொறுப்பைச் சுமத்திவிட்டு அவர் போய் விட்டார். இவளுடைய தமையன்கள் தலைக்கு ஒரு போக்காயிருக்கிறார்கள். எனக்கோ நாளுக்கு நாள் உடம்பு நன்றாயில்லை. இந்தப் பெண்ணுக்கு எப்படியாவது ஒரு கல்யாணத்தைப் பண்ணி வைத்துவிட்டால், என் மனம் நிம்மதியடையும். தகுந்த வரன் கிடைக்கமாட்டேனென்கிறது. ஒன்று சரியாயிருந்தால், இன்னொன்று சரியாயில்லை' என்று அந்த அம்மாள் சொல்லிப் பெருமூச்சு விட்டார்.

'உங்களுடைய பெண்ணுக்கு தகுந்த வரனாய்க் கிடைப்பது கஷ்டந்தான்' என்று நான் சொன்னேன். சொன்ன வுடனே, ஏதாவது பிசகாய்ச் சொல்லி விட்டோமோ என்று சந்தேகம் வந்துவிட்டது.

'இன்னும் ஏதாவது பார்க்க வேணுமா, நான் போகலாமா, மாமி!' என்று கேட்டேன்.

'இன்றைக்கு நாழிகையாகிவிட்டது. இன்னொரு நாள் வருகிறீர்களா? என் பிள்ளைகளின் ஜாதகத்தையும் காட்டுகிறேன்' என்றார்.

'கட்டாயம் வருகிறேன்' என்று சொல்லிவிட்டு, நான் எழுந்து சென்றேன்.

நான் வாசல் பக்கம் போய், மதில் சுவரைத் தாண்டியதும், பின்னால், 'ஸார், ஸார்' என்று சத்தம் கேட்டது. பாலன் நின்று கொண்டிருந்தான். 'கொஞ்சம் இருக்கச் சொல்கிறா, ஸார்!' என்றான். திரும்பிப் போனேன். அதற்குள் பத்மா வந்து தன் கையிலிருந்த ஏதோ ஒன்றைப் பாலனிடம் கொடுத்து, என்னிடம் கொடுக்கச் சொன்னாள். அது ஒரு ஐந்து ரூபாய் நோட்டு. நான் அதை வாங்கி மறுபடியும் பாலனுடைய சட்டைப் பையில் போட்டுவிட்டு, 'இன்னொரு நாளைக்கு வரப்போகிறேன். அப்போது வாங்கிக் கொள்கிறேன்' என்று சொல்லிவிட்டுப் போனேன். மறுபடியும் மதில் வாசலைத் தாண்டும் போது திரும்பிப் பார்த்தேன். பத்மா என்னையே பார்த்துக் கொண்டிருந்தாள்.

அப்புறம் நான் திரும்பிப் பார்க்காமலே சென்றேன். ஆனால், பத்மாவின் கண்களும், முகமும் என் மனத்தை விட்டகலவில்லை. இது எனக்கு ஒரு புதிய அநுபவமாயிருந்தது. ஒரு பெண்ணின் கண்களுக்கு அவ்வளவு சக்தி உண்டென்று அதற்கு முன் நான் நினைத்ததேயில்லை.

3

மறுநாள் அந்தக் குடும்பத்தைப் பற்றி அக்கம் பக்கத்தில் விசாரித்தேன். பத்மாவின் தகப்பனார் பெரிய உத்தியோகத்தில் இருந்தாரென்றும், ஐந்து வருஷத்துக்கு முன்னால் இறந்து போனாரென்றும் அறிந்தேன். அதற்குப் பிறகு பாகீரதி அம்மாள் எழும்பூரில் இந்த வீட்டை வாடகைக்கு எடுத்துக் கொண்டு செட்டாகக் குடித்தனம் பண்ணி, குழந்தைகளையும் படிக்க வைத்து வந்தாள். பையன்கள் இரண்டு பேரும் பி.ஏ.பரீட்சை தேறினார்கள். ஒருவன் ஆகாச விமானம் ஓட்டக் கற்றுக் கொண்டு சில மாதங்களுக்கு முன்புதான் *800 ரூபாய்* சம்பளத்தில் 'பைலட்' வேலையில் அமர்ந்தான். அப்போது ஊரெல்லாம் அவனுடைய சாமர்த்தியத்தையும் அதிர்ஷ்டத்தையும் புகழ்ந்து கொண்டார்கள். பிறகு யுத்தம் வந்தது. கே. ராமஸ்வாமி பிரிட்டிஷ் ஆகாசப் படைக்குத் தேர்ந்தெடுக்கப்பட்டதாயும், சீக்கிரம் சீமைக்குப் போகிறதாயும் பத்திரிகைகளில் கொஞ்ச நாளைக்கு முன் பிரசுரமாகியிருந்தது. அவனுடைய சகோதரன் கிருஷ்ணசாமி ஏதோ ஒரு அமெரிக்க வியாபாரக் கம்பெனியில் 'டிராவலிங் ஏஜெண்ட்' என்று தெரிந்தது.

இந்தியர்களுக்குள் ஆகாசப் படையில் சேர்ந்தவர்கள் அப்போது வெகு சிலரேயாதலால், மேற்சொன்ன விவரங்கள் எல்லாம் அநேகம் பேருக்குத் தெரிந்திருந்தன.

இப்படியாகப் பிரசித்தி பெற்றிருந்த குடும்பத்திலேதான் எனக்கு அறிமுகம் ஏற்பட்டது. இரண்டு நாள் கழித்து ஒரு நாள் சாயங்காலம் மறுபடியும் அவர்கள் வீட்டுக்குப் போனேன். வாசற்படியில் வழி பார்த்து நின்றவள் போல் பத்மா நின்றாள். 'எங்கள் அம்மாவுக்கு என்னமோ உங்களை

ரொம்பப் பிடித்துப் போயிருக்கிறது. முந்தா நாளும் நேற்றும் நீங்கள் ஏன் வரவில்லையென்று கேட்டுக் கொண்டிருந்தாள். இன்று மறுபடியும் பாலனை அனுப்பலாமா என்று யோசித்துக் கொண்டிருந்தாள்' என்றாள்.

உள்ளே சென்றேன். பாகீரதி மாமி முன் போலவே நாடாக் கட்டிலில் படுத்துக் கொண்டிருந்தார். என்னைக் கண்டதும் எழுந்து உட்கார முயன்றார். 'ஏன், மாமி நீங்கள் எழுந்திருக்கிறீர்கள்? படுத்துக் கொள்ளுங்கள். உங்களுக்கு இன்னும் உடம்பு சரியாகவில்லையா? யாராவது டாக்டர் வந்து பார்க்கிறாரா?' என்று கேட்டேன்.

'என் வியாதி மனோ வியாதிதான். அதை எந்த டாக்டராலும் தீர்க்க முடியாது. இந்தப் பெண்ணுக்கு ஒரு கல்யாணத்தைப் பண்ணிவிட்டேனானால், மனது கொஞ்சம் நிம்மதியடையும்' என்றார்.

அப்போது பத்மா, 'போ, அம்மா! உனக்கு எப்போதும் இது தான் வேலை. இந்தப் பேச்சு எனக்குப் பிடிக்கவேயில்லை' என்றாள்.

'உன்னை யார் இங்கே கூப்பிட்டார்கள்? நீ போ மாடிக்கு' என்றார் பாகீரதி மாமி.

'பாலா, வாடா நாம் மாடிக்குப் போகலாம். அம்மா ஏதாவது உளறிண்டு கிடக்கட்டும்' என்று பத்மா சொல்லிவிட்டு, பாலனின் கையைப் பிடித்து இழுத்துக் கொண்டு மாடிக்குப் போனாள்.

மாமியைப் பார்த்து, 'அன்றைக்கு உங்கள் பிள்ளைகளின் ஜாதகத்தைக் காட்டுவதாய்ச் சொன்னீர்கள் அல்லவா?' என்றேன்.

அவர் கைப்பெட்டியை திறந்து ஒரு ஜாதகத்தை எடுத்துக் கொடுத்தார். அதைக் கவனமாக ஆராயத் தொடங்கினேன். ஆரம்பத்திலேயே என் நெஞ்சு துணுக்கென்றது. அது ஒரு விசேஷ ஜாதகந்தான். இருபது வயதில் பளிச்சென்று ஒரு பிரகாசம் உண்டாயிற்று. இருபத்திரண்டாவது வயதில் அது திடீரென்று மங்கி அடியோடு மறைந்தது.

பாகீரதி மாமியின் முகத்தை நிமிர்ந்து பார்க்கவே எனக்குப் பயமாயிருந்தது. ஒருவாறு சமாளித்துக் கொண்டு அவரைப் பார்த்து, 'ஆகாசப் படையில் சேர்ந்திருக்கிறானே, அந்தப் பையனின் ஜாதகந்தானே இது?' என்றேன்.

'ஆமாம்.'

நான் மிகுந்த தயக்கத்துடன், 'கண்டம் பலமாய்த் தானிருக்கிறது. ஆனாலும் பயமில்லை. ஆயுள்காரகன் நல்ல இடத்தில் இருக்கிறானல்லவா?' என்றேன்.

'அது எப்படி?' என்று கேட்டார்.

நான் ஏதேதோ சொல்லிப் பார்த்தேன். அதற்கெல்லாம் அவர் ஆட்சேபணை சொல்லி வந்தார். கடைசியில், நான், 'இதிலெல்லாம் என்ன அம்மா இருக்கிறது? யார் அவ்வளவு சரியாக ஜாதகம் கணித்து வைத்திருக்கிறார்கள்? சாஸ் திரத்தைத் தான் நாம் என்ன பூராவும் கண்டு விட்டோமோ? ஜோதிடம் பெரிய சமுத்திரம். ஒரு விநாடியை ஒன்பது அம்சமாகப் பிரித்தால், ஒவ்வொரு அம்சத்தில் பிறந்ததற்கும் தனித் தனிப் பலன் உண்டு என்று சாஸ்திரம் சொல்கிறது. அப்படியெல்லாம் பிறந்த வேளையை நிர்ணயித்து யார் ஜாதகம் கணிக்கிறார்கள்?' என்றேன்.

பிறகு அவர் கவனத்தை வேறு விஷயத்தில் திருப்பலா மென்று 'ஆமாம், உங்களுக்கு இன்னொரு பிள்ளை இருக் கிறார் அல்லவா? அவருடைய ஜாதகம் இருக்கிறதா?' என்று கேட்டேன்.

'அவனுக்கும் இதே ஜாதகந்தான்' என்றார்.

ஒரு நிமிஷம் எனக்குத் திகைப்பாயிருந்தது. அப்புறம், ஒரு எண்ணம் தோன்றவே, 'என்ன சொல்கிறீர்கள்? இரண்டு பேரும்...' என்று தயங்கினேன்.

'ஆமாம், ராமுவும் கிருஷ்ணனும் இரட்டைப் பிள்ளைகள். இரண்டு நிமிஷம் முன் பின்னாகப் பிறந்தார்கள்' என்றாள் பாகீரதி மாமி.

எனக்குச் சொல்ல முடியாத ஆச்சரியம் உண்டாயிற்று. ஏதோ ஒரு ஆறுதலும் ஏற்பட்டது. அந்த விஷயத்தை நினைத்துப் பார்க்கப் பார்க்க, பழைய மனச்சோர்வு மாறி, உற்சாகம் வளர்ந்தது.

'பார்த்தீர்களா அம்மா! இதிலிருந்தே தெரியவில்லையா நம்முடைய ஜோசிய ஆராய்ச்சியெல்லாம் எவ்வளவு அரை குறையானதென்று? இரண்டு பேருக்கும் ஒரே ஜாதகம். ஆனாலும் இரண்டு பேருடைய போக்கும் முழுதும் வித்தியாசமாயிருக் கிறதல்லவா? ஒருவன் யுத்த களத்துக்குப் போக, இன்னொருவன் இங்கே சௌக்யமாயிருப்பானேன்? இவன் எப்போது இங்கே சௌக்கியமாயிருக்கிறானோ, அவனும் சௌக்யமாகத் திரும்பி வந்து சேருவான். ஜாதகத்தைக் கொண்டு வீணாக மனத்தைக் கஷ்டப்படுத்திக் கொள்ளாதீர்கள். பகவான் அப்படியெல்லாம் உங்களைச் சோதிக்க மாட்டார்' என்றேன்.

என்னுடைய அனுதாபம் நான் எதிர்பார்த்ததற்கு நேர் எதிர்விதமான பலனை அளித்தது. அவருடைய கண்களில் கண்ணீர் ததும்பிற்று. நல்ல வேளையாக, இச்சமயத்தில் மாடியிலிருந்து பாலன், 'அம்மா! அண்ணா வருகிறான்' என்று கூவிக் கொண்டு கீழே ஓடி வந்தான். மாமி சட்டென்று கண்ணீரைத் துடைத்துக் கொண்டார். பாலன் வாசற்புறம் ஓடிச் சற்று நேரத்துக்கெல்லாம் அண்ணாவின் கையைப் பிடித்துத் தொங்கிக் கொண்டு வந்தான்.

'கிருஷ்ணா! வா!' என்றார் மாமி.

கிருஷ்ணசாமி ஸூட்டு தரித்து, தொப்பியணிந்து கொண்டிருந்தான். தொப்பியை எடுத்துச் சுவரிலிருந்த ஸ்டாண்டில் மாட்டிவிட்டு, ஊஞ்சல் பலகையில் உட்கார்ந்தான்.

'ஏனம்மா, உடம்பு இன்னும் சரியாகவில்லையா? டாக்டரை அழைத்துக் காட்டலாமென்றால், கேட்கிற தில்லை. தனக்காகவும் தெரியாது. சொன்னாலும் கேட்ப தில்லையென்றால், அப்படிப்பட்டவர்களுடன் என்ன

செய்கிறது' என்று ஒரு பிரசங்கம் செய்துவிட்டு, சட்டென்று என்னைப் பார்த்து, 'இந்தப் பேர்வழி யார்? யாராவது புது ஜோசியரோ?' என்று கேட்டான்.

அதற்கு மாமி 'ஆமாம், கிருஷ்ணா! இவர் ஜோசியர் தான். பால ஜோசியர் பட்டாபிராமன் பி.ஏ. என்று பத்திரிகையில் விளம்பரம் வந்தது. நாம் கூட ஒரு நாள் பேசிக் கொண்டிருந்தோமல்லவா?' என்றார்.

கிருஷ்ணசாமி என்னை அருவருப்புடன் பார்த்தான். 'ஏன் சார்! உங்களுக்கு வேறு வேலை ஒன்றும் கிடைக்க வில்லையோ? ஜோசியத்தில் புகுந்தீர்கள்?' என்றான்.

எனக்குக் கோபமாய் வந்தது. ஆனாலும், மாமியின் நல்ல குணத்தை நினைத்துக் கோபத்தை அடக்கிக் கொண்டேன். வேடிக்கையாகப் பதில் சொல்ல எண்ணி, 'பேஷ்! என்னை விடப் பெரிய ஜோசியராயிருக்கிறீரே நீர்? வேறு வேலை ஒன்றும் கிடைக்காதபடியால்தான் உண்மையில் நான் ஜோசியத் தொழில் ஆரம்பித்தேன். இப்போது வேலை நிறைய இருக்கிறது' என்றேன்.

கிருஷ்ணசாமி சிரித்துக் கொண்டு, 'நிஜம் சொல்கிற ஜோசியரை நான் இப்போதுதான் முதல் தடவையாகப் பார்க்கிறேன்' என்றான்.

பிறகு, 'போட்டும்! இந்த யுத்தம் எப்படி முடியும். சொல்லும் பார்க்கலாம். உமது ஜோசியத்தில் அது வருகிறதா?' என்று கேட்டான்.

'இங்கிலீஷ்காரன் தான் ஜயிப்பான்' என்றேன் நான்.

'எப்படிச் சொல்கிறீர்? இங்கிலாந்தின் ஜாதகம் உம்மிடம் இருக்கிறதோ?'

'எனக்கு மனுஷ்யர்களுடைய ஜாதகந்தான் பார்க்கத் தெரியும். தேசங்களின் ஜாதகம் பார்க்கும் வித்தை இன்னும் கற்றுக் கொள்ளவில்லை. பத்திரிகைகளில் வரும் செய்திகளைப் பார்த்துத்தான் சொல்கிறேன்.'

'ரொம்ப அழகுதான். பத்திரிகைகளில் வரும் செய்திகள் எல்லாம் வேதவாக்கு என்று நினைத்துக் கொண்டிருக்கிறீர் போலிருக்கிறது' என்று சொல்லி விட்டு, மாமியைப் பார்த்து, 'ராமு சீமைக்குப் போய்விட்டானே, தெரியுமோ இல்லையோ, அம்மா!' என்று கேட்டான்.

'தெரியும். தந்தி வந்தது. பத்திரிகையிலும் பார்த்தேன்' என்றார் மாமி.

'உளுத்துப் போன இந்த பிரிட்டிஷ் சாம்ராஜ்யத்தை இவன் போய்த்தான் காப்பாற்றப் போகிறான்!' என்றான் கிருஷ்ண சாமி. இதற்குள், பத்மாவும் மாடியிலிருந்து கீழே வந்து சேர்ந்தாள். அவள் ராமுவின் கட்சி பேசத் தொடங்கினாள். இங்கிலீஷ்காரர்கள் தான் நல்லவர்கள் என்றும் அவர்கள் தான் ஜயிக்கவேண்டுமென்றும் சொன்னாள். இதனால் கிருஷ்ண சாமியின் கோபம் அதிகமாயிற்று. பிரிட்டிஷ் ஏகாதிபத்தியத் தின் மேலும் அதற்கு சேவை செய்யப் போயிருக்கும் ராமுவின் மேலும் தனக்குள்ள கோபத்தையெல்லாம் கொட்டித் தீர்த்தான். இடையில், 'நீர் என்ன கதர் கட்டியிருக்கிறீரே, காங்கிரஸ்வாதியோ?' என்று கேட்டான். நான் 'இல்லை' யென்று மறுத்ததும், காங்கிரஸ்காரர்களுக்கெல்லாம் 'டோஸ்' கொடுக்க ஆரம்பித்தான். சுத்தக் கோழைகள், பயங்காளிகள், உத்தியோகத் துக்கு ஆசைப்பட்டு ஜான் புல்லின் காலில் விழுகிறவர்கள் என்றெல்லாம் திட்டினான். இந்தியா தேசத்துக்கு மோக்ஷம் இந்தக் கையாலாகாத காங்கிரஸ் தலைவர்களால் வரப் போகிறதில்லை யென்றும், அதற்கு வேலை செய்கிறவர்கள் வேறே இருக்கிறார்க ளென்றும், அவர்கள் தக்க சமயத்தில் வெளிக் கிளம்பிப் புரட்சியை நிலை நாட்டுவார்களென்றும், 'மார்க்ஸீய'த்தினால் தான் உலகத் துக்கே விமோசனம் வரப்போகிறது என்றும் சரமாரியாகப் பொழிந்தான்.

அன்றிரவு எனக்கு நன்றாய்த் தூக்கம் பிடிக்கவில்லை. அந்த அதிசயமான குடும்பத்தைச் சேர்ந்த ஒவ்வொருவரையும் பற்றி மாறி மாறி எண்ணமிட்டுக் கொண்டிருந்தேன். ஆனால், அவர்களுக்குள்ளெல்லாம் பத்மாவின் குதூகலமும்

குறும்பும் நிறைந்த முகந்தான் அதிகமாக என் மனக் கண் முன் வந்து கொண்டிருந்தது. அந்த அழகிய முகத்தில் கண்ணீர் வெள்ளமாய்ப் பெருகும் காலம் அவ்வளவு சீக்கி ரத்தில் வரப்போகிறதென்று நான் எதிர்பார்க்கவேயில்லை.

4

இன்னொரு நாள் சாயங்காலம் பாலன் வந்து என்னை அம்மா அழைத்து வரச் சொன்னதாகக் கூறினான். உடனே நான் கிளம்பினேன். அப்போது நன்றாய் அஸ்தமித்துவிட் டது. வானத்தில் பூரண சந்திரனைக் கண்ட கடலைப் போல் என் உள்ளமும் கொந்தளித்தது. பத்மாவைப் பார்க்கப் போகிறோமென்ற எண்ணந் தான் அதற்கு காரணமென்று சொல்ல வேண்டியதில்லையல்லவா?

அன்று மாமி கட்டிலில் படுத்திருக்கவில்லை. கீழே தரையில் உட்கார்ந்திருந்தார்.

'உடம்பு கொஞ்சம் தேவலை போலிருக்கிறதே!' என்றேன்.

'கொஞ்சம் சுமாராயிருக்கிறது' என்றார் மாமி.

'இந்த வீட்டில் இன்னும் ஏதாவது மாறுதல் இருக்கிறதா, பாருங்கள்' என்றாள் பத்மா.

சுற்றுமுற்றும் பார்த்தேன். புதிதாக மின்சார விளக்கு போட்டிருந்தது சட்டென்று தெரிந்தது.

'ஓகோ! விளக்குப் போட்டிருக்கிறதே!' என்றேன்.

பத்மாவும் பாலனும், கூச்சல் போட்டுக் கொண்டு, விளக்குகளை ஏற்றியும் அணைத்தும் விளையாடத் தொடங்கினார்கள்.

'நீங்கள் என்ன பச்சைக் குழந்தைகளா? சும்மா இருங்கள்' என்றார், அவர்களுடைய தாயார். பிறகு என்னைப் பார்த்து, 'உங்களை ஒரு காரியத்துக்காக அழைத்து வரச் சொன்னேன். ஒரு ரேடியோ வேண்டும். பார்த்து நல்ல ஸெட்டாக வாங்கித் தர வேண்டும். லண்டன் செய்திகள் நன்றாய்க் கேட்கும் ஸெட்டாய் இருக்க வேண்டும்' என்றார்.

மாமி அடிக்கடி வீட்டுக்கு மின்சார விளக்குப் போட வில்லையே என்று குறைப்பட்டதன் காரணம் அப்போது தான் எனக்குத் தெரிந்தது. ரேடியோ வைக்க வேண்டுமென்று அவருக்கு ஆசை. அந்த ஆசையின் காரணமும் எனக்குப் புலப்படாமல் இல்லை. பிள்ளை சீமைக்குப் போயிருக்கிற படியால், அவ்விடத்துச் செய்திகளை உடனுக்குடன் தெரிந்து கொள்ள வேண்டுமென்று அவர் விரும்பினார்.

'அதற்கென்ன? பேஷாகப் பார்த்து நல்ல ஸெட்டாய் வாங்கிக் கொண்டு வருகிறேன். நான் கூட அடிக்கடி வந்து கேட்கலாமல்லவா?' என்றேன்.

'கூடவே கூடாது' என்றாள், தூரத்திலிருந்து பத்மா. 'நீங்களே எல்லாவற்றையும் கேட்டுவிட்டால், பிறகு நாங்கள் என்னத்தைக் கேட்கிறது?' என்று விஷமமாகச் சொன்னாள்.

'அவள் கிடக்கிறாள். நீங்கள் கட்டாயம் வர வேண்டும். தினந் தினம் வந்து, யுத்தச் செய்திகளைக் கேட்டு எனக்குத் தமிழில் சொல்ல வேண்டும்' என்றார் மாமி.

பிறகு எல்லாரும் மாடிக்குப் போய், வெண்ணிலாவில் உட்கார்ந்து பேசிக் கொண்டிருந்தோம். பாகீரதி மாமி தம்முடைய பிள்ளைகளைப் பற்றியே பேசினார். பேச்சு வேறு எந்தப் பக்கம் போனாலும், மறுபடியும் தமது பிள்ளைகளிடமே அவர் கொண்டு வந்து விட்டார். குழந்தை வயதில் அவர்கள் எவ்வளவு சமத்தாயிருந்தார்கள் என்று சொன்னார். இரட்டைப் பிள்ளை பெற்றது பற்றி ஊரார் தம்மைப் பரிகாசம் செய்ததையும், தாம் வெட்கப்பட்ட தையும், ஆனால் குழந்தைகளைச் சேர்ந்தாற்போல் பார்க்கும் போதெல்லாம் தம் மனத்திற்குள் உண்டான சந்தோ ஷத்தையும் சொன்னார். சின்ன வகுப்புகளில் அவர்கள் ஒரே பள்ளிக் கூடத்தில் ஒரே வகுப்பில் படித்து வந்தார்களாம். கொஞ்சம் வயதான பிறகு அவர்களுக்கு வெட்கம் உண்டாகி வெவ்வேறு பள்ளிக் கூடங்களுக்குப் போய் விட்டார்களாம். படிப்பில் கெட்டிக்காரர்களாயிருந்தது போலவே, எல்லாக் காரியங்களிலும் கெட்டிக்காரர்களாம். வாயைப் போல் கையாம்.

'ஆனால் பிடிவாதம் மட்டும் ரொம்ப அதிகம். அவரவர்கள் பிடித்ததையே சாதிப்பார்கள். யார் என்ன சொன்னாலும் கேட்க மாட்டார்கள். அன்று மாதிரிதான் இன்றும் என் வயிற்றெரிச் சலைக் கொட்டிக் கொள்கிறார்கள்' என்று அந்த அம்மாள் சொல்லிப் பெருமூச்சு விட்ட போது, எனக்கு அந்தப் பிள்ளைகள் மீது வெகு கோபம் வந்தது.

'எத்தகைய மூர்க்கர்கள்! இப்படிப்பட்ட தாயாரை சந்தோஷ மாய் வைத்திருக்க அவர்கள் கொடுத்து வைக்கவில்லையே! பெற்ற மனம் பித்து, பிள்ளை மனம் கல்லு' என்னும் பழமொழி எவ்வளவு சரியாயிருக்கிறது!' என்று எண்ணினேன்.

மறுநாளே நல்ல ரேடியோ ஸெட்டு ஒன்று வாங்கி அவர்கள் வீட்டில் கொண்டு போய்ச் சேர்த்தேன். ரேடியோக் கம்பெனியிலிருந்து ஆட்கள் வந்து, 'ஏரியல்' முதலியவை அமைத்து விட்டுப் போனார்கள்.

'ராமு மட்டும் இருந்தால், இதெல்லாம் அவனே செய்து விடுவான். ஆளையே கூப்பிட மாட்டான்' என்றார் மாமி. அப்படிச் சொல்லும் போதே அவருடைய தொண்டையை அடைத்துக் கொண்டது. தாயின் அன்பு என்பது எவ்வளவு மகத்தானது என்பது எனக்கு மேலும் மேலும் நன்றாய்த் தெரிந்தது. தாயின் அன்பை அறியாத என்னுடைய வாழ்க்கை எவ்வளவு சூன்யமானது என்றும் உணர்ந்தேன்.

ரேடியோ வைத்தது முதல், நான் தினந்தோறும் மாலை நேரத்தில் அவர்கள் வீட்டுக்குப் போகத் தொடங்கினேன். பாதி நாள் அங்கேயே சாப்பிட்டு விடுவேன். இராத்திரி 9.30க்கு லண்டன் ரேடியோச் செய்திகள் கேட்டு மாமிக்குச் சொல்லிவிட்டுப் பிறகுதான் திரும்புவேன்.

இப்படி மூன்று, நாலு மாதங்கள் சென்றன. நாள் போவதே தெரியவில்லை. என் வாழ்க்கையில் இவ்வளவு சந்தோஷமாக இதற்கு முன் நான் இருந்தது கிடையாது. உலகமே மோகனம் பெற்று விளங்கியது. சந்திரன் புதிய ஒளியுடன் பிரகாசித்தான். தென்றல் புதிய இனிமையுடன் வீசிற்று. அந்தி வானம் முன்னெப் போதுமில்லாத அழகு பெற்று

விளங்கிற்று. நட்சத்திரங்கள் ஒவ்வொன்றும் என்னைக் கண் சிமிட்டிக் கூப்பிட்டுத் தங்கள் காதல் கதைகளை என்னிடம் அந்தரங்கமாகக் கூறின. புஷ்பங்களின் ஸுகந்தம் என்னைப் பரவசப்படுத்திற்று. பட்சிகளின் கானம் அமுத கீதமாக என் செவியில் பாய்ந்தது. மனுஷர்கள் யாரைப் பார்த்தாலும், நல்லவர்களாகவும் சிநேகத்துக்கு உரியவர்களாகவும் தோன்றினார்கள்.

ஆனாலும், இத்தகைய ஆனந்தம் நிலைத்திருக்க வேண்டும் என்ற பயம் மட்டும் எனக்கு அடிக்கடி தோன்றும். ஏதோ ஒரு பெரிய விபத்து வரப்போகிறதென்று திகிலுடன் கூடிய உணர்ச்சி உள்ளத்தின் அடிவாரத்தில் இருந்து கொண்டேயிருந்தது.

ரேடியோவில் தினம் லண்டன் செய்திகள் தொடங்கும் போது, மாமியின் முகத்தில் ஆவல் ததும்பிக் கொண்டிருக்கும். செய்திகள் முடிந்ததும் அந்த முகத்தில் ஏமாற்றம் காணப்படும். மாமி என்ன எதிர்பார்த்தார்! ரேடியோவில் பிள்ளையைப் பற்றியச் செய்தி வருமென்றா? இது என்ன பைத்தியக்கார ஆசை! இப்படி எண்ணிய நான் சீக்கிரத்திலேயே என் அபிப்பிராயத்தை மாற்றிக் கொள்ள வேண்டியதாயிற்று. ஒரு நாள் லண்டன் பி.பி.ஸி. செய்தி அறிவிப்பின் கடைசியில், 'நாளைய தினம் ஒரு விசேஷ சம்பவம். வழக்கம் போல் செய்திகள் முடிந்ததும், ராயல் ஆகாசப் படையைச் சேர்ந்த இந்திய விமானி ஒருவர் தமது அநுபவங்களைச் சொல்வார்' என்று அறிவிக்கப்பட்டது. இது எனக்கே ஒருவிதப் பரபரப்பை அளித்தது. மாமிக்குக் கேட்கவா வேண்டும்? இரவில், அவர் தூங்கவேயில்லையென்றும், பத்மாவை அடிக்கடி எழுப்பி, 'ஒருவேளை ராமு பேசுவானோ?' என்று கேட்டுக் கொண்டிருந்ததாகவும் மறுநாள் அறிந்தேன்.

அன்று மாலை மாமி ஒவ்வொரு நிமிஷமும் ஒவ்வொரு யுகமாகக் கழிக்கிறார் என்று நன்கு தெரிந்தது. கடைசியாக, 9.30 அடித்தது. லண்டன் செய்தியும் ஆரம்பமாயிற்று. பத்து நிமிஷம் செய்திகள் படித்தானதும், 'இப்போது இந்திய ஆகாச விமானி பேசுவார்' என்று அறிவிக்கப்பட்டது.

உடனே, தொண்டையைக் கனைத்துக் கொண்டு, ஓர் இந்திய இளைஞனின் குரல் பேசத் தொடங்கியது. ஆகா! அப்போது மாமியின் முகத்தைப் பார்க்கணுமே! 'கன்றின் குரலைக் கேட்டுக் கனிந்து வரும் பசுப்போல' என்ற பாட்டின் அர்த்தம் அதற்கு முன்னால் எனக்கு விளங்கியதேயில்லை. அப்போது தான் விளங்கிற்று.

பேச்சு முடியும் வரையில் மாமி கண் கொட்டாமல் ரேடியோவையே பார்த்துக் கொண்டிருந்தார். அந்த உயிரற்ற கருவியில், பிள்ளையின் முகத்தையே அவர் பார்த்தது போலிருந்தது. பேச்சு முடிந்ததும், கண்களில் ததும்பிய கண்ணீரைத் துடைத்துக் கொண்டு, தழதழத்த குரலில், 'குழந்தை என்ன சொன்னான்?' என்று கேட்டார். நான் சொன்னேன். முதலில் லண்டன் நகர் மீது ஜெர்மன் விமானங்கள் வந்து கண்ட இடத்தில் குண்டு போடும் அக்கிர மத்தை அவன் விவரித்தான். பிறகு, லண்டன் ஜனங்கள் ஸ்திரீகளும் குழந்தைகளும் உள்பட எவ்வளவு தீரத்துடன் அதையெல்லாம் பொறுத்துக் கொண்டிருக்கிறார்கள் என்று கூறினான். மகாபாரத யுத்தத்தைப் போல் இதுவும் தர்ம யுத்தம் தானென்றும் சொல்லி, இப்பேர்ப்பட்ட யுத்தத்தில் பங்கு எடுத்துக் கொள்ளத் தனக்குக் கிடைத்த பாக்கியத்தைப் பாராட்டினான். கூடிய சீக்கிரத்தில் பகைவர்களுடைய நாட்டுக்குச் சென்று பழிக்குப் பழி வாங்கும் விருப்பம் தனக்கு அபரிமிதமாக இருப்பதாகவும், அதை நிறைவேற்றும் சந்தர்ப்பத்தை எதிர்பார்த்துக்

கொண்டிருப்பதாகவும் கூறினான். கடைசியாக, இந்திய மக்கள் எல்லாரும் தங்களுடைய சொந்த சண்டை சச்சரவு களையெல்லாம் மறந்து விட்டு மனித நாகரிகத்தைக் காப்பதற்காகப் போராடும் பிரிட்டனுக்குப் பூரண ஒத்தாசை செய்யவேண்டுமென்று வேண்டிக் கொண்டு பேச்சை முடித்தான்.

இதையெல்லாம் நான் தெரிவித்தபோது, மாமி, பத்மா, பாலன் எல்லாரும் ராமுவையே நேரில் பார்ப்பதுபோல் என்னைப் பார்த்துக் கொண்டிருந்தார்கள். பிறகு, சற்று நேரம் மௌனம் குடி கொண்டிருந்தது.

பத்மா, திடீரென்று, 'ஏனம்மா, இந்தப் பேச்சைக் கிருஷ்ண சாமி கேட்டிருப்பானா, அம்மா!' என்றாள்.

மாமி பதில் சொல்லவில்லை.

'கேட்டிருந்தால் கிருஷ்ணசாமிக்குக்கூட மனமும் மாறிப் போயிருக்கும்' என்றாள் பத்மா.

மறுநாள் தான் அவர்கள் வீட்டுக்குப் போன போது, மாமி நாடாக் கட்டிலில் படுத்திருப்பதைக் கண்டேன். பழையபடி அவருக்கு உடம்பு அசௌகர்யம் என்று தெரிந்தது.

'அண்ணாவிடமிருந்து வந்த கடிதத்தை வாசித்துக் காட்டு' என்று பத்மாவிடம் சொன்னார்.

'எந்த அண்ணா?' என்று கேட்டேன்.

'ராமு அண்ணாவிடமிருந்துதான். இன்றையத் தபாலில் வந்தது. ஆனால் போஸ்டு பண்ணி ஒரு மாதத்துக்கு மேலாச்சு' என்றாள் பத்மா.

பிறகு, கடிதத்தை வாசித்தாள். கிட்டத்தட்ட ரேடியோவில் பேசியது போலவே கடிதத்தின் முற்பகுதி இருந்தது. கடைசியில், பின்வருமாறு உருக்கமாக எழுதியிருந்தான்.

'அம்மா! கூடிய சீக்கிரத்தில் நான் பகைவர்களுடைய தேச ங்களுக்கு விமானத்தில் செல்வேன். ஒரு நாளைக்குத் திரும்பி வராமல் போனாலும் போவேன். சர்க்கார் உனக்கு சமாசாரம் தெரிவிப்பார்கள்.

தாயாருக்குப் பிள்ளை செய்யவேண்டிய கடமை ஒன்றும் நான் செய்யவில்லை. இருந்தாலும், உலகத்தில் தர்மத்தையும் நாகரிகத்தையும் காப்பாற்றுவதற்காக உன் பிள்ளை உயிரை விட்டான் என்றால், அது உனக்குப் பெருமை இல்லையா, அம்மா?

தெரிந்தோ, தெரியாமலோ உன மனதுக்கு வருத்த முண்டாகும் படியான காரியங்கள் எவ்வளவோ நான் செய்திருப்பேன். அதற்காகவெல்லாம் என்னை நீ மன்னித்து விட வேண்டும்.

சிறு பிராயத்தில் என்னுடைய பிடிவாதங்களையெல்லாம் நீ பொறுத்துக் கொண்டு என்னைக் காப்பாற்றி வளர்த்தாய். இன்னமும் நான் உனக்குக் குழந்தைதானே? இப்போதும் என்னுடைய பிடிவாதத்தை மன்னித்து விடு.

கிருஷ்ணசாமி, பத்மா, பாலன் எல்லாருக்கும் என்னுடைய அன்பைத் தெரியப்படுத்து, நான் அவர்களுடைய ஞாபக மாகவே இருக்கிறேன். அவர்களுக்கு நான் கொடுத்த தொந்தரவுகளை யெல்லாம் மறந்து மன்னித்துவிடும்படி சொல்லு.

இப்படிக்கு
உன் பிடிவாதக்காரப் பிள்ளை
ராமு.

பத்மா இப்படி வாசித்து முடித்தபோது, அவர்கள் மூன்று பேர்களுடைய கண்ணிலும் ஜலம் தளும்பிற்று.

'பின் குறிப்பையும் வாசி!' என்று மாமி சொன்னார்.

'நான் மாட்டேன்' என்று பத்மா நாணத்துடன் கூறினாள்.

'அப்படியானால் கடிதத்தை அவரிடம் கொடு' என்றார் மாமி.

பத்மாவிடமிருந்து கடிதத்தை வாங்கிப் பார்த்தேன். அதில் கையெழுத்துக்குப் பிறகு பின்வருமாறு எழுதியிருந்தது.

'பத்மாவுக்குக் கல்யாணமாகிக் குழந்தை பிறக்கும் போது, முதலில் பிறக்கும் ஆண் குழந்தைக்கு என் பெயரை வைக்கச் சொல்லு - ராமு'

பத்மா கடிதத்தை என்னிடம் கொடுத்தவுடனேயே பாலனுடன் மாடிக்குப் போய் விட்டாள். அவள் வெட்கப் பட்டது இயற்கையேயல்லவா?

பிறகு, மாமி என்னைப் பார்த்து, 'உங்களை முதலில் அழைத்து வரச் சொன்னது எதற்கு என்று ஞாபகமிருக்கிறதா?' என்று கேட்டார்.

'ஞாபகமிருக்கிறது. பத்மாவுக்கு வரன் ஜாதகம் பார்க்க' என்றேன்.

'அப்போது ஒரு ஜாதகத்தோடு நிறுத்தி விட்டோம். இன்னும் சில வரன்களின் ஜாதகம் இன்று பார்க்கலாமா? பத்மாவுக்குக் கல்யாணம் ஆகி விட்டால், என் மனதிலிருந்து பெரிய பாரம் நீங்கும். எது எப்படியிருக்குமோ?' என்றார்.

நான் சற்று யோசித்து, 'அம்மா, நான் ஒரு சமாசாரம் சொல்லட்டுமா?' என்றேன்.

மாமி பேசாமல் என் முகத்தைப் பார்த்தார்.

'வேறு ஜாதகங்கள் என்னத்திற்காகப் பார்க்க வேண்டும்? நானே பத்மாவைக் கல்யாணம் பண்ணிக் கொள்கிறேன். உங்களுக் கெல்லாம் சம்மதமாயிருந்தால்' என்றேன்.

மாமியின் முகத்தில் அப்போதுதான் கொஞ்சம் மலர்ச்சி யைப் பார்த்தேன். அவர் சற்று நிதானித்து, 'எனக்குப் பூரண சம்மதம். ஆனால், உங்களைச் சேர்ந்த பந்துக்கள் - பெரியவர்களைக் கேட்க வேண்டாமா?' என்றார்.

'எனக்கு ஒருவருமேயில்லை. நீங்கள் தான்' என்றேன்.

'அப்படியானால், பத்மாவை மட்டுந்தான் கேட்க வேண்டும். அவளை நீங்களே கேட்டு விடுங்கள். இந்தக் காலத்திலே யெல்லாம் அப்படித்தான் வழக்கமாயிருக்கிறது' என்றார்.

'நான் அவ்வளவு நாகரிகக்காரன் இல்லை, மாமி! நீங்கள் தான் கேட்டுச் சொல்ல வேண்டும்' என்றேன் நான்.

இரண்டு நாள் கழித்து ஒரு நாள் காலையிலேயே பாலன் வந்து கூப்பிட்டான். கிருஷ்ணசாமி அண்ணா வந்திருப்பதாய்ச் சொன்னான். நான் வீட்டுக்குள் நுழையும் போதே, 'வாருங்கள், மாப்பிள்ளை!' என்று கிருஷ்ணசாமி அழைத்ததும் எனக்குத் தூக்கிவாரிப் போட்டது.

நான் போய் உட்கார்ந்ததும் மாமி, 'கிருஷ்ணசாமியிடம் சமாசாரத்தைச் சொன்னேன். அவனுக்குப் பூரண சம்மதமென் கிறான்' என்றார்.

அப்போது, கிருஷ்ணசாமி, 'பத்மாவுக்குத் தகுந்த வரனா என்று அம்மா கேட்டாள். 'நம்ம பத்மாவுக்கு தகுந்த வரன்

ஒரு நாளும் கிடைக்கப் போவதில்லை. யார் பண்ணிக் கிறேன்னு வரானோ அவன் கழுத்திலே கட்டி விடு' என்று சொல்லிண்டிருந்தேன். அதற்குள் நீரே வந்துவிட்டீர்' என்றான்.

'ஒன்றுமில்லை - அவருக்குத் தகுந்த பெண் கிடைக்கிறது தான் கஷ்டம்' என்றாள் பத்மா.

இப்படிப் பத்மா எனக்குப் பரிந்து பேசியது எவ்வளவோ எனக்கு சந்தோஷமளித்தது. ஆனால், கிருஷ்ணசாமிக்கு என் பேரிலிருந்த அருவருப்பு நீங்கி அவன் கல்யாணத்துக்குச் சம்மதித்தது அதைவிட மகிழ்ச்சியளித்தது.

'பத்மாவுக்குத் தகுந்த வரன் கிடைப்பது கஷ்டந்தான். நீங்கள் தமையன்மார்கள் பார்த்துக் கல்யாணம் பண்ணி வைக்க வேண்டும். செய்யாதது உங்கள் தவறுதானே?' என்றேன்.

'ஆமாம், மாப்பிள்ளை, ஆமாம்! எங்கள் தப்புத்தான். ஆனால் எங்களுக்கு இதற்கெல்லாம் சாவகாசம் ஏது? நான் தேசத்தைக் காப்பாற்றப் போகிறேன். ராமு உலகத்தையே காப்பாற்றுவதற்குப் போயிருக்கிறான்!' என்றான் கிருஷ்ண சாமி. பிறகு, ராமுவின் ரேடியோப் பேச்சைப் பற்றி திட்டு திட்டென்று திட்டத் தொடங்கினான்.

கடைசியில், 'இன்று ராத்திரி நான் மறுபடியும் கோயமுத்தூர், மலையாளம் பக்கம் போகிறேன். வருவதற்கு ஒரு மாதம் ஆகும். அதற்குள் கல்யாணத்துக்கு முகூர்த்தம் வைத்தால், எனக்குத் தந்தி அடியுங்கள். எங்கள் ஆபீஸில் கேட்டால், விலாசம் சொல்வார்கள். ஒருவேளை நான் வராமற் போனாலும், கல்யாணத்தை நடத்தி விடுங்கள். என்னுடைய ஸ்தூல சரீரம் வராவிட்டாலும் சூக்ஷ்ம சரீரத்தில் அன்று உங்களுடன் இருப்பேன்' என்றான் கிருஷ்ணசாமி.

எங்கள் கல்யாணம் நிச்சயமாகி, முகூர்த்தத் தேதியும் வைக்கப்பட்டது. திருவான்மியூர் கோவிலில் கல்யாணத்தை நடத்துவதென்று தீர்மானமாயிற்று.

இதற்குப் பிறகு நாலைந்து நாள் பாகீரதி மாமி வெகு உற்சாகமாக இருந்தார். கல்யாணத்தை அப்படிச் செய்ய வேண்டும், இப்படிச் செய்ய வேண்டுமென்று, திட்டம் போடவும் சாமக்கிரியைகள் வாங்கிச் சேர்க்கவும் ஆரம்பித்தார்.

5

ஒரு நாள் பாலன் திடுதிடுவென்று என் அறைக்கு ஓடி வந்தான். அவன் விம்மிக் கொண்டே, 'அம்மாவுக்கு உடம்பு ஜாஸ்தியாயிருக்கிறது; பேச மாட்டேனென்கிறாள்' என்றான். நான் அவனைப் பின்னால் விட்டு விட்டு அதி வேகமாகச் சென்று அவர்கள் வீட்டை அடைந்தேன்.

மாமி மூர்ச்சையடைந்து கிடந்தார். பக்கத்தில் பத்மா நின்று ஹோவென்று அழுது கொண்டிருந்தாள். சமையற்கார அம்மாள் கையைப் பிசைந்து கொண்டு நின்றாள். அந்த மாதிரி அரை மணி நேரமாய்க் கிடப்பதாகச் சொன்னாள்.

நான் நடுக்கத்துடன் மாமியின் கையைப் பிடித்துப் பார்த்தேன். நாடி அடித்துக் கொண்டிருந்தது. மூக்கில் மூச்சும் வந்து கொண்டிருந்தது. கொஞ்சம் தைரியமடைந்து, முகத்தில் இலேசாக ஜலத்தை தெளித்தேன். விசிறி கொண்டு வந்து விசிறினேன். அவர் கண்ணைத் திறந்து பார்த்தார். கொஞ்சம் கொஞ்சமாக ஸ்மரணை அடைந்தார். 'எனக்கு ஒன்றுமில்லை; ஏன் அழுகிறீர்கள்?' என்று பத்மாவையும் பாலனையும் தேற்றினார்.

நான் கேட்டதற்கு, 'என்னமோ திடீரென்று உடம்பில் ஒரு அதிர்ச்சி ஏற்பட்டது. மார்பை அடைத்தாற் போலிருந்தது. அப்புறம் ஒன்றும் தெரியவில்லை' என்றார்.

அன்று முதல், மாமியின் உற்சாகமெல்லாம் போய்விட்டது. கல்யாண ஏற்பாடுகளைப் பற்றிக் கூட அவர் பேசவில்லை. பிரமை பிடித்தவர் போல உட்கார்ந்திருந்தார். கேட்டால், 'உடம்பை என்னவோ செய்கிறது. மார்பு படபடவென்று அடித்துக் கொள்கிறது' என்றார். ஆகாரமும் ரொம்பக் குறைந்துவிட்டது.

முத்தான முப்பது கதைகள்

நான் பிடிவாதம் பிடித்து ஒரு டாக்டரை அழைத்துக் கொண்டு வந்தேன். அவர் பார்த்துவிட்டு, 'தேகம் பலவீனமாயிருக்கிறது. வேறொன்றுமில்லை' என்று சொல்லி, டானிக் எழுதிக் கொடுத்துவிட்டுப் போனார்.

மாமிக்கு தேகத்தின் உபாதையை விட மனோ வேதனை அதிகமாயிருந்ததாகத் தெரிந்தது. தினந்தினம் 'இன்றைக்குத் தபால் ஒன்றும் வரவில்லையா?' என்று கேட்டுக் கொண்டிருந்தார். கடைசியில், தபால் வந்தது. வெறுந் தபாலாக வரவில்லை. தலையில் விழும் இடியாக வந்தது.

அது சென்னை அரசாங்கத்தின் முத்திரையிட்ட தபால். கவர்னரின் அந்தரங்கக் காரியதரிசி எழுதியிருந்தார். 'பைலட்' ராமஸ்வாமி அரும் பெரும் தீரச் செயல்கள் பல புரிந்த பிறகு, விமானப் போர் ஒன்றில் உயிர் நீத்ததாகவும், அவருடைய வீர மரணம் இந்தியா தேசத்துக்கே புகழ் தரக் கூடியதென்றும் அதில் எழுதியிருந்தது. அந்த வீரப் புதல்வரின் தாயாருக்குக் கவர்னர் பெருமானின் மனமார்ந்த அநுதாபமும் தெரிவிக்கப்பட்டிருந்தது.

தபால் வந்தபோது நான் இருந்தேன். நான் தான் முதலில் கடிதத்தைப் படித்தேன். படித்துவிட்டு, 'ஐயோ, அம்மா! இப்படி இடி போல செய்தி வந்திருக்கிறதே!' என்று கதறினேன்.

மாமி, 'ராமு!' என்று ஒரு பெரிய சப்தம் போட்டார். உடனே மூர்ச்சையாகி விழுந்தார்.

முன் தடவையில் போலவே, அரை மணி நேரம் கழித்து அவருக்கு மூர்ச்சை தெளிந்தது. கடிதத்தை வாங்கிப் பார்த்துக் கொண்டேயிருந்தார். நான், தட்டுத் தடுமாறி, 'அம்மா! கிருஷ்ணசாமிக்குத் தந்தியடித்துவிட்டு வரட்டுமா?' என்றேன். மாமி பதிலே சொல்லவில்லை.

'இந்தச் செய்தியை அவனுக்குத் தெரியப்படுத்தவில்லை. உடனே வரச்சொல்லி மட்டும் தந்தியடிக்கிறேன்' என்றேன்.

மாமி இதற்கும் பேசாமலிருந்தார். அவருக்குச் சம்மதந்தான் என்றெண்ணி உடனே கிளம்பிச் சென்றேன்.

கிருஷ்ணசாமியின் அப்போதைய விலாசம் தெரிந்து கொள்வதற்காக அவன் வேலை செய்த கம்பெனியை டெலி போனில் கூப்பிட்டுக் கேட்டேன். அங்கிருந்து பேசியவர் முதலில் 'இதோ விசாரித்துச் சொல்கிறேன்' என்றார். சற்று நேரங் கழித்து வந்து, 'ஸார், நீங்கள் யார்?' என்று கேட்டார்.

'நான் அவர்களுடைய குடும்ப சிநேகிதன்' என்றதும், 'ஏதோ முக்கியமான சமாசாரம் இருக்கிறதாம், உங்களை மானேஜர் நேரில் வரச் சொல்கிறார்' என்றார்.

என் இதயம் திக்திக்கென்று அடித்துக் கொள்ளத் தொடங்கியது. அந்தக் கம்பெனியின் காரியாலயத்துக்குப் போனேன். மானேஜர் என்னைப் பார்த்ததுமே, 'ரொம்ப துக்க கரமான சமாசாரம், ஸார்' என்றார். பிறகு, அவருக்கு கள்ளிக் கோட்டையிலிருந்து வந்த கடிதத்தை எடுத்துக் காட்டினார்.

கதையை வளர்த்துவானேன்? மேற்குக் கடற்கரை ஜில்லாக்களில், அதிகாரிகளின் உத்தரவை மீறி ஒரு நாள் பல இடங்களில் கூட்டங்கள் நடந்தனவல்லவா? அந்த யுத்த கண்டனக் கூட்டங்களில் ஒன்றில் கிருஷ்ணசாமியும் இருந்தான். அன்று போலீஸ் துப்பாக்கிப் பிரயோகத்தில் மாண்டு போனவர்களில் கிருஷ்ணசாமியும் ஒருவன்.

இந்தச் செய்தியினால் என் உள்ளம் என்ன நிலைமை அடைந்ததென்று விவரிக்க நான் முயலவில்லை. அதைக் காட்டிலும், மாமியிடம் இந்தச் செய்தியை எப்படித் தெரிவிப்பது என்னும் எண்ணமே எனக்கு அதிக வேதனை யையும் பீதியையும் அளித்தது. போகும் போதெல்லாம், செய்தியை மறைத்துவிடலாமா, கொஞ்ச நாள் கழித்துச் சொல்லலாமா என்றெல்லாம் எண்ணிக் கொண்டு போனேன்.

வீட்டுக்குள் நான் நுழைந்ததும், மாமி என்னை வெறித்து நோக்கி, 'எங்கே கிருஷ்ணசாமி! இன்னும் வரவில்லையா?' என்று கேட்டார். உடனே என்னுடைய முன் யோசனை யெல்லாம் பறந்து போய்விட்டது. 'ஐயோ! அம்மா! ஜாதகம் இப்படிப் பலித்துப் போய்விட்டதே!' என்று கதறினேன்.

பத்து தினங்கள் ஆயின. இந்தப் பத்து நாளும் எப்படிச் சென்றதென்று எனக்கே தெரியாது. பத்மாவும் பாலனும் ஓயாத கண்ணீரும் கம்பலையுமாகத்தான் இருந்தார்கள் அவர்களுக்கு ஆறுதல் சொல்வதுதான் எனக்கு வேலையா யிருந்தது. ஆனால் மாமி அழவில்லை. அவர் கண்ணி லிருந்து ஒரு சொட்டுத் தண்ணீர் கூட வரவில்லை. பிரமை பிடித்தவரைப் போல் உட்கார்ந்திருந்தார். ஆகாரமும் கிடை யாது தூக்கமும் கிடையாது.

முதலில் அவர் மூர்ச்சையாகி விழுந்த அன்று தான், ராமு, கிருஷ்ணசாமி இரண்டு பேருக்கும் மரணம் சம்பவித்தது. அதற்கு முன்னாடி மாமியைப் பார்த்தவர்கள் இந்தப் பதினைந்து நாட்களுக்குப் பிறகு பார்த்தால் அடையாளமே கண்டுபிடிக்க முடியாது. அப்போது அவருடைய தலைமயிர் பழுப்பு வர்ணமாயிருந்தது. இரண்டொரு நரைதான் காணப்பட்டது! இந்தப் பதினைந்து நாட்களில் தலை தும்பைப் பூப்போல வெளுத்துவிட்டது. முன்னே அவரை 45 வயதுதான் சொல்லத் தோன்றும். இப்போது பார்த்தாலோ, 65 வயது. அவ்வளவு வித்தியாசம் ஏற்பட்டு விட்டது. ஆனால் இதிலெல்லாம் எனக்கு ஆச்சரியமே கிடையாது. அவர் எப்படி உயிரை வைத்துக் கொண்டிருந்தார் என்பதுதான் எனக்குப் பெரும் ஆச்சரியமளித்தது.

‘பத்மாவுக்குக் கல்யாணம் ஆகவில்லை; அவளை இப்படி அநாதியாய் விட்டுவிட்டுப் போகக் கூடாது’ என்ற எண்ணமே அவருடைய உயிருக்கு அவ்வளவு பலம் அளித்துக் காப்பாற்றியிருக்க வேண்டும்.

முன்னால் நிச்சயித்த முகூர்த்தத் தேதியிலேயே திருவான்மியூர் கோவிலில், எங்களுக்குக் கல்யாணம் நடந்தது. அந்த மாதிரி அதிசயமான கல்யாணத்தை நீங்கள் பார்த்திருக்க மாட்டீர்கள். மணப்பெண் அன்றைக்கெல்லாம் அழுது கொண்டேயிருந்தாள். ‘அழாதே, பத்மா! கிருஷ்ணச ாமிதான் வாக்குறுதி கொடுத்திருந் தானே, சூக்ஷ்ம சரீரத் திலாவது வந்து சேருவேனென்று? அவன் வந்திருப்பான்’ என்று நான் அவளுக்கு ஆறுதல் சொல்லிக் கொண்டிருந்தேன்.

கலியாணம் ஆகி பட்டணத்துக்குத் திரும்பி வந்து மாமிக்கு நமஸ்காரம் பண்ணினோம். மாமி, என்னுடைய தலையை தம் கரத்தினால் தொட்டு, கனிவு நிறைந்த குரலில், 'ஸ்வாமி என்னுடைய இரண்டு பிள்ளைகளை அழைத்துக் கொண்டார்; ஒரு பிள்ளையைப் புதிதாய்க் கொடுத்தார்' என்றார். பிறகு, பத்மாவைக் கட்டிக் கொண்டு உச்சிமோந்தார். அவருடைய கண்களில் ஜலம் ததும்பி வழிந்தது. பிள்ளைகள் இறந்த செய்தி வந்த பிறகு அவர் இன்றுதான் முதல் முதல் கண்ணீர் விட்டார். அதைப் பார்க்க எனக்குப் பெரும் ஆறுதலாயிருந்தது.

அவ்வளவுதான் எங்கள் கதை. இன்னும் ஒரே ஒரு விஷயம் தான் சொல்வதற்கு பாக்கியிருக்கிறது. 'ஜோசியத்தில் நம்பிக்கை போய்விட்டதாகச் சொன்னீரே அது எப்படி? ஜோசியத்தில் நம்பிக்கை உண்டாகும்படியான காரியமல்லவா நடந்திருக்கிறது?' என்று நீங்கள் கேட்கலாம். இது உண்மையே. ஆனால் எனக்கு ஜோசியத்தில் நம்பிக்கை போய் விட்டதும் உண்மைதான். ஜோசியத்தில் ஒருவருக்கு நம்பிக்கை இருந்தால், வாழ்க்கையில், எந்தக் காரியத்தில் அந்த நம்பிக்கையைப் பயன்படுத்த வேண்டும்? ஒரு மனிதனுடைய வாழ்வில் கல்யாணத்தைக் காட்டிலும் முக்கியமான சம்பவம் என்ன இருக்கிறது? அதற்கல்லவா அவசியமாக ஜோசியம் பார்க்க வேண்டும்.

எங்கள் கல்யாணத்துக்கு நான் ஜோசியத்தின் உதவியை நாடவில்லை. ஜாதகமே பார்க்கவில்லை. மாமியும் 'ஜாதகம்' என்ற பேச்சையே எடுக்கவில்லை.

ஆம். ஜோசியத்திலும் ஜாதகத்திலும் எங்களுக்கு நம்பிக்கை போய்விட்டது. இப்போது எங்களுடைய நம்பிக்கை பகவானிடத்திலேதான். அவருடைய சித்தத்தின் படி எல்லாம் நடக்கிறதென்றுதான் நம்பிக் கொண்டிருக்கிறோம். வாழ்க்கைப் பெரும் துன்பங்களைக் கடக்க அந்த நம்பிக்கையையே துணையாகக் கொண்டிருக்கிறோம்.